TRUYỆN NGẮN CHỌN LỌC

TRUYỆN NGẮN CHỌN LỌC
Thực hiện: Luân Hoán
Bìa: Uyên Nguyên Trần triết
Dàn trang: Lê Hân
ISBN: 9781088170311
NHÂN ẢNH
2023

NHIỀU TÁC GIẢ

TRUYỆN NGẮN CHỌN LỌC

NHÂN ẢNH
2023

LỜI THƯA TRƯỚC SÁCH

Bạn đọc, bạn viết thân quí,

"Truyện Ngắn Chọn Lọc" chỉ là tên sách, không xác định là những truyện hay hoặc hay nhất, như kiểu cố nhà văn Nguyễn Đông Ngạc đã thực hiện trước đây tại miền Nam Việt Nam. Sự "chọn lọc", thật ra chỉ dành cho chính mỗi tác giả. Người viết ưng ý tác phẩm nào của mình thì gởi đến tham gia. Dĩ nhiên chúng tôi cũng phải đọc trước, và từ chối một số ít bài không thích hợp theo thể loại qui định. Nhưng nhìn chung, đây là một cuốn sách in được, đáng có trong các tủ sách gia đình.

Tạp chí Ngôn Ngữ cùng nhà xuất bản Nhân Ảnh luôn cố gắng làm tốt những thích thú của bạn viết, khi được yêu cầu thực hiện những tác phẩm thuần túy văn chương. Thân tình trong sinh hoạt chữ nghĩa giúp chúng tôi mạnh dạn. Vui hơn nữa, trong tập truyện chung này có cả những người chưa viết cho Ngôn Ngữ lẫn chưa in sách dưới logo Nhân Ảnh. Các tác giả có vùng cư trú ở nhiều nơi trên thế giới, đã thành danh hoặc sắp thuần tay, tất cả đều có tấm lòng yêu ngôn ngữ đất Việt chúng ta. Chúng tôi hy vọng sau cuốn sách này sẽ còn mở ra những tiếp tục như bộ môn thơ, chúng tôi đã thực hiện.

Dĩ nhiên không việc làm nào hoàn hảo. Rất mong mọi thông cảm và góp ý trong tinh thần xây dựng.

Chân thành cảm ơn bạn đọc luôn ủng hộ các bạn viết.

Luân Hoán

MỤC LỤC

CAO MỴ NHÂN

LÁ THƯ

Gởi thư cho anh rồi, mình lại nhìn ra cửa sổ, trời phương nam đẹp rỡ ràng với những đám mây mầu trắng nõn như những cuộn bông gòn chất ngổn ngang trong không gian...

Mình nhớ tới cái chép miệng của người bạn tưởng như thân lắm, nhưng lúc gặp nhau lại hững hờ...

Quả tình mình không thích loại bạn kiểu này,hội ngộ làm chi, mất thì giờ của nhau, đâu có bắt buộc phải duy trì mối xã giao lãng đãng như trò chơi bắt bóng.

Mình chủ trương sống cho ra sống, nhiệt tình, " lăn xả vào nhau mà sống, lỡ có kẻ mất đi, thì người còn lại không ân hận xót xa mãi, là đã không đối xử đầy lòng với bạn .

Chao ôi, với anh lại khác ạ. Một ngày có 24 giờ để vừa ăn ngủ, nghỉ, làm lụng vv...

Mình đã trộn lẫn cái chất "nhớ anh "vào trong mọi sinh hoạt vừa kể, thì có phải anh gần như là sự sống của mình không ?

Nói ra câu trên, e có vẻ to chuyện quá, nhưng ở đời không có những sự kiện nao nao này, chắc là khô khốc lắm.

Tôi đọc lại lá thư, định là sẽ nhét vô túi áo, rồi thỉnh thoảng lôi nó, lá thư, ra đọc lại xem lời lẽ có chút văn hoa, đỏm đáng không, để tâm tình... lãng mạn một chút chứ.

Song chu choa, lá thư nằm trong Ipad trời ạ. Nó đẹp một cách chân phương, tỉnh táo, sạch sẽ, văn minh quá xá .

Người viết hay người đọc có " cổ động " quá, ý quên cảm động quá, niềm thương nỗi nhớ cũng... thế thôi, không đẫm lệ bi thương, hay cười văng cả nước miếng xuống lá thư đẹp đẽ ấy được .

Nếu biết tôi đang lý luận với lá thư huỵch toẹt như vậy, anh sẽ bảo là: " May mà Ipad nó viết dùm tôi, chứ tình trạng viết lách, chuyên chở như "ngày xưa...hoàng thị" của Phạm Thiên Thư, thì ôi thôi rồi, tình sử lại gia tăng quá tải, lại có ít nhất mấy chục bà TTKH hậu chiến nữa ..."

Tôi chưa kịp hiểu anh định diễn tả gì, anh đã qua kính viễn vọng, nói là thời đại văn minh, nếu như trên đời tị nạn này, có một huyền thoại "Hai sắc hoa ti gôn" như cái thời giữa thập niên 30 thế kỷ trước, thì cảnh sát chỉ việc đi tìm tông tích điện thư là 10 ông nhà văn Thanh Châu xưa, cũng chẳng ấm ớ hội tề trả lời mơ màng "I don' t know" được .

Ôi chao, có cái thư gởi cho anh thôi, mà một loạt tâm tình về thư từ lôi ra cho đã... nhớ hả ?

Số là không phải tại lá thư..."kinh điển nhớ nhung" đã gởi anh đâu. Mà là một dạng bản tình thư tôi móc ra từ chiếc bóp của xã tôi, ông ấy đã mất cách đây 12 năm .

Tác giả lá thư ấy là cô bé hồi đó mới 17 tuổi, xã tôi thì đã ba chục.

Ông xã tôi có rất nhiều những lá thư tâm tình của nhiều tác giả khác nhau, nhưng tôi kể về thư cô nhỏ tuổi nhất.

Tất cả được biến diễn giống bài vở sang tay nhau mỗi mùa thi của học trò.

Bấy giờ tôi đã là một hình ảnh không thể thiếu được với xã tôi trước cô mấy năm .

Ngày cô bé gởi lá thư mà tôi vừa chợt thấy, là ngày tôi đã có 2 đứa con gái thật xinh.

Cô đứng trên cái chỗ... tôi đã đứng ở bờ biển Thanh Bình Đà Nẵng 4 năm trước, tức buổi tối chúng tôi đứng dưới sương rơi, nhìn lên đèo Hải Vân, đang tàn dư một đám cháy nhỏ mới vừa được dập tắt, đám cỏ còn âm ỉ, ấm ức chưa tan hết, giống mấy con rắn lửa bò ngoằn ngoèo quanh sườn núi, rồi tắt lịm.

Trong đời tôi hồi ở Tourane, chỉ thấy một lần cháy lớn trên sườn núi bên này đèo Hải Vân .

Xã tôi là một họa sĩ "tài tử", ông không chuyên vẽ, nên chẳng có hành trình mang tranh đi triển lãm .

Ông muốn có một người mẫu sống chết với ổng, nhưng người mẫu nào cũng chỉ thích ngó tranh rồi đi, chứ không ai muốn ngồi lâu cho " họa sĩ X" đó trầm trồ ngắm nghía, chỉnh trang tư thế để vẽ , kể cả tôi, nên bức vẽ nào cũng dở dang .

Thành xã tôi là nhân vật chỉ gây dở dang cho những người đi qua đời ông, lại cũng kể cả tôi, người đàn bà cứ ung dung giữ chặt tờ hôn thú trong tay, làm như báu vật, tờ hôn thú sẽ là bùa thiêng giữ vườn tình mình... bất khả xâm phạm không
bằng.

Xã tôi thì... khác, ông giữ lá thư cô bé từ ngày nhận, tới ngày ông chung cuộc, không cố ý giữ mãi, nhưng đã xếp gọn thư trong kẽ ngách của một cái bóp cũ, thì cũng như quên bẵng đi lúc nào không hay.

Nhưng sự kiện nó gây cho quý thiên hạ quen biết ông, không thể nào không nghi ngờ là xã tôi yêu cô bé 17 tuổi ấy quá, tờ thư đã rách còn giữ lấy cái lề bạc phếch, chôn trong đáy bóp, gởi thiên thu.

Lá thư đang nêu đã rách theo những lằn xếp, giấy pelure mầu xanh đã phai nhạt và bỗng như mỏng lét trong veo, chẳng còn nguyên vẹn một hàng chữ ...

Xã tôi đọc phớt lơ thư ấy, chắc chắn, vì khi tôi thản nhiên nhắc lại vài dòng... tâm niệm trong thư 17 tuổi kia, xã tôi ngơ ngác hỏi:
"Ủa, chớ M nói chi rứa, anh không hiểu, ý M định nhờ anh chuyện chi, nói rõ mau".

Ố ô, tới lượt tôi ngạc nhiên, vì tôi lại nhớ mài mại câu văn của tôi, cứ lởn vởn trong Ipad, rằng: "Buổi sáng mở cửa sổ, nhìn ra ngoài trời, thấy sương bay nhè nhẹ, lại nhớ anh trong nước mắt".
Mình sửng sốt... có lý nào là thư của mình không, thư của mình trong rất nhiều trang chữ viết...

Mình đã từng viết cho anh, ngó đâu cũng nhớ anh trong nước mắt... Anh thân kính, có phải thế không?

Thì ra, không có gì mới lạ trên cõi đời này, là một kịch bản tinh vi nhất của Thượng Đế, được lặp đi lặp lại, thừa nhận rằng chúng ta đã và đang đóng những vai trò khó nhất hay dễ nhất, vẫn chỉ để Ngài coi. Rồi ngài sẽ thêm vào hay cắt bỏ đi những điều vô lý , vô tình, để xã hội mỗi lúc mỗi hoàn thiện hơn thôi...

Cao Mỵ Nhân

CAO THU CÚC

GIẤC MƠ HOA

Giật mình tỉnh dậy lúc 5 giờ sáng, tôi vội vàng lo làm hai bình sửa để ở nhà cho đứa con nhỏ, lo nấu cơm để lại cho ba đứa con lớn ăn trưa trước khi đi học, xong rồi chạy ra đầu ngõ mua bốn ổ bánh mì cho bốn cha con ăn sáng. Sáu giờ 15 phút là tôi phải ra khỏi nhà để đón xe buýt đến trường. Mua xong bánh mì, tôi vội vàng trở vô nhà. Nhưng ô kìa, bỗng dưng tôi không tìm ra đường về nhà mình nữa. Nhà tôi ở trong một con đường nhỏ, ra đầu ngõ chỉ vài chục mét, đi không đầy 5 phút, sao tôi lại đứng giữa đường Nam Kỳ Khởi Nghĩa? Và lạ lùng hơn nữa là tôi không tài nào tìm ra con đường để trở về nhà mình. Tôi bơ vơ giữa một khung trời xa vắng, mờ mịt và mỗi lúc càng trở nên mờ mịt. Tôi vô cùng hoảng sợ. Nỗi sợ hãi cùng cực đánh thức tôi tỉnh giấc. Thì ra tôi đã nằm mơ, và bây giờ tôi mới thực sự thức dậy. Chưa hết bàng hoàng vì cơn sợ vừa qua dù là trong giấc mơ, tôi phải vội vàng làm lại những công việc mà tôi vừa làm trong khi ngủ trước khi chuẩn bị đến trường.

Giật mình tỉnh dậy lúc đã qua 5 giờ sáng. Chết cha! Quá 5 phút rồi. Tôi vội vàng pha sửa, nấu cơm, làm hết mọi việc như thường lệ rồi ba chân bốn cẳng chạy ra đầu ngõ mua bánh cuốn. Cầm gói bánh cuốn trong tay, tôi lại vội vàng ba chân bốn cẳng chạy về nhà để sửa soạn đi dạy. Tôi càng chạy đường càng xa, mọi vật càng trở nên xa lạ. Tại sao lạ vậy kìa? Từ nhà mình ra đây có ba phút, sao mình đi lâu rồi mà vẫn không thấy nhà của mình? Tôi bắt đầu sợ, rồi tôi sợ thật sự. Tôi thấy tôi bơ vơ, tôi đơn độc, tôi không nhà. Như một người phải chịu một lời nguyền từ sao Kim, tôi bước đi, đi mãi...
Lại là một giấc mơ khác vào một ngày khác. Tôi tỉnh dậy, mồ hôi ướt đẫm áo. Thôi phải lo mọi việc cho xong rồi chuẩn bị đi dạy cho kịp giờ.

Ngôi nhà mơ ước

Đó là sau năm 1975, khi kế hoạch mua nhà của chúng tôi tan vỡ, tôi đành ở lại trong căn nhà chung với gia đình chị chồng đông con, ồn ào, nóng bức. Các con tôi ngày càng lớn, không có chỗ cho chúng ngủ, không có chỗ cho chúng chơi, không có chỗ cho chúng học. Tôi luôn luôn nung nấu trong lòng một ước muốn mua nhà cho các con tôi ở. Không mua được nhà, tôi là kẻ không nhà. Đêm đêm tôi lại bị giấc mơ lạc đường hành hạ.Tôi đành làm vài câu thơ ngâm nga tự an ủi mình và an ủi các con:

Nhà là nơi con sinh ra đời,
Mẹ không có nhà sinh con giữa biển đời bao la.
Con yêu ơi trên chiếc bè lau sậy,
Con hãy bơi cùng mẹ cùng cha.

Các con tôi kêu lên;
- Không! Con không chịu. Con không chịu bơi trên chiếc bè. Con thích cái nhà hơn.
Tôi đọc tiếp:

Ơi ngôi nhà trên cao,
Trong nắng vàng xao,
Nửa đêm tỉnh giấc,
Gió trăng dạt dào...

Các con tôi thích cái nhà lãng mạn này hơn, chúng rất vui. Từ đó mấy mẹ con chúng tôi ươm mầm hình ảnh một ngôi nhà đầy ánh sáng, có nắng có gió có trăng có sao ở trong lòng. Rồi các con tôi đi du học, để lại giấc mộng xây nhà cho tôi. Giấc mơ này mãi hơn ba mươi năm sau chúng tôi mới thực hiện khi con trai tôi đi du học trở về.

Những kẻ không nhà

Họ không phải là những kẻ không nhà. Họ có nhà, có ruộng vườn, có vợ con, có quê nhà, nhưng họ không có tiền. Họ theo tiếng gọi của đồng tiền lăn lóc qua những đám bụi mù, của những cột khói, của tiếng máy chạy ì ầm, của cơn nắng đổ lửa, của ngọn gió đô thị hoá... họ vào thành phố Sài Gòn gia nhập vào thành phần những kẻ không nhà, không hộ khẩu... ngày càng đông. Họ từ miền Bắc miền Trung ùa vào, từ miền Nam lên, họ chen chân trong những căn nhà ở tạm, chật chội nóng bức, họ làm đủ mọi nghề, phất phới sau những hoa lửa họ nhìn thấy ruộng vườn xanh tốt, nhà cao lên, con cái được học hành, tương lai tươi sáng.

Vất vả suốt năm, ngày Tết đến, chuẩn bị về quê ăn Tết, họ lại chen nhau sắp hàng rồng rắn chờ mua vé tàu, vé xe để về quê, trả lại cho Sài gòn những ngày im vắng, mát mẻ. Người Sài Gòn đi ra đường mới cảm thấy thực sự mình làm chủ Sài Gòn. Chỉ được mười ngày thôi thì những người khách trọ lại quay vào, nhiều nhất là từ Hà nội, mỗi ngày có đến ba bốn trăm ngàn người chen nhau lên tàu xe vào Sài Gòn. Sau 10 ngày tết, vòng quay đời thường trở lại. Sài Gòn lại đông đúc chật chội, nóng bức, ầm ầm xe cộ nối đuôi nhau không dứt.

Ông thầu của tôi đã chọn được toán thợ làm việc. Họ gồm một nhóm hơn 10 người, họ từ Bình Định, Phú Yên và Phan Rang vô. Vì vừa mới hưởng cái Tết với gia đình nên họ trông khoẻ mạnh vui vẻ và làm việc hăng hái. Mỗi ngày chồng và con trai chở tôi qua xem họ làm việc, tôi cũng thấy vui. Gió xuân mát mẻ nên vài người còn ngâm nga vài câu hát cổ. Trong số những người làm việc ở đó có một chàng trai chưa tới hai mươi tuổi, Tân. Tân nhỏ nhất đám. Công việc của Tân là trộn hồ rồi bỏ vô xe đẩy tới cho thợ xây. Tân đến Sài Gòn cùng với người em trai vừa thi đậu vô trường Đại Học Bách Khoa ngành xây dựng. Tân phải lo cho đứa em trai này ăn học. Tôi rất ngạc nhiên và vô cùng cảm động. Tôi nói:
- Tân gắng lên, bốn năm sau em trai ra trường, hai anh em mở công ty xây dựng giống như hai anh em ông thầu này. Lúc đó Tân và em của Tân sẽ là giám đốc và phó giám đốc.
Tân cười, đẩy chiếc xe đầy hồ chạy đi với một thái độ mạnh mẽ đầy tự tin. Cái nhà xây lên cao, Tân có thêm người bạn phụ ở dưới đất, Tân

đứng ở trên tầng cao kéo cái xô đầy hồ lên, cái xô đong đưa qua lại trong không trung như trò chơi đu quay ở thôn quê chúng tôi vẫn chơi lúc còn nhỏ.

Cái nhà lên cao dần, đã có các ô cửa sổ, của lớn. Ba đứa con của tôi bên Mỹ cũng nôn nóng muốn biết nên thỉnh thoảng tôi chụp hình gởi qua. Chúng nó muốn xem cái nhà mà mấy chục năm nay mấy mẹ con đã ngày ngày vẽ ra bằng trí tưởng tượng, bằng mơ ước, bằng ý chí, bằng công việc, bằng sự góp nhặt của những năm đầu đời đi làm việc của mấy anh chị em, cái nhà ấy được xây như thế nào?

Tháng tư là tháng nóng nhất trong năm. Mặt trời như nung như nấu. Tôi qua xem nhà. Những người thợ không còn vui tính nữa, trông họ mệt mỏi. Ở nhà trọ quá nóng bức, họ qua nhà tôi mắc võng suốt mấy tầng lầu nằm hưởng gió mát thổi lồng lộng. (Họ là những người đầu tiên được ở trong căn nhà mơ ước của chúng tôi đấy chứ.) Vì công việc nặng nhọc, vì khí trời oi bức, họ trở nên nặng nề và đờ đẫn. Hết tháng tư rồi qua tháng năm, trời vẫn chưa mưa, cái nhà của tôi đã hút hết sức lực của mấy người thợ? Tôi nhìn họ ái ngại, tôi nói với em trai tôi, em tôi nói:
- Chị lo chuyện con bò trắng răng. Họ đi làm, vài tháng họ mang về quê vài chục triệu đồng mua ruộng mua đất xây nhà cho họ. Chị lo làm gì?
Em tôi nói phải. Đó là mục đích mà họ đã đánh đổi sức lao động của họ ở trong thành phố này.

Giấc mơ không nhà

Qua tháng sáu, cái nhà của chúng tôi đã xây xong. Tôi được ở trong ngôi nhà mơ ước đầy ánh sáng đầy nắng gió và trăng sao. Mỗi sáng tôi thức dậy sớm chạy lên sân thượng xem vườn hoa của tôi. Tôi thích thú khám phá những bí mật của cây cỏ. Bàn tay của thiên nhiên có những phép lạ tạo ra những trò ảo thuật làm cho cây cỏ rạo rực sức sống. Nhưng ở trong cái nhà ước mơ này không đầy hai năm tôi phải rời nó và trở thành kẻ không nhà trên đất Mỹ. Qua Mỹ, tuy không ở gần các con nhưng mỗi ngày tôi đều gọi chúng nói chuyện, con gái tôi ở Indiana khoe:
- Mùa xuân hoa nhà con nở đẹp lắm mẹ ơi. Mẹ xem hoa wisteria này, hoa peony này, hoa hồng này...
Vừa nói con gái vừa bưng laptop ra vườn cho tôi xem. Ôi chao! Nhà của nó là một vườn hoa không khác gì một công viên, ai thấy cũng khen. Con trai ở Sài Gòn cũng thế, nó đưa laptop gần sát cây đại tướng

quân mà tôi đã trồng, cho tôi xem cành hoa lớn đang nở, tôi như cảm nhận được hương thơm thanh khiết thoảng quanh mình. Rồi nó khoe giàn hoa lan mới trồng. Hoa rực rỡ trong nắng, có phải tâm hồn của con cũng đang rực rỡ tươi mát như hoa của con?

Các con tôi đã có nhà, tôi không còn lo gì nữa, con gái nhỏ chưa mua được nhà, nhưng một hôm đi làm về, nó vui vẻ nói:
- Theo điều tra mới nhất của Mỹ, chỉ số những người ở nhà thuê sống hạnh phúc cao hơn những người ở nhà họ đang mua trả góp.

Ồ, ở Mỹ chuyện gì cũng khác thường. Vậy thì chuyện có nhà đâu có gì quan trọng? Giấc mơ lạc đường của tôi đã được thay thế bằng giấc mơ hoa, đêm đêm nằm ngủ, tôi ôm những vườn hoa trong lòng như ôm lấy những tâm hồn thư thái yên vui của các con. Còn chuyện không nhà của tôi? Tôi cần chi nhà nữa? Ở tuổi đời của tôi, cái nhà còn có ý nghĩa gì khi tôi ngày ngày đang trên đường tìm kiếm một cõi không nhà?

Tôi trồng cây hoa nhỏ,
Tâm tôi là đoá hoa.
Hương hoa bay trong gió,
Tôi rong chơi vô thường.

Tỉnh giấc đời hư ảo,
Vân du chốn không cùng.

San Jose
9/5/ 2013

Cao Thu Cúc

CUNG TÍCH BIỀN

MÙI CỦA GIÓ MÙA

Bảy mươi tuổi, hãy còn khoẻ mạnh, minh mẫn; từ bao năm, Cụ Gàn tiêu biểu cho niềm vui, lòng tận tụy với xã hội. Ngồi gần cụ, bên cốc cà phê, năm ba bè bạn, thì thật thú vị, vì sự dẫn dắt câu chuyện, lý giải các sự kiện lịch sử, văn chương, triết học.

Kiến thức sâu rộng, biết nhiều ngoại ngữ nên nguồn đọc của cụ không lệ thuộc vào sách nhập nội thông qua dịch thuật. Cách nói ngắn gọn, hàm súc, nhiều ẩn dụ, đậm chất hài hước. Giọng hiền hòa, hấp dẫn; không dạy đời, không cường điệu; rất chân tình, nhưng thẳng thắn vì tôn trọng sự thật.

Cụ là nguồn tư liệu phong phú cho các ký giả trẻ muốn tìm hiểu sinh hoạt của Sàigòn cũ, từ chuyện chính trường đến chỗ ăn chơi, nhà hàng vũ trường; từ tổ chức guồng máy hành chánh đến hệ thống quân đội. Cụ là cố vấn đặc trị thiếu hụt kiến thức nhiều mặt, cho quý vị thạc sĩ tiến sĩ nội địa có ngọn mà thiếu cái gốc, đang giảng dạy ở một số đại học hiện nay.

Cụ Gàn nói chung, là đẹp; uyên bác một học giả; phong thái ung dung một đạo gia. Cụ là đủng đỉnh của thời gian ngưng lại. Của vững chải khi ta đối diện. Nhưng thỉnh thoảng cụ cũng va vào đời thường trong những chuyện vặt vãnh. Cụ tận tụy kiểu con tằm. Cụ dập mỏ vì cái nghịch lý chết người này.

Cụ không hiểu nhiều về thế hệ mới trong một xã hội có một nền giáo dục mới. Cái nền giáo dục mà hình vuông có đường bán kính và hình tròn có khi nó có ba góc. Cụ không hiểu rằng nền giáo dục mấy thập kỷ trên nước non này dạy con-người-hai-chân nên sống theo cách con-lừa-bốn-chân cho vững chắc thăng tiến, và cho người khác một niềm tin đồng đội: "Được, thế là tốt, mày khôn ngoan quá, nhiều sáng kiến quá, ra ngoài luồng, là chết mẹ mày."

Cụ quên rằng trái đất không còn tròn trịa như thế hệ cụ nhập tâm. Cụ là một nhàn nhã nối tiếp những cha ông, trong xa xăm, không hề có dự báo bão từ xa theo đài thiên văn như hôm nay.

Trong thôn xóm bình lặng, xưa kia, với cụ, kinh nghiệm mọc ra như cỏ dại đồi hoang. Đêm khuya nghe tiếng sóng biển vỗ ngược miền; hôm qua nó reo vùng Cửa Bắc, khuya này âm vang hơi cuồng nộ, đã chuyển vào phía nam An Hòa. Vậy là biển Đông đã cho ta lời báo bão. Nhân gian trước truyền lại kinh nghiệm cho nhân gian sau là như thế. Chưa hề có cái nhân gian Chát, Mạng, Meo, Bờ-lốc.

Hoặc một chiều hôm, ta biết trời đất sẽ chuyển dạ, thông qua chỉ một vài ngọn mây xám đen chân trời. Biết một trời sẽ điên dữ tối tăm, qua cái chớp nguồn, qua một thoáng lạnh nhận ra chỗ não trạng khi trong chiều hãy còn nắng ấm mông lung. Rõ, là cụ Gàn vẫn còn trong một khoanh vùng, dừng lại có điều kiện, giữa một thế giới cũ, tâm thức hãy còn xa lạ so với bọn trẻ, ngay trong gia đình. Cụ thanh sạch trong một xã hội mới đã từ lâu đồng thuận một thứ thanh sạch ngược chiều.

Cụ đạt tới chỗ vi diệu của Đạo nhưng rất ngây thơ với những trò ma giáo sơ đẳng. Cụ là núi là rừng của kiến thức, kinh nghiệm. Nhưng thiếu cập nhật những hiện tình. Từ nhiều năm trước cụ bị lừa mất cả một căn nhà. Cụ thông rõ lẽ thiên địa vô tướng hình của Dịch, đọc cả ruột gan âm dương, nhưng cụ chẳng hiểu gì văn hóa của hôm nay, tỉ như trong cái nhà tiêu chẳng hạn.

Một hôm ở một quán nhậu, tình cờ đứng trong toa lét cụ thấy y như rằng một chục thằng trai trẻ chẳng có đứa nào vạch cu ra đái xong mà chịu rửa tay, khi la va bô và nước sẵn một bên.

Ấy thế, bàn tay bẩn, chúng cứ xé một miếng khô mực, nồng nàn cùng mình, dí vào mồm con bồ cao cẳng. Ngứa cái não, cụ nhẹ nhàng bảo một thằng trai trẻ:

"Này, xin lỗi, tiểu xong thì nên rửa tay đi cháu. "

Cụ bị phản đòn ngay:

"Con cặc là chỗ ngon cơm nhất sao lại phải rửa? Đáng lẽ phải rửa tay sạch sẽ rồi mới kính cẩn cầm thằng nhỏ mà tè chớ."

Mà đâu phải mỗi thằng trai trẻ mất dạy hỗn láo với cụ. Cả một bàn nhậu ồn ào, thân ái, như cả một thế hệ tươi mới của nước non anh hùng đồng lọat xông tới cái trào lưu mới, cuộc hiện đại bát ngát riêng mùi.

Rõ ràng một thằng nhóc vừa từ nhà tiêu ra, nó bốc một lọn chả tròn tròn như cái cán dao, đùa vui với con nhỏ cùng bàn: "Hả mồm ra, hả ra, ngậm nào."

Đứa con gái phạch mồm ngậm một lọn chả. Có thể vì đó là thịt chăng? Con nhỏ đôi mắt riu ríu, ngậm đầy miệng cái dài dài tròn tròn như cái cán dao thòi lòi ra. Nó ngước mặt đỏ lựng lên, để cho khỏi rơi, cho thêm hình tượng.

oOo

Một hôm nhân giỗ kỵ ông cố nội của cụ, tức ông cao của thế hệ sau cụ. Ông này quan thượng thư triều Nguyễn. Con cháu tề tựu. Lạ thay, bọn nghèo khó làm thuê cuốc mướn, thợ hồ, thợ may, bán báo dạo, bọn này ăn bận khá đàng hoàng, tác phong cung kính. Nhưng một đám tạm gọi là có ăn học, cha mẹ chúng là các quan lớn, các đại gia tư sản, lại ăn bận khá phiêu lưu trong mắt cụ. Con trai, áo ba lỗ, quần cụt ống, trang diện cỡ May-cồ; con gái có đứa áo quần lòi lỗ rốn, tròn sâu màu trắng nhủ, tô vẽ lỗ rốn như môi mắt.

Cụ gọi một thằng đầu đinh trong đám ra nói nhỏ nhẹ:

" Này cháu, ông đây cũng từng nhảy đầm, rất thích nhạc pop, cũng khoái cái cách tân, nhưng hôm nay ngày kỵ giỗ ông Cao các cháu. Không có ông Cao không có giềng mối tộc họ to lớn nhiều mặt này."

Sau khi nghe cụ nói, bọn nam nữ OK, rồi lặng lẽ cùng nhau ra về. Tưởng rằng bọn nó về thay áo quần chỉnh tề, trùng tu những bộ mặt coi ông bà ông vải chẳng là cái đinh cái khỉ gì, rồi quay trở lại đám kỵ giỗ, kính lạy ông bà. Không phải. Chúng đồng lọat kéo nhau ra quán lai rai. Trước khi ra quán, con nhỏ lòi khe mông khề khà dớt một mớ đồ cúng chưa kịp đưa lên bàn thờ ông Thượng thư, ra quán làm mồi nhậu.

Một sáng cụ Gàn đi tập dưỡng sinh. Trời hãy còn tối đen, cái sao Mai lơ láo một phần trời, một bọn lưu manh – mà bọn lưu manh thời hiện đại đi xe dream, ăn mặc đàng hoàng, có điện thoại cầm tay, trộm cướp lưu động – đang cạy cửa một căn nhà, định gom của.

Nhiều người đi qua thấy vậy lặng thinh, làm ngơ bỏ đi. Mặc kệ, chúng cạy cửa nhà người đâu cướp của nhà mình. Không quan tâm tới nỗi đau kẻ khác là hợp trào lưu, an toàn trong sinh hoạt xã hội quanh đây. Nhưng cụ Gàn, cụ từ tốn vào cuộc:

" Này các cháu, ta nên làm ăn lương thiện, sao đi làm chuyện phi pháp thế này."

Bọn ăn trộm thời thượng bị động ổ, bỏ đi. Ra đầu đường chúng dừng lại, chờ cụ tới. Bọn lưu manh vừa dạy dỗ vừa hài tội cụ:

"Thằng cha già. Việc ai nấy làm, đời ai nấy biết, không nên lắm chuyện nghe. Tao tặng lão một cục gạch này."

Tưởng nể tuổi già dọa chơi, hóa ra tụi nó đinh vào đầu cụ. Đập nhiệt tình.

oOo

Tôi hay tin cụ Gàn qua đời đã bảy ngày sau. Hôm ấy trời đất buồn bã. Cỏ cây hóa xám. Trong những khoảng cách nắng mềm, lại mịt mù những cơn mưa lớn. Lội qua năm bảy con sông phố nước ngập, tôi giáp mặt cái bàn thờ của cụ.

Cái lạ, trên bàn thờ thay vì thờ tấm chân dung cụ Gàn, con cháu cụ lại thờ một cục gạch thấm máu. Nó như một bức tượng. Thần tượng này bị bể, nhiều miếng dính máu. Chỗ ấy là chỗ cục gạch từng tử chiến với cái sọ não uyên bác của cụ Gàn. Tôi định hỏi cách tôn thờ lạ lùng này nhưng lại chợt hiểu:

" Con cháu nhà cụ Gàn thật tuyệt cú mèo. Trên mặt đất này, hôm nay, nếu thờ cái nạn nhân thì có mà hàng triệu triệu. Thờ quách cái tội lỗi, cái nguồn cội bao la gây ra tội. Đơn giản là thờ cái hệ thống."

" Ừ, thờ quách cái Hệ-thống-thấm-máu."

Cung Tích Biền

Viết tại Vườn Cây Cau
Sàigòn tháng Chí Phèo, 5-2006

DIỆP BẢO KHƯƠNG

HỒN PHỞ

Xin kính tặng người đã sinh ra tôi

Phở, với tôi, không còn là món ăn thuần túy nữa, mà là Đạo.

Trong nhà, tôi là Ông Đạo phở. Tôi có thể ăn phở trừ cơm ngày này qua tháng khác mà không ngán chút nào. Đây là nói phở bò, phở gà, chứ không phải thứ "phở" dành cho những ai chán cơm thèm phở kia đâu nha!

Không rõ là tôi mê phở từ lúc nào. Chỉ nhớ từ trước năm 1975, mỗi lần đi ngang qua quán phở ở Dục Mỹ thì giống như có ai níu chân tôi lại. Lom lom nhìn vào thấy đông ơi là đông, và thơm ơi là thơm. Để ý người ta xơi phở sao mà sành điệu quá chừng, từ cách cho rau, giá vào tô, xịt tương đen đỏ, vắt chanh, cho đến cách cầm đũa muỗng, sao mà nó bài bản, điệu đà. Tôi cũng có lần thấy một ông ăn phở cầm nguyên nhánh rau quế sũng nước rảy xuống nền nhà, làm nước văng trúng tới chân tôi, trong tiềm thức, đôi lúc tôi vẫn còn cảm thấy ướt

ướt mát mát. Tôi cũng quên tuốt luốt là lúc nhỏ có được cho ăn phở thường xuyên không, và vị phở như thế nào thì tôi chịu thua, chỉ nhớ được mùi thơm quyến rũ của nó mà thôi.

Sau ngày đổi đời, gia đình tôi tản cư về quê. Từ đó hình như phở tuyệt tích giang hồ. Và không những chỉ có phở mà còn vài thứ tôi từng được nếm qua như bôm (apple) giòn ngọt, như cam Sunkist màu vàng tươi của Mỹ, hay Coca-Cola mà mỗi khi uống đều phải nhắm mắt nhăn mặt rồi khà khoan khoái, đều rủ nhau biến mất tiêu. Đời thay đổi nên vạn thứ cũng đổi thay.

Vài năm sau khi Cửa Hàng Ăn Uống Quốc Doanh mở ra, phở mới mon men trở về, và nó rủ rê cả những quán phở tư nhân rón rén mở cửa trở lại.

Có một lần tôi và thằng bạn chen vô đó để xếp hàng ăn phở, lần đầu tiên nhìn tô phở cách mạng, tôi nản ơi là nản. Bởi đó là một thứ phở kinh hồn bạt vía, là phở không người lái. Nghĩa là ngoài bánh và nước dùng ra, không có thịt thà hành ớt gì cả. Nước lèo thì đục nhờ nhờ, lềnh bềnh váng mỡ, thực khách tự tới quầy tự bưng ra kiếm chỗ trống mà ngồi, rồi thì cứ vậy mà ăn, nếu bày đặt õng ẹo chê này nọ thì bầy heo của trại chăn nuôi hợp tác xã sẽ có dịp no nê với phở bỏ mứa bằng thích.

Phàn nàn thì cứ việc phàn nàn, ăn vẫn cứ phải ăn, chứ tiền đâu mà ra quán tư nhân để cho đáng mặt phở! Chuyện tô phở dở òm đó chỉ có bấy nhiêu mà tôi lại càu nhàu hoài. Má tôi thở dài, vì thằng con mới tí tuổi đầu mà đã biết ...thất tình vì phở. Hồi đó cái nghèo hình như phủ trùm thiên hạ, cơm còn không đủ mà ăn, nói chi đến chuyện phở phiếc. Vậy mà lần nọ má tôi đi chợ về, có mua được ít xương bò, bà nói, "Chiều nay má sẽ nấu phở cho con ăn."

Tôi mừng muốn chết.

Có lẽ nhiều người vẫn chưa quên, ở miệt quê đâu có cái màn nhà nhà nấu phở, người người xơi phở như bên Mỹ này. Muốn thưởng thức phở thì chỉ có ra hàng, ra quán thôi. Cho nên cứ thử tưởng tượng, ở nơi quê mùa mà được ăn phở nấu tại gia, thì nó đã biết dường nào!

Tôi không biết má tôi nấu mất bao lâu, nấu như thế nào, mà lúc bưng tô phở bà đưa cho, mới lua đũa đầu tiên, tôi ngừng ngang lập tức. Tôi nhìn má tôi, bắt gặp ánh mắt như thầm hỏi, "ăn được hông con?" Hai má con tôi không nói được tiếng nào. Phở quốc doanh đã dở danh trấn giang hồ rồi mà phở má tôi nấu còn rùng rợn hơn thế nữa. Nó không có thứ chi hết ngoài nước hầm xương, thêm chút bột ngọt, và bún khô luộc lên thay cho bánh phở. Đỗi sau má tôi mới nói, "Con nè, nhà mình hông còn như xưa, chắc con cũng biết. Thấy con thèm phở má chịu hổng được. Má đâu biết nấu phở, với lại mình đang sống dưới quê thì tìm đâu ra gia vị để nấu cho ra nồi phở bò được. Thôi ráng ăn đỡ đi, con".

- Không sao đâu má! Con ăn tô này chắc con no tới ngày mai quá- Tui cố cà rỡn cho má vui. Mà sao má hổng ăn? - Tôi hỏi.

- Thằng tía mày, giỏi tửng tửng quen mỏ. Má đâu có ăn được thịt bò đâu con!

Tôi nghe trong đầu o o như tiếng ong bay, cố nuốt cái cục nghẹn, đừng để cho nó trồi lên trồi xuống nữa.

oOo

Thời gian sau, gia đình tôi thường ra vô Sài Gòn để làm giấy tờ đi Mỹ, lúc đó đã rủng rỉnh tí tiền nhờ mấy anh chị gửi về, tôi lê la hết quán phở này đến tiệm phở khác. Công nhận phở nơi đó ngon thiệt. nhất là mấy quán phở trong Chợ Lớn, thịt thà rau giá, tương đen tương đỏ, đâu ra đó đàng hoàng.

Nhưng nói đến thiên đường phở thì, với tôi, chỉ có ở quận Cam, Nam California, mới là vô địch.

Từ những quán phở ở đây, tôi mới biết phở không chỉ có tiếng phở trụi lủi, mà còn kèm theo nhiều tên khác nữa. Nào tái nạm, tái chín, nào gầu, gân, sách bò viên v...v..., rất ư là trữ tình, cứ như nghe một bài thơ về phở.

Sau bao nhiêu lần thử đủ các thứ phở, trừ phở ngầu pín, tôi đã chế ra một kiểu vừa nhanh vừa gọn để gọi phở. Vừa sà vào bàn, tùy theo đối tượng mà tôi mở máy:

- Chị/Cô/Chú/Bác ơi, cho tui xin tô xe lửa tái gầu gân bò viên, thêm hành trần nước béo nha!

Vậy mà có lần tôi bị Tổ trát, gặp trúng cô ẻo lả như Điêu Thuyền... sấp đấm bước ra đưa thực đơn cho khách. Không hiểu khi gặp cổ, tôi bị trúng cơn gió quái quỷ gì mà tôi cứ lúng búng lùng bùng. Nghe tôi đọc thần chú xong, cô ta kê nguyên một cái tủ lẫn bàn ghế chén dĩa vào họng tôi, "Chú ơi! Tiệm cháu chỉ bán chớ hổng có cho, nên chú đừng xin mất công!"

Từ đó tôi "thù" những người nào xưng hô chú cháu với tôi lắm lựng, nhất là những cô nào vừa trẻ lại vừa đẹp!

oOo

Nhiều năm tháng sau, tôi làm một chuyến trở về quê hương, tìm lại những chốn xưa mà tôi đã từng cầm đũa. Vẫn còn thấy ngon như thường. Tôi không nói đến chuyên vệ sinh ở đây, vì mỗi nơi mỗi khác. Nhưng ngon với tôi lúc đó nhiều nghĩa lắm.

Có ai để ý vì sao các quán phở bên Việt Nam chỉ mới bước vô cửa thôi đã nghe sực nức mùi thơm hơn các quán phở bên này không? Vì cái xe phở nằm trước tiệm, nào là thùng nước lèo nghi ngút khói, nào là tảng thịt bò chín nâu đậm, miếng gầu luộc vàng xuộm treo lủng lẳng trên chiếc móc sắt. Góc kia là miếng thịt sống đỏ hồng đang nằm gọn trên thớt, ông chủ quán thoăn thoắt vừa xắt vừa bốc thịt cho vào tô. Nào là những bó hành lá xanh non, e ấp kề bên rổ ớt sim chín đỏ rực. Ta nói bao nhiêu màu sắc, bao nhiêu hương thơm đặc trưng của quán phở nó đập vào mắt, nó xộc vào mũi, nó kích thích thần khẩu thần vị ngay lập tức. Khách ăn tha hồ được nhìn, được ngắm mãn nhãn, được nuốt... nước miếng trước khi so đũa.

oOo

Người xưa có nói "ăn xưa, chừa nay" thiệt không trật vào đâu được. Từ ngày rời Cali dọn qua tiểu bang xa, thì người tình phở của tôi lại ra đi không mang va li thêm một lần nữa. Nơi tôi đang sống rất ít người Việt, thành thử hàng quán chả ra làm sao cả. Mỗi lần ghiền phở là phải xách xe chạy hơn tiếng đồng hồ mới có. Đúng là cực hình.

- Phở họ bán ăn cho có thôi, chứ nhà mình nấu có lẽ khá hơn -Tôi rù rì với má xấp nhỏ như vậy.
- Ừa, nấu thì nấu!

Thế là vợ chồng hì hục đi mua xương, mua thịt về. Réo người này, hỏi người nọ về cách nấu nướng nêm nếm. Cũng phở chan nước mắt mấy lần. Cuối cùng rồi cũng xong, cũng ra dáng người tình phụ của tôi lắm.

Miếng ngon nhớ lâu, đòn đau nhớ đời. Tôi thì ngược lại. Dù ai vô tình hay cố ý làm cho tôi đau đớn, tôi cũng tìm mọi cách xoa dịu cho vết thương mau lành, sớm chừng nào tốt chừng đó. Còn món ăn dẫu ngon hay dở, tôi cũng vẫn nhớ hoài nhớ hủy. Nhớ là nhớ đến tấm lòng người đã tạo ra món, cho tôi có cái ăn. Tôi gọi đó là hồn, như hồn người tình phở của tôi.

Như hồn tô phở của má tôi.

Diệp Bảo Khương

ĐIỆP MỸ LINH

TRĂNG TRÊN ĐỈNH MT. JUNEAU

Chiều nào cũng vậy, sau khi dùng cơm tại phòng Romeo and Juliet, Kiều-
am thích đợi ánh hoàng hôn về để lên phòng Windjammer Café nơi tầng 9
ủa du thuyền Legend of the Seas nghe "anh chàng" người Gia Nã Đại độc tấu
ây Ban Cầm; dù du thuyền có đến ba khu vực khác nữa để các nghệ sĩ luân
hiên trình diễn mỗi đêm.

Tối nay, trong phòng Windjammer Café chỉ còn lác đác vài người và Kiều
am; vì đa số du khách đã đi bờ – danh từ của Hải Quân, có nghĩa là rời tàu,
ời đơn vị để đi phố – từ sau khi du thuyền cặp bến. Vậy mà "anh chàng"
anadian cũng vẫn không để ý, chỉ say sưa đàn, thỉnh thoảng lại tự tạo những
iến âm rất lạ, dễ cuốn hút người hiểu nhạc.

Kiều Lam chọn chiếc bàn nơi góc, gần chỗ người nhạc công tài hoa đang
gồi, để nhìn mái tóc dài màu cát vàng của anh lóng lánh dưới ánh đèn
potlights. Anh ngồi trên bục gỗ cao. Đầu anh nghiêng nghiêng, mắt nhìn vào
hím đàn nơi bàn tay trái và mái tóc anh lay động nhẹ theo từng chuỗi âm
hanh. Thỉnh thoảng đôi kính mắt của anh lóe lên vì ánh đèn phản chiếu lúc

anh ngẫng lên để hất nhẹ mái tóc ra phía sau. Đôi khi vai anh cũng lắc nhè nhẹ theo những cung đàn vui. Khi dạo những đoản khúc buồn, đầu anh hơi cú xuống để ánh đèn nhạt nhòa từ trên trần cao tạo nên những nét khắc khổ, rã rời trên khuôn mặt hơi dài của anh. Nếu màu tóc của anh đậm hơn một tý Kiều Lam nghĩ nàng sẽ nhầm anh với John Lennon, một thiên tài về âm nhạc của The Beatles.

Nhân lúc anh bồi bàn đến mời dùng thức uống, Kiều Lam nhờ anh yêu cầu "anh chàng" Canadian độc tấu nhạc khúc La Cumbasita (1). Kiều Lam lắng nghe, tưởng như tiếng đàn quyện với hồn nàng. Và trong thoáng chốc, nàng cảm thấy hồn nàng vượt cao, cao hơn hẳn mọi phủ phàng và tệ bạc mà đời đã vùi dập nàng bấy lâu nay. Kiều Lam vui và lòng thanh thản như ngày bé thơ thường lắng nghe người anh họ – Phạm Đình Phê – đệm đàn tập cho nàng hát Bây giờ nàng không hát được cho nên nàng chỉ gật gật nhè nhẹ theo điệu Tango rộn rã.

Khi bản nhạc sắp dứt, Kiều Lam nhìn "anh chàng" Canadian. Lúc anh ngẫng lên, vô tình hướng về phía nàng, nàng khẽ cúi đầu, mỉm cười và đưa bàn tay hơi cao hơn bình hoa pansy trên bàn một tý, rồi vẫy nhẹ để tỏ dấu cảm ơn. Anh cũng mỉm cười, nhấp nháy mắt tỏ dấu nhận hiểu.

Sau đó anh chuyển sang điệu Moderato với tình khúc Second Pianc Concerto (2). Từ tình khúc này anh tiếp luôn nhạc khúc khác một cách liên tục và tài tình cho đến nổi phải đến vài phân đoạn Kiều Lam mới nhận ra được đó là đoản khúc Melody In F (3). Anh cứ tiếp tục đàn những nhạc khúc quen cho nên Kiều Lam vừa "ngân nga" theo rất nhỏ, chỉ đủ một mình nàng nghe, vừa lo đểnh nhìn ngọn núi Mt. Juneau sừng sững ngang tầm mắt.

Trong thoáng chốc, dáng vẻ hùng vỹ của Mt. Juneau và những ngọn núi xa xa chìm vào màn đêm; chỉ còn những vùng tuyết ẩn hiện lờ mờ trên đỉnh núi cao, từ xa trông như những áng mây không di động. Dưới xa, sát chân núi Mt Juneau là nhà hàng và cửa hàng bán quà kỷ niệm. Du khách nhàn tản bước dọc theo những cửa hàng bán quà kỷ niệm. Kiều-Lam nghĩ, nếu không có ánh đèn từ các cửa hàng và của những trụ đèn đường soi rõ con đường nhựa duy nhất và bãi đậu xe nhỏ nhắn chia cách khu phố và du thuyền thì nàng khó có thể phân biệt được bên nào là biển và bên nào là núi Mt. Juneau.

Từ sau khi rời tảng băng Hubbard Glacier cho đến bây giờ, Kiều-Lam không thể nhớ được du thuyền đã len lõi qua bao nhiêu chân núi. Nhưng không hiểu tại sao nơi chân núi này, với khu phố hẹp mang tên Juneau, nàng lại cảm thấy bồi hồi như nàng vừa đánh mất hoặc là vừa tìm lại được cái gì rất thân thương, rất gần gủi.

Trong khi Kiều-Lam chưa phân tích được tâm trạng của mình thì nàng chợt nhận ra tiếng Tây-Ban-Cầm của anh chàng Canadian lại chuyển sang điệu Tango. Nghe quen lắm, nhưng nàng không nhớ được tựa đề của bản

nhạc. Mãi đến lúc anh ngẩng lên, mái tóc vàng lay động hơi dồn dập và nét mặt anh phảng phất niềm vui như nét mặt của một người vừa trở về sau một chuyến viễn du, Kiều-Lam mới nhớ ra, đó là tình khúc La Paloma (4).
Tình khúc này, khu phố hẹp và mặt nước lóng lánh ánh đèn như gợi lại trong hồn Kiều-Lam một vùng biển xưa; nơi đó nàng đã để lại những ngày thơ ấu êm đềm, những mối tình một chiều, một mối tình câm, mà sau này vô tình nàng mới hiểu được; và chỉ mang theo được một cuộc tình nhiều đắng cay!
Những ngày thơ ấu nơi vùng biển xưa đó, cuối tuần, nhóm bạn cùng lứa thường rủ Kiều-Lam đạp xe đạp xuống khu phố hẹp sát chân núi, bên kia con dốc nhỏ, cuối con đường sát bờ biển để ngắm những "chú" cá âm thầm bơi lội trong tủ kính của Hải Học Viện. Nhiều khi các bạn và nàng đạp xe xuống khu phố đó không phải để ngắm cá trong Hải Học Viện mà chỉ để đi "cà-rơ" dưới mấy cây bàng cằn cỗi dọc theo con đường nhựa duy nhất chia cách dãy phố buồn hiu và những ghềnh đá chơ vơ của một vùng biển nghèo.

Một chiều nọ, trong lúc cùng nhóm bạn mua quà nơi cửa hàng bán quà kỷ niệm, Kiều-Lam nghe một giọng nam rất êm ái:
-Cô ơi, cô! Xin lỗi, cô làm ơn cho tôi hỏi thăm...
Cả nhóm vội ngẩng lên, vì không biết ông ấy hỏi đứa nào. Anh nhìn Kiều-Lam, tiếp:
-Có phải cô là người có tấm ảnh chưng trong tủ kính nơi hiệu ảnh Mai-Ngôn không?

Kiều-Lam thoáng bối rối, chưa biết nên nhận hay nên chối; nếu nhận thì hơi mắc cỡ mà chối thì khó quá, vì không quen nói dối. Các bạn đều biết tính nàng nhút nhát, bây giờ thấy rõ nàng đang lúng túng nên vài đứa đáp hộ:
-Dạ, nó đó. Nó đó. Nó là... thủ phạm đó.
Nói xong mấy đứa tựa vai nhau, cười một cách thích thú. Thanh niên cũng cười. Vừa khi đó, bà chủ cửa hàng bán quà kỷ niệm từ ngoài bước vào. Thấy thanh niên đang cười vui với mấy cô học sinh, bà vồn vả:
-Trời, Vũ! Sao con không mời các cô ấy vào trong nhà mà chuyện trò? Ở ngoài khách khứa ồn ào lắm, con!
Các cô nhìn nhau, không biết thối thoát bằng cách nào. Xoay sang các cô, bà tiếp, giọng rất hãnh diện:
-Con thứ hai của tôi đấy. Anh ấy học ở Saigon, thỉnh thoảng về thăm Mẹ vài hôm rồi lại trở vào Saigon học. Anh ấy hiền, ít nói mà lại chăm học lắm nên chẳng quen biết nhiều; quen được với các cô là quý lắm đó.
Bà quay sang Vũ, tiếp:
-Con mời các cô ấy vào trong xơi nước, đi con!
Vũ mời nhóm bạn của Kiều-Lam và nàng vào phòng khách. Kiều-Lam không hiểu vô tình hay cố ý, Vũ ngồi cạnh nàng.

Sau khi mọi người tự giới thiệu, Kiều-Lam mới biết Vũ đang theo học Y-Khoa, năm thứ tư. Các bạn "láu cá" của nàng hỏi Vũ về sự khác biệt giữa đại học Saigon/Huế/Dalat; về những phân khoa nào thích hợp cho con gái; về một Saigon mà các cô luôn luôn ước mơ sẽ có ngày được đặt chân tới. Vũ giải đáp rất tường tận và từ tốn. Thấy Kiều-Lam không nói gì, Vũ hỏi:
-Còn Kiều-Lam? Sao không nói gì hết vậy?
Vũ hỏi hơi bất ngờ khiến nàng mất bình tĩnh. Để che dấu sự mất bình tĩnh và sự nhút nhát của mình, Kiều-Lam chỉ guitar trong bọc vải, treo trên tường và hỏi một câu rất lạc đề:
-Ai chơi guitar vậy, anh?
Vũ cười rất hiền hòa:
-Tôi, nhưng còn non lắm!
Chỉ vậy, rồi Kiều-Lam lại ngồi im để các bạn trổ tài ngoại giao. Một lúc sau Vũ lại nói với Kiều-Lam:
-Từ khi gặp Kiều-Lam tôi mới biết tôi không phải là người ít nói như bà cụ của tôi thường bảo.
Trong khi Kiều-Lam chỉ cười e thẹn thì nhóm bạn nhao nhao lên phá:
-Nó để dành hơi để hát đó.
Vũ cười, nhìn Kiều-Lam. Nàng nhìn xuống đôi guốc Dakao màu trắng, tay vân vê quai nón màu hồng nhạt.
Khi tiễn các cô ra chỗ dựng xe đạp, Vũ nói nhỏ với Kiều-Lam trong khi nàng đang loay hoay mở khóa xe:
-Ước gì tôi được nghe Kiều-Lam hát, dù chỉ một câu thôi.
Kiều-Lam chỉ biết cười và lý nhí cảm ơn.

Trên đường về, nhóm bạn gái chia tay nhau trước Grand Hotel. Kiều-Lam đạp xe chầm chậm dọc con đường sát bờ biển để nhìn những cụm thông im lìm, để thấy lá bàng bay bay, để nghe tiếng sóng thì thầm hoà với tiếng guitar độc tấu phát ra từ những máy khuyếch đại âm thanh do đài phát thanh gắn trên mỗi cây bàng. Máy khuyếch đại âm thanh này thường bị rè, đã làm giảm đi rất nhiều giá trị nghệ thuật. Nhưng không hề gì. Đối với Kiều-Lam, lúc đó, giá trị nghệ thuật không cần thiết; nàng chỉ muốn, cùng một lúc, được nhìn lá bàng bay, được nghe tiếng sóng rì rào để tiếng Tây-Ban-Cầm-không-đối-thủ của Phạm-Đình-Phê trong những nhạc khúc ngoại quốc, dẫn dắt hồn nàng đến những bến bờ xa xăm mà khối óc đầy mơ mộng của nàng cứ nghĩ trong đời có lẽ không bao giờ nàng có thể đến được.

Không ngờ, sau khi đến được những bến bờ mà ngày xưa nàng từng mơ ước, Kiều-Lam mới ý thức được rằng chỉ có một nơi không thể nào nàng tìm lại được, đó là bến xưa!

Vì muốn tìm lại bến xưa, Kiều-Lam đã trở về chốn cũ, nhưng không còn gì; có còn chăng là một eo biển vắng với những gốc cây bàng sần sùi cố bám rễ vào con đường nhựa lỡ lói trước một dãy phố lụp xụp, tiêu điều. Juneau ơi! Kiều-Lam tự nhủ, nếu Juneau có được vài cây bàng, nếu ngọn núi mà Juneau tựa lưng vào hơi nhỏ hơn một tý và nét kiến trúc của Juneau bớt diêm dúa đi thì nàng sẽ quyến luyến Juneau biết dường nào; vì Jeneau mang được nhiều nét thân thương của một bến xưa mà hồn nàng luôn luôn trân quý!

Dòng ý tưởng của nàng vừa đến đây, Kiều-Lam chợt nghe một âm điệu rất thiết tha, rất dạt dào và rồi tiếng hát hơi khàn và đục của anh chàng Canadian:

"Feelings, nothing more than feelings,
trying to forget my feelings of love..." (5)

Đây là tình khúc nàng đã yêu cầu "anh chàng" Canadian độc tấu ngay đêm đầu tiên khi du thuyền vừa rời hải cảng Seward. Đêm đó anh chỉ đàn. Đêm nay anh vừa đàn vừa hát. Lời ca quyện với tiếng đàn khiến hồn nàng chơi vơi trong dòng kỷ niệm tràn ngập ưu phiền!

Tự dưng Kiều-Lam thảng thốt nhận ra trạng thái tình cảm này dường như cũng đã đến với nàng, nhưng không nhớ vào thời điểm nào. Phải một lúc khá lâu nàng mới nhớ được, đó là một buổi chiều chủ nhật, khi nàng đang treo máy sưởi trong nhà ươm lan. Lúc treo xong cái máy sưởi cuối cùng, trong khi nàng đang nhìn khoảng cách từ máy sưởi đến giò Dendrobium gần nhất để lượng định ảnh hưởng của hơi nóng từ máy sưởi đến giò lan thì chợt nghe tiếng hát trong suốt, ngọt ngào văng vẳng trong không gian im vắng:

"...Đêm nghe tiếng thở dài.
Đêm nghe những ngậm ngùi..."

Kiều-Lam đứng lặng, nhìn ra khoảng sân rộng với cõi lòng rưng rức như cõi lòng của người vợ trẻ, ngày xưa, thường lên sân thượng, nhìn về phương trời xa mong chờ bóng dáng một người...Tiếng hát của cô gái vẫn êm ái mượt mà nhưng hồn Kiều-Lam lại giao động từng hồi. Sau này vô tình nàng mới biết người hát tình ca đó là ca sĩ Diễm-Liên, nhưng Kiều-Lam không nhớ được tựa đề của bản nhạc.

Kiều-Lam không nhớ chiều hôm đó nàng có đủ can đảm nghe Diễm-Liên hát hết tình khúc ấy hay là nàng phải đóng cửa vườn lan để khỏi bị tiếng hát khơi lại nỗi đau xưa; nhưng bây giờ, trong trạng thái tình cảm này, nàng muốn nghe lại tiếng hát ấy để tìm lại chút dư vị đắng cay mà nàng không hiểu nghị lực nào đã giúp nàng chịu đựng được suốt thời gian dài!

Trở về phòng, trong khi tìm cassette, earphone và những cuộn băng có Diễm-Liên hát, Kiều-Lam thầm nghĩ đến các con, dâu và rể của nàng – những người đã, không những tặng nàng vé du lịch mỗi năm mà còn sắp sẵn vào va-li những gì nàng cần và những gì nàng thích.

Vừa rời thang máy Kiều-Lam vừa nghĩ, trời lành lạnh, đi lang thang trên vùng đất mang nhiều nét thân thương của vùng biển xưa và lắng nghe giọng ca tha thiết của Diễm-Liên sẽ là niềm thú vị vô biên. Bằng lòng với niềm vui nhỏ nhoi đó, nàng gắn earphone vào tai, mở nút "on" nơi cassette rồi cho cassette và hai tay vào túi áo lạnh.

Chưa kịp đặt chân lên tấm thảm đỏ dẫn ra cầu thang, Kiều-Lam nghe ai nói gì đó rồi một cánh tay lực lưỡng, màu nâu sậm, chận nàng lại. Kiều-Lam vội lấy earphone ra, nhìn người đã chận nàng:

– Xin lỗi, ông nói gì?

"Anh chàng" Mỹ đen cười vui, chỉ vào cái máy kiểm soát, pha trò:

– Có lẽ bà đang thưởng thức một đoạn nhạc tuyệt vời cho nên bà quên cho thẻ an ninh của bà vào máy trước khi bà rời du thuyền.

Kiều-Lam lý nhí lời xin lỗi rồi làm theo lời nhân viên kiểm soát an ninh. Xoay người ra cầu thang, bước ngược chiều với những du khách trở về, Kiều-Lam nghe loáng thoáng lời chúc của "anh chàng" kiểm soát an ninh:

-Hãy có một buổi tối tuyệt đẹp.

Kiều-Lam không biết anh chúc nàng và những người rời du thuyền hay là anh chúc những người vừa "đi bờ" về.

Trong khi du khách đi dần về hướng phố, Kiều-Lam đi dọc theo cầu tàu, nơi du thuyền đang cập, để được thảnh thơi một mình, lắng hồn vào tiếng hát, lời ca.

Kiều-Lam đến bên chiếc cầu gỗ dẫn xuống bến tàu; nơi đó vài chiếc du thuyền nhỏ và mấy chiếc canoes đang nhấp nhô như đợi thủy triều dâng. Kiều-Lam nhìn lại hướng chiếc Legend of the Seas và thấy cả vùng ánh sáng rực rỡ trên du thuyền phản chiếu trên mặt nước xanh thẫm. Tự dưng nàng cảm thấy nặng nơi lồng ngực và như có điều gì rưng rức trong hồn nàng! Phải một lúc sau Kiều-Lam mới nhận biết được rằng chính vùng ánh sáng trên du thuyền phản chiếu lung linh trên mặt nước đã gợi nơi hồn nàng nỗi cô đơn vô tận của những đêm lang thang một mình trên bến Bạch-Đằng.

Những đêm đó, ánh đèn từ câu-lạc-bộ-nổi của Hải-Quân, từ những chiến hạm đang cập trước Bộ Tư Lệnh Hải-Quân và từ nhà hàng Mỹ-Cảnh, cũng phản chiếu lung linh trong dòng nước lặng lờ. Trong khi từng cặp từng cặp sánh bước bên nhau trên bến Bạch-Đằng thì Kiều-Lam lang thang một mình để gậm nhắm nỗi đau riêng!

Bây giờ, nỗi đau đã rơi vào trạng thái bảo hòa, nhưng tiếng hát thiết tha và giọng ngân êm ái của Diễm-Liên vẫn gợi lại trong lòng Kiều-Lam nhiều nỗi xót xa:

"...Đêm từng đêm thức trắng
nhớ thương cuộc tình chìm trong hoang vắng.
Ôi! Tình yêu bay xa vẫn chưa phai nhòa ..." (6)

Kiều-Lam không còn gì để nuối tiếc về cuộc tình đầy giông bão ấy nữa; nhưng, không hiểu tại sao, khi nghe phân đoạn này nàng cũng vẫn không nén được tiếng thở dài!

Kiều-Lam ngồi lên phiến đá nhỏ cạnh chiếc cầu gỗ. Trong trạng thái vô thức, nàng đưa tay mơn man khóm fireweeds màu hồng nhạt mọc quanh phiến đá. Kiều-Lam hơi ngạc nhiên tại sao nàng có thể nhận ra màu hồng nhạt của fireweeds khi mà nàng đã đi xa du thuyền, xa khu phố và mấy ngọn đèn đường. Nhìn quanh, nàng cũng ngạc nhiên khi thấy được, xa xa, vùng nước xanh mà lúc sáng chiếc tàu nhỏ đưa du khách đi tìm xem cá voi, hải cẩu và gấu. Khi nhìn lên bầu trời trong vắt Kiều-Lam mới nhận ra là trăng đã lên.

Nhìn ánh trăng tự dưng Kiều-Lam nhớ đến ánh trăng của đêm họp mặt tại nhà Vũ. Tối hôm đó, ánh trăng soi rõ khoảng sân rộng có cây ngọc lan và mấy cây mai tứ quý trong chậu kiển. Vũ hái mấy đóa ngọc lan và trao tận tay nhóm bạn của Kiều-Lam. Khi Vũ đến cạnh, Kiều-Lam cũng xòe bàn tay sẵn sàng đón nhận đóa ngọc lan, nhưng Vũ không để đóa hoa vào lòng bàn tay của nàng mà Vũ lại gắn lên cái kẹp trên mái tóc của nàng. Nhóm bạn hay phá phách của kiều-Lam "ồ" lên cùng một lúc. Vũ chỉ tủm tỉm cười. Kiều-Lam mắc cở quá, chỉ biết ngồi im, cúi mặt, cười.

Đến phần văn nghệ, nhóm bạn của Vũ đàn và hát rất sôi nổi khiến nhóm bạn của Kiều-Lam buộc nàng phải "đối phó" để khỏi bị...quê! Sau khi Kiều-Lam miễn cưỡng nhận lời, mọi người bảo Vũ thiên vị khi tặng hoa, bây giờ "phạt" Vũ, buộc Vũ phải đàn cho Kiều-Lam hát.

Vũ ôm đàn, nhìn nàng, cười cười, chờ đợi. Kiều-Lam nói nhỏ:

- Dạ, anh dạo cho Do Majeur, slow.

Kiều-Lam hát tình khúc Trăng-Lạnh của Điệp-Linh:

"Trăng lã lướt, biết bao thu mùa ru lá rụng.
Chiếc lá vàng rơi trong tối mênh mang.
Cùng thời gian lắng trong tiếng thu tàn.
Nhớ lại chăng đêm nào chiếc lá rơi..."

Khi nghe Vũ đệm cho nàng hát Kiều-Lam mới biết Vũ là người rất thành thật khi xác nhận chàng không có ngón đàn Tây-Ban-Cầm điêu luyện. Và, sau đó, Kiều-Lam cũng hiểu Vũ rất thành thật khi chàng đột ngột và vụng về tỏ tình với nàng. Kiều-Lam chỉ cúi đầu, câm lặng.

Mấy mươi năm qua Kiều-Lam vẫn không hiểu nguyên nhân nào nàng câm lặng. Mấy mươi năm qua Kiều-Lam cũng vẫn không thể hiểu được tại sao nàng không yêu Vũ! Và cũng mấy mươi năm qua, không biết bao nhiêu lần Kiều-Lam đã niệm và đã nghe niệm "Gate Gate Paragate, Parasamgate. Bodhi Svaha..." (Hãy qua, hãy qua bên bờ bên kia...) nhưng nàng cũng không hiểu tại sao nàng vẫn mãi hoài ngụp lặn trong vũng sầu! Dù chìm ngập trong vũng sầu, Kiều-Lam cũng không hiểu tại sao chưa bao giờ nàng hối tiếc là nàng đã câm lặng và đã không yêu Vũ mà nàng chỉ hối tiếc là nàng đã gửi thiệp thành hôn của nàng đến cho Vũ!

Bây giờ, cả vùng không gian miền Bắc bán cầu này nhuốm lạnh trong ánh trăng mơ thì trong hồn Kiều-Lam niềm hối tiếc về hành động ngây ngô, thiếu suy nghĩ của nàng ngày xưa cũng ngập tràn! Kiều-Lam thở dài ngẫng nhìn những phiến băng trên đỉnh Mt. Juneau lấp lánh ánh trăng.

Ánh trăng soi rõ những phiến đá dị hình chia cách những khe núi thâm u. Ánh trăng soi rõ những vạt sương mong manh ẩn hiện trong rừng thông bạc ngàn. Ánh trăng soi rõ những tòa buildings nơi vùng thị tứ của Juneau, ở phía xa. Ánh trăng soi rõ mặt nước xanh thẫm của Gastineau Channel. Ánh trăng soi rõ từng lượn sóng nhấp nhô quanh mấy chiếc Canoes và du thuyền nhỏ. Ánh trăng soi rõ bóng Kiều-Lam trải nghiêng trên khóm cỏ fireweeds đẫm sương. Ánh trăng cũng soi rõ niềm cô đơn trong hồn Kiều-Lam.

Kiều-Lam đứng lên, muốn trở lại du thuyền để bớt lẻ loi thì giọng ca sướt mướt của Diễm-Liên đang nức nỡ ở đoạn:

"...Lặng lẽ đi tìm dấu em đêm dài,
nhịp nào gõ hồn tôi,
cơn mưa dạt dào, vỗ về.
Nhiều khi, tôi tìm trong ký ức muộn phiền
bóng hình ai đã tan vào cõi huyền không..." (7)

Kiều-Lam lại thở dài, nhìn bóng nàng soải dài trên nền xi-măng lạnh lẽo như nhìn vào quá khứ xa xăm để tìm xem tim nàng đã lỗi nhịp ở phân đoạn nào! Kiều-Lam bước đi, chiếc bóng câm lặng của nàng cũng bước theo; từ đó, Kiều-Lam hiểu rằng dù tim nàng phải chịu thương tổn đến ngần nào đi nữa thì nàng cũng không thể tách rời cuộc đời còn lại của nàng ra khỏi một dĩ vãng nặng chĩu ưu phiền! Kiều-Lam nhìn lên triền núi Mt. Juneau. Trong vùng không gian tĩnh mịch, nàng tưởng như tiếng hát mượt mà, óng chuốt của Diễm-Liên vang xa và trở nên long lanh như những giọt sương bịn rịn trên cành thông dịu dàng!

Điệp Mỹ Linh

Ghi chú:

1.- Của G.H. Matos Rodriguez.
2.- Của S. Rachmaninoff
3.- Của A. Rubinstein.
4.- Của Sebastian Yradier.
5.- Feelings của Morris Albert
6.- Kỷ Niệm Buồn, cassette không ghi tên tác giả.
7.- Vần Tóc Rối của Mai-Anh-Việt

ĐOÀN NHÃ VĂN

LỜI NGUYỀN TRÊN ĐỈNH ĐÈO RÙ RÌ

Tôi khom người xuống. Chiếc xe đạp đổ đèo mỗi lúc một nhanh. Đường vắng. Đến gần khúc quẹo đầu tiên, tôi đạp nhẹ chân thắng phía sau, vừa đủ để bẻ một vòng cua thật hách. Xe tiếp tục đổ nhanh, đợi gần đến miếu, tay bóp thắng trước, chân đạp thắng sau, nghe phựt, rồi phựt, bóp mạnh thắng tay, gót chân phải đè xuống thắng chân phía sau. Tất cả đều nhẹ hều, chiếc xe như một mũi tên bắn, cứ lao nhanh về phía trước, tôi gập người xuống đến mức tối đa, lạng xe qua khúc quành, chiếc xe vượt khỏi tầm kiểm soát của tôi, lao thẳng giữa hai bệ chắn, mũi tên đã đạt tốc độ tối đa, vút về phía trước. Bên dưới là thung lũng đen ngòm. Tôi bay, bay, bay ... từ trên cao độ gần 50 mét, so với mặt đường bên dưới chân đèo. Tôi nhắm mắt, hét lớn. Vùng dậy... Cả người vã mồ hôi.

Giấc mơ trở đi trở lại nhiều lần, làm cho tôi, dù cố gắng quên đi lời nguyền, nhưng không thể nào thoát khỏi. Vâng, đó là một lời nguyền hết sức cay độc, từ xa xưa lắm, đã được ông Cố tôi đích thân chôn xuống trên đỉnh đèo Rù Rì.

oOo

Ba Má tôi quyết định đưa gia đình về sống tại một vùng thôn quê hẻo lánh này từ đầu năm 1970. Từ đỉnh đèo Rù Rì, nhìn về hướng đông bắc, một eo biển nhỏ hiện giữa những đồi núi chập chùng. Eo biển đó là eo biển Lương Sơn, trên đường ra Ninh Hòa. Làng quê đó, chính là làng Lương Sơn như mọi người thường gọi. Đây là một làng nhỏ, cách chân đèo Rù Rì khoảng ba kilomet và trung tâm thành phố Nha Trang chừng 12 km. Lưng dựa vào núi, mặt nhìn về hướng biển, nên dân trong làng sống chủ yếu vào nương rẫy trên núi và tôm cá ngoài biển khơi.

Từ lúc hiểu được, tôi đã nghe, đã biết về những tai nạn thảm khốc trên đèo Rù Rì. Lên 6, 7 tuổi, tôi đã nghe những lời than khóc buồn bã từ thân nhân của những người mất, bị tai nạn trên vùng đèo này. Lớn lên tí xíu, tôi đã chính mắt nhìn thấy những thân thể đầy máu, sau những tai nạn nơi đây. Khi tôi bắt đầu vào Trung học, mỗi ngày dắt xe đạp lên đèo, xổ đèo, những hình ảnh đó luôn ám ảnh tôi. Tôi lo một, nhưng ba má tôi lo đến mười.

Mỗi năm, ít nhất một vụ tai nạn khủng khiếp xảy ra. Ngôi miếu nhỏ nằm giữa lưng chừng đèo, ở mặt Nam, luôn là nỗi ám ảnh mỗi khi một mình dắt xe đạp đi qua. Tôi sợ, nên thường đi chung với các bạn. Hoặc khi đạp xe đến tận chân đèo, nhưng chưa thấy ai, thế là ngồi chờ. Chờ có người nào đó cùng dắt xe lên đèo. Năm 1983, số tai nạn quá nhiều, mà hai tai nạn thảm khốc, một vào giữa năm, xảy ra ngay miếu thờ, và một vào cuối năm, những ngày cận tết, bên kia dốc đèo, tại hướng ngã ba: một đường lên Thành, và đường hướng kia về Nha Trang. Tai nạn này, đã cướp đi mất một người bạn mà tôi quen biết, học trên tôi một lớp. Có lẽ, nhiều tai nạn quá khủng khiếp xảy ra liên tiếp, và chúng tôi cũng đã khôn lớn, Ba tôi, quyết định kể một chuyện hệ trọng mà ông giấu từ lâu. Câu chuyện đó liên quan đến ông Cố tôi và lời nguyền cay độc ngày xưa ấy.

oOo

Ba tôi kể rằng, vào những năm đầu 1900's, người Pháp mở đường xá từ miền Nam ra tận miền Trung. Mở ra rộng hơn, tạo cho một vóc dáng mới cho quốc lộ một. Ông Cố tôi, là một người nhà quê, giỏi chữ nho từ nhỏ, nhưng thi nhiều lần không đỗ nên ông chỉ làm một ông giáo làng. Nhưng điều ngạc nhiên là không biết ông học từ đâu, mà có thể đọc và hiểu được ít nhiều tiếng Pháp. Và khi người Pháp vừa ép buộc, vừa tuyển mộ khắp nơi để mở đường, vì kinh tế gia đình, ông cố tôi quyết định gác nghề dạy học, và tham gia đoàn người đi mở đường này. Thông thạo chữ nho, và hiểu ít nhiều tiếng Pháp, ông được giao cho việc phụ sổ sách. Dần dần, tạo được tín nhiệm với viên sĩ quan Pháp đứng đầu công trình này, ông được giao phó nhiều công việc quan trọng hơn. Cuối cùng, ông được trọng dụng như là một người giúp việc gần gũi và tín cẩn.

Từ thành Diên Khánh, đường được mở rộng xuống Nha Trang. Rồi từ Nha Trang ra Ninh Hòa. Nỗi vất vả của những người mở đường này là đoạn đèo Rù Rì. Đường dốc quanh co. Không ít người đã bỏ mình ở đó. Một hôm, trong lúc đang đào đất, những người phu đã phát hiện một hầm lớn bên chân đèo phía Bắc. Khi ông Cố tôi đến, người ta phát hiện trong hầm này có nhiều lọ cổ. Trong đó có một cái lọ lớn và mười ba cái lọ nhỏ hơn. Tất cả đều làm bằng sành. Cái lọ lớn, cao hơn nửa mét, màu xanh lá cây đậm, dạng như cái trống, chính giữa phình, hai đầu hơi nhỏ lại. Trên mặt lọ, có cái nắp đậy kín, không một khe hở. Với kích cỡ và hình dáng này, khi tôi còn nhỏ, nghe mọi người gọi là cái "thạp" hay "khạp". Xung quanh thân lọ, nửa dưới là những hoa văn, phần trên là những hình thù nửa thú, nửa người, trông rất kỳ quái. Mười ba cái lọ còn lại, cùng một kích cỡ, cao khoảng ba tấc. Dưới chân thật nhỏ, rồi phình ra lớn hơn khi lên cao. Chỗ phình cao nhất khoảng hai phần ba từ chân lọ. Phần trên cùng hơi túm lại, nhưng vẫn lớn hơn phần đáy. Lọ không có hình thù quái gở, những ngược lại là một màu đỏ sẫm, trên khắc những hoa văn tỉ mỉ. Tất cả đều có nắp đậy và dán kín. Không ai biết bên trong lọ có gì. Ông Cố tôi cho trình lên viên sĩ quan người Pháp. Lúc đó, viên sĩ quan này đang trên đường từ Phan Thiết ra. Ba ngày sau, y mới được dịp chiêm ngưỡng những chiếc lọ cổ quái này.

Tối hôm đó, vị sĩ quan cho người mở ra. Có hai người VN được chứng kiến, người thông dịch và ông Cố tôi. Bắt đầu từ cái lọ nhỏ. Thoạt đầu, không làm sao mở được cái nắp lọ. Một chất keo đặt biệt đã dán kín, không một khe hở. Vị quan người Pháp được cố vấn là nên nung nó lên, rồi mới mở, nhưng cũng không thành công. Sau đó, vì nóng lòng, chiếc lọ bị đập bể trên miệng. Bên trong chẳng có gì, ngoại trừ một ít tro xam xám. Cái thứ hai cũng thế. Cái thứ ba cũng thế. Viên sĩ quan Pháp ra hiệu ngừng. Đến lượt chiếc lọ lớn, hai tay cầm hai đầu, y giơ lên rồi rung nhè nhẹ. Bên trong dường như có tiếng gì khua động, nhẹ nhàng. Tuy nhiên, cũng không cách nào mở được nắp lọ. Vị quan Pháp cho dừng tay và sai thủ hạ tìm cách khoang miệng lọ. Khi miệng lọ được mở ra, hai miếng da dày, màu xám đen, chồng lên nhau, cuốn tròn lại. Ngoài ra không còn một thứ gì khác. Mọi người đều ngạc nhiên, nhất là viên sĩ quan Pháp. Ông cầm lên ngắm nghía rồi trải hai miếng da thú lên bàn. Mỗi miếng da có chiều dài khoảng gần một thước, chiều ngang khoảng ba tấc. Khó đoán biết được là da dê hay da trâu. Miếng da thứ nhất có nhiều hàng chữ nhỏ dọc ngang. Miếng thứ hai, vẽ những hình thù quái gở. Những hình người nam cụt đầu, những hình người nữ không lành lặn. Đằng sau miếng da thứ hai như có dấu triện, màu đỏ, và bốn con số viết rời nhau. Tất cả nhìn nhau, im lặng. Viên quan Pháp hỏi ông Cố tôi về ý nghĩa của hai tấm da này, vì biết ông Cố tôi thạo chữ nho. Ông Cố tôi lắc đầu. Đó không phải là tuồng chữ nho. Tuy nhiên, trong ông, bừng lên một ý nghĩ. Đó là chữ của người Chăm Pa. Và ông trình bày ý nghĩ của mình. Muốn hiểu, phải tìm cho bằng được những người còn đọc được lối chữ cổ này. Và sau đêm đó, ông Cố tôi xuôi Nam, mang một sứ mệnh quan trọng trong đời.

oOo

Những hình nhân kỳ dị không thể là những điềm lành. Biết, nhưng vẫn phải đi. Tôi và bốn người tùy tùng lên ngựa ngay sáng hôm sau, ngược về hướng Phan Rang. Một người mang chiếc bao dày trên lưng, bên trong chứa hai miếng da kỳ dị. Ba người còn lại mang lương thực. Tôi như một người trưởng nhóm. Đi, nhưng trong lòng không chút hy vọng. Ngay ở ngày thứ hai, một chuyện lạ đã xảy ra. Người mang hai tấm da đột nhiên ngã quỵ sau khi nghĩ trưa. Anh ôm bụng, mặt mày tái ngắt. Một hồi sau, anh ngưng thở. Sự việc xảy ra quá nhanh, mà không ai trong đoàn biết lý do tại sao và phải làm gì. Chúng tôi chôn anh ta lại, và chiếc bao được giao lại cho một người khác trước khi tiếp tục lên đường. Chúng tôi đến Phan Rang vào một buổi chiều mưa buồn bã. Mưa rã rích suốt đêm. Sáng hôm sau, vào chợ, gặng hỏi nhiều người. Hầu như ai cũng lắc đầu, không hiểu. Có người chỉ cho chúng tôi đi về những khu xa vắng khác, dò tìm. Chúng tôi đi xa hơn về phía Nam. Lòng vẫn còn mang một chút hy vọng. Qua nhiều ngày tìm kiếm, hỏi thăm, vô vọng, lại một việc kỳ lạ khác xảy ra. Người mang hai miếng da đó, bị tiêu chảy. Chúng tôi kiếm những người thầy thuốc trong khu vực gần đó, vẫn không chữa nổi. Anh ta ra đi mà đôi mắt còn trợn lên một màu trắng dã. Hai người còn lại, không ai dám mang hai miếng da này. Ba chúng tôi đều nghĩ, những chuyện xui xẻo, chắc phải đến từ hai miếng da này. Tối hôm đó, cả ba nhìn chiếc bao đựng hai miếng da mà ngán ngẩm. Ai cũng mang trong lòng những ý nghĩ riêng tư nhưng không nói ra. Tôi quyết định mang hai miếng da này, dù gì mình cũng là trưởng đoàn. Tôi khấn vái thiên địa, thánh thần cùng linh hồn những người đã khuất rằng: chúng tôi chỉ phụng mệnh đi tìm ý nghĩa những gì ghi lại trên hai miếng da này mà thôi. Chúng tôi không có một ý nghĩ gì xấu cả. Xin thiên, địa, thánh thần phù hộ cho chúng tôi được bình an, tai qua nạn khỏi, mà trở về với gia đình. Chúng tôi sẽ cúng tạ trời đất khi an toàn trở về. Vẫn tiếp tục dò hỏi. Vẫn vô vọng. Lương thực cạn dần. Hy vọng đã lùi xa. Chắc phải quay về. Về? làm sao ăn nói với viên sĩ quan?

Sáng hôm cuối cùng, trước khi trở về, chúng tôi chậm chạp trở ra con đường lớn. Bất ngờ, gặp một bà lão, người khô khốc như một thanh củi đang ngược hướng chúng tôi. Điều ngạc nhiên là khi bà cụ chặn chúng tôi lại và hỏi rằng: có phải chúng tôi từ xa đến và đang đi tìm một cái gì đó phải không? Tôi thuật lại cho bà cụ nghe đầu đuôi câu chuyện. Bà nhìn cả ba, rồi nhìn tôi kỷ hơn. Sau đó bảo ba chúng tôi đi theo bà. Bà dẫn chúng tôi qua một đoạn đường khá xa, dẫn tới một quả đồi nhỏ. Trên đồi là một nóc nhà cũ kỹ và có phần xiêu vẹo. Chúng tôi được bảo ngồi chờ phía trước sân. Bà lão đi ra sau, thì thầm chuyện gì đó với ai, khá lâu. Một lúc sau, một người đàn ông già, nhỏ thó, chòm râu bạc trắng, dài ngang tận bụng đi lên. Ông cụ gọi chúng tôi ra sau, mời chúng tôi ngồi xuống những hòn đá được kê làm ghế, dưới một tàn cây. Tôi tháo chiếc bao, lấy hai miếng da ra. Ông cụ nhìn ngang, thất sắc. Một hồi sau, định thần, ông cụ bắt đầu kể...

oOo

Tôi cũng không biết chi tiết những dòng chữ nhảy múa này. Ông chỉ vào tấm da thứ nhất. Rồi tiếp. Nhưng ý nghĩa của nó và những hình thù trong tấm da kia, thì tôi hiểu. Bộ tộc chúng tôi khi nhìn vào hình ảnh vẽ trên miếng da đó, hiểu được người vẽ muốn nói gì. Còn tấm da có viết chữ... Ông lão như nghẹn lời. Đôi mắt buồn hiu, như muốn khóc. Trời đứng gió. Ai nấy nhễ nhại mồ hôi. Nhìn xa xa, những đồi cát như bốc lên từng đợt, từng đợt lửa, muốn thiêu đốt cả một vùng rộng lớn. Ông già đưa tay quệt mồ hôi rồi kể tiếp...

Tôi là một đứa trẻ mồ côi. Tôi sống với Thầy tôi, khi còn nhỏ lắm. Thầy tôi không dạy tôi những chữ cổ này. Ông dạy tôi, thứ chữ mới mà người ta đang dùng bây giờ. Tôi học được nhiều điều ở thầy, từ việc thờ phượng, cúng bái, đến việc ăn ở; từ chuyện lịch sử hưng thịnh đến sự suy vong của Chăm Pa nói chung và của bộ tộc tôi nói riêng. Khi tôi khôn lớn, thầy bảo: nếu một mai ông mất, hãy đem tất cả gia sản trong cái hòm gỗ mà đốt đi với ông. Tôi cúi đầu vâng dạ. Tôi cũng không hỏi Thầy là trong đó có chứa đựng những gì.

Chúng tôi ngồi im lặng, nhưng cảm nhận được dường như ông già đang nấc lên theo từng hơi thở.

Sau đó vài hôm, Thầy tôi bảo: trong cái hòm gỗ đó, không có tài sản gì quí giá về tiền bạc, nhưng nó chứa đựng mồ hôi, nước mắt và máu của dòng họ ông. Đó là những bộ da thú, ghi chép về gia phả của Thầy. Một gia phả đẫm máu. Những người đi trước muốn ông phải trả thù. Nhưng vì biết mình là hậu duệ cuối cùng và không làm được, nên ông muốn đốt đi những tấm da thú ghi lại những máu và nước mắt ấy.

Thầy tôi dạy rằng ...

> *"Hơn hai trăm năm mươi năm trước, giặc phương Bắc đã đánh vào tận nơi này. Vua của chúng tôi vì thế yếu, đầu hàng và đồng ý dâng đất để cầu hòa. Trước khi rút lui, nhiều phần thành quách bị đập phá. Những vị tướng lãnh và thuộc hạ của họ, dù đã qui hàng vẫn bị đưa lên ngọn đầu đài. Chỉ riêng gia tộc ông có tất cả mười bốn người bị chém cùng một kiểu, một dao lìa đầu. Người phương Bắc nói rằng: chém để làm gương! Ngày mà họ bị đưa lên ngọn đầu đài là một ngày đen tối trong lịch sử Chăm Pa. Sau đó, rất nhiều thanh niên bị bắt làm nô lệ. Nhiều phụ nữ bị hành hạ, bị bắt đi làm những kẻ hầu. Sử sách người Chăm Pa có ghi chép, số người bị chết trong trận chiến, bị chém sau khi qui hàng, bị bắt đi làm nô lệ, không dưới nửa vạn. Tiếng khóc than oán hờn dậy đất."*

Nước mắt ông lão trào ra theo từng lời kể, cùng với mồ hôi, chảy xuống thành từng dòng. Ba chúng tôi cũng không cầm được nước mắt.

> *Trước khi sứ thần chính thức mang lệnh Vua dâng đất cho giặc phương Bắc, vị Vua của chúng tôi đã cho người chuẩn bị rất kỷ càng. Vua sai người viết một lời nguyền trên một tấm da thú. Tấm thứ hai vẽ lại những cảnh chém đầu mà giặc phương Bắc gây nên cùng những cảnh phụ nữ bị làm nhục, làm nô lệ. Đây chính là hai miếng da lịch sử mà thầy tôi kể lại vào những ngày cuối đời. Người viết lời nguyền này là một vị pháp sư nổi tiếng cả nước lúc bấy giờ.*

Thầy đã dạy rằng: tấm da thú ghi lại lời nguyền được chôn ở một nơi hẻo lánh. Để xuôi về phương Nam, người ta phải bước qua nó. Vị Vua của chúng tôi hiểu rằng mình đang trong thế yếu. Trước sau, đất đai này, bá tánh này cũng sẽ rơi vào tay giặc. Vì thế, lời nguyền có chủ ý mong người phương Bắc đối đãi tử tế với bá tánh chúng tôi. Tôi không nhớ chính xác từng chữ.

Đại ý, lời nguyền nói rằng ...

Mai này, khi bất cứ ai vượt qua lời nguyền để xuôi về Nam, người đó phải có một tấm lòng rộng mở, phải sống tử tế với người khác. Là dân thường, sau khi bước qua lời nguyền này, mà lòng của họ còn mang những dã tâm, thì chính bản thân hay người thân sẽ bị bao nhiêu điều xấu xảy ra, có khi phải bỏ xác nơi đèo heo gió hút này. Là quan, sau khi bước qua lời nguyền, xuôi về Nam, thì phải có một tấm lòng bao dung, mới mong giữ được hòa thuận trong bá tánh, mới giảm được máu và nước mắt của dân tình. Nếu làm trái lại, dòng họ hay bá tánh dưới sự cai quản của người này phải gánh chịu những hậu quả trùng trùng. Là Vương, sau khi bước qua lời nguyền này để xuôi Nam, lòng Vương phải như trời biển, thương dân như thương con, đối với kẻ cựu thù như đối với trăm họ của chính mình, cứu vớt những người cùng khổ bất chấp họ là ai; phải mang lại cơm no áo ấm cho người người, thì mới mong xã tắc vững bền, giang san mới hưng thịnh. Ngược lại, là Vương mà lòng dạ hiểm độc, coi bá tánh như ngọn cỏ, xem kẻ cựu thù như loài thú, trong lòng chỉ nghĩ đến hận thù, thì muôn đời, lời nguyền vẫn còn đó. Máu của bá tánh không bao giờ ngưng chảy. Máu sẽ chảy dài từ nơi này đến bất cứ nơi nào mà có dấu chân của người hiểm độc đứng đầu xã tắc đã bước qua. Và chính gia đình hay hậu duệ của Vương, phải gánh lấy những điều tệ hại nhất... Trong bá tánh, ai có lỡ tay, đào thấy lời nguyền, phải chôn ngay lại tức khắc, nếu không, hậu quả sẽ không lường...

Sau đó, nhà vua cho làm một buổi lễ tế thần linh. Trong buổi lễ đó, hai tấm da được đặt vào trong cái lọ lớn. Vị Pháp sư cho rằng: phải có người theo giữ lời nguyền này, thì lời nguyền mới mãi được linh thiêng. Nhà vua nghe theo và lựa chọn mười ba dũng sĩ dám hy sinh vì bá tánh. Nhà Vua bảo đảm bổng lộc cho gia đình họ đến suốt đời.

Hôm đó, trời nóng như thiêu đốt. Đến gần giữa ngọ, khi vị pháp sư tụng niệm những điều bí ẩn vừa chấm dứt, những hồi trống rền rã gióng lên, mười ba dũng sĩ chuẩn bị bước lên giàn thiêu, thì gió ở đâu bỗng nổi lên ào ạt. Cờ, phướn bay phần phật như muôn ngàn âm binh đang lũ lượt kéo về. Những hồi trống chấm dứt, gió mới ngưng. Vạn vật như im lặng. Mười ba dũng sĩ, từng người, từng người bước lên giàn thiêu. Đó đây, tiếng thút thít của các người thân, cùng những người tham dự, nhỏ nước mắt cho những người hy sinh vì đại nghĩa. Khi họ bước lên giàn thiêu, cả mười ba người cùng đứng trong thế tấn, nhìn xuống cả quảng trường rộng với một sự bình thản lạ lùng. Một viên quan đọc những lời châu ngọc của Vua, ca tụng lòng hy sinh của họ cho bá tánh. Rồi lửa bốc lên, bốc lên. Tiếng khóc đó đây trong đám đông càng lúc càng lớn. Lửa hận thù. Lửa hy sinh, Lửa cứu độ... Xác thân còn lại của họ được bỏ trong mười ba cái lọ nhỏ. Lời nguyền cùng tro bụi của mười ba người dũng sĩ, sau đó, được chôn tại phía bắc của một ngọn đèo. Sau đó, Vua mới sai người mang lệnh Vua đi về phương Bắc, lòng đau đớn cắt đất tiền nhân dâng cho cường địch, để nhận lấy sự an bình trong giai đoạn nhất thời...

Ông già người Chăm, nước mắt rưng rưng sau khi kể xong: Những tranh giành lịch sử, dù thành công hay thất bại, luôn luôn nhuốm máu của bá tánh.

oOo

Trong lúc ông Cố tôi mãi mê đi tìm ý nghĩa của hai mảnh da đó, thì viên sĩ quan người Pháp, nhận được điện tín từ Pháp quốc, cho biết vợ ông bịnh nặng. Công việc chăm coi mở đường, giao lại cho người sĩ quan mới. Khi ông Cố tôi về, trình bày tường tận chuyến đi, cùng những lời giải thích của ông già người Chăm, viên sĩ quan mới lắc đầu. Trong đầu y nối kết những tai họa vừa xảy ra, và nhanh nhẩu bảo rằng y không muốn nhìn nó nữa. Hãy chôn lại, theo như lời ông già người Chăm đã nói. Ngay sáng hôm sau, ông Cố tôi cho người chôn lời nguyền cùng mười ba cái lọ nhỏ trở xuống, tại một nơi nào đó trên đỉnh đèo Rù Rì. Sau đó, ông xin được nghỉ việc, trở về nhà, cúng tạ trời đất, thần linh như đã hứa và tiếp tục công việc của ông, công việc của một thầy giáo làng cho đến cuối đời.

Sau khi biết được lời nguyền đó qua gia phả, tôi đi tìm những dấu tích lịch sử theo lời ông già người Chăm đã kể. Tôi tìm được một chút đầu mối liên quan.

Sử sách cho biết ...

> *Năm Mậu Tý (1648), khi Chúa Nguyễn Phúc Lan đột ngột qua đời, Nguyễn Phúc Tần lên ngôi ở tuổi 29, thường được gọi là Hiền vương. Năm 1653, Hiền Vương, sai quan cai cơ Hùng Lộc đem quân vượt đèo vượt núi Thạch Bi (đèo Cả), đánh Chăm Pa. Lực lượng mạnh, cộng thêm yếu tố bất ngờ, Hùng Lộc đã đánh đến tận Phan Rang. Vua Chiêm đại bại dâng thư xin hàng và cắt châu Kaut Hara của Chiêm Thành từ sông Phan Rang ra đến Đèo Cả dâng cho. Chúa Nguyễn đặt dinh Thái Khang với hai phủ, năm huyện. Hai phủ là Thái Khang (Ninh Hòa) và Diên Ninh*

(Diên Khánh). Năm huyện là Phước Điền, Hòa Châu, Vĩnh Xương thuộc phủ Diên Ninh; Tân Định, Quảng Phước thuộc phủ Thái Khang. Hùng Lộc được cử làm Thái Thú cai trị hai phủ, dinh đóng tại Thái Khang tức Ninh Hòa bây giờ. Đây cũng là thời điểm Chăm Pa nộp cống xưng thần với các chúa Nguyễn. Tuy vậy, sự trả thù vẫn luôn luôn là một nỗi niềm thao thức của các vì vua Chăm Pa. Gần 40 năm sau, năm 1692, Chúa Chăm, tên Bà Tranh, đã tấn công vào phủ Diên Ninh và dinh Thái Khang, nhằm chiếm lại núi sông đã cắt dâng từ thuở trước. Cuộc tấn công này đã thất bại. Quân Chăm bị tướng Nguyễn Hữu Cảnh đánh tan tác vào năm 1693. Chúa Nguyễn đổi tên Chăm Pa thành Thuận Thành Trấn, sau đó đổi Thuận Thành Trấn thành Bình Thuận Phủ.

oOo

Sau này, tôi hỏi Ba tôi: Vậy chứ lời nguyền ấy, được ông Cố chôn tại địa điểm nào trên đèo Rù Rì? Ba bảo rằng, gia phả không ghi lại đích xác. Chỉ biết, trước khi ông Cố mất, có bảo chôn trên đỉnh đèo, ngọn núi cao nhất, ở phía Tây, dưới chân cây cổ thụ già, cách đỉnh khoảng vài mươi thước.

Thời gian đã bào mòn tất cả. Bây giờ, trên ngọn đèo Rù Rì không còn một cây cổ thụ nào cả. Tuy vậy, tôi không suy nghĩ nhiều về địa điểm chôn giấu lời nguyền, mà lại bị ám ảnh về một đoạn trong lời nguyền: "*Là dân... Là Quan... Là Vương...*". Suy nghĩ lại, tôi thấy lời nguyền không cay độc như lần đầu mình được nghe. Nó chỉ cay độc, khi bất cứ ai sau khi vượt qua nó, xuôi về Nam, mà không sống tử tế với đời, với người. Bao nhiêu năm rồi, lời của ông già Chăm, nói với ông Cố tôi, được ghi lại trong gia phả, luôn luôn đeo đuổi tôi: *Những tranh giành lịch sử, dù thành công hay thất bại, luôn luôn nhuốm máu của bá tánh.*

Hy vọng, sau khi viết ra những dòng chữ này, tôi sẽ thoát khỏi giấc mơ hãi hùng đó và máu sẽ thôi chảy trên ngọn đèo Rù Rì này.

Đoàn Nhã-Văn (LT)
2010

ĐỖ DUY NGỌC

GẶP GỠ BUỔI CHIỀU Ở BÙNG BINH NGÃ SÁU

Chiều âm u, gió lành lạnh của mùa đông dù là mùa đông Sài Gòn những ngày giáp Tết cũng khiến cho người đi đường ơn ớn ở hai tay. Xe cộ vẫn đông cứng ở bùng binh lắm ngả. Cứ nhích được từng chút. Chỗ ngả sáu này là nơi một lần tui bị choáng buổi trưa đường vắng, xe tự ngã. Từ đó tui không còn phóng năm sáu chục cây số giờ ở đường phố Sài Gòn nữa mà đi chậm hơn và cũng thường lái xe sát lề đường để tránh nguy hiểm. Hôm nay cũng thế, xe cộ chen lấn nhau, tui đi cặp hè đường trước trường Lê Lợi để quẹo Lý Chính Thắng. Và cũng nhờ thế mà tui thấy hắn. Ban đầu là tui nhìn thấy một ông lão bán bóng bay bên lề, khuôn mặt nhìn quen lắm, nhang nhác người bạn cũ từ thuở nhỏ dù giờ già hơn, hom hem hơn, móm mém hơn. Tui có một khả năng rất lạ là chuyện xưa chuyện cũ, bạn bè cũ mèm cũng không quên, gặp bạn từ thời tiểu học cách đây sáu chục năm, tui còn kể vanh vách nó ngồi bàn nào, cạnh thằng nào. Trong khi những chuyện mới xảy ra gần đây thì quên tuốt luốt. Tui thấy lão này giống y thằng Tùng, thằng bạn học lớp cuối tiểu học và mấy năm đệ nhất cấp ở Đà Nẵng. Tui cố chen qua mấy luồng xe, đến cạnh lão và hét lên: Tùng phải không? Tùng ở Đà Nẵng phải không? Ông lão nhìn tui, ngơ ngác, e ngại, hoang mang một lát và lắc đầu: Anh lộn người rồi, tui không phải Tùng. Nhưng mà cái giọng Quảng Nam đặc sệt ấy, cái giọng khào khào ấy, khuôn mặt với con mắt hơi lé kim ấy, đích thị là Tùng. Ông chối mần chi, tui nhìn là nhận ra ông liền. Tui là Ngọc, học chung với ông ở trường Nam.

Hắn nhìn tui với ánh mắt e dè, lo âu rồi lắc đầu: Tui không phải là Tùng mà. Anh lộn người rồi.
Tui ngơ ngác một lát, tự nghĩ sao mình lầm được ta. Là thằng Tùng mà.

Lúc đó dòng xe xô đẩy, tui đành rú xe đi. Nhưng vừa quẹo qua, tui dừng xe một lát, quay đầu lại nhìn hắn thì bắt gặp ánh mắt hắn đang nhìn theo tui. Thế là tui chắc hắn là thằng Tùng. Có lẽ hắn đang muốn dấu diếm thân phận, hắn đang tự ti cái nghề hắn đang làm. Hắn không dám nhận bạn bè cũ. Tui quay xe lại, túm chùm bong bóng còn xum xuê trên tay hắn: Ông chối nữa đi, ông là Tùng lé kim bạn học của tui. Hắn nhìn tui, ngập ngừng, khoé mắt ươn ướt: Sao ông nhìn hay vậy. Đã sáu chục năm rồi mà ông còn nhớ sao? Tui kéo tay hắn ngồi lên xe, phố vẫn đông với đoàn xe cuồn cuộn.

oOo

Với tui, thằng Tùng này có hai kỷ niệm cũng là hai cái ơn mà tui không quên được. Một lần đá banh ở sân vận động Chi Lăng, hồi đó chân còn bé, đá cái banh nhỏ xíu và đá chân không. Tui bị đạp cái đinh khá bự, máu chảy dầm dề, đỏ loét nhìn sợ lắm. Tùng là thằng cõng tui đến bệnh viện, hắn vừa đi vừa khóc tu tu, vừa mếu máo: Mi đừng chết nghe mi, tau đưa mi vô nhà thương, mi không chết mô.
Trên đường đi máu chảy ròng ròng ướt cả cái quần hắn.

Hắn đợi tui băng bó, chích thuốc ngừa xong mới chạy về nhà tui kêu ba tui đến. Lần khác năm học đệ lục, hôm đó thầy dạy toán bệnh, tụi tui cúp luôn hai giờ sau ra biển Mỹ Khê tắm. Ham vui cả bọn nằm trên phao bị cuốn ra xa, khi phao lật thì nước đã cao hụt chân rồi, Tùng là thằng kéo tui vô, đến bờ thì hắn bất tỉnh, phải nằm bệnh viện mất hai hôm. Do vậy mà hai thằng tui thân nhau lắm, Ba Mạ tui cũng xem Tùng như con. Ba thằng Tùng là đại uý Biệt Động quân, cứ đi hành quân miết, mẹ hắn có sạp vải ở Chợ Cồn, gia đình khá giả, hắn lại là con một, hắn chỉ buồn vì ba hắn cứ đi biền biệt. Vui buồn chi hắn với tui cũng kể cho nhau nghe. Hồi nhỏ tui bị đòn hoài, Ba tui đánh đòn ghê lắm, cũng chỉ cái tội thả diều, vô bàu Thạc gián câu cá, bắt chuồn chuồn. Đôi lần biết tui bị đánh dữ quá, hắn đến xin lỗi Ba tui và nói xạo hắn là thằng kéo tui đi theo chứ không phải vì tui ham chơi mà về trễ.

Đến năm đệ ngũ thì tui thi vô trường Kỹ thuật, hắn vẫn tiếp tục học tiếp phổ thông. Dù không gần nhau như trước nhưng hai thằng lâu lâu cũng đi chơi với nhau. Ngồi cà phê, đi đánh bi da, đi ăn bánh bèo chén Quan thuế, bún thịt nướng Lao động. Lớn chút nữa thì hai thằng chở nhau theo tán tỉnh mấy nữ sinh trường nữ Trung học, trường Bồ Đề, trường Thánh Tâm. Tui là thằng chuyên môn viết thư tình cho hắn, bởi hắn chẳng có chút khiếu văn chương nào. Hắn có số đào hoa nên lắm bồ bịch, có lẽ tui đã viết giúp cho hắn hàng trăm lá thư tình mùi mẫn và sến chảy nước theo kiểu truyện Quỳnh Dao và bà Tùng Long. Đến năm thi tú tài hai thì hắn rớt, bị động viên vào trường Bộ binh Thủ Đức, tui đậu, vào Sài Gòn rồi đi du học xa, không còn gặp và nghe tin hắn nữa.

oOo

Bây giờ gặp nhau đây sau mấy chục năm không tin tức, đời mỗi đứa mỗi khác, ngồi nghe hắn kể đời hắn mà rớt nước mắt. Hắn học Thủ Đức ra, mang lon Chuẩn uý cũng về lực lượng Biệt Động quân như Ba hắn. Nhưng dù Ba hắn chọn cho hắn một đơn vị ở văn phòng hậu cứ lo chuyện lương bổng của binh sĩ, nhưng hắn không nhận, tình nguyện về đơn vị chiến đấu, đánh nhau ra trò, mấy lần bị thương tưởng chết. Chỉ mấy năm hắn đã đeo lon trung uý và chuẩn bị nhận huy chương gì đấy thì tan hàng năm 1975. Lúc đó ba hắn đã là trung tá. Hắn đi học tập cải tạo ở miền Nam, ba hắn lại bị đưa ra Bắc. Học được hơn hai năm rưỡi thì trong một lần đi lao động hắn trốn trại, về nhà thì mới biết mẹ hắn lấy chồng khác, bán nhà, vượt biên. Hắn lang thang xó chợ, làm đủ nghề để sống, lúc nào cũng sợ bị bắt. Hắn đạp xích lô, lại thấy nghề xích lô lúc nào cũng chường mặt ra phố, dễ bị tóm quá, hắn chuyển qua làm thợ cho một lò bún, suốt ngày ở trong lò, yên thân. Nhưng rồi chẳng yên thân như hắn nghĩ. Bà chủ lò bún dù đang ở với chồng đã có hai mặt con lại si mê hắn. Một đêm bà lẻn vào phòng hắn, sức trai khoẻ như voi, hắn quần bà đến mấy lần, bà ta lại càng cuồng si hắn, lẻn vào phòng hắn liên tục. Đi đêm ắt có ngày gặp ma, ông chủ lò bún phát hiện vợ mình đang cỡi trên bụng hắn, phi như phi ngựa đường trường. Hắn bị phang mấy gậy, một cú vào chân gãy ngay ống quyển, băng bột mấy tháng trời và đành từ giã lò bún, giã từ người đàn bà dâm loạn. Cũng may cho hắn, tay chủ lò bún không tố cáo hắn, nếu không hắn cũng tù mút chỉ cà tha. Thế là hắn lại lang thang bụi đời.

Hắn không dám làm những việc phải chường mặt ra với cuộc đời vì cái án trốn trại cứ lẽo đẽo theo đời hắn. Hắn biết tin ba hắn đang học tập cải tạo ở Hà Nam Ninh mà cũng không dám liên lạc, cũng chẳng dám đi thăm. Thế rồi hắn đi lên núi, theo đám đào vàng. Làm ăn cũng khá, thời ấy chính quyền chưa siết lắm, quặng vàng nhiều, dân đào vàng cũng không nhiều nên làm ăn được. Nhưng rồi lại một lần nữa nó tiêu đời vì đàn bà. Thường kiếm được vàng vụn, hắn về thị xã bán cho một tiệm vàng quen. Ở tiệm có cô cháu con bà chủ, tuổi khoảng hăm mấy ba mươi, trước đó có chồng chưa thì không biết, hiện tại thì chỉ có một mình. Cũng khá xinh, mắt lúc nào cũng long lanh khi gặp hắn. Có khi lại khen hắn đẹp trai, râu tóc trông như mấy diễn viên phim Tây. Có lúc lại nắn bắp tay hắn mà khen nhìn anh khoẻ quá. Thế là cái máu đào hoa của hắn nổi lên, tán tỉnh rề rà vài bận, rủ đi cà phê hai lượt, đến lần thứ ba là dẫn thẳng vào phòng ngủ, quất luôn. Mối tình kéo dài được chưa đầy ba tháng, bà chủ tiệm phát hiện, bắt cưới ngay vì sợ cô cháu mang bầu. Thế là hắn có vợ. Hai vợ chồng cưới nhau xong thì thuê một căn phòng nhỏ ở trung tâm thị xã, vợ vẫn làm công cho bà chủ, hắn vẫn lên núi đào vàng. Hai vợ chồng bàn với nhau tằn tiện gom góp kiếm đủ mấy cây vàng tìm đường vượt biên. Mỗi lần ở rừng về, hắn lại nghe thiên hạ xì xào con vợ hắn lẳng lơ, đi chơi với đủ thằng dân chơi ở thị xã trong những ngày hắn vắng mặt. Hắn có hỏi vợ, nhưng vợ hắn chối, chối là phải thôi, ai lại đi khai khi hắn chưa nắm được chút gì bằng chứng. Một lần từ rừng về, đến tiệm không thấy vợ, về nhà thấy tủ mở, quần áo đồ đạc vợ trống trơn. Nghi ngờ vợ đã bỏ đi mang theo mấy cây vàng gom góp mấy năm. Hắn tức tối cầm xà beng với cây mã tấu đến tiệm vàng hỏi chuyện. Ai cũng bảo không biết, chuyện vợ mày thì mày biết sao lại hỏi chúng tao. Hắn đập nát một chiếc xe Hon-da và một cánh cửa sắt thì công an đến dẫn hắn về đồn. Vô đồn công an là hắn teo rồi, sợ bị phát hiện là dân trốn trại, nên nó nhũn như con chi chi, hỏi đâu dạ đấy, làm gì thưa đấy, nỉ non kể chuyện bị vợ lừa, có lẽ đám công an cũng tội nghiệp cho hoàn cảnh hắn nên chỉ giữ trong đồn có một đêm rồi thả. Hắn lại làm lại từ đầu với nỗi căm hận khó nguôi. Hắn lại bơ vơ, hắn bỏ chuyện lên rừng, mò về lại Đà Nẵng.

Về đến Đà Nẵng thì hắn biết tin cách đó một tháng có người bạn tù với ba hắn được ra tù, có đến nhắn tin là ba hắn đã chết ở trong trại vì thiếu ăn và kiết lỵ. Suốt mấy năm ở trại cải tạo, ông là tù mồ côi vì chẳng có ai thăm và tiếp tế. Hắn kiếm tìm mua được một cái giấy chứng minh nhân dân tên Hoàng Lê. Kể từ đó hắn là Hoàng Lê chứ không còn là Lê Văn Tùng nữa. Lê Văn Tùng xem như đã bị xoá sổ bụi đời, không còn ở trần gian này nữa. Hèn chi lúc gặp hắn, tui gọi tên Tùng, hắn có vẻ hoảng. Có giấy tờ nhân thân mới, hắn đi ra Bắc tìm mộ ba hắn. Nhờ có bản đồ dẫn đường của người bạn ba hắn, hắn tìm mộ cũng không khó lắm. Ngôi mộ chỉ là nắm đất lưa thưa cỏ giữa một cánh rừng, trên có một tấm ván mỏng đề tên Lê Văn Định. Xin cải táng mang cốt về không được, hắn đành phải để ba hắn nằm lại cô quạnh nơi chốn xa xôi không biết lúc nào mới đem về cố quận. Trên đường về, ghé Hà Nội hắn lại gặp một thằng bạn khoá đàn em ở Thủ Đức. Thằng này vốn quê ở Nam Định, di cư vào Nam năm 1954 bằng tàu há mồm. Sau 75 nhờ có họ hàng, anh em làm quan lớn ở trung ương nên bảo lãnh nó, đưa về quê. Rồi lên Hà Nội, giờ đang làm bảo vệ chợ, biết hoàn cảnh của hắn, nó bảo làm ăn được lắm, hay huynh trưởng ở lại đây làm ăn với đàn em đi. Chẳng chút ngần ngừ, hắn ô kê ngay. Và thế từ hôm đó hắn trở thành tên bảo vệ chợ, suốt ngày lang thang trong chợ, thu tiền bảo kê, giữ trật tự bằng cái còi luôn gắn trên miệng. Ăn uống phủ phê, đêm nào cũng nhậu. Với quá khứ sĩ quan BĐQ hắn không kém liều lĩnh và gan dạ. Lại thêm sau khi buông súng, hắn sống đầu đường xó chợ nên hắn bộc lộ một tính cách chịu chơi, chơi đẹp với anh em, bản lĩnh với các đối tượng nên đại ca ở chợ khoái hắn lắm. Chúng cứ khen Hoàng Lê Nam kỳ chơi được.

Hơn hai năm sống ấm êm xứ Bắc, hắn khoẻ hơn, trắng trẻo mập mạp hơn, hắn nghĩ sẽ tạm sống lâu dài ở đây, sống được, lâu lâu lại nhảy xe lên Hà Nam Ninh thăm mộ ba hắn, thắp cho ông vài cây nhang, đốt cho ông mớ đô la âm phủ, hắn nghĩ chắc ông cũng vui dưới suối vàng. Thế nhưng cuộc đời nghiệt ngã lại không cho hắn yên. Bởi hắn được lòng anh em, đại ca cũng thương yêu hắn nên thằng đàn em Thủ Đức của hắn cảm thấy bị bỏ rơi vì trước đó nó là đàn em thân tín của đại ca. Thằng này bèn đi báo công an về quá khứ sĩ quan BĐQ của hắn, cũng may là nó không biết hắn là thằng trốn trại, vì chuyện hệ trọng như thế hắn giữ kín như mèo giấu cứt, chẳng bao giờ hé lộ với ai.

Một đội công an nửa đêm kéo xuống chỗ trú ngụ của anh em bảo vệ, hôm đó cả bọn đang nhậu quắc cần câu. Hắn mắc đái nên phải ra cầu tiêu tuốt ở bãi ruộng để xả nước cứu thân. Trong này đám công an nhỏ to với tay đại ca. Đại ca bảo nó lên Hà Nam Ninh thăm mộ ba hắn từ hồi sáng sớm, chưa thấy về. Một mặt đại ca sai người chạy ra ruộng báo cho hắn trốn đi. Hắn tỉnh rượu ngay tắp lự. Hắn chạy một mạch ra đường cái, đón xe chạy thẳng ra bến xe, mua vé vào ngay Đà Nẵng trong đêm, người còn sặc sụa hơi men.

Hắn lại thất nghiệp, sống lang thang như thằng ăn mày. Bạn bè cũng còn, bà con cũng rải rác nhưng hắn ngại. Đang sa cơ thất thế, hào quang của một thời gia đình danh giá, giàu sang đã qua rồi. Gặp người quen chỉ khiến cho người ta thương hại, chẳng ích gì. Có khi người ta lại rủa thầm: Ai giàu ba họ, ai khó ba đời. Bởi vậy nên hắn cố tránh người quen, bè bạn. Có mấy chỗ thân tình lắm lúc đối để quá hắn mới ghé qua kiếm bữa cơm hay một đêm ngủ ngắn. Suốt ngày lê chân đi tìm việc. Cuối cùng hắn cũng nhận được một chân tài xế lái xe tải chở hàng biên giới Lào Việt. Được công việc thơm như mít này cũng có bàn tay đàn bà. Hôm hắn đến công ty vận tải này, hắn gặp tay giám đốc người Nghệ An. Tay này từ chối hắn và bảo chỉ nhận người cùng quê. Hắn tiu nghỉu đứng lên định về thì bà vợ xuất hiện. Một cô gái trẻ, đẹp, có vẻ thực quyền hơn ông chủ. Khi nghe hắn muốn kiếm việc, cô chủ nhìn hắn từ đầu đến chân. Râu ria có vẻ giang hồ, cái miệng cười nhếch mép khinh bạc, con mắt lé kim rất duyên, thân hình cường tráng. Cô ấy duyệt. Và hắn trở thành tài xế xuyên biên giới. Những chuyến hàng toàn đồ lậu: thuốc lá Samit, ba số năm, Jet, đồ nhựa Thái Lan và đôi khi còn có cả thịt thú rừng quý hiếm. Sau thời gian nắm đường đi nước bước, mỗi chuyến hắn cũng ké thêm vài thùng hàng, cô chủ chắc biết nhưng cũng lơ cho hắn kiếm ăn thêm. Hắn để dành một tài sản kha khá, lại tính chuyện vượt biên. Hắn muốn qua Mỹ không phải khát khao xứ Mỹ như lần trước, hắn chỉ muốn gặp mẹ hắn một lần, một lần rồi thôi. Để nghe mẹ hắn sẽ nói gì, để hắn biết cho rõ tại sao mẹ hắn lại đối xử với ba hắn, với hắn tàn tệ thế.

Vẫn đều đều những chuyến đi vượt biên giới, chất lính BĐQ cộng với năm tháng giang hồ đã biến hắn là thằng có bản lĩnh, sống chết với anh em nên cánh lái xe quý và nể hắn lắm. Chuyến nào cũng kiếm được mấy chỉ vàng, hắn cũng dự định dành dụm mua chiếc xe, làm ăn riêng, chẳng lệ thuộc ai và hi vọng sẽ làm giàu. Nhưng người tính chẳng bằng trời, có lần cô chủ đòi đi theo chuyến hàng vì cô bảo đây là chuyến hàng đặc biệt, phải có mặt chủ hàng để thuận việc làm ăn. Nhưng hắn thì biết rõ cô chủ xinh đẹp đang muốn gì nơi hắn.

Thế là trong suốt chuyến đi, con thú bị giam hãm bấy nay trong người hắn được dịp cháy bùng lên, cháy ngùn ngụt. Hắn và cô chủ lái xe thì chớ, còn rảnh giờ nào là quấn lấy nhau, một bên sức trẻ thèm khát, một bên là thằng đàn ông mạnh mẽ như núi rừng, nóng rực như lò than đang cháy. Không biết có phải vì hơi hám của chuyện gối chăn như người ta thường bảo đen bạc đỏ tình không? Lúc về, chuyến hàng bị chặn ở hải quan biên giới. Bị tịch thu lại còn bị kết án buôn lậu hàng cấm. Hắn và cô chủ bị giải về Nghệ An. Cô chủ lắm tiền biết chỗ chạy chọt, thoát nạn. Hắn thân cô thế cô, bị đổ hết tội, kết án mấy năm. Nằm trong tù, hắn ngoan ngoãn chấp hành tốt nội quy, sống lặng lẽ dưới cái lốt của tên Hoàng Lê nào đó nên được đặc xá, phóng thích sớm hơn thời gian kết án. Cũng may trước đây làm được bao nhiêu hắn thu vén gởi ngân hàng, nên vốn liếng của hắn cũng chẳng sứt mẻ gì.

Cầm giấy ra trại, hắn cũng chưa biết làm gì, thuê cái phòng nho nhỏ, sáng sáng ra ngồi quán cà phê, nhìn phố xá, chào người quen, lang thang mấy tháng trời như thế. Với cái quá khứ tù tội, cũng chẳng dễ để kiếm việc làm lương thiện. Hắn tìm mối vượt biên. Lần đầu bãi ở cửa Đại, bể ngay phút đầu. Lần hai chạy ra Thuận An ngoài Huế, nửa đêm đi thuyền nhỏ ra thì bị biên phòng dí, súng nổ ì xèo, hắn và mọi người chạy trối chết, có mấy người bị bắt, hắn trốn thoát được nhưng cũng bị mất ít vàng chồng trước, tàu lớn đến giờ hẹn không chờ, chạy thoát được đến Hồng Kong. Hắn về lại Đà Nẵng, gom góp món tiền còn lại cũng được gần hai chục cây vàng, bỏ vô Sài Gòn làm lại cuộc đời.

oOo

Vào Sài Gòn, hắn nghĩ phải an cư mới lạc nghiệp được nên đi kiếm miếng đất, xây cái nhà, mọi việc tính sau. Thế là suốt ngày đi làm thợ hồ, rảnh rỗi hắn đi tìm mua đất. Được cò giới thiệu miếng đất ở Thủ Thiêm, hơn trăm mét mà chỉ có mấy trăm triệu, hắn vừa ý lắm. Nhưng hắn nghe phong phanh vùng này đang có kế hoạch quy hoạch. Để chắc ăn, hắn ra hỏi uỷ ban. Phòng nhà đất của quận bảo hắn khu vực đấy ngoài ranh, quy hoạch chẳng ảnh hưởng gì, thế là hắn chồng tiền, nhận đất, mua bán có giấy tờ đàng hoàng. Hắn xây cái nhà nho nhỏ hai phòng ngủ, cắc củm mua vài cây hoa, mấy giò lan, xây cái hồ cá be bé trước hiên nhà, vui thú với cỏ cây. Từ thằng phụ hồ, sơn nước, hắn tiến lên nhận thầu xây những căn nhà cấp bốn, thu nhập cũng không đến nỗi nào. Hắn mừng vì cuộc sống đã ổn định, đã đến gần tuổi sáu mươi, hắn chỉ mong ổn định và chẳng còn sóng gió. Và do vậy hắn không dám dính với người đàn bà nào, hắn nghiệm ra đời hắn mà dính

với đàn bà là có chuyện, nên cố tránh xa. Làm thợ xây dựng, thầu khoán, dù chỉ là anh thầu nhỏ cũng không thể thiếu rượu chè, gái gú. Nhưng hắn chỉ ăn bánh trả tiền với đám gái bia ôm hay gái làm nghề, tránh xa mấy chị em đang thèm khát đàn ông.
Nhưng rồi số phận bất hạnh vẫn đeo đẳng đời hắn. Trong một lần đang xây cất nhà, giàn giáo bị sập, một thằng lính của hắn vỡ sọ chết, hắn bị một cây sắt đâm thủng phổi, thập tử nhất sinh mấy tháng trong bệnh viện, tưởng chết. Hắn sút gần hai chục kí, người bắt đầu teo tóp, chân cũng không vững nữa. Hắn về nằm dưỡng bệnh tại nhà. Thu nhập không còn, hắn dự định sửa căn nhà, xây thêm mấy phòng làm nhà trọ cho công nhân và sinh viên. Dự định chưa thực hiện thì hắn nhận được giấy báo nhà và đất hắn đang sở hữu phải bị giải toả vì nằm trong vùng quy hoạch. Hắn lên quận, quận bảo kế hoạch quy hoạch đã được thay đổi, vùng hắn ở sẽ giải toả trắng. Hắn làm dữ lắm, cãi cọ dữ lắm nhưng chẳng được gì. Thế rồi một buổi sáng, lúc hắn đang nằm thở dốc vì vết thương hành hạ và tràn dịch màng phổi, chính quyền đem xe ủi ủi sạch nhà hắn. Hắn đứng dậy không nổi, người ta khiêng hắn ra bờ hè và đánh sập nhà hắn.

Hắn gào thét và bất tỉnh. Cũng chẳng ai để ý hắn trong mù mịt bụi khói. Đến khi hắn tỉnh dậy, căn nhà hắn chỉ còn là đống gạch vụn, hoang tàn như vừa bị bỏ bom. Những giò lan mất hút, hồ cá không còn thấy, chỉ còn bụi mù và tiếng than khóc dậy trời của những người dân, tiếng ầm ì của những chiếc xe ủi. Thế là hắn mất nhà. Hắn chẳng còn chi nữa. Thân tàn, bệnh tật. Hắn có ý định tự tử. Hắn che tạm cái lều trên miếng đất tan tành của hắn, sống qua ngày. Và trong phút tuyệt vọng hắn viết đơn tố cáo chính quyền cướp đất của dân rồi uống mấy chục viên thuốc ngủ, nhưng hắn chưa tới số chết, người ta phát hiện hắn ngất ngư, chở hắn vô bệnh viện súc ruột, và thế là hắn vẫn sống, sống trong nỗi tuyệt vọng khốn cùng.

Hắn cùng một số nạn nhân bị cướp đất kéo nhau ra Hà Nội. Họ nghĩ phải ra kêu cứu tận trung ương may ra. Hắn sống vất vưởng ở vườn hoa Mai Xuân Thưởng mấy năm, bệnh lên cơn thì vào bệnh viện, khoẻ thì lại ra làm dân oan. Thế nhưng, hàng kí lô đơn, rồi hàng chục kí lô đơn gởi đi mà không tiếng vọng. Chẳng có cơ quan, đoàn thể nào trả lời cụ thể cho họ, trong lúc đó những người cướp đất của hắn thì càng ngày càng lên chức, ngôi vị, ghế ngồi càng lúc càng vững chải hơn.

Họ lại kéo về mảnh đất xưa. Người thì lợp mái lều sống tạm. Người thì thuê phòng ở tiếp tục kêu oan. Hắn cũng vậy, sau mấy năm làm dân oan không ai trả lời, lại trở về mái lều trên mảnh đất cũ không còn phải của mình, ngày ngày lê thân bệnh hoạn đi bán vé số nuôi thân. Có người mách bán bong bóng có lời hơn, hắn chuyển qua bán bong bóng. Gần đây, báo chí, truyền thông nói nhiều về nỗi oan khiên của người dân Thủ Thiêm. Một số lãnh đạo đã tiếp xúc với dân. Hắn hi vọng cuối đời sẽ có một chốn yên thân. Hắn mong kết thúc sẽ như hắn mong.

oOo

Hắn ngồi kể chuyện đời hắn mà hắn tỉnh như kể chuyện của người nào khác. Chốc chốc lại rót đầy ly bia, uống cái ực rồi kể tiếp với cái giọng khàn khàn, đều đều. Tui ngồi nghe, chẳng nói câu gì chỉ đốt thuốc liên tục nghe chuyện đời hắn. Hắn nói đến đó thì lặng im. Ngồi nhìn ra khoảng trống trước quán như một kẻ không hồn. Tui cũng lặng im, đau đớn với những nghiệt ngã mà hắn đã trải qua. Từ cậu công tử con nhà giàu đến lão bán bóng bay hôm nay là một cuộc đời. Một cuộc đời của một con người, chẳng ai biết được tương lai. Số phận của con người lại gắn liền với số phận của một dân tộc. Nỗi đau của đất nước chi phối cuộc đời của mỗi cá nhân. Hắn, tui và tất cả mọi người đều như vậy. Và mỗi cá nhân lại chịu chi phối của phần số đời mình.
Khoảng lặng im rồi cũng trôi qua, tui nắm chặt tay hắn: Thôi thì, tất cả cũng đang qua, đời tau, đời mi rồi cũng sẽ qua. Bây giờ tau tính ri, mi về ở với gia đình tau, tau thu xếp cho mi một phòng, ban ngày mi muốn làm chi, mua bán chi là việc của mi, tối mi về với tau. Khi nào vụ đất đai của mi giải quyết, lúc đó tính sau.

Hắn nhìn tui, con mắt lé kim lim dim đầy những nếp nhăn: Không được, tau không thể làm cho sinh hoạt gia đình mi xáo trộn, tau lại bệnh hoạn liên miên, nhà mi sẽ khổ với tau lắm. Tau cám ơn mi đã không quên thằng bạn cũ nhiều bất hạnh này, được vậy là tau đã sướng lắm rồi.

Cả hai lại lặng im. Cả hai lại rót đầy ly và đốt thêm điếu thuốc. Đêm đã về khuya. Đường đã bắt đầu vắng. Quán cũng lần lượt thưa khách.

Tui bảo hắn: Thôi rứa cũng được! Mi không về nhà tau ở cũng được, nhưng tau sẽ thuê cho mi một căn phòng ở gần nhà tau, có chi chạy qua chạy lại cho gần. Khi nào đất mi xong thì lại tính. Khỏi bàn nữa. Uống ly nữa rồi về.

Hắn bảo: Ờ rứa đi, nhưng có chuyện này tau nghĩ nãy chừ, chừ mới nói, tau muốn nhờ mi, bác sĩ bảo tau bị viêm gan siêu vi C, lại thêm vết thương trong phổi, chắc cũng sống không bao lâu nữa. Nếu mi biết tau chết, mi đem tau đi thiêu rồi rải tro xuống sông, mi giúp tau lần cuối vì tau chẳng còn ai. Nhưng mà nhớ, có ghi tên tuổi tau, có vái cho tau thì nhớ vái tên Lê Văn Tùng, không phải Hoàng Lê nghe mi, nhớ chưa. Trung uý BĐQ Lê Văn Tùng, con Trung tá BĐQ Lê Văn Định. Nhớ rứa nghe. Được rứa là tau đội ơn mi lắm.

Tui gật gật đầu, nắm chặt tay hắn, thấy nghèn nghẹn nơi cổ. Hắn có vẻ đã say, tui cũng không đứng vững nữa. Ra đến sân, tui gỡ chùm bong bóng thả lên trời, những chiếc bong bóng đủ màu bay lấp loá dưới ánh đèn. Bỗng dưng hắn ôm lấy tui, khóc rưng rức. Từ lúc gặp hắn cho đến giờ, giờ hắn mới biểu lộ tình cảm bằng nước mắt.

Tui cũng ôm lấy hắn và cũng khóc. Nước mắt hắn ướt đẫm vai tui và nước mắt tui ướt nhoè vai hắn.

Gió và sương xuống lành lạnh. Đèn đường vẫn rực sáng.
Chỉ còn ba tuần nữa là Tết.

Đỗ Duy Ngọc
17.1.2019

ĐỖ TRƯỜNG

CHIẾN TRANH ĐÃ QUA LÂU RỒI

Sau Vọng lễ đêm 24 Noel, tôi cùng Nam Võ lên xe đến thăm Bùi Lợi, Trần Nam Anh và bạn bè ở Dresden. Xe vừa ra khỏi thành phố, nhận được điện thoại của anh chị Châu Müller từ Bodensee, thông báo:
-Anh chị cùng vợ chồng người bạn đang trên đường đến Leipzig. Một cuộc đi ngẫu hứng, và đã đặt chỗ nghỉ ở Hotel Lindenau cạnh nhà Đỗ Trường.
Tôi buộc phải quay xe, và bảo:
-Anh chị báo Hotel hủy đặt chỗ nghỉ, bởi nhà em còn đủ phòng cho hai gia đình.

Tôi quen chị Châu vào mùa thu 1988, khi chị vừa từ trong nước sang và cầm thư của Tô Vương (Vương Dứa) gửi cho tôi. Tô Vương là người anh lớn tuổi thân thiết, thường cùng nhau bù khú, rượu chè, khi tôi còn ở trong nước. Lúc đó, anh là phóng viên theo dõi, viết về nông nghiệp. Và nghe nói, hiện nay Tô Vương là Ủy viên bộ biên tập, chủ tịch Liên chi hội Nhà báo Nhân Dân (?). Chị Châu cùng quê Vĩnh Phú, và là bạn với vợ Tô Vương hồi còn học ở khoa sử Trường Đại Học

Tổng Hợp Hà Nội. Chị được bổ sung vào đội may Leipzig, và ở tầng trên, cùng ký túc xá đường tàu 8, quận Grünau với chúng tôi. Ngày đầu gặp, chị gày gò ốm yếu lắm. Cái già đi trước tuổi ba sáu của chị. Biết tôi làm ở lò mổ, thực phẩm, nên cuối tuần chị thường xuống nhờ mua thịt, và các loại wurst, bockwurst (xúc xích)...Thực ra, những người trực tiếp giết mổ và chế biến thịt, thực phẩm lâu ngày như chúng tôi đều ngán, sợ, có khi cả tháng không ăn thịt. Do vậy, tiêu chuẩn mua rẻ như tặng, hoặc hứng lên cứ tự động lấy về mỗi ngày vài, ba cân, thường cho hết bạn bè.

Mấy tháng sau, nhìn chị phốp pháp đẫy đà hẳn ra, nghe nói đã có bạn trai, cùng đơn vị bộ đội phòng không cũ, hiện đang nghiên cứu sinh ở Berlin. Thế cũng mừng cho chị. Bởi, chẳng cứ công nhân lao động, mà kể cả sinh viên, nghiên cứu sinh, dù ở Việt Nam đã có chồng, có vợ, không trước thì sau cũng phải tìm lứa cặp đôi, góp gạo thổi cơm chung với nhau thôi.

Mấy tuần trước tết Nguyên Đán 1989 không thấy chị xuống lấy thực phẩm. Tôi nghĩ, có lẽ chị đi chơi đâu đó. Đêm giao thừa, đang ngồi nhấc lên, đặt xuống với ông bạn Nguyễn Hải Đăng phiên dịch ở đội dệt tầng 3, có người cùng phòng chị hốt hoảng chạy xuống, bảo:

-Chị Châu đau bụng dữ dội lắm, các anh lên xem, có khi phải gọi xe cấp cứu.

Nguyễn Hải Đăng khật khừ hỏi:

-Thế mấy thằng phiên dịch, đội trưởng may đâu?

-Tìm rồi, nhưng không biết các bố ấy say nằm ở xó xỉnh nào!

Tôi bảo Đăng:

-Ông xuống phòng trực bảo Betreuer, gọi xe cứu thương, tôi lên trước chỗ chị ấy xem sao.

Đêm ấy, tôi và Đăng phải ở bệnh viện cùng chị. Và bác sỹ cho biết, chị có thai, và thai nhi đã chết trong bụng mẹ, nên phải hút, nếu không được buộc phải mổ, bởi thai nhi khá lớn. Không có những người trách nhiệm thuộc đội may, buộc tôi và Đăng phải làm thủ tục mổ xẻ cho chị.

Và cũng may, đêm đó các bác sỹ đã hút được thai nhi cho chị. Khi tôi và Đăng ra về gặp người phiên dịch, cũng là đồng hương cùng làng của chị, lò dò đi vào. Chúng tôi báo cho hắn biết, mọi việc đã xong, chị ấy còn mệt, đang ngủ, chiều tối vào cũng được. Hắn cảm ơn, rồi kéo chúng tôi về phòng hắn cà phê và ăn sáng. Trong lúc cà phê, rỉ rả hắn kể:

Chị Châu là nữ quân nhân, tham gia trực tiếp ngoài mặt trận, và đã sống nơi rừng thiêng nước độc. Sau 1975 cuộc sống, sinh hoạt của chị càng khổ cực, nhất là tinh thần luôn bị ức chế. Thể xác, lẫn tinh thần hoàn toàn bị suy nhược như vậy, nên lập gia đình gần chục năm chị không hề một lần mang thai. Rồi điểm tựa, nơi an ủi cuối cùng là người chồng cũng bỏ chị ra đi. Trong cơn bĩ bực buồn chán, chị xin sang Đức cày thuê cuốc mướn. Ở Đức, dù đã chung sống với bạn trai, nhưng chưa khi nào chị nghĩ, mình còn có khả năng sinh đẻ. Và mọi biện pháp phòng tránh thai, với chị đều không cần thiết. Do vậy, trong một lần tình cờ khám bệnh, biết mình mang thai, nếu không phá bỏ ngay, sẽ phải về nước, nhưng chị vẫn mừng lắm. Bởi, dường như bản năng làm mẹ trỗi dậy trong chị. Nhưng về nước, nơi đường cùng không lối thoát ấy với hai bàn tay trắng, không nhà cửa, việc làm, chị và con sẽ sống như thế nào? Mâu thuẫn ấy cứ dằn vặt, vướng mắc trong nội tâm, làm cho chị khó quyết định.

Nhưng lo lắng hơn chị, có lẽ là tác giả của chiếc thai nhi, đồng chí thiếu tá, vị tiến sĩ vật lý tương lai, người đã có vợ con, trong một gia đình bề thế ở Hà Nội. Nhùng nhằng mãi, đến khi đồng chí thiếu tá thuyết phục được chị, thì bác sỹ khám bảo, không thể phá, bởi thai nhi quá lớn. Trước nguy cơ ấy, buộc đồng chí thiếu tá phải cạy cục, tìm kiếm tất tần tật các loại thuốc tây, ta ngoài luồng, miễn sao hủy đi được một mầm sống. Và cuối cùng, kết quả đã làm đồng chí thiếu tá toại nguyện.

Từ đó, chị lầm lũi, vật vờ như một chiếc bóng. Thời gian này, dường như chị chỉ làm độc hai việc, ở nhà máy, và hương khói, khấn bái ở nhà. Có kẻ độc mồm, độc miệng còn gọi chị là " Trâu điên". Cuối tuần, tôi mang thực phẩm lên và nhìn bóng chị, chỉ còn biết an ủi:

- Lỗi đó, đâu phải tại chị, mà do cái hiệp ước dã man một cách quái đản của hai nhà nước cộng sản đấy thôi: Cho yêu, được làm tình, cho kết hôn, nhưng cấm gieo mầm, tiệt đường sinh sản...

Ngay ngày đầu bức tường Berlin sụp đổ, chị mất tích, làm cho mọi người phải ngơ ngác. Có người bảo:

-Nói dại mồm chứ, có khi bà ấy bị trầm cảm đâm quẫn, nhảy bố nó xuống cái ao hồ nào rồi!

Thế là, thay nhau đi sục sạo, kiếm tìm... Và rất may, tuần sau, tôi nhận được thư của chị. Thở phào nhẹ nhõm, khi biết chị trốn sang Tây Berlin và đã đặt đơn tị nạn chính trị. Vậy là, chị không hề điên, mà tỉnh táo, nhận thức tư tưởng rõ ràng và rành mạch hơn chúng tôi nhiều lắm.

Rồi kể từ ngày đó, gần ba mươi năm, tôi vẫn chưa gặp lại chị...

Noel năm nay tuyết không rơi, dường như có bớt đi một chút lãng mạn. Nhưng với không gian, thời tiết ấm áp ấy, tạo nên cảm hứng tuyệt vời cho những chuyến hành hương xa. Thành phố về chiều, bất chợt đổ xuống cơn mưa mỏng, cho con người một cảm giác, như đang đi dưới những hạt mưa phùn nơi quê nhà.

Xuống xe, chị Châu đi như chạy về phía tôi. Gần ba mươi năm gặp lại, chị vẫn vậy, tình cảm và vồn vã. Úp tay vào lồng ngực, chờ cảm xúc lắng lại trong giây lát, chị giới thiệu tôi với Jens Müller chồng chị và Nhạn đồng đội cũ, cũng như anh Học chồng chị Nhạn, cựu lính thám báo Quân đội Việt Nam Cộng Hòa.

Bữa cơm tối, hình như chị rất ít đụng đũa, bởi những câu chuyện dài khó dứt. Khi hỏi, từ đâu chị tìm được địa chỉ của tôi. Chị không trả lời ngay, mà kể về những ngày đầu ở trại tị nạn Tây Berlin và Ingeheim, rồi đến nơi định cư Darmstadt. Nơi đây, chị đã học nghề và làm bánh mì từ ông chủ xưởng Jens Müller. Rồi tình yêu, hạnh phúc đến với chị ở cái tuổi gần bốn mươi. Khi con gái ra đời, chị và chủ xưởng làm đám cưới. Tuy rổ rá cạp lại, nhưng cái hạnh phúc đó nằm ngoài sức tưởng tượng của chị. Và đến lúc này, dù đã trở thành bà ngoại, nhưng đôi khi chị vẫn không thể tin, mình đã từng được làm mẹ. Với chị, điều đó chỉ có thể do sự sắp đặt của Chúa, của Trời, của Phật mà thôi. Mấy năm trước con gái tốt nghiệp đại học, rồi làm việc, lấy chồng ở Bodensee. Anh chị bán nhà, bán xưởng ở Darmstadt chuyển xuống đó cho gần con cháu.

Thấy chị dài dòng, chị Nhạn đá chân, cắt ngang lời:

-Này, thằng em nó hỏi một đằng, bà lòng vòng một nẻo là thế nào?

- Thì cũng phải từ từ, có đầu có đuôi chứ. Vô tình thôi, gần nhà có cái quán ăn của người Việt mình, mở được hơn năm nay. Chiều tối, anh chị thường ra đó dùng cơm. Hôm rồi, quán vắng khách, biết chị là người Việt, nên chủ quán ra chào. Hỏi ra mới biết vợ chồng Lĩnh Ngọc chủ quán là con gái cô em Lương Thị Hợp cùng quê với chị, ở đội dệt do Nguyễn Hải Đăng làm phiên dịch. Lĩnh Ngọc cho chị địa chỉ, điện thoại, và bảo nhà cháu ở Leipzig cạnh nhà chú Đỗ Trường. Loanh quanh thế nào toàn người quen cả.

Có lẽ, lên cơn nghiền thuốc, anh Học và Jens đứng dậy, định ra ngoài. Tôi bảo, các anh hút ở đây, hoặc ra bếp cũng được, đêm ngoài trời trở lạnh rồi. Chị Nhạn lừ mắt, em đừng chiều các ông ấy, mặc áo ấm không sao đâu. Rồi chị quay sang hỏi:

-Đỗ Trường viết văn, thế có biết nhà văn Mai Thảo không?

- Dạ có, Mai Thảo là nhà văn lớn tài hoa, không chỉ riêng cho nền Văn học miền Nam. Ông cũng là người Chợ Cồn, Hải Hậu, Nam Định quê chị.
-Đúng rồi đó, chị là cháu họ của Mai Thảo. Sau 1975 ông trốn ra Hố Nai, chị có được gặp. Nhưng lúc đó, bọn nằm vùng lộ mặt chỉ điểm khá đông, nên ông lại quay về Sài Gòn. Cũng may, Mai Thảo vừa đi, thì họ đến bắt chị, can tội hồi chánh và không chịu trình diện.
-Câu chuyện nằm rừng, chui hang của các chị kể khi nãy, không chỉ là truyện ngắn, mà có thể viết được cả cuốn tiểu thuyết không chừng.

Chị Châu cười cười, thích thì em cứ viết đi, gửi cho chị đọc. Anh Học đã quay vào từ lúc nào, đứng ngay sau lưng tôi: Nếu viết, chú nhớ đổi cho cái tên, bởi những người lính thám kích luôn âm thầm, sống hay chết đều vô danh cả.

Vâng! Nhất định rồi, và câu chuyện được bắt đầu như vậy.

Ì ạch mãi, Châu và Nhạn cũng kéo được xác Vui ra tới chân đồi trước mặt. Cả hai ngồi thở. Giờ này, chưa phải lúc lên cơn sốt, nhưng cái rét từ đâu đến, làm họ run lẩy bẩy, đầu gối đập vào nhau, không một cảm giác. Châu dựa vào gốc cây, hai mắt nhắm nghiền. Chiếc xẻng trên tay tuột rơi xuống, bùn bắn tóe vào mặt, vào tóc Nhạn. Định gọi Châu, nghĩ thế nào lại thôi, Nhạn đưa tay, nhưng chưa kịp vuốt sạch vết bùn trên đầu, thì một mảng tóc dính bùn đã rụng bụp xuống xác của Vui. Nhìn xuống, Nhạn lại khóc, nhưng không thấy một giọt nước nào lăn trên gò má. Cũng mới đây thôi Vui ơi! Mày đập nát chiếc gương cuối cùng, để ba đứa khỏi nhìn thấy khuôn mặt méo mó, bủng beo với cái đầu trọc nham nhở của mình. Rồi mày đốt lửa, hun khói cầu mong người đến cứu, dù là ta hay địch. Mày bảo, kho tàng súng ống đạn dược, địch ta, thắng thua cũng chẳng bằng sinh mạng con người. Mày khao khát sống, thèm được sống lại những ngày bình dị của tuổi thơ. Và ngay đêm qua, mày còn giao hẹn, nếu đứa nào còn sống để trở về, sẽ phải có trách nhiệm mang xương cốt đứa chết về quê. Sau đó, mày bắt tao, bắt Châu kể về quê mình, và phải nhớ bằng được cái làng ven biển, với những đứa em nheo nhóc, quanh năm đói khát của mày ở vùng biển Nga Sơn, Thanh hóa, để sau này dễ tìm đến. Thế mà sáng nay, mày không dậy được nữa. Chúng mình mới bước vào cái tuổi hai mươi mà. Nhưng có lẽ, mày còn sướng hơn tao, hơn cái Châu đấy. Mày chết còn có chúng tao bó chăn, bó chiếu kéo mày đi chôn. Đến lượt tao hay cái Châu, ai chết trước, chỉ còn một đứa không đủ sức kéo đi đâu. Rồi đứa cuối cùng, chắc chắn thú rừng sẽ kéo đi chôn thôi.

Nghe Nhạn lẩm bẩm, Châu nhặt cán xẻng, chống xuống đất, vịn tay đứng dậy. Lắc lư một lúc, Châu cắm xẻng xuống. Tuy trận mưa đêm qua đất đỏ bazan mềm dễ đào hơn, nhưng dẻo kẹo dính chặt vào lưỡi xẻng. Châu lại phải dùng chân gạt đất, mỗi lần là một lần ngã. Cứ như vậy, Châu và Nhạn, hai cái bóng dập dờ thay nhau đào, móc, bốc đến chiều đủ chỗ cho Vui nằm. Đến lúc này, cả hai không còn đủ sức kéo, buộc phải vần, lăn Vui xuống. Và họ cũng không còn khả năng nhìn, nhận biết Vui đang nằm ngửa hay sấp dưới hố. Lấp xong, không kịp nhặt mấy cành cây khô cắm lên mộ, cả hai đều quay đầu, sấp ngửa về hang. Không thể nói với nhau lời nào, nhưng họ đều biết, giờ này cơn sốt rét sắp ập đến.

Sau bốn tháng hành quân, vào mùa khô đầu năm 1971, một trung đội, trong đó có ba nữ chiến sĩ Châu, Vui, Nhạn, thuộc Tổng cục hậu cần cũng đến được nơi đơn vị cần được bổ sung. Trước khi họ đến, đã có một đơn vị đóng quân ở đó. Chiếc hang được làm nơi ăn nghỉ. Nơi rừng sâu, đường ra vào vô cùng khó khăn, mịt mù này, có lẽ, cách bản làng người Thượng cũng mất đến một ngày đường của người giao liên địa phương. Nghỉ ngơi được ít ngày, đột nhiên trung đội trưởng gọi cả ba lại bảo:
-Đơn vị nhận được lệnh hành quân tiếp, theo đường dẫn của giao liên. Nơi đây đã và sẽ là điểm tập kết vũ khí đạn dược cho chiến trường Kontum. Do vậy, ba em tạm thời ở lại. Trong thời gian ngắn nhất, đơn vị sẽ bổ sung thêm quân số. Lương thực, ở đây có thể đủ dùng trong một tháng. Nhiệm vụ này, hết sức quan trọng.
Giữa rừng sâu nước độc, chỉ còn lại ba cô gái trẻ, lần đầu tiên vào chiến trường, tuy sợ, nhưng họ buộc phải nhận nhiệm vụ. Trước khi đi các anh lính cũ còn dặn:
-Phải đề phòng, khi ghe tiếng chim Lệnh thường có beo, cọp mò về. Đốt lửa tuy tránh được thú, nhưng khói sẽ bị địch phát hiện...

Thế rồi, một tháng qua đi, lương thực đã cạn, rau rừng gần đã trụi, họ phải đi xa hơn tìm kiếm, vẫn không thấy đồng đội trở lại. Vui tuy là người khỏe mạnh nhất, nhưng lại bị sốt rét rừng quật ngã trước nhất, rồi mới đến Nhạn và Châu. Đói khát ăn lá rừng uống nước suối chưa phải cái đáng sợ, mà sốt rừng hết thuốc mới là điều làm họ sợ nhất.

Mưa đầu mùa, rừng như được uống thuốc hồi sinh. Tầng tầng, lớp lớp đan ken một màu xanh trải dài ngút tầm mắt. Từ trong hang nhìn ra, những chùm hoa dại như được ai đó vẽ lên chiếc khung tranh màu xanh vậy. Vừa dứt cơn sốt, Vui đã bảo, rừng đẹp và hùng vĩ, nhưng tính tình như con mụ phù thủy vô cùng độc ác. Vui nói vừa dứt câu, chợt có bước chân người đi đến, làm cả ba giật mình. Như một phản xạ, tất cả cầm súng, lùi sâu vào trong hang. Lúc sau, có tiếng hú gọi quen thuộc, cả ba rất vui, ùa ra đón người giao liên cũ người Thượng. Chưa kịp chào, bao câu hỏi dồn dập đã đến, làm ông bối rối:

-Có lẽ, đơn vị không quên các cô đâu, bởi họ đang phải dồn quân cho mặt trận Đường 9-Nam Lào đấy thôi. Ở đó đang đánh nhau to.

-Chú cho chúng cháu theo về đơn vị chiến đấu, ở đây không trước thì sau cũng chết vì đói khát, và bệnh tật.

-Tôi nghĩ, khu vực này quan trọng, bởi trước đây lúc nào cũng có đại đội, hoặc ít nhất một trung đội đóng giữ. Hơn nữa sức khỏe hiện các cô không thể đi xa. Tôi đang có nhiệm vụ xuống khu vực đồng bằng. Dọc đường gặp đơn vị nào gần nhất, tôi nói với họ cử người mang thuốc và thực phẩm vào. Tuy nhiên, nếu không có gì xảy ra, chắc chắn tôi sẽ báo cáo với đơn vị và quay trở lại. Bây giờ tôi phải đi, và để lại tất cả thực phẩm, thuốc men của tôi cho các cô.

Rồi từ hy vọng đến tuyệt vọng kéo dài cả mùa mưa. Sức lực, sự chịu đựng con người cũng chỉ có giới hạn. Và Vui phải ra đi trong cái đói khát, không một viên thuốc với những cơn sốt rét rừng vào cái tuổi đáng lý ra đẹp nhất của đời người…

Tuy đã tiếp cận được cửa hang, nhưng với kinh nghiệm dạn dày của người lính thám báo, Học và đồng đội vẫn kiên nhẫn nằm quan sát. Gần đến nửa đêm các anh chia thành hai hướng kiểm tra vòng. Và quả thực, trong hang chỉ có hai nữ bộ đội trong tình trạng nằm bất động, bên cạnh những thư từ, sổ sách lộn xộn. Học nhặt một bì thư, rọi đèn đọc, nhưng anh không thể tin vào mắt mình, bởi địa chỉ, tên người gửi là Nguyễn Văn Hải Chợ Cồn, Hải Hậu, Nam Định, gửi cho con gái Nguyễn Thị Nhạn. Lẽ nào có sự trùng hợp vậy? Năm 1954, khi anh đi, Nhạn mới hai tuổi, vẫn thường đòi theo anh Học cõng đi chơi. Nếu năm đó vợ chú Hải không đang mang thai, thì chắc chắn đã cùng gia đình anh di cư vào Nam.

Thấy Học sững người, một đồng đội hỏi:

- Mày sao vậy?

Đưa bì thư cho bạn, Học bảo:

-Có thể, một trong hai cô gái này là Nhạn, em hàng xóm cùng quê của tao ở ngoài Nam Định…

Học cùng đồng đội điện báo gấp về đơn vị không hẳn vì các anh đã tìm ra nơi chôn giấu vũ khí của đối phương, mà sự cứu chữa Nhạn và một nữ bộ đội là điều cần kíp nhất.

Hết đợt công cán, quay về hỏi thăm, biết Nhạn và Châu đang được điều trị Tổng y viện Qui Nhơn, Học đến thẳng đó. Là những tù binh nữ, bệnh nặng, và ở phòng điều trị riêng, nhưng với người lính thám báo xin vào thăm không có gì khó khăn cho lắm. Lúc này, Nhạn và Châu tuy có thể nói chuyện, nhưng còn rất yếu. Khi biết anh là người cùng đồng đội đưa cả hai từ cõi chết trở về, hai chị cảm ơn, nhưng bước đầu có một chút e dè, mặc cảm. Tuy nhiên, Học là hàng xóm cũ, đã từng chơi chung, hồi còn ở nhà hay được bố mẹ kể đi kể lại, ngay sau đó cho Nhạn cảm giác gần gũi, thân mật hơn. Khi biết cậu Lâm em ruột mẹ, đang làm ở Bộ chiêu hồi Sài Gòn, đã được Học điện báo, sắp ra thăm, Nhạn mừng lắm.

Dịp tết âm lịch 1972, sức khỏe Nhạn và Châu khá tốt, bệnh tật ổn định. Nếu cả hai chấp nhận chiêu hồi, Cậu Lâm của Nhạn bảo lãnh cùng về Sài Gòn. Tuy rất muốn, nhưng Châu lo sợ cho gia đình ngoài Bắc và tương lai người em trai kế đang ở Bungari. Bởi, Châu xung phong vào bộ đội, để cho em mình đủ tiêu chuẩn du học nước ngoài.

Và từ đó, Châu là tù nhân của chiến tranh. Năm 1974, Châu được trao trả tù binh, về Tổng cục hậu cần. Nhìn Châu béo tốt, hồng hào các đồng chí đơn vị lườm nguýt, và cũng là dấu hỏi cho mọi người. Mà có riêng gì Châu, các anh được trao đổi cùng đợt có ai được tin dùng? Châu luôn phải tự an ủi mình, bởi luôn luôn phải khai báo lặp đi lặp lại một câu hỏi. Mỗi lần như như vậy, Châu lại nhớ đến Vui, đến Nhạn. Và hình ảnh lần cuối cùng Nhạn và Học đến nhà tù thăm, trước khi họ làm đám cưới, lòng Châu dịu lại. Tuy Châu không thông báo, nhưng có lẽ họ cũng biết mình đã được trao trả tù binh và ra Bắc rồi. Ngồi chơi xơi nước mãi cũng chán, Châu xin học bổ túc văn hóa, được đơn vị chấp nhận. Sau 30-4-1975 tình hình có vẻ khá hơn, vào Nam ra Bắc nhiều, nên các đồng chí nhìn Châu ánh mắt thiện cảm hơn. Năm 1976, Châu xin thi và đỗ vào khoa sử Trường Đại Học Tổng Hợp. Tốt nghiệp, Châu chuyển sang bộ đội phòng không không quân.

Năm 1981, trong một lần vào Sài Gòn công tác, Châu về Hố Nai tìm thăm vợ chồng Nhạn Học. Nhưng bố mẹ Học cho biết, họ đã cùng con cái vượt biên trước đây mấy tháng, khi Học vừa ra tù...

Sáng nay, tưởng viết xong câu chuyện này, tôi gửi cho cả hai chị Châu và Nhạn đọc. Nhưng chợt nhớ ra, truyện vẫn còn thiếu phần kết. Lúc sau điện lại, nghe như có tiếng sụt sịt trong máy. Tôi hỏi, anh Học đứng từ xa, nói vọng vào, đang đọc truyện chú gửi cho mấy bà chị nghe, hơi xúc động chút xíu thôi. Dừng lại một chút, tôi mới dám nói tiếp:

-Còn thiếu phần kết, làm thế nào để các chị tìm gặp được nhau ạ?

Tiếng máy im bặt, rồi nghe tiếng chị Châu: Thì cũng vô tình như chị tìm ra em thôi. Bởi chị đâu có biết Nhạn cũng ở Đức. Mấy năm trước, tụ họp đồng hương vùng, trời xui đất khiến thế nào hai chị em ngồi cạnh nhau. Chuyện trò một lúc, nghe cái giọng nửa Nam, nửa Bắc của bà ấy, chị mới buột miệng hỏi:
-Bác chắc gốc Bắc, hỏi không phải, quê bác ở tỉnh nào ạ?
Bà ấy bảo:
- Chợ Cồn, Nam Định.
Nghe cái tên Chợ Cồn làm chị giật mình, nhớ lại người bạn thời nằm rừng, ôm nhau chờ chết, nên chị hỏi tiếp:
-Bác sinh đẻ ở đó?
-Vâng! Không những sinh đẻ, mà tôi lớn lên ở đó.
- Thế bác có biết, hoặc nghe cái tên Nguyễn Thị Nhạn, trạc tuổi chị em mình không?

Thấy mặt bà ấy biến sắc, đưa tay hất cằm chị lên, nhìn thẳng vào mặt, miệng lẩm bẩm...Châu...Châu Vĩnh Tường, Vĩnh Phú phải không... Chị giật mình, nhìn kỹ lại, miệng cũng lắp bắp: Nhạn... thôi đúng là Nhạn rồi. Cả hai ôm nhau khóc rống lên, làm mọi người ngơ ngác, tưởng hai con mẹ già này bị điên...

Và đầu năm vừa rồi, vợ chồng chị, vợ chồng Nhạn Học về Việt Nam, tìm đến gia đình Vui. Nhưng cha mẹ Vui đã mất từ lâu. Nghe hàng xóm nói, tuy được công nhận liệt sĩ, nhưng mộ của Vui vẫn chưa tìm thấy. Mấy người em của Vui đã bán nhà vào kinh tế mới ở Tây Nguyên, ngay sau khi cha mẹ qua đời.

Sau đó, bọn chị định quay vào Tây Nguyên tìm lại nơi chôn cất Vui, và chiếc hang ngày nào. Nhưng xem lại bản đồ hiện nay, và theo kinh nghiệm cách tính tọa độ của người biệt kích, anh Học bảo, cả khu vực đó người ta đã làm hồ thủy điện, xương cốt của Vui chắc chắn không còn, có thể họ xúc đi, hoặc trôi theo dòng nước rồi. Ngừng lại giây lát... và tôi nghe được tiếng nấc của đầu dây bên kia...

Vâng! Và câu chuyện bây giờ mới thực viết xong, thế mà tôi cứ ngỡ, chiến tranh đã qua lâu rồi.

Đỗ Trường

Leipzig ngày đầu năm mới 1- 1- 2017

HOÀNG CHÍNH

GỌI VỀ CHỐN XƯA

Vừa ăn xong bữa tối, ông già Quốc níu áo tôi, "Muộn rồi đấy."

Tôi ngừng lau miệng cho bà Pan, một bà cụ người Hoa, quay sang trấn an ông già, "Không muộn đâu bác ơi."

"Muộn! Chờ lâu bà ấy giận," ông già gằn giọng.

"Đừng lo bác ơi, bác ấy không giận đâu."

Ông già gắt, "Muộn! Bà ấy giận..." Câu nói bị ngắt ngang bởi một cơn ho khan. Ông già ôm ngực, cúi đầu để chặn cơn ho. Lớp da nhăn nheo trên mặt ông đỏ rần lên.

"Thôi bác đừng nói nữa, mỗi lần nói là một lần ho," tôi nói lớn bởi ông già lãng tai.

Ông già nén cơn ho, trừng mắt nhìn tôi, nói bằng giọng khản đặc, "Mặc kệ tôi." Và lại tiếp tục ho.

Tôi xuống giọng thuyết phục, "Bác để dành lát nữa nói chuyện với bác gái chứ ho khản hết giọng, nói làm sao bác ấy nghe được."
Ông già chặn một tay trên ngực, tay kia đưa lên xua. Đầu ông khẽ gật gù. Nghĩa là ông đồng ý với tôi. Ông sẽ ngưng nói được chừng năm phút. Ông muốn giữ giọng để lát nữa trò chuyện cho người đàn bà của mình.

Lau miệng cho bà Pan xong, tôi đẩy xe lăn cho ông đi dọc hành lang. Lượn vòng để tránh những bệnh nhân khác cũng ngồi như những xác khô trên đám xe lăn rải rác trên hành lang viện dưỡng lão. Cho bệnh nhân ăn tối xong, mấy đồng nghiệp của tôi đẩy xe lăn của bệnh nhân ra hành lang cho hóng gió, và rút về ngồi tán dóc trong phòng ăn nhân viên.

Cô y tá tên Nancy ngẩng lên nhìn lúc chúng tôi đi ngang trạm y tá trực. Một khuôn mặt tròn trĩnh với những sợi tóc vàng lọt ra phía ngoài cái mũ trắng xếp thật gọn cô đội trên đầu. "Đến giờ gọi cho vợ rồi," cô nói kèm theo cái nháy mắt. Tôi lặng lẽ gật đầu.

Tôi đẩy chiếc xe lăn của ông già qua ngã rẽ ở hành lang. Cái điện thoại công cộng gắn trên tường ở ngay sau khúc quanh.

"Bấm số điện thoại bà ấy cho tôi." Già Quốc nói như ra lệnh. Lần nào ông cũng nói câu ấy và lần nào tôi cũng ngoan ngoãn gật đầu kèm theo câu trấn an, "Đừng lo, bác ơi."

"Nhớ bấm cho đúng, gọi nhầm người khác không được đâu đấy!" Ông già nhắc rồi đọc vanh vách những con số. Lần nào cũng vậy, lúc ông già đọc thật nhanh hàng số điện thoại, tôi đều ngạc nhiên. Tôi nhìn hai con mắt đầy những vẩy cá trắng đục. Và tôi không hiểu bằng cách nào ông già có thể nhớ một hàng số dài ngoằng như thế trong khi ngay cái tên của chính ông, kêu đánh vần, lần nào ông cũng đọc sai.

"Bác đọc từ từ mới được," tôi đòi ông già đọc chậm dù gần cả tháng trời nay nghe hàng số ấy hoài, tôi đã thuộc. *Bắt ông già đọc đi đọc lại để đầu óc ông có dịp làm việc là điều tốt.* Lần nào đến thăm bệnh ở viện dưỡng lão, ông bác sĩ cũng dặn dò như thế.

Tôi mới bấm đến con số thứ ba thì cái bóng trắng của cô y tá hiện ra ở khúc quanh hành lang. Một tay cô cầm ly nước, tay kia cầm cái ly nhựa nhỏ xíu. "Uống thuốc đã," cô nói. Giọng cô trong và vang động khoảng hành lang trống.

Ông già nguây nguẩy lắc đầu. Những sợi tóc lòa xòa trắng cả vầng trán nhăn nheo.

Tôi ngưng bấm số, đưa tay cầm dùm cô ly nước. Cô đặt một tay lên vai ông cụ, tay kia đưa cái ly nhỏ lúc nhúc những viên thuốc đủ màu sát miệng ông, "Há miệng ra, *honey*!" Cô nói, giọng ngọt.

Ông già lại lắc đầu và mím môi thật chặt.

"Uống đi bác, uống mới có sức nói chuyện với bác gái," tôi nói.

Cô y tá chêm vào, "Không uống là vợ ông không nói chuyện với ông đâu."

Ông già lập tức há miệng. Và nuốt vội những viên thuốc khi chưa kịp uống nước. Tôi hoảng hốt đưa ly nước sát miệng ông nhưng ông đẩy tay tôi ra. Ly nước sóng sánh, vài ngụm văng ra ngoài, loang trên nền gạch hoa. Ông già nhắm mắt, hai bàn tay xương chặn lấy ngực. Lần nào cũng thế. Từ khi tôi nhận việc trong nhà dưỡng lão này, tối nào tôi cũng sững sờ vì khi đút cơm cho ông, ông nghẹn lên nghẹn xuống, cứ phải cho vừa ăn vừa uống mới yên, vậy mà những viên thuốc khô lạnh này, chỉ cần biết sẽ được nói chuyện với vợ là ông nuốt xuống dễ dàng và nhanh chóng.

Nhờ vậy mà tối nào nhìn ông, tôi cũng thầm nhắc tôi rằng tình yêu có thật.

"Cho tôi gửi lời chào bà ấy nhé," cô y tá nói, vỗ vai ông già, nháy mắt với tôi, rồi quay lưng rảo bước.

"Bấm số," ông già quơ tay, nói, giọng khô và lạnh.

Tôi bấm những con số và đưa điện thoại cho ông già. Ông run run cầm lấy cái điện thoại, ép chặt vào một bên tai như thể không muốn những gì người ở đầu dây bên kia nói lọt ra ngoài để tôi tình cờ nghe được.

Tuy nhiên tôi cũng bước thụt lùi, cách ông già đúng sáu viên gạch bông, để ông già có những phút riêng tư với người đàn bà của ông ấy.

Ông già đằng hắng hai ba lần nhưng giọng ông vẫn khàn đặc. Âm thanh vất vả luồn lách qua cái cổ họng khẳng khiu đặc quánh đàm nhớt, lọt qua được khe hở những chiếc răng nghiêng ngả trở thành thứ tiếng động khò khè như tre nứa cọ vào nhau. Ông *hello* rồi cố ngoái cổ lại nhìn tôi. Tôi lùi xa thêm vài ba bước nữa. Ông bắt đầu nói. Lẫn lộn cả tiếng Anh lẫn tiếng Việt. Âm thanh lọt tới chỗ tôi đứng tiếng được tiếng không. Thấp thoáng những chữ *sweetheart* được lặp đi lặp lại. Ông già làm tôi cảm động. Chẳng biết ông bà nói gì với nhau mà ngày nào cũng gần hai mươi phút, cho tới khi cơn ho bung ra. Và ông *bye* vội vàng trước khi dúi cái ống nghe điện thoại vào tay cho tôi gác lên vách tường.

Mỗi buổi tối, sau khi đút cơm cho ông già, giúp ông xúc miệng, chà răng qua loa, tôi đều phải đẩy xe lăn cho ông đến chỗ hẹn với người đàn bà của ông, nơi khúc quanh hành lang, chỗ có cái điện thoại công cộng. Bấm số dùm ông, để mặc ông nói chuyện bao lâu cũng được. Một trong những việc phải làm trong ca tối của tôi trong viện dưỡng lão này là như thế.

Cô y tá vẫn dặn đi dặn lại với tôi rằng cứ làm đúng như thế, đừng thắc mắc gì hết, để giúp ông già mau hồi phục sau một chấn thương tâm lý trầm trọng. Và tôi tuân theo một cách máy móc.

Tôi đẩy chiếc xe lăn chầm chậm để không khuấy động cơn ho của ông già. Trong trạm y tá trực, thấy chúng tôi đi qua, đang lúi húi trước xấp hồ sơ, cô Nancy ngẩng đầu lên, nháy mắt với tôi, "Xong rồi à?"

Tôi gật đầu.

"Sao hôm nay ngắn thế?" Cô Nancy hỏi và lại nháy mắt với tôi.

Tôi không biết trả lời sao nên chỉ mỉm cười. Những cái nháy mắt của cô Nancy làm tôi lúng túng. Tôi nghĩ đó là thói quen của cô, một thói quen vô hại nhưng tôi vẫn thấy khó chịu. Tôi khom người tới trước. Cái đầu tóc bạc trắng của ông già ngả qua một bên. Tôi cao giọng, "Bác gái nói gì với bác vậy?"

Ông già hừ lên một tiếng. Tôi hiểu, đó là ông nghe không rõ và hỏi lại cho chắc. Tôi lặp lại câu hỏi, "Bác gái nói gì với bác vậy?"

"Bún bò," ông nói và lại đằng hắng liên tục.

"Bác ấy nấu bún bò à?" tôi hỏi.

Ông già đưa bàn tay phải lên khỏi đầu, "Mai, cậu qua ăn với chúng tôi."

"Cảm ơn bác."

"Ngon lắm."

Chúng tôi vào tới hội trường. Gọi là hội trường vì trong căn phòng rộng thênh thang ấy có một cái ti vi to như cái tủ đựng đồ, đặt sát vách tường. Sau khi cho bệnh nhân hóng gió ngoià hành lang, bọn đồng nghiệp tôi đã dời tất cả vào hội trường rồi biến đi thật nhanh. Năm sáu chiếc xe lăn quây thành vòng bán nguyệt phía trước màn hình. Trên mỗi xe lăn là một hình hài khô héo, gẫy khúc, và bất động. Những cái đầu nghiêng một bên vai hoặc gục xuống phía trước. Những con mắt mở hé nhưng không nhìn thấy gì. Những tia nhìn như những con chim gẫy cánh, què chân, nằm liệt.

Tôi đẩy xe lăn của ông già tới sát cạnh xe lăn của bà Pan. Cô Nancy đã dặn là nên để hai người ở cạnh nhau để họ trò chuyện cho bớt cô đơn. Trong tất cả những hình hài vất vưởng ở hội trường, ông già người Việt của tôi có lẽ là người tỉnh táo nhất, nhưng suốt mấy tuần lễ, tôi để ý thấy ông chẳng ngó ngàng gì tới bà Pan hết. Bà già đã lẫn nhưng hiền hậu, dễ thương. Tôi là dân Á Châu nên được phân công săn sóc hai vị khách Á Châu này. Bà hay quay sang ông, nở ra cho ông những nụ cười hiền, như những bông hoa dại bên đường, nhưng ông vẫn nhìn xuyên qua bà, vào khoảng trống sau lưng bà, tới một không gian nào xa lơ lắc. Và tôi hiểu, vì ông còn bà vợ ở nhà - hay ở đâu đó. Bằng chứng là chiều nào ông cũng đòi bấm số điện thoại để ông trò chuyện. Một người đàn ông chung thủy hiếm có.

Ông sẽ ngồi đó xem truyền hình và (đúng ra là ông sẽ phải) trò chuyện với bà Pan. Rồi đến giờ tôi sẽ đẩy xe cho ông về phòng, làm vệ sinh, thay tã, thay áo quần trước khi đỡ ông lên giường, kéo tấm chắn cạnh giường lên cao, khóa lại để ông khỏi ngã. Chương trình mỗi tối là như thế.

Tôi nhìn đồng hồ. Còn hai tiếng nữa mới tới giờ ngủ của bệnh nhân. Tôi khóa bánh xe lăn của ông già, lướt một vòng kiểm những chiếc xe lăn còn lại. Biết là bọn đồng nghiệp đã khóa rồi nhưng tôi vẫn nhìn qua cho chắc ăn. Tất cả bánh xe đều phải khóa lại để người bệnh khỏi tự ý đi lung tung. Đám đồng nghiệp cùng trực ca với tôi đã biến đi đâu hết. Tới giờ mới lại hiện ra, đẩy người bệnh về phòng.

Tôi rảo bước ra hành lang, về phía nhà vệ sinh.

"Bận quá há?" cô Nancy nói vọng ra từ trạm y tá trực.

Tôi bước chậm lại. Bóng cô ló ra từ phía sau quầy. Màu áo choàng của cô trắng lòa con mắt.

"Sao vợ ông ấy không vào thăm?" tôi buông ra cái thắc mắc ám tôi từ ngày tôi vào làm ở đây đến giờ.

Cô Nancy nhìn tôi. Cái nhìn vừa lạ lẫm vừa tội nghiệp. Như thể cô đang nhìn một đứa trẻ đi lạc. Cái nhìn làm tôi bối rối. Tôi tiếp, "Ngày nào ông ấy cũng phải gọi về. May mà điện thoại công cộng không phải bỏ tiền."

"Ô, bạn tôi ơi!" Cô Nancy tròn xoe đôi mắt và gọi tên tôi thật rõ.

"Không ai nói với bạn chuyện này sao?"

Tôi ngơ ngác, "Chuyện gì?"

"Từ khi có điện thoại di động, công ty điện thoại cắt đường dây, cái điện thoại còn nằm đó vì chẳng ai bận tâm tháo gỡ. Hết sử dụng được rồi."

Lâu nay tôi cũng thắc mắc là sao điện thoại công cộng mà không phải bỏ đồng 25 xu như những điện thoại ngoài đường phố. Thì ra vậy. Nhưng mà ông già vẫn nói chuyện được với vợ mỗi ngày. Chính tai tôi nghe những chữ *sweetie* lặp đi lặp lại kia mà.

"Cho ông ta gọi như một hình thức tâm lý trị liệu đấy thôi." Xoa hai bàn tay lên hai cánh tay trần như xua bớt cái lạnh gai người máy điều hòa không khí ở góc phòng thổi đến, cô tiếp, giọng mất đi cái trong trẻo, lanh lợi thường có.

"Thế còn bà vợ, sao không vào thăm chồng. Người gì mà..."

"Bà ấy chết rồi!" Cô Nancy lạnh lùng ngắt lời tôi. May mà tôi chưa buông ra cái lời oán trách người đàn bà mà tôi cho là vô cảm. Tôi chết đứng. Mắt đổ hào quang. Tai ù. Tay chân rụng rời. Giọng cô Nancy nghe như vọng lại từ cõi nào, "Tai nạn xe. Ông ấy may mắn còn sống nhưng bị loạn trí, mấy đứa con ném ông ấy vào đây."

Tôi cau mày, nhìn cô Nancy đăm đăm. Tôi không dám tin điều cô vừa nói bởi tối nào tôi cũng bấm số điện thoại cho ông già nói chuyện với bà vợ ở nhà. Tối nào ông cũng dặn bà chuyện nọ chuyện kia. Tôi đứng cách xa ông cả chục viên gạch bông nhưng tôi cũng nghe lóm được đây đó những chữ lạc lõng qua cái giọng khàn đục. Mới ban nãy ông còn mời tôi lại ăn bún bò vợ ông nấu dù chưa bao giờ ông nói cho tôi biết nhà ông ở đâu.

Như đọc được cái ý nghĩ xào xáo trong đầu tôi, cô Nancy tiếp, "Tội nghiệp ông già. Ông ấy đâu biết là bà ấy đã chết."

Không thể tin được là vợ ông già Quốc đã chết, tôi lắc đầu, "Vậy ai nói chuyện với ông ấy mỗi tối? Mới ban nãy ông ấy còn nói chuyện say sưa trên điện thoại mà."

Cô Nancy lắc đầu, nhìn tôi bằng ánh mắt thương hại, "Vào đây, tôi chỉ cho xem."

Tôi lủi thủi bước theo cô vào phòng y tá trực. Cô chỉ cái điện thoại ở một góc bàn làm việc. "Anh bấm số điện thoại nhà ông ấy xem."

Tôi nhanh nhẹn bấm những con số ông già vẫn đọc mỗi tối cho tôi gọi giúp ông về nhà, những con số tôi đã thuộc làu. Tôi áp cái ống nghe điện thoại vào tai, giọng nói đều đều, máy móc phát ra từ tổng đài, "Số điện thoại bạn gọi không còn sử dụng nữa, xin cảm ơn, chúc bạn một ngày tươi đẹp."

Tôi bần thần đặt cái ống nghe về chỗ cũ. "Cảm ơn cô," tôi nói và lững thững bước ra hành lang. Không quay lại nhưng tôi biết cô Nancy đang nhìn theo tôi với ánh nhìn tội nghiệp.

Tôi đi dọc hành lang. Tôi rẽ ở khúc quanh. Tôi dừng lại trước cái điện thoại màu đen móc trên tường. Cái điện thoại đánh lừa tôi. Cái điện thoại khiến tôi vững tin vào tình yêu của những người đàn ông và những người đàn bà. Hành lang vắng tanh. Đám đồng nghiệp của tôi chắc lại rút vào phòng nhân viên chơi bài. Tôi rụt rè cầm cái ống nghe điện thoại lên áp vào tai. Không có tiếng o o, thứ âm thanh quen thuộc của đường dây điện thoại. Tôi bấm những con số. Không có tiếng lạch cạch vẫn thường nghe khi bấm số điện thoại. Rõ ràng là tôi bị lừa. Tôi móc điện thoại lên chỗ cũ. Cô Nancy nói đúng. Cái điện thoại này đã chết. Nó là đồ cổ trong viện bảo tàng, là vật trang trí, vô ích như món đồ chơi trẻ con.

Mới nhận việc ở đây, chưa thân được với ai nên tôi không vào phòng nhân viên với đám đồng nghiệp mà ra hội trường xem ti vi. Chưa bao giờ tôi thấy lòng mình hoang mang như phút giây này. Ông già người Việt của tôi ngả người trên lưng ghế xe lăn, lơ đãng nhìn màn hình. Những người khác vẫn ngồi đó. Những con mắt vô hồn. Bà

Pan gục đầu trên cánh tay, chắc đang say ngủ. Tôi nhìn màn hình chữ nhật. Phim đen trắng với những tài tử lạ mặt. Hai ba người đàn bà tíu tít chuyện trò. Một người cầm cái điện thoại màu trắng trên tay. Những người kia lao xao chung quanh. Tôi thấy ông già Quốc của tôi ngồi thẳng người dậy, ngểnh cổ, chăm chú nhìn màn hình. Người đàn bà trong phim bấm những con số điện thoại.

Ông già của tôi chợt bừng tỉnh, "Này!"

Tôi giật mình, "Gì vậy bác?"

"Điện thoại!" Ông già nhìn tôi, hai cánh tay cuống quýt quơ quào khoảng không. Rồi ông chỉ về phía hành lang, "Điện thoại!" Ông gằn giọng và bật lên một cơn ho.

Tôi vội mở khóa bánh xe và đẩy chiếc xe lăn của ông già ra hành lang.

"Mau! Bà ấy chờ!" Ông già nói khi vừa ngớt cơn ho.

"Mau lên!" Già Quốc gắt.

Tôi đẩy chiếc xe lăn tới sát bên cái điện thoại đã chết trên vách tường. Ông già mau chóng đọc một tràng con số. Tôi cầm cái ống nghe lên, ngoan ngoãn bấm những con số đã thuộc làu. Và tôi *Hello* vội vàng vào ống nói trước khi đưa cho ông già.

"Hello!" Giọng đàn bà ở đầu dây kia vọng vào tai tôi. Tôi điếng người. Tôi đưa cái điện thoại ra trước mặt, nhìn nó đăm đăm tưởng chừng muốn rách bung hai khóe mắt. Ông già vươn cả hai cánh tay ra trước, chờ. Rõ ràng tiếng một người đàn bà. Không thể tin được. Tôi đang mơ hay còn tỉnh. Mới tám giờ. Bệnh nhân còn thức xem ti vi. Nhân viên trực đêm không được phép ngủ. Tôi còn tỉnh táo. Hồi chiều tôi đã uống cà phê trước khi vào chỗ làm. Tôi lại áp ống nghe vào tai mình.

"Hello!" Giọng đàn bà. Tim tôi thắt lại trong lồng ngực. Ai thế này? Cô Nancy vừa mới nói với tôi rằng vợ ông già Quốc đã chết trong tai nạn xe hơi, và chính tai tôi đã nghe trong phòng y tá trực rằng đường dây điện thoại này không còn sử dụng nữa.

"Hello!" Vẫn từ ống nghe điện thoại vọng ra. Rõ ràng giọng đàn bà. Run run, khàn khàn và đặm nỗi buồn. Nghe xa xăm như vọng về từ một nơi chốn thâm u nào xa lơ lắc, "Ai đấy? Ông nhà tôi đâu?"

Sợi dây bị xoắn, tôi loay hoay xoay cái điện thoại vài vòng để gỡ rối. Rồi tôi run rẩy đưa ống nghe điện thoại cho ông già. Và tôi lùi lại thật xa để ông bà có khoảng cách riêng tư với nhau.

Hoàng Chính
15 tháng Ba 2023

HOÀNG KIM OANH

ĐÊM KIÊN GIANG, NGHE "HÀNH PHƯƠNG NAM"

Để nhớ những ngày tháng Kiên Giang...

Chiều Miệt Thứ, gió lồng lộng thổi qua bến phà. Căn nhà sàn ọp ẹp của chú Út cũng vặn mình đong đưa theo con gió. Nhà sàn được cái mùa nào cũng mát.
Chiều xuống dần. Xẩm tối hồi nào hổng biết. Hoàng hôn chếnh choáng theo...
Chú Út cầm chén rượu ực một tiếng "ót" thiệt ngọt rồi lên giọng ngâm nga mấy câu thơ Nguyễn Bính:

Đôi ta lưu lạc phương Nam này
Trải mấy mùa qua én nhạn bay
Xuân đến khắp trời hoa rượu nở
*Mà ta với người buồn vậy thay...**

- Dzô đi mậy. Mấy khi bây xuống đây chơi với tao.

- Để con vô nướng thêm con khô sặc rằn nghe chú. Kì này khô sặc rằn phơi được nắng, ba bữa đã vừa ăn, con ướp lạt lạt, chú nướng nhậu hay ăn cơm, ăn cháo trắng đều ngon. Mỡ nó thơm phức như bơ nghe chú.
- Ôi, cần gì. Cứ ngồi đó đi. Ghe bà con đi chài đi câu về ngang, người cho mớ cá, người cho mớ tôm... Mà, tao nhậu chỉ cần cơm mẻ với mấy trái chuối chát là đủ rồi. Ra hè bẻ vô là có nhậu liền. Nhà tao coi vậy chớ rượu không bao giờ thiếu. Rượu tăm hẳn hoi à nghen hổng phải ba cái rượu cồn bậy bạ ngoài chợ đâu. Ngồi xuống đi...
- Dạ. Để con rót cho chú.

Lòng đắng sá gì muôn hớp rượu
*Mà không uống cạn? mà không say?**

Chú Út giơ ly rượu qua cụng cái cốp, cười khà khà thật sảng khoái. Câu thơ được chú gằn giọng như muốn cắt ra làm hai theo hai lần cụng ly của chú. Chú lại rót. Lại uống. Nguyên không dám cãi. Cũng không cản. Chú rót ly nào anh tiếp ly đó. Rồi cũng ngồi xếp bằng gõ ly gõ chén khí thế đệm cho lời chú ngâm, chú hát...Hết *Hành phương Nam* chú bắt qua ca cổ *Võ Đông Sơ Bạch Thu Hà* đến *Tình anh bán chiếu*. Rồi cao hứng chú còn chuyển qua *Tần Quỳnh khóc bạn* thật não nùng. Chú người An Biên chính cống, sinh ra đã làm bạn với cây tràm cây đước, rượu uống cả tô như uống nước lạnh, vọng cổ cải lương tích nào chú cũng thuộc, cái món đờn ca tài tử ít tay nào qua nổi chú. Bỏ nhà vô bưng biền. Chú mang chí cả như Đơn Hùng Tín sá chi mũi đạn lằn tên. Chú tưởng mình sẽ "đạp thành phá lũy", và coi khinh mọi phường giá áo túi cơm...

*Nhị Ca ơi, chén rượu đoan thề hơi men còn phảng phất đầu môị. Trên lối hoạn đồ muôn nẻo ngược xuôi, anh mang chí cả mong đạp thành phá lũỵ. Nhưng trời không tựa lòng người dũng sĩ, nên giữa trận tiền, anh phải chịu sa cơ . Ai còn bày ra chi cuộc tống tửu đau thương, lễ đưa tiễn rượu đào pha nước mắt. Chén rượu năm xưa kết giao tình bạn hữu, chén rượu ngày nay dứt đọan nghĩa kim bằng...***

- Chén rượu này tao với mày cũng gọi là chia tay... Mai tụi mày trở về Sài Gòn. Thôi thì hai mươi năm lưu lạc, vậy quá đủ rồi. Chim có tổ, người có tông. Quy cố hương thôi... Nhưng, không đứt đoạn nghĩa kim bằng nghe mậy.

- Dạ. Có dịp tụi con sẽ về thăm chú. Làm sao mà đứt đoạn được hả chú! Ngày nào con mới ra trường, chân ướt chân ráo xuống xứ U Minh này, tưởng đâu hát tuồng "Sống dang- sáng dông" như mấy đồng nghiệp trước con rồi chớ...hihi. May có chú lúc nào cũng thương, bảo ban, chỉ vẽ...
- Mày trụ được. Nói được làm được. Dân Sài Gòn mà chịu cực. Mấy đứa cái miệng nói xạo xạo đưa nó về vùng sâu này nó trốn hết. Đứa thì kiếm đường vượt biển thôi...
Chú lại ực một hơi, khà thiệt ngọt, rồi hắng giọng ca tiếp:

La Thành ơi, em tệ làm chi nỡ xuống tay giết người bạn cũ. Dầu không thương em cũng đừng nên hạ thủ. Giết kẻ thù chứ giết bạn đành sao ...
- Độc hôn mậy? Ông soạn giả viết đoạn này thiệt đứt ruột. *Giết kẻ thù chớ giết bạn đành sao?* Tụi nó bây giờ khốn nạn quá. Thù bạn gì... miễn có tiền là hồ hởi thẻo cái lương tâm của nó cho chó gặm hết.
Chú Út vốn là Trưởng phòng tổ chức Sở Giáo dục. Một thời cũng thét ra lửa. Tánh chú nóng như Trương Phi. Mỗi khi giận hung, các thớ thịt bên gò má trái chú giựt giựt, môi bặm lại. Nhưng thật ra tánh chú rất thương người, ngay thẳng. Đặc biệt là trọng cái tình. Tiền bạc không nghĩa lý gì với chú, dù...chú lúc nào cũng chẳng có tiền. Hào sảng, trọng ngãi khinh tài. Tất nhiên, ở vị trí béo bở của chú, xếp chỗ này, cất nhắc chỗ nọ...thiên hạ lắm kẻ cũng sẵn sàng 'bôi trơn'. Nhưng tánh chú thậm ghét kiểu ăn bẩn đó. Lơ mơ chú mắng thẳng vào mặt. Chấp nhận nghèo. Qủa xoài xanh, chút cơm mẻ, con cá khô sặc rằn hay khô đuối chấm mắm me...vài xị đế, vậy là xong. Kiên Giang thuộc vùng sâu, nhiều nơi không có giáo viên, trường lớp cũng không. Giáo viên cấp 1 dạy luôn cấp 2. Giáo viên Cấp 2 thì dạy kê lên cấp 3 là "chuyện thường ngày ở huyện".
- Ba cái lẻ tẻ, nhằm nhò gì...Mầy hổng nghe ông Ba Huỳnh tuyên giáo nói sao? Người biết chữ dạy người chưa biết chữ. Cần gì bằng cấp! Tụi tao đi kháng chiến, lội khắp bưng biền, có bằng cấp gì đâu, biết mặt chữ, lớp ba lớp năm thôi mà cũng đánh ngon lành...
- À, mà có. Có cái bằng máu bằng xương chớ...Nhưng thời nay, máu xương nghĩa lý gì, thôi bỏ, mậy... Bỏ hết...
Nguyên nhớ lại ngày anh cầm quyết định phân công xuống vùng đất này. 1979. Phải đi hai ngày đường mới tới nơi. Một ngày ngồi xe đò, qua hai cái bắc Mỹ Thuận và bắc Cần Thơ ê ẩm...chưa kể thường xuyên là chuyện kẹt cầu kẹt phà, 4h sáng ra bến xe miền Tây mà đằng đẵng dằn lên xóc xuống, chờ mỏi chờ mòn, 1,2 giờ sáng mới tới Rạch Sỏi. Vật vạ 6h sáng xuống tàu đi Vĩnh Thuận. Một ngày ngồi tàu đò mênh

mông sông nước hai bên chỉ toàn dừa nước, đước sậy mới tới được điểm trường. Rạch Giá vẫn còn là một thị xã heo hút. Đi đầu đến cuối thị xã chẳng tìm ra một hiệu sách nào. Kiếm không ra một ổ bánh mì. Người Sài gòn mà xuống miền Tây, món quà được yêu thích chỉ cần mấy ổ bánh mì to vàng ruộm bày bán dọc dọc hai bên đường Xa cảng miền Tây và vài chục nem Lai Vung Đồng Tháp. Phở càng là món hiếm hoi. Chỉ có bánh bao, mì hoành thánh, hủ tiếu, cháo Quảng...Vùng đất phương Nam này ẩm thực, phong tục, xưng hô đậm chất người Quảng và Tiều của Trung Hoa bởi theo chân Mạc Cửu, một người Minh Hương lưu vong. Năm 1739, Mạc Thiên Tứ lập ra huyện Kiên Giang, đặt trấn lỵ tại Rạch Giá này. Trong *Đại Nam nhất thống chí*, mục "Thành Trì" có ghi: "Huyện nảo (đồn canh của huyện) Kiên Giang mặt trước dài 19 trượng 2 thước, bề ngang dài 12 trượng 6 thước, ở địa phận xã Vân Tập, vào năm Thiệu Trị nguyên niên (1841). Chợ Sái Phu, ở huyện Kiên Giang, tục danh là chợ Lạch Giá, phố xá liền lạc, ghe buôn đến đậu đông đảo." Theo khẩu truyền, có tên gọi Rạch Giá vì xưa kia nơi đây có rừng cây Giá mọc theo ven biển, có một lạch nước chảy ngang qua ra biển. Theo sách Gia Định thành thông chí: Lạch Giá có tên chữ thường gọi là Giá Khê. Ngoài ra, còn gọi là Giá Đà, Sái Phu...Tương truyền xưa, khu rừng cây giá này rất nhiều ong mật đóng ổ, người "ăn" ong cạo mật bỏ tàng ong, sáp trắng trôi đầy sông, từ đó người Khmer mới gọi là chợ Kramuol-so (sáp ong màu trắng).
(Nguồn: http://rachgia.kiengiang.gov.vn).
Chuyện khai thiên lập đia ra sao của đất này thì không biết tường tận nhưng khi Nguyên ra trường về đây, rõ ràng vẫn còn là "chốn vắng" của chữ nghĩa văn chương... Không một sạp báo. Không một nhà sách.
...
- Ủa, mày đổi qua họ "cầm" họ "để" hồi nào vậy... Mấy thằng đó tao xử bắn hết rồi đa. Dzô đi chớ!
- Dzô! Gì mà nóng dữ vậy chú...Trương Phi!
- Phi gì mà Phi. Tao bây giờ...Trương Phì thì có. Haha...

Khoảng đâu 1980, 1981, U Minh Thượng được miền ngoài đưa vô chi viện một loạt giáo viên cấp 2, 3. Đông nhất là hai tỉnh Thái Bình và Nghệ Tĩnh. Thái Bình là tỉnh kết nghĩa với Kiên Giang nên ưu tiên một dàn giáo viên cấp 2. Gò Quao, An Biên, An Minh, Vĩnh Thuận, Hòn Đất...những nơi kênh rạch chằng chịt, điểm trường nhỏ lẻ rải rác, khó khăn nhất đều có giáo viên...Nghệ Tĩnh mình ơi thì chi viện giáo viên cấp 3 là chính. Dân U Minh Nam Bộ rặt nghe tiếng nói miền nào cũng ra tiếng Huế chẳng phân biệt. Họ e dè. Họ xa lạ. Họ cảnh giác. Không biết có đúng như ngoài chợ đồn "mấy người Huế này vô xin ở đậu rồi sẽ cướp nhà cửa ruộng vườn của mình". Anh em giáo viên người tại chỗ phải đến từng nhà làm công tác "dân vận" họ mới cho lá lợp mái, cho tràm dựng trường để các cháu không phải lội bộ mươi, mười ba cây số nắng mưa hay chèo xuồng từ mờ sớm đi học. Được một thời gian, người miền Nam thương ai thương lâu, giận ai chỉ giận nhứt thời, không định kiến, đã quên cái ngày đầy e ngại bỡ ngỡ ấy khi thấy con em mình đến được với cái chữ đọc báo đọc sách ro ro, coi ti vi chữ nào cũng biết... Có nải chuối mới chín, con gà tơ hay trái khóm đều xách qua biếu cho thầy cô. Thầy cô ở thị trấn cuối tuần vô nhà chơi, ra về cha mẹ gửi cho cả xuồng củi tràm chặt trong rừng để về nấu, kèm theo giạ gạo mới xay, buồng chuối, trái mãng cầu mới chín…Thương thầy cô xa xôi về đây hẻo lánh, lội sình cực khổ…Có người cho đất cho thầy cô cất nhà, gả con…Nhưng rồi những xung đột vùng miền ban đầu còn rải rác, sau thì nạn bè phái, óc địa phương, tệ vòi vĩnh học sinh và phụ huynh bắt đầu ô nhiễm đất U Minh Thượng vốn hiền hòa chân chất mộc mạc như cây lúa trên đồng. Trưởng Phòng tổ chức là chú bắt đầu nhức đầu.

Tánh chú thẳng. Không binh ai hết. Điều chuyển, phân công đâu đó công bằng. Một đồng xu hạt gạo không tơ túi. Đã nói chú ghét nhất những kẻ "*ăn dơ tanh rình*" (Nguyễn Đình Chiểu). Cũng không luồn cúi bợ đỡ...Có bữa đang trong cuộc họp, chú bặm môi trợn mắt, chỉ mặt đuổi thẳng một ông Phó phòng dân chi viện, kết bè kết phái phân biệt vùng miền, hại người này, vu người kia, bản thân ông ta còn trai gái lăng nhăng. Nghe đâu chú còn lên văn phòng Đảng Ủy gặp ngay ông Bí thơ trả thẻ Đảng:

- Còn thằng đó trong Đảng thì cho tui ra.

Nghe đâu cái ông Phó phòng chi viện ấy, vô xứ nầy chưa đầy hai năm đã bị trả về nguyên quán vì bè cánh, tham ô, hủ hoá… Kiên Giang thời ấy, có cái lệ bất thành văn, mấy anh ngoài kia chi viện, bằng cấp gì cũng chỉ đề bạt đến cấp phó, cấp trưởng dứt khoát phải là người địa phương gắn bó dài lâu mấy đời…

Cấp dưới là vậy, với cấp trên cũng không khác, chú đã không phục thì đừng hòng chú nể. Hôm tổng kết thi đua cuối năm, trong tiệc liên hoan, ông Giám đốc Sở mới từ Huyện điều lên, cầm ly bia khệnh khạng đến cụng mời, chú tỉnh queo:

- Quen uống đế rồi. Thứ này tui hổng hạp. Giống như anh là anh thứ Hai còn tui là thứ Út. Cực này cực kia… Anh ở đầu sông tui cuối sông…Hề hề…

Rồi chú quay qua rót ly rượu cụng với mấy Hiệu trưởng cùng bàn Nguyên:

- Mày có công nhận mấy thằng lãnh đạo là mấy thằng ngu hôn? Ông Giám đốc tái mặt. Anh em nháy chú. Chú lại hề hề, hướng về anh Hai Giám đốc:

- Ngu chứ còn gì nữa. Anh Hai nghĩ coi phải hôn, lãnh đạo cỡ Đường Tăng đó hổng phải ngu là gì? Tôn Ngộ Không giúp Lão vượt qua không biết bao nhiêu nạn kiếp vậy mà Lão chỉ nghe lời thằng Trư Bát Giới mặt heo xúi bậy, suýt bị bọn yêu nhền nhện bắt ăn thịt, bị Bạch Cốt Tinh lừa gạt...không phân biệt ta địch mà đi niệm chú phạt con Khỉ tề được cả thiên đình đó. Thậm chí còn đuổi về Hoa Quả sơn không cho đi theo Thỉnh Kinh. Ngu không biết đâu chân đâu giả. Ngu mà lại có quyền hành phạt bậy phạt bạ...Chân lý ở đâu? Chân lý thời nay dính sình U Minh hết rồi...

Anh Hai Giám Đốc đành ngậm bồ hòn làm ngọt: ừ ừ à à... ực một hơi cạn ly rồi bỏ đi chỗ khác.

Năm sau, chú về hưu non. Còn hơn năm nữa mới đến tuổi về hưu. Chú lại không có giấy tờ xác minh được thời bưng biền nóp với giáo ở căn cứ địa "*Muỗi kêu như sáo thổi đĩa lội lền như bánh canh*" ấy. Đồng đội cùng thời chết bom chết đạn chẳng còn ai. Tụi trẻ sau này mới tấn lên không ai biết. Cuối cùng cộng trừ nhân chia sao mà chú không đủ thời gian trong ngành giáo dục để nhận lương hưu, chỉ được trả một khoản tiền nhỏ đủ để rong chơi vài tháng...

Hồi còn công tác trên tỉnh, chú ở nhà tập thể, có bếp ăn tập thể...Bạn bè lên thường xách theo rượu, khô sặc rằn, tôm khô, khô mực...Có khi rắn đã may miệng bẻ răng, khi rùa, khi ba ba...Chú có nghề làm đồ nhậu cực nhanh. Có lẽ do sống một mình đâm ra tháo vát. Chú hay chửi sa sả mấy thằng biết gắp mồi mà hổng biết làm mồi nhậu. Rắn bằm nhuyễn xúc bánh tráng nướng, phần thì nấu cháo đậu xanh... Rùa bỏ vô nồi đất rang muối nổ lóc bóc, thịt ngọt thơm hơn thịt gà. Chú làm gọn hơ. Phụ nữ còn thua. Có khi phụ huynh ở đồn biên phòng đi biển về đem đến biếu cả cần xé cá, tôm, sò huyết...Chú kêu hết anh em giáo viên nhà tập thể đến chia...Sống không tính toán.... Phòng chú hình như không ngày nào không có khách vãng lai. Giáo viên các huyện. Ban giám hiệu các trường. Ai cũng thương.

Nhưng Nguyên biết sau những phút mềm môi chén chú chén anh hề hà tưởng như quên hết sự đời ấy, chú vẫn thiếu vắng cái bến nước ngày xưa...Thời thanh xuân mơ mộng, chú vẫn chèo xuồng mỗi ngày qua lại mấy bận, khua mái dầm hát hò dơi dơi trên sông cho cô hàng xén ven bờ để ý. Chú hát hay. Ngày nào cũng qua lại mấy bận... Cô để ý

thiệt. Cứ tủm tỉm cười. Một bữa, đánh liều, chàng ấy ghé bến cô uống nước. Nói vu vơ vài câu, rồi chèo đi ngay. Riết rồi thành nợ thành duyên.
Chú lại ực cái "ót" và ngâm tiếp *Hành phương Nam*, giọng buồn cứ loang ra trên mặt sông:

Ngươi ơi buồn lắm mà không khóc
Mà vẫn cười bên chén rượu đầy
Vẫn muốn tiêu hoang cho đến hết
*Ngày mai ra sao rồi hãy hay...**

Nghe chú đọc những câu thơ cảm khái của Nguyễn Bính mà có chút gì đó như rạn vỡ trong hồn Nguyên. Ừ. Buồn lắm mà không khóc. Đàn ông, nước mắt chảy ngược vào chén rượu. Đâu chỉ là cuộc chè chén tiêu hoang lãng phí cuộc đời. Trước mắt anh, người đàn ông cao ráo rắn rỏi đầy bản lĩnh vừa bước qua tuổi lục tuần kia đã đi qua những ngày tháng ngang tàng mạnh mẽ của đời mình nay đang thật sự cô đơn đến tội nghiệp. Chỉ có rượu, thơ và những câu vọng cổ đẫm tình người, tình đời bầu bạn với ông.

Ta đi nhưng biết về đâu chứ?
Đã dấy phong yên lộng bốn trời
Thà cứ ở đây ngồi giữa chợ
*Uống say mà gọi thế nhân ơi!**

Không. Chú đã không ngồi lại giữa chợ như nhà thơ Nguyễn Bính. Có ai tri âm để chú uống say? *"Rượu ngon không có bạn hiền. Không mua không phải không tiền không mua".* Thâm thúy thiệt, cụ Tam Nguyên Yên Đỗ à. Chú trở về An Biên. Nơi quá nhiều kí ức đớn đau. Vợ chú bỏ chú, bỏ trần gian này đã lâu. Mùa nước nổi, khi sanh thằng Út bị sót nhau mà không biết. Bà mụ vườn bên kia sông có qua lạy lục khóc than xin chú bỏ qua...Nửa đêm, chú cùng hai vợ chồng cô Tư hàng xóm chở xuồng máy tốc hành lên bệnh viện tỉnh. Còn nước còn tát. Tới bệnh viện rồi mà nửa đêm bác sĩ cấp cứu kêu chưa kịp dậy, có mỗi cô y tá mắt nhắm mắt mở biểu nằm chờ và phát cho cái mùng bắt kí tên. Nóng như lửa, máu Trương Phi mà, chú quát luôn:
- Lột cái tấm biển "Lương y như từ mẫu" của mấy người vụt ra biển Rạch Giá cho rồi đi! Người ta sốt mê man chết tới nơi mà ở đó mấy cô lo mất cái mùng. Cái mùng mấy ngàn bạc? Thôi, khỏi. Cô ôm cái mùng của cô đi, tôi bó chiếu đem vợ tôi về chôn!

Bác sĩ, y tá lúc đó mới xin lỗi rối rít và đẩy vào phòng cấp cứu khoa Sản. Muộn màng. Thím Út không qua khỏi. Đường bộ chưa có. Sốt 2,3 ngày rồi mới di chuyển gần ba tiếng đò máy từ An Biên lên Rạch Giá. Tim đã suy, phổi ứ nước, trụy hô hấp…
Chú già đi cả chục tuổi. Giọng ca càng mùi. Rượu uống càng dữ…

Một bữa, con Tím, con gái lớn của chú dắt em đi cào rồi hổng biết tình cờ sao theo thuyền người ta vượt biên, tới giờ vẫn bặt tin tức. Xứ An Biên, Rạch Giá này những năm 80 hầu như ngày nào cũng có tàu vượt biên. Có khi chủ ghe cho đi không vì sợ lộ. Nguyên cũng từng được gia đình học trò mời đi cùng: "Thầy biết nói tiếng Anh, tiếng Pháp, có gì qua đó thầy nói chuyện giúp tụi tui. Mấy đứa nhỏ nó mến thầy quá!" Người Hoa họ rất thật tình. Nhưng Nguyên đâu thể nhận lời. Anh còn mẹ, còn chị. Đi rồi coi như không bao giờ gặp lại mẹ và chị nữa. Thời đó, ai mà nghĩ chuyện bây giờ sẽ đường hoàng trở về, có khi còn được tung hô là Việt Kiều yêu nước… Anh chỉ nhớ đôi vai gầy của mẹ, từ ngày anh lên năm tuổi, mẹ anh đang tuổi xuân thì, một mình đóng cả hai vai…

Chú Út lặng lẽ chôn trong lòng kí ức đau buồn ấy. Đất ngoài chợ được cấp, chú hiến cho Ủy ban từ những ngày đầu 1975 để làm nơi cho thanh thiếu niên tăng gia sản xuất. Cũng cờ quạt tưng bừng một thời gian. Sau đó, bỏ hoang. Ít lâu sau, thị trấn của chú xáng thổi đắp lộ, xây dựng Ủy ban, cất chợ, cất trường học…Đất của chú bây giờ là nhà của một ông Ủy ban ngoài kia vô. Luồn lách sao xin cất chòi ở tạm, rồi cất nhà tầng và…làm thủ tục lấy sổ đỏ chủ quyền luôn hồi nào hông ai hay. Mấy thầy giáo bàn chú làm đơn đòi lại nhưng chú không chịu.
- Thôi. Tao tự ký cho đất mà. *Nhất ngôn ký xuất tứ mã nan truy* chứ mậy.
Chú vô rừng, xin miếng đất, cất chòi bên sông, câu cá, phần sân trên bờ trồng ít rau thơm, vài bụi chuối… Mùa xuân vô rừng gác ong lấy mật. Một năm chỉ có mùa xuân mật mới thật kẹo không lẫn nước mưa. Cái thứ mật U Minh thơm lừng mùi hoa tràm không mật xứ nào sánh được. Hột gà so vừa rớt, đập lòng đỏ vào quậy uống với mật ong là thang thuốc dân dã có sẵn chữa bá bệnh. Mùa hè tát đìa bắt cá lóc nướng trui, làm khô, làm mắm. Cơm mẻ, chuối chát, chén nước mưa là có thể qua bữa. Tháng sáu đầu mùa mưa, cá rô con bằng ngón tay cái lóc lên đầy trên bờ ruộng …, chỉ chịu khó một chút xăn quần đi bắt về nấu canh chua bông sua đũa, bông điên điển quanh nhà, dầm trái dấm, trái me… Cuộc sống cứ an nhiên ngày tháng…

Thỉnh thoảng, anh em giáo viên ngày xưa chú từng giúp đỡ mà không hề lấy đồng xu cắc bạc nào vẫn nhớ, có dịp chạy ngang qua Miệt Thứ lại ghé vào thăm. Chú lại đốt rơm nướng cá lóc đặt lờ hay câu được, rượu cất còn ấm rót ra mời...Bất kể ngày mưa, ngày nắng, có bạn, chú lại đỡ cây đờn kìm treo trên vách xuống, đờn ca sáng đêm...Chúng tôi vẫn gọi nhà chú là bến nước của 108 anh hùng Lương Sơn Bạc...

Nguyên nhỏ tuổi hơn chú nhiều. Chú và Nguyên tuy khác "hệ" nhưng chú thích tính khẳng khái của Nguyên. Có lần, đang cuộc nhậu, chú cười cười:

- Được. Thằng này đầu gối nó có lông.
- Là sao chú?
- Là nó hổng biết nịnh. Khà khà...Nó đi bằng hai chưn. Còn mấy thằng nịnh chuyên 'đi bằng đầu gối' làm sao mà lông mọc nổi mậy... khà khà... Rót đi mậy.

Mọi người phá lên cười. Từ đó, cụm từ "đầu gối có lông"/"hổng có lông" bắt đầu trở thành "mật mã" chung của mấy anh em thân thiết mỗi khi có dịp ngồi với chú cà phê cà pháo hay khề khà ly đế, ly bia...

Chú cũng nể đầu óc nhớ dai, tích nào, truyện nào chú hát Nguyên cũng rành sáu câu và lập luận sắc bén đố ai cãi nổi trong các cuộc trà tam rượu tứ...hay hội nghị hội thảo... Đặc biệt, Nguyên sống có tình, có nghĩa. Dân Sài Gòn mà chịu chơi, biết trên biết dưới, khẳng khái...như chú. Kêu chú, nhưng chú coi Nguyên như bạn. Mầy tao, nạt nộ mà âu yếm. Chú nói chú khoái cái tính Lục Vân Tiên và anh hùng Lương Sơn Bạc hào sảng tài ba chẳng kém thua ai, nhưng cũng bất cần đời không cúi đầu trước cái xấu, cái ác, cũng chẳng bo bo hai chữ lợi danh hay chức quyền của Sáu Nguyên. (Nhỏ lớn, chưa có ai gọi thứ của Nguyên kèm tên như chú. Ờ, miền Tây vậy đó, ít ai gọi tên trỏng trỏng. Phải có thứ...mới đúng là dân miền Tây). Chú Hai Hữu, chú Út Nhứt.... Hà hà, mầy thấy tao ngược đời hôn. Út mà Nhứt à nha.

- Rót đi mậy. Đã biểu là kêu án tử hình mấy thằng họ "cầm" họ "để" rồi mà...
- Hông thôi mày qua chợ mua cho tao chục cái ly mới coi.

Nguyên mau mau rót vô ly chú. Tánh Trương Phi của chú vậy đó...

- Bài thơ này độc. Ông Nguyễn Bính này cũng từng lưu lạc ở phương Nam.

Ngươi giam chí lớn vòng cơm áo
Ta trói thân vào nợ nước mây
Ai biết thương nhau từ buổi trước
Bây giờ gặp nhau trong phút giây

Nợ thế chưa trả tròn một món
Sòng đời thua đến trắng hai tay

- Xứ Miệt Thứ, U Minh này hồi đó hổng biết ổng có qua chưa mà sao tao tưởng như ổng đang ngồi đâu đó ở chợ Kinh Xáng, chợ Vàm... sao nói đúng tim gan phèo phổi mình quá... Nợ thế trả chưa tròn...Thua. Thua thiệt cái nhân tâm trắng dã, mầy thấy hôn.
- Buồn quá chú! Thôi dzô! Cạn nghe chú! Trăm phần trăm!
- Thua. Tao thua thiệt rồi mầy. Trắng tay. Thiệt là sòng đời...
Đó là câu cuối cùng Nguyên nhớ mỗi khi nghĩ về chú. Một đời ngang tàng giờ hắt hiu cô độc ven sông. Chú vẫn cắm con sào neo con thuyền nhỏ bên bến sông như chờ, như đợi...

Nguyên rời miền đất ấy trở về nhập tịch thành phố sinh ra mình đã gần hai mươi năm. Miệt Thứ như giữ cả một thời thanh xuân của anh. Anh luôn cảm thấy mình lóng ngóng chút tỉnh lẻ giữa phố phường hoa lệ từng là nơi anh ra đi với tất cả yêu thương và đêm đêm bên ngọn đèn dầu anh vẫn nghêu ngao: "*Ơi thành phố yêu dấu. Trái tim ta luôn bên Người. Cho dù ở phương trời nào cũng là vì Người Người ơi*" ... Hứa hẹn nhiều lần mà cuộc sống hối hả đô thành cứ cuốn trôi anh, mãi ngày chú mất anh mới quay về. Căn nhà lá bữa nay tươm tất lạ. Nó có thêm chủ mới: Con gái chú. Cô đã quay về tìm cha và mảnh đất cội nguồn sau bao nhiêu năm lưu lạc tha phương. Song chú dứt khoát không theo nó về Mỹ. Bến sông này ba đã gặp má con. Má con đã đi từ bến sông này. Bà ấy vẫn đang chờ ba. Và chỉ chờ ở bến sông này thôi. Bữa nay, có lẽ chú đã gặp lại cô gái mãi mãi hai mươi trong lòng chú... Cũng bến sông này...
Đêm xuống nhanh rồi mịt mùng chơi vơi...Hàng dừa nước ven hai bên bờ kênh đang ồm oạp tiếng nước vỗ bờ mỗi khi có một chiếc xuồng ghe có gắn máy đuôi vịt chạy qua. Tiếng chim vịt kêu chiều đâu đó xa xa như tan loãng trên mặt sông...
Mắt Nguyên thẫn thờ nhìn ra bến sông.
Đêm U Minh. Hai mươi năm xưa và hai mươi năm này dường như vẫn vậy... Buồn não nùng mà sao thương quá đỗi. Căn nhà sàn cheo leo ở bến sông như tách biệt cả thế gian... Anh nghe như có tiếng "dzô" "dzô", tiếng cười, tiếng đàn, và giọng ngâm ngậm đầy nước mắt của chú đâu đây:

Ngươi ơi buồn lắm mà không khóc
Mà vẫn cười qua chén rượu đầy

Vẫn dám tiêu hoang cho đến hết
*Ngày mai ra sao rồi hãy hay...**

Ngày mai. Ngày mai. Ừ, mình đã tiêu hoang cho đến hết...cả cuộc đời, cả tuổi trẻ, cả thân thế...mà biết ngày mai ra sao...hả chú?
Nghẹn đắng. Bơ vơ... Chú Út ơi!

Ta đi nhưng biết về đâu chứ?
Đã dấy phong yên lộng bốn trời
Thà cứ ở đây ngồi giữa chợ
Uống say mà gọi thế nhân ơi!

Đêm Miệt Thứ, nước đang lên, ngoài kia, gió vẫn lồng lộng thổi qua bến phà không ai qua sông...

Hoàng Kim Oanh
Mùa nước nổi, 10. 2016

Đã in trong Quán văn số 41, tháng 11 năm 2016, trang 5-14, tựa *Chiều Kiên Giang, nghe Hành phương Nam*

HOÀNG NGA

MỘT THUỞ QUẾ TRẦM

Hái bông cơm nguội bên thềm cũ
Nhớ thuở quế trầm chưa mất nhau
Mường Mán

Anh ở trọ đầu đường nhà Mẫn. Căn nhà có cái gác lửng thâm thấp. Anh treo một chậu trầu bà ở góc tường. Anh nói trầu bà dễ trồng, không cần chăm sóc nhiều, chỉ tưới một ít nước là đủ sống cả tuần. Nói thêm, có chút xanh lá để đỡ nhớ quê. Mẫn kỳ kèo bắt anh kể chuyện quê. Anh nói có gì đâu để kể, nhưng Mẫn cứ nhèo nhẹo đòi cho đến lúc anh phải chịu thua. Anh bảo nhà anh ở Huế, không sống với mạ và các em. Mẫn hỏi sao vậy. Anh nói ở quê anh không có trường trung học đệ nhị cấp, phải lên phố, và như vậy thì cũng phải xa nhà, cũng phải đi trọ nhà người mà chưa chắc được nhận vô Quốc Học, trong khi ở thị xã này anh đã đậu vào trường công lập lớn nhất, nên ba anh quyết định thuê

chỗ trọ ấy cho anh.
Anh bảo cái ước mơ gần nhất của anh là sau khi xong tú tài sẽ về Huế, thi vào sư phạm. Học vài năm sau ra trường xong thì xin về dạy ở trường tiểu học gần nhà mạ. Và nói cái ước mơ của anh bao giờ cũng đơn giản nhưng hiếm khi được thực hiện, mơ vậy mà không biết có thành hay không. Mẫn hỏi ngoài ước mơ ấy, anh có mơ gì khác không, anh chỉ cười hiền không đáp.
Mỗi tháng ba anh trích một phần lương trả tiền nhà cho anh. Anh đi dạy kèm từ năm chưa lên đệ nhị cấp để phụ tiền ăn uống, tiêu vặt cho mình, và cho ba anh đỡ cực. Trước, anh phụ một người thầy giáo tiểu học dạy con nít lớp vỡ lòng, sau anh được giới thiệu kèm cho học sinh luyện thi đệ thất, và rồi học sinh trung học như Mẫn. Anh nói lương lính không có là bao, ba anh tằn tiện gửi về cho mạ và các em của anh đã đủ khổ rồi.
Anh dịu dàng, hiền lành. Như ba Mẫn nói về anh. "Giao" Mẫn cho anh, ba yên tâm. Bạn ba Mẫn là cấp trên của ba anh nên đã giới thiệu anh với gia đình Mẫn.
Thấy anh hiền, Mẫn cứ trêu anh mãi. Hết chuyện quê chuyện tỉnh rồi lại qua chuyện nhà. Ban đầu anh chỉ ậm ừ, nhưng về sau cũng có lúc anh kể một vài kỷ niệm nho nhỏ của mình. Và cũng về sau, Mẫn mới biết những lúc như vậy là lúc anh nhận được thư mạ hay các em của anh. Anh nhớ nhà. Nhớ gia đình.
Hoàn cảnh sống của Mẫn và anh hoàn toàn khác xa nhau. Gia đình Mẫn yên ấm, khá giả. Ngoại trừ anh chị lớn nhất của Mẫn ở nước ngoài hiếm có dịp về, cả nhà Mẫn bao giờ cũng quây quần với nhau. Mẫn không thể nào tưởng tượng ra được nỗi nhớ thương của anh. Một lần Mẫn nửa đùa nửa thật hỏi anh đàn ông con trai mà cũng nhớ nhà sao. Anh phì cười, hỏi lại chắc Mẫn nghĩ đàn ông con trai không có trái tim, hoặc không có tình cảm, cảm xúc hay sao.
Mẫn thấy cảm xúc của mình, tình cảm của mình, và trái tim của mình dường như cũng khác với anh. Trong khi anh bận bịu học hành để hoàn thành ước mơ, nhín thì giờ đi dạy kèm để đỡ đần cha mẹ, và thương nhớ quê nhà thì Mẫn hết thổn thức cho những nhân vật mới lớn trong các truyện tuổi hoa tím, tuổi học trò, lại sướt muốt với những câu thơ rất thơ dành cho lứa tuổi của Mẫn, "Chim vỗ cánh nắng phai rồi đó. Về đi thôi O nớ chiều rồi". (Mường Mán), "Chiếc áo mới trắng tinh hồn mới lụa. Tuổi mười lăm thân mến giấu trong tay" (Từ Kế Tường)...
Mẫn nói không thể nào mường tượng ra được nỗi nhớ nhà da diết là như thế nào. Anh cười hiền bảo mai mốt Mẫn lấy chồng, đi làm làm

dâu xa xứ sẽ thấm thía nỗi lòng "chim kêu vượn hú biết nhà ở đâu". Mẫn đỏ mặt, lừ mắt nhìn. Anh lại cười. Mẫn kể anh chị lớn của mình thỉnh thoảng gửi thư về từ than buồn, than nhớ. Mẫn nói:
- Nên vì vậy mà em không muốn đi.
Anh làm thinh một lúc rồi hỏi lại Mẫn nói vậy là sao. Mẫn rùn vai, chặc lưỡi:
- Ba em đó mà, sợ chiến tranh, nên cứ đứa nào xong tú tài cũng cho đi du học. Em không muốn đi xa, không muốn sống ở những nơi không được nghe tiếng rao hàng, tiếng guốc gõ trên hè phố. Cũng không muốn bị thèm những món ăn quê hương rất tầm thường ngày nào cũng có bán ở đây. Gì mà chè đậu ván cũng thèm, bắp nấu cũng thèm, sắn luộc cũng thèm thì thôi chớ đi du học làm chi!
Mẫn nói thêm ba muốn em phải học kèm vì muốn em đậu cao để đi. Mẫn thở dài, kể:
- Không cần học bổng, cũng phải đậu từ bình tới ưu hai kỳ tú tài mới đi Pháp được. Em không muốn đi Pháp, không muốn đi đâu hết!
Và trong khi thở dài sườn sượt như thế, Mẫn đã không để ý phản ứng của anh ra sao. Kể cả lúc nghe anh nhỏ giọng buồn buồn nói "con đường trước mặt của Mẫn thênh thang, Mẫn cố gắng làm cho ba mẹ vui", Mẫn vẫn chặc lưỡi khó chịu:
- Gắng gì chớ! Em chỉ muốn ở đây, có bạn có bè, có ba mẹ.
Rồi Mẫn quay sang anh, trêu:
- Có cả anh nữa.
Anh đỏ mặt. Mẫn đánh khẽ lên tay anh:
- Có anh kể chuyện quê chuyện nhà, kể cho em biết những chuyện em chưa bao giờ biết.
Những chuyện, chẳng hạn có một lần không rõ vì lý do gì, anh kể bên hông nhà anh ở Huế có trồng cây cơm nguội làm Mẫn đã tròn xoe mắt lên ngó anh. Cuối cùng Mẫn bật cười:
- Cây gì mà có cái tên ngộ quá!
Anh bảo đó là một loại cây thường mọc hoang, nhưng có nhà cũng mang về trồng làm cảnh vì không cần chăm sóc tới mùa hè vẫn ra bông trắng xóa rất đẹp. Anh nói mạ anh thỉnh thoảng đào lấy rễ phơi khô làm thuốc trị sốt rét cho ba anh. Anh nói thêm:
- Mường Mán có bài thơ dễ thương lắm về bông cơm nguội.
Mẫn bắt anh đọc ra cho Mẫn chép vào cuốn carnet "sưu tầm" thơ của Mẫn. Anh hứa nếu có dịp, anh sẽ hái cho Mẫn một chùm cơm nguội. Anh bảo hoa thì không mang theo được đi từ quê anh lên Huế rồi vô tới thị xã bằng xe đò chật chội và phải mất gần cả ngày, nên có đến được tay Mẫn có lẽ cũng không còn cánh hoa nào. Mẫn bảo vậy thì ép

vào vở. Anh phì cười:
- Anh chưa bao giờ nghe ai ép bông cơm nguội.
Mẫn cười theo:
- Nếu vậy anh đem vô cho em cái cành trơ cùi cũng được.
Chuyện giữa anh và Mẫn, đối thoại hay chuyện kể đều không có gì lớn lao như vậy, nhưng không hiểu sao Mẫn lại thấy ấm áp, thấy cái đằm thắm và hiền hòa tỏa ra nơi anh. Và thấy được cả một mảng quê nhà của anh.
Vì vậy lâu lâu Mẫn lại nhắc chuyện cây cơm nguội và bảo vẫn chờ để nhìn thấy chúng ra sao. Vào cái thuở chưa có những kỹ thuật công nghệ, anh lại không có máy chụp hình, càng không thể đưa Mẫn về quê anh để chỉ cho Mẫn xem, điều duy nhất anh có thể làm là mang một chùm cơm nguội vào thị xã, vậy mà cũng đã không thể thực hiện được.
Mùa hè năm ấy anh bị động viên nhập ngũ rất bất ngờ. Đến chỉ đủ thì giờ chạy sang nhà Mẫn báo tin để ba mẹ Mẫn tìm thầy dạy kèm khác cho Mẫn.
Hôm ấy Mẫn không có nhà. Đến trưa về học thì anh đã đi rồi. Mẫn hơi chưng hửng. Sau đó nỗi hụt hẫng làm Mẫn bàng hoàng. Mẫn có cảm giác như anh đi mà không lời từ biệt mặc dầu Mẫn biết anh không muốn vậy. Anh chỉ không kịp nói với Mẫn mấy tiếng "anh đi nghe", như anh vẫn thường nói mỗi bận về thăm nhà.
Anh đi rồi, Mẫn nói với ba mẹ rằng Mẫn không muốn học kèm ở nhà mà muốn đến lớp luyện thi với bạn. Ba Mẫn do dự nhưng mẹ Mẫn lại đồng ý vì bảo không thể tin ai ngoài anh. Mỗi tuần Mẫn học ngoại ngữ hai buổi ở trung tâm văn hóa Pháp và ba tối toán lý hóa. Ba Mẫn đưa đi đón về. Thời khóa biểu của Mẫn khít khao như không có chỗ để thở. Vậy mà Mẫn lại thấy lòng mình rất trống trải. Mỗi bận ngang qua căn nhà ở đầu đường, nỗi xác xao cứ hiện ra. Trước đây chưa bao giờ Mẫn nhìn thấy anh đứng ở đâu đó trên căn gác xép, chưa bao giờ để ý dây trầu bà anh trồng, nhưng khi anh không còn ở đó nữa, tim Mẫn đã gần như thắt lại lúc thấy một dáng người, lúc thấy những ngọn lá xanh trở màu nâu úa rồi khô cứng.
Cái sức sống biến mất trên chậu trầu bà hệt như cái hồn nhiên, vô tư biến mất trong lòng Mẫn. Không đoán nổi anh đang làm gì ở đâu, quân trường nào, hay mặt trận nào, nhiều lúc Mẫn nhủ thầm mắc mớ gì tới mình, nhưng rồi lòng vẫn lao chao, mắt vẫn thất thần khi bất chợt bắt gặp một bóng dáng người lính nào đó trên đường. Nhất là những lúc nhìn hình ảnh một quân nhân trong tay một người con gái mặc áo dài trắng, áo dài hoa trên phố, trên truyền hình, là mặt Mẫn lại đỏ lên. Cái cảm giác như có bàn tay nào đó siết lấy cổ mình khiến Mẫn nghẹn

ngào đến không thở được. Mẫn chưa bao giờ tưởng tượng ra anh là lính, chưa bao giờ nghĩ mình sẽ dính dáng đến một người lính nào đó nhưng không làm sao thoát khỏi cái cảm xúc buồn bã, nao lòng trước những hình ảnh dễ thương ấy hiện ra trong mắt.

Anh đi bất thần đến không thể chào từ giã, và một hôm quay về, đến thăm gia đình Mẫn cũng rất bất ngờ. Đó là lúc Mẫn chuẩn bị đi học thêm. Bước xuống tới phòng khách thấy anh ngồi đó, tóc ngắn ngủn như con nít, quân phục xanh, và nước da đen sạm, Mẫn đã ngỡ ngàng đến mức không bước thêm được. Chân Mẫn như dính chặt xuống mặt sàn nhà. Mẫn không thể tin nổi ở mắt mình, cũng không tin nổi anh... "thành" ra như vậy.

Anh nói anh xong sáu tháng quân trường và đang chuẩn bị nhận lịnh về một đơn vị nào đó nên được vài ngày phép, muốn đến thăm gia đình Mẫn trước khi về nhà. Mẫn muốn chảy nước mắt. Muốn chạy đến thăm hỏi, nhưng vì ba mẹ đang ngồi với anh nên Mẫn chỉ chào vội môt tiếng rồi quay gót trở vào phòng. Tim Mẫn đập loạn xạ và chân tay Mẫn muốn rụng rời. Mẫn không biết nên làm gì. Trái tim Mẫn nói mừng anh về, lòng Mẫn reo lên, mừng anh về, nhưng Mẫn bối rối và luống cuống.

Ba đưa Mẫn đến lớp học thêm toán lý hóa trong khi anh vẫn còn ngồi tiếp chuyện với mẹ Mẫn. Thật lòng mà nói nếu có thể được, Mẫn đã chạy tới bên anh, cầm lấy tay anh và gục đầu xuống vai anh. Nhưng hẳn nhiên Mẫn không dám làm, vì ba mẹ, và vì những điều mà cô bé mười bảy tuổi của Mẫn thời ấy không cho phép. Tuy nhiên suốt buổi học, nước mắt Mẫn cứ chực trào ra, hồn Mẫn cứ chỉ muốn thoát ra khỏi người để lang thang về phía anh đang hiện diện.

Nhưng Mẫn không thể nào ngờ là anh đã đến lớp học thêm xin được gặp Mẫn. Với cái lý do giản dị là anh sẽ phải rời đi ngay chiều hôm ấy, nên thầy giáo đồng ý cho Mẫn ra khỏi lớp trước giờ tan học.

Đã phải khó khăn lắm Mẫn mới không vấp chân mình khi ra đứng với anh trên khoảng sân nhỏ dẫn ra cổng trường. Mẫn hoàn toàn chẳng còn là cô bé vẫn hay liếng thoắng trêu ghẹo anh. Không là cô học trò chỉ biết bắt nạt anh những lúc không muốn học. Hai tay Mẫn không biết để đâu. Cái cặp sách dường như vẫn rất nhỏ để Mẫn níu lấy. Và bầu trời dường như vẫn không đủ chỗ để Mẫn ngước nhìn. Anh cười nhỏ bên tai Mẫn:

- Không bị học với anh chắc Mẫn... khỏe lắm phải không?

Mẫn muốn đánh lên tay anh nhưng lại không dám. Mẫn muốn la lên nhưng miệng môi cứng khô không ngôn từ nào thốt ra được. Mẫn đã đứng yên hết ngó ra ngoài đường, lại ngó về phía khác nơi anh đang đứng như vậy cho tới khi anh nói anh sẽ gửi thư cho Mẫn khi về đơn vị và hỏi Mẫn có thể ghé nhà bạn anh trên đường đi học để nhận thư anh không, Mẫn mới lí nhí trả lời "dạ được". Mẫn như "con mèo ngái ngủ trên tay anh" của Nguyên Sa. Như "ma sơ" của Nguyễn Tất Nhiên. Bé nhỏ. Thẹn thùng.

Anh đứng với Mẫn một lát rồi từ giã. Anh bảo phải về Huế. Và nói thêm sợ ba Mẫn sẽ thấy anh khi đến đón Mẫn. Lúc anh đi rồi Mẫn mới sực nghĩ ra tại sao anh có thể tìm được nơi này, và biết Mẫn học lớp nào. Tuy nhiên Mẫn có cảm giác mình cũng chẳng cần biết thêm gì. Vì lòng Mẫn vui hơn nắng nhảy múa trên con đường về nhà, rộn rã hơn cả tiếng chim sẻ hót líu lo buổi sáng. Mẫn nhận ra mình quan trọng với một người như thế nào, và người ấy cũng quan trọng với mình ra sao. Mẫn ngập chìm trong hỉ hân, vui mừng.

Mẫn nhận được thư anh khi anh về đơn vị. Rồi thư trước ngày chuẩn bị hành quân. Sau những trận đánh. Thư chiến trường, thư thấp thoáng lo âu, thấp thoáng nỗi ngậm ngùi. Nhưng thư nào cũng rất ngọt ngào và đằm thắm hệt như tính cách con người anh. Hoàn toàn không có lời tỏ tình, không nói thương nhớ, chỉ nhắc trên đường hành quân nhìn thấy hoa sim và trên đường về miền đông thấy bông cơm nguội, bảo tưởng chỉ Huế mới có bông cơm nguội, mà Mẫn lại biết chắc chắn anh đã "thuộc về" mình.

Những lá thư đi theo Mẫn năm tháng dài. Không lâu sau đó là binh biến. Cả đất nước tao loạn. Nhà Mẫn chạy tháo theo mọi người lên một chiếc xà lan, sau chuyển sang một chiếc tàu lớn vào tới Nha Trang rồi vào Vũng Tàu. Ở đó, mọi người tiếp tục chạy về Sài Gòn. Ba mẹ Mẫn cũng muốn về Sài Gòn với cái hy vọng mảnh đất cuối cùng của miền Nam sẽ không mất. Nhưng chỉ chạy tới cầu Cỏ May là cả nhà phải dừng chân. Đoạn đường mấy mươi cây số mới về tới thủ đô không dài nhưng mẹ Mẫn do không quen dãi dầu, không quen mưa nắng đã ngã bịnh rất nặng, đến cuối cùng cả nhà phải quyết định dừng lại ở giữa đường.

Ở ven đường thì đúng hơn.

Không người thân, không quen biết ai ở đó, chỉ cái tên cầu Cỏ May là nghe rất quen, rất thân thuộc với Mẫn. Trong một lá thư, anh kể có khoảng thời gian ngắn đóng quân gần khu vực này. Lúc còn ở thị xã, Mẫn từng nghe nói người miền Nam chân chất và tốt bụng, lúc những người không quen ở cầu Cỏ May cưu mang gia đình Mẫn suốt thời gian mẹ Mẫn lâm bịnh mà không chịu lấy tiền hay bất cứ hiện vật nào, Mẫn mới hiểu rõ hơn. Sau này khi miền Nam sụp hoàn toàn, dù đã chạy về tới Sài Gòn nhưng không được chấp nhận nhập cư, ba mẹ Mẫn đã

quyết định về đó để sống một phần cũng vì những ân tình ấy.
Trước đó ba Mẫn đã chạy về thị xã để xem tình hình, thì biết ra căn nhà của gia đình Mẫn đã bị chiếm đoạt bởi vì gia chủ không có mặt lúc Ủy ban quân quản chiếm thành phố. Căn nhà trở thành một trụ sở hành chánh và sau này thành nhà của một cán bộ. Ba Mẫn sững sờ, nhưng bạn bè chung quanh khuyên tốt hơn hết là nên tránh xa vì thị xã không còn là đất để dung thân. Ba Mẫn trở vào Sài Gòn với nỗi đắng cay và đau đớn, nhưng cuối cùng cũng phải đành chấp nhận số phận đã bị những người chiến thắng định đoạt cho mình.
Lại gói ghém, lại chạy đôn chạy đáo rời Sài Gòn trước khi chính sách hồi hương bị đẩy mạnh, gia đình Mẫn về Phước Tuy. Số vàng vòng ba mẹ Mẫn mang theo được, đổ vào vài sào đất để được hợp lý hóa thủ tục hành chánh, được coi như là dân địa phương. Cuộc sống bắt đầu trở nên thê lương dầu không chỉ riêng một mình gia đình Mẫn, nhưng đối với Mẫn, thật quá mức để có thể tưởng tượng ra được.
Mẹ của Mẫn, người chưa hề làm gì nặng trước đó, bỗng dưng trở thành nhân vật chính kiếm miếng cơm cho gia đình. Thành người bán tôm bán cá ở chợ, lam lũ như một người dân miền duyên hải từ bao đời. Ba Mẫn vào một tổ hợp làm lưới, cái nghề nghiệp chỉ từng "nghe nói" trước đây nhưng chưa bao giờ thấy, chưa hề biết nó như thế nào. Và Mẫn không còn đi học, ngày ngày cùng với đứa em út cúi mặt trên đám rẫy sau nhà.
Không một lần Mẫn dám nghĩ tới ngày tháng cũ. Không một lần dám mở tập carnet có mấy lá thư anh viết mà Mẫn đã kỹ lưỡng gìn giữ như báu vật trên đường chạy loạn. Cuộc đời không còn hương còn vị đối với Mẫn. Tuổi thanh xuân của Mẫn cũng qua đi như đám cỏ xác xơ ven đường. Mẫn không hề muốn có một người bạn, càng không muốn có người yêu và không muốn đời sống hôn nhân như những cô gái khác cùng thời. Mà cả ba mẹ Mẫn thật lòng cũng không muốn thấy Mẫn sẽ thành thân với bất cứ người thanh niên nào nơi ấy, nên xem như đã chấp nhận những nghĩ suy và quyết định của Mẫn.
Lặng lẽ. Nặng và dài. Ngày tháng buồn bã trôi như giòng nước sông Cỏ May trước mặt nhà Mẫn. Đến cuối cùng, mặc dầu hồ sơ bảo lãnh của anh Mẫn chậm trễ, và trục trặc từ cả hai phía, gia đình Mẫn cũng rời được nơi muốn rời đi. Thời gian sống ở tỉnh lỵ miền duyên hải, cảm xúc thương yêu trìu mến để lại rất ít trong lòng Mẫn, nhưng hôm xe đò chạy ngang qua cầu Cỏ May, bất giác Mẫn cũng đã quay đầu nhìn lại. Nước mắt Mẫn bỗng lưng tròng. Mẫn nhận ra mình đã cúi mặt mà sống chỉ vì đâu đó trong Mẫn, cái tên vùng đất đã níu Mẫn xuống.
Rõ ràng chưa có gì sâu nặng để gọi đó là tình yêu. Chưa có gì ray rứt

đến khôn nguôi để Mẫn đem lòng chờ đợi. Nhưng mọi thứ dường như đã khép lại, đã đóng băng ở cái vạch mức ngày anh có mặt trong đời sống Mẫn.
Miền Nam nước Pháp đón Mẫn cũng buồn bã và ảm đạm không kém gì những tháng ngày trải dài ở cầu Cỏ May. Mẫn đã không còn đủ thanh xuân, không còn đủ sức để lăn xả vào cuộc sống mới tìm ra cho mình một tương lai rực rỡ nào đó. Hoàn cảnh khổ cực lâu ngày đã làm Mẫn nhuốm cái thói quen chậm chạp với cuộc đời. Mỗi ngày Mẫn đến trường học tiếng Pháp vài tiếng, rồi vào trường dạy nghề một cách vô cùng khó khăn. Mẫn không muốn nghĩ đến câu người đời vẫn thường hay nói, "trâu chậm uống nước đục", nhưng đồng cỏ xanh thật sự đã hết chỗ dành cho một người ở vào lứa tuổi như Mẫn.
Cuối cùng Mẫn dừng lại ở một công việc tầm tầm trong tiệm làm bánh ngọt cuối phố. Nhưng vậy đó mà nỗi ngậm ngùi, cay đắng vẫn không chịu dừng lại với Mẫn. Mẫn đã không tài nào hiểu nổi tại sao mọi thứ trên đời đều trễ tràng với mình. Đến cả chuyện tình cờ gặp một người quen cũ cũng đớn đau. Mẫn đã phải nghe thêm một đôi điều lẽ ra không nên nghe, không cần nghe qua người ấy, rằng anh từng có lần về tìm Mẫn, nhưng không ai biết gia đình Mẫn ở đâu.
Người ấy nói thêm, anh hiện giờ đang sống ở Hoa Kỳ.
Lúc người ấy đi rồi, Mẫn mới sực nhớ mình đã không hỏi gì thêm tin tức khác về anh, về nơi anh đang định cư. Hệt như ngày xưa từng quên mất không hỏi tại sao anh biết trường Mẫn học thêm.
Mọi sự đều lỡ làng, Mẫn nghĩ. Về đến nhà, Mẫn run tay mở tập carnet, mở những lá thư anh viết. Mẫn đọc lại mấy câu thơ bông cơm nguội của Mường Mán. "Hái bông cơm nguội bên thềm cũ. Nhớ thuở quế trầm chưa mất nhau. Loài hoa anh tặng em ngày ấy. Giờ hết nguội rồi bỗng biết đau". Mẫn nhìn ra cửa sổ. Hai mắt cay nồng. Thời xưa cũ hiện ra nhưng Mẫn biết mình đã không có cái hân hạnh nhận được chùm bông cơm nguội.
Mẫn rưng lòng. Muốn bật khóc thương thân. Mẫn tự hỏi tại sao từng sống ở nơi có rừng, có đất, từng làm việc với cỏ cây, bông trái bao nhiêu năm, vậy mà vẫn chưa hề có lần được nhìn thấy loài hoa ấy. Trong lá thư cuối của anh có mấy chữ, "anh đã nhớ Mẫn vô cùng khi bắt gặp đám bông cơm nguội trắng xóa trên đường hành quân".

Hoàng Nga

HOÀNG NGỌC HÒA

CON MẮT LƯỜI BIẾNG

"Hữu Duyên Thiên Lý Năng Tương Ngộ,
Vô Duyên Đối Diện Bất Tương Phùng"

Hắn sinh trưởng và lớn lên trong một đất nước chiến tranh, loạn lạc. Thành phố nhỏ nơi hắn sinh ra, không biết bao nhiêu bạn bè của hắn đã nằm xuống, vì những viên đạn vô tình, thành phố mà hắn có khá nhiều kỷ niệm vui buồn về con mắt của hắn.

Trước khi sinh hắn ra, có ông thầy bói trong làng bảo với mẹ hắn, bà sẽ sinh *"quý tử"*, nhất định sẽ là con trai và phải có một cái tật nhỏ, ông nói: *"có tật có tài, sau nầy tiếng tăm lừng lẫy nước ngoài"*, thế nhưng lúc hắn ra đời, mẹ hắn không thấy có tật gì cả, chỉ thấy con mắt trái nhỏ hơn mắt phải tí xíu, nhìn kỹ mới thấy được, nên bà cũng hơi lo, không biết ông thầy bói có đúng không.

Thời đó phần nhiều dân sống trong làng ai có con cháu sinh ra cũng đều đi xem bói hay chấm một lá số tử vi, xem sau này vinh hoa phú quý hay không. Trong một đất nước nghèo nàn, chiến tranh đang lan tràn, tin tưởng vào tướng số và bói toán hay mê tín dị đoan phần nào làm cho người dân cảm thấy có được sự tự tin, dù họ vẫn biết rằng *"phúc đức thắng số"*.

Vào lớp tiểu học vỡ lòng trong làng, con mắt trái của hắn hơi bị lệch đi chút xíu. Những đứa trẻ cùng lớp của hắn hay chọc càng làm hắn bực mình thêm, lúc đầu hắn cảm thấy khó chịu, sau trở thành quen, không còn để ý những lời chọc ghẹo từ chúng nữa, cứ chăm chú học. Bù lại, hắn được các thầy cô thương mến vì học giỏi và viết chữ đẹp nhất lớp, thường được chọn lên bảng viết để các học trò bên dưới chép lại.

Hắn thi đỗ *"càng cua"* (concourse), cuộc thi tuyển chọn chỉ nhận 200 học sinh trên số dự thi hơn 3000 để vào lớp đệ thất (lớp 6 bây giờ) trường trung học công lập lớn nhất thành phố. Đây không những là vinh dự, mà còn bớt nỗi lo về tài chánh cho phụ huynh. Các học sinh kém may mắn hơn, nếu cha mẹ có tiền gởi học các trường tư thục, còn không đành về quê làm ruộng hay đi lính. Mấy đứa trẻ hay châm chọc hắn, thường ngày ít lo học nên *"trượt"* cũng khá nhiều. Bớt được một số *"kẻ thù"*, lên trung học hắn lại gặp một đám ngỗ nghịch mới, nhưng rồi hắn đỗ *"primere"*, tú tài phần nhất rồi phần hai thứ hạng cao nên được tiếp tục đại học, không phải thu xếp vào quân trường như đám bạn của hắn, *(định nghĩa "bạn" của hắn là những người không trêu chọc cái tật nhỏ của hắn)*.

Thời đó, trẻ con trong làng, trong lớp lúc chơi hay đánh lộn nhau thường mang tên ông bà cha mẹ ra chửi, hay những tật xấu của người khác làm trò đùa. Thế hệ nào, thời gian nào cũng có những đứa trẻ ngỗ nghịch. Nơi hắn sinh ra và lớn lên cũng không tránh khỏi tình trạng nầy, hắn buồn nhưng để trong lòng ít khi nói ra. Mẹ hắn đưa đến bác sĩ chuyên khoa về mắt thì họ cũng bảo không có gì. Thời đó giải phẫu là một điều hiếm thấy, bác sĩ về chuyên môn không có nhiều, phương tiện y khoa còn hạn chế, nên hắn đành bó tay dù biết có tốn bao nhiêu chăng nữa, mẹ hắn cũng dành dụm, kiếm cho được để chữa cho hắn. Lúc lên một tuổi, cha hắn hy sinh cho Tổ quốc khi ông đưa đoàn quân từ Huế ra Quảng Trị và bị địch quân phục kích ngay tại Đại lộ Kinh hoàng, một mất mát lớn cho hắn và gia đình không những về vật chất mà cả tinh thần, hắn nghĩ không chừng ông còn sống, có lẽ ông sẽ kiếm cách đưa hắn đi ngoại quốc chữa bệnh.

Bốn cái xấu mà bọn trẻ con trong làng, trong lớp hay mang ra đùa giỡn là *nhất lé, nhì lùn, tam hô, tứ sún*. Với y khoa và tình trạng tài chánh thời đó, những tật nầy thường không được chữa trị, ai nhỡ sinh ra, có tật, đành chấp nhận.

Tại Mỹ bây giờ sún là điều dễ chữa nhất, nha sĩ cũng có thể làm cho hết hô. Hắn có người quen can đảm chịu ăn chất lỏng 6 tháng để làm lại nguyên hàm răng. Chỉ còn riêng tật lùn vì khi lớn lên cơ thể thiếu dinh dưỡng, các chất bổ xương, là chưa thấy có cách chữa. Trẻ con Việt nam sinh ra trên đất Mỹ cao hơn cha anh sinh trưởng từ Việt nam rất nhiều.

Trở lại căn bệnh của hắn, y khoa ngày nay gọi là *strabismus* (lazy's eye), một con mắt lúc sinh ra yếu hơn con mắt kia, nên nếu không chữa trước 6 tuổi, con mắt đó sẽ không còn thấy. Vì để tránh nạn nhìn 2 ảnh (double vision), bắp thịt để kiểm soát sự di động của mắt cũng dần yếu đi, có người bị một, có kẻ bị cả hai, thống kê cho biết 4 phần trăm trẻ em sinh ra bị bệnh nầy.

Từ lúc qua Mỹ, trừ thời gian còn nghèo khi mài đũng quần trên ghế nhà trường, sau khi ra trường, có công ăn việc làm, hắn tìm gặp các bác sĩ chuyên khoa về mắt tại các khá nhiều trung tâm nhãn khoa. Ở Mỹ có 2 loại bác sĩ về mắt, một về mắt kính gọi là *Optometric Doctor* (O.D.) chỉ có thể khám và làm mắt kiếng, nhưng các bác sĩ Việt nam về ngành này ngoài cửa tiệm cũng treo bốn chữ bác sĩ nhãn khoa! Hai là *Opthamology Doctor* (M.D.) chuyên khoa mắt, có thể chữa hay giải phẫu các bệnh về mắt.

Đầu tiên hắn đi tìm các bác sĩ chuyên khoa mắt của Mỹ, vì các thành phố hắn ở không có bác sĩ Việt Nam. Lời khuyên của các vị này gần giống nhau là không đau chữa làm gì, cũng không thể trả lời là mắt hắn bị bệnh gì, sau khi chẩn bệnh đoán rằng tại lúc nhỏ bị ánh sáng mặt trời chiếu vào nên mắt bị mờ và lệch đi!

Sau hơn mười lăm năm tìm kiếm, nhân dịp hãng chuyển hắn về làm việc tại California, hắn tìm đến các bác sĩ chuyên khoa mắt người Việt tại đây, mong rằng giải thích bằng tiếng Việt khả dĩ họ có thể tìm cho hắn lối thoát chăng, hay họ có thể giới thiệu hắn đến các bác sĩ khác. Bỏ công tìm kiếm, lấy hẹn, khám xong, kết quả vẫn như cũ không gì khác hơn ngoài câu trả lời, y khoa chưa có phương tiện ghép mắt.. v.. v và v.. v.. có khi hắn nghĩ hình như phần đông các bác sĩ ở đây ít có ai để ý nhiều đến bệnh nhân. Đến phòng mạch bác sĩ có khi mất cả ngày ngồi chờ dù đã có hẹn trước, lỡ vào bệnh viện tâm trí gặp mấy ông bác sĩ tâm lý thì không bệnh cũng trở thành bệnh.

Hắn có người bạn, cô vợ hơi bị tâm thần, bác sĩ cho uống thuốc tâm thần đâm ra điên luôn, anh ta giận quá dọn về một thành phố nhà quê, không cho vợ thuốc anti-depression nữa. Sau một thời gian ngưng thuốc, cô ta trở lại bình thường.

Vợ một người bạn khác, cứ bệnh như tâm thần, nhưng không biết bệnh gì, đi bác sĩ nội thương tại thành phố hắn ở, kiếm không ra bệnh, ông cho thuốc tâm thần, người chồng giận lắm nghĩ vợ mình không bị bệnh đó, không cho uống thuốc, tình cờ quen được một gia đình Việt nam có người con trai ra trường y khoa, anh này gởi bà vợ đến bệnh viện thuộc trường đại học tại thành phố Miami để chẩn nghiệm biopsy, sau đó khám phá ra bà vợ bị viêm gan loại C (hepatitis C) hiện nay chưa có thuốc chữa. Từ lúc khám phá ra được bệnh, hai vợ chồng tuy biết chưa có thuốc chữa, nhưng như trút được gánh nặng, từ nay chỉ lo chữa bệnh chứ không đi tìm bệnh như trước.

Còn ông bác sĩ cho thuốc tâm thần kia có bà vợ chả học hành gì, ra ngồi phòng mạch lo lấy hẹn và để giữ chồng, cứ mỗi lần gọi đến xin hẹn, bà trả lời, để tôi xem có thể *"nhét"* ông hay bà... vào gặp bác sĩ không. Giận quá ông bạn của hắn có lần to tiếng với bả rằng: *"Tôi là con người chứ nào phải con vật, con mắm gì mà lúc nào bà cũng đòi nhét, đòi chêm. Tôi đi bác sĩ trả tiền đàng hoàng chứ có ăn xin ai mà đối xử với tôi như vậy".* Sau khi ngưng được một thời gian, chứng nào tật ấy, người ta vẫn thấy bà tiếp tục *"nhét"* tên bệnh nhân vào sổ hẹn của ông chồng bà.

Nhất định không bỏ cuộc, hắn vẫn đi tìm kiếm, cho đến một hôm, con gái của hắn bị bệnh đỏ về mắt *(pink eyes)* lây từ trường học. Vợ hắn phải khẩn cấp dẫn con đi gặp bà bác sĩ nhi khoa gia đình. Bà bác sĩ giới thiệu đến một người bạn bác sĩ chuyên khoa mắt về nhi khoa *(Pediatric Opthamologist),* ông này sau khi có sự giới thiệu đã nhận, khám và chữa trị cho cô bé ngay, nhưng ông bảo sau khi lành bệnh trở lại để ông thử nghiệm mắt, vì ông nghi có một con mắt yếu hơn con kia.

Cả tháng sau đó, tình cờ hắn cùng vợ dẫn con đi gặp bác sĩ, lúc ông nhìn hắn trong phòng khám bệnh, ông nói vỏn vẹn một câu ngắn: *"Tôi có thể chữa cho ông luôn đấy".* Hắn không ngờ là ông bác sĩ chuyên khoa về mắt dành cho con nít nầy lại là người hắn đi tìm kiếm gần cả 50 năm nay. Lúc dẫn con ra xin lấy hẹn, cô thư ký bảo ông bác sĩ nầy cũng chữa bệnh mắt người lớn nữa! Hắn còn nhớ mười lăm năm trước lúc ông nha sĩ của hắn nhổ hai cái răng khôn *(wisdom teeth)* đã hỏi hắn lý do nào mà để đến giờ nầy, trên 40 tuổi ông mới nhổ hai cái răng nầy, người Mỹ có cơ hội khám phá và thường chữa ngay lúc còn nhỏ.

Lần gặp đầu tiên tại phòng mạch, sau khi đã lấy các lăng kính ra đo, ông bảo với cô y tá lấy hẹn cho hắn đi mổ. Hắn ngỡ ngàng trả lời: *"Ước gì tôi gặp ông 45 năm trước"*, bây giờ tuy có trễ, không chữa được để thị giác con mắt trái khá hơn, nhưng ông sẽ sửa và điều chỉnh lại, nếu làm chuyện nầy trước khi hắn lên 6, không những hai mắt hắn được bình thường, mà thị giác cũng được điều chỉnh lại.

Hắn nhận thấy tại Mỹ, ít có người lớn bị tật về mắt như hắn, hay bệnh sứt môi *(Cleft Lip)*, chỉ vì họ đã có cơ hội chữa lúc còn nhỏ, đó cũng là lý do tại sao cứ đi tìm mãi các bác sĩ chuyên khoa mắt về người lớn, họ chỉ chữa các bệnh như võng mô bị rách, *cataract, lasik..* . Còn nhớ lúc vợ hắn sinh con tại nhà thương, chỉ mấy ngày đầu đã có nhiều bác sĩ nhi khoa vào khám cho em bé, về cơ thể, da, tai, mắt, mũi... xem thử có bệnh gì là họ gởi đi chữa ngay, sau đó cứ việc mang con đi bác sĩ dài dài, nào là chủng ngừa, khám thường niên, dinh dưỡng.

Tại Hoa kỳ cũng nhờ phương tiện y khoa dồi dào và tân tiến, những cha mẹ ít lợi tức thì chính phủ cho bông sữa WIC *(**W**omen, **I**nfants, **C**hildren)* để giúp về vấn đề dinh dưỡng cho các em bé vì thiếu dinh dưỡng cũng ảnh hưởng đến trí thông minh sau nầy, các em bé lúc đến tuổi vào trường phải nộp đủ hồ sơ, thiếu chích ngừa là trễ học ngay, trường không nhận, các bệnh như tê liệt *(Polio)*, đậu mùa đã dần dần biến mất, các tật bẩm sinh khác thường được các bác sĩ tìm cách chữa trị.

Kết quả cuộc giải phẫu đúng như những gì hắn chờ đợi. Quê hương thứ hai đã cho hắn cơ hội có một cặp mắt nhìn ngay thẳng, bình thường như mọi người, hết còn ai dám châm chọc cái tật nhỏ của hắn. Kết quả chữa mắt tuy trễ gần 50 năm, nhưng hắn thấy vững lòng và tự tin hơn bao giờ hết.

Từ ngày xưa, ước vọng của hắn chỉ là mong được làm một con người bình thường như mọi người khác, luôn vui vẻ và hài lòng với những gì mình đang có, không câu nệ chấp nhất, và luôn luôn hy vọng, đừng bao giờ bỏ cuộc, nếu cái duyên chưa hay không đến, hắn nghĩ. Nếu cô con gái của hắn không bị bệnh đỏ mắt, bà bác sĩ không giới thiệu người bạn, và hắn không theo con đến phòng mạch, vào gặp bác sĩ thì có lẽ hắn vẫn cứ đi tìm đâu đó xa vời. Hắn cũng hy vọng những người có thứ bệnh như hắn, hãy hy vọng lên vì đã có thuốc chữa, cách chữa. Những người có con, trước 5 tuổi, dù thấy hai mắt bình thường chăng nữa, nên đưa con đến thử nghiệm với các bác sĩ chuyên khoa mắt nhi khoa, nếu có bệnh hay cần mang kiếng, chữa ngay từ nhỏ sẽ có cơ hội trở lại bình thường hơn là chờ đến lớn tuổi.

Lúc hai vợ chồng hắn dẫn cô con gái ghé phòng mạch để tặng quà cho ông bác sĩ chuyên khoa mắt sau khi mổ xong, ông dịu dàng bảo: *"Ông bà không cần phải làm vậy, đó là trách nhiệm và là công việc làm của tôi."*

Ông ta nói vậy nhưng hắn biết trong lòng ông bác sĩ Mỹ nầy rất cảm động, có bệnh nhân đã cám ơn sau khi chữa lành bệnh, dù trễ hơn 45 năm. Hơn bốn mươi lăm năm về trước, nếu có "*duyên phận*" gặp ông, hắn nghĩ, lúc đó ông vẫn chưa ra đời!

Hoàng Ngọc Hòa
2003

HOÀNG QUÂN

CA DAO

Nhờ vài sự kiện ngẫu nhiên, chị và nàng trở thành đôi bạn. Cả hai ở chung thành phố gần mười năm trời, mà mãi đến giờ mới chạm mặt. Có lẽ muốn bù đắp cho thời gian dài hụt nhau, chị và nàng thân thiết ngay trong buổi gặp gỡ đầu tiên. Hai đứa ngồi nói bao nhiêu là chuyện, tưởng như đã quen tự xửa, tự xưa. Rù rì chuyện trò, chị và nàng nhận ra hai đứa có nhiều mẫu số chung đó đây trong những góc nhìn cuộc đời. Nàng cũng nghĩ như chị, sự mong đợi trong quan hệ tình cảm của người nữ và người nam khác biệt rất nhiều. Chị đã đến gần, thật gần một mối tình. Sợi dây nối giữa chị và người ấy là những điện thư nhiều trang và những cuộc điện đàm hàng tiếng đồng hồ. Tình cảm hai người khắng khít thật nhanh trong giai đoạn người-tình-không-chân-dung. Nàng tưởng tượng được sự hồi hộp của chị, khi nhận được điện thư có kèm tấm hình của người ấy. Lúc trên màn ảnh hiện lên hình người ấy, chị đã tắt vội máy trong giây phút hốt hoảng, hụt hẫng. Không phải vì người ấy giống "Thằng Gù Nhà Thờ Đức Bà" hay "Trương Chi". Nhưng những lá thư và những cuộc điện đàm đã vẽ trong trí chị một nhân dạng khác. Trấn tĩnh lại, chị dần dà tìm được những đại đồng, tiểu dị giữa văn và người của người ấy. Chị hân hoan trong mơ mộng của một hạnh ngộ. Với những sắp xếp mang vẻ tình cờ mà lãng mạn, người trong mộng đến với chị. Điều kiện khách quan, chủ quan hết thảy đều thuận lợi. Cuộc sống hình như sắp tròn trịa, *gặp nhau đôi tâm hồn được nghỉ ngơi.* Nhưng mọi việc diễn tiến khác với dự tưởng của chị, của người ấy. Cả hai cùng choáng váng, cùng mất thăng bằng. Chị xuống tinh thần dữ dội. Người ấy vẫn giữ liên lạc với chị. Nhưng những tờ giấy đầy chữ không thể gọi là thư mà là những bài báo cáo khô như ngói. "Anh đang đi làm ở tỉnh X. Anh sắp sửa đi dự hội nghị ở tỉnh Y". Chị tiếc, chị nhớ những lá thư đầu Ngô, mình Sở, chêm vào đôi câu ca dao ngất ngơ. "*Thương em chẳng dám vô nhà/ Đi ngang qua ngõ hỏi: 'gà bán không?'*" Những lá thư mở đầu với những danh từ ngọt ngào của nhiều ngôn ngữ *Cưng, Schatz, Honey, Chérie*...

Chị ngưng câu chuyện. Cả hai ngồi lặng yên một lúc, quan sát nhân gian rộn rịp giữa phố. Nàng quay qua chị:
-Sự khác biệt vẫn muôn đời còn đó. Người nữ lý tưởng hóa mối quan hệ thành một tình yêu. Người nam cụ thể mong đợi một người yêu.
Chị mỉm cười, gật nhẹ đầu:
-Bạn bè chọc mình nhà quê, lỗi thời. Tụi nó vẫn không tin được giữa mình và người ấy không có gì. Mà có lẽ tại vậy, cho nên người ấy bây giờ chỉ viết tường thuật chứ không viết thư nữa.
Nàng nói thầm, chị ơi, tụi mình lập "hội nhà quê yêu người" đi. Điều kiện nhập hội là tuổi đời mênh mông, nhiều mơ mộng, yêu người trong điều kiện "thượng tầng cơ sở" với thơ, văn, nhạc, với những điều mơ hồ, lửng lơ con cá vàng. Chứ không mặn mà với "hạ tầng cơ sở" có chăn gối mùng mền rầy rà.

Trở về, sau giờ nghỉ trưa khá dài và bao mẫu chuyện lan man, chuyện chị, chuyện nàng. Đầu óc nàng vẫn còn ngập những ấn tượng, ý tưởng của buổi gặp gỡ. Chàng lặng yên, sau khi lặp lại câu hỏi ba lần mà nàng dường như vẫn chưa hiểu. Nàng hỏi:
-Sao ai không kể chuyện chi vui vui hè?
Chàng mát mẻ:
-Đâu có gì vui để kể. Mà có kể, chẳng ai hiểu. Người thì đó, mà hồn đâu mất tiêu.
-Coi bộ làm cao, làm khó dữ.
-Ừ, thì vậy. Chứ làm thấp, làm dễ, người ta chẳng để ý tới mình.
Nàng dọ dẫm:
-Tiếc quá! Phải chi điện thoại có màn ảnh để được thấy bánh bao chiều.

-Trời ơi. Em nhớ hàng bánh bao ở gần rạp hát không? Ông già chỉ bán buổi chiều thôi. Bánh ngon dễ sợ.
Đột nhiên, giọng chàng sống động hẳn lên, quên đi vai làm nư chàng đang diễn.
-Em thích bánh da lợn, bánh ít lá gai hơn.
-Bánh bò trắng cũng ngon ghê gớm...

Vậy là hai đứa tranh nhau kể những món ăn tuyệt vời trong tưởng tượng. Chàng đề nghị, bữa nào hai đứa viết chung một cuốn sách về những món ăn trong ký ức.

Mùa xuân, nàng bị dị ứng phấn hoa. Lắm lúc, nàng nghĩ, mình bị hắt hơi liên tục tại vì ai đó
thường nhắc mình. Bác sĩ cho nàng đúng thuốc. Ngày một, ngày hai, nàng hết "ách- xì". Nàng vặn vẹo, có phải tại chàng không nhắc, cho nên nàng hết hắt hơi. Chàng nỉ non:
-Sao không! Không những anh nhắc, anh còn mơ nữa. Anh mơ có ngày gặp em. Mơ hoài, thể nào giấc mơ cũng thành sự thật, phải không?
Chàng hát nhỏ: "*Một lần nào cho tôi gặp lại em...*"
Nàng ngúng nguẩy:
-Đã gặp-đi bao giờ đâu mà anh đòi gặp-lại.
Nàng đằng hắng:
-À, cô ca sĩ ruột của anh, cô ngang xương đổi cách xưng hô trong bài hát. Nhạc sĩ mà biết đứa con tinh thần của ông bị hành hạ như vậy, chắc phải khóc thét.
Chàng ngạc nhiên:
-Ủa, sao em lại níu áo, mắng vốn anh.
Nàng trề môi:
-Tại anh cứ xuýt xoa khen cô ca sĩ xinh xắn, hát hay.
Chàng nói ba phải:
-Ờ, ca sĩ có lúc này, lúc khác.
Nàng chì chiết:
-Cô ca sĩ mơ *Một lần nào cho em gặp lại anh*. Ai đời, "*anh*" của cô như vầy đây: *Ôi mái tóc mây bay/Giờ còn không tiếng nói thơ ngây/Giờ còn không anh có vui không/Hai má còn hồng*. Nghe nổi da gà.
Chàng phì cười:
-Vậy là cô ca sĩ mơ gặp... Michael Jackson. Nè, sao em đánh trống lảng, không trả lời câu hỏi của anh vậy?
Nàng hỏi ngược chàng:
-Anh biết tại sao tháng Bẩy mưa ngâu không?
-Tại trời khóc Ngưu Lang, Chức Nữ xa nhau.

-Không phải. Ngưu Lang, Chức Nữ cùng khóc, vì tiếc, đã lỡ gặp nhau, tình hết đẹp.
-Em đừng xuyên tạc chuyện xưa tích cũ. Mà thôi. Kệ người xưa. Em có bao giờ thích mình gặp nhau không?
-Như bây giờ là vui quá chừng.
-Em tập trả lời đơn giản. Có nói có. Không nói không. Dễ ẹc hà.
-Gặp nhau. Tình cảm giảm sút, buồn vô cùng. Nàng nói thật điều mình nghĩ.
-Sao lại giảm sút. Càng nhiều hơn chứ. Chàng nói nhanh.
-Bây nhiêu là đã chới với rồi. Rối rắm thêm, như canh hẹ, làm sao mà gỡ.

Nói chuyện lan man một hồi, chàng nàng rộn ràng kể chuyện thời đi học. Chàng huyên thuyên:
-Cô giáo ấy trẻ lắm, có lẽ lớn hơn học trò tụi anh năm, sáu tuổi là cùng. Đặc biệt, cô giáo chỉ mặc áo dài trắng hoặc đen. Nhiều lần, anh canh giờ cô rời trường, anh đi theo sau cô một quãng đường...
Nàng tưởng tượng, nếu đứng trước mặt chàng, sẽ thấy chàng đang chìm đắm *người ngỡ đã xa xăm, bỗng về quá thênh thang*... Nàng nói, giỡn ít, thiệt nhiều:
-Phải chi anh lớn hơn em chừng ba, bốn chục tuổi, để khi em gặp anh, anh chỉ còn lại ngăn tim cuối cùng. Cho dù là một ngăn tim nhỏ bé, tội nghiệp, nhưng là ngăn cuối...
Nàng nhắc đến thầy giáo Việt Văn, dạy hay nổi tiếng. Thầy cho đọc bài *Hoa Học Trò* của Xuân Diệu. Nàng sôi nổi:
-Em còn nhớ vài đoạn... *Phượng không phải là một đóa, không phải vài cành; phượng đây là cả một loạt, cả một vùng, cả một góc trời đỏ rực*...
Chàng cắt ngang:
-Hồi đó em xao xuyến dữ lắm phải không?
Nàng ú ớ:
-Trời đất. Em còn con nít mới rời tiểu học. Có mấy chị lớn học ban C chăm sóc phần hồn cho ông thầy rồi.
-Vậy là em có bồi hồi. Chàng tuyên bố chắc như đinh đóng cột.
Nàng quê quê:
-Bộ anh lúc nào cũng có sẵn chồng mũ bên cạnh. Có dịp là chụp mũ người ta à.
Chàng cười cười:
-Yêu nhau chụp mũ cho nhau mà.
Tự nhiên trong tình cảm của chàng nàng có những dấu hiệu quái chiêu. Nàng kể, ông anh họ mời nàng dùng bữa ở nhà hàng hải sản, đãi

cua bảy món. Ông anh đùa, cho hợp với tính tình ngang bướng của cô em. Chàng không thèm hỏi ngon dở ra sao. Chàng nghiêm giọng:
-Thôi, em đừng đi ăn với ông anh dở hơi ấy. Mai mốt gặp nhau, anh đãi em sơn hào hải vị. Em thích ăn món gì, anh nhất định tìm cho được.

Cuối thư, thay vì chúc nàng một ngày vui, chàng viết *Em thì xa, mà ngày qua rất vội/ Có bao giờ em hiểu nỗi đau ta.* Ủa, sao đâu đó cả hai đều có cái tính kỳ cục. Nàng cười một mình: Đúng là... già không nên nết. Đã yêu không đúng lúc, mà còn bày đặt ghen không đúng chỗ.

Bên cạnh những lúc cười vui, chọc ghẹo, nàng vẫn có những khắc khoải, băn khoăn. Nàng âu lo, ngờ ngợ mình đang trót nghe theo lời u mê. Có đâu là tình cờ khi nàng nhớ câu chuyện cũ rích thời trung học. Nhỏ bạn túm tóc đuôi ngựa của nàng, cười khúc khích: "Cái ót mày ngồ ngộ. Tao là con trai, chắc tao thương mày vì cái ót". Nàng chẳng mấy để ý đến lời bàn nhảm của nhỏ bạn, chỉ ngồi lim dim, cho bạn vọc tóc. Giờ đây, buổi sáng sửa soạn đi làm, khi kẹp tóc, nàng đã kéo tấm kiếng sau lưng nghiêng nghiêng, để ngắm cái gáy của mình, coi thử nó ngồ ngộ ra sao. Nàng len lén nghĩ, nếu người ta thấy gáy của mình, người ta có giống con nhỏ bạn, đem lòng thương không. Nàng lắc đầu quả quyết. Không được! Không được! Đi chung với nụ cười mời gọi là tô cháo lú to tướng. Tam thập lục kế, tẩu vi thượng sách. Nàng áp dụng kế này đã bao lần. Tái tam, tái tứ, mà vẫn giậm chân tại chỗ. Ngoài ra, chưa chạy trốn được, nàng lại nhầm hướng, chạy lại phía người ta. Hôm nào đây, điện thư của chàng với cái tựa thật dài, "*Từng ngày tình đau cho trái tim se thêm những mỏi mòn*", đã làm nàng ủ dột suốt ngày. "Anh tự hỏi, tại sao mình quá bận tâm về cuộc sống. Tại sao mình để những điều hời hợt bên ngoài chi phối đời mình. Dần dà, anh học được cách sống, sống trọn ngày hôm nay, cho mình. Em, lúc nào đó, em thấy mọi việc quá xa tầm tay em, em cứ bỏ đi, để còn đủ sức gánh vác những góc đời khác quan trọng hơn. Anh hiểu, rất hiểu, cuộc sống mong manh thế nào." Nàng hoảng sợ, tình cảm sao như xe tuột dốc, làm sao thắng lại được. Nàng vội gấp thư lại, hai tay để hờ trên bàn phím run rẩy. Người khác nhìn vào, thấy sắc diện của nàng đổi như con cắc kè. Khác một điều, con cắc kè đổi màu phù hợp với môi trường chung quanh. Còn nàng, màu áo nàng hồng thắm tươi tắn vẫn không thể làm sáng lên mặt nàng đổi thành xanh mét. Có người hỏi nàng điều gì đó, nàng lập cập: *"Yes, yes".* Rồi nàng chợt tỉnh, mình có hiểu gì đâu mà nói *yes,* nàng lại lúng búng, *"No, no"*. Cô bạn đồng nghiệp bật cười:

-Sao, *yes* hay *no* đây? Trời đất ơi! Sao mặt mày chị nhợt nhạt ghê quá vậy?

Thực tại vẫn hiển hiện trước mắt. Ràng buộc cuộc sống vẫn vây quanh hai đứa. Hạnh phúc nhỏ nhoi nơi góc này, là ân sủng hiếm hoi trong cuộc sống. Nàng biết, mắt nàng đang ướt. Nước mắt của hạnh phúc chen lẫn niềm đau không bao giờ có nhau trong đời. Suốt đoạn đường dài trên xe lửa, nàng không đọc nổi một chữ trong cuốn sách mang theo. Nàng suy nghĩ lẩn thẩn rằng, khi không nói ra những tình cảm có thật đang chật kín trong tim, mình sẽ nhẹ tội hơn. Tính ra, cả hai cùng cảm, cùng nghĩ như nhau. Trong toán học, cả hai là động tử cùng chiều. Có điều, vận tốc của chàng vượt xa vận tốc của nàng. Có lần chàng nói: "Nếu anh *too much*, anh xin lỗi". Nàng không đáp, mà tự nhủ: "Nếu em *too slow*, em xin lỗi."

Đôi chuyện buồn đang quật ngã nàng. Ngồi co ro trong ánh đèn đêm, nàng muốn được trò chuyện với chàng. Giữa khuya, nàng mở hộp thư. "Em, anh nghe được tiếng em. Đó là lý do duy nhất giờ này vào máy viết thư cho em. Anh biết em có nỗi buồn, cho anh được san sẻ với em." Nàng như được nghe chàng vỗ về: "Em, em, đưa hết nỗi buồn cho anh, anh chịu cho". Nàng mở đường *link* bài hát chàng gởi. ... *Tựa vai nhau/ Cho nhau yên vui ấm áp cuộc đời...* Thuở nhỏ, nàng đã yêu vô điều kiện các ca khúc trong cuốn *cassette Tình Ca Ngô Thụy Miên*, mặc dầu nàng chưa hiểu, chưa thấm ý nghĩa các bài hát, ngay cả bài *Tuổi Mười Ba*, tuổi của nàng. Nàng tắt nhạc. Nàng không dám nghe hết bài hát, vì nàng đã thuộc lòng lời ca của tất cả bài hát trong cuốn băng này.

Nàng chợt nhớ "bất phương trình": tình- yêu/người-yêu hôm nào đây nàng và chị bạn mằn mò tìm cách giải đáp. Hình ảnh sầu não của chị bạn khi nhắc đến hư hao trong tình cảm hiện rõ trong trí nàng. Phút chốc, nàng thấy mình cũng chông chênh, xiêu vẹo trong nỗi buồn sắp sửa đánh mất niềm yêu. Nàng vẫn mong chàng đứng xa xa bên kia hàng rào, hát hò, thơ thẩn. Bên này, nàng cuống quýt, bâng khuâng nghe tiếng chàng ầu ơ câu ca dao ngọt ngào: *"Thò tay mà ngắt ngọn ngò/Thương em đứt ruột giả đò ngó lơ."* Bỗng nhiên, tai nàng văng vẳng câu ca dao khác, nghèn nghẹn. Nàng cúi xuống, gõ nhẹ bàn phím, những giọt nước mắt lặng lẽ nhỏ xuống bàn. Nếu nàng dùng bút mực như thuở xưa, chàng sẽ thấy câu ca dao bị nhòe nhoẹt vài chữ: *"Yêu nhau mà đứng đàng xa/ Con mắt liếc lại bằng ba đứng gần".*

Hoàng Quân

Trích lời trong các nhạc phẩm
Tìm nhau, nhạc sĩ Phạm Duy
Một lần nào cho tôi gặp lại em, nhạc sĩ Vũ Thành An
Tình nhớ, nhạc sĩ Trịnh Công Sơn
Lời tình buồn, nhạc sĩ Hoàng Thanh Tâm
Niệm khúc cuối, nhạc sĩ Ngô Thụy Miên

HỒ CHÍ BỬU

PHỐ MỌI

Không biết tên đó ai đặt và có từ lúc nào. Nhưng tôi đã có mặt ở đây hơn nửa năm rồi. Một dãy nhà được ngăn ra làm mười phòng. Mỗi phòng 16m2, toillet đầy đủ. Có ghi số thứ tự nơi cửa. Tôi mướn phòng thứ 1.

Phòng thứ 2 của ông lão mua đồ cổ đến từ Bình Định. Gọi bằng lão vì ông cũng quá lục tuần. Có lúc, tôi cảm giác ông như con sâu giấu mình vào cây lá. Như một dòng suối giấu mình vào biển khơi. Như một thiền sư giấu mình vào hệ luỵ trần gian. Ông cũng am hiểu khá nhiều về Kinh Dịch. Những lúc rỗi rảnh, ông thường tâm sự với tôi. Ông vốn là nhà sư, nhưng trung niên rồi mới xuất gia. Có lúc tôi trêu ông " Ba cô gái đẹp lên chùa. Một cô yếm thắm bỏ bùa nhà sư- Sư về sư ốm tương tư- Ốm lăn ốm lóc nên sư trọc đầu". Đi tu không bao lâu thì hoàn tục về cũng lấy một ni cô hoàn tục. Hai người ăn ở với nhau có được một cô con gái. Hai mươi năm sau, vợ ông lên chùa tu lại. Ông lang bạt sông hồ. Cuối đời làm nghề chấm Tử vi và mua đồ cổ.

Buổi chiều, ông cởi chiếc xe đạp cà tàng của ông về. Trên xe treo bọc trà khô. Gặp tôi ông hú hí :
-Qua chơi nhà thơ (thấy nét thư sinh của tôi nên ông gọi thế)
Gặp một thân chủ cũ, họ mời vào nhà chơi và tặng cho mấy gam trà ngon.
Tôi để trần sang phòng ông :
-Hôm nay có mua được món nào không bố ?
Ông khệ nệ tháo cái bọc sau ba ga :
-Được hai cái sừng nai, mỗi cái gần 80cm, cũng tàm tạm..
-Vậy là bố già vô mánh rồi !
Ông lui cui đun ấm nước điện, cần mẫn pha trà. Tráng trà kỹ lưỡng. Rót trà ra ly, đẩy sang tôi.
-Chà..trà thơm quá. Tôi nói.
-Không định lấy, nhưng con bé năn nỉ quá..
-Cầm lòng không đậu hả bố ? Tôi cướp lời.
-Chú mầy thiệt...à nầy, báo cho chú mầy một việc nhé. Tao quan sát thiên nhiên thấy có điều kỳ lạ, nên đêm qua tao lấy quẻ thử, phát hiện ra trong vòng một tháng nữa sẽ mất một lãnh đạo lớn. Không quân (ý ông nói không có lính, tức người về hưu). Không biết đích danh là ai, nhưng chắc chắn người nầy quê ở miền trung
-Chắc chưa bố ?
-Chắc chắn. Tao dùng Tứ trụ dự đoán học rồi Mai hoa dịch số, đều thấy y chang nhau.
Và điều nầy là thật. Khoảng chừng hai tuần sau, ngài thủ tướng mất, quê ông ở Quảng Ngãi.

Ông thường trao đổi với tôi nhiều về những tin ông dự đoán. Chuyện kể trên là một trường hợp. Ngoài ra chuyện ở Afghanistan, Irag và gần đây là xung đột giữa Israel với Li Băng Palestine. Ông dự đoán chính xác 80, 90%. Nhưng không biết bố già có đoán được chừng nào bố mất không? Khi tôi viết những dòng nầy là bố già đã về quê ở Bình Định để dự lễ vu qui của con gái.

Phòng thứ 3 là hai cô bé đến thuê phòng cho ba tháng hè. Chuẩn bị lên lớp 12. Học thêm ở đâu đó, nhưng sáng nào cũng đi. Hai người đi chiếc xe gắn máy Trung quốc. Trưa về nấu cơm ăn, ngủ. Chiều khoảng 17, 18 giờ, hai cậu thanh niên chạy chiếc Attila đến, đóng cửa rù rì rồi cười thét lên, liên tục, liên tục.. Khoảng 20 giờ chở nhau đi ăn và về giỡn tiếp. Hai mươi hai giờ, hai cậu thanh niên về. Hai cô gái lấy điện thoại di động ra chơi games. Chúa nhật thì cha mẹ từ dưới quê lên. Gồng gánh nào gạo, trái cây, thức ăn. Tổ chức đi chợ nấu cơm. Thứ hai lại thui thủi về quê. Bỏ con lại với kỳ vọng con mình sẽ vào lớp 12 hiên ngang năm nầy. Nhưng hỡi ơi, các con của các bà vẫn mạnh khoẻ, tươi tắng. Đang tận dụng hết thời gian tự do hợp pháp để tìm cách đốt hết tiền của cha mẹ. Tuổi của yêu đương, mộng mơ và tìm hiểu. Không có người lớn bên mình. Ai biết điều gì sẽ xảy ra với những người kém bản lĩnh mà nhiều đam mê.

Phòng 4, hai vợ chồng thanh niên. Chồng dân Quảng Ngãi, vợ quê An Giang. Không biết làm sao họ lại gặp nhau được. Kết hôn có giấy đăng ký đàng quàng. Chồng bỏ mối loại kính mắt Hàn Quốc (dỏm) đủ loại từ thượng vàng hạ cám. Hai ba ngày đi giao hàng một lần. Vợ ở nhà trang điểm kỹ lưỡng. Đóng cửa chờ chồng, không đi đâu ngoài đi chợ. Vợ chồng mới cưới nên săn sóc nhau chu đáo. Không hề nghe cự cãi bao giờ. Chồng đẹp mà vợ cũng rất xinh. Trông họ rất mặn nồng ân ái. Tôi thường bắt gặp nàng ngồi ngay cửa sổ với cái gương xinh xinh. Chăm sóc gương mặt mình còn hơn chuyên viên thẩm mỹ viện. Tôi thầm nghĩ anh chồng nên bỏ nghề bán mắt kính qua bán mỹ phẩm có lẽ hay hơn.

Phòng số 5. Hai vợ chồng giáo viên, chồng dạy cấp 1, vợ là thợ may. Vợ chồng nầy là thành viên lâu năm nhất trong số những người thuê phòng ở đây. Vợ đi may ở nhà may tư nhân. Do nàng dâu và gia đình chồng không hợp nhau, nên chồng nghe lời vợ đi mướn nhà ở riêng chứ tài chánh họ không đến đỗi. Lấy nhau sáu , bảy năm gì đó nhưng chưa có con. Anh chồng thi thoảng lại về trễ và say bí tỉ. Mỗi lần như vậy thì có nghe rổn rảng một chút rồi người vợ sụt sịt khóc. Có tiếng khóc thì chiến trường êm ả lại. Sáng ra, chục lần như một thì y như là lưng của thầy giáo chừng cả trăm dấu tròn đỏ. Kết quả của một trận giác hơi.

Người vợ cũng hiền lành, có lần cô qua phòng cho tôi con rùa vải dùng để chùi chân do chính tay cô may. Tôi cũng một lần mang ơn cô ta, chẳng là có lần vào khoảng 22 giờ đêm, tôi bỗng dưng đau bụng lạ thường, đi cầu liên tục. Tôi qua quán mua thuốc uống, gặp tôi cô hỏi và lát sau mang qua cho tôi ly rượu thuốc đặc quánh của thầy giáo, bảo là thuốc gia truyền chuyên trị về tả lỵ. Mà quả thật, uống xong khoảng 10 phút là tôi nghe êm êm và không còn đi cầu nữa.

Phòng số 6. Vô hình trung là cái quán nhỏ chuyên cung cấp đồ dùng và một ít thực phẩm cho những phòng trọ chúng tôi. Chủ quán là người ngoài năm mươi, chắc quê ông ở gần căn cứ Long Bình (nơi mà ngày trước quân đội Mỹ dùng làm kho chứa thuốc nổ, đạn dược) nên ông nói chuyện nổ quá trời. Cái gì cũng số 1 la mã. Chưa bao giờ chịu thua ai trong việc tranh cãi chuyện gì đó. Tôi ở Hà Nội 3 năm, nhưng chưa biết cầu Long Biên, cầu Thăng Long, cầu Chương Dương dài bao nhiêu, chùa một cột cao bao nhiêu. Nhưng ông biết chính xác số đo trong khi chưa hề một lần đặt chân lên xứ bắc. Thi thoảng ông cũng phát biểu linh tinh về xã hội. Với tôi, ông là người khó cải tạo tư tưởng sống cho phù hợp với tình trạng xã hội bây giờ. Bởi ông là quân nhân quân lực VNCH trước 75.

Phòng số 7. Thuê phòng là cô bé mười chín tuổi, quê ở một huyện xa trong tỉnh. Tháng đầu cô đến với chiếc honda đam của Nhật sản xuất trước 75. Nét mặt đẹp thơ ngây như bức tượng. Cô nói làm tiếp viên cho một nhà hàng. Quả thật vậy, có lần được bạn bè mời tôi chầu nhậu tươi mát tại nhà hàng karaoke Ngọc Lan. Tôi đã gặp cô ngồi chung bàn. Cô ngồi với bạn tôi. Cô bé thẹn thùn nhưng tôi vờ như không quen biết. Sau vài chai bia, cô mất sự bẽn lẽn ban đầu và cô chủ động tấn công tôi. Cô xin đổi đào với tôi, nhưng cô gái ngồi với tôi không chịu. Khổ nỗi điều nầy làm tôi phải tránh mặt cô nhiều ngày sau đó. Rồi một chiều, chiếc honda đam đâu không biết. Cô rạng rở với bộ đồ dạ hội. Chễm chệ trên chiếc Nouva màu trắng tinh. Cô chạy suýt nữa đụng phải cánh cửa phòng cô. Cũng từ ngày đó, cô đau cái cổ rất nặng. Tôi nghĩ thế, vì thấy mỗi lần ngồi trên xe chạy, cổ cô đều ngước lên trời. Mới vừa rồi, nửa đêm công an xét phòng. Trong phòng của cô có người đàn ông lớn tuổi, cô nói chú họ. Nhưng cũng bị phạt hành chánh vì không có tên trong danh sách đăng ký.

Phòng số 8. Phòng nầy có vẽ đặc biệt. Cặp ông, bà trên năm mươi. Không biết người phương nào, gia đình ra sao. Dù ngoài năm mươi nhưng người đàn bà cũng còn mặn mà lắm. Đủ cho thấy bà có một thời vàng son. Người đàn ông như một cao thủ võ lâm. Tóc dài, râu ria quay hàm, ông cũng là người mà từng 'một thời để yêu và một thời để chết'. Tin từ hành lang phòng số 5, chúng tôi biết ông bà nầy có gia đình giàu có, con cái thành đạt. Giờ hai người vào chùa làm công quả, mướn phòng chỉ để nghỉ buổi trưa, còn tối thì về nghỉ ở gia đình. Nhưng cũng nhiều đêm ngủ lại. Người đàn ông mua cơm hộp và nước khoáng về sử dụng. Hình như họ ăn chay, bố già phòng số 2 nói với tôi, họ ăn chay nhưng ngủ mặn. Tin đáng tin cậy là họ yêu nhau khi còn trẻ, hoàn cảnh không thể cưới nhau. Ông có vợ, bà có chồng. Chồng bà sau nầy bị bệnh chết. Vợ ông kia vẫn còn, nhưng họ lại là chị em bà con bạn dì. Chuyện y như trong phim.

Phòng số 9, cũng hai ông bà. Người đàn ông ngoài ba mươi, người đàn bà ngoài bốn mươi. Chênh lệch nhau chắc một con giáp. Anh chàng hiền lành ít nói. Đi bán vé số dạo với chiếc xe đạp bèo, người đàn bà cũng đi bán vé số, nhưng ngày bán vài ngày nghỉ. Lâu lâu có một bé trai chừng 10 tuổi đến ngủ vài ngày rồi biến mất. Nghe nói đó là tác phẩm của hai người. Bố già phòng số 2 coi tướng người đàn bà nầy, ông nói thọ nhưng nghèo suốt đời. Chuyện tình yêu trắc trở, ít nhất là vài ba đời chồng bởi phá tướng. Đàn bà gì mà ăn nói sang sảng như Lương Sơn Bạc, còn nghèo vì tướng đi dách dách sảnh, ấn đường u tối.

Phòng số 10, là phòng cuối cùng. Một người đàn ông. Ông ngoài ngũ tuần, là nhà văn hay nhà thơ gì đó. Ông còn là cộng tác viên của nhiều tuần báo, website. Rõ ràng kiến thức của ông uyên bác. Chuyện gì cũng biết. Khác với ông phòng số 6 biết chuyệt vặt. Ông phòng số 10 ngon lành hơn, các nhà văn nhà thơ nước ngoài. Từ Châu âu, châu á, châu mỹ, châu phi. Ở đâu ngài cũng biết nốt. Từ Eric Maria Remarque, William Saroyan, Henry Miller, Rimbaud. Jean Paul Sartre, Ernest Hemingway. Đến Lý bạch, Trương Kế, Thôi Hiệu, Bạch Cư Dị dài dài qua Kim Dung, Quỳnh Dao. Muốn nghe tác phẩm nào, của nhà văn nhà thơ nào là ông đọc danh dách, như một tự điển sống. Đang nói về hiện sinh của Sartre, mình nói qua Phạm Công Thiện thì ông phát cho nghe Hố thẳm tư tưởng, Im lặng hố thẳm ngay. Vũ Đức Sao Biển chuyên nghiên cứu về Kim Dung, nếu gặp ông cũng phải botay.com. Ông nhắc từng câu chuyện, từng nhân vật, nào là Tiếu ngạo giang hồ, Ỷ thiên đồ long đao, Anh hùng xạ điêu, Lộc đỉnh ký.v.v...Hỏi về Quang Dũng ông đọc cho nghe một loạt : Đôi mắt người sơn tây, Tây tiến, Đôi bờ, Quán bên đường. Đang ngon trớn như vậy thử đá qua thơ đường. Y như máy cassette ông mở liền Thôi Hiệu, có lần ông đọc cho tôi nghe nguyên tác bài Hoàng Hạc Lâu :

Tích nhân dĩ thừa Hoàng hạc khứ
Thử địa không dư Hoàng hạc lâu
Hoàng hạc nhất biến bất phục phản
Bạch vân thiên tải không du du
Tình xuyên lịch lịch hán dương thụ
Phương thảo thê thê anh vũ châu
Nhật mộ hương quan hà xứ thị
Yên ba giang thượng sử nhân sầu.

Ông nói ngày trước Tản Đà dịch bài nầy với thể thơ lục bát, ông không tâm đắc. Ông có người bạn dịch bài nầy với thể thơ thất ngôn bát cú đường luật y như nguyên tác, và ông tằng hắng, không phải đọc mà là ngâm :

Bặt bóng người xưa cởi hạc vàng
Còn đây trơ lại mái lầu hoang
Hạc vàng một vút không lưu luyến
Mây trắng ngàn năm luống bẽ bàng
Sông lạnh Hán dương cây rạng rỡ
Bãi thơm Anh vũ cỏ miên man
Quê hương khuất nẻo chiều nghiêng bóng
Gợi khách sầu lây khói sóng tràn

Tiếc rằng tôi không biết về văn thơ. Song với hai câu chót, tôi nghe sao ngậm ngùi quá. Tôi cười nói với ông:
-Thiệt tình, chú đọc thơ cho cháu nghe, giống y như nước đổ trên đầu vịt..
Ông há mồm hỏi tôi :
-Vậy chứ thằng Út mầy làm nghề gì ?
-Dạ...con là bác sĩ...thú vật./-

Hồ Chí Bửu

HỒ ĐÌNH NAM

ĐƯỜNG LỤC LỘ AI CHỘ NẤY ĐI. HAY TÌNH MỘT THUỞ CÒN VƯƠNG

1.

Tình một thuở còn hương

ĐPT

Hoa là đứa con gái ở cạnh nhà tôi trong một con hẻm cụt với khoảng mươi căn nhà được lợp tranh vừa ngói. Nhà nó thóang đãng, bề thế, tươm tất hơn mọi nhà khác. Đã vậy, sau nhà còn có một khoảng vườn rộng trồng nhiều loại cây ăn trái như cam, quýt, thanh trà, khế, mít, ổi. Cuối vườn có cái ao nhỏ nuôi cá. Bèo và rau muống chen nhau nổi trên mặt nước xanh um. Bên cạnh bờ ao là những khóm tre già đong đưa theo từng cơn gió thoảng.

Hoa nhỏ hơn tôi ba tuổi. Nó thân với tôi hơn bất cứ đứa bạn nào trong xóm. Nó đeo tôi gần như mỗi ngày để nói đủ thứ chuyện. Chuyện gia đình, chuyện cô giáo, bạn bè trong lớp. Ban đêm thường lúc nó còn chạy qua nhà tôi đem theo tập vở nhờ tôi khi làm hộ bài toán, khi hướng dẫn bài tập làm luận ở trường. Năm đó tôi mười tuổi đang học lớp Nhất là năm cuối Tiểu học.
Vào những tháng hè tôi với nó thường quanh quẩn ra vườn hái trái cây hoặc men theo bờ ao tìm tổ chim trong những lùm cây rậm rạp.
Có hôm leo lên cây khế, đang ném mấy trái chín vàng để tôi lượm dưới đất, tôi nghe tiếng la của nó từ trên cây.
Tôi hỏi :
-Chi rứa mi?
Tiếng nó vọng xuống :
-Quần tau vừa bị rách, mi đứng dưới cây đỡ tau nghe!
Khi nó bám thân cây để lần xuống, tôi thấy đít nó trắng phau. Nó ngả lưng vào tôi, bất chợt quay người lại ôm tôi cứng ngắc, nói nhỏ bên tai tôi :
-Đợi khi mô hai đứa mình lớn, mi tau lấy nhau. Mi làm chồng, tau là vợ mi.
Nghe nói thế, tôi xô nó ra.
-Mi nói cái chi tầm bậy, tầm bạ rứa mi. Lỡ ai nghe được thì răng?
-Tau thấy trưa mô mạ tau cũng nằm gác chân lên người ba tao. Lấy nhau, mỗi trưa tau ôm mi để mi đọc chuyện đời xưa ru tau ngủ.
Nói xong tôi thấy nó rơm rớm nước mắt sau khi tôi vừa đẩy nó. Nó dùng khủy tay thúc vào mạn sườn tôi.
-Mi không ưa, rứa thì từ rày về sau đường lục lộ ai chộ nấy đi, đừng trách tau.
Câu nói này trẻ con trong xóm mỗi lúc bày trò chơi u mọi, đánh đáo, nhảy dây, đánh thẻ, ô làng.... trước khi tan hàng chúng xô lấn giành nhau đường đi chật hẹp vẫn thường nói "đường lục lộ ai chộ nấy đi" trong tiếng cười nói râm ran từ đầu đến cuối hẻm.

Sau buổi trưa hôm đó, tuần sau Hoa mới gặp lại tôi. Chuyện con nít nói với nhau thoảng qua như cơn mưa giông mùa hạ. Tôi vẫn bày nó học bài, vẫn thường làm luận giúp nó, vẫn ra vườn hái mấy trái đọt mít xanh bám lơ lửng vào thân cây, chấm muối ớt đem theo ăn. Tay trong tay, tôi với Hoa đi dọc bờ ao mỗi trưa hè trời nắng như thiêu đốt, có tiếng ve kêu râm ran trên đầu.

Năm năm sau, cha tôi làm ăn thua lỗ phải bán nhà dọn đi nơi khác. Nhà tôi thuê cũng không xa nhà cũ, đều ở trong Thành Nội. Ngày cuối xa nhau, Hoa luẩn quẩn bên tôi. Có lúc tôi còn nghe tiếng sụt sịt khi nó cầm tay tôi đứng tần ngần sau hè nhà.
Đôi lần trong tháng thỉnh thoảng tôi còn đạp xe về khu nhà cũ thăm Hoa. Nhưng những lần gặp nhau càng thưa dần theo năm tháng.
Năm tôi mười tám, thi đậu tú tài toàn phần, một buổi chiều Hoa đến thăm tôi. Lần đầu trong đời, tôi thấy Hoa đẹp rực rỡ dầu đang mặc áo dài trắng. Mái tóc Hoa giờ đã phủ xuống quá bờ vai. Cũng giọng nói đó, cũng nụ cười tươi tắn phô hai hàm răng trắng đều của ngày tháng cũ nhưng lúc naỳ Hoa đã là một thiếu nữ xinh đẹp, đằm thắm, dịu dàng.
Hoa nói :
-Bữa ni, em mời anh cà phê, em đãi.
Hai đứa đạp xe từ đường Hoà Bình đến quán mụ Tôn trước mặt dinh Nguyễn Phước Tộc. Ngồi cạnh bên nhau trên băng ghế gỗ nhìn đến cổng Hiển Nhơn. Trời đã tắt nắng, những đám mây trắng trôi lơ lửng trên bầu trời. Thỉnh thoảng có cơn gió mát thổi qua, tôi thấy hai bên vành tai Hoa có mấy sợi tóc mai lay nhẹ theo gió dạt đến muì thơm của nước gội đầu chùm kết. Hai đứa đạp xe qua cổng Hiển Nhơn vào Đại Nội. Dựa xe sát bờ thành, Hoa ngồi bên tôi trên những bậc thang cửa Ngọ Môn, Hoa tựa đầu vào vai tôi, nắm tay tôi để trên đầu gối Hoa. Cả hai không ai nói với nhau, chỉ nghe có tiếng chim gọi đàn về tổ và tiếng lá cây xào xạc quanh mình.

+

Khi tôi lên đaị học, cuộc chiến giữa hai miền Nam-Bắc bùng phát dữ dội. Dân cư trong thành phố ban đêm đã nghe có tiếng đại bác từ xa vọng về. Thỉnh thoảng có chiếc xe GMC chạy lạc lõng trong đêm, chở thi hài những người lính tử trận trong quan tài được phủ cờ di chuyển chậm chạp trên đường khiến tôi đau đớn tột cùng.
Bọn sinh viên chúng tôi hoang mang, lưỡng lự giữa chọn lựa gia nhập quân đội hoặc tiếp tục theo học. Những ngày đến trường lòng trĩu nặng ưu tư về tương lai. Tôi không còn hứng thú để nghe giáo sư giảng dạy về môn Dân luật, Kinh tế, Quốc Tế Công Pháp như trước nữa.
Lúc này Hoa đang học lớp Đệ Nhị trường Đồng Khánh. Có hôm từ trường Luật, tôi chờ Hoa cuối đường Nguyễn Trường Tộ, con đường nằm kề hai trường Quốc Học và Đồng Khánh. Đạp xe loanh quanh qua những con đường vắng lặng Hàng Đoát, qua nhà thờ Phăng Xi Cô trước Ty Bưu Điện, qua đường Hàng Me để xuống Vỹ Dạ, lòng tràn

ngập niềm yêu thương vô hạn về mối tình đầu mới chớm nở. Đêm về tôi nhớ Hoa dạt dào trong cơn mê. Tôi yêu Hoa nhưng chưa một lần nói ra lời. Nhiều lúc thấy tình cảm của mình hướng về Hoa như tình thương của người anh đối với đứa em gái. Tôi biết đây chỉ là mối tình trẻ thơ ngây dại đầu đời của mình, không một chút chờ đợi có ngày tôi sẽ có Hoa trong đời. Nhưng nghĩ đến lúc phải chia tay nhau mãi maĩ, hồn quặn đau và xót xa như có ai vừa xé nát cõi lòng.

2.
Anh yêu em như yêu đất nước
Vất vả đau thương, tươi thắm vô ngần
Anh nhớ em mỗi bước đường anh bước
Mỗi tối anh nằm, mỗi bữa anh ăn.
NĐT.

Huế không còn dung dưỡng tôi nữa. Tôi đã chán ngấy ngày hai buổi đến trừơng với sự trợ giúp tiền bạc thường xuyên của gia đình. Thành phố chỉ toàn công chức, sinh viên và học sinh đổ ra đường mỗi sáng đến sở làm, đến trường học. Buổi chiều sau khi tan sở, tan trường, sinh hoạt trong thành phố lại trở về vẻ trầm mặc, thanh vắng, u uẩn cũ. Sông Hương vẫn trôi êm đềm, lặng lờ theo giòng chaỷ của cuộc đời. Cầu Trường Tiền vẫn im lìm soi bóng trên mặt nước trong xanh. Huế với những buổi sáng sương mù cùng cơn mưa phùn bay lất phất la đà mọi nơi trong thành phố. Sương mù có khi còn dày đặc không nhìn rõ đôi bàn tay lạnh cóng trước mắt. Huế với những cơn mưa tầm tã kéo dài triền miên mấy ngày không ngớt hạt. Thường đêm, nghe tiếng lá chuối sau vườn vật vã, run phần phật dưới mưa, tôi nhớ Hoa đoài đoạn. Tôi thấy khuôn mặt Hoa hiện ra trước mắt tôi. Tôi gọi thầm tên Hoa để mong Hoa đến cứu rỗi linh hồn tôi đang sa đọa.
Trí nhớ kéo tôi về có buổi trưa Hoa đã ngủ say sưa trên vai tôi khi hai đứa ngồi mé bờ ao. Dưới bóng mát của buị tre tôi kể chuyện cổ tích cho Hoa nghe
Hơn lúc nào hết, tôi cần có Hoa bên tôi để nâng tôi dậy mỗi khi lòng yếu đuối.
Tôi quyết định bỏ Huế vào Sàigòn sinh sống. Tôi hết chịu đựng phải sống âm thầm mỗi ngày với tình yêu vô vọng, hằng tháng ngửa tay nhận tiền đều đặn của gia đình để tiêu pha và đóng tiền mua cua học bài.
Ngày rời Huế, tôi không gặp Hoa.

Tôi đã sống cơ cực mấy năm liền ở Sàigòn không một người thân. Bao lần tôi đã viết rất nhiều thư cho Hoa nhưng sau mỗi lần, tôi đều xé bỏ. Tôi nhớ Hoa trên những bước chân lạc lõng của mình ở một thành phố xa lạ, ồn ào náo nhiệt. Chung quanh tôi là những người xa lạ. Tôi cô đơn ngay cả lúc trò chuyện với những cô bạn gái mới quen. Trong cách sống cũng như ngôn ngữ thường ngày của các cô, tôi lạc lõng vì không thấy có sự đồng thuận để cảm thông. Tôi trốn chạy chính mình. Tôi sống xa cách, lần hồi tự thu hẹp khoảng cách giao tiếp với mọi người.
Đầu năm 1968, tôi thực sự bước chân vào đời sống quân ngũ. Đại đội khóa sinh nằm dọc theo cổng số 9 của quân trường Thủ Đức trông ra đồn điền cao su dưới chân đồi Tăng Nhơn Phú. Ở đây, dưới ánh nắng chiều thoi thóp, nhìn hàng cây xanh trùng điệp ngút ngàn, tôi để lòng nhớ Huế với bao kỷ niệm êm đềm thuở mới lớn. Tôi nhớ ba mạ, anh chị em cùng lúc thoáng hiện bóng dáng của Hoa thời còn nô đùa bên nhau trong con hẻm cũ. Lúc này chắc Hoa đã tốt nghiệp đại học sư phạm Pháp Văn ở Huế. Không biết sau khi ra trường Hoa được bổ nhiệm dạy trường nào ở các tỉnh miền Trung. Trong tận cùng tâm hồn, tôi ước mong Hoa có được một cuộc sống êm ả trong khi đất nước đang đắm chìm vào một cuộc chiến tàn khốc chưa từng thấy.
Ngày bế mạc khóa học ở quân trường Thủ Đức với cấp bậc chuẩn úy, tôi nhận lệnh thuyên chuyển đến Tiểu Khu Quảng Nam. Phi cơ vận tải C130 từ Tân Sơn Nhất chở tôi đến phi trường Đà Nẵng vào một ngày mưa mịt mù ảm đạm. Tôi có 15 ngày phép trước khi trình diện đơn vị mới đầu đời. Lòng nôn nao muốn mua vé xe đò ra Huế thăm Hoa sau 6 năm xa cách, nhưng lần nào tôi cũng cố nén tiếng thở dài để đi loanh quanh cho hết ngày trong những quán cà phê xập xình tiếng nhạc. Thời gian này, Đà Nẵng đã thay da đổi thịt. Nhiều con đường Thành Thái, Thái Phiên, Yên Báy mọc lên vô số những Snack Bars với các cô gái son phấn lòe loẹt, mặc váy ngắn cũn cỡn đứng ngóng bọn G.I Mỹ. Thành phố đi đâu cũng thấy đủ mọi sắc lính. Ban đêm bọn lính Mỹ say rượu, đi ngả nghiêng từ các Bar túa ra ồn ào trên đường phố. Xe Quân Cảnh Mỹ gắn hai chữ MP(Military Police) chạy lui tới trên đường không ngớt. Bạn bè tôi phần đông đi lính theo hạn tuổi, số rất ít, có đứa bỏ nhà vào bưng biền theo VC. Biết đâu có ngày chúng tôi sẽ bắn giết lẫn nhau tận tình dầu đã có thời gian là bạn bè, gặp gỡ nhau mỗi ngày ở quán cà phê của Trụ sở Tổng Hội Sinh Viên Huế.
Tôi đã đi hết đoạn đường chiến binh của một người sĩ quan trẻ tuổi trong trách nhiệm và danh dự, được cấp chỉ huy giao phó nhiệm vụ 7 năm ròng rã trong tin cậy, hài lòng đúng mức.

Trước ngày đi tù dưới chế độ mới vào tháng 6 năm 75, tôi được tin Hoa vừa lấy chồng. Tôi không có cảm xúc nào rõ rệt khi nghe tin đó. Rồi đây, đời tôi không biết sẽ trôi dạt về đâu khi sa chân vào vòng tù tội, không biết trước được ngày về. Tôi thờ ơ mặc cho số phận đưa đẩy mang theo mối tình đầu vừa tan vỡ.
Trong cuộc sống cay nghiệt của người tù, chúng tôi gồm những viên chức, sĩ quan chế độ cũ thiếu thốn đủ mọi thứ, từ tinh thần đến nhu cầu ăn uống dành cho con vật được mệnh danh là người. Tuy vậy hằng đêm tôi vẫn nói thì thầm trong bóng tối lời vĩnh biệt Hoa. Ôi Hoa yêu dấu của tôi!
Nhưng dầu có bị đối xử tàn khốc, cay nghiệt đến thế nào, tôi vẫn tiếp tục sống, vẫn phải đi đốn tre, đãy gỗ trong rừng với lao động khổ sai mỗi ngày. Tôi nhớ đến mấy câu thơ của NĐT: "Anh nhớ em mỗi bước đường anh bước, mỗi tối anh nằm, mỗi bữa anh ăn".

Bảy năm sau, khi nghe tiếng kẻng tập họp trước giờ xuất trại đi lao động, tôi được gọi tên tha về cùng 31 người khác trong số cả ngàn tù nhân đang còn tiếp tục giam cầm.
Tôi biết đi đâu, về đâu sau 7 năm mất liên lạc với xã hội bên ngoài? Tôi đã mất Hoa trong đời. Còn đâu, trong những ngày xa nhau, nhất là thời gian đằng đẵng tù cải tạo, hằng đêm tôi vẫn thì thầm với Hoa và đã cố gắng phấn đấu trong mọi nghịch cảnh để "có những phút ngã lòng, tôi vịn vào Hoa và đứng dậy".

3.

Trên vực thẳm vô cùng của hạnh phúc
Tôi bỗng thấy mình đang đứng quá cheo leo.
PQ.

Những ngày đầu về lại Saìgòn, hằng tuần tôi phải ra Trụ Sở Công An Phường trình diện. Tôi là kẻ đứng ngoài lề xã hội, làm người vô tổ quốc trên đất nước, quê hương mình. Tôi nóng lòng muốn biết số phận gia đình Hoa đã trôi nổi thế nào trước cơn bão táp, cuồng nộ của lịch sử. Nhiều người quen cho biết Hoa hiện nay đang sống ở Phú Nhuận với đứa con gái 7 tuổi đầu lòng. Chồng Hoa chết trong một lần vượt biển sau ngày 30.4. Riêng Hoa đã bị chế độ mới cho nghỉ dạy và hiện nay Hoa cùng người bạn đồng nghiệp có sạp bán áo quần cũ ở

chợ Tân Bình. Mọi trật tự xã hội trước kia đã theo cơn lốc mới càn quét và xóa sạch không lưu lại dấu vết.
Một buổi sáng tôi đến đằng sau Bưu Điện, cuối đường Hai Bà Trưng, là cơ quan nhận quà ngoại quốc gởi về cho thân nhân trong nước. Ngaỳ hôm trước, người đưa thư trao cho tôi hai giấy báo lãnh hàng, tôi vừa ngạc nhiên vừa mừng vô hạn. Một thùng qùa của đứa em ở Gia Nã Đại, gói qùa kia của cha người bạn gởi cho từ Mỹ khi cả hai được tin tôi mới đi tù về. Suốt đêm tôi thao thức mong trời mau sáng. Trong niềm vui hiếm hoi đó, tự nhiên hình bóng Hoa thoáng hiện trước mắt với nụ cười đằm thắm dịu dàng.
Quang cảnh nơi nhận quà ồn ào như chợ vỡ. Một số đông người tập trung trước cổng với những túi xách lủng lẳng trên vai. Những người này là con buôn đến gạ mua lại hàng từ các thùng quà. Một thiếu phụ sấn đến chỗ tôi.
-Ông anh lần đầu mới lãnh hàng?
Tôi không nói, cười cười thay một lời xác nhận.
-Trong lúc đang kiểm hàng, nếu ông anh thấy có điều gì không ưng ý, xin ông anh đừng khiếu nại để còn tha quà về. Nói vậy, chắc ông anh thừa hiểu.
-Nếu ông anh muốn có tiền tươi thì bán cho em nhé. Em không như người ta, chặt chém đâu.
Đến phiên tôi được gọi tên, tôi tiến đến quaỳ số 2. Đứng bên trong là một cô mặc đồng phục áo xanh dương của Hải Quan, bảng tên gắn trên ve áo. Thùng qùa thứ nhất được cô ném lên bàn, dùng dao rạch nắp phần trên bìa cứng. Tôi nhìn thấy nét chữ của em tôi đề tên tôi với địa chỉ quanh thùng quà bằng giấy cạt tông dán nhiều tem với hàng chữ Handle with care màu đỏ. Cô Hải Quan, khi kiểm tra từng món, tôi thấy cô lấy tay gạt một số bút bi và dao cạo râu hiệu Bic màu vàng xuống nền nhà. Đến lúc kiểm tra gói qùa thứ hai, ở trong toàn thuốc Tây, cô cũng xua tay mấy hộp thuốc rơi xuống chân. Tôi lẳng lặng ôm hai gói qùa vào người, nhìn dáo dác tìm người thiếu phụ ban naỹ. Cuộc mua bán xảy ra chóng vánh vì tôi nào biết giá cả của từng món đồ.
-Thuận mua vừa bán, em không nỡ lột anh đâu. Tính sơ, ông anh cầm trong tay gần ba chỉ vàng ấm túi, chứ ít sao!
Leo lên xe, thay vì về nằm nghỉ trên chiếc giường xếp trước mái hiên lợp tôn, là giang sơn của tôi do người bạn tù hảo tâm cho trú ngụ từ ngaỳ đi tù về, tôi đạp xe đến đường Tạ Thu Thâu. Con đường này gần chợ Bến Thành, nổi danh là nơi tập trung bán những món hàng đắt giá từ các thùng quà khắp nơi trên thế giới gởi về cho thân nhân. Lòng lâng lâng vui sướng như trẻ con, tôi chọn mua cho con gái Hoa con búp

bê có mái tóc vàng hoe, mắt khi mở khi nhắm, đôi dép Nhật nhiều màu và hộp kẹo Hoà Lan. Tôi đi lui đi lại nhiều lần tìm mua cho Hoa cái túi đeo vai hiệu Chanel trông vẫn còn mới.
Đến chiều, tôi vừa dựng chiếc xe đạp trước vách nhà Hoa thì cơn mưa sắp đổ xuống. Trời tối sầm. Nhìn từ ngoài, dưới ánh sáng đèn trong nhà, tôi thấy Hoa sắp tiến đến cửa sổ định khép lại nhưng lúc nhìn thấy tôi, Hoa chạy lại đứng trước khung cửa kêu lên tiếng thảng thốt:
-Trời ơi, anh N. Anh N. của em phải không?
Hoa ôm chầm lấy tôi khóc nức nở. Thân Hoa lẩy bẩy trong vòng tay tôi. Đứa con gái Hoa đứng sau lưng mẹ nhìn tôi trân trối ngạc nhiên. Đôi mắt của cháu mở lớn là đôi mắt của Hoa ngaỳ xa xưa đã cùng tôi bên nhau nô đùa ngày thơ dại.
Buông tay, Hoa nhìn tôi từ đầu đến chân.
-Hai mươi hai năm, em đâu ngờ có ngày được gặp lại anh như hôm nay. Đêm qua anh vừa hiện về trong giấc mơ của em. Xa nhau, em vẫn thường xuyên cầu trời, khấn Phật xin cho anh được yên lành.
Tôi nói đuà cốt để phá tan sự xúc động trong loǹg.
-Em thật dại dột khi cầu xin từ một người hà tiện nổi tiếng. Ông Phật có ban phép lạ cho ai bao giờ, hèn chi lời cầu của em vô hiêụ là phải. May mà giờ naỳ anh còn sống.
-Anh thì lúc nào cũng đùa được, dường như không có chuyện gì anh cho là quan trọng!
Hoa nói như một lời trách cứ gởi đến tôi.
Khi đã ngồi đối diện, tỳ tay trên chiếc bàn nhỏ duy nhất trong nhà, tôi vẫy cháu bé đứng thập thò sau lưng Hoa.
-Chaú tên gì nói cho cậu nghe naò.
-Thưa Bác, cháu tên Bê.
-Bê đừng gọi bác, gọi cậu, vì cậu là anh của mẹ con. Bê là tên ở nhà, đến trường cháu có tên gì ?
-Chaú tên Hoài Nam. Lê thị Hoài Nam.
- Rứa là cậu cháu mình trùng tên nhau.
Nói xong tôi lấy trong bao ni lông trao quà cho cháu. Vẻ sung sướng hiện rõ trên khuôn mặt bầu bĩnh khi mân mê con búp bê và hộp kẹo trong tay.
Hoa nhìn tôi rồi quay qua con:
-Con nói cám ơn cậu rồi vào ngủ trước, mai còn dậy sớm đi học.
Nhìn nhau, tay Hoa trong tay tôi, khuôn mặt đầm đìa nước mắt.
-Em già rồi, xấu xí, may mà anh còn nhận ra. Anh đi mô biền biệt, bỏ em một thân một mình tự chống chọi những tai ương từ cuộc đời.

-Anh nói trong tình thân, em lúc nào cũng trẻ đẹp trong lòng anh. Từ thuở anh em mình còn nhỏ, chờ lúc mọi người trong nhà ngủ trưa, hai đứa lang thang trong khu vườn nhà em. Anh không thể nào quên được những ngaỳ tháng cũ êm đềm đó trong đời. Đó là vốn liếng anh đem theo trong đời để trả dần cho những bất hạnh đời người. Có ai là người mình thương yêu mà già bao giờ. Người trong mơ là người sống bất tử với thời gian.
Để tránh nỗi xúc động, tôi ngập ngừng trao cho Hoa cái xắc tay:
-Không lẽ vác mạng taỳ đi thăm em. Hoa nhận cái bị naỳ cho anh vui.
Nhìn món quà, Hoa vui và cảm động ra mặt:
- Anh cho em cái xắc đẹp và đắt tiền dữ ri. Răng anh kêu nó là cái bị?
-Anh nợ Hoa qúa nhiều trong đời mà chưa một lần trả được. Đến giờ naỳ mỗi khi nghĩ đến điều đó, anh vẫn mong có ngaỳ được hóa thành con đại bàng với đôi cánh lớn chở Hoa trên lưng đem theo cái bị ba gang đi lấy vàng sau khi vừa ăn khế sau vườn nhà Hoa. Bộ chuyện "Ăn Khế Trả Vàng May Bị Ba Gang" hồi đó em cứ bắt anh kể hoài hủy, chừ quên rồi à?
Tưởng Hoa cười về lời nói đuà, nước mắt Hoa nhỏ từng giọt dài, giọt vắn trên mặt bàn.
Chờ đến lúc mưa ngớt, tôi chào Hoa ra về. Tiễn tôi đến cửa, đang nắm tay tôi, đột nhiên Hoa rút tay thúc nhẹ vào sườn tôi, nói nghẹn ngào trong nước mắt :
-Mỗi lần nhớ đến anh, em đem theo nỗi ân hận không nguôi vì đã có lần dại dột nói với anh: "Đường lục lộ, ai chộ nấý đi".
...ra về, không ngoái đầu nhìn lui, tôi lầm lũi đạp xe dưới cơn mưa nhỏ hạt.

Hồ Đình Nam
London 24.12.2021

HỒ ĐÌNH NGHIÊM

CỤC KẸO BỒ HÒN

1.

- Cô đưa tay ra. Nam tả nữ hữu, bàn tay phải ấy.

Mộng nghe lời. Như số đông, Mộng thuận tay phải, thử nắm bút tay trái chữ viết xuống xấu tệ nét run như gà bới. Con dao gọt hoa quả cũng vậy, láng cháng sẽ khiến cho mấy ngón ở tay phải đổ máu. Mộng không rõ cớ sao vận mệnh con người lại chỉ định riêng lối: Con trai nằm ở bàn tay trái mà ẩn khuất lại bày ra trên bàn tay phải của con gái, đàn bà, phụ nữ. Có gì khác nhau giữa trái, phải?

Thầy bói là một gã trung niên, dĩ nhiên hai con mắt còn lành lặn, long lanh soi mói là đằng khác. Nếu mù, gã đã chẳng hành nghề việc xem chỉ tay. Tay gã nóng khi mân mê trăn trở bàn tay Mộng, cầm lên đưa gần mắt rồi đặt lại xuống bàn. Bàn nhỏ, trải tấm khăn đỏ chỉ bày ra một bộ bài tây có 52 lá cơ rô chuồn bích đã chất chồng dồn xếp lại nguyên trạng. Không hiểu do đâu Mộng mọc lên cái ý nghĩ, rằng nếu chia bài ra sát phạt xì-lát, cát-tê, xì-phé, xập xám chướng... ắt Mộng sẽ sớm cháy túi trước gã thầy bói. Đứng ngoài mép bàn là cái ly đựng gạo dùng để cắm nhang, nãy giờ cây nhang thắp từ phút trước đang cháy ngún gần hết chiều dài nó mang, cà kê dê ngỗng gì thì cũng sẽ đến hồi chung cuộc.

- Cô sở hữu một bàn tay đẹp, dầy dặn, tròn đầy, nói chung là tốt tướng. Bao đường chỉ chằng chéo đều rõ ràng minh bạch. Đường giao cắt này đâm lên gò vệ nữ cho tôi thấy số cô luôn gặp may mắn mặc dù đường tình duyên thường bị đứt đoạn. Quá khứ, cô từng chịu hai lần đổ vỡ, nếu tôi đoán không lầm; nhưng chẳng sao cả bởi hậu vận của cô rất tốt. Sau này cô sẽ có lắm con, tạm gọi là vượng phu ích tử.

Cũng bằng tay phải, Mộng dùng nó để trao những tờ giấy bạc đến tay người không đủ tài sức huyền nhiệm để nhìn thấy bao bí mật của Mộng. Từng đi chùa cúng vong, nữ thí chủ Mộng luôn thành tâm nguyện cầu đặt tiền vào thùng phước sương nhưng Mộng chẳng mấy tin vào sự độ trì chứng giám của các vị thần linh khuất mặt. Mộng cũng nghi ngờ việc gieo ác thì gặp quả báo nhãn tiền, đứa giết người không gớm tay vẫn sống hùng sống mạnh và chúng đã là một bộ phận không nhỏ nhởn nhơ giữa cuộc sống này. Chúng vào chùa thắp nhang và tâm hồn nghe thanh thản khi nghe câu “vất đao xuống có thể thành Phật”. Chưa thấy biến chuyển thì lại nắm đao lên, tay vấy máu chỉ là bởi hoàn cảnh buộc phải thế. Không có cách chọn lựa.

Mộng đi ra, chẳng gửi tiếng chào đến gã thầy bói. Người đàn ông ngồi vắt chân chữ ngũ trên chiếc xe máy liền sửa thế, khởi động máy nổ chạy lại gần:
- Thấy sao? Người ta đồn thổi có đúng với tài nghệ không?
- Thì có cái đúng có cái sai. Điều mà em không thích là ổng mân mê sờ soạn bàn tay em quá lâu, không chịu buông tha. Xem chỉ tay thôi mà! Làm gì như kiểu muốn bào mòn da tay người ta luôn vậy đó!
Người đàn ông thôi hỏi han. Ông quành xe trở lại thành phố.

2.

Đến một lúc nào đó, rồi hắn cũng có được vợ. Vợ biểu hắn thề nguyền một dạ không đổi chuyện yêu thương. Hắn thề, kiểu như nói láo cho bà vật. Kiểu nói sai thì trời đánh thánh đâm, kiểu phụ tình thì ra đường bị xe cán dẹp lép như con tép. Vợ dán kín môi hắn bằng một nụ hôn mê

man, cướp mất dưỡng khí, hài lòng không ưa nghe thêm viễn cảnh bi thương nào khác.
Vợ cấn thai, chuyển bụng. Ì ạch lặt lè vô thấu nhà thương máu chảy luôn tuồn giữa hai chân. Cửa mình ù lì không chịu mở rộng thêm, đỏ mặt tía tai bặm môi nín thở rặn hụt hơi vẫn cứ trơ trơ mắt thị. Họ quyết định ngăn tiếng rên la nọ bằng cách mổ bụng hòng cứu hài nhi tím tài bèo nhèo khỏi chết ngạt. Đứa bé cao số đó không phải là con hắn. Mất đến mấy phút mới khóc oe oe chào cuộc đời buồn nhiều hơn vui. Cha mày họ gì thế hử? Mày mang cùng họ với tao thì có ô kê không nè? Địt mẹ mày nhé. Má mày chết đi sống lại vì mày đấy, ông tướng ạ!

Sau này nghe vợ kể, thật thà khai báo rằng tuổi thơ cô chẳng mấy khi được ấm êm, sở dĩ bố mẹ cô mãi cơm không lành canh chẳng ngọt đơn giản là vì cô không phải con ruột của bố, mẹ cô âm thầm đi làm cuộc cách mạng bản thân dấm dúi với một gã làm chung trong cơ quan.

Hắn dắt bố vợ ra quán rượu khi trong túi dư bạc thừa tiền. Đồng bệnh tương lân sương sương giải sầu rượu vào mà lời không ra. Hai mặt trời cùng thắp đỏ chẳng màng thế sự vây quanh kể cả những ánh mắt nhìn đểu, tì tì cứ ly này sang ly khác. Vô đi bố, hồi nào cho chó ăn chè mới hạ hồi phân giải. Mầy nói phải, chuyện gì cũng còn có đó, bởi chăng hai ta nào phải là Tào Tháo để đởm lược lộng ngôn: Thà ta phụ người còn hơn để người phụ ta!

Bên ngoài quán nhậu bình dân chạng vạng lần khân liếm tới bậc thềm u muội, nhọ mặt người trông nhau không rõ hình tướng thoạt gần thoạt xa. Bố vợ hắn hất mặt lên ngọn đèn đường vừa cháy đỏ:

- Quái, chúng đang bận việc gì mà chẳng bỏ thời giờ chạy ra réo chúng ta về xơi cơm nhỉ? Chúng đi lâu thì mình sốt cả ruột mà đến phiên mình giận lẫy bỏ ra ngoài nầy thì chúng cứ mặc xác. Mẹ nó chứ, mấy thằng láng giềng vai u thịt bắp khiến mình đâm mất thế giá hẳn. Này, mày có thông hiểu câu ngạn ngữ “ngựa quen đường cũ” là gì không?

Thấy thằng con rể ngậm câm, ông bố lè nhè vào khoảng trống: Thằng Mạnh Tử bên Tầu từng nói mà chẳng ai nghe “yêu thì xác nhận rằng yêu, không yêu thì cứ nói thẳng là không yêu, như thế mới đích thực là yêu”.

3.

- Buông em ra cho em về kẻo muộn mất.

- Vì hoạ sĩ, có thể anh hơi bị méo mó, ngay phút đầu anh nhìn nhận ra ngay là em có đôi bàn tay quá đẹp.

- Anh không phải là người đầu tiên đâu nhé, em từng nghe gã thầy bói mân mê ca tụng.
- Bao giờ thì em chịu khoả thân làm người mẫu?
- Hồi nào anh minh hoạ trình bày bìa và hoàn tất bốn cái phụ bản cho tập thơ em rồi hẵng tính.

Người đàn bà nhìn ra song cửa vừa mở hé, xong lại đảo mắt tới chiếc áo mưa móc gần cửa chính, thì thầm:

"Xa nhau gió ít lạnh nhiều
Lửa đêm tàn chậm mưa chiều đổ nhanh".

- Chắc không phải thơ em làm. Hoài Khanh hả?
- Không, của Trần Huyền Trân. Hai câu này mới là của Hoài Khanh:
"Mai kia đốm lửa tan rồi
Về trong gió bụi nhớ thời vong lưu".

- Liệu tập thơ em in ra có người tìm mua không?
- Nào có hề gì. Đôi lúc niềm vui đâu có ai ban cho, phải tự mình tìm kiếm lấy. Tranh anh góp chung với thi tập em khổ công làm, kỷ niệm ấy không khiến anh vui sao?
- Vui, đáng yêu, đáng nhớ. Nhưng em phải lường trước một chuyện, đó là thứ niềm vui quá lộ liễu, sợ thọ chẳng được lâu.
- Vì sao?
- Vì ác khẩu, vì tiếng ong ve. Vì sự thật vốn là sắc xám.
- Lỗ Tấn nói, phải không?
- Không. Mệnh đề sau là của ông André Gide. Hạnh phúc có khi là một kho báu, chúng ta nên đào chôn thu cất nó ở nơi thật kín đáo. Lạy bà tôi ở bụi này thì niềm vui của đôi ta bị soán đoạt mất. Trước khi chúng giũ áo đoạn lìa ta, anh muốn hối hả vẽ cho em một bức khoả thân là vì vậy. Một người có đôi bàn tay đẹp, người đó hẳn còn phát tiết tinh hoa ra ở những khu vực khác.
- "Vũ vô kiềm toả năng lưu khách" nhưng cơn mưa đang trút nước ngoài kia e xúi em nán lại bên anh dài lâu. Bóng tối nhiều thế kia thì làm sao anh vẽ được?
- Khéo lo! Anh có ba cây đèn đặt ở chỗ đáng đặt nhằm làm tương phản sắc độ giữa ánh sáng và bóng tối. Em nằm nghiêng thân trên giường, tấm chăn mỏng đắp ơ hờ từ mông xuống giữa hai đùi...

Câu nói không đi hết đường vì người nói vừa nhìn ra tấm thân trắng đục màu sữa từ tốn leo lên giường. Không riêng đôi bàn tay suông dài, toàn bộ nhúm tóc người mẫu cũng thuộc dạng đẹp ngất ngây.

Nằm đây ủ mộng cho tròn
Chăn đơn gối lệch hao mòn màu xưa.

Người tự nhận là hoạ sĩ đọc lên câu thơ của tác giả Lệ Mộng đang trần như nhộng. Một con ngài cựa mình thành bướm, một con ve sầu lột vỏ thoát xác, hoá thân nào cũng khiến gã xúc động. Không bấn loạn phút ban đầu, nghệ thuật tạo hình làm sao hiện hữu?

4.

- Má bận công chuyện, má giao con trách nhiệm xuống thu tiền nhà. Khoai Lang nói sau khi gõ cửa. Chú có đó không?

Cửa mở, đủ rộng để đứa con trai chừng mười hai tuổi lách thân vào. Bà Tám từng vui miệng giới thiệu "cục cưng" cho kẻ đến mướn thuê phòng: Thời mang thai nó gặp khó khăn nên tui chỉ biết ăn khoai, âu cũng nên vin vào tay chân cứng cáp nó mà nhớ lại thời hột gạo phải cắn làm đôi. Cứng cáp dường nào thì chưa có cơ hội chứng minh, nhưng mặt mày thằng Khoai Lang coi bộ lanh lợi, sẵn sàng đại diện cho bà Tám làm hậu phương vững chắc để đối phó những việc linh tinh, ví như đi đòi nợ.
- Mùi gì khó ngửi vậy chú?
- Ờ, mùi sơn, mùi dầu cá, mùi xăng rửa cọ, mùi bột màu.

Khoai Lang nhìn những tấm tranh treo chật vách. Tĩnh vật, phong cảnh, người ngợm, xanh xanh đỏ đỏ làm hấp lực dẫn dắt đôi chân Khoai Lang đi thăm thú nhìn ngang liếc dọc.
- Chú là hoạ sĩ à? Đơn thân trong phòng luôn khoá cửa, không ra ngoài tìm công ăn việc làm, chẳng có ai lại mua tranh, chú sống bằng cách gì?
- Hỏi má xem, có bao giờ chú thiếu tiền nhà đâu, bất quá chỉ trả muộn một đôi hôm. Uy tín quá đi chứ.
- Má nói chú thiệt lạ đời, lủi thủi mình ên như một chiếc bóng. Má thích chú ở chỗ đó, không tùng tam tụ tứ, không nhậu nhẹt, không ti-vi, không giàn máy nhạc, suốt ngày nghe êm ru bà rù. Í, ngay cả bếp lò cũng hổng thấy, chú ăn uống kiểu gì đây?

- Khoai Lang nhiều chuyện ghê nơi. Nghe câu này chưa? "Quân tử thực bất cầu no". Má cũng có khi làm quân tử, cứ nhai khoai lang riết. Hề hề, chú ra đầu đường ăn cơm bụi, hoặc kẹt quá thì thổi harmonica cũng ô kê.
- Thổi harmonica là sao?
- Là gặm khúc bánh mì, chút tương ớt chút xì dầu là đủ để phát tiếng hít hà. Không biết hồi đó má của Khoai Lang có hít hà khi cắn lựu đạn?
- Cớ gì mà kêu là cắn lựu đạn? Sao chú ưa đổ tiếng ác cho má vậy?
- Thì hình dáng mấy củ khoai hổng giống quả cà na lựu đạn sao? Nè, tiền đây, Khoai Lang đếm lại dùm cái, chừng nào đủ số viết cho chú cái biên nhận. Mình cá mè một lứa, xếp chung là dạng người lắm tình cảm, nhưng tình cảm cũng phải có giấy xác nhận giữa đôi đàng cho thêm phần vững chắc khỏi sanh hậu sự lôi thôi.

5.

Bà Tám phân bua cùng bà con lối xóm: Tui ra ngoài chợ, đến khi về mới hay có sự. Nghe thằng Khoai Lang kể có hai ông một già một trẻ chạy xe máy vô sân đập cửa phòng trọ rồi vây lại hỏi chuyện anh goạ sĩ. Ông trẻ gọi ông già bằng bố, mặt ông nào ông nấy đỏ lừ xem chừng khí thế hung hăng ngó rất căng. Rồi sao nữa mày?

Khoai Lang tiếp lời: Họ to tiếng với nhau, hai người khách không mời đòi bồi thường thiệt hại tới mười triệu đồng. Ông trẻ tuổi đội nón bảo vệ nên không thấy sừng mọc ở đâu cả, mặc dù ổng nói bị vợ cắm sừng trên đầu. Ổng chỉ mặt chú hoạ sĩ nói thằng chả là tác giả giọt máu vô thừa nhận khiến ổng tự nhiên hành xác phải nuôi con mọn. Mười triệu là giá mềm, nếu nhắm hổng đủ sở hụi để thanh toán thì ổng chở cục thịt ngu ngoe tới dụt vô phòng, đến khi ấy mới biết thế nào là lễ độ. Nhắm mình ên nuôi con mọn có ổn không, bớ thằng tía chạy làng?

Chòm xóm hết ngó bà Tám tới nghía thằng Khoai Lang, có cô gái đại diện đám "dư luận viên" chõ mỏ vô: Hai má con này ghiền phim nhiều tập của Hàn quốc Trung quốc hay sao á, ưa lê thê trên từng cây số chả biết ngã ngũ như nào!

Khoai Lang lớn tiếng: Trong khi hai người trung niên lời qua tiếng lại thì ông già chạy tuốt vô phòng lôi từ đâu ra bức tranh vẽ một bà ở truồng nằm hở hang bức xúc. Ông già la: Tang chứng vật chứng rõ ràng, mày vẽ xuất thần quá mà, nhìn là biết con Mộng ngay. Riêng mình nó chứ còn ai trồng khoai đất này? Ông hỏi người con rể: Mày làm chồng nó vậy chớ có khi nao đã nhìn rõ ngọn ngành thông thoáng như thế nầy chưa? Mang về nhà mà treo mà thưởng ngoạn kẻo phí của giời con ạ! Chúng ta sẽ gọi xe ba gác để khuân hết toàn bộ tranh ảnh đồi truỵ kia làm vật thế chân, gia hạn trong hai hôm phải kiếm ra mười triệu chúng ta mới trả lại thành quả công sức lao động của nó.

Giọng cô gái hồi nãy lại cất lên: Chuyện nhạt như nước ốc, chưa thấy có cảnh đánh ghen nào mà hiền lành đến thế, chí ít ở hiện trường phải dây chút máu đổ thịt rơi chớ. Tiếng một cậu thanh niên chận ngang: Người ta đàn ông với nhau thì xử sự phải theo cách của nam nhi chi khí, hồi nào có mặt đàn bà xía vô mới làm cho rách việc ra, xé áo lột quần cắt tóc tung nắm ớt bột vào mặt rồi la chết con đĩ mẹ mày chưa, đồ đi giựt chồng thiên hạ. Bà chị thấy tui nói có đúng không?

6.

Thìn học trên tôi một lớp. Ra trường trước tôi một năm. Thìn thích giang hồ, xuôi nam, rộng cẳng đi đây đó để mở rộng tầm nhìn, học hỏi. Tóm lại, ngoài chất nghệ sĩ phong sương lăn lóc gió bụi, Thìn còn cao tay nghề hơn đám bạn cũ mãi loay hoay tìm đủ mọi cách mưu sinh, cuồng chân không thoát khỏi địa phận chôn nhau cắt rốn, sống thấp hèn chẳng đơm nổi một mộng ước nào, an phận thủ thường, sợ sóng gió.

Bữa ấy mưa đổ mù trời, tưởng đi mất đất bất ngờ Thìn năm xưa hiện về tìm đúng nhà hỏi thăm tôi, hình hài ướt như chuột lột. Thìn cho hay làm chuyến tàu quy cố hương vừa từ nhà ga bắt xe ôm về. Thìn có bà chị ruột định cư ở Mỹ, mượn tên và địa chỉ tôi để đón nhận một món tiền "cứu đói" từ phương xa lá lành đùm lá rách. Chậm lắm là ngày mai. Thìn nói. Tôi hết đường binh.

Tôi cùng Thìn đội mưa đi tìm một quán vắng kiếm thức dằn bụng. Tuy không uống bia rượu, Thìn đổ dốc ra hết những chén đắng. Đại loại Thìn đang là đứa trốn chạy tai ương, chưa tìm ra một giải pháp vẹn toàn hòng tìm nhặt chút an ổn, vật chất lẫn tinh thần. Quá tàn tệ! Thìn chấm câu. Tôi tìm cho Thìn một nhà nghỉ giá bèo đặng ngủ qua đêm, một giấc tiều tuỵ. Rồi tạm chia tay, tin vào số đô-la đầy hứa hẹn, thứ ánh sáng thắp lung linh nằm cuối đường hầm.

Hôm sau, khoảng mười giờ sáng có người đến gõ cửa, gọi tên tôi. Đưa giấy tờ chứng minh để ký nhận một phong thư hào sảng nhét đủ trong đó 500 Mỹ kim. Tôi chạy tới nhà nghỉ, dừng xe ngang phố đèn đỏ để kịp thấy bắt mắt tranh minh hoạ ngoài bìa một tập thơ của tác giả mang tên lạ: Lệ Mộng. Thìn là người hoạ sĩ trình bày bìa cho thi tập "Đổ Cạn Tin Yêu". Tôi bỏ ra 85.000 và cầm lên săm soi nét vẽ tài hoa của Thìn. Nói theo kiểu thường tình: Hiểu ở mặt nào đó Lệ Mộng và Thìn chính là đồng tác giả, là bố mẹ đẻ ra đứa con tinh thần gần 200 trang mong manh èo uột.

Chúng tôi ngồi uống cà phê trước sân ga. Ở đó, không mấy lâu tai sẽ nghe vang vọng những hồi còi khi tàu chuyển bánh. Trời quang mây tạnh, Thìn nheo mắt nhìn màu nắng rơi từng đốm trên chùm lá me: Tôi lại xuôi nam, số tiền 500 đô này tôi sẽ trao tận tay nhà thơ, tôi không muốn người ta nghĩ xấu về tôi. Ít ra tôi cũng là một người cha đàng hoàng, dẫu không danh chính ngôn thuận.

Tay bắt mà mặt không mừng. Nhà ga muôn đời là sân khấu xúi người ta đóng tuồng xa nhau. Đợi bóng Thìn khuất lấp biệt dạng, tôi mở tập thơ ra:

Đừng bắt em trở dáng nằm
Ngoài kia sương lạnh trăng rằm bỏ đi.

Tàu Thống Nhất rùng rùng chuyển động, không một bàn tay vẫy cho kẻ quay lưng. Không một khăn tay vày vò vừa chặm xong nước mắt.

Hồ Đình Nghiêm

KHÁNH TRƯỜNG

LỜI NGUYỀN

Đó là thời gian tôi theo một nhóm tìm trầm lang thang khắp vùng rừng núi thuộc cao nguyên trung bộ. Thực ra "tìm trầm" chỉ là cái cớ, tôi muốn tìm đường vượt biên. Nhiều người mách bảo, nếu đi sâu vào vùng này sẽ đến biên giới Cam Bốt, từ đó bơi qua một con sông nhỏ, là đặt chân lên đất Chùa Tháp, từ đó tìm vào trại tị nạn của Cao Ủy Liên Hiệp Quốc. Với lý lịch cựu quân nhân Thủy Quân Lục Chiến, tôi có đủ điều kiện định cư ở bất cứ quốc gia nào.

Một buổi chiều nhóm chúng tôi hạ trại cạnh dòng suối rộng. Khung cảnh thật thơ mộng, mặt trời còn khoảng bốn năm thước mới chạm đỉnh rặng cây xanh nhìn ra từ trảng trống, nơi chúng tôi căng lều tạm trú qua đêm. Ánh sáng lấp lánh ánh bạc trên dòng nước trong chảy qua các mỏm đá trên cao đổ xuống, trải rộng thành một hồ tắm thiên nhiên trong vắt, thấy rõ đáy hồ với những viên sỏi đủ kích cỡ, những thảm rêu, những đàn cá nhỏ nhởn nhơ bơi chậm. Tôi ngồi trên mỏm đá ven bờ nhìn ngắm cảnh vật một lúc rồi đứng dậy cởi quần áo ném trên bụi cây thấp bên cạnh, bước vài bước đến mấp mé bờ suối, định nhảy vào dòng nước thì chợt cảm thấy đau nhói dưới bàn chân, cạnh mắt cá. Tôi nhìn xuống, một con rắn hổ, dài chừng năm tấc, lủi nhanh vào đám lau cao. Tôi đã vô tình đạp nhằm con vật đáng sợ. Cơn đau rần rật từ gót chân lan nhanh khắp bàn chân, tôi ngã vật ra, nhưng còn đủ bình tĩnh la lớn,

"Cứu tôi".

Cả nhóm lần theo tiếng la, tìm thấy tôi trần truồng nằm sóng soài bên bờ suối với bàn chân sưng tấy tím tái. Họ nhanh chóng cõng tôi đến xóm nhỏ ven chân núi nhờ cứu chữa. Xóm chỉ hơn hai mươi nóc gia, khuất nẻo giữa thung lũng bốn bề chập chùng rừng núi. Rắn độc cắn, chuyện nhỏ. Dân miền núi quá quen với loài bò sát này. Từ bao đời nay, để tồn tại, họ phải tìm cách khắc phục hàng nghìn trở lực, đến từ nhiều phía. Thú dữ, rắn độc là vài trở lực họ thường gặp nhất, vì vậy họ đã tìm ra những phương thuốc hữu hiệu, độc cỡ nào cũng có thuốc chữa. Chỉ một nhúm lá thuốc nhai dập đắp vào vết cắn, và hai ngày, mỗi ngày uống một bát nước màu đen kịt không biết nấu bằng lá gì, đắng nghét. Sáng ngày thứ ba tôi thức dậy, nhìn xuống bàn chân, đã trở lại bình thường, thử ngồi lên, bỏ chân xuống đất, bước vài bước, như chưa từng xảy ra sự cố, mừng quá, tôi la lớn,

"Lành rồi, chân tôi lành rồi."

Cô gái vừa ngoài vườn đi vô nhìn tôi, cười,

"Thì lành, có gì đâu."

Căn nhà tôi đang tạm trú là của một bà mẹ đơn thân và cô gái khoảng mười sáu. Bà mẹ, sau này tôi được biết qua lời kể của cô gái, chừng ba lăm nhưng trông khắc khổ già nua như đã năm mươi, chồng chết mười năm trước vì đạp phải mìn còn sót lại không ít thời còn chiến tranh, rải rác khắp nơi trong rừng. Bà mẹ da đen sạm, ngực lép, tóc thưa lốm đốm bạc, rất ít khi có nhà, bà thường vào rừng hái lá thuốc, bà ta là thầy lang của xóm, có khi cả tuần mới về. Cô gái người tầm thước, không đẹp nhưng dễ nhìn, khỏe mạnh, no căng sức sống, lồ lộ qua đôi mắt to đen ướt, hai môi không son nhưng sưng mọng, khuôn ngực vênh vểnh cao, hai mông tròn căng.

Tôi nói,

"Cảm ơn mẹ con cô."

Cô gái nói,

"Ơn nghĩa gì."

Và hỏi,

"Lành rồi, anh đi ngay à?"

Tôi nói,

"Cho tôi ở thêm ít hôm đợi những người bạn trở lại."

Cô gái vui vẻ,

"Ai đuổi anh đâu, muốn ở thêm bao lâu cũng được mà."

Cô gái cúi xuống nhấc chiếc ấm đất dùng sắc thuốc cho tôi mang xuống nhà sau rửa. Tôi nhìn hai mông tròn căng, bổng cảm thấy rạo rực, không dằn được, tôi dở trò ong bướm,
"Thế tôi muốn ở luôn, có được không?"
Cô gái nhìn tôi thật thà,
"Tôi biết anh không nói thiệt, chỗ ni anh làm sao ở."

oOo

Buổi chiều, tôi đi dạo một vòng quanh khu vục cư ngụ, ra khoảnh vườn phía sau, tiếp giáp với cánh rừng qua một bãi trống và một hàng rào cây. Tôi bước ra ngoài qua cánh cửa khép hờ, vượt bãi trống, đến con suối, cũng là con suối tôi bị rắn cắn chảy xuống ngang đây, và sẽ chảy tiếp tục rất xa, ra tận dòng sông lớn dưới đồng bằng. Tôi đứng bên bờ suối nhìn dòng nước trong, nghĩ có lẽ mát lạnh. Ý nghĩ đưa tới hành động muốn tắm. Tôi tháo giày, cởi dở chừng hàng nút áo thì chợt nhìn thấy cô gái bơi ra sau một bụi lau giữa lòng suối. Cùng lúc cô gái cũng nhìn thấy tôi. Một thoáng bỡ ngỡ nhưng cô gái nhanh chóng lấy lại sự hồn nhiên,
"Anh cũng tắm à?"
Tôi hỏi,
"Được không?"
Cô gái liến thoắng,
"Hỏi lạ, suối của ông trời, muốn tắm thì tắm, mắc mớ chi tui."
Tôi cởi áo rồi quần, chỉ còn lại chiếc xì líp, nhảy xuống suối, quả thực nước mát lạnh. Tôi bơi về phía cô gái.
Cô ta la lớn,
"Không được lại gần."
và sải tay bơi nhanh vào bờ, thoáng chốc đã thấy cô gái thoải mái đứng dậy ra khỏi suối, thân thể không mảnh vải nổi rõ trên nền trời màu xanh nhạt, lác đác vài vảy mây nhỏ. Không quay lại, cô gái nói lớn, giọng vui,
"Đừng tắm lâu quá, chạng vạng, ma da bắt đấy."
Rồi biến nhanh vào lùm cây, tấm thân trần truồng của cô gái nhìn từ phía sau đẹp một cách kỳ lạ, không gợn chút dung tục. Tôi ngẩn ngơ chưa kịp phản ứng gì thì cô gái từ sau lùm cây bước ra, quần áo tươm tất, cô đưa tay vẫy,
"Tui về trước."
Hôm sau, hôm sau nữa, bằng kinh nghiệm và điều nghiên bài bản, tôi "cưa" đổ cô gái. Nhưng chỉ "xào khô", không dám "xào ướt", vì theo

phong tục của người dân tộc vùng miền này, khi đã "xào ướt" thì phải lấy làm vợ, nếu không sẽ bị trai tráng trong làng "dạy cho một bài học" bằng trận đòn có tiềm năng gãy tay què chân, và ghê gớm hơn nữa, sẽ bị lời nguyền có từ bao giờ bám theo, làm cho thân tàn ma dại, hoặc chết đớn đau, tủi nhục (tôi không tin khoản này, thấy nhảm nhí và buồn cười). Tôi vốn hảo ngọt nhưng vẫn còn chút khôn ngoan biết trong trường hợp này ráng kiêng cho nó lành. Tôi ở thêm gần trọn tuần thì nhóm bạn trở lại, tôi buộc phải theo họ trở về thành phố.
Đêm trước ngày đi, tôi đưa cô gái ra bờ suối. Trăng sáng vằng vặc, chúng tôi trầm mình dưới dòng nước mát, đùa giỡn thỏa thuê. Khi trăng lên cao đến đỉnh đầu, ánh sáng nhuộm thân thể cô gái một lớp sữa mịn, tôi bế cô đặt nằm trên bờ cỏ, nhìn thân thể trắng nhễ nhại giữa thảm cỏ xanh, lòng bỗng xúc động, tôi cúi hôn vành môi dày, dứt nụ hôn, tôi rót vào tai thiếu nữ,
"Anh yêu em."
Thiếu nữ hỏi,
"Thiệt không?"
Tôi nói,
"Thật, cho anh nhé?"
Thiếu nữ nói,
"Nếu tui trao thân cho anh thì anh phải lấy tui làm vợ."
Tôi đáp ngon lành,
"Dĩ nhiên, anh sẽ về nói ba mẹ mang sính lễ lên xin cưới em."
Thiếu nữ vòng hai tay ôm siết tôi, nói,
"Đừng nói dối đấy, nếu dối sẽ phạm phải lời nguyền."
Tôi cười thầm, người dân tộc rất tin những chuyện huyền hoặc. Lời nguyền gì? Nhảm thật!

oOo

Mười sáu năm sau, trong lần về nước tôi được một người bạn đưa đến căn phòng trên tầng thứ tám của một cao ốc cao cấp.
Người bạn nói,
"Tôi giới thiệu với ông con bé này, đẹp hết biết."
Tôi hỏi,
"An toàn chứ?"
Người bạn xác quyết,
"Trăm phần trăm, hàng xịn mà."
Và nói thêm,

động thái tương tự, cảm nghe dưới da hàng nghìn mạch máu căng nở. Đúng như người bạn nói, con bé ngón nghề tuyệt kỹ, tuy chỉ mới mười sáu nhưng dạn dày kinh nghiệm, tôi chết điếng khi con bé điều khiển cơ vòng thắt bóp liên tục và sàng sẩy nhanh, mạnh. Chợt tôi nhìn lên, một trang thờ gắn vào tường cao quá đầu người, sau bát chân nhang là chân dung một thiếu nữ với đôi mắt lớn mở trừng nhìn xuống mặt nệm, nơi con bé đang nhấp nhỏm trên bụng tôi. Thiếu nữ chẳng ai khác hơn là người con gái có căn nhà đầu xóm nhỏ ven chân núi, nơi tôi đã tá túc non mươi ngày; người con gái có bà mẹ làm thầy lang, đã chữa vết rắn cắn dưới bàn chân tôi; người con gái đã trao thân cho tôi, giữa vằng vặc ánh sáng như sữa của trăng, trên thảm cỏ cạnh bờ suối. Tôi vội đẩy con bé văng bắn khỏi người, hỏi nhanh,
"Em thờ ai thế kia?"
Con bé vẻ ngạc nhiên,
"Mẹ em, mà sao thế?"
Tôi lắp bắp,
"Oan nghiệt."

Hưng phấn rút đi nhanh chóng, khắp người bỗng lạnh toát, tôi nhảy ra khỏi giường vớ nhanh quần áo mặc vào, đồng thời bảo con bé cũng làm như tôi. Tuy không biết chuyện gì nhưng nhìn thái độ cực kỳ nghiêm trọng của tôi con bé cũng lờ mờ hiểu hẳn chẳng phải chuyện đùa, nên cũng nghe lời mở tủ lấy bộ đồ tử tế mặc vào.

Qua lời kể của con bé, tôi được biết, sau lần duy nhất trao thân cho tôi bên bờ suối, thiếu nữ đã cấn thai. Hậu quả là trải bao nhiêu sỉ nhục phải nhận gánh, dẫn đến chung cuộc, thiếu nữ bị đuổi khỏi làng, trôi dạt xuống thành phố. Đói khát, buộc phải tìm vào một nhà thổ, bán trôn nuôi miệng, nuôi cái bào thai còn nằm trong bụng. Đến ngày, thiếu nữ hạ sinh một bé gái trong nhà thương thí. Nghĩ đến tương lai đứa con, thiếu nữ quyết tâm rời nhà thổ, nhờ một văn phòng môi giới tìm chỗ ở đợ, may mắn có một gia đình chịu cưu mang mẹ con thiếu nữ. Tưởng sẽ êm ấm, nhưng một đêm ông chủ mò xuống nhân lúc bà chủ đi công tác xa, thiếu nữ chống trả quyết liệt, sáng ra, không đợi phản ứng của ông chủ, thiếu nữ bồng con ra khỏi nhà. Hơn một tuần lang thang khắp nơi, ban đêm ngủ vật vờ khi mái hiên, khi gầm cầu. Những đồng bạc cuối cùng rồi cũng cạn. Một ngày không có gì bỏ bụng ngoài những vốc nước máy, thiếu nữ vào ngồi trên chiếc ghế đá trong công viên, vừa đói vừa tủi thân, ôm con tấm tức khóc. Một chị bán vé số ngang qua, thấy, hỏi sự tình, đưa mẹ con về chỗ cư trú của chị. Đó là căn lều nhỏ như tổ chim, chắp vá bằng đủ mọi vật liệu phế thải, *carton*,

ván thùng,... bên con lạch ngập rác hôi thối. Không giường chiếu, đêm, cả ba ngủ trên tấm nhựa trải dưới đất. Thiếu nữ tự an ủi, dù sao vẫn có nơi chui rúc, còn hơn co ro dưới mái hiên, trong gầm cầu.
Thiếu nữ muốn đi bán vé số như chị bạn, nhưng không có vốn. Ông chủ đại lý thấy thiếu nữ có con nhỏ, cám cảnh, cho bán trả tiền sau. Thiếu nữ mừng quá, thoát được cái đói.

Ngày tháng trôi qua, con bé dần trưởng thành. Lạ một điều, bất chấp hoàn cảnh, con bé lớn nhanh và đẹp, càng lớn càng đẹp, nếu sinh ra trong một gia đình khá giả, được ăn học đường hoàng, con bé nhất định sẽ có một tương lai tươi sáng, thiếu nữ nghĩ thế và thấy lòng quặn đau. Mười lăm tuổi, con bé đã trổ mã như một thiếu nữ vào tuổi dậy thì, bọn con trai du thủ du thực khắp vùng săn đón, điếu đóm, tranh dành, đánh đấm để được lòng "người đẹp". Con bé dĩ nhiên không thoát được môi trường chung, ăn chơi, hút sách và tình dục. Để rồi, bằng vào số vốn trời cho, trở thành món hàng đắt giá trong giới buôn hương. Con bé rời căn lều tả tơi thuê một phòng trong chung cư cao cấp làm nơi tiếp khách. Người đàn bà thấy con rơi vào sa đọa, không khuyên can được, buồn rầu sinh bệnh và chết. Con bé tuy hư hỏng nhưng rất thương mẹ, bảo bọn đàn em làm một trang thờ để ngày ngày hương khói tưởng nhớ.

Tôi ra đứng ngoài hành lang, nhìn xuống lòng đường, đã quá nửa đêm nhưng hoạt cảnh náo nhiệt vẫn nguyên cường độ, tiếng động cơ xe hơi, xe gắn máy, tiếng rao hàng, tiếng cười nói... Hàng trăm loại tiếng động hòa thành một âm thanh vang xa. Đầu óc tôi quay cuồng, con bé kia, giọt máu của tôi, giọt máu nẩy sinh từ ham muốn háo thắng thời tuổi trẻ, giọt máu kết tinh từ tính toán chiếm đoạt bẩn thỉu. Và thiếu nữ, người con gái nhẹ dạ, quê mùa, mộc mạc, người con gái đã tin lời đường mật của tôi, rằng tôi đã yêu nàng, sẽ cưới nàng làm vợ. Để rồi kết quả hôm nay. Tôi đã làm tình đủ mọi tư thế một cách mê cuồng với con gái tôi. Hành động loạn luận cực kỳ kinh tởm. Tôi là con vật đội lốt người, tôi còn xứng đáng làm chồng, làm cha của những thành viên dưới mái gia đình trên quê hương thứ hai bên kia đại dương? Không, tôi không thể nào tiếp tục sống trong cuộc đời này?
Tôi leo qua lan can, hai tay giang ra cầm ống sắt trên cùng, nhìn xuống lòng đường ngược xuôi xe cộ, nhìn khoảng sân *ciment* xám nhạt, nhìn hàng rào bao quanh tua tủa những mũi nhọn. Tôi nhắm mắt, nói thầm, "vĩnh biệt", và buông tay.

oOo

Buổi sáng, quán cà phê lộ thiên của chị Tư luôn đông khách, hầu hết khách quen, họ là dân lao động, thợ hồ, thợ mộc, thợ hàn, tài xế *taxi*, xe ôm, xe ba gác, có cả đám sinh viên từ tỉnh lên, trọ học trong khu nhà trọ chật hẹp giữa xóm. Gọi là quán lộ thiên cho oai, thực ra chỉ một xe đẩy, kiểu xe hủ tiếu, trang bị hai bếp lò, và hàng chục dụng cụ lỉnh kỉnh, chất đầy mặt trên cũng như thùng xe, chỗ ngồi là những ghế đẩu thấp tè kê dọc vỉa hè. Chú Ba Hô vừa nhấm nháp ly xây chừng, vừa lật tờ nhật báo coi từ trang ngoài đến các trang trong một cách cẩn thận, chợt chú lắc đầu,

"Lóng rày mốt nhảy lầu tự tử coi bộ thịnh hành, tuần này thêm vụ này nữa là ba."

Ông bạn cùng bàn, Sáu Lé, hỏi,

"Vụ gì tuần này?"

Chú Ba Hô trả lời,

"Thì nhảy lầu tự tử."

Sáu Lé nói,

"Đọc nghe coi."

Chú Ba Hô đọc,

"Vào lúc... tại chung cư cao cấp đường... quận... một nam Việt kiều rơi từ tầng thứ tám xuống đất chết ngay. Theo điều tra sơ khởi, nhiều khả năng đây là một vụ tự tử. Tuy nhiên cơ quan công an đang tiếp tục truy nguyên sự cố, hầu làm rõ nguyên nhân.

Khánh Trường

LAM HỒ

ỐNG TRE KHÔ

Người con gái gặp Lịch nhân đợt dưỡng quân. Bộ đội dừng chân trong xóm giữa thời điểm cuộc chiến chống Pháp thắng lợi qua tin về từ lòng chảo Điện Biên Phủ. Tình yêu của anh giải phóng quân và nàng thôn nữ lúc này tạo nên điểm nhấn giữa bức tranh xã hội sắc màu pha trộn quằn quại đớn đau, sục sôi căm hận, trào dâng tâm tư thương nước thương nòi.Có loài cây lì lợm , ngay trong từng tế bào thực vật đã ẩn chứa cội nguồn bất tử , trong biển lửa, vẫn cứ đâm chồi, nở hoa nên cuộc tình thời chiến. Lịch phớt lờ khuyến cáo rằng nước nhà chưa độc lập, thống nhất, hãy khoan yêu, lỡ yêu thì khoan cưới... Lòng bao dung thông cảm của con người là giọt sương ngọt trong chiếc bình ngọc lung linh . Ít lâu sau, đám cưới do đại đội trưởng đứng chủ hôn phía nhà trai. Lễ cưới Hiên và Lịch đơn sơ, khuất lấp nhưng không thiếu tình nghĩa mặn nồng. Tiệc mừng có kẹo đậu phụng,những hạt đậu béo bùi quyện mật mía ngọt lịm phù sa ven dòng Vu Gia, Thu Bồn đằm thắm. Nước chè xanh Tiên Phước ngát hương đồng nội, rừng rực bờ môi, len lỏi vào mạch máu , thớ thịt chiến sĩ , rộng lòng chia sẻ hạnh phúc chắt chiu của đất, của người. Mở đầu tiệc vui với *Tiến quân ca*,âm vang hào hùng , chập chùng trên đám trai trẻ trong quân phục vải Xi-ta nhuộm than thành màu tro xám.

Buổi liên hoan chấm dứt. Bà Mận và họ hàng ai nấy đều về trước. Cuối một ngày bận rộn, bà bắt đầu ngủ say . Đôi vợ chồng mới ngồi lại bên lối hẹp dẫn vào nhà, dồn căng lồng ngực đón làn gió mát rười rượi từ cánh đồng trải rộng trước mặt. Hiên ngồi dựa lưng vào nửa người Lịch. Cánh tay tân lang dịu dàng ấm áp quàng khép bờ vai con gái, như vòng khoá của lời hứa sắt son đặt trọn vào một kiếp người. Chàng thầm thì bài hát *Trăng mờ bên suối* , "*...Một đêm thiết tha rồi đây xa cách...ai hay chia lìa.Sương khói biên thuỳ hiu hắt người đi xa trường sa... Ngày xưa còn đó trăng nước mong chờ".* Lời ru và giai điệu quyện trong hơi thở nồng nàn ve vuốt vành tai, ngấn cổ...Hiên rùng mình, rạo rực xao động ngọn gió phương đông gợn sóng thảm mạ non . Mắt lim dim chợt bắt gặp mảnh trăng đêm hai mươi vừa rụt rè ló dạng phía đầu rặng cây . Hanh phúc bùng cháy hoà vào ánh sáng bàng bạc phủ ngập hàng rào chè tàu thiếu bàn tay cắt tỉa . Cành lá đan nhau tựa rèm buông của đêm tân hôn nguyên thuỷ giữa đất trời mênh mông vắng lặng .

Chưa được một tuần ân ái, anh bộ đội lên đường theo hướng chuyển quân . Năm tháng sau, Lịch trở lại ,kết hợp công tác, đặc biệt ghé thăm nhà mấy hôm. Cũng là lần chia tay , hẹn ước vài năm chồng vợ trùng phùng. Trước khi khuất ở khúc quanh con đường lao xao cỏ dại cuối vườn, anh ngoảnh lại với hai ngón tay đưa cao. Chỉ vợ hiểu, nhất định hai năm nữa, mới thật sự độc lập,thống nhất." Còn sống, nhất định tìm nhau. Có gì, cũng chờ ngày hai linh hồn tái hợp". Duy một điều, ba mẹ chưa kịp biết về sự có mặt của đứa con gái đầu lòng, nó đã khởi đầu hiện hữu trong phút giây li biệt ấm ức quặn lòng.

o O o

Hiên đoán chừng, bây giờ Lịch đã đến Bình Định. Anh sẽ xuống tàu nước bạn và tiếp tục dặm trường chinh phu qua chuyến hải hành về phương bắc. Người chinh phụ thì chỉ còn một việc là ngóng đợi. Buổi chiều Hiên dựa cột , mắt mơ màng về phía cuối con đường bóng chồng khuất dạng.Tháng này đã trễ hơn hai mươi ngày dấu hiệu theo chu kỳ trong hình hài phụ nữ. Hiên hồi hộp với cảm xúc chưa từng nếm trải , và bỗng nhiên nhớ người ra đi, nhớ đến rã rời, uể oải , lắm khi choáng váng phần xác phần hồn. Mấy hạt mụn tí teo vô cớ gợn lên vùng da mặti. Quầng mắt có vết mờ màu da bắt nắng. Không lẽ, đến lúc này mới nhiễm bệnh tương tư ? Bà Mận loay hoay theo dõi đứa con gái, ngoảnh mặt dấu nụ cười. Bà chăm chút Hiên hơn hẳn mọi khi, và nàng cứ ngỡ mẹ bù đắp cho mình nguôi ngoai nỗi nhớ nhung lứa đôi tội nghiệp.

Hay tin con cưới vợ, ông Vạn mừng lo lẫn lộn, tâm trạng bôn chôn. Hoàn cảnh không cho phép ông có mặt trong ngày quan trọng đó. Hai tháng sau ngày Lịch rời cảng Qui Nhơn, ông nhờ bà Chín cô họ nàng dâu vẫn hay buôn hàng chạy ngược xuôi từ quê ra thành phố dẫn đường . Hai bên sui gia qua nhanh giây phút bỡ ngỡ để cùng hội nhập trong thứ tình cảm làm cha làm mẹ dành cho con cái mà số phận chúng đầy nỗi éo le. Nỗi vui mừng gần như choáng váng .

- Cũng ba tháng rồi anh à. Nó còn khờ lắm, phải chỉ vẻ cho từng chút môt.

-Dạ , trăm sự bây giờ chỉ biết nhờ chị. Tôi thân gà trống nuôi con. Mẹ chúng mất sớm. Thằng em đi học xa nhà , kém chị dâu nó đây một tuổi.

Ở lại nhà sui Ba hôm, trước khi về, hẹn gặp ở tháng sau , ông trìu mến an ủi con dâu:

- Thôi con gắng đợi một hai năm , rồi cũng qua. Chiến tranh loạn lạc, ai cũng khổ. Nghe đâu bao nhiêu người ngoài bắc đành bỏ quê hương xứ sở vào nam . Họ nhà mình có ông chú về thăm mẹ, bây giờ cũng đợi mãi , mất cơ hội về lại với vợ con còn nằm ngoài đó. Ba xin gửi con lại , nhờ mẹ chăm hộ. Bây giờ đường sá cũng an toàn, tiện lợi, ba sẽ vào thăm thường xuyên.

Ông đặt vào tay Hiên gói giấy báo ràng rịt thật kỹ bằng mấy vòng thun cắt từ xăm xe đạp.

- Cần cẩn thận chăm sóc cho mình, cho con. Ba để lại chút ít , nhà mình xa cách, không gần gũi lo cho con được. Có cha, có mẹ,anh em trong này, con vững bụng lên để con nó nhờ , đợi ngày về của thằng Lịch.

Ôngt đi rồi, bà Mận mở gói giấy thấy có bốn chiếc khâu, chiếc nào cũng được quấn kín bằng sợi len ; một gói mỏng hơn cả cái bánh bột nếp bọc giấy màu đất sét ngoài có in chữ đỏ, trong chứa hai miếng rưỡi kim loại mỏng vàng choé .

Nhân cơ hội nghỉ tết sớm, Lãm mượn chiếc Lambretta chở ông Vạn về quê thăm bên sui, mang theo quà và lễ vật thay mặt Lịch thắp hương tiên tổ bên nhà vợ. Lần đầu tiên nhác thấy thằng em chồng, Hiên bàng hoàng vì sự giống nhau lạ lùng của hai anh em . Thêm chút rắn rỏi, da sạm hơn một ít, có lẽ Hiên không nén được tiếng kêu kinh ngạc trước sự xuất hiện của Lịch như trong mê hoặc. Những ngày giáp tết, tâm trạng con người âm ỉ khởi đầu bóng nước li ti đáy nồi bánh tét, lớn dần vỡ trên mặt nước sục sôi nỗi nhớ nhung, hồi ức , khắc khoải yêu thương. Những nụ mai háo hức trước sân như bóng dáng hạnh phúc có thật nhưng vắng xa, cách trở .Đất trời mang mùa xuân trở lại y hẹn, hơi xuân lẩn khuất ở tận phương nào. Cũng may là hình ảnh người chồng xa vắng còn lưu dấu nơi bóng dáng nơi họ hàng , gia quyến gần gũi, như bến đò im lìm tiếng động mái chèo khua nước nhưng chắc chắn thuyền cũ lại về, ngày, tháng,năm nào đó áp sát bên cầu gắn kết bờ xưa.

Sau tết, Lãm về trường, ông Vạn một mình trong căn nhà vắng. Bà Chín ghé thăm có kể qua cuộc sống của mẹ con Hiên, hình như không mấy thoải mái. Những chuyến tàu tập kết người ra bắc sắp kết thúc, có lẽ không qua hết mùa hè. Cảnh sống một vùng quê so với trước đây ít nhiều khác đi . Những khuôn mặt quen biết vẫn còn đó, nhưng phong cách giao tiếp, tiếng nói giọng cười đôi khi phảng phất chút gì xa lạ. Thay đổi nào mà không vẻ đổi thay. Cuộc sống trong cõi người ta, cảnh trạng hình thành qua dáng dấp của con người hiện hữu. Ông Vạn gợi ý:

-Có dịp, chị bàn thử xem .Sắp đến ngày sinh nở, tôi có ý mời hai mẹ con chị Mận ra ngoài này . Nói thật, ngoài năm mươi năm nữa chưa chắc điều kiện sống nông thôn đã bắt kịp được với thành thị. Hiên nó mang thai con so, mọi sự mới mẻ, ở đây sẵn nhà hộ sinh, cô mụ giỏi. Người ta có năm có bảy, mình bon chen lấy một .Tính đường chắc ăn là hơn.

Bà Chín chưa vội trả lời, nhưng trong nghĩ ngợi cũng thấy phần có lý. Bà về bàn bạc thiệt hơn với mẹ con Hiên . Gần mãn những ngày xuân, hai mẹ con lên thành phố. Dáng dấp con gái thon thả nhanh nhẹn ngày nào còn lại đó một bà bầu sồ sề ì ạch . Ông Vạn thương cảm xuýt xoa:

-Về đây đi con. Giỏi lắm, gắng lên . Cứ an tâm chờ ngày, dù sao vẫn tốt hơn trong ấy.

Đã chuẩn bị trước, mẹ con Hiên ổn định sinh hoạt nhanh chóng trong căn phòng tương đối rộng rãi, thoải mái vốn xưa hai anh em Lịch từng sử dụng chung. Những tấm ảnh treo trên vách ghi lại quãng thơ ấu hai anh em khiến Hiên thấy gần gũi hơn với gia đình nhà chồng. Có mẹ bên cạnh, cùng lúc sự trải lòng, thiệt thà cởi mở dễ gần của ông Vạn, tuy cảnh mới, Hiên vơi bớt cảm giác chơi vơi và nỗi nhớ nhung dai dẳng khi còn ở quê. Cận kề bên ông, giữa khung cảnh mà Hiên đinh ninh từng vị trí vẫn còn vương hơi thở của người chồng trẻ, nàng như gốc cây đang đâm rễ vào sâu hơn lòng đất tình nghĩa, gia đình. Lãm nghỉ hè, cẩn thận mang quà đặc sản tặng chị dâu chiếc nón bài thơ, soi ngang ánh sáng đọc được hai chữ Hiên Lịch quấn quít dưới lớp lá phơn phớt ánh xanh sắc màu sơn cước.

Đêm mùa hạ oi bức,Lãm nằm trên ghế xếp ngoài sân. Ông Vạn gọi :

-Lãm à, xem bác và chị mày lục đục gì trong đó ?

Anh vùng dậy , nhớn nhác chạy vào .

-Chị Hai hình như cũng sắp sửa rồi đó. Chú gọi giùm chiếc xích lô là vừa.

Ông Vạn nhanh nhẩu:

-Để tôi tìm xe cho.Thằng Lãm phụ bác chuẩn bị mọi thứ.

Mẹ con Hiên ngồi xích lô chạy phía trước.Cha con Lãm đèo nhau bằng xe đạp theo sau . Mọi người đến nhà hộ sinh tư của cô mụ tốt nghiệp nữ hộ sinh bản xứ từng học hai năm ở Hà Nội thời Pháp thuộc. Ông Vạn có vẻ thành thạo trong công việc đưa người đi đẻ , giúp bà Mận và Hiên đâu vào đó qua mọi thủ tục. Phần Lãm, anh lớ ngớ chẳng biết làm gì ngoài nhiệt tình lăn xăn, không khác ngày còn nhỏ mỗi khi nhà có việc. Ông Vạn về trông nhà,tranh thủ nghỉ ngơi trong khi Hiên còn đợi trong phòng sinh cùng mẹ. Lãm hết đứng lại ngồi ghé cạnh vài người nhà sản phụ trên chiếc ghế dài đặt dọc hành lang. Máy bà sồn sồn có tia nhìn săm soi Lãm và chực bắt chuyện. Anh bẻn lẻn, ngại ngùng, định bỏ ra ngoài sân. Bà già có khuôn mặt hiền lành, cái nhìn thoát ra từ lòng nhân hậu, hỏi anh:

-Chú đưa vợ đi sinh hử ?

Lãm cảm nhận bất ngờ một bàn tay thô bạo của thằng bạn tinh nghịch nào đó từ phía sau bất thần đánh đét vào vai mình. Anh lắc đầu lia lịa và lí nhí:

-Dạ không, không phải đâu. Chị cháu chờ trong kia…

Trả lời xong, Lãm có cảm giác chung quanh bỗng thoáng đảng, không khí nhẹ nhàng dễ thở .Anh bình yên dưới cái nhìn thiện cảm mọi người dành cho chàng trai hiếu đễ.

Mẹ con Hiên ở lại nhà hộ sinh mất bốn ngày. Suốt thời gian ấy, Lãm như con thoi, thay anh lo toan mọi thứ. Những lúc bà Mận cần về nhà tắm táp này kia, Lãm ở lại với Hiên và cháu . Anh tò mò ngắm nghía con bé, cố tìm ra nét gì đó để chứng minh điều bà Mận nhận xét nó giống cha hơn mẹ. Có lẻ cái nhìn của bà tinh tế hơn anh. Mùa hè năm nay, nhà cửa thành ra vui vẻ . Tiếng khóc của bé Liên , tiếng chim lạ xáo động không gian vốn âm u của khu rừng hoang lạnh từ khi mẹ ra đi, anh theo kháng chiến, người cha luống tuổi trở nên trầm mặc bên cạnh đứa con đang tuổi học trò. Khói ngún từ vỏ bưởi, nhựa dầu rái toả nồng trên trả than gỗ hơ háp khi chiều xuống, với Lãm như liều thảo dược có sức hút gắn kết thiêng liêng trong mối ràng buộc gia đình huyết thống. Lãm trôi qua một mảng sống trên cuộc đời phát sinh bao cảm xúc lạ lẫm êm đềm , tìm lại hơi thở ấm nồng đã mất từ bận thả nắm đất xuống quan tài người mẹ trong nghĩa trang buổi chiều mưng nắng hanh hao. Những ngày cuối của kỳ nghỉ hè đến gần, Lãm bịn rịn hơi hướm gia đình , thấy buồn nếu phải rời xa khoảng không gian ấm áp mới hồi sinh dưới mái nhà xưa cũ . Anh không trở lại trường, ông Vạn chẳng hỏi han gì nhiều.Từ ngày đi học xa nhà, càng lúc, Lãm như càng xa cách ông trong quan hệ phụ thuộc mặc dù tình cha con đằm thắm vẫn nguyên vẹn.

Bé Liên đã nhón nhác quay đầu nghe tiếng mẹ.Cười thành tiếng , cười nắc nẻ khi bị chú lì lợm trêu chọc bằng động tác đột ngột chồm khuôn mặt nhăn nhở về phía nó đang nằm ngửa trong nôi. Anh bế nó quanh quẩn giữa mấy cột gỗ đen bóng trong nhà, đưa đẩy nhè nhẹ chiếc nôi khi Hiên bận tay...Lãm thay đổi hẳn, tự nghiệm ra mình vụt cao thêm một cấp trên vị trí thường ngày của thằng con trai chưa một lần xác định sự ràng buộc nào đó xem là quan trọng trong giao tiếp xã hội. Bà Mận có lúc nửa đùa, vẫn bảo : " Sẩy cha cậy chú, không mẹ bú dì". Anh chưa xác định có thể làm gì, nếu quả có sự nhờ cậy từ phía mẹ con Hiên trong cảnh vắng xa người đàn ông trụ cột . Thật mũi lòng mỗi khi nhìn bé lặng thinh, chăm chú quờ quạng săm se hai bàn tay non nớt , buồn tình cho ngón cái vào chiếc mồm bé xíu.

Lúc đó vào khoảng mười một giờ, nồi cơm trưa vừa nhắc khỏi bếp âm ỉ lửa than. Hai người đàn ông trên hai chiếc mobylette rẽ vào cổng , dừng lại trong sân.Ông Vạn ngồi trước hiên, ngỡ ngàng rời chiếc ghế mây, cố nhớ xem người quen hay lạ.

-Ông là chủ nhà ?

-Vâng. Các ông có việc gì ?

-Chúng tôi là nhân viên công lực, cần gặp bà Đào Thị Mận.

Vừa hiện ra nơi cửa hông, hai người đàn ông yêu cầu bà Mận theo ngay. Một người chở bà ,người kia chạy kèm phía sau. Qua vài con phố, họ đưa bà vào một toà nhà bên ngoài không có dấu hiệu gì mang nét đặc thù , ngoài những anh lính gác. Nơi đây, trước kia là cơ quan được quen gọi Phòmg Nhì (Deuxième Bureau) thuộc quân đội Pháp. Bây giờ, thêm nhân viên mới ghép vào bên số người cũ dày dạn dân bản địa được lưu dụng . Xây dựng hạ tầng đang xuống cấp. Hai người đàn ông dẫn bà qua đoạn hành lang mé ngoài lối đi loà xoà cỏ dại. Đến trước căn phòng rộng, cửa hai cánh khung sắt áp tôn dày, chỉ mở hé. Đèn điện không đủ sáng, không gian đắm chìm trong thời khắc một ngày âm u lạnh lẻo. Gã có ria mép, cao to ngồi sau mặt bàn rộng ngồn ngộn giấy tờ, hấp háy đôi mắt như lúc nào cũng quá khó khăn để mở rộng . Cái nhìn lạnh băng phủ lên người đàn bà rụt rè tiến lại. Anh ta giống con mèo chợt choàng thức giấc nhưng vẫn giữ nguyên tư thế lười biếng dõi theo con mồi không có lối đào thoát.

-Họ tên ?

-Dạ, Đào Thị Mận.

Chỉ hỏi để mà hỏi, không thèm nghe trả lời, gã búng ngón tay về phía thuộc hạ . Người đứng cạnh kéo vai bà Mận, lôi đi. Đến gần người đàn bà nằm lặng trên bục gỗ, chỉ mặc áo ngắn lộ hai cánh tay rám nắng tiếp liền phần vai sáng màu , hai ống quần đen chun lên quá gối.

-Biết ai đây không ?

Bà Mận vừa run vừa cố nhìn, bổng nhận ra con người khốn khổ trước mắt. Bà càng bấn loạn khiếp hãi. Bà Chín nằm đó mệt lả hoặc không còn tri giác . Không đợi bà phản ứng, người đàn ông giật đứt tấm áo đang mặc , còn lại chiếc áo lót trên người, bà gần như bị bốc lên, quẳng trên mặt bàn dài bọc kẽm. Ngón tay bà bị giữ rịt trong mấy chiếc kẹp kim loại cỡ nhỏ. Như một đạo diễn trên phim trường , gã đàn ông cao to nhếch hàng ria mép, buông cộc lốc:

-Quay !

Ma- nhê- tô chuyển động . Bà Mận co giật trong tiếng rú tắt nghẹn. Con tôm bần bật, nẩy tưng lên trên mặt chảo nóng , giống như vậy.

Một cánh tay vụt đưa cao từ sau bàn giấy.Thằng quay máy phát điện dừng lại, cười nhăn nhở.

- Nghe rõ đây. Bà quen biết mụ Chín như thế nào?

Một khoảng lặng tính bằng mấy giây, có tiếng thều thào :

-Chị họ bên chồng .

- Bà nhận tài liệu đưa cho ai?

Bà Mận hổn hển khóc mếu:

-Trăm lạy ngàn lạy quan, có tài liệu chi mô. Bả nhờ tôi đem mấy ký nếp giao cho người quen ở ngã năm. Bả bị trúng nắng nằm nghỉ , nói là đưa gấp để họ còn nấu cơm cúng.

Có vẻ người ta không cần khai thác gì thêm ở đối tượng này, mọi sự chỉ là xác minh ,củng cố đôi điều vặt vảnh. Họ đẩy bà qua một gian rộng khác. Nơi đây nằm, ngồi dựa tường vài người mà bà nghĩ chắc cùng chung với mình số phận. Phía sau song sắt cửa sổ của căn phòng nhỏ, bà giật mình nhận ra người đàn ông đó, nhân vật đã vội vàng cám ơn bà và quay ngoắt đi sau lúc nhận bì gạo nếp . Anh ta ủ rủ, đầu tóc bờm xờm, một phía môi dưới sưng vêu, vết bầm in trên quầng mắt.

Ông Vận thay áo quần tề chỉnh, lấy xe đạp đi đâu đó. Lãm vừa chăm sóc bé Liên, vừa không ngớt vỗ về, trấn an chị dâu. Hiên cho bú xong, thả con cho em chồng, nằm rủ như người đang ốm. Chưa qua hết một buổi chiều mà nhà cửa giống như trải cảnh hoang liêu tự bao giờ. Đến tối mịt, ông Vạn mới về. Bốn con mắt ngóng đợi vô vọng trên vẻ rã rời của ông già trụ cột cái gia đình vốn đã lắm chông chênh giữa cảnh đời chao đảo.

-Ba gặp cậu Phúc rồi. Chắc có hiểu nhầm gì đây . Sáng mai cậu sẽ liên lạc bên an ninh . Độ này, cậu cũng bận lắm, công việc của Bảo an đoàn bề bộn vô cùng. Mà này, thằng Lãm,con Hiên, có ai hỏi thằng Lịch, mấy đứa cứ bảo là đã chết bệnh sốt rét năm trước . Nhớ chưa?

Hiên nhìn Lãm đong đưa chiếc nôi, bé Liên đang ngủ. Niềm thương cảm vẩn vơ dấy lên trước cảnh em chồng, dáng vóc thư sinh sớm ghé vai vào cảnh khó khăn rối rắm của gia đình. Có Lịch bên cạnh, nông nỗi nào đến vậy. Vai trò bà Mận thật vô cùng cần thiết , nghĩ đến mẹ, Hiên càng thêm se sắt giữa tâm tư rối bời, âu lo chất ngất. Nàng nhích lại ,khẽ giọng:

- Lịch này , mai chú trông hộ con nhỏ, tôi định nhờ ba đưa đi thăm mẹ . Bà ăn chay, không biết ăn uống ra sao ở đó.

-Được , cứ cho cháu bú no, để nhà tôi lo.

Sáng hôm sau, mọi thứ sắp đặt đâu vào đó, Hiên gói theo mấy ổ bánh mì, chai nhỏ xì dầu đậu nành, mấy trái quít, ngồi xe đạp ông Vạn chở đến cơ quan đang giữ bà Mận. Chỉ mong sao công việc chóng vánh, may mắn để còn về cho bé bú xuất trưa. Nó háu đói, khóc đòi e Lãm không kham nổi. Mấy người lính chặn lại ngoài cổng. Loay hoay gần nửa giờ. Ông Vạn lễ phép trình bày, họ cho ông đợi bên ngoài, hướng dẫn Hiên lại trước cánh cửa căn phòng nhỏ đóng kín gần lối vào . Cửa sổ mở có che nắng chiếu bằng tấm rèm vải dù chồng chéo những mảng màu cỏ úa. Anh lính gõ cửa:

-Trình xếp. Có người xin gặp.

Chừng một phút sau, tiếng chốt rin rít bật lên, cửa mở lưng chừng, thò ra khuôn mặt nung núc cỡ năm mươi của người đàn ông da dẻ ửng hồng có cái nọng như lợn béo dưới cằm :

-Gì đó mày ?

-Dạ có người xin thăm *phạm nhân.*

- Phạm nhân ?Thằng ngu, để đó, ra canh gác đi.

Cánh cửa không mở rộng hơn, ông ra dấu cho Hiên.Nàng nép mình lách qua, rụt rè dừng lại bên chiếc bàn nhỏ tương xứng với cái phòng mỗi bề rộng chưa quá ba mét. Góc phòng còn nhét thêm chiếc giường xếp vải bố. Nàng vẫn đứng, người đàn ông ngồi vào chiéc ghế duy nhất, tay mở bâng quơ quyển số bìa dày.

-Xin gặp ai ?

- Dạ, gặp mẹ. Mới bị bắt trưa hôm qua.

Ông đập nhẹ bàn tay mum múp lên mặt giấy chi chít chữ nghĩa dàn ra thành mấy cột , nói nhanh:

-Tên gì? Bao nhiêu bà mẹ, bà vợ, bà chị trong đó, biết ai ra ai.

-Dạ, tên Đào Thị Mận.

Cây bút Kaolo không mở nắp kẹp trong mấy ngón tay nâng nẩng , đảo lên đảo xuống từng trang giấy rồi dừng lại :

- -Cái bà này ! Giao liên hả ? Con cái không can ngăn, hoà bình rồi, lo mà sống an hưởng đi, làm chuyện bậy bạ, chống phá quốc gia, được cái gì, cho thêm khổ.

-Dạ không có . Bả có làm chi đâu, ra nuôi con đẻ thôi.

-Nuôi cô à ? Thế chồng cô làm gì, ở đâu?

-Ảnh chết rồi, bị sốt rét. Chết năm ngoái.

Bỗng người đàn ông xuống giọng bất ngờ:

-Tội nghiệp. Nếu quả như cô nói, chắc trên cũng cứu xét lại thôi. Có ai quen biết, thêm cho một lời, có khi được thả nhanh. Thời bây giờ, vàng thau lẫn lộn, biết tin ai. Hay để tôi giúp cho vài tiếng làm phúc, về sớm lo cho con cháu. Mà này cô biết chữ không? Có sẵn giấy bút đây, bày cho làm cái đơn, có nó ,tôi dễ nói.

Ông nhường cái ghế cho Hiên, lăng xăng lấy giấy, lục lọi ra cây bút chì, ấn vào tay nàng. Miệng nói, tay chỉ vẻ cách trình bày . "Đơn từ , nó không giống như viết thư huê tình. Cái gì cũng phải rành, ra làm việc nước, ăn nói nó khác với cách bà con, anh em mình chuyện trò qua lại với nhau ". Người này thực ra cũng nhơn từ, dễ gần. Nói năng xởi lởi, cử chỉ xuề xoà không khác mấy bà con dân làng Hiên đã giao tiếp . Ông chăm chăm bên cạnh sẵn sàng gợi ý cho từng câu từng chữ. Mang ly nước đặt ân cần bên cạnh Hiên,ông săn đón ::

-Uống nước đi em.thoải mái cho nó dễ làm việc.

Hiên xúc động. Trong hoàn cảnh thế này ,mỗi sự tử tế như một một ngọn gió hiếm hoi cho con người sa chân lạc bước dưới vòm trời nắng cháy. Nàng ngước cái nhìn lên với nụ cười biết ơn , sống mũi thoáng chun lại ,vốn dĩ thật là có duyên. Hiên cúi đầu, từ phía sau, qua cổ áo trễ tràng,đôi mắt người đàn ông không cam tâm rời khỏi làn da trắng mịn của bầu ngực căng tròn, tất nhiên không hay biết nguồn sữa mẹ đang dồn nén vì sắp đến giờ cho con bú. Sữa rịn ra bắt đầu loang lên chỗ vải áo lót trước ngực làm Hiên xốn xang, bất ổn trong cảm giác ẩm ướt. Chắc bé Liên đang khát đòi sữa . Cẩn thận ký tên cuối lá đơn, vừa lúc người đàn ông cúi xuống vồ vập cầm lấy bàn tay Hiên:

-Yên tâm, mẹ em sẽ được thả sớm, rất sớm.

Hiên giật mình, rụt tay lại nhưng gã đàn ông trên ngưỡng bốc đồng hăm hở siết lấy bờ vai Hiên, từng ngón tay cháy bỏng ngọ ngoạy đốt chân lông lá của con nhện khổng lồ đột ngột kéo mạnh cổ áo làm đứt bung chiếc cúc. Ao lót tuềnh toàng không đủ che, hững hờ phô trương cái loã lồ một phần cơ thể nhạy cảm của đàn bà. Hiên kêu lên hãi hùng, rối rít cầu xin:

-Con lạy chú, chú ơi, để con về cho con bú, đến lúc nó đói rồi. Chú ơi, đồng bào với nhau, xin thương tình, chú cũng có vợ, có con, có cháu...

Tiếng kêu van của Hiên như từng gáo nước lạnh dội xuống con thú giống đực quay quắt ,lồng lộn trong đáy hang bản năng , cùng lúc mảng vải nhầy nhụa mùi sữa người trên ngực Hiên làm gã hoang mang, ngỡ ngàng, tưng hửng.

Tiếng gõ cửa đột ngột như ánh đèn bừng sáng và hai cánh màn nhung ùa khép lại vở kịch ở hồi kết trên sân khấu bi hài. Hiên kéo vội góc áo ướm khuy vào vị trí chiếc nút đã đứt rơi mất. Gã đàn ông hất về phía nàng chiếc kim ghim hồ sơ.Hiên chộp lấy vội vàng đính hai lần vải che phần ngực vừa mở tuênh toang . Gã phất tay:

-Về đi . Có gì để trên xem xét.

Người lính báo cho Hiên biết, ông Vạn nhờ gọi, bảo nàng về, ông chờ. Rời căn phòng khốn kiếp, nàng thấy ông gia cầm mũ vẩy lia lịa. Nước mắt lưng tròng, nàng bàng hoàng chưa kịp hỏi han, ông đã bảo:

-Về thôi . Cậu Phúc chở ngoại về rồi.

Trạng thái vui mừng vỡ oà dần lắng xuống.Ngồi sau xe, Hiên trở lại nỗi niềm thổn thức, cảm giác hãi hùng, tủi thân,nước mắt âm thầm làm ướt hai gò má. Ông Vạn cứ ngỡ đứa con dâu chưa qua hết cơn buồn lo cho mẹ, hết lời an ủi.Nước mắt càng nhiều hơn.

Lãm nhờ cậu Phúc xin cho vào Bảo an đoàn. Trước sau rồi cũng làm lính. Vào địa phương quân, có cơ hội ở gần người thân. Gia đình này cần anh bên cạnh,bảo vệ nó, bức thiết hơn cả yêu cầu tự vệ cho chính bản thân. Tình hình chính trị trong xã hội không còn đơn giản . Nghe ai, theo ai lúc này. Tất cả chỉ là hình hài của những con rối. Một thế hệ âm binh nằm trong tay những phù thuỷ đầy quyền năng thường giấu mặt, độc quyền tạo ra lịch sử theo cái nhìn của riêng mình. Để tồn tại, Lãm và gia đình nhỏ bé của anh phải tự xoay xở trên vị trí kỳ thủ nhẫn tâm đặt để vào bàn cờ , không cơ hội được quyền lựa chọn. Ai đó có thể giương lên ngọn cờ , dẫn đường đám đông tiến về chân trời cho rằng có sẵn đáp số chuẩn xác. Trên đường tiến công, tiêu diệt không khoan nhượng bất cứ một lực cản nào xuất hiện, kể cả là một bóng ma phản kháng trong mộng mị. Kẻ hoang tưởng đã thiết kế trò chơi chiến tranh dưới bóng cờ lí tưởng đó. Chiến tranh không chỉ đáng sợ bởi tàn phá, chết chóc . Hệ luỵ của nó là đau đớn, tiếc thương thấm sâu vào thời gian, bào mòn nhân tính, xoá di dấu vết văn minh trong tiến trình biến hoá từ *con* đến *người.* Điều đó cứ triền miên tái hiện, tiếp nối, và không chắc một đời người, một thế hệ, nhiều thế hệ... đã may mắn thấy được xứ sở tưng bừng hào quang cám dỗ. Xảo biện, phỉnh phờ đốt lên ngọn lửa thiêu rụi hạnh phúc đang có thành năng lượng để chưng cất rượu mê cổ vũ con người xả thân tìm ảo giác. Lãm nhớ câu chuyện khôi hài từ một đứa bạn:

-Con người sau khi chết sẽ phải xuống địa ngục hoặc được lên thiên đàng. Một lần, đấng tối cao hiện ra tuyên bố " Đây là thời khắc duy nhất và ngắn ngủi ta ban ân cho loài người , ngay lập tức, từ cái chết, mọi linh hồn đều được lên thiên đàng . Ai muốn , hãy bước cả về bên phía tay phải của ta . Đám đông nhốn nháo, tranh nhau chạy ùa về phía trái . "Ô hay ? Lũ chúng sinh ngu xuẩn này ! Sao không chọn thiên đàng mà lại đổ xô vào địa ngục?" Tất cả đồng thanh kêu lên :" Loài người chúng con đều muốn sống ".

Lãm chọn đường về địa ngục để tiếp tục sống. Anh lính bảo an , hết thời gian công vụ trong ngày, hăm hở trên chiếc Lambretta, vù về dưới mái nhà thân yêu . Lãm chơi đùa cùng bé Liên và chăm sóc cho ông Vạn. Mặc nhiên, trong sinh hoạt , Hiên nhường lại những công việc mà Lãm phải thực hiện như một đóng góp bình thường để duy trì cuộc sống cho gia đình . Cha Lãm ra đi, cuộc hẹn hò tái ngộ với người vợ đã đến kỳ đáo hạn. Trên bàn thờ, di ảnh mẹ được xích qua một bên , thêm chỗ cho chân dung cha già quá cố ngồi ghé vào. Vậy là đề huề gió trăng, rồi hạnh phúc cũng tìm đến với con người, những con người không còn dính dấp tới cuộc đời bỏ lại. Về thực tế, bà Mận đã trở thành người lớn trong nhà, thu gom thêm nhiều trách nhiệm vào gánh nặng trên vai bà, vai mẹ. Thỉnh thoảng bà có về quê năm ba hôm, thời gian đó Lãm vất vả thật sự. Cùng với Hiên, anh lo toan việc nhà ngày càng thuần thục, như một người chủ gia đình . Anh đón bé Liên sau giờ tan học, có khi tranh thủ dẫn bé vào tiệm kem, nhà sách. Không biết từ khi nào, bé gọi anh là ba Lãm. Ngày làm giấy khai sinh để bé đi học, anh phải điền tên vào vị trí người cha. Chuyện cũng thường khi cần để bé có danh phận đứa con một gia đình hoàn chỉnh cùng lứa bạn học có cha có mẹ .Trong mọi giao dịch cần thiết, nhất là đảm bảo quyền lợi cho bé, như vậy cũng tiện lợi. Bé Liên chỉ mất quyền lợi được hưởng phụ cấp như con của người đang lĩnh lương nhà nước vì thiếu tờ hôn thú của cha mẹ.

Liên vào năm học đầu cấp trung học đệ nhất. Bà Mận nằm bệnh viện nửa tháng . Lãm và Liên đôn đáo theo chân thầy thuốc chạy chữa cho bà. Cuối cùng, theo lời khuyên của bác sĩ, cả hai thuận tình đưa bà về nhà tránh phải cảnh chết đường. Bà giã từ con cháu quá sớm, không kịp hưởng vẹn niềm vui trong cơ ngơi đã bỏ tiền của ra tạo dựng. Năm bé Liên hai ba tuổi, nhà nước thực hiện chính sách truất hữu quyền địa chủ . Ngoài phần đất hương hoả , bà bán cho chính quyền diện tích còn thừa để nông dân mua lại trả dài ngày. Bà Mận nhận tiền mặt 10% cộng trái phiếu lãi suất 5% hằng năm trong thời hạn mười hai năm. Bà gom hết tiền thu được mua vàng lá bỏ cả vào chiếc ống tre khô trước vẫn dùng để chứa hạt giống. Chiếc ống được đậy chặt chịa bởi cái nút bằng khoanh gỗ thân cây duối già cắt tiện tỉ mỉ. Cúng giáp năm ông Vạn qua rồi, bà bàn bạc với Hiên và Lãm phá bỏ căn nhà cũ, xây lại nhà mới, nâng thêm tầng để nới rộng diện tích sinh hoạt. Bà mở cái ống tre, như mở chiếc đèn thần, ngôi nhà khang trang hiện ra thay thế cho nếp nhà cổ tới lui không quen nếp có khi va vấp mấy chiếc cột đến u đầu sứt trán. Còn một ít vàng dằn ống , bà đưa cả cho Hiên, để dành cho con cháu ngoại sau này nó lớn . Đám tang bà Mận được tiến hành chu dáo, dù khách khứa chẳng bao nhiêu người. Hàng xóm hầu như chẳng có ai, bà con ở quê tiễn đưa linh cửu xong, trở về, trả lại cảnh nhà vốn vắng vẻ với cảnh tang gia càng thêm hiu quạnh . Bàn thờ tạm leo lắt khói hương .Tấm ảnh bán thân với dáng dấp u buồn khắc khoải lưu lại vĩnh viển đoạn cuối của một đời người . Nghiệp tử sinh khép lại dấu ấn sau cùng .Chẳng có gì thay đổi nữa .

Hiên ngồi bệt trên nền gạch hoa , mắt đăm đăm nhìn ảnh mẹ, tai mơ hồ nghe tiếng dế tường thê thiết gọi bạn tình trong góc tối . Đêm cuối tháng chín , gió se se khí lạnh từ xa về rụt rè vuốt nhẹ lá màn cửa sổ. Lãm đóng cửa, hỏi bâng quơ:

-Học xong, con bé ăn thêm gì chưa mà đã đi ngủ ?

-Nghỉ nhiều rồi , mai phải đến trường lại thôi. Cả ngày chộn rộn, ngủ vùi, quên cả đói. Tội nghiệp, đã côi cút giờ thêm côi cút.

-Cũng còn mình đây, gắng mà lo cho nó. Tụi mình có hơn gì nó. Cái số nhà này là vậy . Con bé năm nay mười hai tuổi rồi...

- Đất nước mình, không biết từ hồi nào, có bao giờ mà chia cắt lạ kỳ thế này không, Lãm?

-Có đấy. Xưa rồi.Thời Trịnh Nguyễn cũng đã phân cách hàng trăm năm. Nhưng mà xưa nó khác, các tập đoàn phong kiến trong nước tranh giành ngôi vua, quyền lực . Bây giờ thì cũng là quyền lực, nhưng gay go hơn vì thêm yếu tố bên ngoài. Bên kia có Tàu, Liên Xô, bên này có Mỹ, các đồng minh. Khó mà yên , khômh thể nào kết thúc chóng vánh. Đời con, đời cháu cũng không mong gì thấy hoà bình , đâu đến cái kiếp sống ngắn ngủi của bọn mình.

Có một tiếng chim rơi thỏm trong đêm mờ mịt .Cây nhang trên bàn thờ vẽ sợi khói mong manh cố rướn lên khỏi vùng ánh đèn vàng quánh đặc . Lãm thấy Hiên gục mặt trong hai bàn tay, ánh điện 15 W bảng lảng một nửa mái tóc xoả ơ hờ sau khi chiếc khăn tang đã được gỡ treo lên mắc áo.

-Thôi, khóc hoài. Đi nằm,cố ngủ một giấc.

Lãm dịnh cài xong cửa chính, bước lên lầu. chợt Hiên gọi:

- -Lãm thắp thêm cây nhang rồi tắt đèn nhà trên đi, Hiên xuống chuẩn bị cháo cho con Liên sáng mai có cái lót dạ đi học.

Hiên chế nước sôi vào phích có sẵn lưng chén gạo đã vuốt sạch, vặn nắp cẩn thận. Quay lại , nàng suýt va vào Lãm khi anh chìa nửa chiếc bánh chưng :

-Cố ăn một chút rồi đi ngủ. Lãm ăn nửa cái rồi. Giữ sức khoẻ, còn lắm thứ việc phải lo toan. Không ai giùm giúp được gì cho mình đâu.

Hiên không muốn ăn, nhưng nàng đón lấy nửa chiếc bánh với một cảm nhận đột ngột bồi hồi rất lạ. Cử chỉ chăm chút của Lãm trong phút giây ngắn ngủi hoà tan cùng hình ảnh bà Mận lừng lững một khối nặng ân tình đè bẹp những trụ nâng nhịp cầu bồng bềnh nối hai bờ con sông giá lạnh, hai mố cầu nghịch hướng đổ ập vào nhau. Tâm thức người đàn bà chênh vênh trên vách đá, dưới sâu chập chùng sóng dữ. Linh hồn thảng thốt, vỡ vụn thành bụi sòng mù loà. Hiên nấc lên bi hận nghẹn ngào của gánh nặng tháng năm dồn ép, nỗi đớn đau chất chứa chực vỡ thịt da, vết chai đá dày cộm bưng bít một thời xuân sắc. Nước mắt thấm ướt áo Lãm, nhột nhạt trên vùng ngực trải dài cát biển tinh khôi chưa một lần kịp đón gợn nắng bình minh. Hai tâm hồn ngẫu nhiên rơi vào vùng xoáy của cảnh đời, có sự giao thoa quằn quại , hoà quyện, thăng hoa chiếm lĩnh đỉnh cao duy nhất chỉ loài người có cơ duyên trải nghiệm.

Có những quốc gia mới chào đời bên cạnh sự tan rã , kết thúc lịch sử tồn tại của một lãnh thổ nào đó. Trong cái chết tạo hoá dày đức hiếu sinh vốn sẵn ươm mầm sống . Hiên sinh em trai cho Liên trong thời gian nó nghỉ hè. Con bé mừng vui , có đứa em , nó bỗng chốc nhận ra mình vừa lớn thêm tầm cao, đa dạng hơn xúc cảm. Mùa xuân đầu tiên của thằng Kết đặc biệt có tiếng pháo đón giao thừa hoà trong tiếng súng . Không ai ngờ chuyện gì xảy ra, bởi hai phía đã thoả thuận ngưng bắn để dân tộc may mắn hưởng mấy ngày xuân sum họp có ông bà về ở chơi trên bàn thờ. Sáng mồng một Tết, Lãm vội vã chạy về tỉnh đoàn trình diện . Đường vắng hoe, cái Tết không lối tháo chạy co mình sau cánh cửa khép của mọi nhà. Thằng Kết tuổi Đinh Mùi, mạng Thiên hà thuỷ, khắc Thiên thượng hoả, con nhà Hắc đế vốn tân khổ, xương tuy con dê mà tướng tinh con rồng.Nó không thể trở nên con rồng vì lửa trên trời triền miên đổ xuống.

Cuộc chiến như biển dầu loang bắt lửa trên dải đất hơn mười năm trước thế giới tin rằng, chỉ cần các bên cầm bút ký lời giao ước là hoà bình được trả lại . Lời nói miệng , chẳng nhiều giá trị pháp lý, thực chất chẳng đựoc quan tâm từ những đại diện quốc gia tai to mặt lớn . Trớ trêu, nó đã trở thành dự kiến để con dân đáng thương trên một đất nước tin rằng hai năm sau, nước nhà thống nhất do chính những lá phiếu người dân trực tiếp hoàn thành tâm nguyện. Vận hội mở cửa, mọi người Việt Nam chung sống trong nghĩa đồng bào, kề vai xây dựng Tổ Quốc giàu đẹp, nhân dân chia nhau cảnh đời tự do, hạnh phúc. Tất cả những điều đó là bức tranh vẽ một cách tài hoa, điêu luyện, dưới bàn tay của tinh hoa trí tuệ . Lịch sử trung thực có đường đi riêng của nó. Lịch sử thành văn trong mỗi thời kỳ là chiếc áo của nhà tu . Đấng chân tu trần truồng mang dấu tích khổ đau, hạnh phúc, niềm tin,chối bỏ. Con người không quen vỗ tay chào đón một cơ thể trần như nhộng, dù đó là lực sĩ thể hình, hoa hậu nõn nà,thiên tài, hiền nhân khả kính ...

Sau cái Tết kinh hoàng, mọi người dân đô thị cảm nhận độ nóng rực của lửa đạn và chết chóc , không còn ở đâu xa , nó cận kề bên giường ngủ giữa đêm pháo kích vào thành phố, trên vị trí hàng ngày diễn ra trong sinh hoạt bình thường. Đâu đó thật xa, giữa kinh đô ánh sáng văn minh, người ta lại gặp nhau để tìm kiếm giải pháp hoà bình cho một bộ phận loài người đang vắt kiệt máu thanh xuân, sát thương một dân tộc bằng khí tài quân sự, thiết bị chiến tranh tiên tiến từ ngoài đưa vào. Những vành khăn tang, thương binh, hoá phụ ,trẻ mồ côi, bộ phận sinh viên, trí thức , nhà tu hành chống đối chính quyền, bài ca phản chiến khơi khơi xỉa xói nguyền rủa súng đạn, đau thương..., mọi thứ nhốn nháo làm rách nát thêm một xã hội quay cuồng tựa con thuyền mong manh trên đầu sóng cuồng bạo. Chiến sự bốc lên ngùn ngụt lửa gặp gió lồng,tin tức thừa thải trên báo chí, đài phát thanh nội địa, hải ngoại , giúp ai nấy cứ tự do nghe ngóng, tự do buồn phiền, bi quan, ngờ vực...

Truyền thông công bố Hiệp định Paris được ký kết . Đêm về cuối tháng chạp trời lạnh . Lãm trực cấm trại. Mẹ con Hiên ở nhà loay hoay bên chảo mứt gừng. Thằng Kết xao lãng việc học vì sắp được nghỉ Tết ,lẩn quẩn bên mẹ. Liên đem sách xuống ngồi cạnh lò lửa than, vừa học vừa góp mặt vào buổi tối mùa đông tương phản cái âm u lạnh lẻo ngoài trời.Tiếc không có ba Lãm ở nhà, gia đình biết bao ấm cúng. Những lát mứt đã ráo dần, loáng thoáng tinh đường đóng phấn trên mặt gừng vàng ngà. Hiên cầm đũa cả đảo nhẹ , mắt lơ đểnh thả rong trên mảng trời đêm ngoài khung cửa gió. Một ngôi sao không sáng lắm , thoạt ẩn thoạt hiện, hình ảnh của nỗi niềm gió đã cuốn đi nhưng ký ức chưa thể xói mòn. Nghĩ mình khác chi chiếc thuyền nan, thuyền có thể xuôi dòng mà thuyền cũng cần mỏi tay chèo chống . Con nước cứ xô về một hướng, lối đi về của đời người lúc ngược lúc xuôi. Cùng tắc biến, biến tắc thông, cái vòng lẩn quẩn mở ra tất có lúc tự nó buộc lại, thông rồi lại biến. Con người cuối cùng tránh sao nỗi số phận thả tay bất lực.

-Ô kìa, mẹ. Mứt sém vàng cả rồi.

Liên hô hoán làm Hiên giật mình, vội vả nhấc chảo mứt ra khỏi bếp lò, xuýt bỏng cả tay. Thằng Kết ngủ ngồi , lưng tựa thành ghế. Đường về khuya vắng lặng, thỉnh thoảng có bước chân Nhân dân tự vệ rảo qua, thoảng mùi khói thơm thuốc lá Virginia. Đêm cảnh giác lạnh lùng dưới bóng đèn điện đường ngái ngủ.

Hoà bình là cái mà dân Việt mãi bị phỉnh gạc trong khái niệm để ai đó bên ngoài đạt lấy sở nguyện cho mục đích riêng tư. Một lần mừng hụt . Mười chín năm sau , lại thêm lần nữa. Lính Mỹ và đồng minh đã về nhà. Không còn lí do để bận rộn ,eo xèo từ thành phần phản chiến , đạt được ý đồ riêng tư trong chiến lược to lớn hơn mảnh hành lang lục địa nhỏ nhoi . Phấn son trên mặt vẫn giữ màu tươi; nhân đạo, quyền sống của con người được ngời sáng bởi hào quang toả rạng ngọn cờ lấp lánh kéo lên bằng vào quyền lực rắn , mềm . Khách lạ phủi tay bước ra khỏi cổng đầu óc bận rộn chuyện hiện tại,tương lai nhà mình, trong kia còn lắm điều tranh giành, cãi vả.Súng vẫn nổ, máu vẫn chảy, những người có cùng máu da, sắc máu, lịch sử dân tộc vẫn tiếp tục lao vào nhau giật lấy phần hơn còn bỏ dở . Đấu tranh chưa có dấu chấm sau cùng.

Những bữa cơm gia đình vắng không khí hoà vui gần gũi .Lãm mang theo tâm trạng nặng nề ẩn kín . Những ngày trước Tết , đầu năm dương lịch, Trung Quốc với hải lục, không quân tấn công chiếm Hoàng

Sa. Hội đồng Bảo an Liên Hiệp Quốc chẳng có phản ứng gì trước yêu cầu xem xét hành động xâm phạm chủ quyền. Ngay cả Hoa Kỳ, tư cách quốc gia đã ký kết và đảm bảo cho hiệp định Paris , cũng im lặng trước câu hỏi có dành sự ủng hộ về vật chất, chính trị nào không cho lãnh thổ bị xâm chiếm của đất nước vừa mới đây là thân hữu, đồng minh từng hoà máu trên cùng chiến tuyến. Sau đó nửa năm, trận chiến nổ ra từ Thượng Đức, phía tây thành phố. Mất vị trí chiến lược , điều kiện để đối phương mở đương chuyển quân lên Tây Nguyên . Cuối năm, Phước Long thất thủ, mất vị trí tiền đồn phòng thủ phía bắc Miền Đông Nam bộ. Hành lang chiến lược đường Hồ Chí Minh được khai thông. Bộ trưởng quốc phòng Mỹ tuyên bố " Đây chưa phải là một cuộc tấn công ồ ạt của bắc Việt Nam" , Đại sứ Mỹ ở Sài Gòn thông báo đến tổng thống " Việc yểm trợ của Hoa Kỳ lúc này là chưa được phép".

Sau biến động miền trung , cậu Phúc thuyên chuyển công tác vào nam rồi nghỉ hưu , cả gia đình ở lại trong đó. Lãm không còn ở văn phòng, ra đơn vị hành quân. Anh vẫn tranh thủ thời gian để thường về nhà giúp đỡ Hiên trông nom con cái, phụ việc buôn bán . Bớt ít vàng trong ống tre,Hiên sang một chỗ bán hàng tạp hoá, chủ yếu các mặt hàng mua ra từ PX , chỉ bằng nửa giá thị trường . Nàng mua bán tất cả ,từ thuốc lá đến những mặt hàng thiết bị gia dụng, chai nước hoa, bánh xà phòng rửa mặt, đồng hồ, áo quần , thậm chí quân trang,quân dụng trong sinh hoạt, khẩu phần lương khô,đồ hộp ... Nàng trở thành chỗ dựa kinh tế cho cả nhà, trong khi đó, vật giá biến động, lương hướng cố định của quân nhân, công chức ngày càng trở nên khiêm tốn trước đòi hỏi của cuộc sống vật chất. Số người tị nạn từ nông thôn đổ xô lên thành phố ngày càng đông, nạn thất nghiệp, tình hình trốn lính, đào ngũ , tệ nạn gặp lúc xã hội bất an lan ra như cỏ dại . Thành phố có vẻ phồn vinh, , nhưng đời sống kinh tế dân sự vốn tồn tại phần lớn do thẩm thấu từ chi phí quân sự bên cạnh kinh phi viện trợ của Hoa Kỳ .Sau hiệp định Paris, Mỹ rút quân hẳn, khó khăn bước vào nhà qua từng khung cửa .Việc buôn bán của Hiên không còn thu nhập khả quan, hàng vơi đi mà không còn nguồn lẫn cơ hội bổ sung. May là Liên vừa tốt nghiệp sư phạm , giúp đỡ gia đình, lo được cho em . Thằng Kết đang học niên khoá thứ hai trường tiểu học gần nhà. Tạm thời,cái gia đình nhỏ bé đó đủng đỉnh trôi đi như chiếc đò đầy , trên mặt nước sông lừng khừng không biết chảy về đâu giữa khi tiềm ẩn dưới đáy sùng sục sóng ngầm và bão tố.

Cơn bão chuyển mình dữ dội ngay từ sau Tết truyền thống. Mất Buôn Ma Thuột, tổng thống lệnh cho triệt thoái quân lực khỏi

Tây nguyên . Khoảng tháng rưỡi sau, Húế thất thủ gần như trong tình trạng mạnh ai nấy hành động tự cứu, thoát thân theo lẽ sinh tồn . Nói cách khác là một cuộc tháo chạy phi quân kỷ, quân pháp ,vô trách nhiệm châm ngòi từ những ngôi sao trên cổ áo lãnh đạo,tư lệnh chiến trường. Trên bước tháo chạy , những người có vũ khí, nổ súng tranh đường, cướp đoạt tiền bạc, tài sản , kể cả sinh mệnh của chiến hữu . Một tàu đổ bộ hải quân chất đầy dân tỵ nạn cập cảng , với tất cả mọi biểu hiện của cơ nhở cùng đường, dạng hình hoảng loạn.Dù sao vẫn còn may mắn hơn trăm nghìn người cùng thân phận đang bằng mọi giá mọi phương tiện ồ ạt vượt qua chết chóc trên đường đổ xô về đây cùng số binh lính rả ngũ mặt mày hằn lên dấu lửa bụi, thất thần, suy sụp, mắt lừ lừ tê dại như con mảnh thú rủ rượi bị ghìm trong bẫy kẹp . Phố phường bổng trở nên quá nhỏ bé chật chội khi phải căng sức chịu đựng dưới lượng người đột ngột tăng lên. Thêm vào đó, sức nặng của tin đồn, áp lực từ ký ức của Tết Mậu Thân ở Huế. Ai nấy gần như chỉ còn thờ thẩn sinh hoạt thường ngày theo quán tính, chờ đợi cái gì đó sẽ đến ngoài khả năng hình dung , nhưng chác chắn sẽ vô cùng tồi tệ và vô phương né tránh. Người tìm đường sống dạt về đây, hoà vào khối thị dân sở tại xôn xao hớt hải kiếm mọi cách để chạy về thủ đô Sài Gòn Đích đến sau cùng của người dân thường, tia hy vọng loé sáng giữa hoang mang tuyệt vọng của cư dân mộng du bấy lâu quen sống trong yên bình đô thị với mọi tiện nghi giữa vùng đệm nông thôn bao bọc.

Thành phố rối tung, khắp mọi hướng ngoại vi, địch bắt đầu khai triển các mũi tiến công. Phòng thủ vòng ngoài thành phố dã thực sự bùng cháy , rạn nứt . Nước sôi sùng sục nhận thêm củi đốt lò gia tăng dữ dội từ đáy nồi. Kẻ tị nạn trên đất người bôn chôn lánh nạn, ai nấy vật vạ , nhếch nhác, lây lất khắp mọi nẻo. Hôi của xảy ra tại chợ búa,các cửa tiệm, nhà hàng, kho bãi. Kho hàng quân tiép vụ tan hoang. Kho gạo an toàn bị bắn nát ổ khoá. Người ta tranh nhau chộp giật, chủ yếu là thực phẩm, thức uống kể cả bia,nước ngọt. Hàng hoá đè chết người.Kẻ có súng bắn loạn xạ , bắn hạ kẻ ngáng đường, kẻ không nghe theo ý mình. Xe quân cảnh ban đầu còn hùng hổ rú còi, nổ lực vãn hồi trật , cuối cùng đành bỏ đi. Quân trấn tê liệt. Xe nhà binh vùn vụt tới lui , những con bọ sắt thép lao đi giữa lúc nhúc bầy loạn dân bầm dập tận hồn vía.Xác chết đã nằm lại trên đường phố, người ta nhìn lướt qua, như một vật thể chợt xuất hiện không liên quan đến ai. Không luật pháp, vô chính phủ.

Đêm 28 tháng ba, Lãm ở nhà với vợ con. Anh lui cui tháo rời cây carbin M2.

Bộ phận tác xạ bị ném xuống ống cống.Chiếc báng gỗ được cưa xẻ qua loa, cho vào bếp củi, cháy trầy trật toả khói độc nồng nặc .Mấy ngày qua, anh và Hiên đã cố gắng thu gom hàng hoá vận chuyển về nhà. Còn một ít chưa kịp di dời đã bị ai đó vét sạch. Hiên mang một lố đò hộp ra xếp đặt vào thùng sữa rổng sau khi những lon sữa đặc được nàng sắp cẩn thận vào tủ. Lãm hỏi:

-Ở đâu ra vậy ?

-Hồi sáng có thằng cha đem đi bán. Hiên vừa trả tiền xong, bà con xúm vào tranh mua như ăn cướp. Thằng chả sợ mất của, rút trái lựu đạn ra, ai nấy chạy tán loạn. Còn một mình hắn đứng chửi thề rồi bỏ đi. Loạn lạc rồi , trữ cái ăn được chừng nào tốt chừng đó. Kho gạo bị phá cửa, sáng mua được một bao , nhưng nhìn lại thấy có máu thấm loang, trả lại, tiếc quá.

Nàng lắng nghe rồi hỏi:

-Nổ ở đâu vây ?

-Pháo kích vào phi trường. Hệ thống phòng ngự vòng ngoài đã tan hoang rồi, họ áp sát thành phố bằng mọi hướng.Bây giờ ra vào thành phố coi như đi trong cõi chết. Bến tàu, phi trường hỗn loạn, người chờ chực chen chúc ra đi thì vô số mà tàu bè có đâu, có thì cũng chết vì tai nạn , vì tranh giành bắn giết lẫn nhau.

Hiên thở dài ,hết nhìn Lãm lại ái ngại nhìn Hai dứa con, thở dài:

-Chạy đâu bây giờ ! Chạy cũng chết, ở lại còn có nhau, sống chết cùng mọi người, mọi nhà ...Người Việt với nhau, chẳng lẽ tồi tệ hơn cả giặc ngoại xâm.

Đêm chập chờn, đêm ưu tư, thấp thỏm, quay quắt . Rồi ngày cũng vật vờ trở lại. Đèn đường chưa tắt, với không khí rậm rịch gấn như suốt đêm , phố phường đã choàng tỉnh, với bao nhiêu bước chân , tiếng người í ới, xe cộ đủ loại. Tất cả như cơn lũ cuộn trào, tung toé âm thanh, va đập, chen chúc ào ào tuôn về phía cây cầu nối liền hai bờ đông tây con sông đã mất vẻ hiền hoà trong cảnh bươn bả của những phương tiện di chuyển còn sử dụng được. Lối thoát cuối cùng là đổ xô ra biển, vượt qua tắt nghẽn, đớn đau thể xác, cào sạch mọi khái niệm, tri giác tê dại trong cơn hỗn loạn kinh hoàng, lăn lóc thục mạng theo sức cuốn của viễn cảnh địa ngục trần gian sắp mở toang cánh cửa sát sạt sau lưng. Cả bầu trời tiết xuân phân u ám chụp xuống và âm vang ì ùng đạn pháo cùng hoả tiễn .

Gần giữa buổi, ông Tấn lay cổng gọi:

-Chú Lãm, tôi bảo cái này.

Lãm giật mình đứng lên trước vẻ ngơ ngác của Hiên. Nàng dừng lại bên cửa đăm đăm theo dõi hai người đàn ông chụm đầu thì thầm .

-Có súng ống,vũ khí gì chú đem nộp cả cho chùa tỉnh hội. Mà này, nhà có cờ Phật giáo không, chuẩn bị sẵn đấy .

-Chẳng có gì hết bác ơi.

Ông đứng tròng, lom lom nhìn Lãm, chợt quay lưng :

-Đợi đấy.

Bằng những sải chân mạnh mẽ, người đàn ông ngoài sáu mươi bỗng linh hoạt, tháo vát hơn hẳn ngày thường. Khi trở lại, ông trao cho Lãm lá cở ngũ sắc còn thơm mùi vải mới.

-Tìm cái cán luồn vào. Cả nhà đừng có ra ngoài, đến khi cần thì nhớ treo cờ trước cổng. Khắp nơi bây giờ rất phức tạp. Bên bãi Tiên Sa chúng nó bắn nhau dã man, bất phân binh chủng, quen lạ, lính dân, miễn sao chiếm dược một chỗ trên tàu. Điên dại cả rồi. Yên tâm, rồi đâu vào đó, tính bằng phùt bằng giây thôi.

Ông Tẩn gốc Thanh Hoá, một nông dân bị trưng bắt trong những năm 39-40 của thế kỷ 20 trong thành phần “ nguồn nhân lực Đông Dương” , đưa sang Pháp làm việc trong các công ty phục vụ ngành quốc phòng. Pháp thua Đức , ông Tẩn sống trong thân phận lưu vong . Hàng trăm người Việt như ông phải trở lại nghiệp nông dân cải tạo đầm lầy trồng lúa trên vùng đất Provence. Thu nhập từ lao dộng chỉ bằng 1/10 dân bản địa và 50% do chính quyền địa phương giữ lại để trả nốt khi trở về cố quốc. Ông Tẩn hồi hương, đựoc ngưòi ta gọi là kiều bào. Số tiền chính phủ Pháp còn nợ, chẳng bao giờ ông nhận được. Ông đặt chân xuống cảng Đà Nẵng, ở lại luôn cùng một số anh em đồng hương . Làm công nhân nhà máy điện, dân ta vẫn gọi là *nhà đèn* vì thực tế họ chỉ có cơ hội gần gũi , hiểu biết sức mạnh của điện là cung cấp nguồn sáng thay cho đèn dầu , gọi mãi rồi quen. Cái tên *ông Tẩn nhà đèn* theo ông ngay cả khi đã thành khuôn hội trưởng khuôn hội Phật giáo khu vực bao quanh ngôi chùa trong vùng. Trong biến cố chính trị Miền Trung, ông Tẩn hăng hái huy động bà con mang bàn thờ Phật xuống đường. Nhà Lãm chẳng có bàn thờ, ông cho mượn. Thuỷ quân lục chiến từ Sài Gòn ra vãn hồi trật tự, chiếc bàn gãy vỡ, thế là thiệt hại ông Tẩn chịu gấp đôi.

Trong tình hình hiện tại, ông Tẩn như vừa hồi phục từ căn bệnh trầm kha, những ngày buồn bực âm thầm trôi đi và ông chợt tìm lại tác phong năng nổ một thời đã mất. Thành phố như vừa trải qua một phút giây rùng mình bất chợt, pháo kích lặng đi. Ông Tẩn réo giật giọng :

-Chú Lãm, treo cờ đi !

Lãm như con rô bốt được kich điện, quơ vội cây cờ ủ rủ tựa mình bên vách. Anh trầm trầy cắm mãi, cán cờ không chịu đứng vững. Cả một đời, chưa bao giờ anh làm công việc này, kể cả khi cha mất, cắm phướng trợ tang cũng do bà con làm hộ. Đoàn xe honda vụt qua, tiếng động cơ chen tiếng reo hò, đám thanh niên ,sinh viên, học sinh trung học, chở hai, chở ba, giương cờ Phật giáo tung bay phần phật trong không khí. Chiếc Honda 67 đột ngột dừng lại, một thanh niên nhảy xuống, xô vào cổng giật phăng lá cờ trước mắt anh, nhảy phóc lên xe giục bạn rú ga chạy tiếp. Ông Tẩn ngán ngẩm nhìn anh lắc đầu.

-Thôi, vào đi. Cờ giải phóng đã bay trên nóc toà thị chính rồi, sá gì mấy lá cờ Phật nữa . Xe tăng quân đội chính qui tiến vào thành phố đang truy kích hướng Tiên Sa.

Thêm mấy bà ở lân cận , thấy có ông Tẩn vội bu vào .Một bà xuýt xoa:

-Lạy ơn Trời Phật, may là quân giải phóng, chứ Việt Cộng mà chiếm thành phố thì không biết chết chóc đến mức nào.

Ông Tẩn nạt tràn:

-Mấy bà thì biết gì. Về nhà hết đi.

Ông quày quả bước trước, còn lại Lãm và mấy bà hàng xóm, vốn ngày thường chẳng mấy khi gặp nhau, không còn gì để nói. Ai về nhà nấy.

o O o

Thằng Kết nhanh chóng theo chị đến trường. Hai ngành y tế và giáo dục sớm đi vào hoạt động bình thường dưới sự quản lý của Uỷ Ban quân quản.Không lâu sau, Lãm bán chiếc xe Lambretta cho một cán bộ phường với giá bèo chưa từng nghĩ ra, mua lại chiếc xe ba gác chở hàng thuê. Quyết định như mũi tên cùng lúc hạ hai con mồi. Có công ăn việc làm, phương thức lao động chân tay, một sự an tâm cần thiết trong cuộc sống mới cho bản thân trong tầm nhìn săm soi của người chung quanh. May ra, tránh được phần số của đói tượng cần đi vùng kinh tế mới. Cái đích thứ hai, rất rõ ràng và vô cùng khẩn thiết, hàng ngày kiếm được chút tiền bạc để chia gánh nặng nuôi sống gia đình đang dồn cả trên đầu Liên với đồng lương ít ỏi. Phải qua một thời gian Lãm mới bình ổn trong cái nghè mới mẻ này . Anh quắt người lại và nước da sạm xuống trong tấm áo pull nhãn hiệu Lacoste có hình con cá sấu cũng đã bạc màu, chiếc quần jean xanh biến thành màu xám bẩn loang lổ vết dầu ,bạc phếch , mòn lỉn ở mông và hai đầu gối.

Sáng sớm kéo xe ra đi, buổi trưa nghỉ tạm ở một nơi nào đó tránh mưa tránh nắng. Ăn uống trở thành vấn đề quá đơn giản, vì tất cả chung quanh anh, ai nấy chỉ cần bao tử có cảm giác đã đầy. Được ăn cơm là hạnh phúc. Sáng sớm, chị em Liên đến trường, mỗi đứa cũng chỉ ăn hai củ khoai hoặc sắn. Trong túi anh luôn có quyển sổ nhỏ, anh ghi lại đủ thứ, từng chi tiêu vụn vặt cho đến công xá của mỗi chuyến kéo hàng .Ai hẹn trước giờ nào, ngày nào, chở gì cho ai,ở đâu, anh đều ghi đủ . Lám ăn càng ngày, càng uy tín. Những chuyến hàng chở dầu cho dân đánh cá là thu nhập khấm khá nhất . Tuy đường dài nhưng mối bẩm, thường xuyên. Địa bàn nơi đây cũng chẳng xa lạ gì với anh . Lúc trước, qua những đợt hành quân trị an ở vùng này , anh có nhiều quen biết.Vài kỷ niệm mà mỗi lần nhớ lại, lòng chợt thấy bùi ngùi.

Trời cũng khá trưa, xuống hàng xong mười can dầu, Lãm ngồi phịch trên hiên , tựa lưng vào vách tường thâm xỉn đủ loại cáu bẩn. Ngọn gió pheo pheo từ dải cát phía biển xô nhẹ hàng dương lay động , mang lại cảm giác dễ chịu trên da thịt dưới lớp áo thấm mồ hôi. Tầm mắt qua đôi mi khép hờ thoáng hiện đôi dép râu nhỏ nhắn , từng bước chậm rải, nhẹ nhàng di chuyển về phía anh. Mở bừng cái nhìn , ngước lên, anh bàng hoàng nhận ra người quen cũ. Thiện trong bộ cánh bà ba đen, bên hông lúc lắc chiếc xà cột da nâu bóng bẩy. Mũ tai bèo không che được vầng trán hơi nhô cao bướng bỉnh tương phản đôi mắt mở to khó dấu tính cách giàu cảm xúc , dễ chạnh lòng.

-Anh Lãm thượng sĩ ?

- Dạ...tôi...

-Mệt quá ! Dạ cái gì, Thiện đây.

Thiện chủ quán nước nho nhỏ, ven đường vào xóm chài. Những đận công tác qua đây, ngày xưa, Lãm vẫn thường cùng mấy thằng đệ tử ghé vào uống bia, nhấm mực khô một nắng. Ngày ấy, thằng Lương quảng mười lăm tuổi, con nhà nghề, da đen nhẻm, người săn quắt, dáng nhỏ nhắn so với đám trẻ thành phố,thỉnh thoảng ra quán giúp chị bán hàng. Anh lui tới lâu dần thành quen với Thiện, gần hơn quảng cách của khách vãng lai. Thiện không dấu cảm tình và biệt nhãn đối anh hạ sĩ quan địa phương quân qua giao tiếp trong sáng, rạch ròi , không xô bồ thô thiển nàng bắt gặp thường ngày nơi đám người áo nhà binh tình tứ chiến. Trong một chuyến hành quân, thằng Tám hạ sĩ lôi thằng Lương hai tay bị trói quặt sau lưng đến trước Lãm . Hắn chìa ra một xấp giấy cúng dủ màu , chữ viết bằng bút dạ ngoằn ngoèo :

-Thằng này rải truyền đơn cho Việt Cộng, thượng sĩ.

Thằng nhỏ la oai oái, run rẩy :

-Không phải đâu mấy chú. Con lượm được mà.

Hạ sĩ Tám trợn mắt quát:

-Con mẹ mày, tưởng bọn tao ngu , sờ sờ ra đó. Lượm được , sao mày dấu trong lưng quần ?

Lãm cầm lấy gùi giấy, xem qua loa, cười:

-Thôi, bỏ đi. Truyền đơn cái chó gì. Con nít, ai phỉnh gì mà chẳng làm.

Quay qua thằng Lương, anh sẳn giọng:

- Thằng đù này, mày nghịch ngợm thế , có ngày tao bắn bỏ, chết mẹ!

Lãm bảo hạ sĩ Tám bật quẹt đốt mớ giấy tờ mắc dịch đó đi. Chính tay anh mở trói cho thằng Lương, đá vào đít nó, nó chạy có cờ.

-Thôi,mày ngồi đó uống nước. Tụi nó cũng sắp kéo về. Mệt ghê, thằng nhỏ nhà tao ốm, quấy khóc cả đêm, không ngủ được. À, mày cầm mấy tờ thanh thuý,về nhờ vợ nó kiếm gì chiều anh em nhậu một bữa.Lâu quá, chưa uống với nhau.

Tám nhét tiền vào túi . Thiện vừa mang lon coca đến, Lãm khoát tay :

-Cô lấy chai 33 , sáng giờ ổng khát lắm rồi, cho chai lạnh .

Người phục vụ bia lạnh ngày xưa đó, giờ đây là cán bộ , làm anh e sợ. Cũng không biết chính xác, Thiện khiến anh lo lắng vì nỗi gì. Không là sĩ quan, chỉ trình diện ,học tập lưng nửa tháng rồi Uỷ ban quaan quản cho về nhà làm ăn nuôi vợ con. Có lệnh tổ trưởng, anh tham gia họp tổ dân phố đều đặn, có mặt trước chứ không nhất thiết là đúng giờ. Có ghế ngồi ghế, không ghế, ngồi trên cục gạch, hoặc ngồi chồm hổm. Tham gia tháo gỡ bom mìn, lao động sản xuất khoai sắn, làm vệ sinh chung trong tổ trong phường, hăng hái đi bầu cử...Hồ hởi, phấn khởi, nhất nhất sống và lao động theo đường lối chủ trương của Đảng và Nhà nước. Phải mất mươi phút sau , hai bên mới lấp dần khoảng cách thời gian và cảnh ngộ , nối lại từ từ một khoảng đời riêng đứt đoạn trong cảnh huống mỗi con người. Trước khi chia tay, Thiện ái ngại nhìn anh:

-Hoà bình, thống nhất rồi, lo làm ăn . Tội cho anh,cũng vất vả hỉ. Anh đừng lo nghĩ gì, chính quyền cách mạng cũng chỉ quan tâm xử lý những thành phần phản động hiện hành .Thiện hiểu anh mà. Hay là thế này, Thiện và Lương làm cái giấy chứng nhận cho anh. Thằng Lương làm phó đồn công an ở đây. Hiện hắn đang tham gia tu nghiệp , sắp về rồi. Ý anh là sao?

-Thôi cô à. Bây giờ tôi cũng ổn . Không đói lạnh là được rồi. Chỉ mong cuộc sống bình yên. Gặp cô tôi mừng.

-Thằng Lương nhắc anh hoài. Anh ở đâu, cho cái địa chỉ, hôm nào về, hắn tìm thăm anh.

-Dạ...

Một ngày vất vả, nhưng vui. Cái vui nhiều khi cũng đơn giản , tất nhiên là trong chừng mức nào đó , bằng lòng không so sánh ,không tiếc nuối. Thu nhập lao động hôm nay gần gấp đôi ngày qua. Anh nhìn các con số và đối chiếu, phải chi ngày nào cũng vậy. Bước qua cửa, anh bỗng khựng lại.Nhà có khách . Người đàn ông ngồi lọt trong lòng ghế xa lông, quay lưng ra ngoài. Hiên ngồi phía đối diện, cúi đầu, tuy biết anh về ,không vui vẻ vồn vã như mọi ngày. Chắc vị khách lạ, hay cán bộ phường, một dại diện đoàn thể nào chăng ? Vừa luc anh ta quay đầu, Lãm mở to mắt, giật bắn người :

-Anh Lịch!

Chủ nhà lóng ngóng chưa biết tiến lui thế nào, khách đã trịnh trọng :

-Chú ngồi đây.

Hiên đứng lên:

-Hai anh em ngồi nói chuyện, tôi xuống nấu nồi cơm, trễ rồi, con nhỏ sắp về.

Hình như mắt Hiên hoe đỏ, mấy sợi tóc mai ép sát gò má. Lãm vẫn chăm chú theo dõi từng động tác, nét mặt người anh đã mấy mươi năm xa cách. Anh không bắt gặp gì ở đó ngoài sự im lìm , có chút gì căng nặng sau làn da tai tái lạnh lùng. Không cái ôm chầm lấy nhau thắm thiết như hình ảnh vẫn xuất hiện trên màn ảnh nhỏ của bao cuộc tương phùng xuyên dòng lịch sử.

- Sau giải phóng tôi có về khá sớm, nhưng vì công tác phải di chuyển theo đoàn tận trong nam. Sau thời gian dài,trở lại ngoài ấy, bao nhiêu công việc, lại bận thu xếp chuyện gia đình .

- Vậy bây giờ...

- Tạm ổn . Nhà tôi mất trong đợt oanh kích mười hai ngày đêm. Chú có thằng cháu, vừa mới đi du học ở Tiệp. Chưa biết khi nào nó về, hoà bình rồi, chả vội. Trên sắp xếp tôi chuyển công tác về nam. Thay đổi nhiều, vất vả rồi cũng tìm ra ...Buổi chiều, chúng tôi có thì giờ đã trao đổi một số vấn đề. Tội ngthiệp , giá mà ba còn sống thêm mươi năm nữa...

Liên dừng lại ngơ ngác, một người bụi bặm, tay chân lấm lem dầu máy, một người áo quần tươm tất phong cách thời trang miền nam. Chưa biết nên chào ai trước, quả họ rất giống nhau. Cuối cùng nàng chào Lịch và gọi bằng bác. Lịch gắn cái nhìn như có nhựa dính trên cánh ve vào người con gái sáng sủa, ăn mặc gọn gàng, và đặc biệt, bỗng dưng gợi lên ở anh biết bao nhiêu hình bóng và xúc cảm khuất lấp rất sâu dưới bụi mờ năm tháng. Gần như anh bỏ mặc mọi sự hiển hiện chung quanh, không thấy thằng bé tầm mười tuổi theo sau Liên, bắt chước chị, nó cũng lí nhí chào thưa bác. Nghe tiếng mẹ gọi khẩn trương, Liên cáo vội vào trong, Kết chạy theo chị xuống bếp. Cơm dã được vần trên tro nóng, nồi canh đang sục sôi. Mẹ ngồi trên chiếc ghế thấp do Ba Lãm   đóng vụng về để người làm bếp núc đỡ mỏi chân. Một vòng tay ôm đầu gối, mẹ nhìn Liên muốn nói điều gì bối rối chưa thấy ra lối mở.

-Con lên lầu, dọn lại phòng thằng Kết cho sạch sẽ, đàng hoàng. Bê hết đò đạc,sách vở của nó xuống dưới này, cho cả vào phòng ba mẹ. Hai cha con nó ngủ chung. Phòng con, cứ giữ nguyên trên ấy , mẹ con mình tạm thời ở đó. Mà này, đầu tiên con thắp nhang bàn thờ ông bà, bàn Phật. Thôi nhanh, mẹ còn chuyện muốn kể cho con, đợi sau.

Bữa cơm qua nhanh, ít chuyện trò, mà có thì cũng là chuyện nắng mưa, thời tiết, vật giá vớ vẩn. Thằng Kết ngơ ngác, thắc mắc, sao hôm nay mẹ chẳng vồ vập khi nó đi học về. Củ khoai,củ sắn ăn chơi , chiều nay cũng vắng bóng.Điều làm nó ấm ức, quyền ưu tiên được ngủ chung phòng với mẹ đã bị tước đoạt một cách phủ phàng, không lời phân trần,giải thích. Cái người mới xuất hiện kia đã xoá mất quyền con người lâu nay chưa bao giờ nó cần phải đấu tranh đòi hỏi. Người lớn vốn khó hiểu.Những tỉ tê khi mẹ bất chợt ôm nó vào lòng, thời gian bác Hai đi làm, ba Lãm đang hì hục kéo xe ba gác, tất cả chưa phân giải điều gì .Mà nó chẳng có nhu cầu biết thêm nhiều. Điều an ủi cần nhất là mẹ vẫn yêu thương nó, còn thê thiết hơn, gấp gáp hơn mỗi lần đuọc gần nhau. Thì giờ của người lớn vẫn nhiều và vẫn không đủ. Đêm đêm ,học bài xong, nằm bên ba Lãm, Kết lắng nghe giọng trầm trầm mẹ tụng kinh . Tiếng mõ đều đều ru giấc ngủ thay vì trước kia mẹ âu yếm hỏi han, nhắc nhở, dỗ dành . Rồi đôi cánh mượt của đêm mang nó vào bình yên, quên lãng. Ba Lãm kéo xe đi rất sớm.Thức dậy, trên bàn học thường có sẵn vài củ khoai, đụt sắn, sang hơn,gói xôi bắp bọc lá chuối ; nếu có tô bánh canh, Kết biết chắc là của chị Liên mua về, còn nóng. Nó lủi thủi theo chị đến trường . Tan học, đợi ngoài cổng.Hai chị em sớm hôm dắt díu nhau . Cha mẹ bây giờ chỉ như hình bóng chợt hiện vào thời khắc hiếm hoi nhất định. Ba Lãm hoàn toàn không ăn cơm nhà. Cha con gần nhau qua đêm,có khi Lãm về chỉ kịp tắm rồi lên giường, hơi thở nồng men rượu. Rồi đến ngày, vách ngăn được thiết lập, chắn ngang phòng khách có cầu thang lên lầu. Hai cha con Lẫm có giang sơn riêng một cõi, phần trệt còn lại , ra vào bởi cửa hông . Cửa phụ trở thành cửa chính. Đất nước giờ liền một dải , ngôi nhà bỗng lại ngăn đôi. Chị Liên mang cơm cho Kết . Cũng có lần, bày phần cơm ra bàn học, mẹ ngồi nán lại ngắm con ăn, vén Kết vào lòng, mẹ khóc.

Lãm lầm lũi đi về trên nẻo đường trời vạch riêng cho phần đời còn lại. Hạ sĩ Tám xuất hiện như một hồn ma . Buổi chiều xuống cơn mưa giông, Lãm tạt xe vào trú dưới mái lều trống của bãi chợ mai. Cả hai ôm nhau bàng hoàng:

-Nghe nói mày mới vượt biên bị bắt, đi cải tạo , sao về nhanh vậy ?

- Đâu có, lần trước kia, lần sau em thoát, nhưng mấy *cây kim* thì bị tước sạch.

- Ừ, mà sao mày lẩn quẩn nơi đây?

-Hôm trước thấy anh, em cố bươn theo nhưng mất dạng. Đoán thế nào anh cũng lòng vòng quanh vùng này. Gặp được mới hay chứ.

- Bây giờ mầy sống thế nào ? Gia dình ra sao ?

- Còn ra sao nữa, mù mịt hết trọi. Em cho mẹ con nó về ngoại , từ đồng ruộng chui ra, về lại đồng ruộng, cứ vậy . Phần em thì tạm thời qua ngày như dân thợ đụng, có việc ,làm được thì làm, sống cái đã. Còn trời còn nước còn non, còn cô bán rượu thì cón say xỉn mà anh.

Mưa ngớt ,hạt nước đọng mái bạt rơi buồn tanh tách. Hạ sĩ Tám lôi trong túi quần chai coca chứa một thứ nước hoe vàng như hứng mưa tuôn qua máng xối nhà bếp.

-Rượu sắn dầm rễ đinh lăng đó anh.

Hắn nhường Lãm tu trước một ngụm, chăm chú nhìn anh, mắt hấp háy cười. Móc gói thuốc vấn thủ công bì giấy bóng niêm phong hẳn hoi mười điếu, đốt phì phèo:

-Làm một hơi cho nó phê. Kéo thử đi anh, không tệ hơn Bat-tô đâu.

Chai rượu vơi khá nhanh, trong thời gian ngắn ngủi, hắn kịp kể cho Lãm những phong trần trải qua từ ngày cuối hai người gặp mặt. Bị bắt lần vượt biên đầu tiên, một thời gian sau được thả. Lần thứ hai, vỡ kế hoạch, bằng chứng không đầy đủ nhưng vật chứng mấy cây vàng bị tịch thu. Sắp đến, có cơ hội an toàn, qua đường dây mua bãi. Chỗ quen biết nên chỉ cần gom tiền dầu, đóng bằng vàng.

- Lần này nữa, em chỉ còn vàng mắt vàng da. Nếu cần,em giới thiệu và đảm bảo. Anh suy nghĩ đi. Không cần tìm em. Gặp sau , anh trả lời để em còn thương lượng.

Buổi sáng vẫn thường lệ kéo xe đi. Nửa buổi, Lãm tranh thủ quay về bằng xe thồ, gặp Hiên. Từ cấp thứ nhất đầu cầu thang, tay chống lan can,Hiên lắng nghe . Lãm ngồi ghế giữa phòng khách . Sau mấy điều han hỏi tình hình sức khoẻ này kia, Lãm ngước mặt nói vọng lên:

-Thằng Kết lối này học hành nhếch nhác. Hoàn cảnh tôi bây giờ, tiến thoái lưỡng nan. Hôm trước cửa hàng thương nghiệp hứa nhận làm hợp đồng, nhưng cuối cùng lại từ chối.

- Thì tạm như vậy, để tôi khiến con Liên nhắc nhở em học hành. Lãm chịu khó thu xếp công viêc về nhà sớm. Bữa nào thằng nhỏ tối đến cũng lủi thủi một mình, tội nó.

Anh thở dài. Lẽ ra Hiên phải hiểu. Mức chịu đựng của thằng đàn ông trong tường hợp này, không bì được . Nước mắt đàn bà thường ngấm vào tim. Đàn ông khác, nước mắt của nó dâng lên, ngập úng cả cái đầu. Nếu biến khỏi cuộc sống này bằng cách nào đó, cùng với thằng con khốn khổ, mọi viêc không phải bàn cãi. Cuối cùng, anh cũng khiến Hiên hiểu ra điều mà hạ sĩ Tám đã đốt lên tia lửa tín hiệu . Hiên còn giữ lại ống tre rất kỹ nơi nào đó, chờ ngày Liên thành lập gia thất. Vốn đã lấy ra buôn bán, lúc khấm khá, nàng cũng hoàn trả, có phần dôi hơn. Dù sao, bây giờ, bên cạnh Liên còn cha mẹ. bản thân nó, nghề nghiệp vững chắc. Lịch chạy vạy nhờ toà án lẫn chính quyền địa phương, trên cơ só chứng cứ kể cả từ những chứng nhân còn sống qua hai cuộc chiến , giấy khai sinh của Liên đã được tái xác lập. Cuộc sống tâm lí lẫn hoạt động đời thường của cô giáo từng được đào tạo bài bản , nhân thân tốt, ngày càng ổn định. Chỉ thằng Kết, cái nhà này nó thế, rồi bống thành côi cút.

Liên xuống phòng của Lãm nhân việc mang cơm tối cho em. Cô chìa ống tre cho Lãm:

-Mẹ cho thằng Kết. Kỳ này ba ăn uống thế nào mà gầy dữ vậy. Ráng tẩm bổ vào, còn lắm vất vả.

-Biết rồi. Con nhớ tự chăm sóc và quan tâm nhiều đến mẹ. Ba chỉ còn mình con đó,Liên à.

Hai chị em ôm nhau nhỏ to như mọi khi. Ở trường chị là cô giáo, về nhà chị bận việc trên lầu. Buổi tối nhờ Liên , Kết vơi bớt cảm giác hụt hẫng phần nào khi cách đoạn tiếng cười nói và hơi ấm bàn tay mẹ. Lần này, chị Liên ngồi lại chơi với em lâu hơn, không nói về học hành, trường lớp. Chị vuốt tóc Kết nhiều lần, nhắc nhở vâng lời ba Lãm, không lơ là ăn uống, phải giữ gìn bản thân…

Kết hỏi tại sao Liên khóc. Chị cười rất buồn, dặn nó ngày mai , dậy sớm chờ mẹ mua bún thịt ăn sáng.Nó mừng, leo lên giường chùi mình cạnh ba Lãm đang nằm bất động. Nó biết ba vẫn còn thức.

o O o

Trời bên này sông rất tối , đêm đã xuống thật nhanh. Kết im lặng dò dẫm theo ba Lãm trong khoảng cách không quá nửa thước . Con đường lạ phủ đầy bí ẩn, chung quanh vắng lặng , thấp thoáng hình khối hiếm hoi ẩn hiện phía xa leo lét vệt sáng mờ nhạt như phản chiếu từ bầy sao trên trời . Kết biết mình đã rời khá xa con đường chính để chuyển qua lối đi vật vờ mặt cát bèo nhèo, cỏ dại lùng nhùng rậm rật trên đôi ống chân . Lãm dắt con ngoắt vào lối hẹp, thằng bé giật mình suýt va vào khối bia mộ lù lù trước mặt . Hai cha con lọt giữa khu mồ mả âm u rợn người, Kết bất chợt giật cánh tay , chun người lại . Lãm ấn nhẹ nó ngồi xuống tựa lưng vào phía sau tấm bia. Hai cha con ngồi thin thít giữa ngọn gió đêm chở đầy tiếng côn trùng và mông lung âm khí. Thời gian cứ thế trôi qua chẳng biết bao lâu . Kết đã có lúc chợt tỉnh sau khoảnh khắc lơ mơ vì mệt cả thân xác lẫn căng thẳng tinh thần. Lãm lặng yên như quên bẵng sự có mặt của con bên cạnh. Bỗng một cành thấp ngoài kia lay động, ba tiếng ho khan chia thành hai nhịp vọng lên mồn một . Mười giây sau,âm thanh đó lặp lại .Như lây nhiễm, Lãm khạc lên hai tiếng ho y hệt. Một bóng đen hiện ra cách khoảng bảy tám bước chân. Lãm đứng lên, kéo theo thằng Kết. Giọng nói thì thầm:

-Anh…

-Tám …

-Em đây. Ổn cả ?

-Ừ.

Cả ba nối nhau tiến sâu vào bóng tối , vất vả để khỏi va vấp trên địa hình hỗn độn , vật cản nhấp nhô, cành lá loà xoà quấn quít mọi phía. Hạ sĩ Tám kéo hai cha con mở lối , thoát khỏi nghĩa trang , thận trọng chuyển theo một hướng mới. Không gian thoáng hơn, làn gió chợt se mát dễ chịu mhưng con đường ngoằn ngoèo , càng lúc như càng hẹp lại, phải thu người cẩn thận lách qua. Cát bắt đầu trải dưới bước chân. Điểm dừng là một gốc dương già gãy gập. có lẽ từ trận bão cuối mùa năm ngoái . Ngọn cây khô quắt phủ đầy thứ dây leo um tùm đủ làm chỗ nguỵ trang đánh lừa tầm mắt để ba con người nép mình trú ẩn. Thế ngồi bất động, da thịt xốn xang, hai đầu gối và thắt lưng ê ẩm nhức buốt, cả thân hình chỉ chực bật ngã ra sau , gập về phía trước. Thằng Kết bắt đầu ngọ ngoạy, day trở liên tục.Lãm luôn vỗ nhẹ vào nó, cố xoa lưng con để trấn an, phân tán phần nào cảm giác bức bối nặng nề. Ngoại trừ gió khua lào xào, đều đều nhịp sóng vỗ bờ xa, không gian phủ tối mịt mù chen nỗi sợ hãi. Lâu lắm, quá nửa đêm rồi. Sự kiên nhẫn, trân mình chịu đựng đã tụt xuống ngưỡng thấp nhất , cùng lúc Lãm nhận ra có cái gì đó chuyển động dưới triền cát lờ mờ . Mấy bóng người đội khối đen nhấp nhô phía trên , tựa con rùa biến tướng khổng lồ với chân lêu khêu bên dưới. Anh nhanh chóng phát hiện họ đang nâng cái thúng chai, phương tiện trung chuyển, cứu sinh truyền thống của dân chài. Như từ lòng cát mọc lên, rải rác cảnh tượng ấy xuất hiện và xê dịch về khoảng tối mù đen đặc không phân biệt ra lằn ranh với vòm trời nhàn nhạt bao phủ tầng cao. Con tàu vượt đại dương hình như đang lù lù trong thế giới mông lung đó. Hạ sĩ Tám chụp vội mỗi tay một người, lôi hai cha con Lãm bươn về phía biển.

Những con thuyền thúng chờn vờn, lặn hụp trên sóng nhấp nhô. Không ai mhường ai, bấu víu, xô đẩy, bằng mọi động tác có thể, nghiến răng ghìm âm thanh trong cổ họng và phồng mũi hít khẩn trương luồn không khí sũng bụi nước ấn sâu vào lồng ngực oằn nặng dễ vỡ tung. Sóng, gió, nước rào rào tung toé, khoả lấp nhịp thở hổn hển, bắt đầu có văng tục chửi thề nhưng chẳng thể nào còn ai nghe được. Mấy chiếc thúng khẳm người rướn tới, nẩy lên tan vào đêm biển mù loà.Như quán tính, như sự cuốn hút lẫn nhau, chỉ bằng vào cái bóng mập mờ của đồng bọn chập chờn phía trước, cứ thế mà xô tới.

Súng nổ rền trong hàng dương ,toả ra bãi cát. Ánh đèn pin loang loáng tứ túng.Xip-lê rít liên hồi. Tiếng chân loạn xạ hất tung những bóng người ngược xuôi ngang dọc, không kịp giấu giếm thân phận trên đường đào tẩu khỏi người truy đuổi.Lưc lượng vũ trang rải đạn đuổi theo ngược hướng sóng tràn bờ. Hạ sĩ Tám xuất lực bình sinh lôi thằng Kết rơi tòm trong đáy thúng . Anh cũng ngã vật theo nó và bàn tay Lãm đang níu áo anh vụt biến theo khoảng trống đằng sau.

Buổi sáng tinh mơ , mặt biển bắt đầu một ngày bình thường . Trên bãi cát gần như sắp vào phiên chợ. Cư dân hiếu kỳ, lực lượng an ninh địa phương có mặt đã từ lúc chưa sạch bóng đêm . Bốn năm thi thể được gom lại xếp ngay ngắn. Những xác người được sóng đẩy vào bờ thì ướt sũng, tái tím, máu chỉ còn in vết nâu nhàn nhạt loang thâm trên quần áo.

Thiện tần ngần dừng lại trước xác người đàn ông có chiếc quần Jean cũ mòn thâm xỉn, chiếc áo thun bạc màu in hình cá sấu ở ngực. Vết đạn thủng cách lô gô con thú hung hãn chỉ ba phân. Một thoáng thảng thốt, nàng hơi cúi xuống nhìn kỹ. " Trời ơi ! Sao đến nông nỗi! Anh Lãm ơi là anh Lãm..."

Lương đứng gần, bộ sắc phục còn nguyên dấu nhàu nhèo, vấy bẩn, cau mày nhìn Thiện :

-Chi vậy ?

Hai chị em chụm đầu trao đổi nhỏ giọng. Lương chợt đanh nét mặt :

-Hừ...Vậy đó! Non sông dễ đổi,bán tính khó dời !

-Thôi đi mày. Nghĩa tử nghĩa tận. Giờ còn nói gì, cũng thế thôi.

-Bà về chuẩn bị, thay áo quần. Chạy qua báo gia đình ổng biết, đến làm thủ tục, cho nhận xác về chôn cất.

Lương móc bóp, lúi húi lấy mẩu giấy nhỏ ghi địa chỉ nhét vào tay chị. Thiện bần thần , chỉnh lại xà cột, bước men mép nước về phía xóm chài. Đoạn ống tre khô bị sóng đẩy rập rình , lăn lóc bên rìa ngấn nước. Ai đó đã mở nắp, một ít gạo sấy vung vải nhão nhoét, bầy nhầy. Chưa ai khám phá dưới đáy có gói giấy lép màu đất sét ngoài in chữ đỏ. Thiện hất chân đá ống tre trả về với biển.

Hàng dương ngã bóng vắt ngang mặt đường nhựa trải dài hun hút. Người đàn bà đội chiếc mũ xanh điểm hoa trắng kiểu dáng trẻ trung, mang kiếng mát, áo sơ mi trắng ngắn tay, quần chẽn, phóng xe Honda về hướng cây cầu vắt ngang sông dẫn lối vào trung tâm thành phố. " Rồi đâu vào đó. Mắc mớ chi... Mắc mớ chi phải bỏ đi cho ra nông nỗi, anh ơi !" Nước mắt lưng tròng.

Lam Hồ

LETAMANH

NGÀY VỀ!

Chuyến tàu lửa chậm chạp chui vào hầm đèo Bình Đê. Dân đứng bên cửa sổ goong tàu hít thở bầu không khí trong lành và nhìn về phía biển, nơi đó loáng thoáng dãy Trường Sơn bò ra tắm những ngọn sóng cuối cùng và tầm mắt chàng bị mất hút vào khung tối tăm dưới đường hầm. Dân có cảm giác lâng lâng khi con tàu ra khỏi đường hầm ngắn để bắt đầu từ ấy, anh nhìn quê hương mình đang yên ngủ dưới những tàn dừa xanh ngút ngàn. Lúc đó khoảng ba giờ sáng. Con tàu suốt từ Hà Nội, đã hai ngày một đêm đưa Dân về với miền Nam đầy nắng ấm. Suốt bao nhiêu năm từ các trại miền Nam, bị đưa xuống tàu biển lưu đày đến vùng thượng du xứ Bắc; giờ chàng lại được con tàu suốt "thống nhất" đưa trở về!

Con tàu giống như con rắn bò trong đêm, tiếng bánh xe chạy trên đường rầy muôn đời vẫn là tiếng xình xịch, những bánh xe và đường rầy bằng kim loại cọ xát khi qua những chặng quanh co... Trong bóng đêm Dân cố nhớ những dấu ấn ngày xưa để định vị được đâu là ga Chương Hòa, đâu là Cầu Chun, đâu là ngã Ba Gác nhíp, mả Cô Xíu! Kia là đường xuống phố và con tầu đang vào sân ga ngày cũ! Thế nhưng con tàu vẫn chạy hơi chậm lại một chút rồi kéo còi tiếp tục lao vào bóng đêm. Dân không kịp nhận định được những khác biệt gì sau bao nhiêu năm anh rời Tam Quan. Con tàu chở anh lượn qua quê hương như thoáng chốc trong hồn thơ thẩn. Có người ngồi trong toa nói với nhau rằng tàu suốt bây giờ chỉ đậu lại các ga tỉnh mà thôi. Nếu ai là người Tam Quan hay Bồng Sơn thì cũng phải chờ đến ga Diêu Trì, tàu đỗ lại đó rồi mới lên xe đò trở ra...

Dân tiếp tục đếm từng chặng con tàu lướt qua, Hoài Thanh, Hoài Tân rồi khu vực Bồng sơn. Đêm gần sáng, khi tàu vượt qua trường Tăng Bạt Hổ, chàng chồm ra cửa sổ, cố căng mắt trong đêm để nhìn ngôi trường một thời tuổi thơ thân thuộc. Loáng thoáng cây khuynh diệp trước sân trường còn đó, loáng thoáng những dãy hành lang ... Nhưng nhạt nhòa như trong giấc mơ không tưởng. Rồi con tàu vượt sông Lại Giang đầy sương mù buổi sáng. Dân không nhìn được gì ngoài những ý tưởng trong đầu về một dòng sông kỷ niệm ngày xưa...

Hít một hơi khí thoáng mát buổi sớm mai, chàng cảm thấy như mình đang là con chim vừa được sổ lồng sau bao nhiêu năm dài cùm gông tù tội! Trải rộng tâm hồn trong một trạng thái đầy phấn khích, Dân hát nho nhỏ một bài hát mà anh chợt bỗng hứng khởi thoát ra từ một ý tưởng mơ hồ rất kỳ diệu về ý nghĩa của hai chữ tự do! Chàng trải rộng lòng đón nhận hạnh phúc miên man đang tràn ngập tâm hồn. Nó âm ỉ nhưng như sóng triều dâng về đủ mọi ký ức cùng một lượt và cùng một lúc hiện ra trong đầu làm cho anh như ngợp thở trong sung sướng hân hoan...

Trong cái hạnh phúc đang trào dâng ấy, Dân vẽ ra tương lai khi anh găp lại vợ con và gia đình cha mẹ! Ừ! mình sẽ, mình sẽ... Trong những hạnh phúc đang vẽ ra một tương lai, rõ nét nhất là anh sẽ ôm người vợ chung thủy và ba đứa con vào lòng, nói thầm vào tai vợ rằng:

- Anh đã về, chúng ta lại bắt đầu những ngày mới!

oOo

Chiếc xích lô máy chạy xen qua nhiều loại xe, nó lách qua lách lại như đầu con rắn. Người tài xế đội một chiếc nón lá, những vành ngoài không biết gãy nát hồi nào, nên những tua lá cọ cong theo chiều gió đánh vào nhau phành phạch. Chiếc quai nón màu bùn đất phủ cả cái cằm và hai má ốm o đen thui của anh tài xế, hai mắt sâu hóm cố nhìn về phía trước, hai tay cầm càng, lách qua lách lại cộng với hai chân giữ ga và thắng, chiếc áo nhà binh rách bạc màu...

Dân ngồi phía trước, ghế có nệm, màu nệm hình như chưa bao giờ được giặt. Hai chân chàng dạng ra trên chiếc càng xe chứa bao áo quần và mùng mền được mang về từ trại tù xa xứ Bắc. Hai tay Dân bám vào thành xe, lắc lư... thỉnh thoảng xe lướt qua những ổ gà, tung chiếc xe và Dân lên xuống giống như chiếc thuyền giữa cơn phong ba ngoài biển...

Anh tài xế cố lách qua một ổ gà bự trấn ngay giữa đường, một bánh xe sụp xuống lắc mạnh khiến đầu của Dân va vào mấy miếng sắt sườn mui xe đau điếng. Chàng quay ra sau càu nhàu:

- Anh làm ơn chạy chầm chậm và cẩn thận một chút. Tôi không chết trong tù mà chết lãng nhách vì tai nạn trên đường về thì thật là vô lý...!

Bỗng nhiên anh tài lách qua mặt một chiếc xích lô đạp và thắng gấp vào lề. Chiếc xe bị giựt, tiếng máy kêu xình xịch đứt quãng như nghẽn nghẹn uất ức chuyện gì. Cuối cùng tiếng máy tắt ngấm đột ngột. Hai tai Dân đang bị ù và khó chịu thì nghe anh tài xích lô máy vừa hét lên phía sau vừa nhảy xuống đất:

- Xin lỗi, anh có phải là Thiếu Úy Dân, hồi trước ở ĐĐ 2/... tiểu khu Bình Định không?

Chàng quay qua nhìn anh, lúc nầy anh ta đã lấy chiếc nón lá ra cầm tay làm quạt. Dân nhảy vội xuống đất ôm chầm lấy anh ta và la lên:

- A! Quang đây, có phải là em không!

- Còn ai nữa, ông thầy! Trông ông thầy ốm và già đi nhiều lắm. Nghe ông thầy nói mới ra tù, lại nói giọng "nẩu" nên em mới để ý nhận ra...

- Lúc mặc cả tiền bạc và khi leo lên xe, tôi cũng ngờ ngợ, nhưng không nhận ra chú. Chú trông ốm và đen, hình dạng đổi khác nên không thể nào...

Quang ngắt lời:

- Ông thầy tính coi, bao nhiêu vật đổi sao dời... Ông thầy cũng già đi quá và ốm trông như bộ xương. Em đâu có ngờ là ông thầy...

Hồi mới ra trường, Dân chọn về Bình định, quê hương một thời đầy kỷ niệm. Đó là ước nguyện có dịp làm một cái gì và cũng là tìm lại dư hương những ngày còn cắp sách... Những ngày sau tết Mậu Thân, khóa 26 Thủ Đức ra trường không được đi phép mà phải trình diện thẳng đơn vị. Dân được phân phối về đại đội tân lập, lúc ấy đang thụ huấn tại quân trường Phù Cát. Quang là một thanh niên mới lớn, đến tuổi quân dịch, vì không muốn xa người vợ mới cưới nên cậu ta đầu quân vào đại đội địa phương. Thấy anh lính có gương mặt đẹp trai và lanh lợi, Chàng đề nghị cho đi học khóa truyền tin. Khi về lại đơn vị anh ta là người mang máy theo sau Dân từng bước... Cho đến một ngày Dân đổi đi Pleiku. Từ đó chàng không gặp lại Quang...

- Mừng chúng ta gặp lại nhau!

Dân vừa ôm Quang vừa cười, lòng tràn đầy kỷ niệm. Quang

cũng ôm Dân, trên mi rươm rướm đôi dòng lệ. Quang rủ chàng vào quán cà phê bên đường. Hai người vừa hỏi thăm về nhau vừa nhâm nhi ly cà phê đá đầu tiên sau bao nhiêu năm xa cách.

Quang múc đường vào ly, lấy muỗng quậy cho đường tan. Tiếng ly và muỗng chạm nhau kêu lanh canh vụn vỡ, đều đều. Vừa nhìn Dân, Quang vừa lấy tay nhặt mấy cục nước đá bỏ vào ly vừa nói:

- Ông thầy! Thằng con lớn của em năm nay được 14, nó cũng đang đạp xích lô. Vợ em bị trúng đạn và chết trên đường di tản từ Bình Định vào Nha Trang... Thằng nhỏ mà ông thầy đặt tên khai sanh là Long đó... Nhớ hồi đó...

Tự nhiên Quang khóc và khóc rất lâu, không cần để ý gì đến những người chung quanh trong quán. Hình như lúc nầy anh ta quên hết hiện tại và đang sống trong kỷ niệm. Có lẽ lâu nay không có ai để anh ta tâm sự về những uất nghẹn thầm kín. Gặp lại nhau trong một hoàn cảnh trớ trêu, đất nước chuyển mình qua một giai đoạn lịch sử mà tất cả mọi người đều hứng chịu, không phân biệt một ai. Dân yên lặng ngồi nghe Quang khóc, cũng là để nghe mình khóc. Những giọt nước mắt từ những giằng xé theo thời gian có thể sẽ gột rửa phần nào những uất ức ẩn chứa bao lâu nay...

Lấy vạt áo chùi những giọt lệ, cố nén tiếng nấc, Quang cho Dân biết là tất cả mấy đứa con đều không đứa nào còn có dịp cắp sách đến trường. Hiện tại gia đình đang chen chúc nhau dưới gầm cầu Nhị Thiên Đường trên Chợ Lớn. Sau khi chôn vội vợ bên đường gần đèo Cả, giữa Tuy Hòa và Đại Lãnh, Quang đem hết gia đình vào Sài gòn.

- Ông thầy còn nhớ Thiếu úy Ca không! Sau khi ông thầy đi rồi, ông ta lên làm Đại đội trưởng. Em mang máy theo bên cạnh với thằng Ty mang thực phẩm và ba lô đồ ngủ cho ông... Thế mà lúc ông trúng một viên bắn sẻ sát sườn núi phía Bắc đồi 30 đường lên An Lão; khi ông la lên và ngã xuống, tụi em còn chưa biết là chuyện gì xảy ra. Viên đạn đi ngọt xớt từ má phải tống qua lỗ tai trái... Trong trường hợp vợ của em cũng y như vậy. Khi nàng đang ôm thằng Xí, con út trong lòng, ngồi trên xe đò, có em cùng mấy người bạn và ba đứa con chung quanh... Vậy mà không hiểu làm sao viên đạn từ đâu kêu vèo một cái, vợ em lăn ra không kịp nói với em một lời...

Mới ra khỏi cái nhà tù được canh giữ bao nhiêu năm, những háo hức tự do chưa kịp thành hình thì hình như Dân lại đang ngồi vào một nhà tù khác trong đó có Quang, Dân và tất cả mọi người. Dân đưa tay bưng ly cà phê bóp mạnh. Chất nước đá thấm qua thành ly làm tê tê các đầu ngón tay. Nó lan dần như xoa dịu bớt một phần nghèn nghẹn trong cổ họng. Dân ực vội vào cổ như giằn xuống nỗi ưu phiền bất chợt làm tắt nghẽn các mạch máu về tim...

- Thôi Quang! Em đã làm cho anh muốn khóc. Anh mới ra khỏi tù, vợ con và gia đình đang chờ. Bao nhiêu năm cách biệt nhau, anh ngồi tù trong vòng rào vẫn sướng hơn em và gia đình bị nhốt trong một nhà tù vĩ đại... Dĩ nhiên có cả gia đình của anh và của mọi người. Thôi cho anh về. Hôm nào anh sẽ ghé cầu Nhị Thiên Đường thăm các cháu

- Ông thầy chưa nói gì về những năm tù cho em nghe. Mà thôi để hôm khác. Xin lỗi! Em bậy quá, em đã chận ngang nỗi vui mừng của những ngày đầu tiên con chim được sổ lồng...!

Dân mỉm cười nhìn Quang:

- Nhưng con chim ra khỏi cái lồng nhỏ lại bị nhốt vào cái lồng lớn khác, trong đó có cả Quang, cả đại dân tộc chúng ta!

Quang nhìn chung quanh... vơ vội chiếc nón lá trên bàn, đến quày trả tiền. Vừa đi vừa quay đầu lại nói to:

- Bài thơ ngày trước ông thầy đề tặng lúc sinh nhật thằng con em một tuổi, em vẫn còn thuộc lòng. Câu "giống ai nè, giống ba hay giống má..." Mỗi khi em nhìn con là em nhớ vợ em...! Nó là con trai mà giống má nó hơn giống em. Đẹp trai lắm. Mới chừng ấy tuổi mà đã biết lo cho gia đình...

Dân ngắt lời:

- Thôi tính tiền rồi về. Hôm nào rảnh anh em mình sẽ lai rai vài xị rồi tha hồ mà nói...

oOo

Chiếc xe lại tiếp tục rồ máy, lại tiếp tục vượt qua hằng hà sa số ổ gà. Từ ga Bình Triệu về Ngã Bảy Chợ Lớn, chiếc xe phải chen qua những người bộ hành, những chiếc xe đạp, những chiếc xích lô đạp, những xe hàng bóp kèn inh ỏi... Đôi khi tiếng máy nghẹn lại và nhả khói mù trời vì bị thắng gấp trước mấy em bé bán dạo, lượm bao ni lông, trước những bà già lưng còm chống gậy đi xin độ nhật, trước những thương phế tàn tật lết qua đường... Lòng đường thì nhỏ mà người thì đông, chen nhau vì miếng ăn và cuộc sống. Họ băng qua đường bất kể những nguy hiểm chực chờ.

Chiếc xe xích lô máy nhả khói hàng cụm lên không trung, tiếng kêu khô và nghèn nghẹt. Quang luôn đạp thắng nhưng ấn ga cao, chờ có dịp là vọt qua mặt... Thế cho nên chiếc xe lúc nào cũng giống như con thú bị thương, gầm gừ muốn nhảy sổ về phía trước. Đến gần chợ Bà Chiểu thì chiếc xe chạy rất chậm. Lượng người đi bộ và xe đạp chen nhau như hai dòng chảy ngược xuôi. Dân đảo mắt chung quanh một lượt và nhìn theo một người cụt cả hai chân đang lết qua đường, không cần biết có người và xe đang chen chúc. Chàng đang suy nghĩ vẩn vơ thì từ trong chợ có tiếng la và một tốp người vận đồng phục vừa đi vừa lấy chân đá những thúng gạo, những gánh rau cải, những thứ vật dụng của người bán hàng ngồi bên vỉa hè hoặc bên hông chợ... Gạo, mắm, rau quả, củi, trái cây... theo bước chân đá của đoàn người đó vung vãi khắp nơi!

Quang hét vào tai Dân:

- Quản lý thị trường đó ông thầy! Tụi nó không cho bà con buôn bán cá thể... Chúng nó đạp đổ hết. Không cho người ta bán thì dẹp đi hay bắt về cơ quan chứ ai mà nhẫn tâm đạp đá vung vãi của trời! Người người đang đói mà chúng đâu có cần biết...!

Dân ra dấu bảo Quang im, tiếng máy nổ và tiếng hét của Quang làm chàng đau nhức từng thớ thịt... Lúc còn trong tù, thỉnh thoảng đọc báo Nhân Dân, trên các mục thi đua và khen ngợi về bước nhảy vọt trong công cuộc cách mạng tại miền Nam là đánh tư sản mại bản, cải tạo công thương nghiệp và quản lý thị trường để theo kịp Xã hội chủ nghĩa tại miền Bắc... Đánh tư sản mại bản cho sụm để san bằng giai cấp! Cảnh vừa xảy ra phản ảnh đúng những bài viết ca ngợi trong báo làm cho Dân rùng mình. Ta sẽ về đâu, làm gì khi trong tay không có một xu, mới ra tù và sẽ còn trong thời kỳ quản thúc! Nhớ đến vợ con và nhớ đến cảnh vui mừng của cha mẹ anh em đang chờ... mồ hôi chàng bỗng ươm ra ướt cả áo.

Xe thoát ra khỏi khu chợ đầy ruồi nhặng và tiếng ồn ào, con đường về Chợ lớn giữa trưa hè nắng gắt và đầy tiếng người, tiếng xe, tiếng rao hàng lẫn tiếng ăn xin. Hình ảnh những người tuổi trẻ đá đạp tung tóe gạo và thực phẩm trước chợ Bà chiểu hồi nãy cứ lẩn quẩn trong đầu Dân. Hình như các động tác của đám quản lý thị trường ấy làm chàng nhớ đến những ngày tù xứ Bắc mới vừa được giải thoát. Bao nhiêu năm bị mất tự do, bao nhiêu năm đứng trước các cán bộ bộ đội và công an tuổi đáng con cháu mình, nạt nộ đòi dạy dỗ mình từng tí. Họ còn lên giọng rằng thay mặt gia đình vợ con đã gởi gấm chàng cho họ. Họ thay mặt nhân dân giáo dục những sĩ quan miền Nam từ tính thú trở thành tính người...

Mới ra khỏi nơi tù đày viễn xứ, Dân chưa kịp mừng thì những hình ảnh trước mắt đã làm anh choáng váng. Tương lai là thế đó, nó cũng là một trại tù mà thôi. Anh sẽ phải sống và làm việc với gia đình vợ con anh trong một trại tập trung khổng lồ của cả một đất nước mất tự do. Thay vì hàng ngày ra vào trình diện cán bộ trại sau khi lao động khổ sai thì hàng tuần anh sẽ phải đến đồn công an phường trình diện, làm bản tường trình trong tuần đi đâu làm gì, tư tưởng thế nào...

Lúc còn ở trại Tân Lập Vĩnh Phú, Dân đã phải theo học một khóa đặc biệt về chính sách định cư những người tù cải tạo. Các cán bộ giảng huấn cho biết kế hoạch đó do chính trung tướng Nguyễn Hữu Có, cựu Phó thủ tướng kiêm Bộ trưởng quốc phòng thời chính phủ Nguyễn Cao Kỳ... đề nghị và soạn thảo! Theo kế hoạch ấy thì tất cả những người tù đang ở trên đất Bắc sẽ được định cư tại vùng Thanh Hóa, vợ con của họ sẽ được nhà nước di chuyển từ trong Nam ra "đoàn tụ" với họ và sống với họ để trở thành một công nông trường. Trong công nông trường nầy có đủ trường học, chợ búa, hội trường, nhà ở cho từng hộ. Chính Tướng Có sẽ là Giám đốc nông trường nầy... May là kế hoạch "anh Có" không biết vì lý do gì đã không thực hiện được!

Dân đang miên man suy nghĩ phân vân trước một tương lai mờ mịt và một quá khứ đau thương thì xe ngừng trước nhà. Một cảnh tượng trái ngược và đau lòng hiện ra làm Dân choáng váng, không biết đó là nhà cha mẹ mình hay đã dọn đi! Những người ngồi và đứng trong nhà đều mặc áo quần tang chế, trên bàn thờ nghi ngút khói hương. Dân nghi hoặc ngoái ra sau bảo Quang:

- Em làm ơn vào nhà hỏi có phải nhà của ông L... không! Nếu đúng thì là ba má anh còn ở đó.

Quang xuống xe đi chậm chậm vào nhà. Dân nhìn quanh một lượt xem có còn gì quen thuộc sau bao nhiêu năm xa cách. Có thể những người thân của anh sẽ vui mừng chạy ra, hàng xóm láng giềng sẽ cùng reo lên bày tỏ nỗi vui khi gặp lại người sống sót trở về... Nhưng hình như có cái gì đó không ổn trong căn chung cư thân thuộc. Nó mang một màu tang không thể nào ngờ là sự thật nếu không muốn nói chủ nhân đang ở trong ấy không phải là gia đình của Dân. Làm sao chàng có thể tưởng tượng ngày về của mình lại chứng kiến cảnh tang tóc nào đó của gia đình...

Mọi người trong nhà đổ xô chạy ra chiếc xích lô máy. Dân hoa mắt lên không phải vì bao nhiêu người vừa khóc vừa la to: "Con đã về... Anh đã về... Cháu đã về... Ba về, ba về..." mà chàng sững sờ bởi những người đang bận quần áo tang chế chạy về phía mình! Anh há hốc, miệng không nói được, ngồi yên không thể nào nhúc nhích, mắt mở to thất thần. Có một giọng nói rất to đập vào tai Dân:

- Anh Hai! Nghe trên phường thông báo anh được về, ông nội mừng quá lên máu cao... Chết trước khi thấy mặt anh...!

Dân cố bình tĩnh bước xuống xe. Khi anh ngước nhìn lên thì đứa con lớn lên mười tuổi đã sà vào lòng. Người vợ yêu của anh đang vận đồ tang yên lặng lau đôi dòng lệ, đứng bên hiên nhà nhìn anh khuyến khích... Ba má Dân bận toàn đồ trắng, chít khăn tang đứng trước nhà đưa tay đỡ lấy tay Dân dẫn vào nhà. Trên bàn thờ đầy nhang khói, tấm hình ông nội Dân mặc áo dài khăn đóng mỉm cười nhìn Dân... Đứa cháu mà ông hằng yêu mến vừa trở về. Dân nhớ rất rõ bức thư viết ngắn của ông gởi ra Bắc cho chàng cách đây hai tháng: "Ông nội năm nay đã già mắt đã mờ, tai nghe rất khó. Nhưng ông ráng chờ cháu về ông mới chết...!"

Thế mà ông đã đi trước khi thấy được mặt cháu chỉ vì cái tin cháu của ông được thả ra, được về với ông. Dân đến trước bàn thờ, thắp hương và quì xuống. Bộ đồ tang của Dân đang chờ ngay trên bàn thờ. Chàng với tay lấy và mặc vào, chính thức để tang ngay giờ đầu về với người thân. Chàng quay lại nhìn mọi người đang khóc nhìn chàng. Dân ngồi xuống ôm thằng con út, xoa đầu nó trước cặp mắt tròn của nó nhìn chàng xa lạ. Vợ Dân vừa lấy khăn lau nước mắt vừa nói với nó:

- Ba con đó, hôn Ba đi!

letamanh

LÊ HÂN

MỘT CHÚT KHÔNG THOẢI MÁI

Hòa hơi nghiêng đầu về bên trái, thầm đếm một, hai, ba, bốn... Còn đến những tám mạng nữa mới đến lượt anh diện kiến, nạp đơn cho người thiếu nữ da đen đang xoay trở với công việc không ngớt trong quầy. Sau anh, số người nối lưng nhau hình như càng lúc càng dài. Hòa đã nhích lọt vào lòng hai hàng dây thừng bện bằng vải làm ranh hai bên. Chỉ một đoạn ngắn nữa, anh sẽ trực tiếp gởi đi mẫu đơn xin trợ cấp thất nghiệp, mà anh đã thận trọng điền vào từng ô cần thiết, tối hôm qua.

Hòa chợt thấy hơi khó thở. Mùi da tóc lẫn mùi quần áo, giày vớ của thằng hộ pháp đứng chắn ngay trước mũi anh càng lúc như càng đậm đặc hơn. Hòa nhích lùi nửa bước và vô ý chạm ngay đầu mũi giày của một mụ da đen khổng lồ. Hòa xoay mặt xin lỗi. Khi nghiêm chỉnh đứng ngoan ở vị trí mình, Hòa chợt thấy cái thân thể bé nhỏ của mình giữa đám đông. Có lẽ anh đang đỏ mặt vì mắc cỡ. Thật ra với chiều cao một mét sáu mươi lăm và nặng hơi ló năm mươi ký, tầm vóc của Hòa đâu đến nỗi chìm lỉm trong đám những tạp chủng chung quanh. Hòa đảo mắt một vòng. Không có một bóng Á đông nào. Không hiểu sao

Hòa chợt thấy an tâm, nhưng cùng lúc đó, cái cảm giác bé nhỏ của thân xác, rõ ràng lòi ra một cách minh bạch. Hòa thấp thỏm áy náy điều gì đây? Trong khoảnh khắc, Hòa tự kiểm. Dĩ nhiên, anh cũng đầy đủ tai mắt mũi họng, quần áo giày vớ chỉnh tề, và hơn thế nữa, anh còn có một khối óc khá minh mẫn, một tâm hồn dễ rung cảm, bén nhạy. Hòa chợt như đứng yên. Tai anh như vểnh lên.

Anh nghe và hiểu những điều mọi người không ai nói chung quanh. Rõ ràng những băn khoăn chờ đợi của mỗi người như đồng dạng. Trong mỗi thỏi thịt xương khác nhau về tầm vóc, màu da đều mang đủ một số tế bào như nhau. Những đường máu đều đi về từ một trái tim. Sự minh mẫn có thể khác nhau chút ít, nhưng những yêu thương, buồn vui, lo sợ... đều na ná như nhau. Tất cả những người đang có mặt nơi đây đều đang như Hòa đó thôi. Họ cùng là một đám đang mất việc làm, đang thất nghiệp. Tất cả hội tụ tại đây với một mục đích: xin trợ cấp. Một 'sự xin' có giấy tờ, hợp nguyên tắc, nằm trong quyền lợi của mỗi người. Có gì đáng e dè, xấu hổ đâu. Hòa ngó lại mẫu đơn của mình, trìu mến chúc nó hoàn thành sứ mạng.

Bây giờ Hòa đã ngồi yên trong khu ghế chờ. Anh không muốn quan sát chung quanh, nhưng mắt anh vẫn ngó theo hướng cái đầu cứ khoan thai nhúc nhích. Hòa chưa bao giờ tập được sự bất động, tĩnh tâm khi hai mắt của anh mở ra. Ngoại cảnh luôn luôn dìu dắt sự rong chơi của tầm nhìn. Và hai con ngươi tinh tế luôn luôn tiếp thu nhận dạng mọi biến động chung quanh. Trí óc Hòa có thể đang bận suy tưởng về một điều, một sự việc nào khác nhưng mắt Hòa vẫn ghi nhận mọi hoạt diễn đang xảy ra cận kề. Và như thế anh không thể không vô tư nhìn một nhóm người, hầu hết là đàn ông đang nghiêng đầu vào dãy máy vi tính tìm việc làm kê hàng ngang, sát vách. Một nhóm khác đang cặm cụi điền đơn trên những dãy bàn dài kê sát nhau ngay trước mặt khu ghế đợi. Sau lưng, bên hông trái, hông phải khu ghế đợi, được dựng những bức chắn chia làm nhiều ô nhỏ, kín vừa đủ thấy cái bàn giấy, cùng ba cái ghế; trên bàn với máy vi tính, với điện thoại, một bình hoa, một khung ảnh có hình... Hòa sẽ phải vào một trong những ô không mấy vui đó, lát nữa đây. Ai sẽ là người tiếp anh? Một anh chàng vừa thiếu ngủ tối hôm qua vì một trận hockey bình thường? Một cô nàng sau một đêm chưa đủ cữ tình dục? Họ sẽ chất vấn anh, sẽ moi móc, gài bẫy anh ở những chi tiết nào đây?

Hòa nhẩm lại ngày bắt đầu đi làm. Những trận bão tuyết gối đầu nhau vào tháng hai, đã tiếp đón Hòa thực sự bước vào một giai đoạn mới của cuộc đời anh. Bỏ qua một đoạn dài đời cậu ấm, Hòa vừa chững chạc trong vai tay buôn, sau tròn mười năm dưới một thể chế chính trị mới của đất nước mình, thì anh được ra đi. Những tên gọi, những mặt hàng vừa thuộc đành phải bỏ qua một bên. Miền đất thật lạnh, thật xa tổ quốc nhưng đầy đủ tự do đã hấp dẫn, vẫy gọi anh. Và Hòa đã tới, để ngay sau ngày đầu tiên, chưa kịp ngấm hương tuyết lạnh, Hòa đã lập tức thực hiện một cái chân lý mới đến với anh trong mười năm vừa đi qua: 'lao động là vinh quang'. Mùi cao su của lốp xe, của bố thắng ngẫm ra cũng là một mùi hương. Nó có cái huyền hoặc hấp dẫn riêng của nó. Dễ gì phân chất một mùi hương? Biết chấp nhận, biết trân quý, biết thương yêu... rồi ra thân quen mấy chốc. Tiếc thay, lòng yêu nghề, yêu lao động của Hòa đã sớm bị loại bỏ và vì thế, cực chẳng đã, Hòa đã phải tự dẫn mình đến nơi đây.

Lý do bị sa thải, người chủ hãng xác nhận đàng hoàng, ưu ái: hết việc. Một lý do có tiêu chuẩn mạnh nhất để hội đủ mau chóng việc xét cấp thất nghiệp. Hòa ngó lại vào ô A trên mẫu đơn cho chắc bụng, tự trấn an mình: có đếch gì phải lo.

Một nữ nhân viên từ một ô nhỏ phía bên trái đi ra, rồi một người nữa. Cả hai cùng đến lấy hồ sơ ở quầy nhận đơn. Hòa lại thấy hồi hộp. Nhưng chưa phải anh. Một người đàn bà Ấn Độ, một gã đàn ông có râu quai nón rất là Ả Rập đã được gọi vào phòng. Hòa chăm chăm ngó theo, rồi như cảm thấy mình không đúng, anh sửa lại thế ngồi. Cái áo khoác gió đã được cởi ra. Hòa nghe miệng lưỡi nhạt nhẽo, thèm thuốc. Anh lần tay vào áo gió, chợt nhớ nơi này cấm hút thuốc, anh thoáng thấy bực mình, co tay bóp bóp túi áo, định tìm vào phòng vệ sinh, nhưng ngại sẽ được gọi, anh ngồi yên.

Phòng chật người, nhưng những tiếng động rất lỏng lẻo. Hầu hết ai cũng yên lặng, thận trọng, nhẹ nhàng trong mỗi cử động. Hòa không quên được cơn thèm thuốc lá. Môi anh như khô ra. Hòa lẳng lặng làm một động tác giả. Anh thở nhẹ và hít mạnh vào. Lượng khói thân mật tưởng tượng đang len sâu vào hai buồng phổi. Chúng khoan thai ngấm vào từng tế bào máu rồi loãng nhẹ ra dần, bát ngát thơm tho hai cánh mũi. Hòa thấy rõ những khoái cảm đơn giản, đang thân mật vỗ về anh. Một hương vị đậm ngọt như có thịt da, sờ nắm được đang đến với anh, và Hòa biết chắc anh đang có người bạn thân bên cạnh. Người bạn mà mỗi lúc ngã lòng nhất, anh mới thấy rõ vai trò và sự hiện diện hữu hiệu nhất.

- Mr. Ho..a..

Hòa bật dậy như một cái lò xo. Và như một cái máy, anh đi theo sát lưng một cô da trắng, tóc vàng. Giá trong trường hợp khác, có lẽ Hòa đã để tâm thưởng thức cái eo, cái mông, cái gót chân của người đi trước mặt, nhưng lần này Hòa đã thị bất tri, ngoan hiền rất mực.

Hòa thận trọng trả lời những yêu cầu, nghi vấn của người mở hồ sơ xin trợ cấp thất nghiệp cho anh. Thời gian làm việc... mức lương... tình trạng công việc của hãng... kinh nghiệm... có ưa thích tìm một công việc khác... mức lương đòi hỏi... Tất cả đã được trả lời bằng chữ viết trên mẫu đơn. Nhưng hỏi lại bằng lời hình như không phải là một việc làm thiếu lý thú. Trả lời có mấy khi không tính trước, học trước. Hòa không phải là người hoàn toàn chân thật, nhưng anh cũng hơi khựng lại một chút ở cái nguyên nhân đích thực nghỉ việc của anh. Hãng Hòa làm không phải là một hãng nhỏ, công việc rõ ràng không hề thiếu. Nhưng sự đều đặn của những động tác việc làm, thiếu sáng tạo, đã làm cho Hòa chóng chán. Một ngày lười bỏ việc, tiếp theo một vài ngày lười bỏ việc, Hòa đã bày tỏ điều đó với người chủ hãng. Rất may cho anh, anh được chủ thông cảm và phê thuận tiện cho sự nghỉ việc xin trợ cấp của anh.

Hòa mỉm cười cảm ơn và chào người "thẩm quyền ngắn hạn" của anh sau khi nhận ngày hẹn trở lại để được nghe điều kiện và quyền lợi của người thất nghiệp vào chiều thứ tư đến. Tuy chưa ăn thất nghiệp lần nào, nhưng những gì sẽ phải làm Hòa đều đã biết qua kinh nghiệm của nhiều người đi trước. Sẽ phải mất một vài buổi đi xin việc nhưng vái trời đừng được, bởi chỉ cần địa chỉ và số điện thoại của hãng sở, mình cố gọi xin qua. Một thiện chí yêu lao động không thể thiếu.

Hòa vù ra đường, từ khoảng cách chừng ba mươi thước, Hòa đã nhận mặt rõ mẫu giấy hình chữ nhật thon gọn nằm phơi phới dưới một cái gạt nước của chiếc xe cũ kỹ của anh. Hòa nhìn đồng hồ tay. Trễ chừng bảy phút, anh đóng mạnh cửa xe. Mẫu biên phạt của ville nằm ngửa trên mặt ghế bên cạnh tay lái. Hòa chạy qua mấy ngã tư, chưa biết nên đi đâu, về nhà lúc này chẳng để làm gì.

Hòa không nhớ ra phải đi đâu cho hết những giờ còn lại trong ngày. Vài thằng bạn không mấy thân, giờ này đều nhịp nhàng lao động. Dạo chơi cũng là một công việc, ai bảo không ? Và Hòa mở nhạc cho ra về hướng xa lộ. Không gì thú hơn thảnh thơi.

Lê Hân
(trích từ Đặc San Trưng Vương – Chu Văn An 2002)

LÊ HỨA HUYỀN TRÂN

NGƯỜI PHỤ NỮ KHÔNG BIẾT ĐI XE MÁY

Nó nhìn má nó nặng nhọc lấy cái bơm xe đạp ra rồi hì hục đẩy lên đẩy xuống bơm hơi vô cái bánh xe mòn vẹt mà thở dài. Nó chạy vội lại giằng lấy cái ống bơm rồi đẩy nhẹ má nó sang bên để bơm hơi giùm, miệng không quên làu bàu:

- Con nói để dành tiền mua cái cub nhỏ mà đi. Cũng già cả lớn tuổi rồi, cứ è cổ ra mà đạp xe hoài sao được.
- Tao bị tim mà mậy, xe máy nó rồ một cái chắc hồn vía tao lên mây.

Nhưng cái xe đạp ương ngạnh ra chiều bị thủng lốp, má nó nhìn bất lực rồi bỏ sang một bên dự

trưa về dắt ra cho bác Thời đầu xóm vá lại. Nó thì đặng đi học không chở má ra buổi chợ sớm được, má nó nhất quyết đi bộ dù nhọc hơn rất nhiều.

Chiếc xe đạp cũ gắn bó với nó qua những vòng quay cuộc đời cho đến khi nó trưởng thành. Ngày đó căn nhà nhỏ ba người của gia đình nó tuy khó khăn nhưng lúc nào cũng ngập tràn tiếng cười. Má nó vốn sức khỏe yếu nên ba hầu như là người gánh vác hết mọi chuyện trong nhà, từ bươn chải trên những con tàu đến khi về ở hẳn đất liền làm đủ việc từ đi xe thồ, bốc vác cho đến làm công nhân. Nó còn nhớ tháng lương đầu tiên, ba dành tiền mua tặng cho má nó được cái xe đạp Nhật, mà ngày ấy có một cái xe đạp như vậy trong nhà là lợi lắm. Ngày ba mang chiếc xe về má thích lắm, vì để tiện bề đưa đón nó đi học hoặc đi chợ hoặc lại nhà buôn bán thăm nom đỡ phải đi bộ cho nhọc nhưng vẫn vờ rầy ba nó cho được.

Chiếc xe đạp đưa nó đến trường và khoác lên mình cả sự sờn cũ của những ngày mưa nắng. Thi thoảng, mỗi khi ngồi trên ghế đại học nó vẫn nhớ lại những cơn mưa rất to của năm xưa. Căn nhà nhỏ của nó nằm lọt thỏm trong một con hẻm nhỏ mà cứ mỗi kì mưa lên là nước lại ngập quá đầu gối. Khi ấy, nhà chỉ có hai mẹ con vì ba lại dong ruổi theo những cánh buồm. Lúc ấy trong mắt nó, má như một siêu nhân vậy, bế thốc nó lên trên yên xe bằng đôi bàn tay yếu ớt của bà. Đoạn hẻm bình thường hai mẹ con nó vẫn hay đi qua nhưng khi đi bộ, dắt cái xe đạp có một đứa trẻ ngồi yên trên đó bỗng trở thành sức nặng làm con đường thêm dài tít tắp. Nó vẫn nhớ cảm giác của nó những ngày hôm ấy, hai tay nó ôm cổ má nó thật chặt, còn má nó chậm rãi lội nước, dắt chiếc xe đạp có nó trên đó. Rất chậm, rất run nhưng chưa bao giờ nó bị ngã...

Chiếc xe đạp là kỉ niệm của những ngày nó tập chạy xe đầu tiên. Trong xóm nó khi ấy mỗi đứa trẻ khi lên cấp hai đều bắt đầu tự đạp xe đến trường. Ba mẹ chúng hay mua những chiếc xe nhỏ vừa tầm để vừa tập vừa để đi đến trường. Nhà nó khi ấy chỉ có một chiếc xe đạp to quá người nó. Nhiều bận, thấy má xếp lại mớ tiền lẻ, lại ra chiều tính toán tiền ba gửi về ước chừng cũng muốn cho nó không thua thiệt... Nhưng nó lại nhờ má tập cho nó bằng chính chiếc xe duy nhất và cũng là chiếc xe đưa đón nó đi học hàng ngày. Chiếc xe đạp vẫn to quá người nó, nó gần như lọt thỏm và mỗi khi đạp xe nó cứ nhổm lên nhổm xuống chứ không đủ lớn để ngồi trên yên được nhưng không khi nào hai mẹ con nó ngớt tiếng cười...

Năm cuối cấp hai, trong một chuyến tàu mắc bão, ba nó không về nữa...Má nó bắt đầu thay ba nó gánh vác cả những việc nặng nhọc trong nhà và cũng nhờ hàng xóm thương tình bắt đầu kiếm được công việc bán buôn ở chợ. Mỗi ngày của nó là đi học thật sớm, hai mẹ con đèo nhau đi trên chiếc xe đạp cà tàng, nó lên sớm cả tiếng so với giờ học để má nó kịp ra chợ kịp buổi chợ sớm. Những ngày nghỉ thì nó lại cùng má nó ra chợ, mấy cô hay khen nó là một tay lái giỏi. Nó rất thích cùng má ra chợ, khi ấy chiếc xe đạp cũ kĩ dường như oằn mình bởi những gánh hàng nặng hai mẹ con chất lên nhưng chưa khi nào bỏ rơi họ. Nó dường như chỉ bị tiếng cọt kẹt của thời gian báo hiệu về chứ vẫn như người bạn đồng hành luôn theo họ suốt những chặng đường dài.

Và rồi khi nó lên đại học, bắt đầu đi học xa. Thi thoảng gọi về vẫn nhắc má mua chiếc cub nhỏ chứ chiếc xe đạp dễ cũng đã mười mấy năm chắc đã hư hại nhiều nhưng má không chịu. Thực ra nó biết má bị tim, dễ bị giật mình lên huyết áp dù chỉ là tiếng rồ nhẹ của xe máy khi khởi động nên mới không chịu tập xe nhưng nó vẫn cứ lo...

Sau khi tốt nghiệp, nó quyết định trở về quê để có gì gần má hơn, tiện bề chăm sóc. Ở bến xe, nó lại thấy má bên chiếc xe đạp năm xưa, đã gỉ sét và đổi màu, dù nó dặn đi dặn lại là tự nó sẽ bắt xe về nhà được không cần đi đón. Chiếc xe đạp đã rất cũ theo thời gian, và mái tóc của má nó đã điểm bạc rất nhiều, duy chỉ có tình thương con của má nó là không bao giờ thay đổi, vẫn vẹn nguyên như lúc ban đầu...

Lê Hứa Huyền Trân

LOAN NGUYỄN
CHỐN NƯƠNG THÂN

Trước cửa phòng khám khoa sản, sản phụ và thân nhân ngồi kín hai hàng ghế. Cô y tá cầm chồng sổ bệnh, đọc tên từng người vào phòng gặp bác sĩ. Cô cao giọng gọi:

- Tiêu Ngọc Mỹ! Ai là Ngọc Mỹ?

Một phụ nữ trung niên tay cầm xấp vé số, tay còn lại nắm áo cô gái bụng bầu tiến lên :

- Dạ có.
- Kêu nãy giờ ngồi đó sao không lên tiếng?
- Dạ bị ở nhà kêu nó là Khờ riết quên tên thiệt .

Tội nghiệp cô Khờ, ai nói mặc ai. Cô cứ lắc lư đầu, mái tóc lưa thưa cháy nắng, ngô nghê cười. Cô trạc tuổi đôi mươi, mặt mũi tròn trịa với nét đặc trưng của người thiểu năng. Tay vung vẩy cầm que kẹo cho vào miệng say mê liếm mút như trẻ con. Người mẹ vội vàng đưa khăn ướt lên lau mặt, sửa lại cổ áo cho con với ánh mắt đầy yêu thương. Vạt áo ngắn cũn cỡn che không kín bụng bầu tròn vo của cô gái.

Cô y tá liếc nhìn hai mẹ con tiếp tục hỏi :

- Mấy tháng rồi?
- Dạ mới tới.
- Có bầu mấy tháng rồi?
- Dạ tui không biết.
- Chồng đâu ?
- Dạ ổng bỏ tui lâu gồi.
- Hỏi chồng cô có bầu này nè.
- Dạ có biết ai đâu ? Tui bán vé số tối ngày, nó ở nhà chơi một mình. Tui thấy cái bụng nó lùm lùm người ta chỉ tới đây khám.
- Địa chỉ nhà số mấy ?
- Dạ tui che vách bên hông nhà người ta đâu có số.
- Hừ...ừ! Vô khám đi.

Nửa tiếng sau người phụ nữ bán vé số thẫn thờ dắt con ra. Khuôn mặt đen sạm nắng mưa buồn hiu hắt. Chị giải bày với thân nhân người khám ngồi ngoài phòng :

- Bác sĩ biểu thai hơn bảy tháng rồi lớn quá không lấy ra được. Chờ sanh xong cho ai thì cho... Mà mấy cô ơi! Chắc tui giữ nuôi quá không cho đâu. Mai mốt rủi tui có chết, dầu gì cũng còn người để nó... nương thân.

Hai từ "nương thân" thoát ra từ cửa miệng người đàn bà lam lũ nghe xót lòng. Cũng phận đàn bà, cũng mang thai, kẻ âm thầm chịu đựng, người được chào đón mừng vui.

Nắng trưa chiếu xuống mặt đường nhựa in bóng mẹ con người đàn bà đi bán may mắn cho đời, mà chưa một lần được đời nhín chút may mắn cho mình.

Con đường trước cổng bệnh viện như dài thêm theo bước chân cô gái thiểu năng. Có chốn nương thân nào vững chắc cho em dựa vào ngày mai?

Loan Nguyễn

LỮ QUỲNH

BÓNG TỐI DƯỚI HẦM

Người đàn ông ngồi trên một chiếc ghế bằng gỗ tạp thấp, gã cúi người xuống tì trán lên mu bàn tay lồng vào nhau. Thanh niên ngồi xổm có vẻ đang chú ý nghe tiếng động trên nóc hầm, thỉnh thoảng hắn nhìn lên chút ánh sáng nơi lỗ thông hơi. Dưới ánh sáng lờ mờ, khuôn mặt hắn hốc hác và linh động nỗi bất an. Trong xó tối cạnh đó, một thiếu nữ nằm im. Nàng mặc một bộ đồ đen, mái tóc xõa tung bê bết mồ hôi trên trán. Ba người như không chú ý đến sự có mặt của nhau. Căn hầm hẹp, bề dài khoảng hơn hai thước và bề rộng một thước rưỡi. Những giọt nước từ thành đất rỉ ra, thỉnh thoảng nhỏ thành tiếng xuống mặt hầm. Sự im lặng hình như tăng thêm. Trời bên trên hẳn đã hoàng hôn. Chút ánh sáng nơi lỗ thông hơi nhạt nhòa không còn nhìn rõ. Thiếu nữ cựa mình trong bóng tối, cùng lúc người đàn ông ngồi thẳng dậy nhìn mà không thấy gì cả. Gã nuốt nước bọt, rồi nói bằng một giọng khô tưởng như sắp chết khát:

- Ai đói?

Không ai trả lời gã hết. Có lẽ họ chưa chuẩn bị. Sự im lặng kéo dài suốt buổi, có khi cả ngày, làm họ tưởng mình câm. Thanh niên có lần định lên tiếng, chỉ để xem mình có còn nói được không nhưng hắn vẫn ngồi im lặng. Chỉ cố gắng đó thôi cũng thật khó. Bây giờ hắn nghe tiếng người đàn ông hỏi, hắn tự hỏi mình có đói không? Hắn không cảm thấy gì cả. Giọt nước cuối cùng đã hết từ buổi sáng. Nghĩ tới mấy thức ăn khô khan mà người đàn ông vừa gợi ra, cổ hắn như càng khô thêm đắng chát.

- Ai đói không?

Người đàn ông lặp lại câu nói một cách khó khăn hơn. Thiếu nữ trả lời gọn:

- Chú ăn đi.

Thanh niên nói tiếp:

- Khát, không đói.

Người đàn ông:

- Tôi cũng vậy.

Cả ba người lại im lặng. Họ ở nguyên vị trí. Thiếu nữ nằm quay mặt vào thành đất. Nàng nghe trong đầu như có những mũi kim chích. Trong bóng tối dày đặc nàng nhắm mắt lại, hai bàn tay rịn mồ hôi lạnh toát. Bỗng nàng ngồi dậy, hốt hoảng gọi người đàn ông:

- Chú Sửu, chú Sửu...

Người đàn ông chồm tới, nắm chặt cánh tay thiếu nữ dằn mạnh với nỗi tức giận:

- Im ngay. Cô biết đang ở đâu không? Phải nhớ lệnh tôi, không được gây tiếng động. Sự chết đang ở trên đầu chúng ta.

Người đàn ông chợt lo lắng, nhưng gã bình tĩnh ngay:

- Cô không lo gì hết. Sự xảy ra, có tôi.

Tiếng nói của người đàn ông nhỏ nhưng lạnh như thép. Thiếu nữ nghe lạnh sau gáy. Nàng nằm cong người lại, đưa hai bàn tay đẫm mồ hôi bấu vào mặt. Nước mắt chảy ra lặng lẽ. Thiếu nữ không nghĩ là mình đang khóc.

Thanh niên ngồi bệt xuống đất, hai tay bó gối. Hắn hỏi trong đầu: Ông Sửu và cô Liên vẫn còn hơi để nói chuyện được, mình thì hết. Hắn dùng lưỡi rút nước bọt ra từ mấy chân răng, rồi nuốt xuống cổ.

Tiếng người đàn ông lại vang lên:

- Ai khát?

Thanh niên chồm tới, rồi ngừng lại ngồi xuống như cũ.

- Tôi. Có nước hả?

Người đàn ông:

- Không. Khát, ráng thức đừng ngủ quên. Thế nào trời cũng mưa. Ta hứng nước từ lỗ thông hơi...

Thanh niên thở dài thoáng thất vọng, nhưng sau đó hắn cũng cảm thấy chút mát mẻ len qua tâm hồn. Hắn nói với người đàn ông:

- Có lý. À, mà tại sao bà già biệt tăm thế?

Người đàn ông suy nghĩ một lúc:

- Tôi nghi loạt súng nổ trên đầu mình đêm qua quá. Có lẽ nào thế nhỉ. Bà già bị lạc đạn... Có thể bị bắn thẳng, ban đêm ai mà biết bà già...

Thanh niên:

- Không đâu. Cứ hy vọng.

Thiếu nữ có lẽ đã ngủ thiếp. Người đàn ông nhìn về phía nàng nhưng không thấy gì, gã ngẩng cổ cao về phía thanh niên.

- Tâm à.

- Tôi nghe.

Im lặng một lúc:

- Theo anh, khi cô Liên lên cơn thì chúng ta phải làm gì?

Thanh niên suy nghĩ nhưng có lẽ không tìm ra cách giải quyết, hắn nói:

- Ông tin cô Liên sẽ lên cơn thật à?

Người đàn ông:

- Mấy ngày ở dưới này cực khổ quá, Liên lại là con gái đau tim, thỉnh thoảng bị rối loạn thần kinh... Nước không có, thức ăn thiếu. Lại lạnh, hơi đất...

Thanh niên:

- Ông định làm gì?

Người đàn ông im lặng. Thanh niên cảm thấy bồn chồn trong lòng. Hắn mở mắt thật lớn cố nhìn người đàn ông nhưng không thể thấy gì ngoài màu tối thăm thẳm. Hắn hình dung ra khuôn mặt thường ngày của gã. Một khuôn mặt thật lạnh lùng rất ít khi xuất hiện giữa mọi người. Gã có những công tác thật bí mật. Những người chung quanh có một số kính nể, nhưng cũng có số người khác thật e ngại gã. Họ không tin vào cái mớ lý thuyết mà gã được nhồi nhét để biến gã thành một con người toàn diện, tượng trưng cho tình thương lòng vị tha và sự công bằng. Im lặng hay lạnh lùng, có lẽ là thái độ khôn ngoan nhất của những kẻ chưa có lập trường hay một lý thuyết vững chãi. Thanh niên tự hỏi, sự lạnh lùng của người đàn ông có nằm trong trường hợp đó không?

*

Người đàn ông nhớ tới một bài hát. Bài Từ ngày chinh chiến mùa thu. Cái không khí bấy giờ thật cảm động. Đêm giã từ Mỹ Lộc. Người nhạc sĩ đứng bên ánh lửa bập bùng, một chân gác lên ghế đẩu thấp, gảy đàn ghi-ta. Từ ngày chinh chiến mùa thu. Giọng hát của người tình gã. Người tình, có phải là người tình không? Người con gái mặc áo nâu và quần đen bóng láng, tóc kẹp sau gáy chảy xuống nửa lưng. Đôi môi không phấn son mà mọng thắm. Nàng hát, những đầu ngón tay bối rối quấn vào nhau. Tiếng đàn người nhạc sĩ chậm rãi. Anh ngẩng mặt lên trời mà đàn. Đàn hững hờ, như không một chút bận tâm. Nhưng tiếng đàn, giọng hát đã làm những người ngồi vây quanh nhìn ánh lửa hồng mà chết ngất cõi lòng. Những đôi mắt ướt lấp lánh. Người con gái dứt bài hát với những giọt nước mắt lóng lánh quanh mi. Nàng bước về phía gã. Sao em lại khóc? Khi câu hỏi đó bung ra, gã mới thấy mình quả thật ngu ngốc, lẽ ra không nên hỏi như vậy. Người con gái đưa tay chặm nhẹ những giọt nước mắt, nói thật nhỏ nhẹ: Em nghĩ tới sự chia tay ngày mai... Gã cay đắng trong lòng. Nghĩ tới sự chia tay, hay chính bài hát tiếng đàn đã làm nàng cảm xúc? Nàng muốn giấu đi sự yếu mềm của mình. Ai cũng lựa chọn cho mình một cách trả lời cả. Lựa chọn. Ta phải lựa chọn trong ta một cái tôi và thường xuyên giữ gìn để cái tôi đó không phản trắc, không nhầm lẫn, không đi sai đường lối. Ta phải canh chừng cả những giấc mơ, gã nghĩ đó là sự lựa chọn đúng. Phải nghĩ tới tập thể, nghĩ tới những cứu cánh mà tập thể đang theo đuổi. Sự hãnh diện chỉ dành cho những người sống. Mọi người đều cảm thấy hãnh diện, không ai nghĩ mình sắp chết nhưng cũng không ai từ chối sự chết đến với mình cả.

Năm giờ sáng hôm sau những người tham dự lửa trại lên đường. Người nhạc sĩ và một số lớn ra bến đò chờ vượt sông. Gã, một mình đi đường bộ với gùi thức ăn và chiếc ba lô trên vai. Người con gái hát "Từ ngày chinh chiến mùa thu" ở lại. Lúc ra đi gã không gặp nàng. Gã mang cái cảm giác lênh đênh của một thứ tình yêu không bao giờđược tỏ. Lúc gã vượt được một phần đường, lúc mặt trời vừa xuất hiện với những tia nắng đầu tiên, gã chợt nghe tiếng máy bay gầm và tiếp theo nhiều tiếng nổ chát chúa của bom và súng liên thanh. Gã dừng lại, nhìn về phía bến đò. Những đám khói bốc lên. Những chiếc máy bay đang chao lượn trên vòm trời. Gã ngồi đợi cho đến lúc những chiếc máy bay đó nối đuôi nhau bay thẳng về cuối trời mới đứng dậy vội vã đi trở lại con đường cũ. Gã chạy thẳng ra bến đò. Gã thầm mong người nhạc sĩ và đoàn người đã vượt khỏi bên kia sông từ lúc trời còn tối. Nhưng gã thất vọng. Lúc gã đến nơi bến đò còn thưa thớt người. Đồng bào vẫn ngại máy bay có thể trở lui oanh tạc nữa. Những người y tá đang hớt hải di tản số người bị thương về trại cấp cứu. Những xác chết còn nằm nguyên chỗ. Gã thấy xác người nhạc sĩ hai chân chìm dưới nước, phần thân thể còn lại nằm sấp trên bờ. Gã gỡ ba- lô gùi thức ăn trên vai xuống, bước tới kéo xác chết lên hẳn trên gò đất cao. Người nhạc sĩ chỉ nhắm một mắt. Con mắt còn lại mở lớn, tròng mắt lồi ra đến hãi hùng. Chiếc áo nâu của anh rách một mảng lớn, phơi màu da tái xám với một vết máu đã đông lại. Xác người nhạc sĩ tương đối lành lặn. Một viên đạn xuyên qua ngực. Cái chết trong những cuộc oanh tạc ồ ạt được như vậy, quả thật có nhẹ nhàng. Gã nhìn xác chết nhớ tới đêm lửa trại. Hình ảnh người nhạc sĩ vừa gảy đàn vừa ngước mắt nhìn trời cao. Tiếng đàn của anh như còn văng vẳng đâu đây, lời hát u buồn cũng còn đó. "Từ ngày chinh chiến mùa thu." Bây giờ cũng mùa thu. Anh chết giữa một buổi sớm mùa thu. Gã nghĩ tới nhưng không dám tin, cái không khí buồn bã đêm qua với những ánh mắt rớm lệ là cái điềm báo trước sự cách ly vĩnh viễn bây giờ.

Gã nhìn xác nhạc sĩ, nhìn những người chung quanh rồi lặng lẽ khoác ba lô lên vai. Vẫn một mình trở lại con đường cũ, gã lủi thủi đi và bấy giờ gã biết rằng nước mắt mình đang ràn rụa.

oOo

Trong bóng tối của chiếc hầm chật hẹp, người đàn ông cố nhìn bàn tay mình mà vẫn không thấy nổi. Gã vừa nghĩ tới những kỷ niệm thật xa. Lúc này gã nhớ lại hình ảnh người nhạc sĩ nằm chết trên bến sông, gã đã khóc thật nhiều trên quãng đường công tác còn lại. Con tim bật máu làm trào nước mắt. Chính gã khóc chứ không phải cái tôi mà gã chọn lựa, cái tôi không bao giờ mềm yếu phản trắc lầm lẫn ấy khóc cả.

Ngày đó dĩ nhiên gã chưa già như bây giờ. Đứa con lớn của gã tám tuổi. Gã chiến đấu hết mình với rất nhiều hoài bão. Gã nghĩ gần gũi nhất ít ra, gã cũng chiến đấu dù phải chết đi, cho đàn con gã sống. Gã hy sinh để nhìn lũ trẻ được sống tự do sau này, được trở thành những con người chứ không phải những tên nô lệ. Nhưng bao nhiêu năm qua, sự chiến đấu của đồng bào gã vẫn còn. Đứa con trai lớn của gã đã cầm súng tham dự và đã gục chết. Trọn đời với niềm tin vào sự thanh bình cuối cùng cho đất nước, nhưng niềm tin đó đã mỏi mòn. Gã cảm thấy ý chí đã lụt và sức khỏe yếu kém hẳn.

Bây giờ giả sử bà già, chìa khóa của cái hầm này đã chết thật thì gã phải làm gì đây? Cuộc hành quân hẳn đã đi qua. Bọn gã sống dưới cái hầm này đã hơn hai ngày đêm. Gã cảm thấy sốt ruột. Bỗng một ý nghĩ thoáng qua hãy đội nắp hầm và vượt thoát. Chỉ có chết và sống. Gã hoàn toàn không bận tâm về điều đó nữa. Sống hay chết chỉ là một.

Bàn tay người đàn ông mò mẫm trong bóng tối tìm mấy quả lựu đạn. Chợt bàn tay gã chạm vào chân người thanh niên. Gã vội rút tay về, nhưng thanh niên đã nhận ra. Hắn cảm thấy ái ngại vì cảm giác hốt hoảng của người đàn ông để lại trên da thịt. Hắn hỏi:

- Ông Sửu đấy hả?

Im lặng. Thanh niên hỏi tiếp:

- Ông tìm gì đấy ?

Giọng người đàn ông bối rối:

- Không.

Thanh niên chợt nghĩ đến sự phản trắc. Hắn bắt đầu đề phòng. Hắn vội vàng di chuyển mấy quả lựu đạn sang một vị trí khác. Giữa lúc đó thiếu nữ thức dậy.

- Chú Sửu à.

Người đàn ông:

- Cô Liên gắng ngủ đi. Đừng gọi lớn quá.

Trong bóng tối thiếu nữ cảm thấy chới với khi nghe tiếng nói của người đối diện. Tiếng nói, chỉ có tiếng nói thôi. Ma quái quá sức. Tiếng nói. Trong căn hầm chỉ có tiếng nói và tiếng nói thôi. Thiếu nữ nghĩ mình cũng không còn nhận ra mình. Tiếng nói không biết có phải là của mình không nữa?

- Chú Sửu à.

Thiếu nữ muốn nghe tiếng mình nhưng người đàn ông không hiểu.

- Cô đừng gọi mãi như thế.

Thiếu nữ nuốt nước miếng và thở hổn hển:

- Chú ra lệnh cho tôi đi, khi sắp lên cơn thì tôi phải làm gì?

Người đàn ông:

- Tôi đã trả lời cô rồi. Cố gắng ngủ thêm một chút để lấy sức.

Thiếu nữ dựa lưng vào thành đất, hơi lạnh thấm qua lưng làm nàng cảm thấy dễ chịu.

- Chú có biết chuyện ngày trước cha tôi điên như thế nào không nhỉ? Ông ta uống rượu cắn luôn ly. Ông ta nhai mẻ chai giữa hai hàm răng và máu chảy ra đỏ cả khóe miệng...

Người đàn ông hốt hoảng khi nghe thiếu nữ kể đến đây. Gã sợcâu chuyện sẽ làm nàng lên cơn thật sự.

- Cô Liên, tôi bảo cô gắng ngủ đi. Dạo đó ông cụ uống rượu say, chứ đâu phải điên khùng gì. Tôi biết rồi. Cô ngủ đi, phải ngủ đi cô Liên. Thanh niên xích vào gần thiếu nữ. Hắn chuẩn bị đối phó nếu nàng có hành động làm lộ mục tiêu. Sự im lặng kéo dài một lúc lâu. Sau đó thiếu nữ vẫn lên tiếng:

- Chú Sửu, cả anh Tâm nữa... Các người phải cho tôi biết khi tôi lên cơn thì chúng ta sẽ làm gì?

Người đàn ông:

- Không bao giờ cô lên cơn cả. Tôi tin vậy mà.

Thiếu nữ:

- Chú tin vậy hay chú đang nghĩ tới cách bóp cổ tôi chết, lấy dao găm đâm lút tim tôi? Còn cách nào nữa không nhỉ?

Người đàn ông sợ hãi. Gã cố trấn an thiếu nữ nhưng giọng gã trở nên lúng túng:

- Cô đừng nói vậy. Xin cô hãy gắng ngủ đi...

Thiếu nữ giận dữ:

- Ngủ, ngủ, ngủ...

Người đàn ông chồm tới. Gã muốn tỏ phản ứng để thiếu nữ hiểu nhưng trong bóng tối dày đặc không còn cách biểu lộ nào khác ngoài tiếng nói. Mò mẫm một lúc mới nắm được tay thiếu nữ, gã dịu dàng.

- Cô đừng giận. Phải biết rằng chúng ta đang ở đâu. Sự sống của chúng ta hoàn toàn tùy thuộc vào nhau. Sự sơ hở của một người sẽ giết chết cả bọn...

Thiếu nữ lạnh lùng:

- Tôi biết như vậy. Nhưng tại sao chú không nói thẳng điều chú đang nghĩ. Tôi đâu sợ hãi gì. Tôi chấp nhận mà. Chết để cứu những người khác sống là một bổn phận. Tôi biết chú, anh Tâm sẽ giết tôi ngay khi cơn điên của tôi bộc phát. Chú hãy nhận đi. Tôi không bao giờ làm phiền các người cả... À, tại sao bây giờ mẹ tôi chưa xuất hiện nhỉ... Đầu đêm hình như chú bảo có thể mẹ tôi đã chết.

Thiếu nữ nói nhỏ đủ nghe làm người đàn ông yên tâm. Gã nói:

- Cô suy nghĩ nhiều quá. Tốt nhất là bây giờ chúng ta nên im lặng. Bà cụ... Trong một phút tuyệt vọng quá bọn tôi nghi ngờ vậy thôi. Sự thực, như cô biết... không có gì chắc chắn khi ta còn ở dưới này... Chỉ toàn phỏng đoán... Có thể mấy ngày qua bọn lính dừng quân trên đầu ta...

Thanh niên mệt mỏi ngồi gục đầu xuống hai đầu gối ngủ thiếp từ lúc nào. Người đàn ông trả lời thiếu nữ xong, cũng ngả lưng vào thành đất. Gã nghĩ tới bà già, mẹ Liên, và tự hỏi một lần nữa bà ta chết rồi chăng?

*

Những ý nghĩ buồn thảm hiện ra trong đầu thiếu nữ. Nàng nghĩ tới người mẹ rồi ứa nước mắt. Kể từ ngày cha chết đi, mẹ đã kéo dài chuỗi sống hẩm hiu với anh Ba và nàng trên mảnh vườn nhỏ với hoa lợi mỗi ngày chỉ đủ sống. Bà thường ái ngại nhìn hai con với nỗi lo lắng duy nhất, bệnh thần kinh di truyền. Hình ảnh của người chồng trước khi chết đã làm bà hãi hùng tưởng không bao giờ nguôi. Sau này vì cuộc sống bất ổn ở quê, anh Ba bỏ lên tỉnh đầu quân vào lính. Người mẹ bề ngoài tỏ ra phàn nàn, nhưng tự thâm tâm bà hài lòng. Dù sao nó cũng yên được một bề, còn hơn ở quê để chịu không biết bao nhiêu áp lực. Thời buổi chiến tranh lòng nhân đạo thường vắng mặt, chỉ thấy có áp bức, đe dọa và tàn sát. Sau khi vào lính thỉnh thoảng anh Ba có về thăm nhà. Da anh đen, thân thể cường tráng ra làm mẹ hài lòng lắm. Chiến tranh ngày càng khốc liệt, làng trở nên bất an, anh Ba chỉ ghé thăm nhà trong những dịp hành quân qua. Anh khuyên mẹ và em hết lời, nên bỏ làng lên tỉnh sống nhưng mẹ suy nghĩ mãi rồi không nghe. Mẹ không quen sống ở thành thị, hơn nữa ra tỉnh sống có nhiều vấn đề đặt ra quá. Từ cuộc hành quân qua làng lần đó anh Ba không bao giờ trở về. Làng bị oanh tạc thường xuyên. Hai mẹ con sống giữa gọng kìm. Hãi hùng tất cả. Họ sống giữa nỗi hoài nghi của mọi người. Và chỉ còn một cách duy nhất để tồn tại là trốn. Người mẹ nhận làm cái chìa khóa của căn hầm bí mật này từ đó. Người đàn ông giữ thiếu nữ như một con tin. Không còn cách nào hơn. Mọi thủ đoạn chỉ có tính cách tạm thời, cố gắng thoát chết từng ngày, cố gắng vượt qua từng chặng nguy hiểm.

Thiếu nữ nhớ lại những lời của người đàn ông và thanh niên vào lúc đầu đêm. Bà già có thể bị lạc đạn chết rồi. Nàng cũng linh cảm thế. Nếu không tại sao hai ngày qua mẹ không xuất hiện. Mẹ chết rồi chăng? Thiếu nữ nhủ thầm rồi nuốt nước mắt xuống cổ. Nàng cắn môi để khỏi bật khóc thành tiếng.

Trong góc hầm người đàn ông cựa mình. Bàn tay gã mò mẫm trên mặt đất một lúc rồi dừng lại. Gã cất tiếng gọi:

- Tâm à.

Thanh niên cũng vừa tỉnh.

- Gì thế?

- Có lẽ trời sắp sáng.

- Đồng hồ tôi chết máy từ hôm qua rồi.

Người đàn ông thở dài. Một lát sau gã rụt rè hỏi:

- Anh có nghĩ gì không?

Thanh niên lạnh lùng:

- Ông muốn tôi nghĩ gì?

- Nghĩ bà già chết rồi chẳng hạn...

- Sao nữa ?

- Nghĩ cô Liên sẽ lên cơn điên...

Thanh niên nghe lạnh tận đáy lòng. Hắn đưa hai bàn tay lên áp má.

- Ông đã chuẩn bị cả rồi mà.

Người đàn ông:

- Vâng.

Thanh niên:

- Cô Liên cũng nghĩ ra những gì ông sẽ áp dụng khi cơn điên đến....

- Anh nghĩ còn cách nào hơn?

Thanh niên im lặng. Người đàn ông nhìn sững vào bóng đêm. Trong khi đó thiếu nữ vẫn tỉnh táo. Nàng nghe cuộc đối thoại giữa hai người đàn ông một cách dửng dưng. Nàng cảm thấy tâm hồn bỗng sáng láng lạ lùng. Còn cách nào hơn. Nhưng họ sẽ giết mình bằng dao găm hay với hai bàn tay siết cổ?

Bằng dao găm hay bóp cổ? Thiếu nữ choáng váng. Nàng nghĩ tới mẹ tới anh Ba, rồi lẩm bẩm trong trí, có lẽ mình sắp lên cơn thật.

*

Lúc đó thanh niên mở mắt, hắn thấy ánh sáng lờ mờ hiện ra ở lỗ thông hơi. Hắn ngồi yên mải mê nhìn lên chút ánh sáng nhỏ nhoi đó. Hắn cảm thấy nhớ thứ ánh sáng đầu ngày lạ lùng. Hắn nghe bứt rứt trong lòng. Một chút nắng, chỉ một chút nắng của trời mà hắn cũng thèm khát. Hắn nhìn người đàn ông đang ngủ say trong góc tối. Không biết trong đầu gã trong những ngày qua đã nghĩ những gì? Có nghĩ tới chuyện vượt thoát khỏi căn hầm này không? Bà già có lẽ đã chết thật rồi. Hắn nhìn người đàn ông ái ngại, không cách nào hiểu nổi con người đó.

Thanh niên đưa tay mò mẫm mấy quả lựu đạn mà đêm qua hắn vùi dưới cát. Hắn nghĩ đến cách thoát khỏi căn hầm. Không còn cách nào hơn. Hãy chấp nhận trước mọi rủi ro, sống hoặc chết. Hắn chợt nghĩ đến số tuổi hai mươi của mình. Số tuổi mà chiến tranh đã tước đoạt mọi ý nghĩa, đã cướp hết thời gian để sống của hắn. Hai mươi tuổi, hắn không có một chọn lựa nào hết. Sinh ra và lớn lên giữa chiến tranh, hắn thụ động trước mọi áp lực. Hắn như con thú sợ hãi trước họng súng của người thợ săn. Ai cũng có thể bắn ngã, và suốt cả một phần đời hắn chỉ biết chạy trốn. Hắn cảm thấy cay đắng và nước mắt chực trào ra khi nghĩ đến cái chết như côn trùng của mình. Một cái chết tẻ lạnh như nỗi tình cờ.

Người đàn ông cựa mình rồi choàng mở mắt. Bấy giờ ánh sáng đã giúp thanh niên nhìn rõ gã:

- Lại một ngày mới.

Giọng gã đặc sệt.

Thanh niên không nói gì. Hắn chăm chú nhìn lên lỗ thông hơi. Người đàn ông đảo mắt khắp mặt hầm với ánh mắt đầy mưu toan. Bỗng gã dừng lại ở thiếu nữ. Nàng nằm sấp, một phần thân thể chệch ra ngoài đất, mặt úp xuống im lìm. Gã chăm chú nhìn. Khuôn mặt gã mỗi lúc càng tái, rồi như không kìm nổi sự hốt hoảng gã gọi:

- Cô Liên, cô Liên!

Nhưng thiếu nữ không cử động. Người đàn ông chồm tới băng qua người thanh niên, đặt tay lên bàn chân nàng. Bàn chân lạnh ngắt. Lúc đó thanh niên cũng vừa kịp hiểu, hắn giúp gã đỡ nàng dậy. Nhưng thiếu nữ đã mềm nhũn. Một vết cắt trên cổ tay trái, máu đọng đen dưới một khoảng đất ướt.

Không khí trong căn hầm đã đổi khác. Trong ánh sáng còn nhạt nhòa bóng đêm, người đàn ông nhặt chiếc ly vỡ từ một góc hầm. Gã im lặng ngồi ngắm mớ thủy tinh trong tay. Thanh niên thì mân mê quả lựu đạn mà hắn lấy ra dưới cát từ lúc nào. Hai người nhìn xác thiếu nữ. Họ không nói với nhau một lời.

Có lẽ trong đầu họ bây giờ bóng đêm là thứ ánh sáng duy nhất, là niềm hy vọng cuối mà họ chờ đợi.

Lữ Quỳnh

MANG VIÊN LONG

CHỈ CÒN LẠI TÌNH YÊU

Bích Thảo nổi tiếng xinh đẹp nhất trường Hòa Bình không vì áo quần chưng diện, mà chính vì thân hình tròn đầy - nhất là làn da luôn trắng hồng, tươi tắn, gợi nhìn. Sức sống tuổi thanh xuân dường như hiện rõ nơi con người nàng, không che giấu được.

Thảo ở cùng thị trấn với Phước, nên thường hẹn rủ nhau về thăm quê vào chiều thứ bảy, hay cuối tháng, tuy Thảo học thua Phước một lớp.

Trường Hòa Bình được dời từ Phù Mỹ vào, sau lần bị máy bay Pháp oanh tạc, phá sập - cơ sở nầy bị phát hiện sau ba năm hoạt động. Từ Hòa Bình, xã Nhơn Phong, đi bộ về thị trấn mất gần một buổi, nên cả hai thường rủ nhau đi sau sáu giờ chiều, đến gần chín giờ tối thì về đến nhà (nếu dọc đường không bị máy bay đánh phá ban đêm).

Một lần, vừa đi dọc bờ đê đập Thạch Đỗ, nghe tiếng gầm hú của hai chiếc khu trục ngay trên đầu, Phước nhanh chóng kéo Thảo lăn ngay xuống bờ đập, ôm chặt lấy nàng. Sau hơn nửa giờ quần đảo bắn phá ngã chợ Đập Đá, hai chiến đấu cơ biến mất!

Phước buông Thảo ra - nhìn soi vào gương mặt đỏ hồng của Thảo: "Em có mệt lắm không?".

- Không - Thảo nhoẻn cười, bên anh em yên tâm mà!

- May mà về thăm nhà có em, nếu không, anh cũng không dám đi một mình!

- Anh không về, má anh thuê ông Mười xuống, đưa anh về như dạo nào.

- Bà ấy hay buồn, nhớ anh - im lặng một chút, Phước thở dài - bà ấy ngày càng gầy yếu, chắc không sống được bao lâu.

- Má bị bệnh nặng vậy sao anh? Thảo vừa bước vội theo chân Phước, quay nhìn anh, chờ đợi.

- Bệnh phổi - không nặng, nhưng không tìm đâu ra thuốc kháng sinh, dù nhà có sẵn vàng. Phước liếc nhìn Thảo, lần đầu tiên anh nhìn thấy nét mặt trắng hồng của nàng thoáng nhợt nhạt, đượm buồn!

- Em nghe nói, nếu gởi ra Tourane mua, chắc có mà anh!

- Đã gởi rồi! Họ nhận vàng, rồi đi luôn - Phước nhếch cười, là người thân trong phố thường ra ngoài ấy mua vải, hàng "xa xí phẩm" lặt vặt về bán lại. Họ nói bị kiểm soát, tịch thu hết rồi!

Những chuyến cùng rủ nhau về thăm nhà giữa đường quê vắng vẻ, đã đưa họ đến gần nhau, thân thiết, hơn là lúc sinh hoạt, gặp gỡ ở trường. Một trong những điều "cấm kị" được nhắc nhở trong các buổi họp mặt chi đoàn là "Tình Yêu"! Có khi, nhiều người nhìn "Tình Yêu" như một điều gì cần quên, phải xa tránh! Sự nguy hiểm do tình yêu mang đến giống như một tai họa cho tương lai của mình.

Nhưng Thảo đã yêu Phước.

Phước cũng đã yêu nàng.

Tình yêu là đóa hoa mầu nhiệm hồn nhiên nở khi đã đong đầy tình thương và sự cảm thông; không có một mãnh lực nào có thể ngăn chặn!

Tình yêu đến với cả hai thật bất ngờ, nhẹ nhàng, dịu êm như một cơn gió mát đầu hè! Như những lần nắm tay nhau cùng đi trong con đường vắng rợp bóng tre, giữa làng xóm hiu quạnh, leo lắt bóng đèn dầu, hắt ra từ những ô cửa sổ nhỏ, để quên đoạn đường xa và bóng tối. Như những ánh nhìn trìu mến, quyến luyến ở sân trường trong giờ ra chơi; thầm lặng mà nồng nàn, tha thiết, khó quên. Sau lần bất ngờ ôm choàng lấy Thảo để tránh máy bay, Phước cảm thấy dạn dĩ hơn, còn Thảo tỏ ra nhạy cảm, đằm thắm hơn xưa.

Giữa năm 1953, đang học lớp Tám, mẹ Phước mất - anh phải nghỉ học ở nhà với cô em gái. Thảo vẫn còn tiếp tục học cho đến cuối năm lớp Bảy. Dạo đó, Thảo ít có dịp về thăm nhà hơn, nhưng bù vào, nàng đã viết cho Phước những tờ thư nho nhỏ, vỏn vẹn bằng bàn tay, đầy ắp lời yêu thương nhung nhớ. Những tờ thư được xếp nhỏ, những dòng chữ tròn trặn mềm mại ấy, đã giúp Phước vượt qua những tháng ngày đau buồn vắng mẹ. Anh giúp cô em gái trông coi gian hàng xén của mẹ để lại, sống lặng lẽ, lây lất qua ngày. Sân nhà rộng phía trước đã trở thành vườn rau, hoa quả, do Phước cặm cui gieo trồng, chăm sóc hằng ngày. Thu nhập ít ỏi của sạp hàng xén, chỉ được sử dụng để mua vật dụng cần thiết, hay mua thêm chút cá mắm hằng ngày. Mẹ Phước mất, để lại cho anh và em gái mấy lượng vàng, hộp nữ trang bằng ngọc và tờ giấy ghi nợ của vài người quanh xóm; nhưng vàng thì không có người mua, còn nợ thì không đòi được, vì ai cũng nghèo!

Ban đêm, Phước tham gia dạy lớp "*Bình dân học vụ*" của khu phố; còn Thục - cô em gái, hướng dẫn đội thiếu nhi tập ca hát ngay trong căn phòng rộng thênh của nhà mình.

Một đêm, theo thư Thảo - Phước tạm cho lớp học nghỉ sớm, đi dần ra cầu Xi Ta đón Thảo từ trường Hòa Bình về. Gặp nhau, Thảo đề nghị đưa nàng ghé thăm Thục - em gái Phước, rồi ngồi lại với anh khá lâu, mới chịu về nhà. Thục rất vui khi được gặp Thảo - người yêu của anh mình; nhưng dường như hiểu được tâm trạng của cả hai người, cô đã vội xin phép xuống Ngã tư phố có chút việc.

Thảo còn lại với Phước trên tấm phản gỗ trước hiên nhà. Bóng đêm dịu dàng, thân thiết, yên vắng, đã khiến Phước không giữ được xúc cảm yêu thương, đã chờ đợi suốt những ngày tháng dài xa cách; anh đã ôm chầm lấy nàng vào lòng, đặt lên môi má nàng những nụ hôn thương nhớ nóng bỏng tuổi xuân. Thảo mềm mại trong vòng tay anh, đến nỗi, nàng thì thầm xin được ở lại với anh, suốt đêm.

oOo

Thảo có tên trong danh sách học sinh ưu tú được tập kết ra Bắc hai năm. Ở quê, Phước cũng được chính quyền khu phố đề nghị ra đi. Phước suy nghĩ rất nhiều về chuyến đi xa nầy, nhưng chưa có thể quyết định dứt khoát với tổ chức. Họ cho anh một tuần, trước khi gởi danh sách chính thức về Khu ủy.

Phước muốn cùng đi với Thảo, nhưng còn Thục? Thục mới 15 tuổi, bà con thân thiết chẳng có ai để có thể gởi gắm. Thục chỉ nói với Phước một câu, rồi lặng im: *"Anh chỉ đi có hai năm rồi về, em ở nhà, có sao đâu?"*.

Đến ngày cuối cùng, khi Thảo đến thăm anh, để hôm sau tập trung chuẩn bị xuống cảng, thì Phước nghe lời khuyên của Thảo, ở lại với

Thục. Thảo thương Thục, không muốn Phước rời em vì nàng, khi tuổi Thục còn quá nhỏ. Suốt ngày hôm ấy, Thảo lẩn quẩn bên Thục chuyện trò, rồi cùng nằm bên Phước, không rời.

Phước theo đoàn quân di chuyển xuống cảng Qui Nhơn, để hy vọng tiễn Thảo, lần cuối. Cả buổi loay hoay, lui tới bến cảng tìm kiếm, nhưng anh không thể liên lạc được với đơn vị của Thảo, vì quá đông. Xế chiều, Phước phải quay trờ về, lòng buồn não nuột, bởi nhớ thương. Hỉnh ảnh Thảo dịu hiền thơ ngây nồng nàn bên anh luôn ám ảnh, réo gọi. Tình yêu anh như được siết chặt, mỗi lúc một căng thẳng hơn, vì những hơi thở gấp gáp nồng ấm hạnh phúc của Thảo trong vòng tay anh âu yếm, thương yêu, hôm nào!

Khoảng bốn năm sau, Phước tìm đến thăm gia đình Thảo đã dời về thị xã, mới được cha nàng cho biết, nàng đang du học ở Liên Xô. Ba năm sau, nghe tin Thảo đã lập gia đình với một nhân viên sứ quán Việt Nam tại Liên Xô.

Phước cũng bị động viên vào quân trường Thủ Đức năm 1962, sau khi đã tổ chức lễ cưới cho Thục với cậu giáo viên em trai của người bạn học cũ, được chuyển về dạy ở trường tiểu học huyện lỵ. Năm 1965, Phước cưới Vân - con của người thầy đã dạy anh môn Pháp văn ở trường Hòa Bình năm xưa, ông đã đi tập kết một mình. Đám cưới của Phước không được bà con chấp nhận, vì viện cớ Vân là con của người đã tập kết, e ngại sẽ là trở lực cho Phước về sau! Phước nghĩ, sau ngày mẹ anh mất, có nhìn thấy bà con nào tìm đến thăm, chia sẻ nỗi khổ của anh em Phước đâu, thì sao lại quan tâm, can ngăn đến đời sống riêng của anh? Tình cảm dành cho anh có lẽ, chẳng hao tốn gì? Bà con mà chỉ "giúp lời" suông như vậy, người dưng cũng không thiếu gì!

Phước vẫn tự mình đứng ra tổ chức, dù chỉ có vợ chồng Thục và một số bạn cũ tham dự. Cuộc sống vẫn đi qua cuộc đời hai người, bình thường, được hai năm, thì Vân bị kẹt lại ở quê trong buổi sáng về thăm mẹ. Nàng được kêu gọi ở lại với tổ chức, vì có thư của cha nàng gởi về, nhưng vì đứa con trong bụng, vì tình yêu thương nguyện suốt đời dành cho Phước, đã tìm cách ra đi vào đêm tối hôm ấy. Nàng bị vướng mìn, chết ngay trên đường trở lại thị trấn.

oOo

Tháng 8 năm 1979 Phước nhận được giấy "phóng thích" của trại cho trở lại quê; cuối năm đó Thảo tìm đến thăm.

Phước gặp lại Thảo ngay trước sân vườn nhà.

- Chào em, em là Bích Thảo à?

- Anh còn nhớ em.

- Làm sao quên - Phước nhìn lơ đãng, nhếch cười.

- Anh sống một mình sao - Thảo nhìn vào trong, còn em Thục đâu, anh?

- Đã theo chồng - Phước cười lớn, cũng như em.

- Làm sao anh biết?

- Anh còn biết về em nhiều.

- Anh nói xem, ví dụ...

- Du học, có chồng làm ở tòa sứ quán...

-Còn gì nữa, anh? - Giọng Thảo đượm buồn.

- Chấm hết - Phước nhìn thẳng lên gương mặt tái nhợt của Thảo. Bao nhiêu đó, cũng đủ rôi.

- Anh ơi! Thảo bật khóc, em khổ tâm lắm.

Đưa Thảo vào ngồi yên ở phòng khách, nàng bắt đầu kể lại phần đời lao đao, buồn tủi của nàng, mà Phước không hề biết: Sau ngày cậu em trai của Thảo vào lính Việt Nam cọng hòa, bị bắt làm tù binh, người chồng của Thảo đã làm đơn xin ly hôn với nàng, khi đã có một đứa con gái 7 tuổi. Từ một giáo viên dạy Nga văn ở trường học sinh Miền Nam, Thảo bị "biên chế" làm nhân viên phục vụ một thời gian, rồi nghỉ hẳn!

- Em về thăm ba má bao giờ ra lại Nam Định - Phước nhìn nàng thương cảm.

- Em mang theo con xin về Nam luôn với gia đình rồi, anh!

- Anh vui vì từ đây sẽ được gần em - Phước bước vội lại phía sau thành ghế, ôm choàng lấy nàng.

- Anh ơi! Em mong ước sẽ được sống bên anh, mãi mãi -Thảo nắm chặt hai cánh tay Phước, như sợ sẽ bị vuột mất lần nữa!

Mang Viên Long

Quê nhà, tháng 9. 2012

MINH NGỌC

TRƯƠNG CHI

Thân gửi người-không-quen,
Có thể ông cũng nhận thấy người đàn ông này vay mượn một ít tư tưởng của ông nhưng mang tính cách hoàn toàn khác hẳn vì những chi tiết tưởng tượng, thêm bớt, sửa đổi. Cho nên đừng trách tôi đã vẽ vời một hình ảnh không đúng về ông. Tôi chưa bao giờ dám có ý định phác thảo chân dung ông cả vì tự biết không đủ sức.
Thân mến.

Tôi tin truyền thuyết Trương Chi – Mỵ Nương có thật.

Hay ít nhất Mỵ Nương có thật.

Có nhiều người không tin chỉ vì tiếng hát mê hồn mà Mỵ Nương phải đâm ốm tương tư suýt chết. Lãng mạn quá. Không thực. Sản phẩm tưởng tượng của văn nhân phong kiến. Hay của những chàng si tình mơ mộng "*đài gương soi đến dấu bèo cho chăng*", tự ví mình với Trương Chi dẫu phải bỏ mạng vì tuyệt tình nhưng trước đó cũng đã làm nàng tiểu thư con quan thừa tướng kiêu kỳ đài các một phen điên đảo.

Nếu thế thì làm sao cắt nghĩa được giọng nói ngọt ngào đã nhồi, lắc, rung, quăng, quật, đùa bỡn, mơn trớn quả tim khốn khổ của tôi khiến nó ngất ngư vì những cơn loạn nhịp.

Eve bị trừng phạt, đuổi ra khỏi Thiên Đàng chỉ vì đã trót nhẹ dạ nghe lời cám dỗ của con rắn, hắn phải ngọt ngào quyến rũ ghê lắm đến nỗi nàng không cưỡng được, quên phắt lời Chúa dặn mà cắn vào trái cấm oan nghiệt. Con rắn chỉ chịu một hình phạt chung chung, tượng trưng: "Ngươi sẽ phải bò la lết dưới mặt đất, chịu sự giẫm đạp của con người đã vì ngươi mà chịu trừng phạt (?)". Thử giẫm vào con rắn xem có bị cắn chết như Eurydice hay không! Trong khi đó người đàn bà chỉ có cái tội hay nghe theo lời đường mật nhận lãnh hình phạt kinh khiếp hơn nhiều, "mang nặng đẻ đau v.v... và v.v...". Không công bằng tí nào. Kẻ đáng bị trừng phạt về tội phá hoại Thiên Đàng phải là kẻ mang giọng kèn tiếng quyển khuyến dụ người khác vào con đường mê. Phải trừng trị cho tuyệt giống để những người đàn bà tội nghiệp đời sau không còn bị mê hoặc nữa.

Nhưng vì Chúa quá nhân từ, tôi thấy con rắn ngày nay vẫn hiện hình giữa kiếp người với cái lưỡi phù thủy của nó.

oOo

Dọn đến nhà mới, một căn nhà nhỏ màu trắng xinh xinh vùng ngoại ô có khu vườn nhỏ xanh mướt và hàng rào thấp bao quanh buổi chiều thứ Sáu mùa hè để tìm một cuộc sống êm ả, bình yên, cả tôi lẫn con mèo hết sức ưng ý, hài lòng. Bà chủ cũ, một góa phụ phúc hậu, đã cho người dọn dẹp lau chùi trong ngoài sạch sẽ để tôi dọn đến có thể ở được ngay. Dân cư ở đây hầu hết là những cặp vợ chồng trẻ thuộc giới trung lưu, buổi chiều họ đẩy con đi dạo, chuyện trò ríu rít. Nhà cửa vườn tược trang hoàng xinh xắn, trồng nhiều hoa, bày những thứ linh tinh như tượng, chong chóng, bảng hiệu bằng gỗ sơn vẽ ngộ nghĩnh. Gần như mọi gia đình đều nuôi ít nhất một con chó hoặc mèo. Mèo thì đi lang thang trong xóm, chó thì sủa nhặng xị bên trong hàng rào hoặc hục hặc trong tay người dắt. Tôi chú ý đến ngôi nhà bên phải vì sự khác thường của nó. Ngôi nhà trông rất trang nhã, cửa đóng then cài, màn cửa đều buông rũ che kín bên trong. Mảnh vườn quanh nhà phủ thảm cỏ xanh tươi, cắt tỉa gọn gàng nhưng không hề có giống cây nào khác, không cả một gốc hoa hay một chiếc lá. Chiều cuối tuần, xe đậu kín hai bên vệ đường, hè nhà những người hàng xóm, riêng ngôi nhà này hoàn toàn trống trải, vắng lặng. Tuân theo lối sống riêng biệt "đèn nhà ai nấy rạng" của người Mỹ, tôi chấm dứt sự tò mò ở đấy.

Ngày thứ Bảy đầu tiên hết sức bận rộn trong việc chưng dọn. Xong phần đồ đạc bàn ghế, tôi hì hục đóng đinh treo những bức tranh lên tường. Mỗi bức đều có lai lịch riêng. Này là bộ tranh bốn tấm tôi và Martin lục ra trong đống tranh vỉa hè mà tác giả một thời gian sau trở nên nổi tiếng. Những bức tranh phong cảnh sơn dầu và màu nước Steve vẽ tặng tôi "cho tình bạn của chúng ta". Bức màu nước "Tunnel of love" Chuck mang đến để làm lành sau một lần lỡ hẹn. Bức sơn dầu cổ tôi tranh được trong buổi đấu giá mang nhãn hiệu ố vàng một phòng tranh ở Brooklyn đã đóng cửa mấy chục năm về trước, định làm quà cho ngôi nhà mới của Chuck nhưng giận nhau nên lại thôi. Cả bức tranh in khổ lớn đóng khung thếp vàng "The Fisherman" của Auguste Renoir cũng từ một lần đi với Martin lục lạo cái cửa hàng nổi tiếng một thời phải tuyên bố phá sản, ngã giá bán mão. Bản in bức vẽ mực Tàu "Ông đồ" của Bé Ký trông lạc lõng quá giữa rừng màu sắc bề thế, ngắm tới ngắm lui, tôi đặt nó dưới mặt kính bàn viết như một sự thanh thản cần phải có cho mỗi lần cầm bút. Những tấm màn ren buộc nơ ruban mắc lên đem lại vẻ ấm cúng thân mật.

Buổi chiều, tôi bắt tay vào việc làm đẹp khu vườn. Toát mồ hôi chờ đợi trong hàng người đông đúc ở The Home Depot, tôi đem về những gốc hồng leo Jackson & Perkins trồng xuống dọc theo hàng rào. Mảnh đất nhỏ dưới cửa sổ căn bếp eat-in-kitchen dành cho những cây cảnh không hoa: trúc, thủy tùng, trắc bá diệp và mấy thứ lá tôi không biết tên, sắp xếp theo kiểu của riêng tôi, chẳng theo một sách "Vườn Nhật Bản" hay "Landscaping" nào. Ngồi bên cái bàn ăn độc thân nhìn ra cửa sổ là cả một thế giới tĩnh mịch nho nhỏ.

Trong lúc làm việc ngoài vườn, tôi để ý thấy cửa bếp nhà hàng xóm để mở, nhưng vẫn không có chiếc xe nào đậu trước nhà. Chú mèo hay làm nũng của tôi ngồi bên cửa sổ nhìn ra cô chủ mà kêu khóc nỉ non. Chú chàng cứ quen quấn quít bên tôi, đời nào chịu ở trong nhà một mình. Cầm lòng không đậu, tôi mở cửa cho anh chàng ra. Anh chàng lẩn quẩn bên tôi, ngửi ngửi mấy gốc hồng chán rồi nằm lăn ưỡn ẹo trên thảm cỏ mát rượi. Mải làm việc, tôi không để ý anh chàng mon men đến cạnh hàng rào từ lúc nào. Khi quay lại, tôi chỉ kịp thấy cái bóng xam xám nhảy vọt qua hàng rào, chui tọt vào căn bếp hàng xóm. Hoảng quá, tôi rửa tay qua quít rồi bước vội sang, rụt rè gõ nhẹ cánh cửa bếp để mở. Một bà già cằn cỗi bước ra, nhìn tôi cảnh giác, hỏi tôi muốn gì bằng thứ tiếng Anh giả cầy giọng Spanish. Tôi ấp úng, cố gắng trình bày hết sức đơn giản với cả những động tác phụ họa để cho bà ta hiểu là tôi có một con meo meo vừa mới chui vào căn bếp mở ngỏ của bà. Không thể tả nổi vẻ hốt hoảng hiện lên trên gương mặt bà ta khi thấy ra sự nghiêm trọng của vấn đề. Bà ta lập cập quay phắt vào trong. Có tiếng (người) kêu thét kinh hãi, vật rơi loảng xoảng, tiếp đó là chú mèo cưng của tôi vọt ra qua chân tôi, nhảy tót qua hàng rào về nhà. Bà già thở hổn hển, lắp bắp ngắt quãng tiếng Anh chen lẫn Spanish: "Trời ơi, Jesus. Suýt nữa nó ăn mất mấy con cá vàng của ông chủ. Tôi biết nói sao với ông ấy. Ông ấy có bao giờ ưa mèo chó đâu". Tôi cố nén cười, xin lỗi bà về án mạng suýt xảy ra trong nhà, hứa sẽ để mắt tới con mèo cẩn thận rồi trở về. Chú mèo đứng đợi ngay cửa rất ngoan hiền, õng ẹo ngoe nguẩy đuôi như phân trần. Tôi mở cửa, tóm cổ hắn lôi vào nhà, thì thầm mắng (yêu) chú ta về cái tội tày đình làm tôi mất mặt với người hàng xóm vô danh không biết mặt, răn đe từ nay nên đề phòng người đàn ông không ưa chó mèo kia kẻo có ngày to chuyện. Tự dưng chưa gặp tôi đã không có thiện cảm với ông ta. Tôi yêu mến thú vật và được thú vật yêu mến nên không thể tưởng tượng một người có tâm hồn và trái tim lại không mềm lòng trước những con thú xinh xắn khôn ngoan quấn quít tìm cách làm vui cho mình. Tuy ông ta thích cá, nhưng cá chỉ là một loài nuôi trong nhà để ngắm cho vui mắt, khi buồn thì ném vào chảo (có thể lắm), không thể là người bạn để vuốt ve, chơi đùa, chăm sóc, an ủi khi cô đơn. Tóm lại, người đàn ông này chắc hẳn không phải là người hàng xóm dễ thân thiện, nhất là khi mình có trong nhà một trong hai giống ông ta thù ghét nhất đời. Tôi tự nhủ lòng dù ông ta là ai đi nữa, tôi cũng sẽ không kết thân, có thể chỉ xã giao chào hỏi là cùng. Tâm hồn ông ta chắc cũng trống trải, đơn điệu chẳng hơn gì vườn cỏ nhà ông.

Ngày Chủ nhật, tôi hoàn thành nốt những việc lặt vặt cuối cùng, và một tổ ấm cho riêng tôi cùng chú mèo đã thành hình. Buổi chiều ra tưới những gốc hồng, tôi thấy một cô gái Hispanic lái chiếc xe cũ đến đón bà già đi. Tôi đoán bà ta được thuê dọn dẹp, giặt giũ, chăm sóc lặt vặt trong nhà vào cuối tuần. Căn nhà hàng xóm trở lại vẻ trầm tư cố hữu. Tuần lễ tiếp đó vẫn không có ai lai vãng. Tôi dần quen với ngôi nhà mới, mỗi ngày đi làm về lại chăm sóc vườn tược. Mùa hè đang độ rực rỡ, mặt trời không đi ngủ cho đến chín giờ tối, tôi thừa thì giờ cho những gốc hồng đang bén rễ nhú mầm.

Sáng thứ Hai sau đó, sáu giờ, tôi ra xe đi làm, bỗng cảm thấy có điều gì khang khác. Nhìn quanh, tôi phát hiện một chiếc xe bên hè nhà hàng xóm. Quả thật đó là một biến cố sau những ngày quen mắt với sự trống trải bên ấy. Chiếc xe không to không nhỏ, không mới không cũ, hiệu xe cũng "trung trung", không thuộc loại đắt giá sang trọng mà cũng không phải thứ rẻ tiền tạm bợ. Tôi đoán nhân vật không ưa chó mèo đã về. Chiều đi làm về, chiếc xe đã biến mất. Những ngày tiếp theo, căn cứ vào sự quan sát, tôi có thể rút ra đôi điều về người hàng xóm. Ông ta sống một mình, vì những lúc tôi ở nhà mà ông đi vắng thì trong nhà không thấy có ai khác ra vào. Ông ta có việc làm hẳn hoi với giờ giấc ổn định, giờ làm việc bắt đầu sau tôi và kết thúc trễ hơn, ông ta luôn luôn về nhà sau tôi. Ông ta thức rất khuya với ánh đèn sáng trên khung cửa, chẳng kém gì tôi.

Sáng thứ Bảy, ngồi ăn điểm tâm cạnh cửa sổ nhìn ra sân, lần đầu tiên tôi "bỗng" thấy người hàng xóm. Ông ta không già sọm cau có như tôi tưởng, mà trông cũng "được" lắm. Dáng người cao, ăn mặc trang nhã, mang kính, gương mặt sáng sủa thông minh với những nét của một người đàn ông Á Châu trung niên, nhưng tôi không thể đoán nổi ông ta là Nhật, Triều Tiên, Tàu, Phi Luật Tân hay Thái Lan, Lào. Ông ta đang thong thả chất vào xe những thứ linh tinh: ghế xếp, thùng nước đá, khăn tắm, có cả sách báo nữa. Chẳng cần thông minh gì cũng đoán được ông ta sửa soạn đi chơi cuối tuần. Sắp đặt xong xuôi, ông ta ngồi vào xe, lái đi, trả lại vẻ yên lặng trầm tư cho ngôi nhà. Tôi không thấy lại chiếc xe cho đến sáng thứ Hai.

Nhiều tuần lễ tiếp nối trôi qua, tôi quen với thời khóa biểu của người hàng xóm. Thỉnh thoảng ông ta biến mất vài ngày hay một tuần. Tôi không thể đoán được ông ta có đếm xỉa đến sự hiện diện của tôi ở ngôi nhà bên cạnh hay giữ thái độ cao ngạo chẳng cần để mắt đến thế sự nhiễu nhương xung quanh, tôi chỉ hết sức canh giữ con mèo không cho lai vãng gần hàng rào.

Những cây hồng nẩy nở, trổ nhánh, đơm từng chùm hoa trĩu cành, tỏa mùi hương ngọt ngào. Nhiều người đi dạo ngang dừng lại trầm trồ. Tôi bận rộn hơn, mỗi ngày phải tỉa nhánh, cắt hoa, vun gốc. Mùa hè dần dần tàn theo lễ Lao Động cùng với những cơn mưa, những đợt gió lạnh thỉnh thoảng từ đâu kéo qua khiến trời se lạnh vài ngày. Người hàng xóm ở nhà thường xuyên hơn vào cuối tuần. Ông ta chẳng hề bước chân khỏi cửa. Bọn người làm vườn cắt cỏ cũng như bà già đến định kỳ, làm những công việc ông ta không muốn động tay vào. Tôi tự hỏi ông làm gì những giờ đằng đẵng giam mình trong nhà. Có thể ông đọc sách. Cặp kính của ông nói lên điều đó. Ông nghe nhạc. Đôi khi tôi nghe loáng thoáng âm điệu sầu não của Nat King Cole những lần hiếm hoi ông để cửa sổ mở. Cũng có thể ông làm việc, một loại việc viết lách nào đó.

Giờ làm việc của tôi thay đổi trễ hơn một tiếng. Sáng ra xe đi làm tôi có thể thấy đèn sáng trong cửa sổ nhà hàng xóm. Vì về trễ hơn, lắm khi tôi về nhà đã thấy xe người hàng xóm bên hè, trong bếp có ánh đèn. Căn bếp của ông tôi đã có dịp nhìn thoáng qua hôm sang tìm mèo, có lẽ là căn bếp sạch nhất thế giới, không có nồi niêu soong chảo gì cả. Tuy nhiên thỉnh thoảng ông cũng phải mó tay nấu nướng đôi chút chứ, chẳng lẽ cứ cơm hàng cháo chợ mỗi ngày.

Một hôm, mở hộp thư, tôi nhận được e-mail từ một địa chỉ lạ, tên người gửi được ngụy trang bằng một thứ bí danh, nhưng qua giọng thư tôi đoán đó là một người đàn ông chững chạc, tự tin. Bức thư viết về những cảm tưởng khi đọc một bài báo của tôi, mở đầu với vài lời khen, tiếp đó là vài câu phê bình, nhưng tựu trung ông có chú ý một số tia tư tưởng trong bài viết. Giọng văn thông minh, hóm hỉnh và sức mạnh tinh thần toát ra từ những câu chữ thu hút tôi. Tôi hồi âm ngay để rồi bắt đầu một quan hệ thư từ thú vị. Chúng tôi trao đổi đều đặn mỗi ngày, khởi phát dè dặt từ những chủ đề văn học nghệ thuật lần lần sang âm nhạc, hội họa, điêu khắc. Kiến thức của người đàn ông thật quảng bác, nhận định sắc sảo, suy nghĩ độc đáo, phong phú, cũng may ông không bàn đến những điều tôi không biết nên tôi cũng có thể chống đỡ tương đối vững vàng. Khiếu thưởng thức của chúng tôi tương đồng khá nhiều để hăng hái bàn luận về những tác giả, nghệ sĩ mà cả hai cùng yêu thích. Được gần một trăm lá, chúng tôi dần dần cởi mở tâm tình nhiều hơn về những vấn đề riêng tư. Tôi cứ để tâm sự tuôn tràn theo những bức điện thư một cách vô ý thức, lắm khi dừng lại tự hỏi mình đang làm cái trò ngốc nghếch gì đây, bỗng dưng đi tâm tình với một người lạ hoắc không biết tên tuổi, diện mạo, tính tình chi cả. Hay có lẽ chính vì ông ta là người-không-quen nên tôi dễ bộc bạch nỗi lòng hơn? Những lá thư của ông ta chấm dứt vào ngày thứ Sáu, trở lại vào ngày thứ Hai, như một thông lệ. Sự đều đặn của nó làm tôi hoảng sợ, tôi như thấy trước một ngày dòng thư từ sẽ bỗng nhiên chấm dứt một cách lặng lẽ, "*cạn dòng lá thắm, dứt đường chim xanh*" mà tôi vẫn chưa biết ông hơn những gì ông muốn cho tôi thấy qua những lá thư, trong khi ông có vẻ biết về tôi khá nhiều. Một lá thư ông viết "...vì cô là người yêu thích hoa hồng...", tôi hỏi ngược lại "sao ông biết?", ông trả lời "qua văn cô viết tôi thấy cô có vẻ thích hoa, mà trong các loài hoa thì có hoa nào hơn được hoa hồng?". Thư khác ông nhắc "con mèo của cô", tôi thắc mắc "sao ông nghĩ tôi có một con mèo?", ông đáp "những người phụ nữ viết văn thường hay suy tư nên thích giống mèo, 'một nàng mèo đi giữa đống sách cao'". (Câu này tôi nhớ không rõ, hình như của Apollinaire nhưng không dám hỏi lại, sợ ông ấy chê dốt). Vài lần ông đề cập đến mái tóc dài của tôi, "tôi có thể thấy cô với mái tóc quấn cao khi đi làm hoặc để xõa buổi chiều đi dạo trong vườn". Tôi hỏi vặn "sao ông chắc chắn như thế, lỡ tôi có mái tóc Mỹ Linh thì sao?", ông đáp "dù tóc cô có ngắn cũng chẳng sao, tôi yêu thơ Đinh

Hùng nên tưởng tượng những người phụ-nữ-không-quen đều có mái tóc dài '*lả lướt đôi thuyền mộng*', tuy nhiên mái tóc ngắn ở cô cũng vẫn nên thơ như thường, nếu hợp với cô".

Mùa thu cứ tiến đến bướng bỉnh với những cơn gió lạnh. Tôi trở về tâm trạng cô độc buồn chán hơn bao giờ hết. Những lá thư cho người-không-quen càng lúc càng dài và rầu rĩ để nhận những lời an ủi thân tình mỗi ngày. Tôi cảm thấy sẽ sớm làm ông ta chán mất với những lời than vãn yếu đuối không nên có, và nghĩ đến chuyện ngưng viết thư.

Một buổi tối đi làm về muộn, vừa bước chân vào nhà, điện thoại reo vang. Một giọng nói thật hay, thật êm ái nhưng hoàn toàn xa lạ chào hỏi tôi. Đó chính là người-không-quen. Ông ta làm thế nào dò biết được số điện thoại của tôi khi mà nó không hề được kê trong danh mục? Tôi chẳng thể biết vì ông ta nhất định không tiết lộ. Phút ngỡ ngàng ban đầu qua đi, câu chuyện được dẫn dắt khéo léo bởi tài ăn nói của người đàn ông. Ông ta có giọng nói ấm áp diễn cảm rất quyến rũ, đặc biệt khi một đôi lúc chuyển sang tiếng Anh, một thứ tiếng Anh nhuần nhuyễn ngọt ngào siết lấy tim tôi, buộc nó lơi nhịp đập để run rẩy lắng nghe. Tiếng nói của ông cứ dìu dặt bên tai mà tôi không ý thức nổi ông đang nói về những gì vì bị mê hoặc, lôi cuốn bởi giai điệu phù trầm của nó. Mãi đến khi gác máy, tôi mới sực tỉnh, nhớ ra chưa hỏi tên ông ta. Có nghĩa là ông ta biết tất cả về tôi, kể cả tên tuổi, số điện thoại mà tôi không biết chút gì về ông cả. Những lá thư vẫn tiếp tục đều đặn từ thứ Hai đến thứ Sáu hàng tuần. Hai tuần một lần, tôi lại nhận được cú điện thoại với giọng nói độc dược hành hạ quả tim tội nghiệp của tôi, luôn luôn đúng vào lúc tôi vừa bước chân vào nhà. Ông ta khéo léo né tránh những chi tiết về bản thân, tôi chẳng thể nào biết được con người bí ẩn ghê gớm ấy là ai. Giọng nói phù thủy dẫn dắt tôi đi từ mê hồn trận này qua mê hồn trận khác với linh hồn tôi ngây dại mờ mịt không sao tìm thấy lối ra. Con tim tôi rên siết, quằn quại, vật vã, tan nát, vắt kiệt hơi sức như những quả nho bị chà đạp trong thùng nấu rượu ở Napa Valley. Nó đòi hỏi được lên tiếng. Nó khao khát phá tan bức màn sương bao phủ con người ma quái kia. Nó cần một cuộc đối mặt để thoát ra tình trạng dở sống dở chết hết sức vô lý này. Người đàn ông đề nghị buổi gặp gỡ ở Starbucks Coffee "không quá fancy, không quá xuềnh xoàng" lúc tám giờ tối hai mươi ba tháng Mười Hai "cho xong nợ nần năm cũ trước ngày lễ". Ông ta mô tả tỉ mỉ cách ăn mặc của mình, cẩn thận thêm "tôi sẽ ngồi đọc New York Times chờ cô, hy vọng không phải đọc hết tờ báo vì tôi biết cô rất nghiêm túc về giờ giấc". Tôi cũng nhận rằng đó là đặc điểm không thể lầm lẫn ông ta với bất kỳ ai khác trong quán, bởi vì có ai lại đọc New York Times lúc tám giờ tối kia chứ. Ông ta còn thêm "tôi không cần hỏi cô sẽ mặc áo gì vì tôi biết phụ nữ không bao giờ nhất định về phục sức ngay cả khi đã bước chân ra khỏi nhà (vẫn còn có thể trở vào thay áo!). Tôi tin tôi sẽ nhận ra cô ngay lập tức bằng trực giác, trực giác của tôi chưa bao giờ phản lại tôi cả".

Ngày hai mươi ba tháng Mười Hai khá bận rộn, ra khỏi chỗ làm đã sáu giờ chiều, tôi vội vàng về nhà tắm gội, thay một chiếc áo màu đen mặc buổi tối, trang điểm giản dị, tóc búi cao, mặc vào chiếc áo khoác đen ngắn rộng kiểu Audrey Hepburn. Cầm chai Chanel N.5 trên tay mà tôi do dự mãi, cuối cùng tặc lưỡi bỏ trở lại ngăn tủ. Mũi tôi rất nhạy cảm với các loại mùi, nhất là nước hoa. Tôi chỉ dùng nước hoa cho những dịp không thể không dùng vì biết ai cũng sẽ có mùi chẳng lẽ mình lại không, như đám cưới hỏi, đại tiệc. Còn thì chai Chanel N.5 phải đứng thu lu hậm hực nhìn các món khác được sử dụng thường xuyên. Chẳng lẽ ngồi nói chuyện với người mới gặp lần đầu mà cứ "Excuse me!" để lãnh câu "Bless you!" mỗi năm phút thì...còn gì mà nói nữa.

Cho xe vào chỗ đậu gần cửa, vừa đúng tám giờ, tôi bước nhanh vào trong, hồi hộp đảo mắt nhìn quanh và quả nhiên thấy ngay một người hệt như đã mô tả, đang bình thản ngồi đọc New York Times. Tôi đờ người ra như chôn chân tại chỗ.

Chính là người-đàn-ông-Á-Châu-trung-niên-ghét-mèo-chó bên nhà hàng xóm.

Làm gì bây giờ???

Tôi hiểu Mỵ Nương có thật.

Mà có thể Trương Chi cũng có thật.

Minh Ngọc
Tháng Mười 2000
(Văn tháng 11/2000)

MINH NGUYỄN
TRƯỚC BIỂN

1.
Quân ngồi thu mình ở phòng điểm tâm trong khách sạn. Trước mặt anh ly cà phê đã vơi quá nửa. Từ chỗ ngồi, anh nhìn ra biển màu xám ngoắt, qua lớp kính trong suốt. Ở đó, đang có hàng ngàn con sóng bạc đầu xô lên nhau, làm rung phần phật ngọn cờ đen cắm xiêu vẹo trên bờ, cảnh giác mọi người về mức độ nguy hiểm.

Đã mấy ngày nay, gió không ngớt thổi tràn qua đại dương, biến vùng biển thường ngày vốn yên ả, bỗng trở nên hung hãn qua từng cơn sóng bắn tung tóe nước vào bờ, kèm theo sau là sấm chớp. Bão. Người ta râm ran bàn tán, dự báo về những tai họa có thể xảy ra, riêng Quân lại không mấy tin vào điều đó, bởi thời tiết tuy không mấy thuận lợi cho những chuyến ra khơi, nhưng e khó có chuyện bão táp sẽ ập tới. Mà dù cho có thật là bão bất ngờ kéo tới đi chăng nữa, thì cũng chẳng ảnh hưởng gì tới chuyến đi của anh, cốt chỉ tìm lại sự cân bằng thể xác sau những ngày làm việc miệt vất vả.

Chuông đồng hồ trên tường thong thả gõ chín tiếng, Quân mang tâm trạng không vui cũng không buồn, rời khỏi chỗ ngồi bước ra bên ngoài, đi lang thang xuống biển, hướng về phía ghềnh đá nằm xa tít ở cuối bãi. Vô tình, mũi anh hít hà trong gió mùi hương ngai ngái, thứ mùi đặc trưng chỉ thấy có ở vùng biển, hình thành bởi mùi muối, mùi cá, mùi rong rêu. . . gây ra nơi anh ấn tượng khó quên. Và. Cứ thế, anh thích thú quay về hoài niệm tuổi thơ, bằng cách chạy đuổi theo những chú còng gió, thoắt hiện thoắt biến trên túm chân cao lêu nghêu, hy vọng sẽ tóm được vài con, trước khi chúng biến mất trong các hang ổ. Nhưng hỡi ơi, sau khi tham dự vào trò chơi đến mệt nhoài, kịp quay nhìn lại, Quân thấy mình đang đứng giữa bốn bề chỉ thấy đá với đá. Đá nhiều vô kể. Đá lởm chởm dưới chân, đá dựng thành vách thành khe, đá mọc dài ra tận biển đón nhận từng con sóng dập dềnh xô bờ.
Đang lúc bối rối, chưa biết phải xoay sở ra sao, Quân chợt phát hiện ngay phía trước, bóng ai như một cô gái đang ngồi trầm tư bên ghềnh đá cùng với những nhánh quỳnh nở đầy những chiếc hoa màu trắng muốt cầm trên tay. Ôi! Loài hoa sớm nở tối tàn, nghe nói rất được giới văn nghệ sĩ yêu thích, hết lời ca ngợi. Thì ra, sáng nay trên ghềnh đá, ngoài sự có mặt của anh, còn có thêm sự hiện diện cũa một cô gái. Cô là ai. Anh tự hỏi. Cô có tâm sự gi mà ra ngồi đây chỉ có mỗi một mình, giữa thời tiết xem ra chẳng mấy thuận lợi gì cho lắm?

Để giải đáp cho sự tò mò, Quân di chuyển sao cho thật nhẹ nhàng, tránh gây ra tiếng động được chừng nào hay chừng nấy, tiến mỗi lúc một gần cô gái, nhưng chưa kịp hành động gì, đã bị cô gái phát hiện:
- Chào anh! Có phải lần đầu anh đặt chân lên đây?
Ngạc nhiên trước việc bị phát hiện quá sớm, Quân buột phải trả lời cô gái:
- Vâng! Nhưng dựa vào đâu cô biết sự có mặt của tôi một cách chính xác đến vậy?
Ngoảnh mặt nhìn lại, cô gái cất tiếng cười trong trẻo, nhờ vậy Quân mới có dịp quan sát cô gần hơn. Ôi chao, một gương mặt nhìn rất thanh tú, kèm theo chiếc mũi dọc dừa, cùng với làn da trắng bệch không mấy được khoẻ mạnh.
Cô gái nhẹ giọng đáp:
- Thật ra tôi đã có dịp quan sát anh từ rất lâu.
- Từ lúc nào?
- Ngay từ khi anh mới đặt chân lên thớt đá đầu tiên.
Quân ngạc nhên thốt lên:
- Thật vậy ư?

Để minh chứng, cô gái vui vẻ chỉ cho anh thấy con đường nhỏ dẫn từ dưới bãi lên ghềnh đá, thông qua một khe nhỏ nằm lọt thỏm giữa hai vách đá sần sùi ẩm ướt, vừa đủ cho một người lách mình đi qua. nhờ vậy cô gái dễ dàng chứng kiến mọi việc diễn ra từ bên dưới.
Quân chợt hiểu nói:
- Nhờ vậy mà cô dễ dàng phát hiện ra mọi thứ bên dưới.
- Dĩ nhiên rồi.
- Thì ra cô đã tới đây từ rất sớm?
Thay vì trả lời, cô gái ghé môi hôn lên từng nụ quỳnh hoa, rồi dịu dàng đáp:
- Tôi có thói quen ra đây ngồi như thế mỗi ngày.
- Có nghĩa là, ngoài việc mỗi sáng sớm ra đây ngồi cùng với những nhánh quỳnh hoa, cô không còn làm gì khác?
Cô gái giải thích.:
- Nói ra chắc anh không tin lời tôi đâu, nhưng thực tình là tôi đã chán ngấy cuộc sống này, ngoại
trừ việc làm bạn cùng với thiên nhiên.
- Lý do vì sao?
Giọng cô gái chùn xuống tâm sự:
- Trước đây, tôi cũng đã từng yêu mến cuộc sống này, thích được phiêu lưu rày đây mai đó, thích làm từ thiện, thích hưởng thụ như bao người. . . cho tới khi phát hiện, trong cuộc sống có quá nhiều điều giả trá, lươn lẹo, điêu ngoa, phản trắc, ganh ghét, đố kỵ, đã làm cho tôi mất đi niềm tin nơi con người, từ đó tôi không còn tha thiết gì nữa.
Nghe qua tâm sự của cô gái, Quân mới vỡ lẽ ra rằng, sống trong xã hội tha hóa thì, con người dễ bị cuốn vào vòng xoáy của sự xấu xa, nêu như ai đó không đủ bản lĩnh để vượt qua sự cám dỗ thì, di chứng để lại sẽ là sự bi quan, thay vì coi đó là bài học quí giá cho riêng mình.
Thông cảm với suy nghĩ của cô gái, Quân không muốn làm cho cô buồn lòng thêm, nên tìm cách an ủi cô:
- Xã hội vốn phức tạp, đã sản sinh ra nhiều hạng người, nhưng vì chủ quan hoặc tin tưởng một cách thái quá vào một ai đó, tới chừng phát hiện ra những điều giả trá nơi họ, khiến cho cô bị tổn thương âu cũng là chuyện dễ hiểu, do đó tôi khuyên cô không vì thê mà sinh ra buồn phiền..
Nghe Quân nói cô gái xấu hổ cúi mặt nói:
- Tôi thừa nhận mình đã sai, đã hoang tưởng về lòng tin nơi con người, suýt chút nữa đã biến cuộc đời mình thành ra bi kịch.

Vừa nói đến đây, cô gái chợt ôm lấy ngực ho rũ rượi, khiến cho cuộc chuyện trò tâm sự phải tạm thời dừng lại.
Nhìn cô gái oằn người bên sự mệt lả, chống chọi lại từng cơn ho dữ dội, Quân không thể giúp gì cho cô, ngoài việc đứng ngây người ra nhìn, chờ cho cơn ho đi qua mới e ngại hỏi cô gái:
- Cô thấy trong người thế nào?
Cô gái tuy không được khoẻ cho lắm, nhưng cũng cố trấn an anh:
- Không sao, tôi thường bị những cơn ho như vậy xảy ra, chỉ cần ngồi nghỉ ngơi một lúc sẽ khoẻ lại thôi.
Nhìn nước da cô gái xanh xao như tàu lá chuối, Quân lo lắng hỏi cô:
- Tình trạng này xảy ra lâu chưa?
- Cũng không lâu.
- Hay chúng ta đến bệnh viện xem thử?
Cô gái vội xua tay nói:
- Cám ơn anh, tôi biết sức khoẻ của tôi mà, anh chớ lo lắng.
Nghe cô gái nói với vẻ đầy tự tin về sức khoẻ của mình, Quân yên tâm ngồi cạnh cô cho tới khi bóng nắng dâng lên gần đỉnh đầu, mới đứng lên cùng cô vượt qua một khe nhỏ đi xuống bên, trước khi chia tay nhau ở một ngã ba đường.

2.

Gần một tuần nay, cứ mỗi sáng thức dậy, Quân lại bước tới đứng bên cửa sổ khách sạn, nhìn ra vùng biển trước mặt. Nơi đang có những con sóng bạc đầu chồm lên nhau tiến vào bờ, để lại hình ảnh ảo giác trong mắt anh với hàng ngàn con cá quẫy đuôi trửng giởn trên mặt nước, khiến anh giật mình nhớ tới cô gái vẫn hay ra ngồi nơi ghềnh đá vào mỗi buổi sáng.

Cô gái. Quân không ngờ chỉ trong một thời gian ngắn quen biết, cô gái đã giúp anh tìm lại được sự cân bằng giữa tinh thần và cuộc sống, thông qua những cuộc chuyện trò mỗi sáng nơi ghềnh đá, để rồi sau đó hình ảnh cô không ngớt xuất hiện, chiếm lấy tâm trí anh mỗi lúc một nhiều hơn. Đến nỗi, chỉ cần vắng bóng cô dù chỉ một ngày, cũng đủ làm cho anh mất ăn mất ngủ; thậm chí, ngay cả việc trở về tiếp tục công việc, cũng bị anh cố tình quên bén. Tại sao. Hình như anh đã từng nghe ai đó nói câu: "tình yêu dễ làm cho con người ta bị say nắng, sẵn sàng đánh đổi tất cả những gì mình đang sở hữu"?. Biết vậy, nhưng không hiểu tại sao, cứ mỗi lần đối mặt với cô thì, sự can đảm trong anh bỗng biến đi đâu mất, nhường chỗ cho sự ấp a ấp úng cười nói vu vơ, để rồi trên đường về lấy làm tức tối cho sự yếu đuối nơi mình. Yêu.

Than ôi! Không còn nghi ngờ gì nữa, anh đã bị tiếng sét ái tình nơi cô gái, không chỉ làm cho điêu đứng, mà quên cả đường đi lối về mất rồi . . 1.

Quân ngồi thu mình ở phòng điểm tâm trong khách sạn. Trước mặt anh ly cà phê đã vơi quá nửa. Từ chỗ ngồi, anh nhìn ra biển màu xám ngoắt, qua lớp kính trong suốt. Ở đó, đang có hàng ngàn con sóng bạc đầu xô lên nhau, làm rung phần phật ngọn cờ đen cắm xiêu vẹo trên bờ, cảnh giác mọi người về mức độ nguy hiểm.

Đã mấy ngày nay, gió không ngớt thổi tràn qua đại dương, biến vùng biển thường ngày vốn yên ả, bỗng trở nên hung hãn qua từng cơn sóng bắn tung tóe nước vào bờ, kèm theo sau là sấm chớp. Bão. Người ta râm ran bàn tán, dự báo về những tai họa có thể xảy ra, riêng Quân lại không mấy tin vào điều đó, bởi thời tiết tuy không mấy thuận lợi cho những chuyến ra khơi, nhưng e khó có chuyện bão táp sẽ ập tới. Mà dù cho có thật là bão bất ngờ kéo tới đi chăng nữa, thì cũng chẳng ảnh hưởng gì tới chuyến đi của anh, cốt chỉ tìm lại sự cân bằng thể xác sau những ngày làm việc miệt vất vả.

Chuông đồng hồ trên tường thong thả gõ chín tiếng, Quân mang tâm trạng không vui cũng không buồn, rời khỏi chỗ ngồi bước ra bên ngoài, đi lang thang xuống biển, hướng về phía ghềnh đá nằm xa tít ở cuối bãi. Vô tình, mũi anh hít hà trong gió mùi hương ngai ngái, thứ mùi đặc trưng chỉ thấy có ở vùng biển, hình thành bởi mùi muối, mùi cá, mùi rong rêu. . . gây ra nơi anh ấn tượng khó quên. Và. Cứ thế, anh thích thú quay về hoài niệm tuổi thơ, bằng cách chạy đuổi theo những chú còng gió, thoắt hiện thoắt biến trên túm chân cao lêu nghêu, hy vọng sẽ tóm được vài con, trước khi chúng biến mất trong các hang ổ. Nhưng hỡi ơi, sau khi tham dự vào trò chơi đến mệt nhoài, kịp quay nhìn lại, Quân thấy mình đang đứng giữa bốn bề chỉ thấy đá với đá. Đá nhiều vô kể. Đá lởm chởm dưới chân, đá dựng thành vách thành khe, đá mọc dài ra tận biển đón nhận từng con sóng dập dềnh xô bờ.

Đang lúc bối rối, chưa biết phải xoay sở ra sao, Quân chợt phát hiện ngay phía trước, bóng ai như một cô gái đang ngồi trầm tư bên ghềnh đá cùng với những nhánh quỳnh nở đầy những chiếc hoa màu trắng muốt cầm trên tay. Ôi! Loài hoa sớm nở tối tàn, nghe nói rất được giới văn nghệ sĩ yêu thích, hết lời ca ngợi. Thì ra, sáng nay trên ghềnh đá, ngoài sự có mặt của anh, còn có thêm sự hiện diện cũa một cô gái. Cô là ai. Anh tự hỏi. Cô có tâm sự gi mà ra ngồi đây chỉ có mỗi một mình, giữa thời tiết xem ra chẳng mấy thuận lợi gì cho lắm?

Để giải đáp cho sự tò mò, Quân di chuyển sao cho thật nhẹ nhàng, tránh gây ra tiếng động được chừng nào hay chừng nấy, tiến mỗi lúc một gần cô gái, nhưng chưa kịp hành động gì, đã bị cô gái phát hiện:
- Chào anh! Có phải lần đầu anh đặt chân lên đây?
Ngạc nhiên trước việc bị phát hiện quá sớm, Quân buột phải trả lời cô gái:
- Vâng! Nhưng dựa vào đâu cô biết sự có mặt của tôi một cách chính xác đến vậy?
Ngoảnh mặt nhìn lại, cô gái cất tiếng cười trong trẻo, nhờ vậy Quân mới có dịp quan sát cô gần hơn. Ôi chao, một gương mặt nhìn rất thanh tú, kèm theo chiếc mũi dọc dừa, cùng với làn da trắng bệch không mấy được khoẻ mạnh.
Cô gái nhẹ giọng đáp:
- Thật ra tôi đã có dịp quan sát anh từ rất lâu.
- Từ lúc nào?
- Ngay từ khi anh mới đặt chân lên thớt đá đầu tiên.
Quân ngạc nhên thốt lên:
- Thật vậy ư?
Để minh chứng, cô gái vui vẻ chỉ cho anh thấy con đường nhỏ dẫn từ dưới bãi lên ghềnh đá, thông qua một khe nhỏ nằm lọt thỏm giữa hai vách đá sần sùi ẩm ướt, vừa đủ cho một người lách mình đi qua. nhờ vậy cô gái dễ dàng chứng kiến mọi việc diễn ra từ bên dưới.
Quân chợt hiểu nói:
- Nhờ vậy mà cô dễ dàng phát hiện ra mọi thứ bên dưới.
- Dĩ nhiên rồi.
- Thì ra cô đã tới đây từ rất sớm?
Thay vì trả lời, cô gái ghé môi hôn lên từng nụ quỳnh hoa, rồi dịu dàng đáp:
- Tôi có thói quen ra đây ngồi như thế mỗi ngày.
- Có nghĩa là, ngoài việc mỗi sáng sớm ra đây ngồi cùng với những nhánh quỳnh hoa, cô không còn làm gì khác?
Cô gái giải thích.:
- Nói ra chắc anh không tin lời tôi đâu, nhưng thực tình là tôi đã chán ngấy cuộc sống này, ngoại
trừ việc làm bạn cùng với thiên nhiên.
- Lý do vì sao?
Giọng cô gái chùn xuống tâm sự:

- Trước đây, tôi cũng đã từng yêu mến cuộc sống này, thích được phiêu lưu rày đây mai đó, thích làm từ thiện, thích hưởng thụ như bao người. . . cho tới khi phát hiện, trong cuộc sống có quá nhiều điều giả trá, lươn lẹo, điêu ngoa, phản trắc, ganh ghét, đố kỵ, đã làm cho tôi mất đi niềm tin nơi con người, từ đó tôi không còn tha thiết gì nữa.
Nghe qua tâm sự của cô gái, Quân mới vỡ lẽ ra rằng, sống trong xã hội tha hóa thì, con người dễ bị cuốn vào vòng xoáy của sự xấu xa, nêu như ai đó không đủ bản lĩnh để vượt qua sự cám dỗ thì, di chứng để lại sẽ là sự bi quan, thay vì coi đó là bài học quí giá cho riêng mình.
Thông cảm với suy nghĩ của cô gái, Quân không muốn làm cho cô buồn lòng thêm, nên tìm cách an ủi cô:
- Xã hội vốn phức tạp, đã sản sinh ra nhiều hạng người, nhưng vì chủ quan hoặc tin tưởng một cách thái quá vào một ai đó, tới chừng phát hiện ra những điều giả trá nơi họ, khiến cho cô bị tổn thương âu cũng là chuyện dễ hiểu, do đó tôi khuyên cô không vì thê mà sinh ra buồn phiền..
Nghe Quân nói cô gái xấu hổ cúi mặt nói:
- Tôi thừa nhận mình đã sai, đã hoang tưởng về lòng tin nơi con người, suýt chút nữa đã biến cuộc đời mình thành ra bi kịch.

Vừa nói đến đây, cô gái chợt ôm lấy ngực ho rũ rượi, khiến cho cuộc chuyện trò tâm sự phải tạm thời dừng lại.
Nhìn cô gái oằn người bên sự mệt lả, chống chọi lại từng cơn ho dữ dội, Quân không thể giúp gì cho cô, ngoài việc đứng ngây người ra nhìn, chờ cho cơn ho đi qua mới e ngại hỏi cô gái:
- Cô thấy trong người thế nào?
Cô gái tuy không được khoẻ cho lắm, nhưng cũng cố trấn an anh:
- Không sao, tôi thường bị những cơn ho như vậy xảy ra, chỉ cần ngồi nghỉ ngơi một lúc sẽ khoẻ lại thôi.
Nhìn nước da cô gái xanh xao như tàu lá chuối, Quân lo lắng hỏi cô:
- Tình trạng này xảy ra lâu chưa?
- Cũng không lâu.
- Hay chúng ta đến bệnh viện xem thử?
Cô gái vội xua tay nói:
- Cám ơn anh, tôi biết sức khoẻ của tôi mà, anh chớ lo lắng.
Nghe cô gái nói với vẻ đầy tự tin về sức khoẻ của mình, Quân yên tâm ngồi cạnh cô cho tới khi bóng nắng dâng lên gần đỉnh đầu, mới đứng lên cùng cô vượt qua một khe nhỏ đi xuống bên, trước khi chia tay nhau ở một ngã ba đường.

3.
Gần một tuần nay, cứ mỗi sáng thức dậy, Quân lại bước tới đứng bên cửa sổ khách sạn, nhìn ra vùng biển trước mặt. Nơi đang có những con sóng bạc đầu chồm lên nhau tiến vào bờ, để lại hình ảnh ảo giác trong mắt anh với hàng ngàn con cá quẫy đuôi trửng giởn trên mặt nước, khiến anh giật mình nhớ tới cô gái vẫn hay ra ngồi nơi ghềnh đá vào mỗi buổi sáng.

Cô gái. Quân không ngờ chỉ trong một thời gian ngắn quen biết, cô gái đã giúp anh tìm lại được sự cân bằng giữa tinh thần và cuộc sống, thông qua những cuộc chuyện trò mỗi sáng nơi ghềnh đá, để rồi sau đó hình ảnh cô không ngớt xuất hiện, chiếm lấy tâm trí anh mỗi lúc một nhiều hơn. Đến nỗi, chỉ cần vắng bóng cô dù chỉ một ngày, cũng đủ làm cho anh mất ăn mất ngủ; thậm chí, ngay cả việc trở về tiếp tục công việc, cũng bị anh cố tình quên bén. Tại sao. Hình như anh đã từng nghe ai đó nói câu: "tình yêu dễ làm cho con người ta bị say nắng, sẵn sàng đánh đổi tất cả những gì mình đang sở hữu"?. Biết vậy, nhưng không hiểu tại sao, cứ mỗi lần đối mặt với cô thì, sự can đảm trong anh bỗng biến đi đâu mất, nhường chỗ cho sự ấp a ấp úng cười nói vu vơ, để rồi trên đường về lấy làm tức tối cho sự yếu đuối nơi mình. Yêu. Than ôi! Không còn nghi ngờ gì nữa, anh đã bị tiếng sét ái tình nơi cô gái, không chỉ làm cho điêu đứng, mà quên cả đường đi lối về mất rồi . . Thế là, mang tâm trạng bồn chồn, Quân rời khách sạn đi xuống biển, tự hứa với lòng sẽ lấy hết can đảm, thổ lộ chuyện tình của mình trước mặt cô gái, sau đó muốn ra sao thì ra. Nhưng rủi thay, trong lúc vừa bước đi, vừa mải miết suy nghĩ mông lung, anh bị một trái bóng nhựa từ chân ai đó bay thẳng đến người, để lại một vết bẩn nơi áo. Không hề chi, anh tự tay phủi phủi vết bẩn, thay vì lớn tiếng càu nhàu la lối bọn trẻ. Sau đó, vui vẻ cấm lấy trái bóng đặt dưới chân nói: "hãy xem đây các bạn trẻ, lần tới đá bóng phải đá với kỷ thuật như anh nè". Nói vừa dứt lời, anh liền làm nháp cho bọn trẻ thấy, bằng cách kê chân đá mạnh vào quả da một phát, khiến trái bóng bay thẳng một đường thẳng đến chân một cầu thủ đứng xa nhất. Tuyệt vời, bọn trẻ reo hò, thán phục, nhao nhao đòi anh dạy cho cách đá bóng sao cho chính xác giống như anh. Bí quá, anh đành hứa cho qua chuyện, rằng sẽ dạy cho chúng khi đã làm công việc hoàn tất. Tưởng anh nói thật, bọn trẻ đồng loạt dạt sang bên, chừa lối nhỏ ở giữa để anh đi qua. Chết thật, vừa đi anh vừa nghĩ trong đầu, có lẽ giờ này cô gái cũng đang ngồi chờ đợi sự có mặt của anh nơi ghềnh đá? Thế là, ba chân bốn cẳng, anh vượt lên các thớt đá trơn trượt, tìm đến chỗ cô gái vẫn hay ra ngồi mỗi buổi sáng. Nhưng khi đặt chân đên nơi, anh nhỉn mãi không thấy bóng cô gái đâu cả, ngoài trừ một bó quỳnh hoa do ai đó đặt sẵn trên nền đá nhẵn bóng. Anh cất tiếng gọi cô gái, đồng thời đi tìm cô bên các hốc đá, cho tới khi mệt lã vẫn không thấy cô đâu, đành quay về ngồi với bó quỳnh cầm trên tay, hít hà mùi hương thoang thoảng, không biết của hoa hay của hương vị trinh nguyên da thịt con gái còn sót lại quang đây?

4.

Và. Bên những nỗi tiếc thương mất mát, ngày một ngày hai rồi, cả những ngày tiếp theo sau, sáng sáng Quân lại tìm xuống phố hỏi thăm tin tức cô gái qua khắp các ngả đường, nhưng chẳng ai hay biết gì về sự có mặt của cô, giống như những gì anh đã mô tả: "mỗi sáng sớm vẫn hay ra ngồi một mình trên ghềnh đá".

Cuối cùng, trong sự thất vọng, vì không thể chờ đợi phép màu giúp cho sự xuất hiện của cô gái lâu hơn, Quân quyết định ôm nỗi buồn rời thành phố, trở về với công việc hằng ngày của mình. Song trước khi đi, anh không quên trở lại ngồi ở chỗ cô gái từng ngồi, lôi từ trong ba-lô ra những nhánh quỳnh hoa do cô đã để lại trên ghềnh đá trước khi biến mât rồi, lặng lẽ ngắt từng cánh hoa rải xuống mặt nước trong sự hoài niệm, mặc chúng trôi theo dòng nước đến bất kỳ nơi đâu. Xin chào vĩnh biệt cô gái. Vừa nói anh vừa đứng lên, vẫy tay như thể chào tạm biệt cô gái bên đôi mắt cay xè, từ đó đánh rơi những giọt nước mắt xuông đôi gò má.

Vĩnh biệt cô gái. Trên đường từ ghềnh đá đi ra bến xe, Quân tình cờ chạm mắt phải một đám tang buồn tẻ, không kèn, không trống, không người thân, trừ một cậu bé lạ đi cạnh quan tài. Tò mò, anh đi theo cậu bé, hỏi thăm về kẻ xấu số nằm trong quan tài, mới hay đó là một cô gái trẻ, đã đến xóm nhỏ gần đây thuê nhà để ở từ mấy tháng nay. Còn cô là ai, từ đâu đến, làm việc gì thì, không ai biết, chỉ thấy cô ở một mình, ngày ngày đi ra biển từ lúc mặt trời chưa kịp lên, đến trưa trở về thì tự nhốt mình trong nhà, đặc biệt là không hề giao tiếp với bất kỳ ai, cô ta mất cách đây vài hôm vì bệnh lao.

Minh Nguyễn

NGÔ NGUYÊN DŨNG

MƯA NGŨ CUNG

"Tui học ca diễn với bầu Tám Ngà của gánh Chuông Vàng lúc tui đâu chừng bảy tuổi, đang học lớp tư trường làng, mới ê a đọc viết. Sáng đi học, chiều về bữa chăn trâu bữa phụ làm ruộng bữa vét mương, đủ chuyện hết. Ba má tui vốn là tá điền cho địa chủ Huỳnh tấn Bửu, bá hộ khét tiếng sáu tỉnh Nam kỳ thủa đó. Nói thiệt, ổng không phải là người ác như lời thiên hạ đồn. Má tui kể lại, lần bả chuyển bụng sanh tui, nếu không có ổng cho ghe máy chở ra nhà thương tỉnh, chắc cả mẹ lẫn con đã ra người thiên cổ. Tui nằm ngược, phải mổ. Sau đó họ nuôi trong lồng kiếng thêm ba tháng mới cho đem về nhà. Mấy bà y tá nói lại với má tui, lúc mổ bưng tui ra, tui xuội lơ hà, nếu sống hẳn bị một khuyết tật nào đó. Ai dè lúc tui vừa lên năm, còn nói ngọng, mà đã võ vẽ hát xướng rồi. Tại dì Năm Xuân hết trọi. Dì là em ruột của má, bỏ quê lên tá túc tạm nhà ba má tui, chờ được phát ruộng đất, nhận chưn tá điền. Nói cho ngay, địa chủ Bửu có phần nào bóc lột. Đâu phải ai muốn làm tá điền cho ổng cũng được. Phải chờ có chỗ trống, mình nhảy vô thế. Trong khi chờ cũng phải lao động cật lực như mọi người.

Sau mỗi vụ lúa, được phát gạo. Tới Tết được cấp cho vài thước vải ú. Dì Năm Xuân dang nắng dầm mưa nước da đen đúa, nhưng có duyên hết sức. Đặc biệt dì có giọng ca trong trẻo, nên ngân nga hát xướng tối ngày. Má tui nói hoài, tui biết hát nhờ sữa của dì Năm. Không hiểu sao, mới mười tám tuổi, đâu đã đẻ chửa gì mà dưng không dì có sữa thay má cho tui bú. Má kể, thủa nhỏ tui đẹp như tiên đồng, ai thấy cũng đòi nựng. Thời đó làng quê mình nghèo lắm, làm gì có điều kiện ra tiệm chụp vài tấm hình làm kỷ niệm, thành ra tui chỉ còn giữ mấy tấm lúc tui khởi nghiệp cầm ca. Để tui đưa cho ông ký giả coi chơi!"

Dông dài một hơi, tới đó nghệ sĩ Đắc Phước run tay cầm quyển lưu ảnh đưa cho ký giả Văn Trọng.

Hai người ngồi đối diện. Căn gác chật, tháng tám, thời tiết thất thường. Hôm qua mưa dầm trọn đêm, mát mẻ được buổi sáng, trưa nắng lên lại nóng hầm. Cửa nẻo toang hoác. Vài ngọn gió nhút nhát tuôn qua, phả hơi yếu ớt. Lâu lâu Văn Trọng lại rút khăn tay chặm mồ hôi trán.

Trong lúc Đắc Phước vòng vo chuyện đời, tai Văn Trọng lắng nghe mà mắt chăm chú ngắm nhìn tấm vách trước mặt. Ảnh lộng kiếng treo sắp lớp. Màu thuốc rửa ngả nâu, có tấm ố vàng, bạc thếch từng đốm như bị vôi tạt. Trước khi tới đây để phỏng vấn nghệ sĩ lão thành Đắc Phước, người đã hiến dâng gần như trọn đời cho sân khấu cải lương, ký giả Văn Trọng đã chịu khó tìm đọc tiểu sử của ông. Vỏn vẹn ba trang với ảnh bán thân trong quyển biên khảo *"Nguồn gốc và nhân vật điển hình ca tuồng Nam bộ"*. Ông sanh năm 1921 tại làng Đầm dơi, tỉnh Cà mau, xuất thân bần cố nông, ... Và phần kết luận: "Ông đã tận tuỵ góp phần không ít vào hai cuộc cách mạng vĩ đại chống Pháp, chống Mỹ của dân tộc ta. Sự nghiệp của ông vì vậy đáng được vinh danh như tấm gương tiêu biểu cho ngành ca tuồng Nam bộ."

Đọc xong, Văn Trọng không khỏi trầm ngâm. Theo lời vài đồng nghiệp đi trước, kẻ bảo Đắc Phước bị móc nối làm cán bộ nội thành của Mặt trận Giải phóng sau lần xuất ngoại trình diễn ở Ba-lê, người cho rằng ông chỉ là nạn nhân của tranh chấp, không những trong giới ca diễn mà còn trong tầng cấp xã hội.

Đắc Phước nhấc ghế sát gần Văn Trọng, tay lật từng trang quyển lưu ảnh, giọng xúc động:

"Ông ký giả coi nè, ảnh nầy chụp tui sắm vai Na Tra trong tuồng cải lương Hồ Quảng *'Đường sang Tây trúc'*. Còn trong tấm nầy, tui làm vua Tàu, cái ông Phổ Nghi đó, ông ký giả biết mà! Tui còn đóng vai Tấn Lực trong *'Phạm Công, Cúc Hoa'*, làm tiểu đồng theo hầu Lương Sơn Bá. Đó là thời tui còn nhỏ, được quần chúng gọi tưng 'thần đồng'. Tuy đóng vai phụ, nhưng trong tuồng nào, ông nhưn cũng xếp cho tui được hát hò vài câu. Thủa đó người diễn vai nhí không nhiều, nên thỉnh thoảng tui còn vẽ mặt làm đào con. Để tui kể chuyện tui theo gánh hát cho ông ký giả nghe chơi! Bầu Tám Ngà là bà con xa bên ngoại tui. Bãi trường năm đó ban Chuông Vàng tới đóng đô ngoài chợ lồng, cách làng Đầm dơi gần nửa buổi chèo. Một hôm ông bầu theo xe ngựa quảng cáo, tạt ngang nhà thăm ba má tui, nhằm lúc tui đang lùa vịt vô chuồng, tay cầm roi tre phất 'trót, trót' trong không khí, miệng nghêu ngao điệu Lý chim quyên học được của dì Năm Xuân ..."

"Giọng đứa nào nghe sắc quá vậy chị?"
"Thằng Phước đó chú Tám, con út của tụi tui. Nó hát hò miệng không kéo da non."
"Chị kêu nó vô cho tui coi tạng!"
Chào hỏi xong xuôi, bầu Tám rịt tay thằng Phước, lật coi qua loa rồi vuốt má thằng nhỏ, nói:
"Tốt, có hoa văn, vóc vạc thanh tao, hồng diện dĩnh ngộ. Cháu lên mấy rồi?"
Thằng Phước đỏ mặt lúng búng:
"Dạ, bảy."
"Hát lại cái bài mới nãy cho chú nghe!"
Thằng Phước cúi gầm, lắc đầu nguây nguẩy. Người mẹ cười lớn:
"Xấu hổ đó mà. Thôi, đi tắm rồi phụ dì Năm dọn cơm. Nhơn tiện mời chú Tám ở lại dùng bữa với tụi tui, cơm canh đạm bạc."
"Cám ơn chị, hôm nay không được, đám xe thồ ngồi chờ ngoài kia, Tui còn lui tới nữa mà. Hôm nào rảnh, tui mời anh chị tới coi tụi tui diễn tuồng, nhớ dắt thằng Phước theo!"
Hôm cả nhà đùm túm chèo ghe ra chợ tỉnh coi hát tuồng, người mẹ chuẩn bị cơm nước đem theo từ sớm, gồm cơm nắm muối mè, vài miếng khô cá tra gói giấy nhựt trình và bình trà ủ trong vỏ dừa điếc. Dì Năm Xuân chèo mũi, người cha chèo lái. Quần áo dành cho ba ngày Tết được đem ra bận. Dì Năm Xuân còn xức dầu dừa chải tóc, hái bông bụp đỏ vò nát xoa hai má. Chỉ vậy thôi mà gương mặt dì rạng rỡ hẳn. Mỗi lần dì vung tay khua chèo, cánh áo bà ba ngấp nghé lưng quần sa-teng đen, hé khoảnh tam giác trắng muốt.
Ghe khởi dầm từ trưa, tới chợ tỉnh lúc nắng đã xế. Bữa nay ban Chuông Vàng diễn tuồng "Hoa Mộc Lan tòng chinh" tại đình Quan Công, người coi đông nghẹt. Bầu Tám dành cho nhà thằng Phước mấy chỗ ngồi hạng cá kèo. Sân khấu đèn đuốc sáng choang. Giàn nhạc tiều kéo điệu Nam, điệu Quảng ron rót. Phông cảnh lộng lẫy, đào kép sắm y trang hực hỡ.

Lúc nghỉ giải lao, bầu Tám tới xin phép ba má dắt thằng Phước vô hậu trường.
Dãy hành lang hẹp, lót gạch nung đằng sau sân khấu là lối đi dành cho ban cúng đình hằng năm, giờ thành chỗ hoá trang sắm bộ cho đào kép. Bầu Tám chỉ trỏ, giải thích luôn miệng. Thằng Phước lắng tai mà thần trí lất vất nơi đâu. Trời đã vào đêm mịt mùng. Bàn hoá trang gỗ tạp thắp đèn dầu ngọn lớn, rọi sáng những khuôn mặt kề gương bể, loang ố lớp tráng thuỷ. Đào kép đương tô lại dấu son phai, dặm lại gò má lợt, sửa lại hàng mi nghiêng. Thứ ảnh sắc nầy, thằng Phước mới thấy lần đầu mà có cảm tưởng như đã chiêm nghiệm đâu rồi. Ảo giác lờ mờ, gẫy nét nhưng linh động với toàn bộ ngũ quan, tựa thứ cảm xúc mỗi lần nó khứng tiếng hát chơi: Bầu sữa mát rượi trắng tươi của dì Năm Xuân bú mớm bài ru em hay điệu Xuân tình, Bình bán. Nó nhớ hoài lời má nói, thằng Phước tốt giọng nhờ sữa của con Năm!
Vãn tuồng lúc đêm đã sâu. Ngoài bến sông, ghe xuồng náo nhiệt tra dầm, quay mũi. Trăng cận rằm rải vàng lên mặt sông. Không hiểu sao, sắc nguyệt đêm nay đỏ ửng như bén lửa. Cha vặn nhỏ tim đèn. Lúc vẩy nước ám sắc, ngước mặt thấy lớp mây vắt ngang khuôn trăng, xám xịt như đám khói một cơn hoả tai. Sông mênh mông, tinh tú tận cùng, chiếc tam bản run rẩy như cành khô trong cơn bần thần của trời nước. Dư âm buổi hát tuồng còn ấm tro, gió trăng hứng tình làm bốc lửa tiếng hát thằng Phước xướng cao. Bài vọng cổ từ biệt lúc nữ tướng lên ngựa ra sa trường. Vừa lúc trăng nức sáng. Đám cháy thật sự phát hoả, rảy chập chờn lên lưng nước. Quang cảnh trông như giả, như thể mọi sự vừa vuột mất bản tướng, gắn lên tấm mặt nạ hoá trang, bước qua cảnh giới huê rạng vô biên của tuồng tích.
Dì Năm Xuân cũng hoà giọng hát cương. Tới đoạn sông tẽ nhánh, cha rẽ dầm. Đôi bờ cây rậm, dây leo lơi lả như rắn treo. Chỗ nước hẹp, lục bình lấp kín lòng sông. Vòm cây, có nơi đom đóm nhấp nháy hoan lạc, có nơi nhớn nhác hai mắt thú loé lân tinh. Ghe trườn tới đâu, côn trùng bặt tiếng tới đó. Chỉ còn giọng thằng Phước dịu nhiễu rót đầy khung đêm, mùi mẫn tới độ cỏ cây cũng xúc động, lả ngọn rã rượi.
Vài ngày sau, nhằm bữa nghỉ hát, bầu Tám tới viếng nhà ba má thằng Phước. Lần nầy ông nấn náu lâu hơn. Cơm nước xong xuôi, ông và cha thằng Phước ngồi uống trà, hút thuốc vấn bên hiên nhà trống vách. Nắng uể oải nghiêng bóng. Tít tắp, chỗ ruộng đất giáp trời, mây xám cuồn cuộn, vạm vỡ.
Bầu Tám rít một hơi sâu, phả khói khoan khoái, rồi cất giọng nhấp chừng:
"Anh chị tính sao với thằng Phước?"

Người cha nhíu mày, toan hỏi thì bầu Tám đã tiếp lời:
"Ý tui muốn nói tới tương lai của nó đó mà."
Người cha ngập ngừng:
"Ừ, thì ... cũng như tui thủa trước ... Tới tuổi trổ mã tui cho nó đi theo đám len trâu qua mùa nước lụt, rồi dìa nối nghiệp tui làm tá điền cho ông chủ đây."
"Hơi uổng nghe anh!"
"Sao uổng?"
Bầu Tám hạ giọng chậm rãi:
"Anh nghĩ coi, đã đành tui là cái thứ xướng ca vô loài, trôi sông lạc chợ, nhưng một khi đã vay nghiệp thì phải trả. Tui thấy thằng Phước vừa đẹp tướng vừa tốt giọng, nếu để nó theo nghề làm ruộng, thiệt uổng. Ý tui muốn xin anh chị cho nó theo tui."
Nét mặt người cha sửng lại giây lát. Ông không trả lời ngay mà nâng chung trà mẻ miệng, hớp ngụm nhỏ. Bầu Tám nơm nớp ngó thẳng mặt ông. Khoảnh khắc ấy, có tia sáng lạc lên gương mặt người cha dải nắng chan mưa, tựa như đèn tuồng vừa phực sáng, vẽ lên tấn đời bần cùng, xơ xác của kiếp gặt thuê cấy mướn. Ông nheo mắt chói nắng, day nhìn bầu Tám, giọng buồn buồn:
"Chú nói có lý, nghiệp dĩ có vay có trả. Để tui hỏi lại ý bả rồi cho chú hay sau. Chừng nào chú nhổ rạp?"
Bầu Tám mừng khấp khởi:
"Tới mùa gặt thì dọn gánh, áng chừng hơn tháng nữa."
"Còn lâu mà. Rảnh, chú cứ ghé chơi. Vợ chồng tui nghèo của nhưng giàu nhơn nghĩa, chú chớ ngại!"
Rồi hai người xoay qua bàn chuyện thế sự. Nghe đồn đám người ám sát Đức thầy đang làm hoành làm tướng ở miệt Trà vinh, Châu đốc. Họ cũng là Việt minh, cũng chống Pháp nhưng theo lời Đức thầy giảng dạy lúc còn tại thế, họ khác chí hướng. Dân cư những miệt hẻo lánh khiếp sợ tới đỗi cất dẹp bàn thờ, chôn giấu nữ trang chạm khắc tượng Phật; chùa chiền thưa người lai vãng. Biết vậy, nhưng mấy ai rành rẽ đầu đuôi. Chuyện trước tiên là tìm cách tháo ách thực dân đô hộ, sau là thoát căn tá điền, bôi sạch tầng lớp địa chủ là thứ tay sai ngoại bang, bóc lột giai cấp bần cùng.
Chợt, nắng tắt ngúm, một vạt tối úp xuống. Hai người đàn ông hoang mang rảo mắt ngó mông. Từ hướng trời nặng trịch mây xám, một đám bụi đen thốc lên. Thoạt đầu nhỏ như bàn tay xoè, thoắt cái loang rộng, lấp kín vòm trời đỏ ối ráng chiều, kèm theo thứ tiếng động dị thường, nghe như hằng triệu hàm răng nghiến nhau ťru tréo. Không ai bảo ai, mọi người trong nhà túa ra sân, ngửng đầu theo dõi hiện tượng lạ. Đám

bụi xoẹc ngang, từng vệt chằng chịt như tên bắn, cứa bấy da trời. Tiếng cứa loen loét như kim chích vô thính giác. Dơi. Không phải một bầy mà hằng hà sa số, xoạc cánh ngập kín không trung. Phút chốc, mặt đất tối bưng như cảnh nhật thực. Cỏ cây cùng sinh vật đồng loạt bất động như bị thôi miên, sửng mắt nghiệm lại từng chi tiết từ góc sâu quá khứ. Lịch sử man rợ thời Nam tiến. Lưỡi dao vĩ đại bén ngót của tham vọng quét ngang đất, huỷ diệt cả một chủng tộc. Riêng giống dơi kịp thời lánh ra biển, ẩn náu trong hang động một hoang đảo ngoài khơi xa, để lại dấu tích nơi nầy cái tên Đầm dơi.

Hôm nay, chúng đột ngột kéo về. Những hồn ma diệt chủng kiếp nào loi ngoi theo dậy, réo tiếng nguyền rủa, đòi lại những thứ đã bị cưỡng đoạt. Hiện tượng kỳ quặc kéo dài chừng vài phút, rồi không gian trở lại như cũ. Vài giọt sáng gắng sức hà nhịp thở cấp bách vào lòng trời đỏ chạch như thổ huyết. Cây lá, cỏ đất bê bết phân dơi.

Bầu Tám cắt nghĩa như sau:

"Chữ nho gọi dơi là phước, đồng âm với phước lợi, ắt hẳn điềm lành, bà con đừng lo!"

Khuya đó, vô giường, cha thằng Phước rủ rỉ thuật lại đề nghị của bầu Tám cho vợ nghe. Thoạt đầu bà quyết liệt không chịu, sau nghe lời giải thích của chồng, bà bảo để nghĩ lại.

Thằng Phước bưng mặt khóc khi nghe má hỏi nó có ưng bụng đi theo bầu Tám học nghề hát. Chỉ khóc chớ không trả lời, rồi chạy một mạch ra chòi lá, chỗ nó thường đụt mưa. Nó vật người xuống ổ rơm, tỉ tê thêm một lát rồi trở lưng nằm ngửa, mặt ngước lên mái lá chằm quăn queo, khô khốc. Tiếng tắc kè tróc lưỡi chăm chắp rồi ngưng bặt. Thằng Phước tưởng ra đó là tiếng báo hiệu tuồng hát sắp mở màn. Trống tiểu gõ tung tung, liên hườn với chập choã và song lan lóc tróc dồn dập. Sân khấu đèn thắp sáng trưng. Phông cảnh sơn thuỷ chập chờn. Đào kép trang phục rạng rỡ, diêm dúa. Bộ tịch ăn khớp nhịp nhàng theo bài bản ngũ cung. Tiếng đờn kìm ẻo lả kéo ngang dọc điệu Nam, điệu Huế ai oán. Cõi lòng thằng Phước như vừa lấn sang cõi giới khác. Nó bỗng thấy ra trước mặt cái lối đi như được vạch sẵn.

Người mẹ tỏ vẻ ngạc nhiên khi nghe đứa con trai thuận lòng đi theo gánh hát. Thằng Phước nói như người lớn:

"Cái số con là như vậy, sắm tuồng cho thiên hạ mua vui."

Người mẹ quẹt nước mắt, gượng cười:

"Ờ, con nhập ban chú Tám một mùa coi sao. Ưng bụng thì theo luôn, còn như không khứng thì dìa đây làm ruộng. Gì thì chớ, nhớ cho ba má biết tăm hơi, đừng ngậm thinh làm má trông, nghe con!"

Tối trước ngày xa nhà, thằng Phước xin dì Năm Xuân cho nó vô mùng nằm chung. Nhà dì Năm mới cất ở cuối vườn, cạnh mương nước giáp ruộng lúa mênh mông. Bên trong, dì Năm tóm vén gọn gàng, sạch sẽ. Một vách lá chia gian. Thằng Phước ưa tới đây. Lần nào cũng vậy, nó đều chạy vô gian trong, thót lên giường tre lót chiếu nằm dang tay, miệng ton hót đủ chuyện. Chỗ nằm của dì Năm có hơi hướm lạ mũi, ngọt đằm hương trái chín, the the mùi dầu khuynh diệp. Và dìu dịu hơi người, thứ hợp hương của mồ hôi đàn bà và chất sữa mà thằng Phước bú mớm thuở sơ sanh.

Dì Năm múc cho thằng Phước chén chè thưng, miệng cười mím chi, hỏi:

"Cháu đi theo đám hát, nhớ cái gì nhứt?"

Thằng Phước ngồi ở mép giường, nhai xệu xạo, thấy vị chè lạt lẽo, không như mọi ngày. Nó buông muỗng, chùi mép, cố giữ chặt dạ:

"Nhớ đủ thứ hết, nhứt là ... là ... nhớ dì Năm."

Dì Năm tới ngồi cạnh, giơ tay vuốt tóc thằng Phước. Đứa con trai lặp cặp đặt chén chè xuống đất, ngoặt đầu dựa vai người đàn bà. Hương da thịt thân quen xông lên. Rồi không cưỡng được cơn sóng lòng, nó dụi mặt vô trũng ngực mềm mại, mát rượi của người đàn bà, ngấn vai rúng động từng chặp. Người đàn bà úp má xuống đầu tóc lười xười khét nắng, chắt lưỡi vỗ về:

"Có gì đâu mà khóc. Đi rồi dìa, chớ bộ đi luôn!"

Đoạn người đàn bà lẩm nhẩm cất giọng bi, điệu Mẫu tầm tử, ngả lưng xuống chiếu. Chụp đèn trứng vịt móc đầu sào tre căng mùng rảy ánh sáng yếu, vàng lườm lên khoảng ngực hở khuy, nhấp nhô theo làn hơi ngũ cung. Ngón tay thằng con trai dò dẫm theo bẩm tánh sơ khai, lần tháo những khuy nút còn lại, lướt môi tìm. Núm ngực căng theo tiếng nức ứ đọng cổ họng. Ngọn đèn chòng chành cảm xúc ly tán.

Lúc dì Năm Xuân ngưng giọng, ngoài đêm trở mình xào xạc gió xô lá. Muỗi vo ve quanh quất. Thằng Phước vùi mặt ngủ quên trên phiến ngực trần. Dì Năm nhẹ nâng đầu nó, đặt xuống gối. Mép môi đứa con trai còn hoen giọt sữa thanh tân.

"Ông còn giữ tấm hình nào của dì Năm?"

Nghệ sĩ Đắc Phước xoè tay chặn lên trang ảnh ố màu, thở ra tiếng, mắt nhìn ra vuông cửa mở. Nắng xuyên lá, trổ bóng lập loè. Những chiếc bóng, những ma ảnh quen mắt thân hơi chợn vợn. Ông lắc đầu:

"Không. Tối đó là lần cuối cùng. Hôm sau bầu Tám tới dắt tui đi. Không phải một mà mút mùa. Thời gian đầu, khuya nào tui cũng khóc vì nhớ nhà, hễ chợp mắt là thấy dơi từng đàn kéo về đặc kín. Nghe tui ngủ mớ la lối, nỉ non suốt đêm, mấy cô chú đào kép không biết làm sao, rốt cuộc thay phiên nhau cho tui nằm chung. Mộng dữ lần hồi tan đi. Tui quen dần với kiếp cầm ca rày đây mai đó. Năm thì mười hoạ tui mới nhận được tin nhà. Mỗi bận nhận thơ, tui lẫn đẫn bỏ ăn bỏ ngủ mấy hôm liền. Bao nhiêu lá thơ, tui giữ đủ bấy nhiêu, dẫu những biến động quốc sự. Hết Tây ruồng tới Thổ dậy, rồi đất nước phân hai, đám tập kết đám ở lại. Tới thời chống đế quốc Mỹ, họ vượt tuyến trở vô ..."

Đắc Phước vừa lê la giọng kể vừa xô ghế đứng lên, tới mở hộc tủ, lấy ra xấp thơ ràng dây chữ thập. Giọng ông lúc gần lúc xa, khi to khi nhỏ, trầm bổng như đóng tuồng. Ký giả Văn Trọng gật đầu không ngớt theo bản năng nghề nghiệp, tay lia bút bi lên tập giấy kê đùi. Đắc Phước ngưng tiếng, cúi mặt cặm cụi tháo gút. Bàn tay xương, lóng dài, hai ngón út móng khoằm bấu lên phong thơ giấy xấu, xám ngoét, dòng mực lợt lạt tuồng chữ của kẻ tập tành. Ông lật qua lật lại từng phong bì, miệng nhẩm đọc tên người gởi, rồi rút ra một lá, nét mặt sa sầm:

"Nội dung bức thơ nầy tui thuộc nằm lòng. Thơ của má tui đọc cho sắp nhỏ viết ngày mồng chín tháng hai năm 1932, báo tin nạn dơi hành. Tui đọc đoạn nầy cho ông ký giả nghe chơi:

Chắc con còn nhớ hồi nẳm, lần chú Tám Ngà ghé thăm nhà mình, chặp tối chợt có bầy dơi xẹt ngang, phóng uế đầy mặt đất? Tưởng yên, ai dè nửa năm sau chúng kéo vô bận nữa. Lần nầy lúc nửa đêm. Quỉ thần ơi, nằm trong nhà nghe tiếng chúng liệng cánh vun vút, gọi bầy then thét, điếc con ráy. Không biết cớ gì mà chúng ùa vô đây, sa xàn xạt xuống mái nhà, va chanh chách vô mái lá, nghe thắt cả ruột. Nghe đồn đây là giống dơi hút máu, răng nhọn lểu như kim khâu, chích không đau, nước miếng chúng có chất làm tê da cứng thịt.
Sáng ra, chèn ơi, quang cảnh tiêu điều, xơ xác như có cơn trốt vừa kéo qua. Ruộng lúa vừa trổ đòng đòng bị chúng cắn phá trụi lủi. Chuồng trâu của điền chủ Huỳnh cũng bị chúng tấn công, con nào con nấy lòng ròng máu đỏ. Gà vịt thì khỏi nói, chết như rạ. Thấy nổi gai ốc. Sau đó là cái sợ lớn: Đói.
Điền chủ Huỳnh là người nhiễm Tây học, vậy mà bữa nọ ông mời thầy pháp tới lập đàn cúng tế. Đám tá điền tới dự, chen kín sân trước. Một con nghé đực bị đập đầu, tế thần, thọc huyết hứng đầy thau lớn. Thầy pháp nhúng máu vẽ bùa lên giấy kim bổi, đốt lấy tro, chia cho mỗi người một nhúm đem về rắc trước cửa nhà phòng đại hoạ. Rồi ông điền chủ hứa sẽ phát lúa ứng trước cho mọi gia đình, chờ tới mùa gặt kế. Chắc con biết, ổng có nhà máy xay lúa ngoài chợ, nhưng con không thể tưởng tượng nổi ổng giàu tới mức nào. Ghe bầu chở lúa khẳm lườn, nối đuôi

cắm sào ngoài sông, dài mút mắt. Ai cũng đội ơn ông điền chủ. Khỏi đói, nhưng mắc nợ trần thân, không phải đời mình mà cho tới đời con, đời cháu."

Đọc xong, Đắc Phước run tay gấp tờ thơ cũ, tháo gọng kiếng lão đặt lên bàn, khép mắt. Văn Trọng ngừng tay chép. Cụ già đưa hai ngón cái nhíp chặt đôi khoé mắt, ngăn lệ chảy. Tâm tư ông thoáng chốc cuồn cuộn thác đổ.

Chặp sau Văn Trọng cất tiếng:

"Xin lỗi cụ, tôi có nghe thiên hạ kháo sự đôi điều về đời tư cụ ..."

Đôi mắt cụ già nhíu lại, chơn mày trái giựt nẩy vài cái. Một sợi lông bạc dài trội, cong chạm gò má. Văn Trọng thấy ngộ nghĩnh. Nó bắt anh nghĩ tới những tiểu tiết nhủng nhẳng bên lề cuộc sống, tuy vặt vãnh và thường khi vô can, nhưng có khả năng làm câu chuyện linh động thập phần.

Văn Trọng ngó băm bẩm vô tròng mắt tủa gân máu đỏ lừ của cụ già, hồi hộp chờ một phản ứng. Mép môi nghệ sĩ Đắc Phước nhếch như điểm cười, hỏi:

"Ông ký giả nghe họ nói gì?"

Văn Trọng lúng búng:

"Dạ, tôi nghe ... cụ thứ lỗi cho ... Có người bảo rằng đời sống tình cảm của cụ hơi khác thường."

"Nghệ sĩ nào mà không vậy?"

Văn Trọng lúng túng thật sự:

"Nhưng trường hợp cụ ... họ nói ... dạ, không biết phải diễn tả sao cho phải "

Đắc Phước xua tay, cười hắt:

"Rồi, để tui tóm lược cho ông nghe chơi, sau đó muốn phê phán sao cũng được."

Chỉ sau mấy tháng tháp tùng gánh Chuông Vàng, thằng Phước ca thạo gần hết bài bản. Thầy dạy tuồng là bầu Tám, còn mánh lới hát xướng nó học từ đám đào kép. Bầu Tám coi vậy mà khe khắt, lúc dạy tay thủ lăm lăm thanh tre chẻ đôi, vừa dùng đánh nhịp vừa dùng đập vai thằng Phước mỗi khi nó hát trật. Lúc bực mình, ông "mày, tao" với nó:

"Nè, Bình bán vắn là điệu hứng khởi, mày không được ngân mà ngắt, bẻ. Ngắt như lặt rau vậy, dứt khoát, không tiếc rẻ. Có lúc còn phải bẻ giọng như trường hợp Lương Sơn Bá áng chừng Chúc Anh Đài là gái cải nam trang, hát mà giọng như luyến láy liếng khỉ, ví như giơ tay ngoặt cành cây cong oằn, nhưng không được ngắt gẫy. Hiểu không?"

Lúc khác:

"Điệu nầy là Tứ đại oán, trữ tình thê thiết, hát nguyên bài buồn ngủ lắm,

thành thử chỉ rứt ra vài đoạn. Y hệt mấy điệu sầu bi khác như Vọng cổ, Trường tương tư hay Văn thiên tường, bắt buộc mày phải ngân nga rảy hột. Có như vậy mới mùi mẫn, não nuột. Nghe chưa?"

Không bao giờ ông khen thằng Phước một tiếng. Đào kép nói với nó, tánh ổng vậy đó, hà tiện lời khen, nhưng em để ý lúc ổng nghe em hát mà hai mắt ổng lim dim như mắt thằn lằn ngấm thuốc phiện là ổng ưng bụng lắm đa.

Thời gian trôi mau. Qua rồi cái thuở thằng Phước bị bắt làm những chuyện lặt vặt như kéo màn, phựt đèn màu, bưng nước, dưng mão cho đào kép, đã tới lúc nó được nhập tuồng thủ vai nhí. Nó nhớ như in cái đêm đầu tiên đóng vai tiểu đồng hầu Kim Trọng trong tuồng "Kim Vân Kiều", hồi nhứt "Tuý Kiều du Thanh minh ngộ Kim Trọng", nó chỉ phải xướng vài câu hoạt náo, vậy mà láp dáp muốn không ra lời. Thét rồi quen, nó được sắm vai quan trọng hơn, được hát dặm vài câu. Và nó lớn dần theo vai trò tuồng tích. Cùng phế hưng thời thế.

Xứ Nam kỳ lúc đó là đất bảo hộ trào Tây. Pháp cho phép dân lập gánh hát là để góp tiền mua quốc trái, giúp họ chống giặc Đức ở Ấu châu. Bầu gánh là kẻ cổ deo hai tròng. Ngoài mặt hát giúp thực dân Tây, trong ngầm ủng hộ các đảng phái ái quốc kháng Pháp. Đó là chưa kể nội loạn Thổ phỉ thừa lúc nhiễu nhương, nổi dậy cướp phá mấy vùng giáp ranh Cao miên, giành lại đất. Gánh Chuông Vàng nhổ giàn lánh nạn liên miên. Có năm, hát đâu được mấy tháng, thất thu, đào kép lần lượt bỏ gánh về quê làm ruộng kiếm ăn qua ngày. Cũng là lúc thằng Phước tới tuổi trổ mã, mép lún phún lông tơ. Giọng hát nó trưởng thành theo tuổi, ngắt bẻ điệu vui rành rọt, ngân rảy khúc bi ai như chuốc rượu sầu. Bầu Tám còn dạy nó mấy điệu tân thời như Phong nguyệt, Hoài tình, Lục xuân hoa, ... Bài nào bài nấy thằng Phước đều học ron rót làm ông hài hòng hết sức. Có điều bắt ông khởi tâm lo lắng, từ cái đêm tấp ghe nghỉ tạm trong lần tản cư lánh Thổ dậy miệt Châu đốc. Ông không chợp mắt gần như thâu canh, trăn trở âu lo, không biết ngày mai ra sao. Cạnh ông, thằng Phước ngủ ngáy mê mệt. Chợt, nó chép miệng ú ớ, xoay người quàng tay ôm ông cứng ngắt, phà hơi thở ấm gáy. Ông để yên, không muốn phá giấc thằng nhỏ. Đáy lưng, chỗ chưn thằng Phước gác lên đùi ông, cộm nhẹ. Rồi không biết nó mộng mị thấy gì mà hẩy nhịp vài cái. Bầu Tám thở dài. Thì ra thằng Phước đang độ đương thì, sẽ tới lúc bể tiếng. Con ngựa nòi mà ông bỏ công tập dượt lâu nay, giờ đang tới mùa rượn tình, không biết xổng cương lúc nào.

Ông suy tính ngược xuôi rồi quyết định thuyết phục thằng Phước bằng một đề nghị táo bạo.

Bám trụ gánh Chuông Vàng chạy loạn ngược xuôi, rốt cuộc còn lại năm người thuộc nhiều thế hệ. Đào Sáu Phụng là phụ nữ duy nhứt lo chuyện cơm nước. Cô đã ngoài ba mươi, ca diễn trung bình, mặt rỗ huê mỏng, khoé cười và chuôi mắt đa tình, thường được sắm vai đào lẳng. Nhiều người xầm xì, cô để bụng thầm ưa kép Bảy Sáng, kiểu tình ái một chiều, vì ai cũng biết Bảy Sáng đã xấp xỉ bốn mươi, vợ lớn vợ bé và con cái đùm đống. Từ khi kép chánh là Tư Trọng đột ngột bỏ gánh, nghe đồn theo Việt minh kháng Pháp, Bảy Sáng nhảy vô thay. Tài riêng của anh so với Tư Trọng thua mấy bực, có điều Bảy Sáng chịu khó nghe lời truyền giáo của bầu Tám, thêm diện mạo ăn đèn, nên chỉ sau một thời gian ngắn, anh thủ vai chánh rành rọt, ngon ơ. Ngặt nỗi, Bảy Sáng ghiền thuốc phiện. Trước khi ra sân khấu, anh phải kéo vài hơi, thần khí mới nhập vai phóng dậc. Chính anh là người an ủi và chỉ vẽ cho thằng Phước những lúc nó bại hoại tinh thần. Người cuối là hề Râu. Trước khi theo gánh hát, anh làm nghề thiến heo. Anh có hai bàn tay ngón dài thuôn thả thiệt đẹp, thêm nghề vặt thủ công thiệt khéo. Anh xếp giấy, vấn lá, chuốc bông vải vô cùng tinh xảo. Phông và cánh gà do một tay anh hoàn tất. Trên sân khấu, anh hoá trang làm hề nên ít ai thấy mặt thật anh ngoài đời. Anh có hai luồng thị lực dị thường. Không phải kiểu nhìn xoi xói khiếm nhã mà như có sức thôi miên người đối diện. Nghe đâu thuở trước hề Râu không chỉ hành nghề thiến heo mà còn lén lút đi nạo thai non cho tiểu thơ con nhà địa chủ lỡ tằng tịu với tá điền. Anh có ngón phẫu thuật không cần thuốc mê. Có người kể, trước tiên anh phóng nhãn bắt đương sự hồn phiêu phách tán, rồi dùng kim bạc châm vô huyệt yên chi, ngăn cảm giác lên não bộ. Về sau, có lẽ ý thức ác nghiệp, anh bỏ nghề theo gánh hát. Có điều ngược ngạo, lúc đóng tuồng hề Râu lí lắc, hoạt náo bao nhiêu thì ngoài đời anh trầm tư, dè dặt bấy nhiêu. Vì vậy ít khi thằng Phước luẩn quẩn bên anh.

Gánh Chuông Vàng tất tả ngược xuôi sông rạch chằng chịt lục tỉnh Nam kỳ, tới cận tết thì giạt hướng xuôi về cực nam. Chốn nầy hoang sơ, rừng trầm thuỷ bưng bít. Ghe bầu neo sào nghỉ chân trong một đầm nước ngọt, sen dại chen kín mặt. Loạn lạc dường như chưa lan tới đây. Thuỷ thổ và thời khí còn man dã, khắc nghiệt. Điều may, vùng nầy sát biển nên muỗi mòng thưa thớt.

Thằng Phước được bầu Tám cho tháp tùng Bảy Sáng ngày ngày vô rừng lượm trứng, bẫy chim. Chưa bao giờ thằng Phước thấy chốn nào nhiều chim như chốn nầy. Lớn có cò, diệc, bồ nông, quạ, ó, ... Chiều xuống, không hiểu từ đâu, cò bay về đông nghẹt. Đủ loại, từ cò bông, cò ma, cò xám, cho tới cò hương, cò quắm. Chim nhỏ thì khỏi kể, trừ một vài loại thằng Phước quen mắt như nhạn, yến, cút, chào mào, cúm núm, còn mấy loại khác nó mới thấy lần đầu. Bảy Sáng nói, chúng thuộc giống

"hải điểu" , sanh sống ở miệt biển, biết "bắt" cá. Mắt chúng tinh như gương chiếu thuỷ, lượn trên không, thấy được cá lội dưới mặt nước. Con nào lớ ngớ trờ lên là nó xếp cánh đâm xuống, quắp lấy, mười lần trúng sáu, bảy.
Bảy Sáng chu miệng, cung tay vẽ vờn đường phóng của chim. Thằng Phước reo lên:
"Làm chim coi vậy mà sướng."
Bảy Sáng trợn mắt:
"Sướng quá chừng chớ 'coi vậy' cái gì nữa. Có thứ suốt đời chỉ biết ăn cá, thứ chỉ ăn hột ăn trái, còn giống người ăn đủ thứ hầm bà lằng, đâm cực. Nội cái chuyện lo cho đầy cái bao tử đã muốn hộc máu rồi."
Thằng Phước gật đầu, ngâm nga:
"Cá dưới biển hoá long ... ờ ... Con cá lòng tong ẩn bóng ăn rong. Anh đi ... ơ ... lục tỉnh giáp vòng. Tới đây trời khiến ... ờ ... đem lòng thương em ... Mà chú Bảy nè, sao mấy câu hò câu hát ưa có câu mào đầu không ăn nhậu vô đâu vậy chú? Con cá lòng tong nó ăn giống gì thây kệ nó, mắc mớ gì tới cái chuyện 'anh đem lòng thương em'?"
Bảy Sáng nhíp mắt cười khì:
"Ờ, hổng biết tại sao nữa. Giơ tay ơ ... anh rứt cọng ngò. Thương em đứt ruột, anh giả đò ... ờ ... ngó lơ. Mầy còn nhỏ, đời còn dài, chưa biết thương ai. Còn tao lậm tình nhiều rồi, đủ hạng người, giờ nghe tới là phát ớn."
Thằng Phước dừng bước dưới tàn cây rải bóng lốm đốm, than mỏi chưn. Bảy Sáng rút con dao phay giắt hông, phát quang lào rào quanh gốc cây làm chỗ ngồi. Tiếng chim ré lên thon thót, một con cúm núm le te lủi vô bụi. Cả hai ngồi dựa lưng vô gốc cây. Bảy Sáng cởi túi vải, trong đựng một con gà bông mắc bẫy bị bẻ cổ, đặt xuống đất, xăn áo ngang ngực, tay quạt phành phạch. Da bụng Bảy Sáng trắng xanh như bụng thằn lằn, khắc màu với da mặt da tay sạm đen. Thằng Phước đưa cho Bảy Sáng bầu nước ngọt. Gã đàn ông ngửa cổ ực ngụm nhỏ, líu quíu đậy nắp, chợt bung tay vật người ra đất. Thằng Phước chỉ kịp đỡ lấy bầu nước, kêu hoảng "chú Bảy, chú Bảy", chồm tới quặp lấy Bảy Sáng, tay miết từng chặp lên ngực người đàn ông, dằn cơn hành. Trời đứng bóng. Gió lùa xao xác trên rặng tràm minh mông. Trong tiếng thú ngơ ngác từng cơn, dường như có cả tiếng sóng biển ầm ì vọng lại.
Ngày nào cũng vậy, tới giấc nầy, Bảy Sáng bị cơn nghiện vật.
Bảy Sáng dặn trước, thấy tao lên cơn lăn cù ra đất, xuất hạn dầm dề, mắt trợn trắng, miệng sùi bọt mép, kệ tao nghe không! Nó hành một chặp rồi hết. Tao chịu trận như vậy ba tháng, sẽ dứt cơn ghiền. Nhưng thằng Phước không nỡ đứng nhìn Bảy Sáng gấp lưng chống chọi vật vã

cơn đòi thuốc của thể xác. Lần nào cũng vậy, nó đều xông tới ôm chặt người đàn ông, xoa nắn vô ý thức lên thân thể tươm nhớp mồ hôi, lên những sớ thịt săn cứng như ứ hơi, chực ộc ra thứ rác rưởi tanh tưởi của thèm muốn. Mười lăm phút sau, Bảy Sáng trở lại bình thường, duỗi lưng thở dốc. Thằng Phước quýnh quáng xức dầu nóng hai bên thái dương người đàn ông, quẹt thêm vài cái lên nhân trung. Hai tròng mắt Bảy Sáng đục ngầu, đầm đìa nước mắt sống.

Lâu sau anh mới thốt nên lời:

"Lần nầy là ... là lần thứ mấy?"

Thằng Phước nhẩm tính rồi đáp:

"Thứ sáu mươi mốt, chú Bảy à!"

Suốt chặng đường chạy loạn, thằng Phước và Bảy Sáng nẩy ra sáng kiến làm dấu mỗi cơn nghiện vật bằng cách thắt gút sợi dây lát. Ba tháng, vị chi chín mươi lần. Trên ghe đã sẵn sáu sợt lát, mỗi sợi mười gút.

Nét mặt Bảy Sáng rực lên, nhếch mép cười:

"Lẹ dữ a!"

Day sang, thấy thằng Phước ngồi bó gối chèo queo, mặt chầm dầm, Bảy Sáng bật dậy, ngạc nhiên:

"Ủa, chuyện gì vậy, mậy?"

Thằng Phước thở ra cái khì:

"Tui cũng không biết tính sao."

Rồi nó thuật cho Bảy Sáng nghe lời đề nghị của bầu Tám. Bảy Sáng chép miệng:

"Mầy trả lời ổng chưa?"

Thằng Phước quơ tay bứt mấy cọng cỏ úa, thả vu vơ lên đất, lắc đầu:

"Tui thấy khó lòng quá ..."

Đột nhiên nó khóc nức lên:

"Chú nghĩ coi, nếu ... nếu ... tui không chịu, thì cái nghiệp cầm ca của tui hổng ... hổng ... biết đứt đoạn lúc nào."

Bảy Sáng nâng gương mặt điển trai của thằng Phước lên, soi thẳng vô mắt nó, hỏi:

"Mầy bao nhiêu tuổi rồi?"

"Tết nầy là mười hai."

"Vậy sao? Hồi đó tao bể tiếng đâu chừng mười ba, mười bốn tuổi. Mà tao đâu có cái giọng trời ban độc nhứt vô nhị như mầy. Khó tính thiệt đó."

Thằng Phước giơ tay chùi nước mắt, thút thít:

"Chờ hết chạy giặc, chắc tui dìa quê làm ruộng, chú Bảy à!"

"Uổng mậy, suy nghĩ lại đi! Mầy vừa sáng mã tốt giọng, sau nầy lên Sài

gòn thủ kép chánh, hốt bạc đa!"
"Chú cũng là kép chánh."
"Tao thuộc loại tép riu, kép chánh cho gánh bồ tèo, tài cán đủ đong gạo sống qua ngày. Còn mầy, cả một tương lai xán lạn, hực hỡ ..."
Thằng Phước bộp chộp ngắt lời:
"Chú Bảy thấy hề Râu có mát tay, đáng cho tui ..."
Bảy Sáng cười ra tiếng:
"A, cái thằng thiến heo đó hả? Tao biết nó lúc nó đã bỏ nghề rồi, nên không dám có ý kiến. Kể nghe chơi, thiên hạ đồn lúc trước nó còn đi nạo thai kiếm tiền nữa nghe mầy, nghe bắt ớn lạnh. Muốn biết rõ, mầy thử la cà làm quen với nó coi sao. Mặt mày nó bặm trợn vậy chớ hiền khô hà!"
Thực vậy, hề Râu có hai luồng thị lực khác thường, ẩn trong lõm mắt sâu, dưới cặp chơn mày rậm cong như mái che. Lúc thằng Phước mon men tới cạnh, hề Râu đương ngồi vá vuông lưới rách. Không ai nói gì. Ngón tay hề Râu, móng cắt khéo, múp thon như ngòi viết lá tre, chờn vờn như múa trên máng lưới quắp giữa hai ngón cái. Cái gì ở hề Râu cũng lạ. Tựa như mọi thứ nằm bừa bộn đây đó, bà mụ vui tay, quơ quào ráp đại. Đôi mắt của phù thuỷ, bàn tay của thợ vẽ, ngón chưn của dã nhơn, linh hồn của kẻ gieo rắc tiếng cười.
Chợt hề Râu cất tiếng:
"Mầy suy nghĩ kỹ chưa?"
Thằng Phước giựt thót, líu lưỡi:
"Tui ớ ... tui cũng ... chưa rõ nữa, chú à!"
"Vậy tới đây làm gì?"
Thằng Phước ngọng nghịu:
"Quớ ... tui tới ơ ... hỏi chú ..."
"Bầu Tám cho tao biết hết rồi. Chịu hay không tuỳ mầy. Ưng thì tao động thủ."
Thằng Phước nói mau như sợ quên:
"Còn chú nghĩ sao?"
"Trăng sao gì ở đây? Chuyện của mầy, đâu phải của tao."
"Tỷ như tui chịu thì ... thì... sau nầy tui lấy vợ có con được hông?"
Hề Râu ngưng tay, hai ngón chưn giãn ra, ngọ nguậy cho đỡ mỏi, lát sau day mặt ngó thằng Phước, thấp giọng:
"Mầy thử nghĩ, con heo người ta thiến nó với mục đích gì? Để lúc nó trổ nòi, nó khỏi nứng tình, không tổn hao sức lực. Ở đời, đâu có thứ gì 'được' mà không 'mất'. Mọi sự đều có cái giá của nó."
Toàn thân thằng Phước run rẩy:
"Tui s ..ơ ... ợ chú à."

Hề Râu lạnh lùng:
"Thì thôi, ai ép?"
Vừa khi ấy, có cơn gió lướt qua cửa, cuốn vài tờ giấy mở phong phanh trên bàn. Nghệ sĩ Đắc Phước quơ tay chặn lại. Không kịp. Một tờ lảo đảo rơi xuống sàn gỗ. Chuyện kể đứt đoạn. Không biết từ bao giờ, bóng nhá nhem bủa đầy căn gác nhỏ. Tháng tám, chiều nào cũng mưa. Ngoài kia, mảnh trời xám bầm. Gió xô xao xác chòm mận trắng. Tiếng động dưới lòng hẻm hối hả trước cơn mưa lớn.

Đắc Phước lượm lá thơ cũ, gấp tư, đứng lên đi bật công-tắc đèn. Tháng tám xã hội chủ nghĩa, điện cúp. Chưn đèn cầy từ bệ thờ ông bà được đem xuống, vừa loé lên thì ánh chớp loằng ngoằng soi lên vách, kéo theo tiếng sấm nứt trời. Diễn tiến ngắn ngủi mà không hiểu sao, ký giả Văn Trọng có cảm tưởng như vừa vén màn bước qua cảnh giới khác. Từ thực tại lùi lại. Từ ánh sáng tắt lụn bùng lên. Giờ, chỉ còn lại những đổ vỡ của thanh sắc kiêu hãnh, của đèn đuốc huyền thoại, của tuồng tích mất cảm giác. Và trận mưa nhiệt đới nặng trịch. Gió như căm phẫn, đập không thương tiếc lên mảnh đất ốm cong.

"Tui kể tới đâu rồi hé?"

Văn Trọng hít hơi sâu, nhắc:

"Tới đoạn ông cà kê với hề Râu."

Nét mặt cụ già thoáng trầm ngâm, cổ họng khẽ phát tiếng "hừm":

"Trời đổ mưa ngang xương làm mất hứng. Nói theo giọng tuồng, nước mưa dội sạch mọi rác rến quá khứ. Quên à, không đời nào. Nhưng phải công nhận, có sạch."

Văn Trọng nhíu mày không hiểu. Giọng cụ già đều đặn như biểu đồ nhịp đập của một đời sống mất thăng trầm:

"Tui còn nợ ông ký giả một câu trả lời. Số là như vầy ... Chẳng có ai ép uổng gì tui hết á, mà tự tui định đoạt lấy số phần mình. Tui đồng ý cho hề Râu động thủ. Rồi, như ông ký giả biết đó, sự nghiệp tui lên như diều căng gió. Cái năm chia đôi lãnh thổ, có kẻ rủ rê tui tập kết ra ngoài. Tui kẹt lại vì phải về quê chịu tang cha. Sau đó tui lên Sài gòn gầy dựng tiếng tăm. Đâu năm 1967, nhơn chuyến lưu diễn Ba-lê, tui móc nối lại với một vài đồng chí cũ, trở nên cán bộ nội thành từ đó. Thiệt tình, đời sống tui không bình thường như của mọi người. Tui đóng tuồng không phải mỗi đêm, mà quanh năm suốt tháng. Trước mặt tui lúc nào cũng có tấm gương tráng thuỷ, hiện ra diện mạo hoá trang vai nầy vai nọ, lẫn lộn. Tui không còn là tui khi nào, chẳng hay. Mất tiêu. Chỉ cảm thấy hứng tình với chính mình. Tui đóng chặt, khoá kín, tối tăm. Dịp tổng công kích tết Mậu thân một chín sáu tám không như ý, tui lánh mặt vô bưng, chỉ còn hát xướng động viên tinh thần lai rai. Bấy giờ tui sạch. Tất cả trở nên vô nghĩa trước cái chết rình rập. Người bạn đồng chí chia chung manh bố rách đêm Trường sơn, cả những khoái lạc không tên gọi, một hôm trúng bom, xác nát bấy, còn lại bàn tay đeo nhẫn cưới. Chiếc nhẫn ấy, tui giữ tới bây giờ, là chứng tích đời đời ăn sâu lòng tui, gã thái giám ngu xuẩn của chủ nghĩa. Bao nhiêu danh vọng, tất cả biến động tang thương của đất nước là đây, nơi ngón tay nầy ..."

Nói tới đó, cụ già lun run giơ cao bàn tay. Ánh kim loại loé lên, mỏng như lần chớp cơn mưa ngũ cung vài giọt đọng.

Ngô Nguyên Dũng
(2018)

NGUYÊN CẨN

TÌNH CHA

Ông Năm trở mình nghiêng qua bên trái. Nghe nhói đau vì vết thương bên vai khá sâu. Cái thằng độc ác, chém gì mà dã man. Ông nhớ tới gương mặt đầy cuồng nộ của Ba Tiết, ánh mắt đỏ ké của hắn lúc vung dao chém tới mà ông lãnh thế khi nhảy vào can ngăn cuộc ẩu đả giữa hắn và thằng Út Trường. Bác sĩ nói tình trạng ông rất xấu, nhưng còn chút hy vọng, chứ trúng đầu thì ông tiêu đời chắc. Chuyện chòm xóm không còn như ngày trước. Cái thị xã Ngã Bảy này hồi xưa đâu có nhiều chuyện gây gỗ, đâm chém nhau tàn bạo như bây giờ! Con người hồi xưa sao hiền khô. Có chuyện gì cũng ngồi lại lai rai chén rượu nói chuyện phải quấy, chứ đâu mà đụng một chút là vác dao phay, mã tấu vung lên. Khiếp quá! Sao thời thế bây giờ ác vậy cà? Ông Năm cứ lẩm bẩm câu hỏi đó nhiều năm rồi mà không tìm ra lời giải. Ông nhìn lên trần nhà, một màu trắng xóa. À, ra mình đang nằm trong bệnh viện. Chai nước biển mới truyền xong còn đong đưa tòn ten kìa! Hình như mình ngủ cũng lâu à nhen! Nhớ rồi, cậu y tá dễ thương mập mạp đưa cho mình viên thuốc gì dài có mấy khấc màu trắng, uống vô ngủ say như chết! Nhìn xung quanh, khoảng chục giường cũng toàn mấy người đang lăn lộn, tay chân lặt lìa, treo lủng lẳng. Hình như ai bị tai nạn hay đâm chém mới được đưa vô đây? Ông nghe có tiếng ai lao xao loáng thoáng bên ngoài phòng. "Ông Năm ơi! Ông nằm phòng nào?". Một cô gái ốm yếu, đen nhẻm, dắt theo một thiếu phụ ngoài 40 đi phía sau. Con Thảo dắt thím Tám vô thăm ông. Thím Tám, người hàng xóm, gương mặt phúc hậu, tròn, trắng trẻo, bán bánh tằm bì ngoài chợ. Thím bị chồng bỏ theo vợ bé, bán hết ruộng đất, phải đi bán bánh nuôi thân. Không biết hên hay xui là thím không có con cái, cũng không phải lo lắng nhiều, nên không thấy thím già. Thím cười: "Trời đất ơi! Hồi khuya tui tính dzô nhưng họ nói đang mổ cấp cứu cho anh, sợ nhiễm trùng nên đuổi dzìa! Giờ anh thấy sao, khỏe chưa? Tụi quỷ này chém người như chém chuối. Đi tù hết rồi! Cha Ba Tiết bị công an còng tay đưa đi sáng nay, còn thằng Út Trường trốn đâu xuống Năm Căn gì đó, đang kêu dzìa. Mà anh Năm không đỡ nhát chém đó chắc thằng Trường hôm nay mở cửa mả rồi!". Ông Năm thều thào: "Thím ngồi chơi. Con Thảo đưa thím dzô hả?". Ông hỏi cho có chuyện thôi chứ chỗ đâu mà ngồi. Con Thảo nó ngồi thu lu ngay mép giường ông. Con nhỏ năm nay cũng trên 20 rồi mà ốm yếu như trẻ mới lớn. Ngày thường nó bán vé số, rồi ông Năm mua giùm nó riết thành quen. Có người xúi nó lấy chồng Đài Loan như con Thắm nhà ông Năm nhưng nó không chịu, nhờ vậy ông Năm mới có đứa sai vặt, nhờ vả chuyện chợ búa khi ông bận đi làm thêm hay có ai nhờ vả chi đó.

Thím Tám lấy cà men ra, múc cháo cho ông. "Trời ơi sao thím chu đáo quá!". "Có gì đâu, anh Năm, tình làng nghĩa xóm mà! Tui còn lo cho anh nhiều hơn nữa chứ nhiêu đây nhằm nhò gì!". Ông Năm nghe mát ruột quá! Từ hồi mẹ con Thắm mất đi sau tai nạn bị xe tốc hành quẹt phải trong một buổi sáng khi ông đưa vợ ra chợ bằng xe đạp. Ông Năm đã thề ở vậy nuôi con. Dù cũng có người mai mối chắp nối nhưng quá thương con, sợ cảnh "mẹ ghẻ con chồng", ông không đành. Riết rồi cũng quen, thời trai trẻ qua đi theo sự lớn khôn của con Thắm. Ông tìm quên nỗi buồn mất vợ bằng cách lao đầu vào công việc: ai thuê gì cũng làm, cho đến ngày ông phải nhập viện vì đột quỵ. Bệnh viện quyết định phẫu thuật nội soi, gắn đến 3 stents vào người ông vì tim bị nghẽn mạch. Hơn 300 triệu phải bỏ ra cho cuộc phẫu thuật tốn kém ấy, khiến ông khánh kiệt, phải bán vườn và cầm cả cái nhà ọp ẹp, rồi thì vay mượn tứ tung, cả bọn xã hội đen. Ngày ra khỏi viện là ngày ông hoang mang, nợ đầm đìa. Ông đã nhớ đến vợ. Nếu còn bả chắc mình cũng đỡ chật vật. Hai người đi làm phải hơn một người chứ! Bây giờ gà trống nuôi con mà con Thắm học giỏi, được vào trường chuyên nên ông phải cho học thêm khá tốn kém. Những ngày ấy ông không dám nhìn ai vì ngại người ta nghĩ mình làm quen mượn tiền! Bệnh tim nên không thể làm việc nặng. Ông xin làm quản kho cho con cháu họ xa có vựa trái cây lớn. Nhưng cũng không đủ trả nợ. Cuối cùng, người ta xúi ông gả con cho Đài Loan như bao cô gái nhà quê khác. Ban đầu ông cương quyết chối từ, vì dù gì con ông cũng đang là sinh viên Đại học. Nhưng một hôm con Thắm từ Cần Thơ về thăm nhà chứng kiến cảnh người ta lồng lộn xỉ vả ông vì thiếu nợ trây không trả. Nhà cửa thì cầm cố cả rồi. Họ gọi ông là thằng già ốm yếu, chết mẹ đi cho rồi, sống mà mắc nợ lì không chịu trả. Thắm khóc và khi bọn môi giới đến, gạ gẫm nó. Ông gọi chúng là lũ Mã Giám Sinh thời đại. Và Thắm đồng ý thuyết phục ông cho nó trả hiếu. Cái ngày ông gật đầu cho con Thắm lấy chồng Đài Loan, ông đã dặn lòng không khóc. Ông thấy nhớ vợ da diết. Hôm đám cưới, khi thắp nhang khấn mẹ con Thắm, nước mắt ông giàn dụa. Lần thứ hai trong đời sau đám ma mẹ nó, ông khóc. Ông xin lỗi đã không làm gì để bảo vệ con, để lo cho con tươm tất thành người mà phải gả bán. Tủi nhục quá! Và ông trả bớt một phần nợ. Tạm yên. Sau đó, Thắm vẫn thường xuyên gửi tiền cho ông trả đến khi dứt nợ. Khi hết nợ rồi, ông lại ân hận. Phải chi mình có tiền lo cho con, thì nó đâu phải tha phương xứ người, xa cách nghìn trùng!

Đã nhiều đêm từ khi con Thắm đi lấy chồng, ông tha thẩn bên bàn học của con. Mân mê những món đồ nó bỏ lại: cây viết máy, những quyển vở cũ, những tờ giấy khen, những huy chương thể dục... Rồi lại mở cuốn album hình, có những tấm chụp từ hồi nó còn học tiểu học ra xem. Duy có hình đám cưới là ông để riêng, không muốn xem. Ông nhớ dáng con ngồi học bài, dáng nó gội đầu sau bếp. Cho đến 8 tuổi, ông thậm chí vẫn còn phải tắm, gội đầu cho nó, rồi dỗ nó ngủ khi nó cứ đòi mẹ về. Nhớ mỗi lần gội đầu, nó la làng khi xà bông văng vào mắt, ông phải hứa mua chè bà ba cho nó ăn, nó mới chịu nín khóc. Ông nhớ làm sao những sợi tóc mềm của nó bay lòa xòa vào mặt ông mỗi khi chở nó ngồi phía trước. Ông nhớ tiếng cười của con lúc kể chuyện vui ở trường hay sau này khi Thắm lớn lên, hai cha con nói chuyện đời như bè bạn. Thắm là đứa thông minh, học rất giỏi. Ông chứng kiến con lớn lên từng ngày từ khi 4 tuổi đến giờ.

Căn nhà trống vắng đến nao lòng khi con ra đi. Nhiều đêm thức dậy lúc 3 giờ sáng, ông lại hồi tưởng những ngày xưa. Ông thấm thía lời ca dao: "Má ơi, đừng gả con xa chim kêu vượn hú biết nhà má đâu?". Bây giờ cha con đôi ngả, nhìn ngày về sao mờ mịt quá.

Rồi ba năm sau khi lấy chồng, Thắm về đem theo một thằng nhóc gọi là cháu ông, dễ thương kháu khỉnh làm sao! Nhưng ông chỉ bên cháu được hơn một tháng trước khi nó phải về bên Nội ở xứ Đài. Sau khi con và cháu đi, ông lại buồn cả tuần. Ông thương con xứ người cơ cực. Ba cái Tết rồi nó không về dù ông trông ngóng. Ông luôn run người mừng rỡ khi nghe chuông điện thoại reo! Ông tập thở vì Thắm nói ba rán sống cho con vui vì nhiều khi ông cũng thấy tức ngực khó thở. Ông biết người bệnh tim đi rất nhanh nên ông dặn hờ thím Tám nhiều việc đến nỗi bả kêu cha già này lẩm cẩm quá, có một chuyện dặn hoài. Có người xúi ông sao không lấy thím Tám hủ hỉ cho đỡ buồn lúc tuổi già nhưng ông thấy mệt mỏi. Ông nói sống một mình riết cũng quen. Bây giờ sống hai người rồi lại phải thích nghi cho vừa lòng nhau, rủi xảy ra tranh cãi, bắt mệt!

"Ăn cháo đi anh Năm. Sao anh thừ ra dzậy. Nhớ con phải hôn?". Tiếng thím Tám kéo ông về với thực tại. "Ừ thì cũng nhớ nó chứ thím! Nghe nói nó đang mang bầu đứa thứ hai! Thím Tám đút từng miếng cháo vô miệng ông." Con Thảo tủm tỉm: "Già mà tình ác!".

Ông dặn thím. "Con Thắm điện thoại dzìa, thím đừng kể nó nghe, nó lo lắng thêm tội nghiệp! Thím nói tui dzô chùa, dự khóa tu ba ngày mới dzìa, nhen thím!". Vừa lúc đó, điện thoại trong túi thím Tám rung lên. "Con Thắm, anh Năm ơi!". Thím Tám cầm điện thoại ra ngoài hành lang nói chuyện. Hai người nói chuyện vui vẻ khá lâu. Con Thảo đút cháo cho ông Năm ăn tiếp. Nó nói. Thôi kết bả luôn đi, nhận tui làm con nuôi cho thành một gia đình, hổng dzui sao ông Năm! Ông nhếch mép muốn cười nhưng thấy đau dưới hàm. Ông tính nói. Mày khôn quá dzậy con, nhưng ông ê ẩm khắp sườn.

Ông thấy cơ thể mình yếu đến lạ kỳ, nhấc tay không được, chừng như xụi hết một bên rồi. Nhát chém chí mạng ấy chắc sẽ để lại nhiều hậu quả cho ông. Tự nhiên ông nghĩ quẩn: "Sống mệt mỏi quá, sống dai làm chi bắt mệt, chết quách cho rồi! Mai này lấy ai hầu hạ? Thím Tám còn công chuyện của bả nữa chứ! Mình báo người ta cũng kỳ!".

Ông thiếp đi trong một giấc ngủ dài. Ông mơ thấy mình đang lênh đênh trên chợ nổi, thuyền ghe tứ xứ đổ về. Ông đi từ phía Cái Côn tới, gặp bà vợ đang ngoắc ông, hình như từ miệt Sóc Trăng... Chu choa, bả đi đâu mà diện quá! Trẻ như hồi đôi mươi, vành môi của bả sao giống ai kìa? À, giống con Thắm. Ông nhớ vành môi trái tim ấy! Nhiều thằng chết! Mà sao ghe của bả chở nhiều cam quá vậy? Cam sành Ngã Bảy nổi tiếng mà. Ông ngoắc tay gọi bà đưa ghe sát ghe mình vì có một lớp sương mù khiến mọi thứ mơ hồ. Ông tính khoe bà một chuyện bí mật mà bà không biết. Ông tính nói: "Mình ơi, tiền con Thắm gửi về, tui đã chi tiêu tần tiện mua được 2 công đất trồng cam rồi, bà tha hồ bán."

Ông dự tính tháng tới đi nghe phổ biến cái vụ trồng theo Viet Gap gì gì đó để xuất khẩu. Ông reo to lên. "Mình ơi, lại tui kể nghe chuyện này nè." Mà sao mình mua mà bả không biết vậy cà? Ông thấy ghe mình cặp sát ghe của bà, nhưng càng gần càng thấy mờ mờ. Ông chồm tới trước nhưng thấy bóng bà lóa lên rồi tan biến trong hư không. Ông níu áo bà thì bừng tỉnh dậy. Thì ra là mơ. Áo còn ướt đẫm mồ hôi. Tay ông nắm chặt mép tấm drap. Trời sáng từ lâu rồi. Ông bác sĩ thăm bệnh còn đang bận chăm sóc những người khác sau khi đi ngang qua giường ông, thấy ông còn ngủ.

Thím Tám xuất hiện phía ngoài. "Sao hôm nay Thím tới sớm vậy?". "Mua đồ ăn sáng cho ông anh đây nè." Bà rút ra từ trong giỏ lỉnh kỉnh nào mấy hộp bánh ướt, bánh bao, và cả cơm tấm nữa, sao mua chi dữ dzậy? "Tiền đâu thím mua. Tui chưa đưa mà?". "Đáng bao nhiêu đâu. Mua cho anh ăn mau hồi sức, còn dzìa mà đón cháu ngoại nữa chứ! Tui kêu con Thắm dzìa thăm nhà tháng tới nè. Nó nói để nó thu xếp. Tui nói nó chuẩn bị ăn đám hỏi thằng cháu con ông anh tui ở Xẻo Môn, sẵn đi chơi luôn. Tui tính mời anh đại diện đàng trai đó nghen!". "Trời đất, tui ăn nói như thằng cà lăm mà thím kêu tui, chắc chết quá!". Ông thều thào nói. Chợt nhớ ra điều gì, ông nói nhỏ với thím Tám. "Tui nhờ thím hai việc, vì tui thấy mình cũng yếu lắm rồi, mất máu nhiều quá!".

"Việc gì anh cứ nói." Ông Năm chậm rãi: "Thứ nhứt là nhờ thím bón phân cho 4 cây Sứ Thái Lan mà con Thắm nó mua cho tui hồi Tết ba năm trước. Phân thì không cần bón nhiều chỉ bón thúc khi cần thôi, và nước thì vài hôm thím châm cũng được."

"Chuyện thứ hai là chuyện riêng chỉ tui với thím biết. Chuyện là tui có hai công đất ở thị xã này." Thím Tám la lên: "Trời đất tiền đâu anh mua dzậy?". "Ừ, thì tiền con Thắm nó gửi, tui xài nhín lại còn dư mua được 2 công, tính tháng tới tui trồng cam." "Sao anh nói tui nghe chi?". Thím Tám thắc mắc. "Tui sợ nếu tui có làm sao thì Thím đưa 2 cái sổ đỏ cho con Thắm giùm tui. Nói nó là của hồi môn cho con mà bây giờ tía mới có." "Trời ơi, nó la tui chết! Anh không lo tẩm bổ thân anh, còm nhom mà bày đặt mua đất làm gì. Bao giờ nó mới về Việt Nam, anh ơi!". "Thì cho người ta thuê cũng được, có thêm thu nhập, cho con cái. Còn tui già rồi biết còn sống bao lâu nữa mà ham ăn với ham xài."

"À mà còn một chuyện nữa, thím ghé qua nhà, lấy trong ngăn kéo bàn học ra cái hộp bánh bích quy cho tui." "Hộp đựng sổ đỏ hả?". "Không, sổ đó tui để dưới đầu giường, thím lật lên thấy cất giùm tui, còn cái hộp đó đựng cuốn album. Dzô đây coi hình làm chi?". "Thôi, tui hiểu rồi. Anh muốn coi hình hồi xưa chứ gì? Bệnh này là bệnh nhớ con đây mà!". Ngay lúc đó con Thảo đi vô. Câu chuyện cắt ngang lưng chừng. Nó khoe con mới mua điện thoại xịn nè. "Con để dành gần một năm mới mua được. Hay lắm. Bây giờ ông muốn nghe ai hát con mở ông nghe. Khỏi mua dĩa mua băng mua máy chi cho mệt." Ông Năm ngờ ngợ: "Tiến bộ dữ? Bây giờ tao muốn nghe Út Trà Ôn hát Tình Anh Bán Chiếu được hôn?".

"Ông Năm chờ con." Nó quay sang hỏi anh y tá. "Ở đây có mạng không anh. Xong, anh mở giùm em Tình Anh Bán Chiếu đi." Cậu y tá dặn dò: "Mở nhỏ thôi nghe, đừng làm ồn." Xí, nó nguýt anh ta. "Mai, tui mua cái loa ngoài tui mở cả cái bệnh viện nghe luôn bây giờ. Xứ này, ai chẳng khoái cải lương, cha nội."

Và nó để điện thoại lên giường ông Năm, giọng hát Út Trà Ôn vang lên, gợi nhớ một thời đã xa...

Buổi chiều, ông Năm thấy bỗng dưng phát mệt, khó thở. Bác sĩ chuyển ông trở lại phòng Cấp Cứu. Ông nhắn với con Thảo mai có "dô" cho mượn nghe lại bài Tình Anh Bán Chiếu. Nghe như có tiếng thím Tám kêu thất thanh. "Anh Năm ơi." Ông thiếp đi bồng bềnh, lại thấy bà Năm trên ghe vẫy gọi... Ông trườn mình tới trước, nhẹ như sợi khói. Tiếng hát nghe vọng từ xa...

Ghe chiếu Cà Mau đã cắm sào trên bờ kinh Ngã Bảy / Sao cô gái năm xưa chẳng thấy ra... chào.
Cửa vườn cô đã khoá kín tự hôm nào /...Tôi đã vác đôi chiếu bông từ dưới ghe lên xóm Rẩy, / Chiếc áo nhuộm bùn đã lấm tấm giọt mồ hôi... / Nhà của cô sau trước vắng tanh, gió lạnh chiều đông / Bỗng có ai dạo lên tiếng nguyệt cầm, / Như gieo vào lòng tôi một nỗi buồn thê thảm...
Ông đã chìm sâu trong giấc ngủ. Không bao giờ thức dậy. Mắt dường như có chút lệ ứa ra. Có tiếng gió rít nhẹ sau khe cửa và tiếng lộp độp ngoài hiên. Ngoài kia mùa mưa đã về...

Nguyên Cẩn

NGUYÊN THU

YÊU NHƯ CỔ TÍCH

Khánh Băng và Học Bân đôi bạn thanh mai trúc mã lớn lên cùng nhau. Khánh Băng, cô công chúa nhỏ của một thương gia, thuộc tầng lớp thượng lưu, từ bé cầm kỳ thi họa nàng đều học, Học Bân con trai một của một tập đoàn lớn sinh ra đã gắn liền với hai từ thừa kế, nhà nàng ở cạnh nhà tôi cách dậu mồng tơi*, cũng chính vì môi trường học tập và rèn luyện như nhau họ hợp nhau vô cùng . Cả hai luôn tự tạo niềm vui cho nhau, cùng đánh đàn, ca hát, đối thơ.

Một hôm, Khánh Băng cùng Học Bân tham gia dạ tiệc. Nàng diện chiếc váy trắng lộng lẫy đẹp xinh, như nàng công chúa trong cổ tích Mở đầu cho sự kiện cô nàng khảy đàn du dương sáng rạng rỡ, khiến người xem choáng ngợp với diện mạo xinh nét dịu dàng đài các thu hút sự chú ý của nhiều công tử hào môn . Trong số đó Gia Hào. Gia Hào vẻ ngoài thư sinh tao nhã, anh lớn hơn Khánh băng 9 tuổi, chàng là một doanh nhân trẻ , từng trải cả thương trường lẫn tình trường .

Khánh Băng vẫn đang say sưa khảy từng thang âm du dương. Bỗng nàng lặng người bởi giọng hát ngọt dịu hoà đồng điệu.
Với vẽ thư sinh kèm thêm kinh nghiệm Gia Hào lập tức chiếm trọn tim nàng công chúa Khánh Băng
-Chào em ! Em có thể nhảy cùng tôi?
-nàng khẽ cười
-Vâng !
Hàng loạt ánh nhìn hướng về cặp đôi bước lên sàn khiêu vũ, ánh nhìn ngưỡng mộ lẫn ghen tỵ Học Bân, nhìn Khánh Băng trong vòng tay Gia Hào, lúc này anh mới nhận ra mình từ lâu đã yêu nàng.
Sau đêm ấy Khánh Băng đã có những ngày tháng đẹp như mơ Gia Hào thường xuyên đi công tác xa nhà, có khi anh và nàng cả tuần mới gặp nhau. có khi chàng trong đêm khuya bay đến bên nàng trong khoảnh khắc rồi lại trở về với công việc, khi thì gửi nàng những đóa hoa hồng, kèm lời dặn dò

- em nhớ giữ ấm, nhớ học hành cho thật tốt, đừng cứ mãi nhớ anh ảnh hưởng sức khỏe, công chúa nhỏ của anh luôn xinh đẹp và khỏe mạnh .

Lần ấy họ xa nhau đến tận 3 tháng anh bận công tác ở xa, anh và nàng chỉ video call cho nhau.
Đêm ấy! Vẫn như thường ngày, nàng khảy đàn và hát, bỗng một vòng tay quen thuộc ôm chặt lấy nàng.
-Ôi ! Anh về rồi
Nàng nép mình lên ngực anh thì thầm
-Anh đây! anh đã vượt 300km
-Vì anh nhớ em
Khánh Băng rưng rưng nước mắt, nàng rung lên vì xúc động, anh biết nàng rất yêu anh .
Đêm ấy, trăng sao lấp lánh, huyền ảo, lung linh, giọt sương thấm nhẹ lên những bông sứ tuyết trắng tinh, những đóa hoa kết thành chùm, thoảng hương đầy thơ mộng. Nàng mỉm cười, e thẹn, ngã đầu áp má vào vai anh.
Anh đeo nhẫn vào tay nàng, khẽ ôm chặt lấy nàng, đợi anh sau chuyến công tác anh sẽ về đón em, cả hai đã vạch ra tương lai, với cuộc sống thế giới tự do như nàng luôn mơ ước.
Sáng hôm sau nàng đưa anh ra sân bay trở về với công việc .
Đêm ấy, nàng đang mơ màng, nghe có chuông tin nhắn, trễ như thế nghĩ là Gia Hào, nàng vội vàng xem là Học Bân

- ê! Cô nàng lần trước chụp ảnh cùng Gia Hào, anh ta bảo là đồng nghiệp?
- họ đang diễn vai sex' kìa
- nàng khẽ cười không tin

Học Bân, đã có thật nhiều lời khuyên nhưng nàng chẳng để tâm
và rồi sóng gió cũng ập đến, Khánh Băng phát hiện mình đã mang thai.
Gia Hào quả nhiên đã bắt cá "nhiều tay" không chỉ hai tay như người đời vẫn thường nói. Học Bân, vẫn âm thầm bảo vệ nàng công chúa anh thương. May Mắn đã mỉm cười với anh, trên tay Học Bân đã có những hình ảnh sex' nhạy cảm với nhiều cô gái khác .
Đêm ấy, nàng sừng sờ không thể tin vào mắt mình Choáng ...nàng ngã quỵ xuống đất, thế giới dường như sụp đổ Khánh băng vẫn cố gắng tìm tia hy vọng, cố lừa dối mình, đây không phải là sự thật
Nàng bắt đầu gọi
Một cuộc, hai cuộc
và gọi thật nhiều
Khánh băng ngã sụp xuống đất khàn giọng gào khóc thét trong đau đớn
Những tin nhắn gửi đi
-Anh ơi
-Anh ơi
-Anh ơi, bắc phone đi, bụng em rất đau.
Nàng vẫn tiếp tục gọi
Nàng khóc đến hoa mắt
Phía bên kia bấm tắt máy
Thuê bao không thể liên lạc .
nàng đau điếng với sự thật, đau chết đi sống lại, máu ướt đẫm trên sàn nhà, nàng ngất đi trong tuyệt vọng và uất hờn
Màn đêm bao trùm, chỉ còn tiếng nấc bóp nghẹn trong đêm.
Học Bân vẫn Túc trực bên nàng không rời nữa bước.
-Em còn thấy đau nữa không?
-Cố ăn chút cháo và sữa
-có anh ở đây rồi
-em đừng sợ
Đêm ấy, Nàng có cơ hội nhìn thật kỹ người đàn ông đã yêu nàng suốt mười mấy năm qua, hai mắt chàng thăm quần, đuôi mắt đã có thêm nếp nhăn và sần khô ráp
nàng thét lên trong ăn hận, chua xót, ngã vào vòng tay chàng . Tận cùng sâu thẳm Nàng biết tim anh xót xa, tình yêu của anh đã dành cho nàng chứa đựng bao dau đơn và hy sinh

Khánh băng xuất viện về nhà, một buổi chiều như thường lệ, Học Bân đang loay hoay sau vườn, cắt tỉa hoa. Nàng vòng tay ôm từ phía sau lưng, chàng chợt khẽ cười, năm ngón tay se sẻ luồn vào nhau, chàng đưa tay ve vuốt một đóa hoa cài lên tóc nàng, chàng dịu dàng âu yếm nhìn nàng, hai chiếc môi khóa chặt.
Hoàng hôn trong ánh nắng chiều vàng sóng sánh đẹp lạ thường.

Gò Vấp, 30/4/2023

Nguyên Thu
Trích từ tiểu thuyết TAM SINH sắp ra mắt

NGUYỄN AN BÌNH

BÊN DÒNG POTOMAC

- Ông thầy, nhớ ngày mai đến dự buổi họp mặt người Việt mình nhé.
- Tao nhớ, mà có chuyện gì chú mầy nhắc đi nhắc lại mãi thế?
- Tui biết lúc nầy ông thầy không vui chẳng muốn có mặt mấy chỗ đông người, xô bồ xô bộn nên muốn kéo ông thầy ra khỏi sự muộn phiền một chút vậy mà.
- Vợ chồng mầy đi cũng được rồi kéo theo tao làm gì, lúc nầy tao muốn yên tĩnh một chút.
- Đi đi ông thầy, tui cam đoan với ông có một điều bất ngờ dành cho ông thầy đấy.
- Có điều gì bất ngờ đến với một lão già gần đất xa trời như tao, mầy chỉ lẻo mép cái mồm mà thôi.
- Thật mà không tin lựu đạn nổ banh xác tui đó ông thầy.

Diên bật cười vì câu thề thốt đầy chết chóc của thằng Cung, thằng đệ tử cật ruột của anh trong những ngày còn chiến tranh ở Việt Nam. Đó là câu thề độc trên cửa miệng của mỗi thằng lính khi có một điều gì đó nó muốn đồng đội hay cấp trên tin điều nó thấy hoặc nói ra. Cưng là thằng lính ôm máy truyền tin đi theo Diên trong những cuộc hành quân, vào sinh ra tử với nhau không biết bao nhiêu trận. Di tản khỏi Việt Nam, tản lạc rồi gặp lại nhau trên đất Mỹ, nó vẫn trịnh trọng gọi Diên một cũng ông thầy hai cũng ông thầy làm anh vô cùng cảm động, chứng tỏ tình cảm của nó đối với anh dù trong hoàn cảnh sa cơ lỡ vận vẫn không thay đổi. Diên quí trọng sự chân tình của Cung nên cũng ừ ào cho nó vui lòng:

- Ừ! Tao sẽ có mặt nhưng cấm mầy không được gọi điện nhắc lại lần nữa đó.

Trong máy nghe vẳng tiếng nói lớn của thằng Cung:

- Tuân lệnh! Ông thầy.

Diên mường tượng thấy cảnh thằng Cung gập hai chân lại, một tay đưa cao lên chào trong tư thế tác phong của người lính mà mỉm cười trong lòng như dịu lại.

oOo

Từ ngày ly hôn với Ái, Diên cảm thấy mình thanh thản và nhẹ lòng hơn. Ái là người vợ mà anh kết hôn sau ngày di tản qua Mỹ từ nhiều năm trước. Cô ấy là em gái của một người bạn cùng làm trong một công ty của anh, trong một lần anh đến dự buổi sinh nhật con gái anh bạn thì gặp cô ở đó. Không đẹp lắm nhưng lại hoạt bát dễ gần tạo cho người mới gặp cảm giác thân thiện. Anh bạn biết hoàn cảnh đơn chiếc của anh nên cũng vun quén thêm thế mà thành đôi. Những ngày tháng sống hạnh phúc bên nhau không được bao lâu anh mới thực sự khám phá ra mình và Ái có nhiều điểm không hợp nhau nhất là tình cảm đối với gia đình mỗi bên. Ái rất hay mua sắm, ăn diện làm đẹp cho bản thân mình đôi khi thật sự không cần thiết, điều nầy anh bỏ qua vì tiền làm ra là để tiêu xài chứ không phải ki bo gìn giữ, điều đáng nói là cách đối xử với gia đình hai bên thiên lệch đến mức cố chấp làm anh thật sự không hài lòng. Khi những người thân trong gia đình Ái cần trợ giúp điều gì cô ấy luôn tìm cách thỏa mãn còn bên gia đình anh có nhờ giúp đỡ cái gì đó thì cô luôn xỉa xói bới móc, nào là có tay có chân sao không biết làm, bộ nhà nầy là ngân hàng sao mà moi móc mãi thế, cô còn nói nhiều câu thật khó nghe nhưng anh cố nhẫn nhịn. Cha mẹ anh mất đã lâu, chỉ còn có anh em ở quê nhà. Đứa cháu con thằng em cần chút tiền đóng học phí đại học, đứa cháu gái kết hôn về nhà chồng chẳng lẽ không có chút tiền gởi về mừng cháu trong ngày vui của nó? toàn là những việc cần phải làm cả. Lúc đầu anh chỉ im lặng, nhẹ nhàng giải thích nhưng về sau càng lúc càng xung đột, rồi những lời lẽ khó nghe được tuôn ra, gặp mặt nhau mỗi ngày mà không khí sao nặng nề quá, thôi thì ly hôn cũng là một phương sách vẹn toàn để cả hai tránh tổn thương nhau thêm nữa, hơn nữa giữa anh và Ái cũng không có con nên việc phân chia tài sản cũng thật dễ dàng. Như vậy cũng xong.

Diên chuyển nhà qua bangVirginia ở vì nó sát bên Washington DC chỉ cách dòng sông Potomac, nối liến giữa hai tiểu bang là chiếc cầu Key. Cầu Key kiến trúc không có gì đặc biệt nhưng nó có những mái vòm uốn cong in hình trên dòng nước nên cũng khá thơ mộng và việc đi lại cũng thuận tiên không có gì trở ngại, thay đổi chỗ ở một là để thay đổi không khí tránh gặp mặt với người vợ cũ, hai là anh còn có một vài quan hệ những mối làm ăn nên không thể chuyển đi xa được. Diên mua một căn hộ nhỏ khá khang trang và sạch sẽ, nơi ở mới cũng gần với công việc mới của anh đang làm.

Diên chọn Virginia để sống còn vì anh thích không gian gần gủi với thiên nhiên và nhất là nơi đây gắn liền với câu chuyện đầy nhân văn trong cuộc chiến tranh Nam Bắc Mỹ. Anh không phải là người đam mê lịch sử nhất là lịch sử Mỹ nhưng anh thấy cuộc chiến tranh Nam Bắc Mỹ có cái gì đó mà mọi người cần phải học hỏi và ghi nhớ. Nếu những ai quan tâm đến những gì xảy ra của xứ Cờ Hoa thì đây là cuộc chiến đẫm máu nhất của lịch sử nước Mỹ trong cuộc nội chiến Nam Bắc Mỹ bắt đầu từ ngày 12/4/1861 và kết thúc vào ngày 9/5/1865 với hơn 970.000 người chết. Chiến tranh đã để lại những cảm xúc khác nhau trong lòng người dân Mỹ cũng như những lý giải, tranh cãi của các nhà sử học về nguyên nhân và những khía cạnh khác nhau của cuộc chiến tranh tàn khốc và bi thảm nầy.

Diên không quan tâm đến những điều đó lắm bởi anh không phải là nhà sử học cũng không phải là người Mỹ, điều mà anh quan tâm đó là thái độ, cách hành xử của bên thắng cuộc với bên thua cuộc kìa.

Khi phòng tuyến cuối cùng bị phá vỡ, tướng lãnh đạo liên bang miền Nam Robert Edward Lee tuyên bố đầu hàng tướng Grant chỉ huy quân đội liên hiệp miền Bắc. Trong buổi gặp gỡ, Tướng Grant đã trao cho tướng Lee một tờ giấy ghi những điều khoản trong đó có những nội dung nói về binh lính miền Nam:

- Không bị coi là phản quốc và không phải ở tù.
- Chính phủ coi binh lính miền Nam là những công dân bình thường nếu họ chấp hành tốt luật lệ.
- Được mang ngựa và lừa về nhà để giúp gia đình cày cấy vào mùa xuân.

Sau khi xem qua những điều tướng Grant vừa viết, tướng Lee nói :

- Những điều này sẽ có tác động tốt đến quân sĩ của tôi. Chúng sẽ góp phần quan trọng trong việc hòa giải dân tộc chúng ta.

Tướng Lee cho biết ông sẽ trao trả những tù binh miền Bắc vì ông không có đủ lương thực cho họ. Tướng Grant đáp lại rằng ông sẽ gửi ngay cho binh lính miền Nam 25.000 phần lương thực khô. Ông cũng ra lệnh cho in 28.231 giấy phóng thích cho binh lính miền Nam.

Tướng Lee và tướng Grant đã đi vào lịch sử nước Mỹ như một huyền thoại. Người ta nói đằng sau cuộc gặp gỡ ở làng Appomattox giữa hai vị tướng có bàn tay đạo diễn của Tổng thống Abraham Lincoln, Ông thường nói rằng ông mong muốn cuộc chiến kết thúc trong sự khoan dung. Tổng thống Lincoln và tướng Grant đã có cuộc gặp nhau hai tuần trước đó trên chiến hạm River Queen ở sông James. Họ đã thảo luận rất lâu về cách thức kết thúc chiến tranh và những xáo trộn có thể xảy ra trong thời kỳ hậu chiến. Tổng thống Lincoln đã nói với tướng Grant: "*Hãy để họ buông súng một cách thoải mái*".

Tướng Robert E. Lee đã đầu hàng quân đội Liên hiệp Miền Bắc tại Appomattox, bang Virginia. Nhưng điều đáng trân trọng, chính là thái độ, cách hành xử của phe thắng trận dành cho vị tướng bại trận miền Nam nầy là sự kính trọng, chân thành và không chút hận thù. Diên miên man nghĩ đến sự kết thúc chiến tranh Việt Nam sau cuộc nội chiến Hoa Kỳ gần một thế kỷ. Những người lãnh đạo cuộc chiến tranh Việt Nam đi đến thắng lợi đã học được gì về cách hành xử trong cuộc nội chiến ở Hoa Kỳ hay chỉ đem lại những hận thù với những năm tháng tù đày của những người thua cuộc, những cuộc vượt biên chết chóc đối đầu với cướp biển dã man tàn bạo và những người con viễn xứ luôn hoài vọng về một quê hương trong tâm hồn mình?

Mỗi lúc có thời gian, Diên thường chạy xe dọc theo sông Potomac tìm chỗ dừng chân thư giản, khác với Washington DC, Virginia có nhiều cao ốc nhưng dọc theo sông khung cảnh gần gũi với thiên nhiên rất nhiều, chạy dài theo bờ sông là những rừng cây thấp và những bãi cỏ xanh rờn khoáng đãng, những ngày cuối tuần cư dân thường ra đây tổ chức picnic vui chơi hay câu cá. Anh thường chọn một băng ghế trống, hướng nhìn ra bờ sông. Ngồi ở đây anh có thể thấy được những tiếng reo hò thích thú khi có một bạn trẻ câu được con cá to, sông Potomac có rất nhiều cá, có lẽ do môi trường trong lành và người ta coi việc câu cá là thú vui tiêu khiển hơn là tìm nguồn thực phẩm cải thiện bửa ăn. Ở đây anh có thể nhìn thấy tiếng ồn ào của mấy cánh chim sắt bay lên và đáp xuống ở phi trường John Foster Duller, ở đây anh có thể nhìn thấy chiếc du thuyền Odessey khởi hành từ bến tàu Georgotwn đưa du khách xuôi ngược dòng Potomac ngắm cảnh mỗi ngày...Tất cả những điều đó làm lòng anh cảm thấy nhẹ nhàng bình thản như đang thấy cảnh sinh hoạt trên dòng sông Tiền quê nhà, lâu lắm rồi thì phải anh chưa về tắm mình trên dòng sông ấu thơ ngày ấy. Năm tháng đã đi qua anh không còn tìm thấy nét thanh xuân, những ước mơ thời tuổi trẻ mà anh cùng đồng đội năm xưa những khi hành quân trong rừng sâu núi thẳm mong có một ngày hòa bình sẽ thực hiện, tất cả chỉ còn là khói trương trước mắt.

oOo

Diên đến nơi họp mặt gần tới giờ khai mạc. Nơi diễn ra buổi họp mặt là hội trường rộng lớn của một tờ báo Việt lâu đời ở Virginia. Anh gởi xe vào bãi rồi thong thả đi tới cổng, Cung đứng trước hội trường từ bao giờ, mắt ngó dáo dác, thấy anh bước tới thi mừng ra mặt. Cung nắm tay anh bước nhanh vào trong, hội trường đầy những người là người.

- Tôi sợ ông thầy không tới, tôi không biết nói sao với người nầy nữa. Họ tha thiết muốn gặp ông thầy một lần.

\Diền hờ hững:

- Muốn gặp tao hả? Tao có quen với họ à?
- Sao lại không quen. Thân thiết nữa là khác.
- Ai vậy?
- Gặp nhau ông thầy sẽ biết mà.

Lại cách nói chuyện ỡm ờ đáng ghét nhưng thôi trách cứ nó lúc nầy làm gì không phải lúc. Len lỏi qua những hàng ghế đã đủ người, tới một dãy ghế phía bên phải tôi thấy vợ Cung đang ngồi với một người phụ nữ, vợ Cung quay mặt lại thấy tôi mặt lộ vẻ vui mừng, cô khẽ chào tôi rồi đứng lên nói:

- Anh Diên đến thật đúng lúc. Em giao chị ấy lại cho anh nhé.

Rồi cô nhanh nhẹn bước ra đi theo Cung đến một chỗ khác. Diên ngạc nhiên chưa biết điều gì đang xảy ra. Người phụ nữ quay mặt lại, nhìn Diên tươi tắn nói:

- Ngồi xuống đi anh Diên.

Diên nhìn người phụ nữ trước mặt mình, Anh sửng sốt nhìn cô không chớp mắt. Một luồng điện như vừa chạm vào người anh làm anh đứng như trời trồng, làm sao quên được gương mặt ấy đã in sâu vào tâm trí anh mấy mươi năm về trước, anh tưởng mình sẽ không bao giờ còn gặp lại, anh nói như đang sống trong giấc mơ nào đó:

- My, phải My đó không?
- Em đây, My của anh đây Diên ạ.

Diên ngồi xuống ghế trống của vợ Cung bỏ lại, nói trong vẻ xúc động mạnh:

- Anh không ngờ còn được gặp My ở chốn nầy. Sao vợ chồng Cung không nói trước với anh tiếng nào cả. Cái thằng bậy quá.

My thanh minh giùm cho Cung:

- Chính em đã nói với vợ chồng cậu ấy đừng nói để tạo cho anh sự bất ngờ đó mà.

Diên mừng quá, cầm nhẹ bàn tay My. Bàn tay vẫn nhỏ nhắn mềm mại như ngày nào. Diên không thể quên được lúc anh nằm mê man sốt cao ở quân y viện Phan Thanh Giản Cần Thơ trong một trận đánh lớn ở Hỏa Lựu Chương Thiện, anh bị thương khá nặng chính người nữ y tá nầy đã chăm sóc anh hết sức chu đáo tận tình. Khi anh tỉnh dậy anh thấy bàn tay mình đang nằm trong lòng bàn tay của My, cô gần như thức suốt đêm để chăm sóc anh, một sĩ quan thương binh mà cô không hề quen biết. Chính tấm lòng nhân ái đó mà trong những ngày nằm ở quân y viện tình cảm của anh dành cho My một tăng lên một cách chân thành. Trước khi rời quân y viện trở lại đơn vị, anh đã thố lộ tình yêu của mình với My, lúc đó cô chỉ biết im lặng rồi ngã đầu vào người anh không nói. Cuộc chiến sau đó đã lôi cuốn anh đi trên khắp chiến trường, càng lúc càng khốc liệt, đôi ba cánh thư viết vội trong mấy cuộc hành quân, những cánh thư hồi âm nhận được muộn màng, xa cách chỉ làm cho sự nhớ thương càng tăng lên...

- Làm sao em biết tin của anh? Đã biết sao em không liên lạc với anh ngay chứ. Anh nghĩ kiếp nầy chắc chúng ta không còn có dịp gặp nhau nữa. Em nói cho anh biết đi.

My nhìn anh với đôi mắt hiền dịu:

- Là một dịp thật tình cờ thôi anh à. Liên – vợ Cưng – là chị em bạn dì của em. Cũng mới đây thôi trong một lần qua Cali thăm mẹ em, em có cho Liên xem album ảnh mà em còn lưu giữ khi vượt biển mang theo. Anh có nhớ lúc anh chia tay em ở quân y viện Phan Thanh Giản Cần Thơ để trở về đơn vị không, em có nhờ một anh bác sĩ quen cùng khoa chụp giùm hai đứa mình một tấm hình không?

Diên à lên một tiếng. Anh nhớ rồi, nhưng lúc đó anh đã trở về đơn vị nên không thấy được nó.

My tiếp tục nói:

- Khi nhìn thấy tấm hình nầy, Liên ngờ ngợ như gặp được anh ở đâu nên hỏi em người lính chụp chung với em là ai. Em nói đó là anh Diên người yêu của em hồi đó. Liên hỏi kĩ càng nguyên nhân hai người gặp nhau, rồi vì sao hai người không đến được với nhau. Liên còn hỏi em có còn nghĩ đến anh không? Đương nhiên là em nói có rồi. Sau đó Liên mới nói thật với em nếu em không còn nghĩ đến anh nữa thì thôi không hé lộ tung tích của anh làm gì vì như thế sẽ có lợi cho cả hai. Khi biết em còn yêu anh, Liên mới thố lộ anh vẫn còn sống và là anh kết nghĩa với vợ chồng Liên, em đã mừng biết là bao nhiêu anh biết không nhưng cố nén lòng mình lại. Chính vợ chồng Cung đã tạo điều kiện cho hai đứa mình gặp lại nhau đó anh.

- Hèn chi nó cứ điện nằng nặc kêu anh đến buổi họp mặt cho bằng được mà không nói ró lý do làm anh bực mình và thắc mắc mãi.

My chợt hỏi:

- Ngày đó anh đang ở đâu sao không đi tìm em?

Diên nói với My sáng 30 tháng 4 ngày đó trung đội anh còn đang đánh nhau ở Long Khánh. Khi nghe tin Sài Gòn thất thủ, trung đội anh chạy ra Vũng Tàu tìm được một chiếc tàu nhỏ vượt biển may mắn gặp hạm đội 7 của Mỹ đưa vào trại tị nạn Philippine, sau đó được bốc qua đảo Guam rồi từ đó lần lượt đi định cư ở Mỹ. Anh cũng kể cho My biết anh từng tìm kiếm thông tin của My nhưng chỉ là bóng chim tăm cá, rồi anh cũng có một lần kết hôn nhưng gia đình không hạnh phúc đã ly hôn hơn năm năm rồi.

Diên hỏi hoàn cảnh của cô. My cũng cho anh biết sau ngày đó họ vào tiếp quản quân y viện đuổi hết các thương bệnh binh ra khỏi quân y viện. cô cũng rời bỏ nhiệm sở từ đó về quê ở Gò Công rồi cả nhà theo tàu đánh cá của người anh vượt biên. Qua đây cô đi học lại rồi tiếp lo cho mấy em đi học, hơn nữa hình ảnh của Diên còn trong trái tim của cô nên cô không nghĩ đến việc lập gia đình.

Diên cảm động không nói nên lời, cầm tay My rưng rưng nước mắt:

- Anh cám ơn My luôn nhớ đến anh, suốt cuộc đời nầy anh không biết thế nào bù đắp hết tình yêu của My dành cho anh.

My chớp chớp mắt:

- Mình còn được gặp lại nhau âu cũng là duyên phận anh ạ.

Cả hai cứ thế nói với nhau hết chuyện nầy qua chuyện khác mà không biết buổi họp mặt đã kết thúc bằng một lời cảm từ ngắn của ban tổ chức và những tiếng vỗ tay của những người có mặt trong hội trường, ban tổ chức mời mọi người ra nhà hàng gần đó để nhập tiệc, tất cả đã sẵn sàng những lời nói thăm hỏi chúc tụng nhau trong những cái cụng ly vui vẻ. Diên lặng lẽ nắm tay My rời khỏi hội trường ra xe. My hỏi đi đâu vậy anh, Diên chỉ nói nhỏ vừa đủ cho My nghe ra ngoài nầy có lẽ thú vị hơn em à, chẳng phải chúng ta cần nhiều thời gian để nói chuyện với nhau hơn là ở trong cái không khí ồn ào náo nhiệt nầy phải không? My gật đầu không nói gì ngoan ngoãn bước theo anh rời khỏi đám đông.

Diên đánh xe ra khỏi khuôn viên tòa báo, chạy một đoạn ngắn rẽ trái ra đường lớn chạy dọc theo bờ sông Potomac về phía thượng nguồn một đoạn khá xa, dừng lại một khoảng đất trống đầy cỏ và những tán cây thấp, chọn một chiếc băng gỗ trống không người ngồi, kéo My ngồi xuống rồi anh cũng ngồi bên cạnh My một cách lặng lẽ. Bây giờ trời đã vào thu, những chiếc lá vàng và đỏ lẫn trong sắc xanh của rừng cây thấp đan xen vào nhau tạo nên khung cảnh thiên nhiên đầy màu sắc. Mỗi khi có một làn gió mạnh thổi qua, những chiếc lá lìa cành cuộn lấy nhau tạo thành một trận mưa lá vắt ngay bầu trời trong vắt và mùi hương từ những loài hoa dại, thảo mộc ven đường làm người ta như chìm đắm vào một khu rừng cổ tích nào đó. Bên bờ bắc thuộc Washington DC cũng thế, một màu vàng óng ả xen lẫn màu tím đỏ của rừng cây ven sông trong buổi chiều tà tạo nên một khung cảnh thật ngoạn mục.

My như ngợp thở trước một không gian đầy lãng mạn, hít vội vào lồng ngực mình cái không khí dịu ngọt đậm đà đến một cách đột ngột, nó sao ngọt ngào say đắm đến thế. Diên lặng im nhìn My một cách dịu dàng xen lẫn thích thú, anh hiểu được tâm trạng của My lúc nầy. Cả hai cùng im lặng ngắm nhìn cảnh hoàng hôn đang xuống dần trên dòng Potomac.

My chợt hỏi anh:

- Hình như đây là nơi anh thường đến?

Diên chậm rải trả lời:

- Phải! anh thường đến nơi nầy tìm một sự tĩnh lặng khi có thể.

-Vì sao?

- Em có thấy trước mắt mình là dòng sông không?

- Em biết.

- Đó là sông Potomac bốn mùa trong xanh hiền hòa, nó là một trong những con sông dài nhất nước Mỹ, Potomac khởi nguồn từ tiểu bang West Virginia và lần lượt chảy qua các tiểu bang Maryland, Virginia và Washington DC. Đoạn sông chảy qua Virginia là dài nhất, bởi khi vào tới tiểu bang Virginia dòng sông uốn khúc nhiều lần khi nối với các phụ lưu nhỏ và mỗi lần tiếp nhận thêm một phụ lưu, dòng sông lớn hơn cho tới khi chạm mặt với thủ đô Washington DC thì dòng Potomac đã trở thành mênh mông khi xuôi về phía nam đổ vào vịnh Chesapeake rồi hòa vào Đại Tây Dương. Hơn một thế kỷ trước con sông nầy từng là chứng nhân cho cuộc chiến tranh Nam Bắc Mỹ với hàng triệu người chết nhưng kết thúc lại rất đầy nhân bản đến nay như một huyền thoại, mấy mười năm sau nó cũng lại là chứng nhân trong một việc khác: nó chứng kiến ngọn lửa bừng lên từ tấm thân của người đàn ông tên Norman Morríon, anh tự hủy diệt mình trước Bộ Quốc Phòng Mỹ để phản đối chiến tranh Việt Nam, và ngày nay, hằng ngày soi mình trên dòng sông Potomac là tượng đài tưởng niệm cựu chiến binh Mỹ đã hy sinh ở Việt Nam. Tượng đài là một bức tường đá bằng cẩm thạch đen cắm sâu vào lòng đất tạo thành hình chữ V, trên bức tường khắc ghi tên những quân nhân Mỹ đá tử trận trong cuộc chiến ở Việt Nam. Hầu như bất cứ lúc nào người ta cũng thấy có nhiều người đến viếng thăm, họ đứng trầm tư rất lâu và đặt hoa dưới chân tượng đài. Lấy tay dò tìm tên của người thân hoặc bạn bè của mình đã hy sinh ở một xứ sở lạ lùng bên kia bờ Thái Bình Dương. Anh cũng thường đến đây những dịp có thể, nghiệm ra rằng tất cả các cuộc chiến tranh đều vô nghĩa, nó cướp đi biết bao sinh mạng của con người vì một điều gì chứ?

My im lặng không nói gì, cô tôn trọng những suy nghĩ của anh, Diên tiếp tục dòng cảm xúc của minh:

- Mỗi lần ra đây ngồi nhìn dòng Potômac hiền hoà chảy xuôi về biển là anh lại nhớ đến dòng sông Tiền quê mình, nơi dòng sông bắt đầu đi vào đất Việt, Hồng Ngự nơi anh chào đời, nó cũng hiền hòa trong xanh như thế, nó chảy qua bao thành phố miền quê nước Việt thân yêu chảy đến vùng đất cuối cùng Gò Công quê em trước khi hòa vào biển Đông. Tại sao người ta lại biến nó thành dòng sông đầy chết chóc và tang thương, những con người sống trên hai bờ sông nầy có tội tình gì phải hứng lấy nỗi khổ đau mất mác chia lìa, những thù hận dai dẳng đến thế. Ngồi mà nhớ đến My, người con gái Gò Công mà anh luôn tưởng nhớ không biết còn hay mất, lưu lạc đến chân trời góc biển nào mà lòng không nguôi thương nhớ.

My chớp mắt cảm động:

- Anh nhớ thương em đến vậy sao?

- Khi người ta đánh mất thứ gì quý giá nhất người ta mới thấy rõ nó quan trọng với mình đến nhường nào em biết không?

Bỗng Diên như chợt nhớ ra điều gì, anh lần vào trong chiếc áo vest lấy ra một cuốn sổ tay mỗi lần anh đi đâu thường đem theo nó để tiện ghi chép những gì mà anh cảm nhận được, nhiều khi ghi thế không biết để làm gì nhưng đã trở thành thói quen không thể bỏ được, lựa trang giấy trắng rồi hí hoáy viết lên đó điều gì. My im lặng không nói chỉ nhìn ra bờ sông. Nắng chiều đã dịu xuống từ lâu, một làn gió mát thổi qua làm lao xao cành lá. Có tiếng chim hót đâu đây trên một tàng cây gần đó, không gian êm đềm quá. Một lúc lâu, My quay sang ông Diên tò mò hỏi:

- Anh viết gì lâu thế?

Diên không ngước lên, trả lời nhẹ nhàng:

- À! Anh đang viết bài thơ ấy mà.

- Để làm gì?

- Tặng em đọc cho vui ngày chúng ta gặp lại nhau trên xứ người.

My cười hỏi:

- Thơ của anh à?

- Ồ! Không phải thơ anh, thơ của một nhà thơ Việt Nam đang sống ở Virginia, viết về sông Potomac, anh đọc đã lâu thấy hình như ông ta đang viết về mình. Xong rồi em đọc thử xem.

My tò mò không biết bài thơ viết gì, cầm lấy tờ giấy Diên vừa rứt khỏi cuốn sổ tay đưa cho cô, cô đọc khẽ:

khi dừng lại bên dòng Potomac
em bên tôi vẫn rất dịu dàng
gió lồng lộng cả một trời đông bắc
tóc em bay trong nắng thu vàng

và như thế mình đi và đã đến
mình đã tìm và gặp được dòng sông
tôi ngồi xuống để nghe sông hát
và đứng lên ôm lấy mặt trời hồng

và như thế mình đi và đã đến
đã bên nhau thủy tận sơn cùng
tôi nằm xuống để nghe đất thở
tạ ơn đời độ lượng bao dung

khi dừng lại bên dòng Potomac
tôi và em nhìn lại quê nhà
buồn hiu hắt thương về chốn cũ
*phía chân trời đã mịt mù xa **

- Ừ! Bài thơ buồn mang tâm trạng của người xa xứ. sao giống tâm trạng của mình đến thế anh nhỉ. Nhìn dòng sông nước vẫn trôi mải miết em cũng tự hỏi không biết nơi đâu là chốn quê nhà?

- Nhưng mình cũng đã đi và đã đến, cuối dòng sông mình đã gặp được nhau rồi không phải sao em?

Ông Diên quay sang My, tay nhẹ nhàng quấn lại chiếc foulard trên cổ My cho kín hơn, mùa nầy về chiều gió nhiều có thể làm My cảm lạnh. My cảm nhận sự chăm sóc của người bạn bên cạnh ngã đầu vào vai anh nói nhẹ:

- Sớm mai em sẽ bay về Cali.

- Anh biết. Bao giờ mình gặp lại nhau?

- Chắc cũng sớm thôi. "Về thu xếp lại" mà. Anh còn nhớ câu nầy trong một bài hát của Trịnh Công Sơn không?

- Anh nhớ chứ. Cái gì cuối cùng rồi cũng phải thu xếp lại, nhưng đằng sau việc thu xếp đó là gì em nhỉ? Sự an yên của cuộc đời đầy dông bão, niềm hoan lạc được tìm thấy hay nỗi muộn phiền khôn nguôi của một kiếp người?

- Tất cả đều có sự sắp xếp của tạo hóa anh ạ.

Trên sông Potomac chiếc du thuyền Odessey đang trở về bến đỗ của nó sau một chuyến đưa khách du ngoạn trên sông. Chiếc du thuyền nhẹ nhàng trôi trên sông dưới ánh nắng chiều vàng thẫm làm My mường tưởng đến một cánh chim đang bay về tìm tổ ấm của mình sau một ngày vất vả cực nhọc kiếm ăn.

My muốn thời gian như dừng lại trong lúc nầy để cô cảm nhận được hạnh phúc đến gần với cô hơn bao giờ hết và hình như cô cũng cảm nhận được tâm trạng của Diên cũng giốnh như thế.

Ngoài kia, sông Potomac vẫn lặng lẽ trôi một cách êm đềm.

Nguyễn An Bình

**Bài thơ "Khi Dừng Lại Bên Dòng Potomac" thơ Phạm Cao Hoàng*

NGUYỄN CHÂU

ĐỊA LINH

Ông Cả Trị tánh tình cương nghị, giọng nói oang oang đầu làng cuối xóm đều nghe, tóc búi tó như ông đạo xứ đàng trong. Hội đồng hương chức không ưa ông.

Vùng đất thiêng sinh nhiều bậc kỳ tài, chuộng văn hơn võ. Hai Văn - con trai lớn đam mê thơ phú, nhưng bất bình đi làm quốc sự. Con thứ: Ba Chương ương bướng từ nhỏ, khí khái hơn người, "kiến ngãi bất vi vô dõng giả" như Lục Vân Tiên.

Ông Cả Trị hỏi Lý trưởng Bông:

- Ông ở tầng nào trong giếng Thủ Bộ?

Giếng Thủ Bộ là ao làng. Lý trưởng Bông dộng ba-ton khảm bạc xuống nền gạch sân đình cạch cạch, quắc mắt:

- Ý ông là sao?.

- Là ba ba, rùa, lươn, chạch, cá trê, cá lóc, cá mại, còng gió hay bèo? Mỗi loại chịu được tầng nước nông sâu khác nhau!

Lý trưởng Bông giận dữ bỏ đi một mạch, nhưng không hiểu ông Cả Trị nói gì.

Anh Rân xé hai mép lá thuốc, vấn lại thành điếu đưa lên liếm xoay xoay, chép miệng:
- Ông Cả cuồng chữ, có ngày điên!

Ông không dạy, nhưng các bài vè đám chăn trâu nghêu ngao ngoài biền vô tư lự là của ông, nhưng nhói lòng đám hội tề trong làng. Triền sông bên lở bên bồi, hơi đâu.

Hai Văn chán làm cách mạng, về làng. Nghe đâu Tôn Thất Thuyết tập kích vào thành Mang Cá (Trấn Bình đài) ngoài Huế, nhưng thất bại. Bị quân Pháp phản công nên phải đưa vua Hàm Nghi chạy về Tân Sở, hạ chiếu Cần Vương.

Lý trưởng Bông nghĩ kế trả thù, chỉ ngại ba Chương đang theo học cụ Nghè An. Tính hắn cứng đầu, ngang ngạnh nhưng thông minh, cụ Nghè yêu quý còn định gã con gái cho.

Ông Cả Trị tra hỏi hai Văn:

- Tại răng mi về? Mi có nhớ tấm gương lẫm liệt của quan phụ chính Trần Văn Kỷ theo hầu vua Cảnh Thịnh không? Khi chúa Nguyễn không dụ dỗ được ông, trọng tài nên cho hưởng "tam ban triều điển". Trước khi chết, ông xin về quê bái yết từ đường, nhưng đến ngã ba Sình, ông hô to:"Trung thần bất sự nhị quân", rồi nhảy xuống sông tự vẫn. Mi hãy tự xử.

Dòng sông Thu Bồn lững lờ trôi, ánh trăng hạ tuần gợn lên ánh bạc, biền dâu xanh ngắt thì thầm trong gió. Hai Văn nhìn về hướng Tây Nam mờ mờ dãy Trường Sơn. Căn cứ Tân Tỉnh, Trung Lộc núi non hiểm trở, hào sâu vực thẳm, nơi ẩn mình của nghĩa hội. Những người chí sĩ yêu nước như Trần Văn Dư, Nguyễn Duy Hiệu, Phan Bá Phiến, Tiểu La Nguyễn Thành... đang ngày đêm quên ăn bỏ ngủ, tìm mưu kế chống giặc.

Tiếng chim ăn đêm bay ngang trước mặt hai Văn, rồi mất hút trong bụi tre ngà bên kia sông. Anh nhìn đình làng mái ngói thâm đen, bức bình phong lân mã trước sân bái đình nghinh đón linh khí trời đất, cầu cho quốc thái dân an.

Lũ cường hào thẳng tay o ép, dân tình ly tán nơm nớp quẫn mình như con giun, con gián. Anh Rân cùng tráng đinh bị bắt đi phu làm đường từ Lăng Cô băng qua đèo Hải Vân vào Đà Nẵng.

Hai Văn giã biệt làng quê yêu dấu, khoác túi lên vai. Từ Hương An qua phà Tân An, xuyên Phú Bình đến sơn phòng Dương Yên. Đến nơi hay tin chủ soái Trần Văn Dư bị bắt và bị xử trảm. Đèo Đá Bon hiểm trở, một bên là núi, một bên là ruộng bậc thang. Lưng chừng đèo có một hòn đá rất to và có lỗ hổng bên trong, khi gõ vào đá kêu bon, nên gọi là đèo Đá Bon, đây là căn cứ phòng thủ của Nghĩa hội Quảng Nam. Toàn bộ khu căn cứ được bao bọc bởi hàng rào bằng tre, đầu vót nhọn, đan chéo vào nhau như những bàn chông.

Hai Văn cùng anh em nghĩa hội tập kích vào đồn công binh của Pháp dưới chân đèo Hải Vân. Người Pháp gọi là "một biến cố đau thương vừa xảy ra ở Trung Kỳ" nên ra sức đàn áp, Nguyễn Thân xua quân càn quét rất ngặt. Thất trận ở căn cứ Phước Sơn (thuộc Tiên Phước), Nguyễn Duy Hiệu và Phan Bá Phiến chạy thoát nhưng thế cùng lực tận, nghe lời thủ lĩnh Nguyễn Duy Hiệu, Phan Bá Phiến uống thuốc độc tự sát. Không thể để nghĩa quân ba tỉnh bị giết hại, Nguyễn Duy Hiệu thủ tiêu toàn bộ danh sách, tài liệu liên quan đến nghĩa hội.

"Chứng kiến cái chết của người đồng sự tâm phúc, Nguyễn Duy Hiệu trở về quê thăm viếng mẹ già. Xong, ông ra miếu thờ Quan Công ở giữa bãi cát Thanh Hà, mặc áo dài đen, đầu vấn khăn cẩn thận, ngồi xếp bằng trước bàn thờ, rồi sai người đi báo cho Nguyễn Thân đến bắt ông..."

Nghĩa hội Quảng Nam tan rã.

Anh Rân về làng, thân hình tiều tụy như con cò ma. Không bao lâu, lý trưởng Bông sung anh cùng tráng đinh trong làng vào lính khố xanh.

Sau khi đàn áp phong trào Nghĩa hội Quảng Nam, Nguyễn Thân được triều đình Huế cho lãnh chức Binh bộ thượng thư kiêm Tổng đốc Bình Định. Sau đó, được thăng lên Khâm mạng tiết chế quân vụ, lùng diệt cuộc khởi nghĩa Hương Khê do Phan Đình Phùng lãnh đạo. Do thế yếu cùng binh tướng tan rã, Phan Đình Phùng uống thuốc độc tự tử. Nguyễn Thân cho quật mồ Phan Đình Phùng, thiêu đốt thành tro, rồi trộn với thuốc súng, bắn xuống sông La.

Hai Văn biệt vô âm tín. Ba Chương được bổ đi làm Giáo thụ, vốn tính khí khái và lòng ái quốc vô biên, anh truyền thụ cho môn sinh những tấm gương sáng chói lòng yêu nước. Ca tụng phong trào khởi nghĩa của Nguyễn Trung Trực, được danh sĩ Huỳnh Mẫn Đạt khen ngợi:

"Hỏa hồng Nhật Tảo oanh thiên đia
Kiếm bạt Kiên Giang khấp quỷ thần."

Thêm việc tát tai tri huyện N. do thói nịnh trên đạp dưới, ba Chương giũ áo từ quan về làng, mở trường dạy học.

Lũ sâu dân mọt nước hả hê, chúng giấu truyền đơn kêu gọi chống chính quyền Bảo hộ, chống độc quyền bán thuốc phiện và rượu trong lu nước cạn khô của nhà Cả Trị.

Ông Cả Trị cười như điên, tay vuốt chòm râu bạc, nói với hương quản Trọng:
- Mi nhìn đi, dấu mấy ngón tay mi rành rành trên miệng lu. Bó truyền đơn này cũng có, tau cho mi mọt gông!

Hương quản Trọng mặt tái mét, ấp a ấp úng...

- Tau thương mi ngu dại, vợ khờ con đông. Mi cầm lên, đem ra ngõ đốt liền trước mặt bà con ở đây. Tổ cha mi!

Ngọn lửa soi rọi rõ khuôn mặt hắn, thớ thịt run run trong ánh sáng bập bùng.
Ông Cả Trị đưa tờ giấy hồng điều, lật mặt sau biểu hương quản Trọng điểm chỉ bằng tro than trộn mồ hôi của hắn. Hắn chưa nhìn ông đã sợ riu ríu nghe lời, không cần biết ông viết gì.

Lý trưởng Bông nghe xong, đập bàn cái rầm. Kiểu này chẳng khác chi gậy ông đập lưng ông, hương quản Trọng tay chân run như cầy sấy.

- Vậy chớ hắn viết cái chi mà mi điểm chỉ?

Lý trưởng Bông tái người khi thấy ông Cả Trị chống gậy đến trước sân, lão xăng xái ra đón, giọng đẩy đưa:

- Chớ ông Cả đi mô mà tạt qua đây? Xin mời, xin mời...
Cả Trị lật vạt áo, lấy tờ giấy hồng điều. Lý trưởng Bông rót trà, tay run run liếc nhìn ông Cả, lão cố lên giọng trấn áp của quan phụ mẫu:

- Tình hình trị an dạo này ngặt lắm nghe ông Cả, tui nghe bọn nghĩa hội trốn về nằm quanh đâu đây...

Cả Trị bật cười ha hả, tay búng nhẹ con sâu róm đang uốn mình bò lên mép bàn, chậm rãi:

- Hắn lông lá thấy ghê, nọc độc đầy mình, nhưng thoát xác thành loài bướm đẹp mê hồn. Nó khác với các ông, đem lời ma mị ngọt như mía lùi, nhưng chết người lúc nào không hay. Ông Lý hay chọn nhầm người, dụng nhân như dụng mộc, cái thằng quá thật thà như Hương quản Trọng, không làm chuyện thất đức được đâu. Đời mà, ngưu tầm ngưu mã tầm mã!

Lý trưởng Bông cười giả lả mà như á khẩu. Cả Trị bước ra sân nghêu ngao:

"Trong Nam, tên họ nổi như cồn
Mấy trận Gò Công nức tiếng đồn
Đấu đạn hỡi rêm tàu bạch quỷ
Hơi gươm thêm rạng vẻ huỳnh môn
Ngọn cờ ứng nghĩa trời chưa bẻ
Quả ấn Bình Tây đất vội chôn
Nỡ khiến anh hùng rơi giọt luỵ
Lâm dâm ba chữ điếu linh hồn."
(Văn tế Trương Định – Nguyễn Đình Chiểu)

Thành bại do thiên mệnh, xuất phát từ nhân tâm. Nhân tâm là thiên đạo, tồn vong cũng chính từ đây.
Cả Trị kéo chéo áo lau giọt nước mắt ứa ra tự lúc nào, dáng liêu xiêu cố rướn về đàng trước như mong tìm vừng hồng của buổi bình minh. Tia nắng hiếm hoi của tiết Đông chí làm bừng sáng mái đầu bạc trắng của ông.

Ba Chương vân vê thông tri của quan đốc học, đình chỉ hoạt động trường làng của anh. Cấm chỉ "Khai dân trí, chấn dân khí, hậu dân sinh."(Phan Chu Trinh). Bọn làm giặc toàn là bọn có chữ nghĩa.

Lý Bông vỗ vai hương sư Trịnh:

- Có vậy chớ! Lũ dân ngu khu đen dễ sai, dễ dạy. Thật là quan trên sáng suốt!

Cánh đồng làng không màu xanh, năm ni chắc đói. Mùa màng sâu rầy đen nghịt, đui ngọn, giàn đậu đũa trái dài thòng nhưng không có hạt. Thiên không thời, địa không lợi, lòng người mất hoà hiếu, ly tán.

Ba Chương ngậm ngùi nhìn ông Cả Trị, ngày mỗi hom hem, chỉ còn đôi mắt nhưng đã mờ dần. Anh mong cha anh mù hẳn, tai điếc đặc, có khi cha anh còn sống được lâu dài cùng con cháu.

Ba Chương ngán ngẩm, đời như lá úa, lộng giả thành chân. Đốc học T. trật chánh ngũ phẩm văn giai, xuất thân từ trường hậu bổ, vốn chỉ là ấm sinh con nhà quan được đặc cách. Lão ngồi chễm chệ, trong đầu chứa toàn đất đá, mưu mô và tư lợi. Lão ra thông tư cấm triệt học sinh các trường trong phủ mặc quốc phục. Phải chào cờ "tam tài" và hát quốc ca Pháp. Các quan Nam triều khăn xếp áo dài, riêng quan đốc học oai phong trong bộ comple – cà vạt. Quan không cận thị, nhưng cặp kính trắng lồ lộ luôn hiện hữu trên khuôn mặt tai tái, môi thâm như nghiện thuốc phiện của lão.

Người ta phát hiện Cả Trị chết cong queo dưới gốc trâm già, vì ăn bả chó. Lạ một điều, da ông không tím tái, miệng không sùi bọt mép như người nhiễm độc. Quan đốc-tờ khám nghiệm qua loa, cho gia đình lãnh về chôn. Ông Cả chưa được hưởng chữ thọ.

Sau cái chết của cha, ba Chương bỏ đi biệt xứ, ruộng vườn hoang hoá, cỏ mọc lút đầu. Những đêm trăng, nghe tiếng kêu gào của lũ mèo hoang động đực, càng rợn người. Dân làng khiếp vía, mùa màng thất bát, sưu thuế lại tăng.

Lý trưởng Bông thở phào, như nhổ được cái gai trong mắt. Hướng Tây nam, trông về Hòn Kẽm đá dừng mù mịt, sấm chớp liên hồi. Trời sắp tàn Đông nhưng cơn mưa dữ dội từ Trường Sơn kéo về đồng bằng. "Cơn đằng Tây chẳng mưa dây cũng bão giật". Bỗng sét đánh đinh tai, kèm theo tiếng gì rạn vỡ khô khốc. Bức bình phong lân rồng của đình làng nứt toác, như nhát gươm chém ngang, lìa đầu rồng lân. Điềm trời báo hiệu bất tường: Thần hoàng đã bay về trời. Địa bất linh, nhân kiệt cũng tiêu vong.

Nguyễn Châu

NGUYỄN ĐÌNH PHƯỢNG UYỂN
VIẾT CHO NGƯỜI HÁT KHẼ

Mỗi lần về Việt Nam, tôi thường lân la vào những quán cà phê nhạc sống, nhạc máy hay hay, đẹp đẹp ngồi chơi cả buổi.
Nghĩ xem, vườn mát, nước chảy róc rách, nhạc Pop nhè nhẹ bao trùm không gian, đêm xuống, một vĩ cầm và một dương cầm, réo rắt cuộn theo tiếng hát trầm ấm hay véo von của ca sĩ.. thích quá đi chứ !
Sau nữa, tôi hay lang thang vô tiệm sách.
Cách đây chừng hai mươi năm, nhà sách ở Sài gòn mọc lên ồ ạt. Chiều xuống, mẹ đã xong công rồi việc, con cái cất tập vở, mấy mẹ con cùng nhau rong ruổi trên chiếc xe gắn máy cà tàng, bữa ghé tiệm sách này, mai tiệm khác. Lũ nhỏ lăn xả vào tô tượng hoặc cắm đầu vô quầy tranh cát, mẹ cứ việc dán mắt vào đống sách vở. Vui !
Nhà sách dạo này hết "ăn" rồi nên chỉ còn lác đác vài nơi, tôi về nước, ghé vô, tìm lại chút kỷ niệm xưa, nhớ con đã từng ngồi chỗ này, mẹ từng đứng chỗ kia, quầy tính tiền nay đã dời tới gần cửa ra vào...
Ngoài sách truyện ,tôi còn vác về nước cả đống tập bài hát.
Ban đầu, coi mục lục " A, mình biết bài này." Mở ra xem " Cha, lời hay quá ta !" " Bài kia, thường." Hát được vài bản rồi cẩn thận cất đống sách vào tủ, lâu lâu bạn bè đến chơi, tụ họp văn nghệ, tôi lôi chúng ra nhưng chả ai buồn động tới vì Google giúp ca sĩ kiếm bài dễ hơn, bài

nào cũng có, lại chua thêm phần hợp âm cho đàn địch, tiện lợi quá, tập bài hát nằm chỏng chơ, ế nhệ.
Phải đến sáu bảy năm trôi qua tôi mới coi kỹ lại chúng. Sách in đẹp, trang nhã, rõ ràng, của Phạm Duy, Trịnh Công sơn...mỗi cuốn cả trăm bài, vậy mà mình mua rẻ bèo. Lần này, không coi ngược từ phần mục lục mà lần giở từng trang giấy, đem đàn ra đánh mỗi bản, hy vọng kiếm được chi đó quen thuộc. Nhạc nhọt, nhiều lúc biết giai điệu mà không biết tựa, hay ngược lại là chuyện thường.
Lâu lắm rồi mới nhìn bản nhạc và đàn hát, chợt nhớ đến hồi niên thiếu, đạp xe ra Nguyễn Huệ lục lọi mấy trang bài hát quay roneo đen thui, đem về trải lên bàn, ò e, từng tưng cả buổi, bài nào giai điệu không quen thuộc, tiếc tiền đứt ruột, bài nào biết, nhất là những bản nhạc ngoại quốc, quý như vàng. Nhớ cả những cuốn tập nhạc ông bô đem bút đem thước kẻ từng dòng, cầm đàn và ký âm những ca khúc Việt Nam cho đàn con, nhiều lắm. Lúc công an vào lục soát nhà cửa, họ chộp ngay mấy cuốn nhạc viết tay này như một bằng chứng hùng hồn để bắt tội ông bô.
Vậy mà bây giờ sách in đẹp, nốt trắng nốt đen, lặng đơn lặng kép rành rành ra đó, khỏi ai cãi cọ hát sai, hát đúng, chưa kể, bài ca có nốt, trông lịc lãm hơn vậy mà chả ai thèm dùng.
Karaoke và youtube đã truất phế nhạc giấy dù không ít lần lời lẽ, âm điệu trên net sai toét tòe loe, chán thật!
Hát hỏng dăm bài, lật nhẹ từng trang, lọt vào mắt tựa đề " Chú Cuội".
Chau mày.
Phạm Duy có bài "Chú Cuội" à? Sao mình chỉ nghe của Lê Thương thôi nhỉ? Ừ, xưa tới giờ, Trung Thu toàn thấy trẻ con hát:

" Bóng trăng trắng ngà"
" Có cây đa to"
" Có thằng Cuội già"
" Ôm một mối mơ"

Nếu có một " Chú Cuội" nữa, nhất là của Phạm Duy, Tivi, báo đài phải hát ra rả mỗi rằm tháng Tám chứ. Lỗ hổng âm nhạc của tôi... tệ dữ vậy trời?
Liếc mắt:

" Trăng soi sáng ngời"
" Treo trên biển trời"
" Một đàn con trai"
" Rủ đàn con gái"
" Ra ngồi nhìn trăng"
....

" Ta yêu cô Hằng"
" Đêm xưa xuống trần"
"Nàng ơi nàng về dương gian"
" Tìm người nuôi nấng"
" Cung đàn Hằng Nga"
.....

À, hóa ra tôi biết bài này đã lâu, từ ngày còn bé tí, nhưng không biết tên là " Chú Cuội".
Biết, vì mẹ hay hát bài này lắm. Ừ, dẫu có khổ mấy, như một cái tật, mẹ thường vừa làm vừa hát khẽ. Giặt đồ, hát. Nấu cơm, hát. May vá, hát.
Mới đọc mấy chữ đầu trên sách, tự nhiên tôi nín thở. Hình ảnh mẹ mặc bộ đồ lụa màu hồng, tóc tém sau gáy, da mẹ trắng, mắt nâu dịu dàng, tay mẹ thon dài, mũm mĩm, lọc cọc leng keng rửa đống bát đũa , nồi niêu trong bếp, miệng nghêu ngao" Cuội ơi để trâu ăn lúa", hiện rõ mồn một trong tôi.
Cái tật hát khẽ ấy kéo dài cho đến khi căn bệnh Alzheimer cướp đi trí nhớ, mẹ không hát thành lời được nữa, đổi qua huýt sáo, cả nhạc Tây lẫn nhạc Ta, huýt cả ngày.
Mẹ tôi, giờ co quắp trong đất lạnh. Ban ngày, khu mộ mẹ bình yên với cây xanh và thảm cỏ. Chậu hoa, chong chóng, dây đèn những mộ xung quanh chưng được vài hôm thì nhân viên bảo vệ sẽ đến dẹp sạch, nghĩa trang phẳng lì một màu xanh mượt mà, trông giống công viên hơn.
Đẹp thì đẹp nhưng trời chạng vạng tối thì rợn lắm, anh tôi bảo thế.
Mẹ đã có chỗ về chưa? Chả lẽ thế giới bên kia không cho phép mẹ ngoái nhìn con cái lần nữa? Con vẫn chờ mẹ vương vấn quay lại nhắn nhủ, dặn dò, kể lể nhưng ....mẹ biệt tăm. Con tưởng mình vẫn còn những mối dây ràng buộc? Bát cháo lú đã phát huy tác dụng ngay từ hồi mẹ còn tại thế. Đường mẹ đi có gập ghềnh đá sỏi? Hôm nay vô tình con xem được bài " chú Cuội" của Phạm Duy, nhớ mẹ cái hồi đói no vất vưởng nhưng mẹ còn trẻ, còn tinh tường, con cái lớn tướng, mỗi khi ra đường mẹ thường dặn " Đội mũ vào." "Nhớ đem theo áo mưa." "Đừng về khuya." " Con gái gì chả ý tứ."....
Chờ mãi trong mơ mẹ nắm lấy tay và nói " Mẹ đây con."
Giấc mơ chìm lỉm.

Nguyễn Đình Phượng Uyển
31/07/22

NGUYỄN ĐỨC NAM

NÀNG CHỈ CA HÁT MỘT MÙA XUÂN

1.

Sáng nào trên đường đi làm, Nhân cũng thấy người con gái ấy cắp sách đến trường. Nhân luôn luôn nhìn thấy bóng dáng thanh tú, mái tóc xõa ngang vai và những bước đi yểu điệu, kiêu-sa ấy ở cuối dốc Beverly Dr. Nhân không biết Nàng học trường nào vì gần đó, có trường High School của Quận và trường Saint Paul của Công-Giáo.

Thường thường, đến cuối dốc, Nhân cho xe chạy chậm lại, để coi chừng xe cộ từ phía đường Edgwood phóng tới. Nhờ thế mà Nhân được thấy rõ khuôn mặt đẹp và đôi mắt buồn của Nàng. Đôi mắt ấy đã bắt gặp ánh mắt quyến luyến của Nhân, và theo ý nghĩ chủ-quan của Nhân, đã nhiều lần cho Nhân những giao-cảm kín đáo.

Khuôn mặt, mái tóc, đôi mắt và dáng người ấy đã ám ảnh Nhân suốt ngày và cả trong đêm tối, trong những giây phút chập chờn, cô-đơn. Nhớ nhung và cô-đơn làm cho thời gian dài vô tận. Mới gặp Nàng vài tháng mà tưởng chừng đã nhiều năm.

Nhưng sáng nay, tại cuối dốc Beverly, Nhân không thấy Nàng! Nhân nghĩ là mình đi trễ hơn mọi ngày nhưng nhìn đồng hồ đeo tay, thấy mới có 7giờ 45 phút, thì biết là mình không trễ mà lại sớm 5 phút. Nhân ghé vào sạp báo bên đường, mua một tờ tạp-chí về Golf, dù rằng chẳng có thời-giờ đọc báo bao giờ. Nhân có tiền lẻ nhưng cố-tình đưa tờ giấy trăm để đợi tiền trả lại và trao đổi một vài chuyện xã-giao với bà bán hàng cho đến 8 giờ cũng không thấy bóng dáng Nàng đâu.

Nhân vào sở như một người mơ ngủ. Mọi người đã cầm ly cà-phê từ phòng họp ra và ai nấy đều đang đi về văn-phòng của mình. James chờ Nhân ở cửa văn-phòng Executive Committee, dựng ngược đôi lông mày sâu róm lên và nhăn nhó:

-Ngủ quên hay sao mà vô trễ vậy? Mình là manager, phải làm gương cho nhân-viên chứ! Sáng nay, bên văn-phòng Quận, có một cuộc họp khẩn, you đại-diện công-ty đi họp, chiều nay về làm một báo-cáo, gửi lên General Manager. OK?

Nhân chào tên Trưởng Phòng, lặng lẽ lái xe sang City Hall. Buổi họp diễn ra nhanh hơn là Nhân nghĩ. Trên đường về, Nhân ghé vào quán Bamboo, một tiệm cà-phê mới mở trên đường Maple. Vừa bước vào, dù đèn trong quán không sáng lắm, Nhân cũng đã nhận ra Nàng ngồi trong đám bạn, quanh chiếc bàn gần cửa sổ.

Bàng hoàng, ngây ngất vì ngạc nhiên và vui mừng vì gặp Nàng, Nhân đứng im giữa phòng, chưa biết đi về hướng nào, chưa biết ngồi đâu thì một người con gái, ngồi chung bàn với Nàng, đứng lên, đưa tay vẫy:

- Anh, anh Nhân!

Nhân đã nhận ra người quen. Đó là Liên, em của Quí, một bạn học và cũng là cộng sự viên cùng công-ty. Cảm thấy tự-nhiên hơn, Nhân mạnh dạn bước tới chỗ bốn cô gái đang ngồi. Liên, "bé Liên" cô bé con, em của bạn ngày nào, không còn bé nữa mà đã là một thiếu-nữ với thân thể nẩy nở, tràn đầy sức sống.

Còn một ghế trống, cạnh Nàng, Liên mời Nhân ngồi. Nhân nhìn Nàng, trước khi kéo ghế ngồi. Nàng nhìn Nhân, hé môi cười. Liên liến thoắng:

- Anh Nhân, bạn thân với anh mình. Còn đây là Mỹ-Hòa, Lệ-Dung, bạn học ở Fairfield High School và Ngọc Châu, bạn học cùng lớp với em ở Saint Paul VI.

Bây giờ thì Nhân biết tên Nàng và biết Nàng học trường nào rồi. Nhân muốn cám ơn Liên đã vô-tình cho Nhân biết những điều mà Nhân đã muốn biết về Nàng từ bao nhiêu tháng nay. Nhân mỉm cười, chào các cô gái và hỏi Liên:

- Từ bao lâu nay, anh vẫn nghĩ là Liên còn học ở public high school, không ngờ là Liên đã chuyển sang trường Đạo.

Giọng Liên chùng xuống:

- Ba em cho rằng trường công bây giờ thiếu kỷ-luật lắm, "gang" quá nhiều nên bắt em chuyển trường. May mà ba em không bắt em ở nội-trú!

Không hiểu tại sao Nàng- Ngọc-Châu - lại không đi học sáng nay, làm Nhân nhớ điên lên, Nhân nhìn Ngọc-Châu nửa dò hỏi, nửa như trách khéo:

- Hôm nay không phải là ngày lễ, sao mấy cô không đến trường?

Có lẽ đoán được ý nghĩ thầm kín trong câu hỏi của Nhân, Ngọc-Châu nhanh nhẹn đáp lời:

- Sáng nay các Giáo-Sư có buổi họp, tụi em được nghỉ. Vì vậy mới hẹn nhau ra đây, uống coffee.

Lệ-Dung, cô gái có mái tóc cắt ngắn như tóc con trai, chợt nhìn đồng hồ và hốt hoảng:

- Chết rồi, đã gần 12 giờ trưa. Giờ này chắc là anh tôi đã có mặt ở nhà, tôi phải về ngay, nếu không thì sẽ bị phạt, không được đi đâu nữa.

Nhân không hiểu sao Lệ Dung lại sợ anh như thế nhưng thấy vẻ mặt lo lắng trên khuôn mặt trẻ thơ của Dung, Nhân cảm thấy ái-ngại quá và vội vàng đề-nghị:

- Để anh đưa Dung về cho nhanh.

Liên mừng rỡ:

- May quá, nhờ anh Nhân đưa Dung về dùm em. Tụi em mải vui, quên mất là Dung phải về đi lo công chuyện với anh của Dung.
Dung còn đang ngần ngại thì Mỹ-Hòa nói thêm:

- Nếu Dung ngại thì bọn này đi với Dung, đồng thời nhờ anh Nhân đưa về luôn.

Dung gật đầu. Thế là bốn cô gái ùa ra đường, leo lên chiếc 4Runner của Nhân, thật nhanh.

Nhân đưa từng người về và người sau cùng là Ngọc-Châu. Chỉ còn hai người trên xe, Nhân tha hồ nói chuyện với Châu, tha hồ nói những điều thầm kín đã từng ứ-đọng trong tâm-hồn Nhân bao lâu nay. Nhân được Châu cho biết: Ba Nàng đã mất và hiện giờ đang sống cùng Mẹ và một người cha ghẻ, làm nghề sửa xe hơi. Mỗi ngày, từ xưởng sửa xe về, người cha ghẻ thường nhậu nhẹt, say sưa, nhiều khi la mắng Châu thậm tệ, dù Châu không có lỗi gì cả. Cho nên Châu không thích ở nhà. Nếu được nghỉ học là đi chơi với bạn bè, như ngày hôm nay vậy.

Bây giờ thì Nhân đã biết rõ tại sao khuôn mặt xinh đẹp kia luôn luôn có một nét buồn sâu kín.

Nhân muốn nói những lời an-ủi Châu nhưng Nhân cho rằng những lời nói suông không có ich gì cả mà đôi khi làm người nghe cho là dối-trá. Vì thế, Nhân im lặng, dù cảm thấy xót thương Châu vô vàn. Cả hai đều yên lặng và sự lặng yên đó có lẽ đã diễn-tả được nhiều tình-tự hơn là những đối-thoại vô nghĩa.

Chiếc 4Runner đã chạy gần đến cuối dốc Beverly. Ngọc-Châu vội vã nói:

- Anh ngừng xe, cho Châu xuống đây đi anh.

Nhân khẩn-khoản:

- Cho anh đưa Châu về tận nhà, được không? Anh muốn biết nhà của Châu. Anh muốn đến đón Châu đi học và đưa Châu về...

Ngọc-Châu nắm tay Nhân, hốt hoảng:

- Không được đâu anh. Anh cho Châu xuống đây đi! Ba ghẻ của Châu khó lắm, ổng thấy anh đưa Châu về là Châu chết với ổng. Châu xin anh!

Thấy giọng Châu run rẩy, sợ sệt quá, Nhân vội ngừng xe lại, gần sạp báo bên đường, để Châu bước xuống. Châu bước mau về bên kia đường. Bóng Châu biến mất sau chiếc cổng gỗ, sau những lùm cây cao của một khu cư-xá cũ, tăm tối...

Nhân từ từ cho xe chạy qua khu trường học, tưởng như đang sống trong một giấc mơ...

2.

Từ ngày quen Ngọc-Châu, Nhân thấy cuộc đời chàng thay đổi hẳn. Nhân vui như trẻ thơ, thầm hát suốt ngày những bài tình ca mà chàng đã nghe trong nhiều CD của Ý-Lan. Nhân thích nhất là ca khúc "Bài Tình Cho Giai-Nhân":

"Con sông rất già mà còn hào-hoa...Con sông rất già mà tuôn lượt là..."

Ở trong sở, ai cũng nhận ra sự thay đổi dễ thương của Nhân. Nhân không còn lầm lì, hay cau có, hay nhăn nhó nữa. Đối với bất cứ ai, cấp trên hay cấp dưới, Nhân đều tỏ ra nhũn nhặn, khiêm-nhường hẳn. Ai nhờ gì, Nhân cũng hăng say nhận lời. Thậm chí Nhân còn để CD của Ý-Lan vào P.C, vừa làm, vừa nghe nhạc, vừa hát theo nữa. Nhân-viên thì thầm với nhau: "*He's in Love.*"

Nhân đi làm sớm hơn xưa, thường ngừng xe, đợi Ngọc-Châu ở cuối dốc Beverly, con dốc được Nhân đặt tên là "Dốc Mơ" theo tựa đề một bản nhạc của Ngô Thụy-Miên. Ngọc-Châu cũng đi học sớm hơn trước, để Nhân không phải chờ lâu. Hai người trao đổi cảm nghĩ, trao nhau từng đĩa nhạc mới, từng cuốn video hay hoặc những tạp-chí đẹp. Đôi khi, nếu có Giáo-Sư nào đau, được về sớm, Ngọc-Châu lại gọi điện-thoại cho Nhân. Nhân tìm đủ lý-do để xin phép James, tên Trưởng-Phòng, đi đón Châu, đưa Châu đi shopping, đến công-viên đi bộ hoặc ra miền ngoại-ô, trên những đồi vắng, để nói cho nhau nghe những mẩu chuyện của đời mình.

Nhìn đôi môi hồng tươi, nũng nịu của Châu, đôi khi Nhân muốn được đặt môi mình lên đôi môi ấy nhưng vẫn còn ngại ngần. Một lần, trên con đường vắng quanh một sân Golf, Nhân vô-tình đưa tay qua vai Châu, định ôm nàng thì Châu gỡ nhẹ tay Nhân, cầm tay chàng để lên tay lái rồi chỉ tấm bảng "*Do Not Drive On The Shoulders*" và giả vờ nghiêm mặt nói:

- Anh không thấy tấm bảng "*cấm để tay lên vai khi lái xe*" à?

Nhân cười lớn khi nghe Châu nói câu ấy và càng mến Châu hơn về sự tự-vệ khéo léo của Nàng.

Để Châu khỏi bận tâm về cử-chỉ quá thân-mật, dù vô-tình của mình, Nhân chỉ bảng chữ bằng đèn *"Don't Walk"* vừa bật lên ở ngã tư đường và kể:

- Hồi mới sang Mỹ, nghĩ rằng ở Mỹ cái gì cũng nhanh nên khi đi bộ qua đường phố, thấy đèn báo hiệu "Đừng Bước" (*"Don't Walk"*), tụi anh nghĩ là "Phải Chạy" (*"Must Run")*, nên cắm đầu cắm cổ mà chạy qua đường, làm Mẽo cứ lõ mắt ra nhìn, không biết mấy cái anh "Chinese" này làm gì... mà chạy thục mạng vậy!?

Biết là Nhân "trả đũa" câu nói "Cấm Lái Khi Để Tay Trên Vai" của mình, Châu cất tiếng cười vang. Từ ngày quen Nhân, cuộc đời Châu đầy ắp tiếng cười vui. Có đôi lúc, Châu đã quên đi một phần nào sự bất hạnh của một người con gái nhà nghèo, mồ côi cha từ khi còn bé. Những giờ học trôi qua rất nhanh khi Châu biết là khi tan học, có người chờ mình ở ngoài cổng trường. Những việc làm cực nhọc tại nhà cũng như không còn đáng kể, nếu Châu biết sáng sớm mai, có người ấy đứng đợi mình ở cuối Dốc Mơ, để dành cho mình những gói kẹo, những cái bánh, những món quà nho nhỏ.

Châu thấy yêu đời và muốn vui mãi những giây phút bên chàng, cho nên khi Phương-Liên mời Châu đến dự lễ kỷ-niệm sinh-nhật thứ 18 của Liên, Châu đã nhận lời ngay, dù chưa biết sẽ phải nói với Mẹ và người Cha ghẻ thế nào để được phép đi chơi đến nửa khuya. Cuối cùng, Châu không biết làm gì hơn là phải nói dối là đến nhà Phương-Liên làm một project cho cả nhóm, chắc là khuya lắm mới xong.

Sau bữa cơm chiều, Châu rửa bát, dọn dẹp chén dĩa như thường lệ, rồi đi tắm thật nhanh. Để Mẹ và người Cha ghẻ không nghi ngờ, Châu mặc jeans, T-shirt, tóc để xõa tự-nhiên, không điểm –trang, không son phấn, và xách một back-pack, như thường ngày vẫn mang sách đi học, ra khỏi nhà.

Châu đi bộ về hướng sân chơi foot ball của thị-xã. Nhân đã chờ sẵn ở đó. Châu lấy từ trong back-pack ra một bộ đồ dạ-phục mầu đen, và thay quần áo trên ghế sau của chiếc xe 4Runner. Châu cũng mang theo một túi make-up và một bộ gương lược. Trong một khoảng thời gian ngắn, khi Châu trở lại hàng ghế trên, bên cạnh Nhân, Nhân thấy Ngọc-Châu của chàng đẹp quá, lộng lẫy quá, quyến rũ quá. Nhân cảm thấy hãnh-diện nhưng cũng cảm thấy hơi lo vì chỉ sợ mình không xứng đôi với nàng.

Thấy Nhân ngẩn ngơ ngắm mình, Châu có vẻ vui thích, nỗi vui của một người con gái biết là mình đẹp nhưng cũng còn hơi e lệ:

- Làm gì mà nhìn em như chưa nhìn lần nào vậy? Mình đi là vừa đấy. Đến sớm mới có chỗ đậu xe gần nhà anh ạ.

Nhân yên lặng, cho xe phóng nhanh đến nhà Liên. Tuy không nói nhưng Nhân cảm thấy Châu rất có lý vì thường Phương Liên mời rất đông người, nếu đến trễ, phải đậu xe rất xa và đi bộ lên một con dốc khá cao. Nếu ngày thường, đi giầy thấp, mặc quần áo bình dị thì không ngại, bây giờ mặc áo dạ hội, mang giầy cao gót thì cũng là một điều phiền phức.

3.

Khi Ngọc-Châu và Nhân đến nhà Phương Liên ở trên đỉnh đồi Windy thì tất cả những chỗ đậu xe đã đầy và dọc theo hè đường La Rose, xe hơi nối đuôi nhau, không còn một chỗ trống. Theo báo cáo thời-tiết của đài số 69 thì tối nay sẽ mưa lớn và có thể có giông bão. Có lẽ vì vậy mà mọi người đến sớm để có thể về sớm hơn dự-định.

Đến trước nhà Liên, Nhân ngừng xe cho Châu xuống rồi lái xuống tận cuối chân đồi để tìm một chỗ đậu xe hoàn toàn xa, hy vọng có thể về sớm mà không bị xe khác chắn lối. Nhân chạy thật nhanh lên đồi vì không muốn Châu phải chờ đợi. Châu chưa vào nhà, vẫn đứng trước hiên nhà, chờ đợi Nhân. Mái tóc xõa bay trong gió. Nhân nắm tay Châu hỏi nhỏ:

- Sao em không vào trước? Ở ngoài này gió lạnh, lỡ bị cảm thì sao?
- Em chờ anh.
- Chờ anh for ever?
- "Yes, I will wait for you for ever."

Nhân hôn nhẹ lên trán Châu như một lời cám ơn. Vừa lúc đó, Phương Liên bước ra cửa. Thấy Nhân hôn Châu, Liên bèn kêu rầm lên:

- Oh my God, tình thế này thì ai mà chịu cho nổi! Vào lẹ lên, thiên-hạ đã bắt đầu ăn rồi đấy. Nghe nói có bão tối nay nên ai cũng muốn "làm sớm nghỉ sớm."

Nhân nắm tay Châu bước mau vào phòng ăn. Đúng như lời Liên nói, bạn bè của Liên đã lấy thúc ăn và chia nhau thành từng nhóm nhỏ, vừa ăn vừa chuyện trò vang vang. Nhân cũng lấy thức ăn cho Châu và hai người tìm một góc phòng, ngồi bên nhau, ăn cho xong vì cả hai dường như không thấy đói, chỉ được ngồi bên nhau là đủ no rồi...

Khi tiệc rượu sắp tàn, Phạm Cung, người phụ-trách phần âm-thanh và nhạc đệm đứng lên yêu-cầu mọi người chuẩn-bị hát bài "Happy Birthday." Ngọc-Châu phụ Mỹ-Hòa, Lệ Dung mang bánh sinh-nhật ra phòng ăn. Đèn trong phòng ăn được tắt hết. Trên chiếc bánh sinh-nhật, 18 cây nến đã lung linh sáng. Mọi người đồng ca "Chúc Mừng Sinh-Nhật" và Liên hân hoan thổi tắt những cây nến trong tiếng vỗ tay reo mừng của bạn hữu.

Rồi đèn lại được bật sáng và chương-trình ca hát được bắt đầu bằng nhạc phẩm "Tình Khúc Mùa Xuân" do Mỹ-Hòa trình bầy. Ngọc-Châu rất ngạc nhiên vì Châu đã yêu-cầu Liên nói với Phạm Cung, trưởng ban nhạc, cho Châu hát mở đầu chương-trình vì Châu phải về sớm, sao Phạm Cung lại giới-thiêu Mỹ-Hòa hát trước?

Ngọc Châu đi tìm Liên. Liên đang phụ giúp madame Thu Cúc - Giám-Đốc của công-ty cung cấp thức ăn cho các cuộc họp mặt - dọn dẹp trong bếp và cất những thức ăn dư vào tủ lạnh. Nghe Ngọc-Châu hỏi, Liên liến thoắng:

-Don't worry! Chắc anh Cung quên, để mình phụ bà Cúc một chút xíu rồi mình ra, nhắc anh ấy, ok?

Ngọc-Châu trở lại phòng khách, thấy Nhân đang ngơ ngác đi tìm mình thì thấy lòng rộn ràng quá, quên cả lời hứa của Liên. Trong lúc ấy, Mỹ-Hòa đang hát bài thứ hai "Yêu Anh, Em Hỏi" của Văn Sơn Trường, một nhạc-sĩ tài-tử trong quận Fairfield. Bản nhạc này dường như Châu có nghe trên internet, www. dactrung.com qua tiếng hát Bạch Yến., thật dễ thương.

Khi Mỹ-Hòa vừa hát xong, Ngọc Châu vội vã bước về góc phòng, chỗ dành riêng cho ban nhạc, cố tình cho nhạc sĩ Phạm Cung thấy mình. Nhưng, thay vì giới-thiệu Ngọc-Châu, Phạm Cung lại nói:

-Sau một giọng ca nữ, thường thường chương-trình văn-nghệ được tiếp nối bằng một giọng ca nam. Xin hân-hạnh giới-thiệu cùng quý vị và các bạn một giọng ca mới, rất phong-phú. Anh mới đoạt được giải Nhì trong cuộc tuyển lựa ca sĩ do Nguyệt San Kỷ Nguyên Mới tổ-chức vừa qua. Xin quý vị một tràng pháo tay thật lớn cho Bảo Vĩ ...

Bảo Vĩ hát bài "Thì Thầm Mùa Xuân," một nhạc phẩm mới của tuổi trẻ, thường do Diễm Liên hoặc Kevin Khoa hát, rất sống động. Sau đó Bảo Vĩ trình bày tình khúc "Mộng Dưới Hoa," một nhạc phẩm được viết trước 1975, tại quê nhà, được tán thưởng nhiệt liệt.

Ngọc-Châu đến gần Phùng Quân, nhạc sĩ chơi guitar điện, kiên-nhẫn chờ đợi tới lượt mình. Nhưng, người hát kế- tiếp là madame Thu Cúc, Bà hát một bản nhạc Pháp "L'amour C'est Pour Rien." Giọng bà chua như giấm, và thực sự là bà "hét," chứ không phải là hát. Mặc dầu không có ai hô "bis," Bà cũng tỉnh bơ nói:
-Thể theo lời yêu-cầu, tôi xin hát bài "Gái Xuân." (Rồi bà cất giọng hát) "Em như cô gái vẫn còn xuân..."

Nhân chịu đựng hết nổi, đến bên Châu, hỏi nhỏ:

-Châu có muốn về chưa, anh đưa em về? Nếu tình-trạng này cứ kéo dài, chắc là Châu phải đợi đến nửa đêm mất!

Ngọc-Châu chưa biết tính sao thì Liên xuất hiện. Thấy nét mặt không vui của Nhân và vẻ bối-rối của Châu, Liên vội vã cầm tay Ngọc-Châu, kéo Châu đến ngay sau lưng Phạm Cung đang chơi keyboard, ghé tai Cung nói nhỏ mấy câu, Châu không nghe rõ, chỉ thấy Cung gật gật cái đầu.
Thế là Châu phải đứng đợi ở đó cho đến khi bà Thu Cúc hát xong. Liên nhận microphone từ tay bà Cúc và nói lớn:

"Save the best for last," Liên xin mời các bạn nghe một tiếng hát hay nhất của trường Saint Paul: Ngọc-Châu, bạn cùng lớp của Liên, qua nhạc phẩm "Unbreak My Heart."

Ngay khi Ngọc-Châu cất tiếng hát đầu tiên, Nhân đã cảm thấy vũ-trụ như tan biến đi mất rồi. Cả không gian lẫn thời gian đều bị xóa mờ bởi tiếng hát nghẹn ngào, nức nở của Ngọc-Châu.

Nhân không còn nhớ mình đang ở đâu. Nhân không còn biết có ai ở chung quanh. Nhân có cảm-tưởng mình biến thành một tĩnh vật. Tất cả chỉ còn có Ngọc-Châu. Chỉ có Nàng là hiện-hữu. Chỉ có Nàng là Sự Sống. Chỉ có Nàng là hơi thở, là oxygen. Nhân ngây ngất với lời thì thầm của Châu. Những lời hát, mà Nhân đã quen thuộc qua tiếng hát Toni Braxton, bây giờ là của Ngọc-Châu, dường như dành riêng cho Nhân.

Nhưng thực sự những lời thì thầm đó không chỉ dành riêng cho Nhân, mà là để gửi gấm đến từng người, từng cá-nhân trong cả một đám đông. Ai cũng nghĩ lời hát đó, hơi thở đó là cho riêng mình. Và ai cũng muốn cám ơn người con gái đã hát để riêng tặng mình. Những tiếng vỗ tay, những lời yêu-cầu hát nữa tưởng chừng như phá vỡ ngôi biệt-thự – lớn như một lâu đài- trên đỉnh Windy Hill.

Ngọc-Châu hát thêm bài "Cho Em Quên Tuổi Ngọc" của Lam Phương cả lời Việt lẫn lời Pháp "C'est Toi."

"Cho em quên cơn mộng ảo xa xôi thơ ngây ngày nào
Em quên được phút trong tay mưa bay rạt rào...
"C'est toi qui emportes mon cœur au firmament
Et qui me fais envie à chaque instant ..."

Nhân không thể tưởng-tượng được Ngọc-Châu có thể hát hay như thế. Giọng ca ấy không thể gọi là hay mà phải gọi là đầy ắp, là trải rộng, là bao la, là tuyệt vời, là hoàn-hảo. Bởi vậy mà người nghe cứ đòi Ngọc-Châu hát nữa, hát thêm, hát mãi. Ngọc-Châu hát, hát như một cơ duyên, hát như một định-mệnh và hát để quên, như cô bé Lọ Lem mải vui, quên cả thời gian.
Vào khoảng gần nửa đêm, khi phần khiêu-vũ bắt đầu thì Nhân và Ngọc-Châu mới nhớ đến thực-tại. Châu nhớ là mình đã nói với Mẹ và người Cha Ghẻ là đến nhà Phương Liên làm một project cho trường còn Nhân bây giờ mới nhớ là phải đưa Ngọc-Châu về trước nửa đêm.

Ngọc-Châu và Nhân lặng lẽ, từng người một, âm-thầm rời nhà Liên theo lối garage, không chào ai, kể cả Liên.

Khi Châu và Nhân chạy đến cuối chân đồi, chỗ Nhân đậu xe, thì trời đổ mưa và giông bão bắt đầu kéo đến.

Nhân tưởng là mình đậu xe ở cuối chân đồi thì sẽ không bị ai chắn lối, nhưng một chiếc Jaguar với bảng số North Carolina xa lạ, không biết của ai, đã đậu ngay trên đầu xe 4Runner của Nhân. Nhân nghĩ ngay: có thể Liên biết chủ-nhân của chiếc Jaguar này và Liên có thể nhờ người ấy xuống chân đồi, chạy xe lên phía trước một chút là Nhân có thể lái xe ra được.

Nhân dùng cellphone gọi Liên nhưng dường như nhạc khiêu-vũ ồn ào quá, Liên không nghe thấy tiếng chuông điện-thoại, nên không trả lời.

Nhân bảo Châu khóa cửa xe lại, ngồi chờ rồi phóng mình trong mưa gió, chạy lên đỉnh đồi Gió.

Vào đến nhà Liên, Nhân ướt đẫm và lạnh run. Lúc ấy, thiên-hạ đang ôm nhau trong điệu Slow, trong ánh đèn mờ. Tìm mãi Nhân mới thấy Liên nhưng Liên cho biết Liên không có một người bạn hay một người quen nào có xe Jaguar cả. Nhân phải mượn microphone của ban nhạc, xin lỗi mọi người và hỏi người nào có xe Jaguar, xin dời đi để Nhân có lối ra.

Nhân hỏi mãi, cuối cùng ở trong góc phòng có tiếng một cô gái cười rú lên:
- Jaguar hả? Chết cha, cái Jaguar đó là của ông anh mình từ North Carolina về chơi, mình mượn xe, tối nay đi show-off, đâu có nhớ là xe của ai! Ha ...ha...

Trong lúc này, Nhân không thấy những lời nói và câu chuyện mượn xe của anh đi lòe thiên-hạ của cô gái kia đáng cười chút nào cả mà nó còn vô duyên nữa. Nhưng Nhân cũng ráng tươi cười với người con gái ấy:

- Để tôi nhờ người đưa Hạnh xuống chân đồi cho nhanh và khỏi bị ướt mưa vì trời đang mưa to lắm.

Chàng trai ngồi cạnh Hạnh vội đứng bật lên, tình-nguyện làm công chuyện ấy. Hạnh xách ví theo chàng trai. Hai người che dù cho nhau đi, vừa đi vừa cười rinh rích. Nhìn họ đủng đỉnh, Nhân sốt ruột quá nhưng cũng đành cười gượng, đi nhờ xe của họ xuống chân đồi.

Xe vừa ngừng bên cạnh chiếc Jaguar, Hạnh lục lọi ví tay một hồi rồi rú lên:

- Hạnh để chùm chìa khóa trong áo coat, treo trong closet của nhà Liên rồi!

Nhân không biết làm gì hơn là vào xe 4Runner, ngồi với Ngọc-Châu và chờ Hạnh trở về nhà Liên lấy chìa khóa xe Jaguar. Nét mặt Ngọc-Châu đầy vẻ lo âu. Người nàng run rẩy, không biết vì lạnh hay vì sợ. Có thể là vì cả hai. Nhân mở máy xe và mở heat tối-đa, nhưng chỉ một lúc sau, Ngọc-Châu đã nói:

- Tắt máy đi anh! Chạy như vậy tốn xăng lắm. Mình còn phải để dành xăng vì trời mưa gió như thế này, không biết giờ nào mới về tới nhà, hết xăng thì phiền lắm.

Nhân thấy Ngọc-Châu có lý nhưng không nghe lời Châu vì không muốn Nàng bị cảm lạnh.
Độ 15 phút sau thì Hạnh trở lại với chùm chìa khóa. Loay hoay một lúc lâu, Hạnh mới tìm đúng chìa và lái chiếc Jaguar ra đằng trước khoảng ba thước, để Nhân đưa xe ra đường.

Dù vội, Nhân cũng xuống xe cám ơn Hạnh, bắt tay chàng trai tình-nguyện đưa Hạnh xuống đây, rồi lật đật cho xe phóng nhanh.

4.

Xe chạy được một vài miles, thì quần áo của Ngọc-Châu và Nhân mới bớt ẩm ướt. Tuy nhiên, vì hệ-thống sưởi được chạy đều nên hai người cũng cảm thấy ấm đôi chút. Nhân lái xe một tay, còn tay bàn tay kia nắm chặt tay Châu. Bàn tay nàng không mềm mại như bàn tay của những cô con gái thường được các nhà văn mô tả trong tiểu-thuyết. Bàn tay của Châu xương sẩu, chai cứng, chứng tỏ nàng đã phải làm viêc rất vất vả. Đối với Nhân, bàn tay này mới là bàn tay đẹp. Nhân đưa bàn tay ấy lên môi, hôn thật say đắm. Ngọc-Châu không phản-đối, nhắm mắt lại, dựa đầu vào vai Nhân, như đang muốn đi tìm một giấc mơ thật dài.

Tuy nhiên, giấc mơ ấy mới thành hình được một thoáng ngắn ngủi thì Ngọc-Châu cảm thấy có một sự rung chuyển mạnh, một sự va chạm khủng-khiếp và dường như vũ-trụ đã vỡ tan ra từng mảnh. Ngọc-Châu cố mở mắt thật to để nhìn quanh xem Nhân ở đâu nhưng Châu chỉ thấy một mầu đen thăm thẳm. Ngọc-Châu cố gắng gọi Nhân nhưng tiếng nói của Châu không hiện thành lời, nó tắc nghẹn trong thanh-quản, nghe văng vẳng như tiếng kêu từ cõi hư-vô...

oOo

- Châu, tỉnh dậy con! Tỉnh dậy đi con! Mẹ đây, tỉnh lại đi con!

Châu có cảm-tưởng như mình là một cô bé 9, 10 tuổi, buổi sáng ngủ quên, khiến Mẹ phải đánh thức để kịp giờ đi học. Nhưng sao chung quanh Châu có nhiều tiếng nói chuyện quá, không yên-tĩnh như phòng ngủ của mình? Châu cố gắng hé mắt. Mờ mờ trong hơi sương là khuôn mặt héo hắt, hốt hoảng của Mẹ nàng và bộ mặt choắt của người cha ghẻ. Châu cố chớp chớp mắt nhiều lần và ráng mở to đôi mắt. Bên cạnh Mẹ, Châu còn thấy có một người đàn ông mặc áo blouse trắng và một người đàn bà mặc áo blouse mầu ngọc-thạch.

Châu muốn quay đầu nhìn quanh, xem đây là đâu nhưng đầu nàng nhức nặng quá, Châu không nhúc nhích được. Vừa lúc đó, Châu nghe thấy tiếng Mẹ reo lên:
- Bác sĩ ơi, cháu nó tỉnh rồi! Lạy Chúa tôi, con gái tôi tỉnh rồi!

Bây giờ thì Châu đã biết mình đang ở bệnh-viện. Châu cảm thấy toàn thân ê ẩm, đau nhức vô cùng. Nàng nhìn xuống chân, thấy chân trái bị bó bột. Châu đưa tay lên mặt. Mặt nàng còn quấn băng, vòng lên tới đầu. Châu chưa kịp hỏi thì thấy một Cảnh Sát viên bước vào, đưa cho người cha ghẻ của Châu một clip board và nói:

-Xin Mr và Mrs Nuyen ký tên cho cái Báo Cáo Tai Nạn này để chúng tôi làm biên-bản. Khi nào miss Noc Chaw khỏe hơn, chúng tôi sẽ có cuộc thẩm-vấn để bổ-túc hồ-sơ.

Châu ngắt lời người Cảnh-Sát:

- Xin lỗi Ông. Xin Ông cho biết chuyện gì đã xẩy ra?

- Chiếc 4Runner của bạn cô đã đâm vào một chiếc xe truck chở gỗ. Chiếc 4Runner bị bẹp dúm, hoàn-toàn phế-thải, đã phải kéo vào nghĩa-địa xe.

Châu nghẹn ngào:

- Còn bạn tôi?

Viên Cảnh-Sát lạnh lùng:

- Rất tiếc, ông ấy đã không qua khỏi. Dù air bag có bung ra nhưng cũng không bảo-vệ được người lái xe vì sự đụng chạm quá mạnh. Cô là người vô cùng may mắn.

Quay sang phía người cha ghẻ của Châu, lúc ấy đã ký xong tờ Báo Cáo Tai-Nạn, người Cảnh-Sát nói thêm:

- Lái xe trong đêm khuya, trên con đường dốc trơn trượt vì mưa bão như thế thì rất khó mà tránh được tai-nạn. Cha mẹ nên cố gắng mà khuyên bảo con cái ...

Tai Châu ù đi. Châu không nghe thấy giọng nói lạnh lùng của tên Cảnh-Sát nữa. Nước mắt Châu trào ra. Châu không còn nhìn thấy Mẹ, thấy người cha ghẻ. Châu chỉ còn nhớ đến lúc Nhân cầm tay nàng và đưa lên môi, hôn say đắm, nồng nàn. Có phải vì lái xe một tay, có phải vì sự rung cảm đã khiến Nhân không phản-ứng kịp thời khi chiếc xe truck lao vào chiếc 4Runner?

Châu nghẹn ngào:

- Nhân ơi, em đã giết anh! Em đã ham vui, ở lại hát đến nửa khuya, mới ra nông nỗi này. Nếu mình về sớm thì đâu có sao! Nhân ơi, tha lỗi cho em...

5.

Ngọc-Châu nằm bệnh viện gần hai tuần. Những vết thương trên đầu đã lành. Những vết thương trên mặt đã thành sẹo. Lớp bột bó chân trái của Nàng cũng đã được gỡ ra, nhưng Châu vẫn phải chống nạng khi đi lại.

Suốt hai tuần mê man trong bệnh viện, Ngọc-Châu đã không được dự đám tang của Nhân, không được đưa Nhân đến nơi an nghỉ cuối cùng, cũng không được nhìn mặt Nhân thêm một lần. Ngọc-Châu đã khóc, khóc tưởng như không còn nước mắt nữa. Có nhiều lúc, Châu tiếc là đã không được chết cùng Nhân. Giá được chết cùng nhau chắc là không còn đau khổ nữa!?

Về nhà được một tuần, theo quyết-định của người cha ghẻ, Ngọc-Châu được gửi vào nội-trú tại trường Thánh Mẫu ở thị-trấn High Land, cách quận Fairfield khoảng 2 giờ lái xe, chỉ về nhà trong dịp nghỉ lễ.

Theo lời người cha ghẻ thì ông muốn Ngọc-Châu vào nội-trú để yên tâm học hành, quên đi chuyện buồn. Nhưng theo Châu, nàng nghĩ rằng: đó là một cách trừng phạt cho sự nói dối của nàng trong đêm party mừng sinh-nhật Phương-Liên.

Thực sự, Ngọc-Châu sống như đã chết. Ngày xưa, Châu đã năn nỉ Mẹ và cha ghẻ để không bị gửi vào nội-trú vì không muốn xa bạn bè. Bây giờ, Châu biết nàng có năn nỉ cũng vô-ích. Vả lại, Châu không còn muốn gì nữa. Châu muốn buông xuôi tất cả. Tâm-hồn Ngọc-Châu đã tan vỡ rồi, Châu có còn gì mà mơ ước, mà theo đuổi, mà chờ mong!

Kể từ ngày ấy, những người ở vùng Fairfield không còn thấy một chàng trai trẻ lái chiếc 4Runner, ngày ngày đón đưa cô thiếu-nữ có vóc dáng thanh-tú, mái tóc xõa ngang vai, với những bước đi yểu-điệu, ở cuối dốc Beverly Dr. nữa.

Cũng kể từ ngày ấy, tại Pleasant Valley, gần chân đồi Windy Hill, nơi đã xẩy ra tai-nạn thê thảm giữa chiếc 4Runner và chiếc xe Truck chở gỗ, không biết ai đã dựng lên một Thánh-Giá và trên thánh-giá có gắn những vòng hoa Cườm lóng lánh như châu ngọc.

Và đặc biệt, mỗi năm, cứ vào Sinh-Nhật của Phương-Liên - cô con gái ở trong ngôi biệt-thự trên đỉnh Đổi Gió, Windy Hill- người ta lại thấy một Dì Phước rất đẹp, có đôi mắt buồn vời vợi, mang những bông hoa tươi đến đặt dưới chân Thánh-Giá và ngồi khóc một mình cho đến lúc hoàng hôn.

Nguyễn Đức Nam

NGUYỄN HUY CÔN

KIẾM ĐƯỢC VIỆC LÀM

Tia nắng ban mai chiếu vào cửa sổ làm ông choàng dậy. Ông vẫn có thói quen dậy sớm để chuẩn bị đi làm cho thư thả. Mà hôm nay dậy sớm làm gì, ông có phải đến cơ quan nữa đâu. Ông đã nghỉ hưu từ một tuần nay rồi mà. Nhưng ông vẫn vùng dậy. Mở toang cánh cửa mở ra ban công, ông vươn vai hít thở, làm vài động tác tay cho giãn xương giãn cốt. Bây giờ biết làm gì nữa nhỉ. Đánh răng rửa mặt xong, ông xuống phòng khách, hãm ấm trà uống buổi sáng cho minh mục. Vừa giở tờ báo, chưa đọc được hết bài xã luận thì mộtt giọng nửa khàn khàn, nửa the thé của vợ ông cất lên:

- Ông đọc báo đấy à ?

Câu hỏi này đối với ông trong những ngày còn tại chức, chỉ có ngụ ý là ông đã chuẩn bị xong chưa để tôi dọn cho ông ăn sáng rồi đi làm; song hôm nay khó nghe quá. Cái bà này lại nói kháy đây. Vâng, bây giờ tôi ăn không ngồi rồi, vô tích sự rồi nên chỉ biết đọc báo vặt. May mà nhà không nuôi con gà nào, chứ bà dám nói tôi bị về đuổi gà lắm ! Ấy là ông nghĩ vậy, chứ chẳng thèm trả lời bà ấy đâu. Chẳng đọc báo là gì đây mà bà còn phải hỏi cơ chứ. Người ta đã buồn chết ruột đi rồi mà còn khiêu khích, rỉa rói. Ông lan man suy nghĩ, chẳng lẽ cứ ăn không ngồi rồi như thế này mãi ư ? Chẳng bù những ngày ông còn tại chức. Công việc lúc nào cũng rối bù lên, nhưng mà vui. Đến cơ quan là ông có uy thế hơn hẳn. Chẳng gì cũng là thủ trưởng một đơn vị hơn trăm con người, nào giải quyết việc này, nào họp hành việc nọ, lúc tiếp thượng cấp, khi quát mắng khiển trách cấp dưới. Biết bao nhiêu là việc có tên và không tên. Của đáng tội, khi về nhà thì uy thế của ông cũng giảm hẳn, bởi ông bận, chẳng giúp được gì cho gia đình, mọi việc trông cậy vào bà ấy cả. Bởi vậy nên ông cũng phải nể nang, thường là chiều bà vợ, ít khi có ý kiến trái ngược khi bà ấy đề xuất việc này phải làm, vụ kia phải giải quyết. Thôi thì tùy bà. Quen thế rồi nên hình như ông không có tác dụng gì ở gia đình nữa, con cái cũng ít khi hỏi ý kiến ông trong việc làm ăn hay học tập của chúng. Nhiều khi chúng còn qua mặt ông cả những việc trọng đại như định lấy đứa này, định đi học trường kia. Thế nên ông ở thế yếu trong cái gia đình nhỏ bé này. Giờ đây ông lại ở nhà, chắc là suốt ngày này tháng khác, chưa biết làm việc gì cho khuây khỏa, để vợ con khỏi chê là mình vô tích sự hẳn rồi.

Dễ có đến hơn một tuần lễ ông suy tư lung lắm. Bà vợ thấy ông ở tịt trong nhà, ăn ít, nói ít, ngủ ít mà ngại. Ông ấy có bao giờ nhý thế đâu. Đến ngày thứ mýời thì bà thấy ông vui hẳn lên, ăn mặc chỉnh tề và ra khỏi nhà. Đến buổi chiều ông ở đâu về với gói to gói nhỏ trên tay, có vẻ nặng lắm. Thì ra ông mua sách: nào từ điển Hán-Việt, sách học tiếng Trung và có những quyển sách viết thuần bằng chữ Hán, tất cả có dễ có đến chục cuốn chứ chẳng chơi. Từ hôm đó ông vui hẳn lên nhưng lại vùi đầu vào sách vở hết ngày, trừ hai bữa cơm. Sau một tuần, ông chuẩn bị đi đâu. Bà gặng hỏi thì ông bảo: tôi về quê ít ngày thăm mộ các cụ và có mấy việc khác nữa. Bà cũng chẳng hỏi thêm, vì biết tính ông, đã quyết cái gì là làm cho bằng được, can ngăn chỉ thêm rắc rối, mất vui.

Đầu tuần sau, ông ở quê ra, hớn hở lắm. Ông bảo bà: chuyến này tôi đi thế mà được việc, kiếm được việc làm rồi ! Bà cũng thấy mừng vì thấy ông vui vẻ, không âu sầu như mấy ngày đầu mới về hưu nhưng cũng có lời: ông đã làm việc hơn bốn chục năm rồi, bây giờ nghỉ cho khỏe, tham công tiếc việc làm gì. Ông không trả lời, chỉ nhếch mép với một nụ cười bí hiểm. Thế rồi từ hôm đó ông như bị cuốn hút vào công việc, tra cứu, viết lách cả ngày. Bà tò mò muốn biết ông làm việc gì, làm cho ai để kiếm tiền nhýng chưa có dịp. Cho đến hôm ông đi khám bệnh, bà mới lẻn vào phòng làm việc của ông mà xem lén. Ban đầu bà tưởng ông dịch thuê tiếng Trung cho người ta, nhưng không phải. Với những sách này, bà lõ mõ hiểu rằng ông đang nghiên cứu và viết gia phả. Võ vẽ tiếng Hán, bà đọc được tên sách: nào là *Bách gia tính, Từ nguyên, Trung Hoa khải mông độc vật*. Sự phỏng đoán của bà càng có vẻ đúng khi bà thấy quyển gia phả họ Nguyễn nhà ông đánh máy chữ không có dấu trên những trang giấy đen và xấu đã hoen ố. Bà định tìm hiểu kỹ hơn thì tiếng chuông gọi bà ra mở cửa đã không cho bà tò mò hơn nữa. Bà không nói gì với ông, nhưng thầm nghĩ: cái ông này lẩm cẩm rồi, người ta thì kiếm tiền, mình thì làm những việc tốn tiền, tốn công sức, tốn thời gian.

Có công ăn việc làm, tuy phải tốn công tốn của, ông càng thấy phấn khích mỗi ngày. Càng đi sâu nghiên cứu, ông thấy vấn đề không đơn giản chút nào. Hèn chi mà gần đây, có nhà nghiên cứu Việt Nam học ở nước ngoài đã từng đến Việt Nam để nghiên cứu một số dòng họ lớn tại đây. Cứ tưởng là mình biết, mình có thể viết hoặc hoàn thiện cuốn gia phả của ông cha để lại, nhưng không phải như vậy. Khó khăn thì đầy rẫy: lai lịch các vị tiền nhân trong họ quá sõ sài, có đoạn lại không liên tục, bị đứt quãng một hai đời. Vậy là phải xem xét học tập từ đầu. Ông đọc sách Trung Quốc thấy nhiều dòng họ vẫn giữ được gia phả liên tục đến mấy nghìn năm. Đấy, họ Khổng tính đến nay ghi được hơn 80 đời, có đến gần ba nghìn năm; rồi họ Hồ, tính đến chủ tịch Trung Quốc Hồ Cẩm Đào là hậu duệ đời thứ 68. Nghiên cứu vất vả thật, nhưng cũng được đền đáp bởi biết thêm nhiều kiến thức quý giá. Đọc sách, ông mới biết là tên họ của người Kinh ở Việt Nam ta đều trùng với tên họ của người Trung Quốc. Đặc biệt là Trung Quốc chỉ không có họ Khiếu như ở Việt Nam.

Ông cũng mất công đi đi về về quê nội, mà trước khi nghỉ hưu có đến ba mươi mấy năm ông không hề lai vãng. Có những lúc dòng họ lại tưởng như mất hút, ông lại vào thư viện tra cứu, hoặc có khi phải muối mặt đến cầu cạnh mấy học giả sành về gia phả học để xin ý kiến về cách thể hiện phả hệ, cách lần tìm dấu vết dòng họ. Phiền một nỗi, ông càng say sưa nghiên cứu thì bà vợ ông càng cho ông là lẩm cẩm, ấm đầu, chập mạch. Có lúc bực mình với ông vì làm cái việc không công ấy, bà đã lẩm bẩm cái câu mà trước đây hai chục năm ông thường được nghe: "Người đời cũng không được !". Kệ, bà ấy nói gì, nghĩ gì cũng cho qua, miễn là được việc của mình. Ông phấn khởi nhất là cái đoạn tìm hiểu lai lịch của chính mình. Thì trước đây, để an toàn, ông cứ khai phứa trong lý lịch của ông là thành phần bần cố nông, ba đời tính từ ông lên bị bóc lột ghê lắm. Cũng may là từ đời cụ nội ông đã ra Hà Nội làm ăn nên khi người ta về quê xác minh lý lịch, đại diện chính quyền địa phương cũng chẳng biết, chỉ gật đầu lia lịa cho xong chuyện. Này nhé, nếu không nghiên cứu viết gia phả thì làm sao ông biết được ông là cháu mười ba đời ông Nguyễn Trung Ngạn. Vị này là nhà văn thời

Trần (1289-1370), ngýời làng Thổ Hoàng, huyện Thiên Thi (nay là Kim Thi hay Ân Thi), tỉnh Hưng Yên. Thuở nhỏ vị này có năng khiếu văn học, nổi tiếng thần đồng, đậu Hoàng giáp năm 16 tuổi, đi sứ Trung Hoa đến hai lần, sáng tác hàng loạt thơ năm 1324 được thăng Thi ngự sử. Sau còn được giữ nhiều chức như: An phủ sứ Thanh Hóa, Chánh sứ Viện thẩm hình, An phủ sứ Nghệ An, Thượng thư hữu bật, Thi kinh diên đại học sĩ, v.v... Tại Hà Nội, hiện vẫn còn đền thờ ở phố Mã Mây.

Thế rồi, đúng đến ngày giỗ cụ nội, bà thấy ông dọn dẹp, quét tước, lau chùi bàn thờ sạch sẽ lắm, điều mà mấy chục năm nay bà không hề thấy. Thì ra ông đã hoàn thành kế hoạch biên soạn cuốn gia phả của dòng họ sau đúng hai năm về hưu. Ông bỏ tiền ra (lấy từ quỹ đen của ông lập từ nhuận bút những bài mà báo mà bà không biết) để thuê đánh máy vi tính và in đúng một chục cuốn gia phả, rồi lại cất công xuống cửa hàng mỹ nghệ tận dưới Tràng Tiền mua một hộp gỗ sõn mài chính hiệu để đựng cuốn gia phả bản gốc. Ông đặt lên bàn thờ, thắp hương và lầm rầm khấn khứa hồi lâu. Bà vợ, tưởng ông đã chấm rứt được cái việc mà bà cho là lẩm cẩm này và mừng thầm trong bụng vì thoát được cái cảnh trông thấy ông giam mình suốt ngày trong phòng làm việc, hí hoáy viết viết, lẩm bẩm, có khi lại cười sằng sặc như anh thần kinh. Nhưng chưa hết. Ông bảo với bà ông về quê dăm hôm, mang theo hộp sơn mài đựng quyển gia phả gốc. Một tuần sau ông mới ở quê ra, mặt mày hớn hở. Ông kể rằng quyển gia phả mang về đặt ở nhà thờ họ xong là ông yên tâm lắm rồi. Ông còn ghé tai bà nói nhỏ rằng họ hàng chú bác trong quê mừng lắm, không ngớt khen ông tài cao đức dày, ngẫm mà cũng bõ cái công sức, tiền của bỏ ra. Súyt nữa thì bà thốt ra cái câu muôn thuở "người đời không được !". May bà hãm được, chỉ nhỏ nhẹ bảo ông rằng: "Thôi, hai năm nghỉ hưu, ông làm việc nhiều quá rồi đấy, hôm nào vợ chồng mình đi du lịch một chuyến, ông có đồng ý không ?".

Nguyễn Huy Côn

NGUYỄN LỆ UYÊN

VỤ MƯU SÁT LỘNG LẪY

Hắn bắt đầu lên kế hoạch giết nàng, người đàn bà đã chiếm trọn trái tim hắn.

Những chi tiết giả định được đặt ra, sao cho thật hoàn hảo, giống một tay đầu bếp giỏi bày biện các món trên bàn ăn đãi quốc khách.

Nhất định không thể dùng dao đoạt mạng như một tên đồ tể.

Càng không thể dùng dây thừng siết cổ như đám ăn lông ở lỗ được.

Vậy thì, hắn sẽ trùm mền và dịu dàng ôm siết cho đến khi nàng ngộp thở. Nhưng chết được chăng?

Cũng có thể bỏ hai mươi liều thuốc ngủ vào ly coca (Nàng có thói quen uống một ngụm coca sau những trận ân ái cuồng nhiệt).

Nhưng có lẽ, đẹp nhất là đặt mua rất nhiều hoa huệ trắng chất quanh phòng ngủ... Hương hoa huệ sẽ nhẹ nhàng và khe khẽ ru nàng vào giấc ngủ thiên thu? Đây là cách tốt nhất, hắn nghĩ vậy bởi hắn rất mong giết nàng chết càng sớm càng tốt, để thời gian không kịp hủy hoại nàng, để cái chết phải toàn vẹn, phải đẹp như khi nàng ngủ trên giường với bộ voan trắng. Nàng sẽ chết thật tinh khiết, lộng lẫy ngời ngời nhan sắc, miệng nở nụ cười trong khi hắn đắm đuối ngắm và lưu giữ khoảnh khắc có một không hai này cho riêng hắn, một mình hắn.

Hắn lại tiếp tục suy nghĩ về những cách giết nàng, ngay cả khi đang ngồi trong bàn ăn, đối diện với nàng, hay khi cùng nhau đi dạo dọc con kênh đào.

Cả đến lúc ôm nàng trong vòng tay, ý nghĩ này cũng không rời khỏi đầu óc hắn.

Hắn rất khổ sở khi phải vật lộn với sự thôi thúc ngùn ngụt lửa lẫn hối tiếc run rẩy...

Và, sau bữa sáng, khi nàng tự lái xe tới sở, không bắt hắn phải đưa đón như trước. Còn một mình trong nhà, hắn bắt đầu lên kế hoạch chi tiết.

Đó là một đêm trăng sáng. Hai người bày chiếc bàn con trên sân thượng với chai sâm banh ướp lạnh. Nàng mặc bộ đồ ngủ mỏng tang, còn hắn độc nhất chiếc quần short, bày ra cơ bắp cuồn cuộn dưới ánh trăng vằng vặc. Nàng nhìn hắn đắm đuối như bị thôi miên, ly sâm banh cơ hồ như muốn vuột ra khỏi tay và nàng cũng dần dần tuột xuống sàn nằm xoài ra như trên thảm cỏ ở một đồi nương nào đó.

Đây là cơ hội tốt nhất để hắn lao tới, đè nàng, khóa xoắn hai chân nàng trong đôi chân khỏe của mình, hai tay luồn xuống nách rồi vít cổ, bóp bằng mười ngón tay như cây kềm kẹp siết chiếc đinh vít cho tới lúc bẹp ra. Nàng dướn người ú ớ mấy tiếng, nấc lên rồi xụi lơ. Hắn đứng lên xoa tay. Xong.

Hắn ngửa cổ trút ly rượu vào miệng, rượu tan trên đầu lưỡi, trôi chậm rãi xuống cổ họng, lọt vào bao tử, loanh quanh mấy thước ruột non ruột già rồi tự động chui ra khỏi hậu môn. Hắn thấy một bãi lầy nhầy đỏ bầm dưới sàn. Tới lúc này hắn mới nhận ra đầu lưỡi và cổ họng có mùi gì đấy tanh tanh. Bất giác hắn đưa tay quẹt ngang miệng rồi nhìn xuống xác chết.

Dưới ánh trăng, nàng mới đẹp làm sao. Hắn chưa bao giờ nhìn thấy một người đàn bà nào trên cõi đời này đẹp đến vậy: Đôi mắt khép hờ. Hàng lông mi cong vút như muốn kéo chiếc mũi dọc dừa nhô cao thêm một chút. Cặp môi hé mở như mời như gọi. Cả khuôn mặt nàng là một tuyệt tác trong cõi tồn sinh. Còn nữa, đôi bầu vú căng tròn như hai quả đồi nằm cạnh nhau. Hắn nhìn thấy rõ lớp lông tơ trên đôi tay trần, bụng thon tròn săn chắc và cái mông nở, gót son. Đúng là một tuyệt phẩm Tạo hóa ban tặng cho riêng hắn.

Không thể cầm lòng trước nhan sắc rực rỡ, quý phái; hắn đặt chiếc ly không lên mặt bàn, hấp tấp sà xuống úp mặt lên thân thể, hôn khắp, không chừa sót một phân vuông nào. Hắn nghe như có sự đáp trả cuồng nhiệt của xác chết, người hắn co rúm lại cảm giác thuở đầu đời hắn hôn và được hôn. Trời đang rụng võng xuống, mặt đất vòng ưỡn lên. Hắn thấy mình chổng hai chân chống trời và đầu đội tầng tầng lớp lớp đất dày mằn mặn bên dưới. Hắn thở dồn dập, hổn hển như sau mỗi lần hắn nằm trên người nàng, còn nàng thì ôm siết hắn lại đến ngộp thở, toàn thân rung lật bật. Và rồi, những giây phút khoái cảm ấy dần dần nguội lạnh. Hắn lơi tay, nhỏm người ngã vật ra bên cạnh. Cơn thở dốc ào ào bay phọt ra đằng mũi và miệng.

Hắn mở mắt nhìn bầu trời trong xanh không gợn mây, chỉ có những ngôi sao chi chít nhấp nháy dưới ánh trăng khuya. Hắn choàng tay qua bộ ngực lạnh băng của nàng rồi rụt lại ngay.

Bây giờ là lúc phải tính toán đến sự biến mất của nàng một cách thật chính xác. Hắn trở lại ghế ngồi, nghiêng chai sâm banh rót ra ly nhưng không hề đụng tới. Hắn dựa nỉnh ra thành ghế ngó nàng với bộ dạng đang nằm ngủ trên cồn cát. Hắn nghe âm thanh của sóng biển vỗ vào vách đá, gió hú trên đỉnh núi khô trọc. Nàng thật đẹp và thanh sạch như thể đang tắm trăng.

Phải rồi, hắn sẽ kéo nàng ra phía ban-công rồi từ từ thả nàng xuống như khi hắn đỡ nàng từ vách núi tụt xuống mặt đất. Chắc không ai hay biết? Bây giờ là 1giờ 14 phút theo đồng hồ hắn đeo trên tay. Tịnh không một tiếng động, không bóng người qua lại trên khúc đường này. Có chăng là những hàng cây sao hàng trăm tuổi và những cột đèn im lìm hắt bóng sáng vàng vọt. Tất cả đều im phăng phắc và tất nhiên sẽ không có gì quanh đây lưu giữ bất kỳ một hình ảnh nào về hành vi sắp tới của hắn, vì chúng là những vật vô tri: thân cây, cành lá, lớp vỏ bê tông xám xịt, những ngôi nhà im ngủ...

Hắn rời ghế, bước tới thành lan can dòm xuống. Từ sân thượng tới mặt đường tầm mươi mét. Mươi mét liệu có làm chết người được không? Mà quan trọng là tay chân có gãy, đầu bể, máu văng tung tóe? Không. Hắn không muốn nhìn thấy với cảnh tượng máu me chẳng mấy đẹp kia. Khi nàng chết, phải nguyên vẹn như khi ngủ. Nhưng lúc thả nàng xuống thì sao? Cái chết có trùng khớp với những vết tích trên người, nhất là máu. Từ tầng cao rơi xuống mặt đất ít nhất phải dập bể một vài chỗ nào đó, rồi máu cũng chảy ra chút ít mới hợp lý; mà từ thâm tâm hắn lại muốn nàng nằm dưới kia trong tư thế như ngủ say. Phải tìm cách hóa giải sự việc này theo đúng với lẽ tự nhiên cùng với ước muốn của hắn.

Mà, từ hồi hai người lên sân thượng tới giờ đã hơn 3 tiếng. Nàng đi vào cõi chết cũng gần ngần ấy thời gian, thì thử hỏi liệu có còn máu trong người để chảy ra, vấy nhớp nháp trên lề đường lát gạch ca-rô kia

không? Ừ, mọi thứ sao cho liền khít với sự cố khi cảnh sát đến lấy án kết.
Ai da... tay gãy, chân dập, đầu bể... coi bộ khá dễ, nhưng còn máu. Lấy đâu ra máu? Đây mới là vấn đề!
Hắn đứng lên, vươn vai, khoa chân múa tay, hít thở thật sâu cốt làm cho đầu óc tỉnh táo hơn chút; sau đó lộn trở ra ban-công dòm xuống.
Lạ chưa, con chó mặt xệ màu lông sậm từ hóc kẹt nào đó bổng lù lù xuất hiện, chạy lơn tơn, đầu chúc xuống mặt đường như tìm kiếm thứ gì đó. Cách một quãng không xa đôi tình nhân ôm nhau đo mặt đường, thỉnh thoảng dừng hẳn lại hôn nhau đắm đuối. Họ đứng chôn chân trước nhà hắn, phía lề đường bên kia, chỗ trạm đón xe bus. Rồi cả hai ngồi xuống băng ghế đá dài. Cô gái ngồi lên đùi chàng trai. Chàng vòng tay ôm siết rồi đặt những nụ hôn ngùn ngụt lửa ham muốn.
Không được. Hắn nói nhỏ trong miệng và nhìn đồng hồ. 2 giờ 45. Đôi tình nhân không rời đi, vẫn ngồi trên băng ghế đá và hôn nhau. Bắt đầu có một vài chiếc xe chạy vụt qua...
Chỉ có kẻ điên loạn mới làm cái việc ném xác nàng xuống đường lúc này. Vả lại, nhất định không thể để tấm thân mỹ miều ngà ngọc của nàng tan nát máu me bầm dập như thế được. Nàng phải toàn thân như khi nằm bên cạnh gối đầu lên cánh tay cuộn vồng của hắn hay như khi cả hai ôm nhau làm rung chuyển chiếc giường gỗ Cẩm lai...
Hắn bưng ly sâm banh lúc nãy dốc ngược vào họng. Đắng ngắt.
Một lúc sau hắn bế xốc xác nàng dượm bước xuống tầng dưới.
Xác chết vươn cánh tay như rắn, quấn siết cổ khiến hắn giật mình.
"Em ngủ một giấc sâu." Hắn như bị điện giật. "Em thấy mình nằm trên bãi cát mịn ở một bãi biển nào lạ hoắc. Hình như chỗ này tụi mình đã đến mà em quên mất." Chết tiệt! Hắn gầm gừ trong cổ họng. "Em còn mơ thấy tụi mình làm tình trên bãi cát, lâu và miệt mài. Chưa từng bao giờ em có những khoái cảm sâu thăm thẳm đến thế. Cảm ơn anh đã cho em một buổi tối tuyệt vời."
*

Sau bữa sáng, nàng trở lên phòng trang điểm; sau đó không lâu nàng xuất hiện trước mặt hắn trong bộ cánh công sở.
"Ngày hôm nay em phải chủ trì một phiên họp với các phòng trực thuộc, chắc khá căng thẳng. Khi nào xong việc, em sẽ gọi hay tài xế về đón anh, rồi chúng mình ra ngoại ô tìm một nhà hàng nào đó có sông có núi, hay bãi biển, mình ăn tối... sau đó...," nàng nói nhỏ nhẹ, và đặt nụ hôn nóng rát lên má hắn, trước khi nở nụ cười thật tươi, phô hàm răng hạt lựu trắng đều.
Hắn tiễn nàng ra cổng, mở cửa xe.

Quay vào, ngồi xuống ghế sofa hắn thấy phòng khách rộng thênh thang. Một lúc sau có người đến thay bó hồng vào bình rồi lẳng lặng quay ra. Cứ cách ba bữa thì diễn ra cảnh thay hoa này. Chưa bao giờ hắn thấy người phụ nữ mang hoa mở miệng nói một câu hay cười. Bà ta như một chiếc bóng, lặng lẽ với phần việc của mình, trái với người dọn vệ sinh hàng tuần. Mồm miệng cô ta không khác những chiếc loa móc trên cột điện khắp cả thành phố đã nhiều lần tra tấn dã man màng nhĩ hắn.

Hắn khóa cổng và cửa chính bằng khóa điện tử rồi vào phòng, lật lật mấy tờ báo trang sức làm đẹp nhảm nhí lướt qua rồi ném vào một góc, vói lên đầu giường lôi tập truyện của Jorge Luis Borges (1) đọc đâu vài dòng, định ném xuống giường ngủ thì phát hiện mấy cọng tóc của nàng vương vãi trên gối. Hắn cúi xuống lượm đưa lên mũi ngửi. Mùi sả chanh và hoa hồng xộc sâu vào khứu giác khiến hắn giật mình. Hắn nhớ có lần nói với nàng:

"Em gội tóc bằng bông bưởi hay bông dú dẻ em sẽ biến thành bà tiên ngay lập tức."

Nàng rúc đầ vào nách hắn, rúc rích:

"Chỉ vì không muốn thành bà tiên nên em không tìm gội." Nàng nhấn mạnh chữ bà như dân Mỹ chính gốc nhấn âm các từ trong câu nói.

Hắn cũng nhăn nhở:

"Xin lỗi em," vừa vuốt vuốt tóc nàng, "nàng tiên của tôi."

Phải thừa nhận nàng có mái tóc thật mềm, óng mượt. Đó là nơi xóa tan đi mọi phiền não, mỏi mệt nơi hắn. Nó cuốn hút hắn y như đôi mắt và đôi môi của nàng, y như bộ ngực căng cứng của nàng.

Hắn mở trang sách, chỗ vừa đọc, đặt những sợi tóc vào rồi để lại chỗ cũ.

Dựa lưng lên thành gỗ đầu giường, hắn tiếp tục phác họa vụ giết nàng sao cho thật đẹp, thật lộng lẫy. Thân xác nàng sẽ từ từ bay lên như cột khói đốt đồng giữa buổi chiều lồng lộng, thơm ngát. Ừ, nàng sẽ bay lên từ mảng lửa đỏ rực, khói trắng cuộn tung lên. Tóc nàng xòa ra bay ngược chiều gió, đôi môi nở nụ cười tươi như nụ hoa hàm tiếu. Nàng rực rỡ lướt quanh hắn trước khi biến mất vào thinh không, nhập vào những lọn mây trắng xốp trên cao tít kia.

Hắn sực nhớ ra. Có một nơi để thực hiện cuộc giết này.

Đó là một thung đất mà cả hai đã từng biết, chạy dài từ vách đá dựng đứng sát mép biển, kéo vào tận núi sâu. Thung đất có hình yên ngựa với rất nhiều loại hoa dại mà hắn không tài nào biết tên. Bên mép thung có hồ nước nông trong veo, nhận nước từ con suối nhỏ đổ vào rồi chảy xuôi hẻm núi ra biển. Chỗ này hoang vắng, không một bóng

người, có thể thực hiện ý tưởng để nàng bay theo cột khói lên trời cao và biến mất.
Vấn đề là những ngọn lửa. Phải cần rất nhiều cành cây khô chất thành đống lớn, châm lửa đốt lên. Tiếp theo là gì nhỉ? Phải rồi, hắn sẽ dìu nàng bước vòng quanh kiểu đi dạo trên bãi biển mùa hè, cho đến khi nàng mệt nhoài lao vào lửa đỏ. Thật gọn lẹ, chẳng ai hay biết. Hắn chỉ việc ngồi đó ngắm nhìn ngọn lửa đỏ rực ôm hôn nàng cho đến khi có làn khói trắng bay lên.
Kế hoạch này có vẻ hoàn hảo, hắn khoái chí nghĩ vậy.
Rồi để tự thưởng cho phát kiến độc đáo này, hắn đứng lên bước qua phía tủ rượu mở chai Macallan Oscuro nhấm nháp trong cơn mơ màng về ngọn lửa, cuộn khói trắng...
*
Hắn chờ đợi đến đêm trăng sau và đưa nàng lên thung yên ngựa. Lần này không đi theo lối hồ nước và dòng suối nhỏ mà vòng qua mé biển, trèo lên những cột đá hình lục giác xếp chồng. Trèo lên khoảng vài chục cột đá thì tới đỉnh. Đứng chỗ này vừa nhìn thấy biển với những đốm sáng bé xíu, lập lòe những chiếc thuyền câu ngoài xa. Biển lao xao tiếng sóng vỗ. Hồ nước nông phía bên phải bị che khuất bởi những cột đá cao thấp chạy dài vào bóng đêm lờ mờ.
Khi trăng lên cao, hắn dìu nàng bước lên những gộp đá trơn láng đi về chỗ hắn đã từng ngồi trước kia, ngắm hồ nước. Hình như lúc này, khi gió lùa những nếp váy, đặt mua ở thương hiệu thời trang Pierre Cardin hồi đầu tháng, nàng đã hóa thành người khác như thể từ thế giới của các nàng tiên bước ra. Hắn đứng nhích ra xa một chút, khiến nàng ngạc nhiên, để nhìn ngắm nàng. Một bức tranh tuyệt đẹp với đầy đủ các cung bậc và gam màu lãng mạn, huyền ảo, siêu thực... Và, từ người nàng toát ra mùi hương thanh tân, át đi mùi muối biển, mùi đá bốc hơi. Hắn ngắm nhìn nàng mà như đang uống từng giọt mật ngọt ngào tiết ra từ những chân lông trên người nàng, trên môi, má, khắp cơ thể nàng...
Bên dưới, vực sâu hun hút, lờ mờ những vệt sáng tối ở phần nhô ra và xẻ rãnh của những phiến đá. Gió thổi tạt vào những khe đá mang theo tiếng kêu u u... lúc to lúc nhỏ và những tảng màu vàng nhạt chao nghiêng, nhảy nhót.
Hắn vòng hai tay ra sau ót làm gối, tựa lên phiến đá nhỏ nhẵn nhụi do bị bào mòn vì mưa gió và thời gian. Với tư thế nửa nằm nửa ngồi, hắn có thể quan sát từ mép vực kéo dài tận bên dưới, chỗ dòng nước nhỏ từ hẻm núi thoát ra hồ. Ánh trăng dọi xuống khiến dòng suối nhỏ lung linh, ảo diệu nhập nhòa muôn màu sắc khác nhau lúc hiện lúc biến.

Xa hơn chút, mặt hồ nhói lên tảng màu hắn chưa bao giờ nhìn thấy, cũng chưa có một danh họa nào trên thế gian này tạo ra được một mảng màu hoang dại đến thế! Hắn chẳng hiểu gì về thế giới tạo hình, nhưng dưới mặt hồ kia không phải là mặt hồ được chiếu dọi từ ánh trăng, mà như trong một thế giới lạ hoắc hiện ra đầy mê hoặc: Bầu trời lúc bình minh, những áng mây xốp nõn, nắng quái xế chiều, hoàng hôn, ánh trăng... tất cả gộp lại tạo thành sắc màu làm trái tim hắn co bóp dữ dội...

Một lúc sau, nàng vẫy hắn:

"Bên dưới kia, chỗ con suối nhỏ đó, đẹp quá!"

"Ừ, đẹp." Hắn nhìn theo hướng ngón tay thon mỏng.

"Ước gì mình có đôi cánh, anh nhỉ?"

"Đôi cánh?" Hắn nhìn chăm chăm vào khuôn mặt nàng ướt đẫm ánh trăng.

"Vâng, đôi cánh." Nàng trả lời. "Anh xem này, một khoảng không gian mở rộng từ vách núi ra hồ, lướt lên bãi cỏ yên ngựa, xuôi ra biển với những sắc màu pha trộn mê hồn, cuốn hút cái nhìn, thấm tận vào từng mạch máu...Em chắc, không nơi nào đẹp hơn chỗ này."

"Em có đôi cánh mà." Hắn thì thào.

"Em có?"

"Ừ, em có..." Nói và hắn khẽ chạm nhẹ vào chiếc váy thiên nga.

Lập tức nàng xòe đôi cánh trắng, tung vút lên chao lượn mấy vòng trước mắt hắn rồi hạ thấp từ từ. Từ trong vách đá, những con đom đóm kết thành sợi dài nối đôi cánh bay của nàng với cột đá chỗ hắn dựa lưng, sáng rực lên. Nàng như một thiên thần từ một ngôi sao nào đó bước ra thật lộng lẫy.

Vài giây sau, nàng hóa thành cột khói trắng, bao quanh là ngọn lửa rực rỡ dìm hắn vào cơn rung động cào xé thật dữ dội.

Nguyễn Lệ Uyên

---

(1) Jorge Luis Borges (1899-1986) là nhà văn, nhà thơ dịch giả nổi tiếng của Argentina, ông chính là người tiên phong đưa chủ nghĩa hiện thực huyền ảo vào văn chương Mỹ La tinh.

(Lái Thiêu, tháng 3/ 2021)

NGUYỄN MINH NỮU

CHUYỆN CỔ TÍCH TRÊN BẾN BÌNH ĐÔNG

Năm nào khi về đến Saigon, tôi cũng dành một buổi chạy xe về bến Bình Đông. Lần đầu về vào năm 2000, tôi còn có dịp gặp bác Ba Thanh, khi đó cụ cũng đã gần sát tuổi chín mươi, và Triều là bạn học chung với tôi thời trung học ở trường Nguyễn Bá Tòng. Dần dà những chuyến sau về, cụ Ba Thanh đã mất, cụ bà cũng mất sau đó vài năm, và ngay cả Triều cũng lâm bệnh rồi từ trần năm 2016. Căn nhà cổ kính nằm giữa vườn cây trái bây giờ còn lại gia đình Phiệt (con trai của Triều). Cái liên lạc thân tình của tôi với cả ba thế hệ của gia đình này là một câu chuyện khá dài.

Triều nằm trong nhóm ba đứa thân nhau học chung lớp từ hồi lớp Đệ Nhị (bây giờ gọi là lớp 11) trong đó tôi thì nhà ở gần trường, còn Triều và Mai ở tuốt trong Chợ Lớn. Nhà Mai bên này rạch Lò Gốm gọi là khu Bình Tây, còn Triều nằm bên kia rạch Lò Gốm gọi là bến Bình Đông. Lớp Đệ Nhị mà Triều đã có xe Honda đi học thì là gia đình khá giả lắm. Bến Bình Đông và khu Bình Tây nằm song song với nhau phía cuối kênh Lò Gốm. Bình Tây thì có hãng rượu Bình Tây, sát với khu trung tâm thương mại người Hoa ở Chợ Lớn, có chợ Bình Tây, khu bến xe Chợ Lớn là trung tâm xe chở hành khách về các tỉnh miền Tây. Bến xe Chợ Lớn khác với Xa Cảng Miền Tây ở chỗ Xa Cảng Miền Tây là bến xe khách lớn, chở khách về các tỉnh lỵ như Cần Thơ, Mỹ Tho, Châu Đốc, Rạch Giá, còn bến xe Chợ Lớn đa số là xe nhỏ 16 hoặc 24 chỗ ngồi, nhưng lại chở khách về các địa danh huyện lỵ. Cũng là về miền Tây, nhưng nếu Xa Cảng Miền Tây chở khách về Đồng Tháp là về bến xe tỉnh Đồng Tháp, thì bến xe Chợ Lớn chở khách về thị trấn Hồng Ngự là một huyện của Đồng Tháp chẳng hạn.

Bến Bình Đông nằm song song với bến Lê Quang Liêm của Bình Tây, nhưng nằm về phía bên kia kênh Lò Gốm. Bình Đông nằm giữa hai con kênh, bên này là kênh Lò Gốm và bên kia là kênh Đôi. Cách gọi tên các dòng nước này tùy từng đoạn mà có tên riêng, người ngoài thành phố nghe rất khó hiểu. Thực ra là như thế này: Từ sông Saigon, có hai nhánh rẽ vào phía nam, nhánh trên gọi là rạch Bến Nghé, nhánh dưới gọi là kênh Tẻ, hai nhánh sông này gặp nhau và nhập thành một tại Cầu Chữ Y, sau đó lại chia thành hai nhánh chạy tiếp về phía nam, một nhánh gọi là kênh Lò Gốm và một nhánh gọi là kênh Đôi. Kênh Lò Gốm và kênh Đôi nhập vào nhau tại Bình Đông, từ đây dòng kênh Đôi lớn hơn và chảy thẳng ra sông chợ Đệm. Đoạn đường hai bên kênh Lò Gốm khúc gần hợp lưu này toàn là các chành, các kho. Phía bên Bình Tây là các chành gạo, nông sản; phía bên kia sông là Bình Đông thì đa số các nhà kho lớn chứa phân bón, thuốc trừ sâu và nông cụ.

Bình Tây sầm uất vì sát với khu thị tứ và các chành xuất nhập gạo lúa nông sản thường xuyên mỗi ngày. Còn Bình Đông thì vắng lặng hơn vì mặt tiền đường sát bờ sông dài hằng hai ba cây số đều là những nhà kho lớn, kín cổng cao tường; đàng sau dãy nhà kho đó là khu dân cư, nhưng cũng thưa thớt ít người. Nhà của Triều là một trong vài chục căn nhà hiếm hoi nằm ở mặt tiền đường, ngôi nhà xây cất theo kiểu cổ, nằm sâu vào trong, bao bọc quanh nhà là vườn cây khá rộng. Nhà Triều trồng rất nhiều Mai, từ trước ra sau, bên phải bên trái đếm ra cả mấy trăm cây lớn nhỏ. Đặc biệt ngay cửa chính vào nhà, giữa sân là một cội lão Mai khá lớn, thân cây có lẽ hơn 20 cm, không mọc thẳng lên cao, mà khoảng cao gần 1 mét bỗng gập gãy như hình chữ V ngược một đoạn mới lại vươn lên. Chỗ gập gẫy đó tạo như một mắt cây, xù xì cổ kính, cùng với các nhánh cành khác mọc ra đan chen nhau thành một hình dáng vừa kỳ dị vừa bắt mắt. Khi tôi tới chơi với Triều lần đầu, cây Mai đã cao hơn tôi khá nhiều rồi, sum suê những nhóm nụ xanh tươi khỏe mạnh vào dịp gần tết.

Triều gốc là dân Vĩnh Long, gia đình lập nghiệp ở Saigon từ mấy đời là do ba của Triều: Bác Ba Thanh làm công chức ở thành phố. Mẹ Triều buôn bán trái cây ở chợ Xóm Củi, gần nhà. Triều là con một, sống với ba má. Triều là dân miền Nam truyền thống, gương mặt bầu bĩnh trắng trẻo và lúc nào nhìn cũng có vẻ như sắp cười, tính tình khoáng đạt rộng rãi, không thích bắt lỗi người khác mà chỉ chọc ghẹo gây cười rồi quên đi.

Những ngày cuối tuần, tôi đạp xe xuống nhà Mai, rồi kéo qua nhà Triều chơi giống như về quê. Ở đó chúng tôi thả diều, qua kênh Đôi lặn hụp dưới sình bắt cá lia thia, bắt cua bắt ốc rồi về nhà Triều mở tiệc liên hoan... không có rượu. Ba của Triều tôi gọi là bác Ba người tầm thước, khuôn mặt phúc hậu và rất thương con cùng lúc quý bạn của con, chúng tôi được sống như trong gia đình, rất đầm ấm và vui vẻ. Sau Trung học, chúng tôi chia tay nhau, mỗi đứa cuộc đời xô đẩy đi một hướng khác nhau. Triều thì học Sư Phạm, ra trường đi dạy ở gần nhà. Mai thì làm việc ở Phú Giáo, Bình Dương. Tôi thì phiêu bạc lên tới cao nguyên Ban Mê Thuột. Thế mà khi có dịp về lại Saigon là chạy đi tìm nhau. Lần nào về cũng có cảm giác như trở về nhà, bác Ba gái từ sau nhà chạy ra vồn vã: Chèn ơi, bây về hồi nào? Thằng Mai biết bây về hôn? Ngồi đó đi tao ra trường kêu thằng Triều về.

Tôi đón vòng tay ôm của bác Ba mà ứa nước mắt vì xúc động. Kệ, lát nó về, kêu nó chi bác, con ở đây tới ngày mai mà.
- Dzậy hả, vậy bây ngồi chơi đó nghe, tao nấu nồi canh chua cho bây nhậu với Ba nó nghe, lóng rày nó quậy lắm, biết uống bia uống rượu với ổng rồi.
Tiếng xe gắn máy chạy vào sân, rồi tiếng Triều la lớn:
- Trời phải mày không? Đi đâu mất biệt không thấy tăm hơi là sao?
Triều quay lại nói với má:
- Con chở nó qua nhà thằng Mai coi có thằng Mai về không nghe má...
Rồi sau 75, cuộc sống vượt khỏi suy nghĩ bình thường. Bác Ba Thanh đi học tập 3 năm mới về, thân thể mang đủ thứ bệnh mà chẳng biết bệnh gì, chỉ càng ngày càng ốm yếu, đau nhức khắp người. Mai thì lấy vợ ở Phú Giáo và ở lại quê vợ luôn. Tôi về làm công nhân ngay quận 6. Cuộc sống khó khăn từ miếng cơm manh áo nên thời giờ ghé lại thăm nhau cũng ít dần đi. Triều vẫn đi dạy học nhưng vài ba tháng ghé lại một lần lại thấy thiếu mất một cái gì. Đầu tiên là cái xe gắn máy chuyển thành xe đạp, rồi thì bộ bàn ghế gõ phòng khách thay bằng cái bàn Mica và mấy cái ghế nhựa, rồi thì trên bàn thờ trang trọng xưa đã có

vẻ trống trải vì thiếu bộ lư và đôi chân nến bằng đồng, hình như còn nhiều thứ nữa mà tôi không biết, nhưng thái độ niềm nở ân cần thì chẳng khác gì xưa.

Cho đến một lần khi tôi qua, cả nhà im ắng một cách kỳ lạ. Tôi đi thẳng vào buồng sau, chỗ bác Ba nằm thì thấy bác Ba gái ngồi trên ghế cạnh giường ôm mặt khóc thút thít, bác Ba trai nằm nhưng cặp mắt vẫn mở, nhìn đăm đắm lên trần nhà. Triều kéo tay tôi bước ra ngoài. - Chuyện gì vậy?

Triều thở dài, chỉ vào cây Mai lớn giữa sân:

- Có người tới muốn mua cây Mai này với giá 4 chỉ vàng, mà nhà bây giờ kẹt quá rồi, ba tao bịnh mấy năm nay, giờ má cũng bịnh nữa, nhà không có tiền mà ba tao nhứt định không cho bán, ổng nói chờ ổng chết rồi bán. Nhà còn có cái gì khác mà bán để lo bịnh được đâu. Tao tính bán lấy tiền lo thang thuốc rồi mua chiếc xe xích lô tối về đạp thêm kiếm tiền...

Lúc đó tôi nhìn quanh vườn mới thấy vườn xơ xác trống trơn, cây cỏ mọc tùm lum, mấy trăm cây Mai trồng khắp vườn hình như đã được nhổ lên đem bán từ hồi nào... Tôi hỏi Bác có nói tại sao không cho bán không. Triều lắc đầu, ông chỉ nói không là không. Không bán gì hết, chết thì chịu chứ không bán...

Khuôn mặt của Triều quắt queo, xanh lè. Khi tay hai đứa nắm vào nhau, cả hai bàn tay đều lổn nhổn xương, siết vào nhau đau buốt.

Tôi cậy mình như là con cháu ruột thịt, nên đến bên giường cầm tay bác Ba góp ý:

- Bác ơi, một đời ta bằng ba đời nó, nay hoàn cảnh chung ai cũng chật vật, số tiền 4 chỉ lớn lắm, có thể lo cho bịnh tình hai bác mà còn có thể tạo ra việc làm cho Triều kiếm sống nuôi gia đình...

Bác Ba nhìn tôi, nước mắt ứa ra, nói chầm chậm:

- Tao biết bây nghĩ đúng chớ không sai, nhưng cây Mai này tuổi đã hơn trăm năm, là di sản từ thời ông nội thằng Triều, đem về đây trồng ngay bữa má thằng Triều sanh ra nó. Hơn vậy, tuy trồng ở đó mà có phải của mình đâu, làm người phải coi trọng lời hứa... đợi tao chết rồi bây làm gì đó thì làm...

Giọng bác Ba trầm, buồn nhưng dứt khoát, chỉ là chi tiết trồng ở đó mà đâu phải của mình thì tôi không hiểu tại sao mà không dám hỏi. Hôm đó đi về mà lòng nát tan, đau xót thương yêu mà chẳng biết làm sao để chia sẻ với Triều.

Bến Bình Đông từ bao đời nay là nơi cập bến của ghe thuyền miền Tây chở theo hoa kiểng và cây trái. Bên kia sông là bến Bình Tây chuyên về nông sản, lúa gạo. Các loại hoa kiểng chẳng những đổ về

Bình Đông dồn dập vào dịp gần Tết, mà thường xuyên suốt năm vẫn có những chuyến ghe lớn chở trái cây đặc sản về cung cấp cho các chợ, cùng lúc hoa kiểng cho các vựa trong thành phố. Các chủ ghe lâu năm khi ghé lại, tạo ra một mối liên lạc thân tình với cư dân trong xóm và nhiều nhà dân trong xóm cũng trở thành nơi tạm chứa các thứ cây kiểng chưa tiêu thụ kịp.

Thời điểm 1980 ở thành phố nơi tôi sống như đang ngồi trên một cơn sóng dữ. Cuộc đời mỗi người gánh mọi biến động lớn trên một con thuyền nhỏ, biết bao người đã vượt thoát đi, biết bao người đã chìm đắm xuống và biết bao người như tôi, cắn răng chịu đựng, sống mà chỉ biết sống hết một ngày hôm nay, ngày mai chưa biết. Miếng cơm, manh áo, giấc ngủ và sự bình an chỉ biết chắc khi buổi sớm mai còn thức dậy được.

Mấy tháng sau, bất ngờ Triều ghé thăm tôi tại chỗ làm. Lần này nụ cười tươi rói, ngồi trên chiếc xe xích lô mới toanh, cười hi hí... Tôi chạy ra mừng rỡ:

- Bác Ba khỏe lại rồi hả?

- Ba má tao khỏe rồi, tao tới báo với mày mấy tháng nữa tao lấy vợ.

Tôi la lên:

- Úy trời, đứa nào ngu quá vậy? Mày quen nó ở đâu?

Triều kéo tôi vào quán cà phê lề đường và kể lại câu chuyện. Câu chuyện của Triều như thế này.

Ông nội của Triều là Chủ Sự trong tỉnh, là một hào phú ở huyện Trà Ôn, tỉnh Vĩnh Long. Ông có nhiều con nhưng hợp tánh nhất là người con thứ, là ba của Triều, nên cuối đời, ông về sống với vợ chồng con ở tại bến Bình Đông.

Ông thích hoa kiểng và có lòng hào phóng thương người. Hôm người con trai có đứa con đầu là Triều vào dịp sát tết Nguyên Đán, ông thảnh thơi đi dạo bến sông, ghe thuyền tấp nập cặp sát mé bờ, ngay trên bờ là các loại hoa kiểng chở lên bày đầy đặc. Ông bất ngờ dừng chân ở một khoảng bày toàn là Mai, cả mấy chục chậu Mai lớn nhỏ, mỗi cây được bọc một bao tải vải bó rễ và đất tưới ẩm. Ông bất chợt nhìn thấy một cây lão Mai khá lớn, hoa kép, mỗi hoa chồng lớp mấy chục cánh vàng tươi rực rỡ tuyệt đẹp. Ông đứng ngắm nghía hồi lâu thì một người đàn ông bước ra chào hỏi. Đây là một cặp vợ chồng từ dưới quê Đồng Tháp chở cây từ vườn lên bán. Ông hỏi giá cây Mai nhưng mắc quá ông không mua. Cây Mai bình thường cũng cao lớn như vậy thì giá chừng hai trăm ngàn, mà cây Mai này đòi giá tới ba triệu. Ông hỏi tại sao, người đàn ông lễ phép thưa không phải con thấy bác hỏi ngay cây này mà con nói giá cao, thiệt ra đây là một loại mai đặc biệt mà không chỉ vườn nhà con, nói rộng khắp huyện Lấp Vò của con chỉ có một cây này. Nó là loại Mai Hương, bác chơi hoa nhiều thì bác biết. Hoa Mai là loại hoa có sắc mà không có hương, riêng cây này thì bác cứ ngửi thử đi. Bông hoa tỏa ra một mùi hương dìu dịu, không phải hương Lài không phải hương Lý mà phảng phất như có chút mùi trầm, càng về đêm mùi hương càng đậm cho tới sáng phai nhạt dần. Ba con dặn cái này cần người hữu duyên, phải giá thì bán không thì đem về nên giá nó mới cao như vậy.

Tưởng chỉ chuyện trò như vậy rồi thôi. Ai dè vài bữa sau, trời đã về khuya, ông Chủ Sự đi ngang qua ghe thì nghe tiếng khóc của phụ nữ. Sẵn cảm tình từ lần trò chuyện trước ông ghé qua hỏi thăm. Té ra cặp vợ chồng kia cơm ghe bầu bạn đem cây lên bán có dắt theo hai đứa con khoảng 5 tuổi và 7 tuổi. Hồi chiều, do bận rộn bán hàng, hai đứa bé chạy giỡn với nhau sẩy chân lọt sông chết đuối cả hai. Không có thân nhân ở gần, tiền bạc vốn liếng không còn, hai vợ chồng ôm nhau khóc ngất. Bây giờ phải gấp rút về quê vừa đau khổ vừa khó khăn chưa biết tính sao. Ông Chủ Sự suy nghĩ rồi nói thôi để tui mua mão hết mớ cây vợ chồng bậu đem lên để bậu lấy tiền mua quan quách cho sắp nhỏ rồi về quê. Hai vợ chồng cúi đầu cảm tạ và nói giá bán mão hết số cây là hai triệu. Ông Chủ Sự nói vậy sao được, nguyên cây Mai Hương đã là giá ba triệu rồi, mà bán mão cả chục cây còn lại có hai triệu là sao, thôi tui đưa bậu năm triệu để lo việc nhà. Hai vợ chồng kéo nhau quỳ xuống cám ơn và thưa rằng cám ơn ông hào phóng giúp người, nhưng thôi như vầy, năm triệu ông đưa coi như con mượn, về quê rồi khi có được sẽ xin đem lên trả, còn nay tất cả mớ cây con giao hết cho ông. Những cây khác thì coi như bỏ, riêng cây Mai Hương xin ông trồng lại chớ đừng bán, khi nào có tiền tụi con đem lên sẽ xin chuộc lại. Ông Chủ Sự gật đầu, bậu tính sao cũng được. Rồi ông chỉ tay về phía căn nhà: đó là nhà của tui, chừng nào lên được thì lên.

Đó là lý do vì sao ông Ba Thanh nhất định không cho bán cây Mai trước nhà. Triều kể tiếp, khi gia đình đang túng bấn tới độ có bữa ăn rau muống luộc trừ cơm thì bất ngờ có một cô gái tới hỏi thăm phải đây là nhà ông Chủ Sự không? Khi biết chắc đúng, cô gái mới kể tiếp cô tên Ơn, là con gái của ông bà Hai Đậu, quê ở Lấp Vò, Đồng Tháp. Hồi ba mươi năm trước, khi cô chưa ra đời, cha mẹ cô làm vườn và bán cây kiểng, có năm chở ghe bán lên bến Bình Đông vào mùa gần tết giống như vầy, bất ngờ gặp tai nạn làm chết hai người anh chị ở bến sông, có được ơn ông Chủ Sự ở nhà này giúp đỡ nên mới đem được xác về quê. Mấy năm sau thì sanh ra cô, nhưng gia đình làm ăn cũng không khá giả. Mới năm rồi người cha từ trần, kể lại cho cô nghe cái ơn khó trả ngày xưa. Nay nhờ được mùa lại thêm bán được mấy công đất, nên mẹ cô đưa địa chỉ sai cô lên đây đền ơn đáp nghĩa ngày xưa.

Mẹ của Triều lúc đó lại nảy sanh căn bệnh đàn bà, đi đứng khó khăn thiếu người giúp đỡ, cô Ơn tự nguyện ở lại ít ngày giúp bà tắm rửa thay đồ. Cô Ơn đưa gia đình số tiền còn nhiều hơn giá 4 chỉ vàng mà còn nhất định không chịu lấy cây Mai Hương về lại dưới quê. Cô nói cây này nó chỉ sống được nhờ người có phước. Nay nó ở đây an lành con lấy nó đi làm chi. Khi thấy má Triều chưa bớt bịnh, cô nhắn tin cho mẹ cô lên thăm, và ở lại sống trong nhà như người thân yêu. Má Triều gần ba tháng sau nhờ có người chăm sóc, nhờ tinh thần thanh thản vui vẻ và nhờ thuốc men chạy chữa đã gần khỏe hẳn. Lâu ngày bên nhau nảy sinh lòng quyến luyến. Có bữa, má Triều mân mê tay cô Ơn, bà nói, phải chi bây ưng thằng Triều thì đời tao có phước quá. Cô Ơn cười mắc cỡ, biết ảnh có ưng con không mà bác hỏi vậy? Triều đang nằm chèo queo ngoài bộ ván ngoài sân, nghe thoáng qua chạy vô cầm tay cô Ơn, thú thiệt tui ưng cô từ khi cô từ ghe bước lên bờ kìa. Cô Ơn cười e thẹn, hai má đỏ hồng.

Ơn tính tình thuần hậu mà lại giỏi giang chuyện mua bán. Khi hai đứa lập gia đình với nhau, Ơn lấy lại cái sạp bán trái cây ở chợ và về quê tạo đầu mối đưa cây trái lên giao hàng bán sỉ cho các chợ trong vùng. Triều ngoài giờ dạy học, thì thành người giao hàng chuyên nghiệp cho vợ, chiếc xe xích lô chuyển thành xe ba bánh phục vụ cho chuyện kinh doanh.

Khi tôi rời Việt Nam vào năm 1995, thì gia đình Triều đã là một gia đình êm ấm, hai bác Ba khỏe mạnh lại, sống nhẹ nhàng thảnh thơi với đứa cháu nội đầu lòng, con của Triều và Ơn.

Lần này về bến Bình Đông, lại đúng gần mùa Tết, trên bến thì tràn ngập hoa tươi đủ loại, dưới bến thì chen khít với nhau ghe bầu, ghe rổi, xuồng chèo, thuyền máy, hàng hàng lớp lớp sát bên nhau như một hội hoa nửa bờ nửa nước. Tôi ghé vào nhà Triều, căn nhà vẫn là kiến trúc cũ, cổ kính và thanh lịch nhưng nay được sơn phết mới, trang trí thêm cửa kính, máy lạnh, sân vườn tráng xi măng, đường đi sạch sẽ, giữa vườn vẫn là cây Mai Hương nay đã cao quá nóc nhà, rực rỡ hoa vàng, tỏa hương thơm ngát. Vợ chồng Phiệt đang xúm xít trang trí bàn thờ quay ra thấy tôi reo lên mừng rỡ... Bác Bảy về rồi... Năm nay đám kỵ ba con có bác Bảy ba con chắc vui lắm... Trên bàn thờ, di ảnh hai bác Ba nhìn xuống cười hiền hòa, lung linh trong ánh nến thắp trên đôi chân đèn sáng loáng, chiếc đỉnh thờ rực rỡ màu đồng, thấp bên dưới là khuôn mặt của Triều cười mím chi y hệt như thời chúng tôi còn trẻ trâu.

Tôi hỏi Phiệt:

- Má mày đâu?
- Má con đi chợ mua đồ làm tiệc chiều nay đãi bạn bè con.
- Ủa có tiệc gì vậy? Tất niên hả?

Phiệt mắc cỡ:

- Dạ... dạ... không... Mừng vợ con có bầu.

Đứng trước hiên nhà, nhìn lên cây Mai Hương cao lớn tỏa hương dìu dịu mênh mang, Phiệt nói sau Tết, má con dâng cúng cây Mai Hương này vô chùa. Má con nói cây lão mai này đã cho gia đình con hưởng phước đã ba đời rồi, "Phước bất khả hưởng tận", nên muốn để tất cả những người có tâm thiện cùng được hưởng phước như gia đình con.

Tôi quay lại nhìn Phiệt, sửng sốt về câu thâm nho Phiệt nói, không biết nó học được từ đâu. Như vậy, khoảng cuối năm sau nếu tôi còn đủ sức khỏe về thăm nữa, thì tôi có quen biết với cả 4 đời gia đình Triều rồi đó. Tôi với tay lấy mấy cây nhang và kính cẩn thắp lên trên bàn thờ với lòng thương nhớ và kính yêu thật đầy.

Nguyễn Minh Nữu

Tháng 1.2018

NGUYỄN TÀI NGỌC

BẮC KỲ

Trong những buổi nói chuyện với bạn bè, nếu người nào nói chuyện gì có vẻ khó tin và rào trước đón sau cao hơn cả bức tường Đông Bá Linh, tôi thường nói giễu cợt là họ nói chuyện như người Bắc Kỳ Hà-Nội.

Bấy lâu nay tôi tưởng đó chỉ là một bình phẩm vô bổ, thế nhưng gần đây vài người email "phê bình xây dựng" là tôi không nên nói xấu người Bắc thường nhật vì không phải người Bắc nào cũng như thế. Là người có tinh thần hoà giải luôn có đầu óc cầu tiến, thấy sai thì nhận thức mình đúng để không cần sửa đổi, tôi hoàn toàn đồng ý không phải tất cả người Bắc nào cũng vẽ hươu vẽ vượn, thế nhưng sự thật là phần đông tính tình người Bắc giống nhau. Mở quyển tự điển Việt Nam của hai tác giả Nguyễn Tài Đức và Nguyễn Tài Tình tra khảo chữ "khách sáo" (hai người này đều là bà con ruột thịt của tôi), lời giải thích sẽ là: *một người sinh trưởng hay có máu mủ liên hệ trực thuộc ở miền Bắc.*

Trước khi độc giả cực lực phản đối cho tôi lên đoạn đầu đài vì tôi nói xấu người Bắc, tôi xin khẳng định rất tỏ tường tôi không phải là điệp viên nằm vùng quê em miền Tây Ninh trà trộn vào hàng ngũ người miền Bắc làm mật thám: tôi cũng là người miền Bắc. Bố mẹ tôi sinh ở làng Bách Cốc, huyện Vụ Bản, tỉnh Nam Định.

Mặc dù rằng sinh trưởng trong Sàigòn ở nhà thương Đức Chính đường Cao Thắng đối diện rạp Đại Đồng gần chợ Bàn Cờ, cái văn hóa giáo dục tôi thấm nhuần là từ bố mẹ tôi người miền Bắc, hoàn toàn không có một chút pha loãng hay ảnh hưởng một tí gì của người miền Nam. Thật sự là văn hóa miền Bắc ghi khắc quá sâu đậm trong tôi đến nỗi khi tôi vừa mới lên lên ba tuổi, bố mẹ tôi đã tốn rất nhiều tiền cho tôi vào trường học sửa giọng để tôi nói "lấy cái chổi" chứ không phải "nấy cái chủi", "lái xe" thay vì "nái xe".

Hạn chế chỉ tiếp xúc với người trong gia đình nên hành động và cư xử của tôi như người miền Bắc từ lúc bé. Tôi chỉ phát hiện sự khác biệt giữa Bắc Kỳ và Nam kỳ khi vào học tiểu học. Trước khi đi học, bố tôi đã dạy tôi tập đọc ở nhà, lối dạy đánh vần của bố tôi khác với ở trường cô giáo người miền Nam dạy. Chẳng hạn như chữ "tam", bố tôi dạy đọc là "te^-a-ta-em-tam", trong khi cô giáo dạy: "a-em-am, tờ-am-tam". Chữ "đàn", bố tôi đọc là "đê-a-đa-en-đan-huyền-đàn", trong khi cô giáo dạy "a-en-an-huyền-àn, đờ-àn-đàn". Ban đầu tôi hơi ngớ ngẩn một tí nhưng khám phá ra ngay là tuy khác lối đánh vần, chữ đọc cuối cùng cũng giống nhau.

Một lần khi cãi nhau, tôi nói với người bạn là:*"Đồ mặt dầy"*. Nó đứng thộn mặt ra, hỏi tôi mặt dầy là mặt gì, tôi cũng không biết làm sao mà giải thích được cho nó hiểu nên cuộc cãi cọ chấm dứt. Làm sao cãi cọ khi hai bên không hiểu nhau? Rồi có những lúc đám bạn Nam Kỳ chọc tôi, hát: *"Bắc Kỳ ăn cá rô cây, Ăn nhằm lựu đạn chết cha Bắc Kỳ"*, tôi biết chắc chắn tôi không phải là người Nam.

Tôi kể chuyện vòng vo tam quốc như thế để xác định chính tôi cũng là Bắc kỳ, do đó nếu có chỉ trích người Bắc thì tôi là người tay trong, có đầy đủ thẩm quyền và kinh nghiệm để phân tích và phê bình.

Nước Việt Nam cấu tạo với ba miền Bắc, Trung, Nam. Vì lịch sử và địa thế, cách phát âm và cá tính của người ba miền khác nhau. Người Việt bắt đầu từ miền Bắc rồi đi dần vào miền Trung và miền Nam. Các vua nhà Trần thôn tính nước Chiêm Thành từ Quảng Bình đến Phú Yên vào thế kỷ thứ Mười Lăm, vua Quang Trung Nguyễn Huệ xâm chiếm miền Nam của người Khmer vào thế kỷ Mười Bẩy. Người ở miền Trung do đó phát âm tiếng Việt với âm hoà lẫn của người Chiêm Thành, và người miền Nam phát âm tiếng Việt hoà lẫn với âm tiếng

Khmer. Cộng thêm ảnh hưởng văn hóa, cá tính của người miền Trung và Nam có đặc thù rõ rệt so với người miền Bắc.

Người miền Bắc ảnh hưởng sâu đậm của đạo giáo Khổng Tử, vua ra vua, tôi ra tôi, kẻ sĩ là kẻ sĩ. Lễ là một đức tính quan trọng trong năm đức tính nhân, nghĩa, lễ, trí, tín. Hơn nghìn năm bị người Tầu đô hộ sáng nào cũng ăn *đim-sâm* làm người miền Bắc ngao ngán luôn mang ý tưởng nổi dậy đánh đuổi người Trung Hoa dành lại độc lập để có cơ hội ăn lại được bát phở.

Người miền Nam ảnh hưởng Phật Giáo, ảnh hưởng nền văn minh Khmer. Vì ruộng lúa phì nhiêu, thức ăn đầy dẫy tôm cá, lúa gạo nên dân tình phè phỡn. Cá tính của người miền Bắc do đó khác hẳn người miền Nam: người miền Bắc tiết kiệm, cần cù, siêng năng, khoe khoang, tài giỏi, khéo ăn nói, khách sáo, trong khi người miền Nam hiền từ, chất phác, thành thật, đơn giản, thoải mái trong đời sống, suy nghĩ, thẳng thắn có sao nói vậy.

Tôi lấy vợ người Nam, có bạn cả người Nam lẫn người Bắc nên am tường cả hai nền văn hóa. Trước 1975 khi từ Bắc di cư vào Nam, chúng tôi không gọi ba má là bố mẹ mà gọi là Thầy U thì đủ biết là tôi hấp thụ nền văn hóa Bắc Kỳ mức thượng thừa đến chừng nào.

Người Bắc lịch sự, khi nói chuyện với bạn của người thân trong gia đình vai vế nhỏ hơn mình thì luôn luôn hạ danh xưng mình bằng người thấp hơn. Tôi còn nhớ khi học tiểu học, một cậu bé đến nhà rủ tôi đi học chung. Lúc ấy tôi đang tắm, bố tôi ngồi trong nhà nói vang ra cho cậu bé nghe:

- Em còn đang tắm, anh vào nhà ngồi chơi một chốc đợi em nó xong thì sẽ ra đi với anh.

Thằng nhỏ người Nam mặt non choẹt chỉ mới có mười tuổi, thấy ông già râu tóc bạc phơ ngồi trên ghế sa-lông gọi mình là anh nên sợ vãi đái ra cả quần, không dám đứng đợi tôi, bỏ ù chạy mất.

Sự khách sáo về lễ nghi không phải một sớm một chiều một người có thể thành đạt được. Nó giống như bí quyết kiếm hiệp huyền bí Tịch Tà Kiếm Phổ trong Lục Mạch Thần Kiếm phải tu luyện trên núi Bảo Long ba mươi năm mới trở nên cao thủ võ lâm. Bố mẹ dạy ngày đêm hết năm này sang năm khác, bị chửi te tua *"Dạy con như nước đổ lá khoai!", "Cái thằng tối như đêm, dầy như đất!", "Nói con như nói van nói lậy!"* thì mới trở nên điêu luyện trong việc khách sáo.

Một lần lễ lộc nhà nấu xôi chè, sau khi cúng kiếng và gia đình đã ăn xong, mẹ tôi sới xôi và chè ra hai bát nhỏ, xôi chè vẫn còn rất nhiều ở trong nồi, và bảo anh tôi, lúc bấy giờ khoảng chừng sáu tuổi, mang sang biếu nhà bà Bác ở xóm kế bên.

Anh tôi khệ nệ bưng hai bát xôi chè sang nhà bà Bác và trở về nhà mười lăm phút sau với bộ mặt tươi rói, báo cáo với bố tôi là sứ mạng đã hoàn thành:

- Thưa Thầy con đã mang chè sang biếu Bác.
- Con giỏi lắm. Bác có nhà không con?
- Vâng, Bác có nhà. Bác ăn chè ngay vì Bác nói đang đói bụng.
- Thế Bác có nói gì không?
- Bác bảo về nói với U là U nấu chè ngon, và cảm ơn Thầy U.
- Con mang sang cho Bác, có nói gì với Bác không?
- Dạ, con nói với Bác là nhà cháu ăn thừa mang sang biếu Bác...

Bố tôi nghe đến đây thì nổi ngay lên một cơn nhồi máu cơ tim:

- Ối giời ơi cái thằng chết tiệt! Ai bảo con lại nói thế? Cái thằng tối như đêm, dầy như đất!

Bố tôi giận dữ vì quá hiển nhên là anh tôi trình độ khách sáo vẫn còn quá sơ đẳng, thấy sao nói vậy người ơi. Nhưng nhận thức ra lỗi này không phải là lỗi của anh tôi mà là là lỗi chính mình chưa rèn luyện chín chắn cho con nên bố tôi phải dành ra vài phút thì giờ huấn luyện anh tôi lại cho thấu đáo nền văn hóa Bắc Kỳ:

- Bận sau con không nên nói như thế. Khi mang biếu cho Bà hay bất cứ ai, con phải nói là U cháu trước khi nấu món này cả tháng trước đó chỉ nghĩ đến Bác. Đêm qua U cháu trước khi nấu đã trằn trọc cả đêm, hình dung là Bác ăn bát chè sẽ thấy ngon miệng vì U cháu nấu chỉ để dành riêng cho Bác....

Khách sáo có nghĩa là có tính chất xã giao lịch sự bên ngoài, không thật lòng. Vì vậy mà tuy rằng gia đình nghèo rớt mồng tơi, các con chúng tôi đứa nào cũng được bố dặn dò kỹ lưỡng là ai cho gì cũng không lấy, có đói đến đâu, đến nhà người khác được mời ăn thì cũng phải từ chối. Mang cái chỉ thị tối cao như thế nên ngày xưa tôi chỉ thích đến nhà bạn người Nam vì nếu ba má chúng nó mời ăn uống, tôi không bao giờ trả lời không; trong khi đó nếu đến nhà bạn Bắc Kỳ, lúc nào cũng vậy, chưa đến mà tôi đã no tuy rằng trong bụng thì đói meo khi được bố mẹ bạn mời: *"Dạ, cháu mới ăn ở nhà", "Không cháu không uống".*

Chữ khách sáo bao hàm ý nghĩ không thật lòng nên khi nói chuyện với người Bắc, một người lúc nào cũng nên đề cao cảnh giác như ngày xưa lính Việt Nam Cộng Hòa đứng gác sông Bến Hải vĩ tuyến thứ 17 vì không biết đâu là hư, đâu là thực. Chỉ có người Bắc uyên thâm có bằng Tiến Sĩ, Thạc Sĩ, đầu óc mới thông suốt để đoán biết lúc nào người Bắc nói thật, lúc nào ý của họ ngược lại 180 độ.

Một cô bạn vợ tôi người Nam lấy chồng người Bắc, nhà ở California, sang thăm mẹ chồng ở Ohio. Máy bay đến khuya, sáng 7:30 mẹ chồng đã đến gõ cửa phòng hỏi dậy chưa. Cô ta trả lời vẫn còn ngái ngủ. Bà mẹ chồng trả lời: *"Thế thì con cứ ngủ tiếp đi nhé, chừng nào dậy cũng được"*. Cô bạn người Nam của vợ tôi không có kinh nghiệm chiến trường giao thiệp với người Bắc nên tưởng bà ấy nói thật, ngủ luôn một mạch cho đến 11 giờ. Trong thời gian này thì bà mẹ chồng đã nấu điểm tâm cho thằng con trai ăn sáng, rồi bắt đầu chuẩn bị cho buổi ăn trưa.

Về nhà sau này anh chồng kể bị bà mẹ dũa thê thảm là lấy con vợ không có ý tứ, sáng không biết dậy sớm lo điểm tâm cho chồng hay cho bố mẹ chồng. Cô bạn vợ tôi nói:*"Chính bả nói mình cứ ngủ, mình nghe lời bả ngủ tiếp mà bả lại chửi mình!"*

Vợ tôi là người miền Nam, khi lấy tôi đã học xong đại học Văn Khoa ở Việt Nam, đang học dở chừng đại học bên Paris, sang đây học tiếp đại học Mỹ nên đầu óc tương đối thông suốt: chỉ trong vòng vài tháng đầu là nàng đã tiếp thụ được lối nói chuyện vòng vo tam quốc của người Bắc gia đình chúng tôi thay vì đi vào thẳng vấn đề. Mỗi lần nàng xuống bếp, chỉ cần nàng nói: *"Cái bếp hôm nay sao bẩn quá"* là tôi tự khắc hiểu ý nàng nói ngay là *"Anh Ngọc đi lau cái bếp!"*, tôi phải nhanh chân đi lau bếp; hay hôm nào đi làm về nàng nói: *"Hôm nay sao Loan thấy hơi nhức đầu"*, là tôi hiểu ngay ý nàng nói*"Tối nay Loan không nấu cơm"*, tôi tự động chèo thuyền ra sông Đồng Nai câu cá về chiên ăn một mình. Nói thế nhưng không có nghĩa lúc nào tôi cũng hiểu ý nàng. Có một lần đứng trong phòng khách, nàng nói *"Nhà mình sơn mầu khác chắc đẹp"*, tôi dịch nghĩa ngay là: *"Anh Ngọc, sơn nhà bên trong mầu khác!"*. Phòng có nhiều đến đâu, cực đến đâu đi nữa tôi cũng có khả năng sơn lại cả căn nhà, thế nhưng phòng khách nhà tôi khoảng khoát, trần nhà cao hai tầng không cách gì tôi sơn được ngoại trừ mướn thợ với cầu thang chuyên môn có thể với tuốt tận trên cao để sơn trần nhà. Khảo giá thì thợ nói sơn lại cả bên trong nhà khoảng $2,000 làm tôi bệnh mấy ngày liền vì nếu tôi sơn thì chỉ tốn $500 là cao lắm. Lo lắng vài tuần mất ăn mất ngủ, tội sụt cân vài pounds. Nàng hỏi lý do thì tôi thú thật trả lời. Lúc ấy nàng mới cho tôi biết là nàng không có ý muốn tôi sơn lại nhà, chỉ nói một câu bâng quơ thôi!

Khi mình nói chuyện có tính chất bên ngoài không thật lòng thì từ điểm đó đến điểm phóng đại tô mầu Eastmancolor cũng không xa nhau là mấy. Ở điểm này, người Bắc cũng bỏ xa người miền Nam, đặc biệt là người sinh sống ở miền Bắc.

Tôi có một người chị cùng cha khác mẹ ở Nam Định tên là chị Hạnh. Sau khi bố tôi di cư vào Nam thì khoảng năm 1960, mọi liên lạc thư từ bị miền Bắc cắt đứt nên hai bên không biết tin tức nhau. Đến năm 1995 khi tôi về Sàigòn lần đầu tiên, thăm một gia đình họ hàng xa ở Vũng Tầu, những người này vẫn còn liên lạc với gia đình người chị tôi ở ngoài Bắc nên họ dẫn tôi ra bưu điện để gọi điện thoại ra Nam Định để nói chuyện với chị ấy:
- Thưa chị, em là Ngọc, con thứ năm của Thầy U. U và cả gia đình sang định cư bên Mỹ từ năm 1975, hiện tất cả bình yên. Em là người đầu tiên trong gia đình về lại Sàigòn thăm nhà. Lúc Thầy U vào Nam thì em chưa sinh...
- Giời ơi, Ngọc đã về quê hương đấy à? Chị cùng cha khác mẹ của tôi khóc nức nở rồi nói tiếp:
- Lúc em sinh ở Sàigòn chị có biết vì Thầy U có biên thư cho chị.
- Dạ, nếu anh chị không bận thì vào Sàigòn thăm em. Em có một tí quà biếu anh chị.
- Chị yếu lắm, đi tầu hoả 40 giờ vào trong Nam chị rất ngại. Em đã đi xa xôi vạn dặm từ Mỹ về Việt Nam mà sao em không đi nốt ra Bắc thăm chị?

Rời Việt Nam tháng 4 năm 1975, trở về Sàigòn lần đầu tiên hai mươi năm sau nơi căn nhà cũ và những đường phố quen thuộc từng sinh sống mà tôi còn lo sợ không yên lòng, huống gì nói chuyện đi ra Bắc? Đã thế người nhà họ hàng tôi ở Vũng Tầu ai cũng một lòng ngăn cản tôi không nên đi: *"Chú đi ra ngoài Bắc thì thế nào họ cũng thịt chú. Cướp bóc nhiều lắm!"*. Vì thế, dù rằng tôi rất ước ao gặp lại người chị cùng máu mủ từ bố tôi nhưng tôi không dám ra Bắc mà muốn chị ấy vào Nam để chị em gặp nhau.
- Em ngại ra Bắc...
- Thôi em nói chuyện với anh Thọ nhé. Anh Thọ là chồng của chị tôi, chị trao máy cho anh Thọ:
- Cậu Ngọc đã về Việt Nam rồi đấy à?
- Thưa vâng.
- Từ ngày miền Nam được giải phóng, anh chị đã tưởng gặp lại Thầy U và các em, thế nhưng chỉ trong một thời gian ngắn cháu Trung và Hùng tập kết vào Nam báo tin cho anh chị hay là Thầy đã mất từ năm 1970, còn U và các em đã đi đâu mất làm anh chị khóc cả mấy ngày đêm. Sau này biết U và các em định cư ở Mỹ anh chị cũng mừng. Giờ thì em đã về lại quê hương, giòng máu mủ duy nhất của Thầy mà em lại không ra Bắc thăm anh chị...
- Em sợ lắm. Em nhất định không đi.

- Nếu thế thì anh và cháu Toản đi xe hoả vào thành phố đón cậu ra đây. Nhà ta có chú Biên trong quân đội, sẽ ra đón cậu ở nhà ga, cậu không phải sợ gì cả.

Sau khi anh ấy nài nỉ cả chục lần, cuối cùng tôi xiêu lòng theo lời đề nghị, chờ anh ấy và cậu con trai vào Nam rồi tháp tùng tôi trở ngược ra Bắc.

Tôi xuống nhà ga Nam Định sau khi ngồi trong chuyến tầu hoả kinh hoàng gần 44 giờ, và đúng như anh Thọ nói, anh Biên, đại gia đình vợ chồng anh Thọ & chị Hạnh cùng con, cháu, chắt, và bao nhiêu là người lạ đã ra nhà ga đến đón vợ chồng chúng tôi. Từ nhà ga đi bộ về nhà khoảng chừng hơn một cây số. Nhận thấy chúng tôi là người ở ngoại quốc về, những người khác trong làng túa ra đi bộ với chúng tôi càng ngày càng đông, cho đến khi về đến nhà thì tôi không còn biết ai là ai vì số người đứng vây quanh tôi đông vô số kể. Trong bao nhiêu tiếng xì xầm bàn tán về tôi, tôi nghe tiếng đàm thoại rất rõ của hai đứa nhỏ đứng cạnh bên tôi nói chuyện:

- *Ai đấy?* Một cậu bé hỏi.

- *Ông tao đấy. Ông tao ở Mỹ mới về.*

Chị tôi năm nay 70 tuổi, đã có con lẫn cháu chắt, nên tôi là vai ông với những cậu bé cháu chắt này. Tôi nghĩ cậu bé đang nói là một trong những đứa cháu chắt của chị ấy, đang nói về tôi.

- Thế ông mày nói tiếng gì?

- Ông tao đấy hả? Gớm, ông tao nói tiếng Mỹ, tiếng Tây, tiếng Tầu.., tiếng gì cũng được cả.

Tôi nghe cậu bé nói, trố mắt tìm nó trong đám đông để xem mặt mày cậu ta như thế nào. Cậu ta non choẹt, độ chừng bẩy tuổi là cùng, chưa bao giờ gặp tôi, tôi cũng chưa bao giờ biết nó. Thế mà cậu ta đã khoe xoen xoét ông của nó - là tôi - với thằng bạn nó là tôi nói đủ thứ tiếng!

Chị tôi mừng vô hạn khi gặp lại tôi. Hai bàn tay gầy guộc giơ xương của chị ấy bấu chặt vào tay và vai của tôi trong khi nước mắt chị khóc ròng.

- Thầy mất chị không đươc gặp Thầy nhưng bây giờ gặp được em, xem như là chị cũng mãn nguyện rồi. Em giống Thầy như đúc...

Tuy mừng gặp lại người chị cùng cha khác mẹ, tôi vẫn còn mối quan tâm trong lòng về tình trạng an ninh ở ngoài Bắc mà người thân trong Nam đã nói cho tôi biết. Có lẽ biết được nỗi lo sợ của tôi, anh Thọ xen vào:

- Cậu có thấy là ở đây bình yên vô sự làm gì có cướp bóc phải không? Người ở trong Nam họ nói láo, hăm dọa cậu không muốn cậu ra Bắc để

cố tình ngăn chặn tình ruột thịt của anh chị em mình chứ ngoài Bắc làm gì có cướp bóc, cậu thấy không? Tất cả mọi sự đều bình thản vô tư.

Đêm hôm ấy ngủ trên gác nhà chị Hạnh mà tôi trọc trằn ngủ không yên tuy rằng đã được anh Thọ trấn an ngoài Bắc không có chuyện cướp bóc. Giữa đêm tôi cần đi giải nên đi cầu thang xuống dưới nhà. Căn nhà này bước vào là phòng khách, dài khoảng bẩy thước, rồi có một gian trống khoảng ba thuốc không có nóc nhà nhìn thẳng lên trời chị tôi dùng làm nhà bếp. Sau gian trống này là một gian nhỏ có toilette và chỗ để tắm. Từ phòng khách muốn đi toilette phải mở cửa đi qua nhà bếp trước.

Ban đêm trời tối đen như mực không thấy gì ở phía truớc, tôi mò mẫm vịn thành thang gác xuống lầu rồi chậm chạp tiến về cửa hướng ra nhà bếp. Sờ soạng được mặt cửa, tôi mò tay xuống quả đấm, xoay đẩy cửa ra ngoài thì tiếng soong chảo khoảng dưới cánh cửa rớt đổ vang ầm trong đêm tối, to còn hơn bom nguyên tử nổ ở Nagasaki. Tôi bàng hoàng chưa đoán biết sự gì đã xẩy ra thì ai đã bật lên cái đèn vàng héo hắt. Nhìn kỹ lại, tôi thấy anh Thọ đang ngủ ở giường kế bên cửa đã bật ngồi dậy và với tay bật công-tắc đèn vì tiếng động khua anh ấy. Qua ánh đèn, bây giờ tôi mới biết tại sao có tiếng soong chảo rớt đổ: nhà nghèo cửa mở ra sau nhà bếp không có khóa, anh Thọ ban đêm sợ ăn trộm vào nhà nên để vài nồi niêu soong chảo dựa vào bực cửa. Ai mở cửa là nồi sẽ rớt xuống đất, tạo ra tiếng động. Người Bắc chúng tôi quá thông minh, không cần tốn một đồng xu mà có một hệ thống báo động ăn trộm cực kỳ tinh vi.

Sự thông minh này của người Bắc chúng tôi cũng bày tỏ trong trận chiến "Gulf war" Mỹ đánh Iraq để triệt hạ Saddam Hussein: Cộng Sản Bắc Việt cố vấn Hussein dùng sơn, sơn phi đạo loang lổ để khi vệ tinh chụp từ trên cao, người duyệt xem không ảnh sẽ tưởng lầm là phi đạo đã bị phá hủy với lỗ lổm nhổm, không cần máy bay oanh tạc nữa!

Nhà chị tôi nghèo, chả có gì đáng ăn cắp mà anh tôi còn "gắn" hệ thống báo động ăn trộm soong chảo, thế mà lúc ban ngày anh ấy nói với tôi là ngoài Bắc không có cướp, tôi cứ thoải mái vô tư. Đúng là chỉ có người Bắc chúng tôi mới ba hoa chích chòe đến thế.

Tật vẽ hươu vẽ vượn của người Bắc đã tồn tại cả nghìn năm nay. Lịch sử Việt Nam chúng ta có nhiều bằng chứng cụ thể: Phù Đổng Thiên Vương lên ba không biết nói nhưng khi có giặc Ân tràn xuống thì vươn vai thành người cao ba trượng cỡi ngựa đánh tan quân giặc, Lý Thường Kiệt giả cho người vào đền thờ ngâm thơ bài Nam Quốc Sơn Hà Nam Đế Cư trong đêm để vận động tinh thần binh sĩ đánh bại quân nhà Tống.

Một thói quen hay tật xấu thường khó thay đổi. Trường hợp tôi là thí dụ điển hình: cho dù tôi có tinh thần sửa sai cải tiến, cho dù tôi nhận thấy người Bắc có khuyết điểm sai lầm cần sửa đổi, mà vợ tôi người Nam cứ khen tôi là người Bắc phát âm chính xác, người Bắc nói năng bặt thiệp lưu loát, thì chắc chắn đến Tết Congo người Bắc chúng tôi mới có đầu óc thay đổi!

Nguyễn Tài Ngọc

NGUYỄN THÀNH

TIẾNG VỌNG QUÁ KHỨ

Lúc trước, nhà tôi ở gần công viên Lê Thị Riêng bây giờ, Tết Mậu Thân năm 1968, đêm giao thừa nghe tiếng pháo đì đùng khắp nơi, nhưng lạ lắm thấy nhà đất như rung chuyển rần rần... Nghe loáng thoáng bố tôi bảo mấy ổng mở trận rồi, khắp xóm nghe nói gì đó ùa ra đường nhìn về phía sân bay, thấy đạn phòng không lia trên bầu trời đêm những tia lửa hình vòng cung. Chẳng ai ngủ được cứ thấp thỏm đến sáng vẫn chưa hết những tiếng nổ từ xa vọng lại, rung rinh nhà cửa.

Tôi leo lên mái nhà, nhìn về phía sân bay Tân Sơn Nhứt thấy mấy chiếc máy bay mỗi lần nhào xuống thả mấy trái bom nổ chấn động cảm giác rất rõ dù ở xa, hồi đó nhớ mang máng là máy bay A37 thì phải, nghe người lớn gọi thế, đến trưa thì không còn nghe gì nữa. Còn bé mà, đâu biết gì đâu nhưng cảm thấy sợ...

Mùa hè 1972, chiến trận miền Trung và các nơi nổ ra ác liệt, lúc đó tui cũng lớn chút rồi, mà hình như càng lớn thì cảm giác sợ càng rõ rệt. Kinh khủng hơn, mỗi ngày thấy hàng chục xe tải loại chở đất đá, phủ bạt kín chẳng biết từ đâu nối đuôi nhau vào nghĩa địa sau khu nhà tôi ở đến khu đất trống phía sau nhà xác. Ở đó đã có rất đông người và rất nhiều các các xe chuyên dụng, họ đào một cái hố lớn mỗi chiều cả trăm mét, sâu cũng 2-3 mét. Sau đó các xe tải theo đường dốc lài chạy xuống, họ tháo những tấm bạt che ra, lúc đó mọi người mới biết trên xe toàn là xác người chết, ai nhìn thấy cũng rụng rời tay chân vì chẳng có xác nào toàn vẹn. Họ đổ xác người xuống hố như xác động vật chôn tập thể, cứ trải một lớp xác rồi trải một lớp vôi bột, rồi lại một lớp xác... cứ thế ròng rã cả nửa tháng trời cho tới khi cái hố khổng lồ ấy gần đầy thì họ lấp đất lại và cho xe ủi phẳng lỳ rồi bỏ đi. Cả một thời gian dài khu vực chúng tôi ở sặc mùi tử khí, ngày ngày các hộ phải đốt bồ kết hay vỏ bưởi để khử mùi cả tháng trời mới vơi, hình ảnh ấy ám ảnh tôi suốt một thời gian dài...

Lúc đó mấy ông Việt cộng nhà mình rút vào du kích, đêm đêm chẳng biết ở chỗ mô tê nào mấy ổng phóng hỏa tiễn, mà bệ phóng nghe nói chỉ là 2 cái cây bắt chéo đặt trái hỏa tiễn lên nhắm về hướng nào đó rồi kích điện. Người ta bắn có tọa độ delaut đàng hoàng, còn mấy ổng nhà mình hên xui, hên thì nó rớt trúng mục tiêu muốn bắn, xui thì nó bay đi hướng khác, Sài Gòn nhà cửa san sát nên dễ trở thành mục tiêu hú họa xui xẻo và dân lãnh đủ. Gần nhà tôi có gia đình bà cụ Phương, hôm đó con trai và con dâu nằm ngủ trên lầu ôm đứa cháu mấy tháng tuổi. Có người kể lại, thấy có tia lửa xẹt từ phía nghĩa địa (công viên Lê Thị Riêng bây giờ) rớt trúng lầu nhà cụ Phương nổ rung chuyển đánh thức cả xóm dậy, chạy qua xem thấy vợ chồng chết chẳng toàn thây, mà lạ là đứa bé bay từ trên lầu xuống dưới đất mà chẳng bị gì, nằm trong cái mền nhỏ khóc oe... oe.... Sáng ra, lối xóm mỗi người phụ gia đình cụ Phương dọn dẹp đống đổ nát, chính quyền địa phương cùng bà con lối xóm hỗ trợ, người góp công, người góp của dựng tạm lại căn nhà. Thế là từ đó cụ Phương một nách nuôi mấy đứa trẻ mồ côi tới giờ, trời thương sao ấy, giờ chúng trưởng thành và yên bề gia thất hết.

Sau sự cố ấy, nhà nào cũng hoảng vía, mua bao mua cát về làm cái hầm trú ẩn ngay trong nhà, tối tối cả gia đình chui vào hầm ngủ tới sáng, người lớn càm ràm riết, còn đám trẻ con thì hợ hãi lắm. Lâu dần rồi cũng quen, thời chiến tranh mà, thành phố không nổ ra chiến sự nhưng lâu lâu nghe chỗ này bị gài mìn, chỗ kia bị ném lựu đạn, đêm đêm thấy tia lữa xẹt trên bầu trơi... thì người lớn tâm trạng cũng thấp thỏm chẳng yên, trẻ con thì hoang mang tột cùng...

Hòa bình rồi không còn nghe tiếng súng, tiếng bom mìn nữa, cuộc sống hiện tại kéo con người vào vòng xoáy cơm gạo nên những người thời ấy cũng tạm quên những gì đã diễn ra, nhưng không phải vì thế mà người ta quên hẳn. Ký ức vẫn hằn sâu, được gợi lại khi chung quanh cuộc sống hàng ngày nghe được những chuyện chẳng vui về việc quyền lợi dân sinh còn kém, giáo dục còn nhiều bất cập, nạn tham nhũng của các nhóm lợi ích được chống lưng bởi những đám tai to mặt lớn, nạn hà hiếp dân lành. Đất nước bị đe dọa từ mưu đồ nham hiểm của bọn cầm quyền Trung Quốc về mọi mặt kinh tế, chính trị, quân sự và nóng lên mỗi ngày khi dồn dập các tin tức từ Biển Đông, nóng nhất hiện tại là việc dàn khoan Hải Dương địa chất 8 hiện đại nhất cùng đoàn tàu hộ tống của bọn chúng đang xâm chiếm thềm lục địa Việt Nam, điển hình là bãi Tư Chính đang là nỗi bức xúc của toàn dân Việt.

Lòng người không còn nhớ đến quá khứ thù địch nữa, nhưng xương máu đổ xuống hai bên chiến tuyến và những nỗi đau cà hai phía gánh chịu để mong những điều tốt đẹp cho đất nước. Lòng tin dần vơi đã khiến những người trong cuộc phân vân về một số người hiện tại, đang ngồi ở những vị trí quan trọng rằng: "Nhờ đâu mà họ không phải nếm mùi chiến tranh thảm khốc hy sinh mất mát, nhờ đâu mà họ được được học hành tử tế, thành đạt, leo cao trèo sâu…", để rồi họ quay lưng với đồng bào của họ, họ quay lưng với quá khứ, vô ơn bạc nghĩa với những người nằm xuống, những người đã hy sinh vì vận mệnh của đất nước thân xác còn nằm bờ bụi ở một nơi nào đó trên mảnh đất thân yêu của quê hương... Cũng chính vì những kẻ này mà mặc dù Việt Nam tuy phát triển khá tốt nhưng vẫn còn trì trệ nhiều mặt.

Tiếng bom đạn ngày xưa không còn nữa, nhưng vẫn vọng về những tiếng ì ầm để đánh thức những lương tri lạc lối để cùng hướng tới một con đường chung. Lịch sử vẫn còn đó, những kẻ quay lưng với quá khứ, phủi ơn tiền nhân, bậc cha anh đi trước… chắc chắn trời đất sẽ không dung túng, quả báo nhãn tiền và phải chịu sự phán quyết của dân tộc một ngày không xa.

Nguyễn Thành

NGUYỄN THỊ THANH BÌNH

HƯƠNG BIỂN

Người đàn ông đó lâu lâu vẫn lai vãng trong những giấc mơ của tôi. Nơi một bãi biển hoang vắng, đôi chân trần của ông ta thường để lại trên cát ướt những câu thơ thật buồn mà hình như chỉ mình tôi đọc được. Những câu thơ ấy lắm khi bị sóng cuốn đi rất nhanh, như ông ta cũng lướt đi quá nhanh cùng với những ngày biển trở mình giông bão.

Đêm qua tôi lại mơ thấy ông ta lần nữa và sáng nay thức dậy tôi bỗng ngơ ngác như đang kiếm tìm một điều gì đó sắp sửa xảy ra. Một điều gì đó hết sức thần diệu rồi sẽ cuốn phăng tôi đi. Tôi sẽ ngủ thật ngoan hiền trong vòng tay ôm của biển.

Trong những dự cảm mơ mơ màng màng ấy, hình như tôi thấy sự sống đang bắt đầu trở về trong tim. Hơn bao giờ hết, tôi muốn vất tất cả những lọ thuốc ra ngoài ô cửa. Ôi, sao nắng bỗng lung linh từng sợi nhỏ và đến cả từng hạt cát thảy thảy cũng đều lung linh. Có phải lúc này tôi chẳng cần một thứ gì nữa cả, những lọ thuốc hay những mũi chích đối với tôi giờ vô hiệu, ngoại trừ một chút nắng trong đôi mắt của người đàn ông ấy.

Buổi sáng tôi lang thang trên biển. Buổi chiều tôi cũng âm thầm ra biển, trung bình một ngày hai bận. Cả tuần lễ nay không ngày nào là tôi không ra thăm biển. Người đàn ông đã hứa sẽ mang về cho tôi những chiếc rương bí mật vớt từ lòng đại dương sâu thẳm. Tôi sẽ tiếp tục sống và chờ đợi ông ta, cho dù càng lúc tôi càng giật mình vì khuôn mặt xanh mướt của mình trong gương. Vị bác sĩ săn sóc sức khỏe vẫn làm tôi có cảm tưởng như sắp được giải thoát tới nơi. Tôi sẽ không còn phải chịu đựng những đớn đau hủy diệt của thể xác. Những ngày đi đổi gió và được sống gần biển, tôi như quên đi những ám ảnh về một giấc ngủ thiên thu nào đó - Căn phòng lấp lánh kính phản chiếu từng rặng phi lao xanh ngắt, lồng trong một mảnh trời biếc như ngọc thạch thênh thang mây trắng; trông giống cảnh vật của một động thiên thai nào bỏ ngỏ - Chưa bao giờ tôi thấy say mê đất trời và ao ước được bay bổng cùng ai đó lên cao, lên cao mãi như thế. Nhưng ông ta ở đâu, hay suốt đời tôi chỉ có thể bắt gặp người đàn ông ấy trong giấc mơ?

Xung quanh chẳng ai chịu nổi những nắng mưa ủ dột thất thường của tôi. Tôi là đứa con gái cô độc, chưa bao giờ biết cảm tạ những ân sủng của tình yêu.

Hình như tôi không mấy được Thượng Đế thương yêu. Người ta bảo tôi hệt như con búp bê vô cảm. Tôi chẳng hôn ai và được ai hôn.

Vẫn như thường lệ, sáng nay tôi lại ra biển độc thoại. Bao giờ một mình cũng buồn cả. Tôi đi lơ ngơ bỏ lại đằng sau những dấu chân cát lạnh hệt con nhỏ thất tình. Nhìn biển bất ngờ nổi cơn thịnh nộ, tôi mới hoàn hồn sực tỉnh. Mới sáng sớm hôm qua ra thăm biển lúc mặt trời thức dậy, trông biển hiền hòa và lóng lánh như ẩn chứa hàng ngàn con mắt lay động. Chiều hôm qua biển vẫn còn nắng ấm nồng nàn. Vậy mà trước mặt, biển đã biến hình. Nhắm mắt lại thấy biển, mở mắt ra cũng thấy biển nhưng biển bây giờ đã trở nên dữ dằn, hung hãn. Nghe nói có một cơn bão rớt sắp đi qua. Thảo nào nhìn vẻ đẹp cuồng nộ của biển, tôi mới nhận ra sự vắng lặng không ngờ của bãi biển hôm nay. Không còn ai dám quanh quẩn, kể cả chú "lifeguard" canh chừng cũng đã bỏ đi, nên tôi tha hồ được ngắm biển kỹ hơn. Chính những lúc này tôi mới chia sẻ được sự cô độc đồng cảm giữa mình và biển. Biển vắng bóng thuyền, như tôi vắng vòng tay ôm bên cạnh. Sáng hôm đó tôi trở về phòng khóc một trận vô cớ. Tự nhủ tôi sẽ yêu biển cho đến chết. Ờ nhỉ, không phải mọi điều quan trọng trong đời tôi đều có biển làm chứng cả sao?

Chiều đến tôi lại vờ quên áo ấm để được co rút trên biển. Tôi vẫn không thể không ra thăm biển khi chiều vừa xuống. Những sợi tơ chiều màu tim tím khi được rụng bay cùng sóng biển trông ảo diệu làm sao! Những lúc ấy tôi có cảm tưởng như ngoài khơi kia, biển vẫn thích chọn thời khắc này để ghé sát rong rêu thầm thì. Và chừng như ở nơi bờ cách xa chân mình vài gang tay, tôi cố nghe nỗi xao động ấy của biển vọng lại để đập cùng tôi những ngọn sóng triều tâm tư. Tôi bắt đầu muốn viết cho biển những câu thơ, rồi bỗng nhớ vô cùng những con dã tràng tuổi nhỏ ở một bờ biển xa tắp quê nhà.

Sự xuất hiện của một giọng đàn ông rất trầm đối với tôi lúc đó tưởng như là một tai họa. Tôi không tin trên biển vào lúc này vẫn còn có một ai khác, ngoài mình. Tôi chỉ muốn được yêu biển và giữ lấy biển cho riêng mình. Nhưng tiếng nói ấy đã phát ra như ấp ủ từ một bờ ngực ấm:

- Chào cô nhỏ.

Tôi ngước lên, chợt hoa mắt khi vừa bắt gặp thứ đốm sáng quen thuộc trong đôi mắt của người đàn ông. Không thể cảm thấy có một ánh nhìn nào ấm áp như vậy, nếu tôi chưa từng được gặp ông ta lần nào. Điều này làm nỗi sợ hãi trong tôi bỗng biến mất, nhường lại cho nỗi thích thú không tên.

Có thật là ông ta đây không? Người đàn ông đã từng đi xuyên qua những giấc mơ của tôi. Thật tình tôi muốn hét, muốn kêu lên một điều gì đó nhưng môi tôi như cứng lại, tê dại trong những cảm xúc thật bàng hoàng và hỗn loạn.

Người đàn ông nhìn sửng vào mắt tôi. Một lần nữa tôi lại bị hai vũng nắng lung linh tuyệt vời ấy lan tỏa vào tim óc xao xuyến. Đôi mắt của ông ta. Những trao gởi bí mật trong những giấc mơ tảng sáng. Đôi mắt ấy bây giờ cũng chợt biết nói thứ ngôn ngữ không lời. Một bày tỏ óng ánh niềm vui:

- Thật là một điều kỳ dị. Sao tôi lại được gặp cô nhỏ ở đây trong một ngày biển vắng như thế này chứ.

Tôi đáp không một chút nghỉ ngợi, như một người vừa được vặn đúng tầng số:

- Thật là một điều kỳ dị. Em cũng nghĩ như ông vậy. Sao lại có một người xuất hiện trong một ngày biển vắng như thế này nhỉ.

- Tôi nằm phục ở đây cả nửa hôm rồi, để chờ quay và chụp vài tấm hình của biển trong ngày bão rớt ấy mà. Tin khí tượng đôi khi chẳng đúng đâu, nhưng tòa soạn cần thì mình cứ phải chờ thôi.

- A, hóa ra ông là phóng viên nhiếp ảnh à?

Tôi vừa thoáng để ý tới những thứ máy móc trang bị lỉnh kỉnh trên tay lẫn trên vai ông ta. Dáng người đàn ông to cao, cơ hồ như cả vòm trời muốn phủ xuống bao chở lấy tôi - Một tôi lướt thướt và yểu mệnh như vệt nắng chiều ta - Ông ta đó, nói nói cười cười như tôi vẫn thường mơ thấy. Chỉ khác một điều là ở ngoài giấc mơ, tròng mắt liếc nhìn đong đưa ấy được trời đất lúc này pha màu xanh lơ, như màu mắt biển vào ngày hè nắng đẹp:

- Vâng, một cái nghề không mấy thú vị cho một cái tổ ấm. Tôi phải nay đây mai đó khá nhiều.

- Ông nói như có vẻ than vản một điều gì. Nhưng mà không phải đàn ông là người lúc nào cũng thích chờ đón những cái mới, những thay đổi bất ngờ cả sao?

Ông ta nheo mắt, dịu dàng như chưa bao giờ:

- Có những thay đổi làm đảo lộn cả đời sống không phải của riêng ta, mà của cả những hệ lụy tới mình nữa cô nhỏ ạ. Ví dụ như những tình cờ...

Người đàn ông bỏ lửng câu nói, chỉ nhìn sâu vào mắt tôi. Một cái nhìn táo tợn, hớp hồn người đối diện. Hình như cả tôi và ông ta đều ngỡ ngàng. Tự nhiên tôi thấy mình bị quặn thắt ở ngực. Sao những điều quá đẹp vẫn hay làm tôi đau tim bất tử. Lẽ nào ông ta sẽ là của tôi?

Không, người đàn ông có đôi mắt đẹp lạ lùng như thế này chỉ có thể gặp gỡ trong những giấc mơ. Diễm ảo và diễm ảo.

Không nhiên tôi hốt hoảng rủ rê những cơn ho trở về. Tôi vẫn thường bị nghẹn thở, điều này chẳng có gì lạ. Chỉ tội nghiệp là ông ta chưa hề được báo trước điều này. Càng lúc vẻ luống cuống lo âu của người đàn ông càng như xoáy thêm những cơn ho của tôi. Cơn bệnh lần này trở về không đúng lúc và nhất định không chịu cút đi.

Cuối cùng ông ta phải bế thốc tôi lên, như bế thốc một xác chết đi chôn. Xác chết của đứa con gái lần đầu được gần gũi thứ hơi thở nồng ngái đàn ông, nhưng chỉ mơ hồ cảm nhận - Mùi hương của biển mà buồng phổi chết khát của tôi
đã nốc đầy suốt buổi chiều hôm ấy - Đến mê man và đến phải chở vào bệnh viện cấp cứu.

Vậy là lần gặp gỡ đầu coi như tôi mắc nợ người đàn ông chút ơn "cứu tử." Dĩ nhiên là ông ta vẫn chưa hề được báo trước là dẫu chậm thế nào, tôi cũng phải "ra đi." Và điều này làm tôi đớn đau không tả khi chính ông ta là người đã phải chia tay tôi vào chuyến bay muộn màng của chiều hôm sau.

oOo

Ông ta đi rồi, tôi mới phát hiện ra mình cũng chẳng còn được dịp ở lại thành phố miền biển này bao lâu nữa. Tôi cần trở lại nơi có vị bác sĩ gia đình vẫn thường theo dõi bệnh tình của mình.

Cuộc đời có lắm điều phi lý, không lẽ tôi cứ vờ thơ ngây bám vào lời hứa sẽ trở lại nay mai của ông ta? Tôi và Michael gặp nhau chỉ hơn một buổi chiều ngắn ngủi. Cái tên Michael của ông ta lúc này đã được tôi đọc trại ra thành tên gọi cho riêng mình: Mai Khôi.

Có phải vì Mai Khôi là một người đàn ông quá đẹp và quá khỏe mạnh nên người rồi chẳng bao giờ trở lại để dạy cho một con bé yếu bệnh là tôi biết thế nào là tình yêu, thế nào là môi hôn diễm tuyệt, thế nào là những trao gởi rung động của những kẻ yêu nhau. Lẽ nào tôi lại phải ra đi, lại phải từ bỏ cuộc đời, lại phải... chết trước khi Mai Khôi mang tặng cho mình những đóa hồng. Ồ mà không, tôi chỉ ao ước được thấy những chiếc rương bí mật ở dưới lòng biển cả mà thôi.

Hình như tôi đã chờ Mai Khôi đến ngày thứ ba. Mai Khôi bảo chỉ cần tối đa là hai ngày để thu xếp công việc, nhưng đó là lời hứa của một người đàn ông.

Quả thật Mai Khôi đã gây trong tôi một thứ ảo tưởng diệu kỳ. Đó là một người đàn ông mới bị vợ bỏ hay bỏ vợ cũng thế thôi ; điều ngồ ngộ là vợ của Mai Khôi cũng là một phụ nữ Việt như tôi, và có lẽ vì hơi bực mình (chỉ hơi bực mình thôi sao?) vì sự việc rày đây mai đó của Mai Khôi nên họ bằng lòng nghỉ chơi nhau. Bà ấy "xóa bài làm lại" lần này với một người đàn ông tóc đen da vàng như mình. Họ lấy nhau những mười năm và theo như Mai Khôi cho biết thì dạo ấy họ vẫn còn quá trẻ. Mai Khôi than thở: "Đáng ra tôi không nên lập gia đình quá sớm. Tôi vẫn còn thèm khát sự tự do, và nàng thì cũng chẳng bao giờ tỏ ra thú vị đợi chờ chồng con như những người đàn bà Á Đông khác mà tôi được biết hoặc được đọc trong sách vở. Vậy mà tôi cứ tưởng ít ra thì ba đứa con cũng có thể tập cho nàng tánh kiên nhẫn chờ chồng chứ. Tôi đi đây đó cũng chỉ vì công ăn việc làm thôi mà."

Ba đứa con? Những tác phẩm lai Việt của Mai Khôi hẳn là xinh đẹp phải biết, nhưng dưới mắt vợ Mai Khôi thì đây là người đàn ông có nhiều khiếm khuyết. Điều này làm tôi hy vọng Mai Khôi sẽ trở lại, vì tôi cũng là đứa con gái bệnh hoạn đến... khiếm khuyết. Thật ra không hẳn như thế. Tôi chỉ định nói rằng Mai Khôi không mấy yên tâm về cơn bệnh của tôi. Có thể là Mai Khôi vốn thương người, hay tội nghiệp hoặc vốn thích bảo bọc. Thế thôi nên chàng sẽ trở lại. Nhưng biết đâu Mai Khôi cũng sẽ có cả trăm ngàn lý do khác để yên lòng lãng quên tôi.

Mai Khôi nắm nhẹ tay tôi trước khi từ giã: "Tôi thích đôi mắt em. Đôi mắt có khi như đang nhìn tôi dại khờ, say mê nhưng dường như cũng thật mông lung, xa xăm như em đang trôi tuột vào một thế giới nào khác mà tôi không tài nào với tới được."

Buổi trưa sau chót Mai Khôi dìu tôi ra biển, trổ tài phó nhòm nguyên cả một cuộn phim. Mai Khôi bảo khuôn mặt tôi sao ủ dột não nùng quá, mặc dù tôi đã cố gắng mặc một chiếc áo thật sáng và giả vờ cười thật tươi mỗi khi nghe Mai Khôi nhắc lớn: "Anh bấm nhé. Cười đi nào."

Ờ nhỉ, làm sao Mai Khôi hiểu được tại sao tôi không thể vui trọn vẹn. Cũng như làm sao Mai Khôi biết được dáng vẻ kênh kênh đãng tử của người đã hơn một lần xuất hiện trong giấc mơ của tôi, như từ tiền kiếp hai đứa là tình nhân của nhau.

Tôi đã không vui được, dĩ nhiên, vì những ám ảnh thường trực đó. Nỗi chết. Và lẽ sống. Tôi là người luôn luôn mệt mỏi, nhưng vẫn thiết tha vô cùng với đời sống.

Vị bác sĩ bảo rằng tôi sắp được giải thoát. Chết là khi tấm màn của đời sống được kéo xuống. Tất cả những vở kịch cũng được hạ màn. Người ta sẽ được nghỉ ngơi không còn phải diễn xuất, múa máy nữa. Phải vui chứ (?!)

Chết. Rồi tôi sẽ bay đi như mây vào một cõi nào không biết. Sự mệt mỏi sẽ chấm dứt và biết đâu tôi sẽ cảm thấy thong dong để bắt đầu một đời sống khác, ở một cõi đời mới. Ở đó tôi sẽ được khởi sự những cuộc vui chơi không bao giờ ngưng nghỉ. Tôi sẽ không phải đối diện với ngõ cụt của xác thân bệnh hoạn. Vòm trời nơi đó sẽ xanh bất tận và tôi sẽ không còn phải ngơ ngác dành dụm từng giọt nắng ủ ấp cho từng ngày mưa như ở trần gian. Nắng rồi sẽ bất tận, mãi mãi.

Khi đời sống đã tước đi của tôi chút hơi thở thì tôi sẽ đi đâu, về đâu nhỉ. Câu hỏi ấy bao giờ cũng vẫn cứ lẩn vẩn trong tôi, như không tài nào khuây khỏa nổi. Biết đâu khi hơi thở này bị dập tắt, tôi mới hoàn toàn được khoan khoái. Tôi sẽ tan biến, hòa nhập cùng hư không. Cái hư không mà tôi vẫn cố gắng nghe những lúc chơi vơi không ngủ được. Ôi, âm điệu ấy sao vắng lặng nhưng cơ hồ tấu lên cả ngàn khúc. Và rồi tôi sẽ lơ lửng, lơ lững như đang bay đi, bay đi giữa bao la vô cùng. Trong ý nghĩ này, sự chết hiện ra thật thơ mộng và mê hoặc. Nó không còn là những đe dọa của thứ bóng tối rình rập bất ngờ, những bít bưng muôn đời là những ác mộng không lời giải đáp. Nó bí mật nên nó tha hồ múa may, trêu cợt tôi hoặc ai đó mỗi ngày. Nó là một tên trộm tinh ranh chỉ hiện về bất chợt, sẵn sàng cướp mất của bạn thứ hơi thở cần kíp trong đời. Tôi vốn bị nghẹn thở, hoặc thở rất ít nên sự sống lúc nào cũng chực chờ dứt lìa, đứt đoạn. Điều đáng tiếc đời sống dẫu thế nào vẫn là đời sống, một đời để sống. Tôi không thể làm khác đi hay thay đổi những mầm mống định mệnh không may của riêng mình, nhưng tôi không hề khước từ đời sống nếu không phải chính nó đang chối từ tôi dần dần. Tôi phải thú thật điều này vì chắc bạn cũng thấy rằng ít người có thể khoan thai đứng dậy, nhún vai bước ra khỏi cuộc đời một cách kiêu hãnh như không hề nuối tiếc hay vướng bận một điều gì. Tôi cũng có thể nhếch môi cười khan như thể mình vốn dửng dưng với sự sống và cái chết tự bao giờ. "*Tôi sẽ chết có nghĩa gì đâu*" và xác thân vẫn là một cái gì không đáng kể, dù chúng ta vẫn luôn luôn bị lao đao hụt hơi vì phải kiếm cách làm vừa lòng nó. Điều tôi thắc mắc vẫn là chút siêu linh mà khi ra khỏi thân xác, nó chẳng cần một chỗ tựa nhưng vẫn quyện sống mãi trong không khí. Siêu linh? Thôi cũng bằng mọi cách và mọi giá, hồn tôi nhất định sẽ tìm về vất vưởng trên biển để báo cho Mai Khôi biết cái chết nó như thế nào, mang hình thù ra sao, hoặc thiên đường hay những ước vọng Satan cũng chỉ là một.

Trời ơi, phải chi Mai Khôi trở lại bây giờ để hà hơi vào thứ đời sống đang đến hồi kiệt sức của tôi. Tôi không sợ chết vì điều ấy hiển nhiên và không thể không có mặt. Có điều tôi muốn được chết hay nói cách khác là được yên nghỉ trong vòng tay ấm áp của Mai Khôi. Nếu Mai Khôi chưa trở lại từ đây cho đến cuối tuần thì tôi vẫn phải rời khỏi phố biển này, và biết đâu tôi cũng sẽ bực tức đến độ không tài nào nhắm mắt yên ngủ.

Mai Khôi sẽ trở lại. Tôi vẫn tin Mai Khôi sẽ là người vuốt mắt tôi. Mọi sự vào những khoảnh khắc thiếu vắng này sẽ đọng lại. Để chờ được tan ra trong hơi thở của Mai Khôi. Người đàn ông với mùi hương nồng nồng ngai ngái của biển.

oOo

Hôm đó là ngày cuối tôi ra từ biệt biển. Mai Khôi vẫn dặn tôi nhớ mang theo áo ấm và không nên ra thăm biển một mình. Mai Khôi dọa: "Không phải ai cũng hiền như tôi đâu. Coi chừng người ta sẽ giả làm chó sói để ăn thịt cô bé choàng khăn đỏ cho mà xem."

Biển dạo này vào buổi chiều đã thoáng lạnh. Hình như nỗi buồn làm tôi cảm thấy đất trời cũng se lại. Ngày mai tôi phải trở về thành phố của mình, nơi những ngã tư đời vẫn có những rỡ ràng của thiên hạ và những tủi thân vẫn hiện hình như cũ của riêng mình. Trời lành lạnh, tôi lại hay mặc kệ những cơn gió không đâu ấy nên vẫn ôm thói quen lì lợm không mang thêm áo.

Biển vẫn mang dáng dấp quyến rủ - Cô đơn nhưng đầy quyền uy - Ra biển chiều nay tôi có cảm tưởng như mình đang bị biển thôi miên để đi theo, đi theo mãi từng đợt sóng xa biệt ngoài khơi. Biển sẽ cuốn tôi xuống, cùng với nỗi quạnh hiu này được nhận chìm với rong rêu. Xung quanh tôi hình như không tìm gặp một dáng núi nào cả, nên tôi cứ ngút mắt nhìn mà chỉ thấy một đường chân trời bao la. Ở đó một chút đỏ lừ và một chút xanh thẳm trong đôi mắt mặt trời đã rớt xuống trên biển những vầng lệ lóng lánh, buồn buồn. Cũng không tìm đâu ra bóng dáng của những cánh chim đại bàng nghênhnghênh soải dài, hay loài chim biển cũng đã tít tắp ở cuối chân mây tự bao giờ.

Mai Khôi là cánh chim biển đã hun hút. Người không trở lại và tôi đã hoàn toàn thất vọng. Giá tôi có thể đi, đi mãi không biết mệt từ chân trời này cho đến chân trời nọ. Đi và không mong gì tìm gặp một Mai Khôi tàn nhẫn như bão cát.

Nhưng rồi tôi bỗng muốn trở về khách sạn ngay lập tức. Tôi không thể chịu nổi những đợt sóng vỗ như mê loạn trên cát. Hình như cát cũng đang thoi thóp đau mà tôi nào hay biết. Tôi nhắm mắt lại và chợt nghĩ đến những dấu chân. Những dấu chân trên cát và lời thì thầm của những chú dã tràng, những chiếc võ ốc nằm cô đơn trên cạn và những con ngọc trai vùi sâu dưới đại dương. Tôi cố không nghĩ đến một điều gì nữa cả, chỉ cầu xin những an lành trả lại cho biển.

Đi ngơ ngác không giày không dép ra gần lộ chính, tôi mới giật mình vì tiếng còi xe và một loạt đèn pha chớp tắt, chớp tắt quẹt ngang người.

Chiếc xe dừng lại sát ngay trước mặt tôi. Người đàn ông bước ra khỏi xe hệt như bước ra từ một giấc mộng đẹp.

Tôi bị choáng váng thực sự. Những vệt nắng cuối cùng của buổi chiều bỗng vờn ra trước mặt chiếc cầu vồng diễm ảo. Người đàn ông dù đang quơ quơ cây gậy, vẫn dáng vẻ nghênh ngang như vừa mang về cho tôi thứ màu sắc bảy màu diễm ảo ấy.

Đó là Mai Khôi. Mai Khôi đó sao? Tôi vẫn chưa hoàn hồn, đứng chôn chân một chỗ, hệt như Mai Khôi cũng chợt bất động đến im sửng.

Vài giây sau mà như cả triệu năm thiên thu, tôi mới nghe Mai Khôi mấp máy:

- Kìa Kim, anh đã tới...

Vâng, đó là giọng nói mà tôi đã chờ đợi quá lâu để được nghe thấy.

Giọng nói của người yêu với người yêu. Không chần chờ gì nữa, tôi chạy nhanh tới bên Mai Khôi, bổ nhào vào người chàng muốn khuyỵu xuống bất ngờ. Hình như cả Mai Khôi và tôi đều cảm thấy mình không còn đủ thời gian để câu nệ. Tôi gọi tên Mai Khôi tới tấp.

- Mai Khôi, Mai Khôi không sao chứ?

Mai Khôi ghì siết tôi bằng một tay ôm. Ôi sức hút của thỏi nam châm tuyệt diệu. Rồi Mai Khôi dịu dàng nói:

- Đáng lẽ anh đã tới sớm hơn. Nhưng chính sự trễ nãi không định trước này đã làm anh nhận thêm ra một điều kỳ diệu. Anh thấy cần em, cần đời sống hơn bao giờ cả.

- Mai Khôi bị gì vậy hả?

- Như đã hứa, anh định trở về đây đúng hẹn để gặp lại em. Anh đã cố lái xe thật nhanh vì cũng lo lắng cho cơn bệnh vừa rồi của em. Trong đêm lái xe, có thể vì chút xúc động nào đó hoặc quá buồn ngủ, xe anh đã lạng quạng vào xe của người khác. Nằm nhà thương anh chẳng muốn em lo âu, nên đã ráng gồng mình không liên lạc.

- Hóa ra Mai Khôi cũng đâu tệ với em. Vậy mà em cứ tưởng...

- Em tưởng là anh... không thích em à? Em là cô gái dễ thương nhưng nhiều khi độc đoán.

- Anh để em chờ khá lâu.

- Chính tai nạn suýt chết vừa rồi làm anh cảm thấy ham mê những ngày mình đang sống gấp bội. Anh cũng vừa nhận ra anh cần tình yêu, cần em...

- Nhưng anh đã biết gì về em mà đòi... yêu?

- Có một sức hút nào đó giữa những va chạm của anh và em, em không nhận ra ngay từ phút giây đầu tiên sao? Vậy điều anh cần biết về em đâu có gì quan trọng, ngoài nỗi cuốn hút ấy.

- Và như thế anh gọi là... tình yêu?

- Em phức tạp và rối rắm hơn anh tưởng. Có điều không phải là em cũng đã gọi anh trở lại đây sao?

- Đó là tiếng gọi của những mỹ nhân ngư dưới biển hoặc những tiếng ú ớ trong mơ của sóng. Không phải của em. Một con nhỏ đang bệnh muốn chết mà còn dám gọi ai.

- Em nói nghe như thơ như văn, nhưng chính ra anh đã lỡ yêu vẻ ốm o, cần lệ thuộc vào một người nào đó của em tự hôm ấy.

- Em biết và em cũng linh cảm như thế. Em biết rằng Mai Khôi sẽ trở lại để... vuốt mắt em.

- Em nói gì vậy? Mai Khôi hoảng hốt hét lớn.

- Ồ mà không... em chỉ định nói là Mai Khôi sẽ phải trở lại để gặp em và để yêu em.

- Em đừng đùa với anh nữa. Hồi nãy anh đã đoán đúng là em sẽ ra đây. Em chuyện trò gì với biển mà nói hoài không hết?

- Em yêu biển và em cũng phải cám ơn biển đã khiến em được gặp Mai Khôi, không phải thế sao?

Có lẽ lời tôi nói ra lúc ấy khẩn thiết lắm nên Mai Khôi chớp mắt. Tôi lại bắt gặp hai con người lóng lánh sao hôm của Mai Khôi như vẫn rực sáng trong những giấc mơ. Đôi mắt vẫn làm tôi bàng hoàng, tê dại. Rồi Mai Khôi bất chợt cúi xuống. Bàn tay Mai Khôi ghì chặt tôi như muốn bẽ gãy từng đốt xương mảnh dẽ trên người, nhưng Mai Khôi lại chỉ muốn tặng tôi một chút môi hôn dịu nhẹ. Một nửa nụ hôn thì đúng hơn. Nửa còn lại Mai Khôi muốn để dành đến hôm nào tôi không biết (có thể vì một chân của Mai Khôi còn bị yếu chăng, hoặc Mai Khôi lãng mạn chút chút?)

Môi Mai Khôi cơ hồ chỉ lướt thướt trên làn môi tôi, nhưng là một xúc động đầy thảng thốt. Một xúc động đầu đời con gái.

Mai Khôi thì thào vào tai tôi như lời ru nhẹ của gió:

- Có phải cả ngày hôm nay em dầm mình trong gió biển không hở? Tóc em mằn mặn hương của biển biết không. Trời ơi, anh chỉ muốn cảm ơn em, cảm ơn cô nhỏ đáng yêu...

Tôi cũng muốn cảm ơn Mai Khôi, cảm ơn sự sống hơn một lần người đã mang đến. Một đốm sáng cuối cùng lóe lên từ những ngày tăm tối, không một bóng dáng hạnh phúc. Vậy là tôi biết mình sẽ được chết khi vừa tìm thấy đúng nghĩa sự sống.

Chỉ Mai Khôi là không hề hay biết rằng tôi sắp chết. Có điều chắc chắn tôi sẽ yên lòng nhắm mắt vì Mai Khôi đã trở lại. Tôi đã được Mai Khôi hôn và đã ngửi thấy trọn vẹn hơi thở của biển. Thứ mùi hương ngai ngái, nồng nồng, ngây ngây như mùi đàn ông toát ra từ Mai Khôi.

Tôi sẽ thèm khát mùi hương ấy biết bao, khi Mai Khôi nhất định tặng hết nửa môi hôn gấp gáp, ấm nóng còn lại...

Nguyễn Thị Thanh Bình

NGUYỄN THIÊN NGA

TRÁI ĐẤT TRÒN

Tôi gặp lại anh, trong veo ánh mắt, trong veo tâm hồn. Hay đúng hơn, anh tạo cho tôi cảm giác yên bình, được che chở. Có lẽ không phải vì khoảng cách tuổi tác khá lớn giữa tôi và anh, cũng không phải tôi và anh đều có những khoảng lặng như nhau, sự sụp vỡ niềm tin như nhau.

Anh ngồi đó. Lặng im nghe tôi nghẹn ngào từng khúc đắng và không vội an ủi bằng giọng Huế ngọt ngào. Thay vào đó, anh kể chuyện ngày xưa với một chút thêm thắt khiến tôi bật cười. ...

Ngày xưa, ven con suối nhỏ dưới chân cầu Bá Hộ Chúc, có cô bé mặc áo len đỏ ngồi nhìn anh bắt cá lia thia. Khi bé dỗi hờn, anh mua cho bé cây cà rem Việt Hưng bằng tất cả số tiền anh có trong túi. Vậy mà, cô bé đã không để dành cho anh một tí nào.

Chiếc que tre còn nguyên hương vị dâu tây và tiếng cười giòn tan ngày ấy vẫn còn đọng lại trong anh cả một khoảng trời dịu ngọt.

Tôi mơ màng nghe câu chuyện của anh. ...

Cô bé học Mẫu giáo thì anh bỏ học, về Huế hai năm. Khi cô bé học lớp Nhì trường tiểu học Thiên Hương, Đà Lạt thì anh đã là sinh viên Đại học Khoa học Tự nhiên Sài Gòn năm thứ tư. Sau sự kiện năm 1975, anh ra trường, bao bận rộn khó khăn đời thường cuốn phăng anh đi. Những mối tình, những đổi thay công việc và cuộc sống tạo thành guồng quay tất bật, anh xoay vòng vòng trong đó và không thể nhớ tới cô bé ngày xưa trong ngôi nhà màu hồng ẩn bên đồi thông xanh vi vu bốn mùa...

oOo

Trái Đất tròn.
Một ngày…
Gặp anh, tôi - cô bé ngày xưa ngồi im lặng nghe anh kể, nghe anh nói. Sự đồng cảm, chia sẻ của một người anh từng trải làm tôi ấm lòng.
Ngoài kia, mùa đông về làm không gian tê buốt. Đà Lạt đẹp lên trong rực rỡ ngàn hoa và nắng đông nhàn nhạt, trong muôn ngàn sắc áo và khăn choàng, trong bao bàn tay nắm chặt bàn tay, mắt nhìn vào mắt ấm áp yêu thương.

Thứ bảy, khu Hòa Bình nhộn nhịp người qua lại. Anh lạc mắt tìm một bóng hình từng là nữ sinh trường Bùi Thị Xuân ngày ấy đã để lại cho anh nỗi nhớ nhung đầu đời. Tôi bất giác mỉm cười, tưởng tượng có một người phụ nữ nào đó chợt nhớ tới anh nam sinh nổi tiếng học giỏi của trung học Trần Hưng Đạo lúng túng trồng cây si trước cổng nhà mình (?!).
Tôi hỏi. Anh lắc đầu và đùa: *"Nếu có nhớ, anh chỉ nhớ một con nhỏ áo đỏ tham lam ăn hết cây cà rem thôi!"*. Nhưng tôi biết, cuộc đời sóng gió của anh vẫn ẩn hiện những nhân ảnh từng làm anh đau buốt trái tim. Tôi thốt lên suy nghĩ của mình. Anh bảo tôi: *"Hình như em là tri kỷ của anh mất rồi, nhóc ạ!"*

oOo

Tôi theo anh đến "Dương Tùng" ở góc đường Nguyễn Công Trứ. Quán ấm áp. Mọi người hát cho nhau nghe những bài hát của các nhạc sĩ Trịnh Công Sơn, Ngô Thuỵ Miên, Phạm Duy,...
Tôi gặp một nhóm các anh chị rất say mê nhạc của Nhạc sĩ Trịnh Công Sơn, trong đó có anh Nghĩa, một VK Mỹ xa quê hương đã hơn ba mươi năm hát đầy cảm xúc "Đêm Thấy Ta Là Thác Đổ".
Tôi bâng khuâng:

... Chợt thấy vui như trẻ thơ
Đời ta có khi là đốm lửa
Một hôm nhóm trong vườn khuya

Tôi gặp bạn của anh: anh Tuấn, một trung uý không quân quân đội VNCH, vẫn rất nghệ sĩ. Một điều thật thú vị, anh Tuấn lại là chồng của cô Thanh Bình dạy tôi môn văn vào những năm đầu sau 1975 ở một vùng

Kinh Tế Mới toàn dân Đà Lạt. (Cô Thanh Bình lại là con của Nhà văn Bà Tùng Long, em gái của nhà văn Nguyễn Đông Thức).
Tôi hớn hở nhắn tin cho Lại Văn Long, bạn tôi, cũng là học trò cưng của Cô Bình và đang là nhà báo khá nổi tiếng ở Sài Gòn. Long gọi lại, giọng reo vui và không quên nhắc: "*N nhớ đọc và bình luận tác phẩm "Thuỷ Cơ" của mình đó nha! He he...*" rồi buông một câu nhẹ nhàng: " *Trái đất tròn, phải không TN?*"

Còn anh, anh không hát bài nào, chỉ ngồi nghe và thoáng trầm ngâm.

oOo

Anh đã xuất cảnh qua Mỹ được tròn 10 năm.

Tôi cũng không liên lạc với anh suốt thời gian dài trước đó cho đến khi anh lên máy bay. Ở Đà Lạt này, quê hương này anh đã có quá nhiều kỷ niệm, đang còn những người thân. Nhưng tôi nghĩ, anh ra đi là điều rất hợp lý, các con anh đều đã thành đạt và ở hết bên ấy. Tôi mong anh chị sẽ lại hoà hợp và anh có một mái ấm đúng nghĩa. Tôi luôn mong những điều tốt đẹp nhất cho anh, dù tôi biết không còn ai ngồi nghe tôi khóc, tôi kể, sẵn sàng sẻ chia và an ủi: *"Ui, cười lên đi cô nhóc..."*
Trái Đất tròn.
Tôi tin tôi sẽ gặp lại anh.
- Ê nhóc, anh về rồi nè!

Sẽ là câu nói quen thuộc ấy, y như ngày xưa tôi còn nhỏ. Chắc chắn tôi không còn vòi vĩnh ăn kem mà sẽ cùng anh ngồi bệt uống ly café vỉa hè, ngắm Đà Lạt nhiều đổi thay và thở dài nhắc nhớ:
- Hồi xưa, chỗ ni là đồi thông ...
- Hồi xưa, chỗ nớ có dòng suối nhỏ trong veo...
- Hồi xưa ...

Cái "hồi xưa" ấy sao mà tuyệt vời làm sao, dễ thương làm sao! Nó cứ mênh mang, đầy luyến lưu trong miền hoài niệm của mỗi người.
Tôi biết Trái Đất vẫn cứ quay quanh trục của nó và xoay quanh Mặt Trời, dù có thể nhanh hoặc chậm một vài giây.
Giữa những người mến thân, không bao giờ có khoảng cách về thời gian, không gian. Trong miền hoài niệm, họ luôn thấy nhau. Nếu may mắn được gặp lại nhau sau tháng năm dài, ai cũng sẽ vô cùng mừng rỡ và lại mỉm cười: *"Trái Đất tròn, phải không?"*
Tôi cũng vậy.

Nguyễn Thiên Nga

NGUYỄN VĂN THÀ
TÌNH MỀM NHƯ NƯỚC

Những năm đầu mới đến Na Uy, tôi thích cái xứ lạnh, cực kỳ lạnh này vì tôi đã sống từ nhỏ đến 20 tuổi ở Việt Nam với cái nóng, lại còn phải sống với cái nghèo khổ, sự áp bức của chính quyền Cộng sản, những bức bối gây ra bởi những người chòm xóm gian ác, rình rập, tất cả làm cho cái nóng thành nóng hơn, nóng nung người, nóng ghê hồn, nóng điên lên được, nhưng bây giờ, qua mấy mươi năm ở Na Uy tôi bắt đầu ngán lạnh, rồi sợ lạnh vì cả mùa hè mà cũng lạnh, cho nên người ta gọi mùa hè Na Uy là grønn vinter: mùa đông xanh, đến nỗi bây giờ tôi ghét lây qua tất cả xứ lạnh gắt đến xứ lạnh vừa, tôi thích những xứ nóng, dĩ nhiên xứ nóng ấy không phải là Việt Nam, quê hương tôi, mà những xứ nhiều mặt trời, ở đấy tôi là một người vô danh, một hữu thể số không nhưng có tiền để hưởng cái thú được là hư không, cái hư không loại này Đất Nước Na Uy đã ban cho tôi, và hư không càng trở nên hư không khi những người đàn bà mà những áng văn, những vần thơ, những dòng nhạc cổ kim tô điểm thành những nữ thần diễm lệ, đã từng làm cho tôi chìm ngập, mê mẩn, bây giờ những nữ nhân ấy đã biến mất, đã bốc hơi. Vô ảnh vô thanh. Tôi lâng lâng cùng những ngày du lịch tới, tôi phiêu diêu với những ngày mai cô quạnh. Tôi sinh ra là để ở một mình. Tôi đã biết thế từ những ngày mười tám đôi mươi, vậy mà vẫn lem nhem sự đời chi cho mệt, mệt thiệt mệt. Và từ nay khi thức dậy tôi chỉ thấy tôi, tôi với trời đất vô lượng.

Đấy là những ý nghĩ khi tôi ngồi trên máy bay trên đường tới Tangier, nước Ma rốc, nơi mà tôi được biết đến, và mê luôn qua các truyện của nhà văn Paul Bowles và đặc biệt qua cuốn phim *The Sheltering Sky : Bầu trời Che chở*, dựa trên tác phẩm cùng tên của chính Paul Bowles, phim màn ảnh rộng, với Bernado Bertolucci, một đạo diễn Ý nổi tiếng thích những chiều kích lớn, đã đưa vào phim những thinh không xanh mênh mông, những mặt trời trắng lẫm liệt, mà tôi đã xem ở một rạp chiếu phim lớn ở Oslo vào một ngày lạnh buốt, mùa đông mới đây, tất cả làm cho tôi quyết định đi nghỉ ở một nước nào đó tiếp cận sa mạc Sahara (2), một mình, vào dịp Tết Ta, giữa tháng Hai, tiết đại hàn, năm 2021. Và tôi chọn Tây Sahara.
Tôi muốn đến Tây Sahara, đã từng thuộc Tây Ban Nha, một chuyến vì tôi muốn cảm nghiệm những gì mà nữ sĩ Tam Mao đã viết trong tập truyện *Truyện kể về Sahara (1)*, đặc biệt trong một đoạn nơi truyện ngắn *Lạc đà Khóc**:

"Mùa hạ, Sahara, bụi cát ngập trời, bụi vần vũ không ngừng, dường như không có ngày nào ngưng, năm tháng dính chặt với nhau bởi cái nóng nung người trong bầu tử khí nặng nề, những ngày lê thê, không cọ quậy gì được, làm cho người ta trở nên lười biếng, buông xuôi, mệt mã trước mọi vật, mọi sự, cảm thấy trống rỗng, vô vị, những ngày mồ hôi ướt đẫm cả lưng, lòng tôi hoàn toàn trống không, thế mà lòng cứ sôi sùng sục. Đa số người Tây Ban Nha ở bên thị trấn đã bỏ sa mạc, về cố hương trốn nóng. Thị trấn nhỏ hoang vắng giống như một tử thành."
Và ngoài ra cũng còn vì những trang sách, trang blogg viết về sa mạc mà tôi đã đọc, làm cho tôi háo hức không kém:

"Sa mạc Sahara quá lớn, và chân trời nơi ấy thì quá xa, làm cho người ta cảm thấy mình thật nhỏ bé, làm cho con người phải tự dưng im lặng. Sa mạc là một nơi tuyệt vời để nhận ra mình là ai, và cái-mình ấy dễ dàng chìm nghỉm giữa điệp trùng cồn cát lượn tới chân trời. Ở đấy mọi dối trá, nhớ lại, nghĩ thật buồn cười, mọi vẽ vời cao cả hay ti tiện đều bay đi, đều bốc hơi hết; chỉ còn lòng son sắt của mình và sự hiện diện của Đấng Cao Cả; hẳng có nơi nào thấy rõ mình bằng trong sa mạc, chẳng có nơi nào sự hiện diện của Ngài gần gũi với ta hơn trong Sahara.

Sa mạc là một cõi linh thiêng vì đó là một nơi lâu nay bị con người bỏ quên, chính nơi này làm cho người ta nhớ tới những gì là linh thánh, và người ta nhận ra rằng con người cũng được mời gọi dấn thân vào con đường nên thánh, vì sa mạc có khả năng bóc sạch những lớp vỏ vong thân, mà tội lỗi là một, mà người ta đã tự mình, hay đành phải mang vào mình như những bộ áo giáp để chống chõi với cuộc đời gian, ác.

Trong khi lần bước qua không gian bao la, và lặng câm này ngoại trừ tiếng gió và tiếng bước chân, người ta cảm thấy mình được thực sự cởi trói, được thong dong trong giờ giấc sạ mạc.

Người ta trở thành cái bình không cho nước mới, cho rượu mới, là tấm bảng mới tinh khôi cho những ngày chưa tới, là bầu trời của không khí trong sạch, là bầu nhiệt huyết mới nóng cả ngày lẫn đêm; đêm mở ra phơi phới chứ không phải như loại đêm phủ chụp, dè nặng nơi những xứ sở lạnh lẽo."

Nhưng tôi muốn ghé xuống Tangier trước để xem nơi nhà văn mà tôi yêu mến, Paul Bowles, ở ngày xưa và viết những tác phẩm có bối cảnh về sa mạc, và sau đó tôi làm một chuyến du lịch vào chính sa mạc Tây Sahara mà tôi đã đặt mua sẵn.

Tôi ra khỏi phi trường Ib Batouta của Tangier, vào một ngày cận Tết, vào tháng Hai, thì thấy khí hậu ở Tangier khác hẳn những gì tôi đã biết đại khái về khí hậu vùng Phi Châu-Sahara: nóng, đại khái nơi nào cũng nóng. (Biết đại khái là cái tật của tôi.) Tôi thấy ngay một mặt trời sáng, sáng rõ ràng, sáng rỡ ràng, và làn không khí ấm áp dễ chịu, nồng nàn say say như làn da của người tình nồng ngày xưa tưởng đã mất, bây giờ ập lại, bao phủ lấy tôi, và đưa tôi lên cao, lên cao... Tôi ngạc nhiên quá sức với cái khí hậu dễ chịu này, cho nên, khi đã ngồi yên trên xe bus về khách sạn, tôi bấm điện thoại thông minh, mục Tangier – Climate Data: dữ kiện khí hậu (điều này đáng lẽ tôi phải làm ngay, ở Na Uy, trước khi hoạch định chương trình đến thành phố này), thì thấy:

Tangier có khí hậu Địa Trung Hải, khí hậu dễ chịu, và mưa nhẹ vào mùa đông vì Tangier nằm phía Bắc Ma rốc, trên bờ eo biển Gibraltar, trông ra Đại Tây Dương. Khí hậu trung bình của tháng lạnh nhất (Tháng Một) là 12.4 °C, và khí hậu trung bình của tháng nóng nhất (Tháng Tám) là 24.8 °C.

Tôi đến Tangier vào những ngày cận Tết Ta, Tháng Hai Tây lịch, theo Climate Data, nóng nhất là 18 °C, nhưng hôm đó và trong suốt hai tuần sau nhiệt độ 20 – 25°C, nhiệt độ nghỉ hè lý tưởng. Có lẽ do sự hâm nóng trái đất, theo như nhận định của nhà khí tượng sở tại, trong trang nhà, Maghress.com, phiên bản tiếng Pháp mà tôi đọc được ở Tangier.

Tôi có cái cảm giác lâng lâng của người vừa mới thoát hoả ngục lạnh vào thiên đường ấm áp. Cái cảm giác lâng lâng ấy đưa tôi vào giấc ngủ dài trong căn phòng trắng, sạch sẽ, gọn gàng của khách sạn. Khi bình minh tới, có cơn gió mát từ biển len qua tấm màn lụa *musseline* trắng, mơn man thân thể tôi, nhẹ nhàng thức tôi dậy. Tôi uốn mình nằm thêm một lát rồi vùng dậy, tắm mát vòi sen, và mặc quần áo nhẹ đi xuống phố dọc biển, tìm một tiệm nào đó để ăn sáng, ngược hướng với con phố mà ngày đầu tiên xe bus chở tôi đến khách sạn. Đi được một lúc, tôi bỗng thấy một tiệm có bảng hiệu chữ màu hoàng kim trên nền lá trúc xanh: *Prince d'Annam.* Prince d'Annam là danh xưng và là tước vị chính quyền thuộc địa Pháp đặt cho vua Hàm Nghi khi Ngài bị lưu đày qua Algérie, và quan toàn quyền người Pháp ở Algérie, Louis Tirman, bố trí cho Ngài ở trong biệt thự sang trọng Villa des Pins, ở ngoại ô El Bekir, thủ đô Alger. Nhưng đây là Tangier, Ma rốc. Tôi không ngạc nhiên gì lắm khi thấy ở đây có một quán mang một cái tên có liên quan đến Việt Nam vì trước đây khi đi du lịch ở Kusadasi, Thổ Nhĩ Kỳ, tôi đã thấy một quán ăn có bảng hiệu ghi là Gió, Gió với dấu sắc hẳn hoi nhưng tôi không vào ăn vì tôi có thói quen chỉ ăn món ăn của nước mình du lịch tới cho biết, và vì phải ăn món ăn Việt Nam quanh năm ở nhà rồi, tuy nhiên lần này tôi phải vào bởi hồi còn nhỏ khi học sử ký tôi kính phục vua Hàm Nghi vì Ngài tuy còn nhỏ tuổi mà đã dám vào rừng chống thực dân Pháp, và tôi ghét tên phản bội Trương Quang Ngọc thậm tệ; tôi vào để tìm hiểu hơn là để ăn. Khi bước vào tôi thấy một cội mai vàng cao gần hai mét trong chiếc chậu sứ xanh hoa văn rồng lộn, hoa tươi rói, bông đã nở vàng rỡ ràng quá nửa, còn lại là những búp bóng mướt, căng sức sống. Lại còn nhạc Ly rượu mừng, lại còn câu liễn Chúc Mừng Xuân Tân Sửu 2021, kèm theo bên dưới là hàng chữ Pháp *Bonne Année du Bœuf.* Có cả hai câu đối mà không đối, giấy đỏ như màu máu chưa yên và mực xạ đen ngời sức sống cùng nét chữ thênh thang tựa những bước chân xốc tới, dán trên hai cái cột trắc bá nâu sẫm, lớn.

<u>襭取長春萬里風</u>,
Hiệt thủ trường xuân vạn lý phong,

Lấy vạt áo đùm gió xuân của muôn dặm núi sông,

<u>憑高揮洒欲回空</u>。
Bằng cao huy sái dục hồi không.
Muốn cưỡi gió trở lại trời cao tưới nước xuống trần gian

Cô gái đang hầu bàn có khuôn mặt Việt tươi tắn mà dịu hiền, vóc người cao ráo, mạnh khỏe, không mềm mại lắm theo sự đòi hỏi của chiếc áo dài trắng cô đang mặc mà các nhà vẽ kiểu áo dài qua bao đời đã vẽ gió vào cho các nường xứ Việt bay lên. Tôi thấy có mấy người Tây và cả người bản xứ đang ăn sáng, họ vui vẻ nói chuyện với cô hầu bàn. Khi thấy tôi vào, cô có vẻ ngạc nhiên và cúi đầu nhẹ chào tôi. Tôi kéo ghế, gọi một người hầu bàn khác một ly cà phê và ngồi ngắm cây hoa mai, ngắm cô gái xuân kia nơi xứ lạ Tangier. Tôi nghe cô và khách nói tiếng Pháp với nhau và tôi hiểu là họ đang nói với nhau về Tết, về Năm Con Trâu; cô giải thích về can, chi trong âm lịch, về màu vàng, về hoa mai, về món bánh dầy, bánh chưng một vài người khách đang ăn và giải thích cả ý nghĩa của câu đối. Tôi nghi khách là những nhà văn, những trí thức Âu Mỹ vì Tangier là nơi ở ước mơ của những người như thế, nên họ mới quan tâm tìm hiểu những chuyện như vậy. Tôi thấy họ háo hức vui sống trong bầu không khí xứ lạ trong một ngày cũng rất lạ đối với họ. Tôi cũng vui theo. Tôi ngạc nhiên về kiến thức của cô gái, tôi ngưỡng mộ cái vẻ lịch lãm, tự tin của cô. Rồi cũng đến lúc cô đến bàn tôi mỉm cười và chào bằng tiếng Việt:
“Cung chúc tân xuân! Anh chắc chắn là người Việt, mà anh ở đâu đến đây?”
Tôi ngạc nhiên sung sướng.
“Chúc mừng năm mới cô! Hiện nay tôi ở Na Uy. Cô có phải là chủ quán?”
“Vâng, đúng vậy.”
“Xin chào cô.”
“Em chào anh.”
“Xin cho tôi tò mò một chút...”
”Vâng...”
“Sao cô biết tôi là người Việt, chớ không phải là người Tàu, người Nhật, người Đại Hàn?”
“Người của những nước này đến đây cũng nhiều, nhưng em không thể biết họ là người của nước nào trong những nước đó, tuy nhiên người Việt thì em nhận ra ngay. Có một cái gì đó rất đặc biệt, thưa anh.”
“Vâng, tôi cũng thấy vậy.”

Rồi tôi chỉ vào hai câu đối và vừa mỉm cười vừa nói:
"Cao Bá Quát mà có đến đây chắc không dám viết như thế đâu?"
Cô mỉm cười và đôi mắt đen ánh màu suy nghĩ:
"Tại sao vậy, thưa anh?"
"Vì tôi nghĩ ở Ma rốc gió sa mạc ngàn dặm thổi dữ dội hơn gió Đại Nam nhiều, thì làm sao mà lấy vạt áo đùm lại cho nổi, và rồi sa mạc làm gì có nước nhiều để thi sĩ cưỡi gió lên trời cao mà tưới mưa xuống trần gian?"
Cô cười bùng vỡ, quên cả những người khách đang nhìn mình. Tôi cũng cười theo.
Rồi cô ngưng tiếng cười nhưng nỗi vui mừng chưa ngưng, cô nói:
"Anh thấy đó, em đang bận, anh cho em địa chỉ khách sạn anh ở, em sẽ thu xếp giờ đến đó, chúng ta cùng uống trà nói chuyện Tết. Lâu quá gặp được người Việt em rất quý. Và anh xem ra là người rất nhiều chuyện."
Chúng tôi lại cười như hai cố tri.
Tôi ngồi đợi cô nơi vòm ban công trông ra biển, lúc này đang chỉ có mình tôi, và vừa hưởng gió biển vừa uống trà và nghe Đức Huy hát nhạc Đức Huy, loại nhạc tôi vẫn thích nghe khi du lịch vùng biển ấm. Nhạc của Đức Huy, bài nào cũng vậy, đều có tiếng sóng.Tôi đang nghe nho nhỏ bài *Và Tôi Cũng Yêu Em,* bài có những câu:
Tôi yêu xem một cuốn truyện hay
Tiếng chim hót ngày và yêu vắng
Tôi yêu ly cà phê buổi sáng
Con đường ngập lá vàng

Tôi yêu hương vị Tết ngày xưa
Mái tranh dưới hàng dừa và yêu trẻ thơ
Bữa cơm canh cà và điếu thuốc
Giấc ngũ không mộng mị, và tôi cũng yêu em
Tôi yêu đi bộ dưới hàng cây
Đấu vui với bạn bè và ly rượu ngon
Tôi yêu trong nhà nhiều cây lá
Và yêu những người già
Tôi yêu những gì đến tự nhiên
Những câu nói thành thật và yêu ngày nắng
Tôi yêu mặc jeans và áo trắng
Yêu trăng sáng ngày rằm, và tôi cũng yêu em

"Bài hát thật hay và thật hợp tình, hợp cảnh, thưa anh." Có tiếng nói sau lưng tôi.
Tôi giật mình quay lại và thấy cô nàng chủ quán *jeans* và áo trắng, thật hợp với vóc dáng mạnh khỏe của cô, tóc thề đen, dài vén một bên vai, nghiêng nghiêng nhìn tôi mỉm cười. Tôi mở thêm âm lượng và để cho Đức Huy nói thay tôi tiếng lòng tôi:
Và tôi cũng yêu em
Và tôi cũng yêu em
Và tôi cũng yêu em
Yêu em rộn ràng, yêu em nồng nàn
Yêu em chứa chan
Rồi cả hai cùng cười vang như hai đứa trẻ đang chơi trò chơi gia đình. Chúng tôi vừa uống trà vừa nghe Đức Huy thầm thì vừa nói chuyện, nói nhiều chuyện. Cô nói tiếng Việt rất rành. Và cô cho biết lúc đầu cô nói thứ tiếng Việt như tiếng Việt trong *Truyện thầy Lazaro Phiền*, của Nguyễn Trọng Quản, xuất bản 1887, ông tổ năm đời của cô, một thông dịch của vua Hàm Nghi, theo vua Hàm Nghi đi đày, cùng lứa tuổi với Nguyễn Trọng Quản, đã cùng tổ tiên ông bà của những thế hệ sau không ngừng cố gắng truyền dạy tiếng Việt cho đến đời cô, nên tiếng Việt quốc ngữ của cô khá trơn tru. Sau này cô học thêm được tiếng Việt qua Thuý Nga Paris By Night, và cô còn nói được cả giọng Bắc hay chẳng kém Kỳ Duyên. Và cô thú thật cô biết nhiều về văn chương cổ Trung Hoa và Đại Nam nhờ ông nội và cha cô dạy, hơn là văn chương Việt Nam hiện đại. Và dĩ nhiên cô cũng biết tiếng Pháp, và cả tiếng Ả rập, cô tốt nghiệp ban văn chương hai ngôn ngữ này từ đại học Alger.

Chúng tôi nói chuyện với nhau. Chuyện đời tôi, toàn những chuyện không có gì đáng nói, hoặc không nên nói, nên tôi lắng nghe nhiều hơn nói, chỉ thỉnh thoảng bàn thêm, gia vị thêm những điều cô nói. Chúng tôi xem ra tương đắc. Cô sôi nổi nói về những cơn bão chính trị trong những quốc gia giữa sa mạc và tiếp cận sa mạc Sahara, trong đó có Algerie, Ma rốc và Tây Sahara. Cô cũng nói về sứ mệnh làm người mà con người tự tìm thấy trong chính mình. Một người có sứ mệnh to lớn sẽ hiểu được đạo lý giúp đời. Kẻ có tinh thần đạo đức mạnh sẽ tự nguyện giúp người, trái lại kẻ mà tinh thần đạo đức yếu kém, họ chỉ biết cấu xé lẫn nhau hay để cho những cái thấp hèn đánh sập chính đời mình. Cô đã sống ở Algerie, rồi làm việc thiện nguyện nhiều năm ở Tây Sahara, và bây giờ kinh doanh một nhà hàng Việt ở Ma rốc, nhưng cô muốn làm một cái gì đó lớn hơn, vượt qua cái tôi nhàm chán, tầm thường hiện nay của cô.

"Kiểu như:
Đại trượng phu hành sự:
Luận phải-trái, bất luận lợi-hại;
Luận thuận-nghịch, bất luận thành-bại;
Luận vạn thế bất luận nhất sinh."* Tôi nói chêm vào.
"Đúng vậy! Đúng vậy!" Nàng gật đầu nói, mà vẫn miên man trong thác tư tưởng của mình.

Cũng có bữa chúng tôi đọc thơ, bình thơ cổ chữ Nho. Cả hai cùng say sưa, tha hồ mà múc mà uống cho đã nư vì có vô số giếng thơ cổ trong núi rừng có tên Internet. Xem ra cô thích thơ Cao Bá Quát ngang tàng và Văn Thiên Trường uy dũng hơn là những nhà thơ diễm tình khác.
Coi bộ tôi đang sa vào vòng êm ái của tình bạn chân thành. Và bây giờ tôi mới dứt khoát quyết định được về cái ý tưởng đã manh nha ngay khi tôi xuống phi trường: "Không đi đâu khác nữa." Nơi mà bạn đang hiện hữu, Chúa khoanh tròn một lộ trình cho bạn, một thi sĩ Ả rập nào đó đã nói như thế.
Nàng đến cách bữa, rồi về sau ngày nào cũng đến.

Rồi cũng đến lúc giữa chúng tôi có cái gì đó còn cao hơn tiếng nói. Chúng tôi thinh lặng ngồi bên nhau lúc thì nhấp rượu nhìn hoàng hôn đỏ máu lựu, lúc thì uống trà ngắm trăng, hương vương tay áo, và rượu, và trà chỉ là con thuyền đưa hai người vào nhật nguyệt lênh đênh. Tôi nghe ai đó hát bên thuyền tôi: "Trái tim ngươi như chiếc đàn ngàn dây, đàn chỉ rung lên khi ngươi gặp Tình Yêu." Quả thật lòng tôi, trí tôi đang rung lên khúc nhạc vàng thiên thần Chúa, và nghe như khúc nhạc vàng kim ấy cũng đang nhuốm dần màu định mệnh. Không định mệnh sao được khi trái tim nàng và trái tim tôi, giờ chúng đã như người bạn cũ, rất cũ tìm được lại nhau. Xa nhau hết được rồi; nếu phải xa, sẽ nhớ thương nhau đứt ruột, chịu sao thấu.
Rồi cũng đến lúc chúng tôi nói lời Tình Yêu, nói bằng nước biển xanh như bích ngọc, ấm như hơi thở đầu đời, nồng nàn như rượu ủ trăm năm, tôi quên hết giữ gìn và sung sướng buột miệng:
"Chỉ có này lúc chúng ta mới gần nhau nhất."
"Tạo sao?" Nàng hỏi.
"Tại vì nước như một phần thân thể chung nối chúng ta lại." Tôi trả lời mà như ai đó trả lời.
Nàng đột ngột đưa đôi tay nàng cầm cả hai bàn tay tôi và siết mạnh. Tôi hỏi trong ngất ngây:
"Em có muốn là chúng ta sẽ mãi mãi tắm chung biển với nhau không?"

Nàng mỉm cười:
"Biển gì vậy, anh?"
"Biển đời."
"Thì cả tuần nay, em gần anh như thế cũng như đã trong biển đời với anh. Nếu em là tín đồ Hồi giáo ở Saudi Arabia thì em đã bị ném đá từ khuya rồi."
Rồi nàng ngưng nói và nhìn thẳng vào mắt tôi, nữa âu yếm, nửa đau đớn:
"Em chỉ có chừng này với anh thôi."
Tôi hốt hoảng:
"Tại sao vậy, em?"
Nàng đứng thẳng lên từ mặt nước, nhìn tôi thẳng vào mắt tôi một lúc và chậm rãi nói:
"Rồi anh sẽ hiểu. Mỗi người đều có một lịch sử của riêng mình."
Rồi nàng ôm tôi, hôn tôi, nụ hôn thật dài, mà thật xót xa như lịch sử mà nàng vừa hé cho tôi, và thì thầm vào tai tôi:

柔情似水;
Nhu tình như thuỷ;
Tình mềm như nước;
佳期 如夢.
Giai kỳ như mộng
Hẹn đẹp như mơ. (3)

Sau ngày nàng nói câu ấy, và hôn nụ hôn ấy, ngày kế tiếp và những ngày sau ngày kế tiếp, nàng không đến với tôi nữa. Khi đó tôi mới hiểu ra rằng thơ có hay, rượu có nồng, mặt trời có huy hoàng, biển có mát rượi hay ấm áp mức nào đi nữa, thiếu nàng, thì mọi thứ đều trở nên vô vị, vô duyên. Cả cái bầu khí hậu thiên đường chào đón tôi từ lúc xuống phi trường và còn ấp ủ tôi suốt gần hai tuần nay, bỗng như tấm lụa mát ai đó giựt đi cái rụp. Tôi buồn cười cho tôi lâu nay cứ khoái chí với Cô độc, 孤獨, Solitude, Solitud, Solitudine, Einsamkeit, Ensomhet... trong những bài thơ, những áng văn Đông-Tây, kim-cổ; chẳng qua tôi chỉ muốn tìm người đồng khổ vì tình để biện minh cho sự xui xẻo hoặc thậm chí thất bại trong đường tình của tôi mà thôi. Thời gian chữa lành những vết thương, nhưng thời gian cũng là một xưởng máy mà trong đó ai ai cũng làm quần quật như nô lệ để kiếm cho đủ vốn Tình Yêu hầu bẻ gãy xiềng xích đau khổ của họ, xiềng xích cuộc đời. Tôi đã quần quật như nô lệ trong xưởng máy sách vở để cho có đủ chứng từ mà phủ nhận Tình Yêu, nhưng nào có được. Và Chúa Quan Phòng cũng

là Chúa của những May-Rủi, của những Định Mệnh, nên tôi tuy đã gặp được Tình Yêu mà cũng như chưa hề gặp. Thiệt khổ thân tôi!
Sau đó, tôi có đến quán cầu may nhưng nàng không có đó nữa. Chậu mai vàng đã rụng cánh quá nữa. Hai câu đối cũng đã bị gở bỏ mất đâu rồi. Tôi hỏi một cô hầu bàn về nàng, cô trả lời là nàng đã nghỉ việc, và cô cũng không biết nàng đi đâu. Tôi đành trở về Na Uy, nhưng dầu sao hành trang tâm tư tôi đã có thêm Tình Yêu.
Ở Na Uy tôi vẫn theo dõi khí hậu của Ma rốc, đặc biệt của Tangier mà nhớ, mà thương nàng. Tôi không thể ghét đàn bà được nữa, tôi lại càng không thể ghét nàng khi nàng bỏ tôi mà đi và tôi như cây chết đứng giữa biển: nàng ra đi hẳn phải có lý do riêng tư nào đó của nàng. Nhưng tôi tin nàng đã yêu tôi vì nàng đã cho tôi biết, dẫu là dưới dạng ẩn dụ. – Tôi nghĩ thế. Hay là nàng chơi cái trò yêu đương triết lý hiện sinh? – Đôi lúc tôi nghĩ quẫn.
Có bữa, lướt một trang mạng của Ma rốc, tôi thấy ngay trên hàng đầu có chạy hàng tít: Ma rốc thông báo đã phá huỷ một chi bộ khủng bố tại Tangier hợp tác với SADR (Sahrawi Arab Democratic Republic: Cộng hoà Dân Chủ Ả rập Sahara). Nước này đã tự tuyên bố độc lập trên lãnh thổ Tây Sahara mà từ xưa tổ tiên của họ, như những bộ lạc du mục, đã ở, chứ không phải hiện diện như một quốc gia theo nghĩa hiện đại, trước 1975 thuộc Tây Ban Nha, nhưng nay SADR chỉ kiểm soát được 20%, còn Ma rốc chiếm cả 80%. Tôi chợt thấy một tấm hình chụp chụp một "nữ khủng bố" thuộc SADR đã bị bắn chết, tôi rùng mình kinh hãi: khuôn mặt ấy không ai khác hơn là ngọc nhan xưa của nàng, và hơn nữa người "nữ khủng bố" ấy có đeo một đôi bông tai, có gắn bích ngọc, không lầm đâu được, một tác phẩm mỹ thuật của vua Hàm Nghi ban cho bà nội năm đời của nàng, trước khi vua về Pháp sống vĩnh viễn – Nàng đã nói cho tôi biết như thế một hôm tôi để ý khen đôi bông tai thiệt đẹp ấy.
Sau khi đọc được tin này, tôi buồn khôn tả. Tôi rất nóng lòng nhưng cũng đủ bình tĩnh để cho tình hình lắng dịu, thậm chí rơi vào quên lãng, nghĩa là gần hai năm sau, cũng vào dịp Tết, tôi mới trở lại Tangier.
Cuối cùng tôi đã đến đó.
Việc đầu tiên là tôi đi lãng vãng trước quán *Prince d'Annam* thuở trước nay đã biến thành quán *Roi/Vua Mohamed VI*. Quán lèo tèo chỉ một vài người. Rồi tôi chọn một quán cà phê đối diện nhìn sang. Ngày nào tôi cũng ngồi ở đấy, đọc báo, và nhìn vào quán *Roi Mohamed VI*. Thế rồi một sáng có một người đàn bà trẻ đang đi trên lề đường và tiến lại phía tôi, rồi y như trong phim, ngồi vào bàn cạnh tôi và giả vờ chăm

chú đọc báo, và không nhìn thẳng vào tôi, mà mặt giấu sau tờ báo, nói với tôi, là bà ta biết tôi là ai, và bà là bạn của cô chủ quán bên kia đường ngày xưa, và nói rằng trước khi cô ấy bỏ quán, có giao cho bà một lá thư và nhờ bà giao cho tôi vì cô ấy biết thế nào tôi cũng sẽ trở lại, và rằng lá thư được kẹp trong tờ báo. Nói rồi, bà bỏ tờ báo lại và đứng dậy, tôi còn sững sốt chưa kịp nói lời cảm ơn thì bà đã bỏ đi. Tôi bận nhìn tờ báo chỉ vài giây thế mà khi ngước mắt lên nhìn theo hướng bà đi thì không còn thấy bà đâu nữa.

Tôi lấy tờ báo có kẹp lá thư và đi đến bãi biển chúng tôi đã từng tắm với nhau, ngồi trên băng ghế, nhìn trước nhìn sau, rồi mới mở tờ báo và lấy ra phong thư; tờ thư chỉ là một bài thơ:

Là Một Tiếng Chuông Ngân

Giữa em và đời này
anh là xuân thu là tuế nguyệt
là bài thơ Nôm là chương Hán Việt
là sử đọng muôn trang
là lịch nghìn niên đại

Giữa em và đời này
anh là Rồng Tiên huyền thoại
là sự tích trầu cau
là lông ngỗng trắng phau
là tình sầu giếng Ngọc

Giữa em và đời này
anh là tiết tháo là sĩ khí
là Lý, Lê, Phạm, Trần
là văn miếu Chu An
là sao Khuê Nguyễn Trãi

Giữa em và đời này
anh là thành tín là lễ nghĩa,
là Tử viết là Thi vân
là mực còn sóng sánh
là nghiên đang trầm thơm

Giữa em và đời này
anh là nhân trước, là quả sau

là bào ảnh đầu sông
là lệ vỡ cuối dòng
là mây bồng dịch biến

Giữa em và đời này
anh là thiên sơn là vạn thuỷ
là gió Tống trăng Đường
là âm vọng Tầm Dương
là áo xanh Tư Mã

Giữa em và đời này
anh là liễu biên đình
là rượu quá quan
là hoa rơi ải bắc
là khói phủ Giang Nam
là hồng trần bất tuyệt

Giữa em và đời này
anh là ảo hoá là hiện tiền
là chớp mắt Nam Kha
là duyên một sát na
là giấc hồ Trang Tử

Giữa em và đời này
anh là thiều quang là băng tuyết
là phách hồn là mộng triệu
là lụa rũ trên tay
là hạc vàng đã bay

Giữa em và đời này
anh là trời tàn là đất tận
là vận mệnh là tử phần
là mưa thầm mộ chí
là một tiếng chuông ngân. (4)

Vĩnh biệt anh yêu,

رياح الصحراء

Tôi gõ Google Translate thì thấy hàng chữ tiếng Ả rập trên, mà tôi tin là bút hiệu của nàng, có nghĩa là Gió Sa Mạc.

Hôm sau tôi lại ngồi trên băng ghế tôi ngồi hôm qua mà đọc lại bài thơ. Tôi nghĩ tôi đâu có giỏi giang như thế, hay vì nàng đã quá yêu tôi nên nhìn gà hoá công như vậy, hay nàng quán chiếu nơi tôi tâm hồn, trí tuệ của chính nàng? Dẫu sao tôi cũng rất vui vì mình được một người như thế, yêu đến như thế. Một lúc sau, tôi thấy người đàn bà trẻ hôm qua đang tiến lại về phía tôi, đoạn bà ghé xuống ngồi cạnh bên tôi, chào hỏi ba câu bốn chuyện, rồi nói:

"Anh có biết tại sao tuy cô ta bị gán là 'nữ khủng bố' nhưng chính quyền Ma rốc vẫn cho đưa xác cô ấy về nhà? Cô ấy trước khi bỏ quán mà đi, cô muốn tôi khi cô đụng sự, lỡ cô phải bỏ mình, hãy thiêu xác cô và rắc xuống ngay khúc biển này. Tôi nghĩ là chắc có ẩn tình chi đây và tôi đã làm theo ý nguyện của cô ấy.

Tôi rùng mình nhưng cũng cố hỏi:

"Bà không sợ tội liên luỵ sao?"

"Thưa anh, tôi sợ thì có sợ, nhưng tôi vẫn cứ phải làm, tôi không thể không lo hậu sự cho cô ấy. Các tay cớm an ninh có hỏi tôi: tôi là gì của ả khủng bố này. Tôi nói tôi chỉ là người hầu bàn trong quán và cô ta, cô chủ quán, gia đình thân thích không còn ai, nên tôi đứng ra lo chôn cất cho cô ta. Tôi vừa cầu với Allah vừa hối lộ cho tay trưởng ty an ninh nội chính kha khá tiền lấy từ tiền cô ấy để lại cho tôi để dùng khi cần, và thực ra hắn trước đây cũng đã đến quán *Prince d'Annam* ăn uống nhiều lần và được chiêu đãi thân tình, tử tế, nên hắn cũng không làm khó khăn gì thêm."

Tôi nghiêng đầu qua phía bà và nói:

"Cảm ơn bà. Hiếm người vừa tốt bụng vừa can đảm như bà."

Bà ta nhìn tôi một thoáng rồi nói: "Tôi chỉ làm điều lương tâm đòi hỏi tôi làm."

Và bà đứng dậy ra đi, mới mươi bước mà đã mất hút.

Tôi cũng vậy, tôi phải làm điều tình yêu đòi hỏi. Tôi tự làm phép hôn phối cho chúng tôi. Tôi lao xuống biển. Trong làn nước ấm áp, nồng nàn mà mát mẻ lạ thường tưởng như đấy là làn da kỳ diệu của nàng, tôi nếm lại một lần nữa tình mềm của nàng. Và tôi cũng hiểu ra cả "tình cứng" của nàng vì tôi chợt nhớ nàng đã từng nói với tôi: "Rồi anh sẽ hiểu. Mỗi người đều có một lịch sử của riêng mình."

Nguyễn Văn Thà

Oslo, Tết Quý Mão, 2023

Chú thích:

(1) 撒哈拉的故事/ *Tát Cáp Lạp đích Cố Sự*

(2) Sahara (صحراء), chữ này tự nó có nghĩa là desert: hoang mạc. Hoang mạc không nhất thiết là sa mạc (hoang mạc cát) vì còn có desert Antartica: hoang mạc Nam Cực, và desert The N[6]orthern Artic: hoang mạc Bắc Bắc-Cực, cả hai hoang mạc này toàn là băng; và cả hai đều lớn hơn hoang mạc Sahara có cát, tức sa mạc Sahara. Sa mạc Sahara, rộng 9.200.000 km vuông, diện tích chỉ đứng hàng thứ ba sau 2 hoang mạc kể trên.

(3) Trích từ Tôn Cầm An, *Đỉnh cao của Thơ tình Trung Quốc*, Nguyễn Ngọc Dung phỏng dịch, chưa phổ biến.

Thơ Nguyễn Ngọc Dung.*

Có thể xem Lạc đà Khóc tại đây:

Phần 1
https://www.diendantheky.net/2022/09/tam-mao-lac-khoc-nguyen-van-thuc-dich_0190356777.html

Phần 2
https://www.diendantheky.net/2022/09/tam-mao-lac-khoc-nguyen-van-thuc-dich_0748017476.html#google_vignette

Phần 3 https://www.diendantheky.net/2022/09/tam-mao-lac-khoc-nguyen-van-thuc-dich.html

NGUYỄN VĨNH LONG

GIÓ NHỮNG MÙA SAU

1.

Buổi sáng vừa ra cửa đi làm, chợt nghe thoáng lạnh, tôi vội quay vào khoác chiếc áo choàng loại nhẹ. Trời lại bắt đầu vào thu. Thoáng chốc, trôi nhanh "trăm năm là mấy, một ngày dài ghê". Những chiếc lá khô vàng đã bắt đầu rụng rải rác phía sau nhà.Thời gian chợt như trêu ghẹo, đùa cợt với chúng ta. Nhiều lúc soi gương, tôi cứ tưởng mình đang nhìn một người khác. Một tôi phía bên ngoài đang nhìn chăm chăm một tôi bên trong mặt gương soi thật xa lạ với thời gian. Con người của hôm qua chưa kịp nhận diện con người của hôm nay..?Trên con đường đến chỗ làm, chạy thẳng, quẹo trái quẹo phải, tất cả đều là những phản ứng tự nhiên của thói quen (đôi lúc không cần đến cả ý thức). Chừng như tuổi càng cao chúng ta càng có nhiều thói quen và chi phối bởi thói quen, từ thể chất đến tinh thần. Mọi sai lệch trong sinh hoạt hằng ngày đều khiến chúng ta dễ bực dọc, khó chịu và ngay cả tức giận, nhiều khi rất vô lý. Khả năng thích nghi với hoàn cảnh chung quanh đã không còn nhiều... Tôi cho đèn hiệu quẹo vào tiệm thức ăn nhanh phổ biến của cả nước Mỹ "McDonald's", như một thói quen! Và cũng như mọi khi, tôi gọi một biscuit với trứng, thịt bằm và phô-mátqua cửa sổ mà không phải ra khỏi xe. Đây là món ăn sáng "gần gũi" nhất của tôi mấy năm nay. Cà phê và nước uống thì chỗ làm tôi lúc nào cũng có sẵn, "miễn phí" cho nhân viên ngày lẫn đêm. Bà xã thường gọi tôi là "hai lúa" vì thói quen ăn uống của mình: ngày ba cữ, sáng trưa chiều, không hề biết ăn vặt và không thể sống thiếu cơm! Ngược lại, bà xã là "trùm" ăn vặt, đụng đâu ăn đó và có thể ăn trái cây cả mấy ngày trừ cơm...Những lần đi công tác xa, nếu may tìm thấy được quán phở của người Việt mình, mỗi chiều ăn phở tôi đều gọi thêm một chén cơm trắng. Bà chủ tiệm thấy vậy hỏi tôi, phở không đủ ăn hay sao ông phải kêu thêm cơm? Tôi cười lắc đầu, không phải phở ít mà tôi thèm cơm! Mà thật vậy, ăn phở bao giờ tôi cũng kết thúc bằng một chén cơm trộn phở, ngon đến muỗng cuối cùng.

2.

Nghĩ ngợi lan man tôi chợt nhìn thấy bên lề đường, dọc theo một góc phố ba mẹ con người da trắng đang ngồi cầm hai tấm bảng viết tay nguệch ngoạc. Hình như đứa nhỏ nhất vẫn còn ẵm trên tay. Trời đang vào thu, gió trở mùa và se sắt lạnh. Tôi cho xe chạy chậm lại, sát hơn vào lề đường. Đó là hình ảnh một người phụ nữ da trắng trẻ ngồi bệt dưới vỉa hè với đứa con trai chừng 4, 5 tuổi và một cháu bé trong lòng. "Vô Gia Cư – Xin vui lòng giúp đỡ", bằng mực màu viết trên hai miếng bìa cứng xé ra từ chiếc thùng giấy. Đây cũng không phải lần đầu hay hình ảnh xa lạ gì nơi thành phố tôi đang ở. Nhưng thường thấy là người lớn và không có con nít mang theo. Nhìn kỹ cả ba mẹ con đều xinh đẹp, dễ thương. Chưa kịp phản ứng gì, thì tôi bắt gặp nụ cười thật vô tư, hồn nhiên của cháu trai nhỏ. Chừng như cậu bé chưa nhận thức được hết những gì đang xảy ra cho ba mẹ con. Hoặc cậu bé đã quá quen thuộc với hoàn cảnh lang thang "không nhà cửa" này. Buổi sáng trong giờ cao điểm, xe cộ tấp nập từ mọi phía của đường phố. Không thể gây phiền phức, cản trở giao thông tôi móc vội phần tiền còn lại trong túi và phần bánh biscuit vừa mua vẫn còn nóng. Tôi bấm đèn hiệu dừng xe "khẩn cấp" và ra dấu cho ba mẹ con ra nhận. Đứa bé trai buông tấm bảng giấy, cười tươi chạy về phía tôi. Đôi mắt mệt mỏi, mất ngủ của người phụ nữ da trắng thoáng lên chút hân hoan rồi chìm vào ánh nhìn xa xăm, tĩnh lặng. "Thank you...", tiếng cảm ơn trong trẻo của cậu bé chạm đáy lòng một buổi sáng đầu thu. Chiếc xe tôi trờ vội đi, để lại phía sau góc phố hình ảnh của ba mẹ con người da trắng không nhà, đang chờ những tấm lòng thương cảm. Cho dù số phận con người thế nào, ra sao đi nữa cuộc sống vẫn mãi trôi qua giữa lòng đời và lòng người không dứt... Giấc mơ bao giờ cũng ngắt khoảng, lẫn lộn. Có khi nằm trong tiềm thức hay trong ký ức của chúng ta một lần thoáng hiện. Hoặc đôi khi hoàn toàn xa lạ mà người mơ thấy tưởng như không hề có thật. Đất nước Mỹ, phải chăng là giấc mơ của biết nhiêu con người trên mặt địa cầu? Nhưng đôi khi các bạn biết không, giấc mơ chỉ hiện hữu trong giấc ngủ lúc nhắm nghiền đôi mắt và bước ra khỏi cuộc sống đời thường.

Tôi tin rằng sẽ không có bất cứ đất nước nào trên cõi đời này sẽ đem lại giấc mơ cho chúng ta, nếu chúng ta không mang nó theo sẵn trong tim. Hình ảnh ba mẹ con người da trắng chừng như nhắc nhở tôi, thiên đường nào cũng có sự may mắn và nỗi bất hạnh gần bên. Ánh mắt hồn nhiên của cậu bé "vô gia cư" da trắng chỉ khiến tôi thoáng chút thương cảm tình người. Thế thôi. Nhưng ánh mắt thơ ngây ấy lại xô đẩy tôi về với một xót xa khác, một hình ảnh trong tận cùng của ký ức.

3.

Buổi chiều trên bờ biển Phú Quốc thật yên bình và thật đẹp. Xa xa là Dinh Cậu nằm trên một doi đá cơi ra phía ngoài khơi. Mặt trời như trái banh lửa khổng lồ đang lăn và chìm dần vào lòng biển xa. Đây là lần đầu tiên tôi viếng thăm hòn đảo ngọc Phú Quốc. Nhiều nơi trên đảo vẫn còn giữ được vẻ đẹp hoang sơ, chưa bị bàn tay con người xâm lấn, cưỡng chiếm. Nhưng xa gần đã bắt đầu có dấu hiệu của sự phát triển thương mại, những khu nghỉ dưỡng và các khách sạn 5 sao đang đẩy thiên nhiên vào bờ vực nguy cơ của ô nhiễm môi trường... Tôi đi dọc theo khu "Chợ Đêm Phú Quốc" mà mọi người đang chuẩn bị bày biện, chất hàng cho buổi tối. Những tiếng bàn ghế và mùi bếp lửa cũng bắt đầu vang vọng, tỏa lan. Chỉ vài giờ nữa khu phố chợ thưa thớt này sẽ tấp nập những người và tràn ngập quán ăn đêm. Gió hanh hanh thổi theo hơi biển mặn và mùi cá phơi khô như một đặc sản không gian của quê hương Rạch Giá, từ đất liền đến đảo xa. Mùi vị quê nhà thấm sâu vào mọi giác quan của mỗi người con đất biển. Buổi chiều đang rơi nhè nhẹ theo từng giọt nắng vàng treo lơ lững hai bên mặt đường. Chợt thoang thoảng đâu đây mùi thơm quen thuộc của tuổi thơ tôi. Mùi thơm của sữa. Mùi thơm của sữa đậu nành đây mà! Tôi thấy khát và thèm vô cùng một ly sữa đâu nành nóng! "Trà sữa – Sữa đậu nành –

Chè các loại", trước mặt tôi là chiếc xe che kiếng với vài chiếc bàn nhỏ và tấm bảng ghi bắt mắt. Ngồi xuống ghế, tôi gọi một ly sữa đậu nành nóng. "Bác có bỏ thêm đường hông?", cô gái bán hàng hỏi. Tôi cười, gật đầu. Ly sữa đậu nành bốc khói, thơm phức. Khuấy vài muỗng thì tôi thấy mấy con kiến đen nổi lên, có lẽ ở trong đường. Thường thì chẳng hề hấn gì, nhưng tôi đang ho mấy hôm nay vì chưa thích nghi lắm với thời tiết chung quanh. Còn đang phân vân thì có tiếng: "Mua dùm con vài tấm vé số đi bác"! Đó là cô bé gái khoảng 11, 12 tuổi cầm trên tay xấp vé số quen thuộc mời mọc. Định cười lắc đầu, "Mua giúp con đi bác. Độc đắc mấy chục tỷ lận, con thấy bác có số may mắn đó". Dưới chiếc nón rộng vành, khuôn mặt xinh xắn là đôi mắt thơ ngây trong sáng của cô bé (lẽ ra phải đang cùng gia đình ngồi ăn buổi cơm chiều). Ánh mắt cô bé không hiểu sao, có cái gì đó khiến tôi khó xử, khó chối từ. "Bao nhiêu một tấm con"? "Dạ 10 ngàn". Nhớ ra trong túi tôi chỉ còn chừng hai trăm ngàn, mà lúc nãy tôi quên nhắc bà xã đưa thêm dằn túi. "Bác mua cho con 10 tấm thôi nghen". "Dạ 100 ngàn, bác lựa đi". Tôi lấy vội và đưa cô bé tờ giấy 100 ngàn màu xanh. Cất tiền xong, cô bé vẫn còn nhìn tôi ngập ngừng:

-"Bác có uống ly đậu nành có mấy con kiến đó hông bác"? Bây giờ tôi mới nhớ ly sữa đậu nành mà tôi đẩy sang một bên, phân vân vì mấy con kiến đen.

-"Con muốn uống sữa đậu nành, bác kêu cho con một ly khác".

-"Hổng phải con uống đâu bác... Bỏ mấy con kiến ra, con xin đem dzề cho đứa em nhỏ con uống...", cô bé vừa nói vừa lấy trong cái túi vải khoắc vai, một chiếc bình bằng nhựa màu xanh. Cử chỉ và lời nói tự nhiên của cô bé làm tôi xúc động vô cùng. Tuổi thơ trong chiến tranh tôi đã "lớn trước tuổi", đất nước hòa bình phát triển giàu mạnh cũng mang theo những lớp tuổi thơ "già trước tuổi" biết chừng nào! Tôi giúp cô bé vớt bỏ mấy con kiến đen "vô tội vạ" ra khỏi ly sữa đậu nành và gọi thêm một ly nữa mang đi. Tôi đưa cô bé thêm ly mang đi kèm theo tờ giấy 100 ngàn còn lại.

-"Má con dặn hổng được lấy tiền người lạ. Con lấy sữa đậu nành thôi", cô bé trả tôi lại tờ giấy bạc. Hơi bất ngờ, nhưng tôi cũng vội kiềm chế cảm xúc: "Hay con lựa cho bác thêm 10 tờ vé số nữa đi...". Cô bé đếm vé số cho tôi và cất giữ lại tờ giấy bạc 100 ngàn.

-"Con ngoan lắm. Ba má con đâu, mà con phải đi bán vé số"?

-"Má con bệnh... Con hổng có ba...", cô bé trả lời nhỏ giọng, đượm buồn.

Tôi nghèn nghẹn ở cổ, không dám hỏi hay nói lời gì thêm, lặng nhìn cô bé bán vé số với chiếc túi đựng hai ly sữa đậu nành bước đi vào giữa những sợi nắng vàng vọt, mong manh của buổi chiều... Nhiều người "tha phiền" người Việt không có thói quen nói tiếng "cám ơn"! Nhưng trong giây phút nầy, mọi tiếng cám ơn chừng như đều "thừa thải", đải bôi và vô nghĩa như nhau. Ánh mắt, tấm lòng của cô bé bán vé số ở khu chợ Phú Quốc là cả môt tấm gương soi cho những kiếp đời này. Chợtđâu đó có tiếng hát phát ra từ chiếc loa của một hàng quán bên đường: "Cuộc đời vẫn đẹp sao / Tình yêu vẫn đẹp sao...", nghe thật bùi ngùi, mai mỉa. Khu chợ đêm bắt đầu nhộn nhịp tiếng người như xô dạt bóng dáng cô bé trong từng cơn gió mùa biển mặn.

4.

*T*rên đường về buổi chiều hôm đó, tôi không còn nhìn thấy ba mẹ con người phụ nữ da trắng nữa. Rồi những ngày sau cũng không. Góc lề đường nhỏ trở lại bình thường như không hề có chuyện gì xảy ra. Chắc họ đã về một nơi nào đó, một khu tạm trú dành cho những người vô gia cư? Gió đầu thu cũng bắt đầu trở lạnh, kéo theo ngày "tháng Mười chưa cười đã tối". Hình ảnh ba mẹ con vô gia cư người da trắng khiến tôi nhớ vô cùng cô bé bán vé số và ly sữa đậu nành ở khu chợ đêm Phú Quốc năm nào. Cũng 8 năm rồi, cô bé ngày nay chắc đã trở thành một thiếu nữ 19, 20 xinh đẹp? Cô thiếu nữ ấy bây giờ ra sao, hay vẫn còn giúp mẹ nuôi em bằng những tờ vé số cầm tay? Mong rằng không phải vậy. Mong rằng những may mắn sẽ đáp xuống cuộc đời cô bé để ánh mắt thơ ngây thoát khỏi bao nét nhọc nhằn, bất hạnh. Mong rằng cô bé sẽ quên tôi và ly sữa đậu nành, như quên đi những ký ức buồn trong mênh mông dòng đời nghiệt ngã trôi xa?
Bên ngoài trời đang mùa gió trở. Gió vào thu heo hắt lạnh mặt người. Gió mùa này sẽ thổi về đâu, cho mùa sau nối tiếp? Cô bé ơi, xin hãy đi trọn kiếp người với một tấm lòng trong sáng cưu mang, như những cơn gió mùa thơm ngát của hôm qua...

"... Em ở nơi nào, có còn mùa xuân không em?
"Rừng ngàn lá gió, từng đêm nhắc nhở, thì thầm
"Mai lỡ không về, chắc anh buồn biết mấy
"Dáng nhỏ xuân xưa cũng nhớ đêm ngày... (*)

Durham, North Carolina
Nguyễn Vĩnh Long

(*) Nhớ Nhau Hoài – Anh Việt Thu & Thiên Hà

NGUYỄN VY KHANH

TRÀ ĐÀM

Trần đại-sư ngồi bất động, như chờ Phan tiên-sinh trầm ngâm xong với dọc tẩu thuốc lào, sẽ trình bày với toàn thể cử tọa những khám phá vừa mới vừa kinh thiên động địa của ngài về một số tác phẩm chữ Nam cổ. Trần đại-sư toàn thân bề thế không di động nhưng An có cảm tưởng mắt ông nhấp nháy và người hơi mất bình tĩnh, nhất là khi giữa hai hơi thuốc, Phan tiên-sinh đã hỏi An hậu-sinh:

- Anh An lúc trước theo học chữ Nam với bác Trần đây hay Trình-Chương học-sĩ?

- Em học với cả hai vị, nhưng thân thiết với Đại-Hồng cư-sĩ. Chính với Đại-Hồng cư-sĩ em đã ngộ và đâm ra thích chí điều nghiên những mơ hồ của chữ Nam! Cư-sĩ đến với chữ Nam sau nhiều năm tháng trán đã hằn những đường vệt sâu vì tức tối chuyện đất nước cứ lầm than khốn nạn bởi con người sanh ra trên phần lãnh thổ đó lại chỉ nghĩ đến lợi riêng mà gây chiến tranh tranh hùng xưng bá và đã nhiều lần "cõng rắn cắn gà nhà"!

- Anh An nói như thế thì hồ đồ lắm! Hậu sinh ra gì mà dám cả tiếng phê bình tiền nhân?

"Lại hồn ma cũ!". An quan sát nhanh những người trẻ tuổi có mặt trong buổi tọa đàm. Những khuôn mặt hoang mang, những ánh mắt cứ mãi vời-trông, ở nơi đây, nước người, xa những kho tàng lịch sử, xa cả những bậc thầy vẫn tự hào nắm giữ phần lớn kho tàng mộng mị ấy. Qua một tuần trà, rồi một tuần trà, bâng khuâng vẫn còn rõ nét, ngỡ ngàng hãy đậm nét! Trà rất ngon, lạ! Một người trẻ đi công tác điện toán cho xí nghiệp ở Bắc-Đài thỉnh về, cùng đôi ấm long hổ bằng đất nung bề thế nằm gọn trong lòng bàn tay vững tin. Thiên Nga nháy mắt An:

- Xin hiền huynh giải thích những chuyện huynh vừa gọi là "mơ hồ". Theo muội, chữ Nam là gia sản ngôn ngữ của riêng dân Lạc!

An nhẹ thở dài, gan ruột buồn bã, cứ như bài bản tập thở:

- Trước khi phát ngôn, em xin đại-sư và tiên-sinh được nói những gì em vẫn nghĩ từ bao lâu nay. Tiền nhân nước Lạc ta đã sáng chế ra chữ Nam là để đối phó với khí cụ đồng hóa là chữ viết của đại tộc Bắc phương. Trước nay dân Lạc vì lẽ sống còn bên cạnh các đế quốc lân bang đã tỏ ra thần phục dùng chữ của kẻ mạnh, nhưng với nhau thì dùng một thứ chữ thêm bớt cho nên mới nhìn thì tương tự nhưng nhìn kỹ thì không phải chữ kẻ thù truyền kiếp. Kẻ mạnh cũng không ngờ chúng ta mưu mẹo đến thế! Ý thì tốt, hễ là dân Lạc là có ý đó. Để đối phó với ngoại xâm văn hóa, ý chí bao giờ cũng hùng mạnh như nước vỡ bờ. Nhưng khi bắt tay vào việc với nhau thì cái tôi dân Lạc bao giờ cũng to lớn, mỗi người một ông trời, một cõi. Chủ quan đã đưa đến nhiều dạng tương khắc. Rồi với thời gian, sự xa cách càng mạnh thêm, có xa cách lãng mạn, có xa cách lý trí! Trong khi đó, vua nước Nam thiếu tự tin sau khi đã thống nhất hai miền phân tranh thành một mối hơi ... lớn, nên đã lại trở về thần phục văn hóa đại quốc lân bang, bỏ xó chữ viết tây riêng mà triều đại ngắn ngủi trước đó đã vừa có chính sách sử dụng cho toàn quốc. Đến khi tàu buôn Tây phương cập bến xâm lăng, ý thức hệ con-trời rõ ra yếu kém, đưa đến việc mất đất mất người. Mắt xanh sẽ chính thức hóa một thứ chữ hợp với họ hơn, thứ chữ nghĩa tiện lợi cho chủ nghĩa thương mại. Thế là chữ Nam tiếp tục biến dạng và lần hồi dẫy chết. Chủ thuyết dân tộc bùng nổ ở những thập niên gần đây đồng thời các chủ nghĩa thực dân và chiến tranh nóng lạnh cáo chung, khiến nhiều con dân Lạc trở về nguồn với thứ chữ gia bảo gần mất hết dấu vết này. Giới trí thức, điều nghiên tâm địa chia rẽ, lý thuyết đủ màu đủ kiểu, khiến bàng dân không thể không nguội lạnh làm ngơ. Hôm nay tiên-sinh Bắc quyết đoán a là A, ngày mai tiên-sinh Nam bác, rồi tiên-sinh đệ tam chỉ nhận một nửa sự thật, một nửa kia là nghịch đề. Các tự điển như chửi nhau, vẫn không đủ thuyết phục. Nay Trần đại-sư xác quyết cách đọc của một số chữ chống đối cách đọc lâu nay mà chính đại-sư thời đua ăn cuồng tín theo duy-linh chủ nghĩa; ngài dựng nên một lý thuyết "hồn-chữ". Em xin kết: gia tài vĩ đại mà các tiền bối đã và đang để lại cho hậu sinh là những dấu hỏi to lớn, những giả thuyết lý-giải-sao-cũng-được!

Trần đại-sư mở mắt, nghiêng người về phía Phan tiên-sinh đang lim dim tọa hưởng hạnh phúc tư duy lâu không có. Tôi nghĩ là ngài đại-sư mở mắt nhưng không chắc, mọng mắt ngài quá bản ít cho thấy con ngươi đóng mở. Ngài khua động cử tọa:

- Các anh còn trẻ, các anh không biết rằng chúng tôi cũng đã có nhiều sai lầm tuổi trẻ. Bốn mươi năm điều nghiên đã đưa tôi đến khám phá mới rằng Bạch-Vân cư-sĩ của thế kỷ XV đã dùng những chữ sau này thấy dùng ở cực Nam nước Lạc. Các anh cứ giở từ điển họ Huình, đọc lên, các anh sẽ thấy bốn thế kỷ trước đó, ngài Bạch-Vân cũng phát âm như vậy. Chính tình trạng hai miền phân tranh đã đưa đến ly cách ngôn ngữ!

Phan tiên-sinh nằm hẳn xuống sàn nhà gỗ đánh bóng:

- Anh Trần đừng giận, tôi nói như vầy: hình như anh đang chính trị hóa văn hóa? Anh dùng lý giải thiển cận của thời gian mà cắt nghĩa cái muôn đời! Tôi xin anh, vì tương lai văn hóa dân tộc!

- Không, anh hiểu sai tôi. Tôi biết anh với đám vô văn hóa ở Mộng-Lệ-An vẫn tung tin tôi sửa thơ người để đổi lấy ly rượu, dạy chữ cho người để được ở gần người khác giống, v.v. Tôi vẫn tự hào là Nguyễn Trãi thời nay, tôi trí thức giữa cuộc đời. Đâu cứ phải có máu nóng người làng Nhị-Khê mới có tinh thần họ Nguyễn. Tôi chống chế độ đang làm điêu linh dân tôi không phải vì chúng đã phê phán thấp công trình trước nay của tôi, mà vì chúng tán láo, dựng chuyện văn thơ, phán quyết theo ý chúng trong khi chúng có đủ phương tiện và nhân sự; chính trị một chiều làm u tối nhiều ngôi sao ở các viện nghiên cứu.

An hậu-sinh xin được ngõ lời:

- Em xin kể chuyện hồi em còn ở cổ thành. Hẻo lánh, khí hậu đông-chí giá buốt, khách lui tới thường vào mùa Hè. Em và một anh bạn hướng đạo hay tổ chức dạ đàm, phần lớn nhắm tĩnh tâm hơn là động não, nói vậy vì trong đám tham dự viên có nhiều tay hoạt động cho Mặt trận và Liên minh chỉ chực lợi dụng những nơi thanh niên tụ họp để mưu cầu việc riêng. Nhiều vị lão sư đã đến, đã tâm sự và phát biểu về triết lý văn chương. Em tự cho ở dưới họ nhiều bậc, nhưng em chưa hề nghe vị nào nói có cái họ không biết hay nhận người khác biết hơn. Khi họ về rồi, em suy nghĩ tại sao dân Lạc có nhiều người tài vật quý như vậy mà sao vận nước vẫn nhiễu nhương.

Thiên Nga cắt lời:

- Mời quý đại-sư, tiên-sinh cũng như hậu sinh dùng thêm tuần trà vừa ra tới.

Ngụm nước trà pha có thể đã loãng, khiến Hoàng đại-sĩ lên tiếng:

- Các ngài và các em cứ yên tâm tọa đàm không sợ khuya trễ. Hôm qua tôi có đích thân đến thăm ngài viện trưởng ở đây cũng là dân mít cả, chúng ta có thể ở lại lâu, viện học ở xứ đây mở cửa 24 tiếng, vào ra chỉ cần có thẻ điện toán.

Phan tiên-sinh lên tiếng:

- Tôi có lúc đã đưa ra thuyết như sau và từng bị ngài Nguyễn khoa-trưởng khoa Văn phản đối. Tôi nghiệm ra biểu tượng chim lạc và rồng tiên của ta hàm chứa số mệnh của dân tộc. Hai thần thú đó có tính chất bất định và hư ảo. Chưa một sử thần cũng chưa một ai trong lịch sử dám đoan chắc đã thấy chim lạc và rồng biển. Đã mất trong mờ ảo của những huyền thoại truyền kỳ, dân tộc ta như không có căn bản vật chất vững chắc để bước đi, mà đó cũng là lý do khiến nay ai tán hưu tán vượn chuyện gì cũng được, chỉ cần đa ngôn là thắng đối thủ! Chim Lạc đã bay xa từ bao nghìn năm, còn rồng vùng vịnh hả, cho đến khi thực dân mũi lõ mắt xanh tuần tiểu với canon hải thuyền, toàn động cướp biển, đã mấy ai dám vào mà biết!

Thu Dung cất giọng sông Hương:

- Chú Phan nói rứa hóa ra lòng người Lạc hay thay đổi hoặc xanh vỏ đỏ lòng hỉ?

Nàng Dung vừa qua tuổi cập kê, cặp thử với nhiều anh-tú nhưng hình như chưa tới đâu, mỗi lần xông trận tình là nàng như thiếu một vũ khí, có thể tính nết, có khi thể chất, cũng có thể nước da ngăm ngăm và cặp kính quá dầy mà nàng thì vẫn dị ứng với kính contact. Với mọi contact?

An hậu-sinh như cởi tấm lòng:

- Em phục ý của tiên-sinh! Em nghĩ đó là lý do tại sao ở nước Lạc ta không có cái gì trường cửu. Nước ta không có đền đài di tích như Kim-tự tháp, như Đế-Thiên Đế-Thích, Vạn-lý trường-thành. Mà những anh hùng hay tinh hoa đất nước như Quang-Trung, Gia-Long, Nguyễn Du, Hồ Xuân-Hương và cả những lãnh tụ thời cận và đương-đại cũng bị nhiều bôi bẩn và phán đoán tàn nhẫn, mỗi thời một kiểu, mỗi nhóm người một khác. Dân cử ở Hợp-chủng-quốc đang đàn hặc nguyên thủ của họ, trong khi chúng ta đàn hặc cả người chết vì muốn viết lại lịch sử, triết lý lại lịch sử. Làm như đó cũng là lý lẽ khiến không người nào phục người nào, dù đã thề nguyền chung cật với cùng lý tưởng! Dù đã biết quyền lợi xung đột mà lên tiếng dễ bị mang tiếng, vẫn lên tiếng ghen tương như để khẳng định cái chân lý hai cô ca-sĩ có yêu nhau bao giờ!...

- Anh An lúc nào cũng lầm phương tiện với mục đích, Trần đại-sư đỏ mặt cắt lời. Vì chính nghĩa quốc gia, chúng ta phải cảnh giác và phải lên tiếng dù bản thân bị hiểu lầm hoặc mang tiếng!

- Đại-sư tự hào làm Nguyễn Trãi mà không có được bản lãnh của tiền bối! Đám loạn thần phá nát triều đại mà ngài còn bồi giúp khí giới cho chúng. Làm như ngài, cái chính nghĩa mà ngài vẫn rêu rao sẽ chỉ còn cái bề mặt xanh đỏ hóa trang, còn bên dưới toàn ... rác!

Phan tiên-sinh làm trọng tài:

- Anh Trần cũng như anh An bớt nông nỗi cá nhân để các anh chị khác còn dám tham gia ...

Thiên Nga vốn thích tổ chức, tụ tập nhân dân hơn đọc diễn văn, cũng lên tiếng:

- Đại-sư có nghĩ rằng chỉ vài năm nữa thôi, chứ không cần ba thiên niên kỷ, người ta sẽ khen ngài hay mọi người vẫn yêu người nghệ sĩ của dân tộc?

- Em cũng theo chị Nga, Thu Dung hùa giọng. Em nghĩ làm văn hóa phải có tư cách tương ứng, đó cũng là lý do em mê thích người xưa hơn người nay, làm như bây giờ con người sân si dục vọng thấp hèn nhiều, kể cả giới đại-sư! Thất thập cổ lai hi mà sao như trẻ mới biết yêu, cứ sân si dòm ngó rứa hè...

Đại-sư họ Trần nghe đến đó đỏ mặt như gấc bị nhiễm lạnh, tận cả chân tóc. Ngài đứng lên và vội tiến ra sảnh đường. Một người khác cũng đứng dậy phủi bụi gàu trên áo, hình như là Bùi dược-sư vì nghe như ông lầu bầu "lại bọn Do-thái, hỏng, hỏng, ...!". Hai phút sau thì bóng hai ngài đã nhòa trong mưa tuyết đang đổ xuống khuôn viên đại học. Ngài đại-sư mất bình tĩnh, vả thể chất lớn khổ, lúc đứng lên đã làm đổ tách trà tiên-sinh ngồi bên cạnh. Thiên Nga đã vụt đến sửa chữa đổ vỡ, lấy bộ tách nước mới cho tiên-sinh và mời cử tọa uống thêm trà rồi sau đó sẽ nhắm mắt trầm ngâm trong bốn phút. Nàng đọc mấy câu thơ của một tác giả thân quen mà như đọc thần chú. Hay nàng hy vọng một đề tài mới sẽ đến sau đó? Nếu không, sẽ là chương trình vận động khí quản ở thế thai-nhi muốn ra đời ...

oOo

Tôi là người đi tu, sắp được phong chức thánh. Tình cờ gặp Thu-Dung rồi dại dột nghe lời đường mật của con gái Huế mà hiện diện nơi đây, bên cạnh những bản người đầy kinh qua và giàu thăng trầm cuộc đời, bên cạnh những khuôn mặt non, sáng. Trong căn phòng họp tập thể của cư xá sinh viên đèn sáng vừa đủ thấy bóng dáng nhau. Cái tĩnh mịch làm linh hồn tôi nghẹt thở. Định đánh hắng nhưng tôi đã tế nhị cưỡng lại được: thiếu chút nữa tôi đã phá tan những thẩm thấu êm đềm của tư duy, hay ... gần như vậy!

Nguyễn Vy Khanh

NHỊ NGÃ

CƠM RẮC TÓP MỠ

Ở Mỹ người ta không ăn mỡ của động vật như heo, bò, gà vịt, vì sợ tăng cholesterol. Nếu ăn mỡ họ ăn bacon, thịt ba chỉ ướp muối. Họ chiên bacon cho dòn, ăn kèm với trứng chiên và bánh mì. Một món điểm tâm rất được nhiều người yêu thích. Tôi thích dùng mỡ nhưng chỉ dùng ở một vài món. Mỡ heo, tôi mua miếng dày, thái hạt lựu, thắng riu riu cho đến khi tóp mỡ héo lại, màu vàng nhạt ngã sang nâu. Tôi vớt tóp mỡ, để riêng ra cho khô và dòn, dùng để kho cá bống. Vì cất nhiều công, nên tôi rất quý tóp mỡ.

Hai cô khách, nói chuyện với nhau về một người thứ ba. Hai cô này là sinh viên đi du học. Sang đây, túng tiền, các cô đi làm nail, thấy nghề nail dễ kiếm sống, có dư tiền gửi về cho gia đình. Có một thời gian rất nhiều sinh viên mới ra trường tìm không được việc làm tốt, lương thấp. Các cô bỏ học đi làm nghề nail. Thỉnh thoảng các cô đến quán của tôi, sau giờ làm việc. Các cô biết nấu ăn, và thường ăn kiêng để đừng lên cân, do đó tự nấu ăn thay vì đi ăn hàng quán. Các cô đến quán của tôi chỉ để có dịp nói chuyện với nhau sau giờ làm việc. Các cô không ăn gì nhiều. Thường thường, mỗi cô một cái bánh giò, thỉnh thoảng một chai bia. Hay một chén cơm với đĩa cải chua, đôi khi, có cô xin thêm chút nước dưa chua, làm canh. Hoặc yêu cầu tôi nấu mì gói với chút rau cải và vài con tôm. Các cô bảo rằng chỉ muốn ăn cái gì đó có nước, ấm, và ngán các món ăn cầu kỳ. Quán của tôi sống được nhờ những người khách như vậy.

"Nhỏ Hát. Nó về VN lấy chồng. Hai người quen nhau từ thuở thanh mai trúc mã."

"Năm nay Hát tuổi cũng đã ba mươi sáu. Gần bốn mươi rồi còn gì."

"Yêu nhau, chờ nhau, ít ra cũng hơn hai mươi năm."

"Tình yêu kiểu ấy bây giờ tưởng như chỉ còn trong cổ tích!"

Ông Yên bước vào dẫn theo một người bạn. Ông là biên tập viên của một tờ báo văn học có tiếng ở thành phố này. Ông thường đến quán tôi vào những tối mất ngủ. Ông Yên tính điềm đạm. Có lần ông đăng bài của một nhà văn trẻ đang vất vả với nghề viết và sau đó giúp cậu sinh viên ra mắt một tập truyện ngắn. Ông giới thiệu người bạn.

"Đây là Bình. Ông là một blogger nổi tiếng chuyên viết phê bình các tiệm ăn."

Trước khi gọi món ăn, ông Bình rút từ trong túi ra đôi đũa bằng ngà, phía trên cẩn bạc, gói trong miếng vải nhung, rất trang trọng. Ông Yên gọi tôm lăn bột chiên và bia, cho cả hai người. Trái ngược với sự điềm đạm của ông Yên, ông Bình nói lớn tiếng, cười ha hả, có vẻ như muốn mọi người trong quán chú ý đến ông. Một trong hai cô khách cũng nhận ra ông Bình là blogger nổi tiếng về phê bình món ăn.

"Tiệm ấy tuy là có tiếng nhưng pizza ở đó tôi nuốt không trôi. Sốt cà họ bỏ cả tấn muối. Bột pizza vừa nhão vừa dầy. Ngay cả ly wine họ dọn kèm không tính tiền cũng không giữ được tôi ngồi lại lâu hơn." Tôi không ưa các nhà phê bình. Nhiều người hay chê bai nhưng chưa chắc họ có thể tự nấu một món ăn thật sự ngon lành.

Ông Yên nói điềm tĩnh. "Ông sẽ thấy món ăn ở đây rất vừa miệng."

Vừa lúc ấy ông Sinh bước vào. Mũ lưỡi trai, người dong dỏng, ông Sinh mang cây đàn guitar trước ngực. Như thường lệ ông Sinh

vừa đàn vừa hát tặng tôi và khách trong quán một bản nhạc. Ông không nhận tiền của khách hàng. Ông nhìn tôi mỉm cười, nói.
"Như thường lệ, xin chị."

Tôi đặt trước mặt ông một chén cơm rắc tóp mỡ. Ông rưới chút nước mắm vào chén cơm.

Ông Sinh không phải là người đàn hát chuyên nghiệp. Đàn và hát chỉ là thú giải trí của ông. Khi có lời mời ông trình diễn trong các quán rượu vào những giờ quán ít khách, sắp đóng cửa. Ở quán của tôi ông chỉ hát tiếng Việt và chỉ mỗi một bài. Giọng Ca Dĩ Vãng.

"Ngày xưa, mỗi lần em buông tiếng hát. Thì anh, tay phím nắn nót cung đàn. Từng nhịp nhặt khoan anh ru hồn theo tiếng tơ..."

Mỗi khi hát, ông Sinh có vẻ mơ màng, như trở về một nơi nào đó trong quá khứ. Một đôi lần khi ông hát *lời ca ngày đó đã xa rồi, mà ai còn chuốc mãi cung đàn vọng về tim* tôi thấy ông ngước mặt nhìn lên trần, khóe mắt long lanh.

Ăn xong, ông Sinh cúi đầu chào mọi người và ra về. Ông Bình nói:

"Tôi không ngờ quán của bà có món này. Xin bà cho tôi cơm rắc tóp mỡ." Ông Yên cũng nói. "Tôi nữa."

"Món này các ông có thể tự nấu ở nhà mà." Tôi nói.

Ông Bình nói như phân bua.

"Vợ tôi lớn lên ở bên này. Cô ấy chỉ dùng bơ và ít khi dùng nước mắm vì sợ bốc mùi bay khắp nhà. Đôi khi thèm, tôi cho bơ vào cơm nóng và dùng nước tương thay nước mắm."

Ông Yên góp lời.

"Nếu đi ăn ở quán người ta gọi cơm tấm bì sườn chả, chẳng ai đi gọi cơm rắc tóp mỡ rưới nước mắm."

Trước khi ra về, ông Bình hỏi thăm về ông Sinh.

"Ông Sinh chỉ thỉnh thoảng mới đến đây, và nếu đến ông thường đến vào tối thứ Sáu. Ông ấy chỉ đàn và hát vì sở thích. Tôi mời ông ấy đến hát ở đây vì ông ấy hát tiếng Việt."

Sau đó, ông Bình đến quán tôi hằng tuần vào tối thứ Sáu. Lần nào ông cũng gọi cơm rắc tóp mỡ rưới nước mắm khiến tôi thầm nghĩ, ăn như ông liệu ông có thật sự biết cách phê bình thức ăn hay không. Ông Sinh bỗng nhiên không đến nữa. Khách đến quán ăn hỏi ông Bình sao không viết bài phê bình về quán của tôi, ông ấy cười bảo rằng: "Tôi biết viết gì về cơm rắc tóp mỡ rưới nước mắm? Và tôi cũng không muốn đến quán mà không tìm được chỗ ngồi."

Mãi đến mấy tháng sau, ông Sinh đến nhưng lần này không mang theo đàn. Bàn tay trái của ông có đeo cái găng tay màu đen. Ông bị tai nạn nghề nghiệp, vài ngón tay bị dập xương, phải bó bột. Ngón tay tuy lành nhưng không còn cử động nhanh nhẹn như xưa cho nên không không thể đàn được nữa. Khi ông từ giã ra về thì ông Bình ngăn lại.

"Mấy tháng nay tôi cố ý đến đây để nghe ông hát nhưng mãi đến hôm nay mới gặp. Tôi có mang theo cây đàn. Xin ông cho phép tôi đàn theo giọng hát của ông."

Ông Sinh nhìn tôi có vẻ như hỏi ý kiến. Tôi gật đầu.

"Xin anh tự nhiên. Khách ở đây ai cũng thích giọng hát và tiếng đàn của anh."

Ông Sinh nhìn ông Bình vẻ ngờ ngợ, nhưng khi ông Sinh hát đến chỗ *"Cung lỡ dây chùng, mấy ai đàn đừng sai."* thì ông Sinh ngừng lại như chợt nhận ra người quen.

"Phải Bình không?"

"Dạ, Bình đây! Em nhận ra thầy từ khi lần đầu tiên em gặp thầy ở đây. Bữa đó thầy hát đến chỗ *cung lỡ dây chùng, mấy ai đàn đừng sai,* cái cách thầy nghiêng đầu, nhướng mắt giống hệt như hồi mấy chục năm về trước thầy đến nhà em dạy đàn. Em cũng nhận ra thầy từ chén cơm rắc tóp mỡ rưới nước mắm. Sau đó em đến đây hằng tuần hy vọng gặp lại thầy mà mãi đến hôm nay mới gặp."

Hai người kéo nhau đến một góc khác châu đầu trò chuyện với nhau.

"Từ khi ra nước ngoài, tôi làm nghề thợ tiện để kiếm sống, nhưng vẫn đàn hát cho vui. Năm 2000 tôi có về VN xóm cũ, nhưng gia đình em đã dọn đi. Hỏi trong xóm không ai biết gia đình em dọn đi đâu."

"Em và gia đình đi sau thầy vài tháng. Chỉ riêng chị em còn ở lại VN. Chị bán căn nhà cũ dọn về quê ở vậy không lấy chồng. Chị thích hát. Ngày xưa chị hay một mình tập đàn và hát bài Giọng Ca Dĩ Vãng. Cứ mỗi lần nghe chị hát đến câu *"Lời ca ngày đó đã xa rồi. Mà ai còn chuốt mãi cung đàn vọng về tim"* là em thấy chị ấy chảy nước mắt. Gia đình em làm giấy tờ rước chị sang đây ở nhưng chị sang chơi một thời gian rồi trở lại quê nhà. Chị bảo rằng chị thích sống ở VN hơn. Bây giờ chị vẫn sống độc thân. Chị mở tiệm karaoke để tạo cơ hội cho những người thích hát được hát."

"Tôi nhớ mỗi lần sau buổi dạy em học đàn, cô ấy thường mang cơm ra đãi. Cơm chỉ có tóp mỡ rưới chút nước mắm mà sao ngon lạ lùng." Ông Sinh nói.

Món ăn ngon nhất là món ăn trong trí nhớ. Tôi thầm nghĩ. Tôi nhìn ông Sinh. "Anh đã hát một bài hát chất chứa kỷ niệm về cô ấy mấy chục năm nay. Có lẽ đã đến lúc về quê thăm người cũ."

Một thời gian sau, ông Sinh đến. Cùng đi với ông là người chị của ông Bình. Ông cho biết sẽ về Việt Nam giúp vợ chăm sóc quán cà phê có karaoke. Tôi nhớ đến lời của hai cô khách hôm nào. Một tình yêu tưởng như chỉ có trong cổ tích.

Nhị Ngã

NHƯ KHÔNG
SAU NGÀY MA CHẾT

Sau chiến tranh, chú Hai Điển về lại quê xưa. Cha mẹ mất sớm, người thân thích chẳng còn được mấy. Căn nhà gạch nhỏ nằm ở làng chài ven biển Bình Thuận người chú họ giữ dùm cho chú bỏ hoang đã lâu, cỏ cao bò đến mé thềm, cánh rừng thông sau nhà ngày đêm rì rào gió thổi. Chung quanh vắng lặng ghê hồn, giữa trưa chú nằm trên võng gác tay lên trán nghe cái tĩnh lặng của vùng quê gần biển nghe u u trong đầu rồi ngủ thiếp đi. Đến khi tỉnh giấc cũng vẫn cái vắng lặng như thế, vẫn hàng thông rì rào, vẫn tiếng sóng biển vỗ nhẹ ngoài xa và vẫn không một bóng người. Cái cảm giác trống trải, nhẹ tênh tênh vì không còn cần phải nghe tiếng còi tập họp trong quân ngũ như ngày trước làm chú lười biếng một cách dễ chịu. Có khi chú vẫn nằm yên nhớ lại những ngày đã qua. Ba tám tuổi đầu trơ thân cụ, chẳng còn ai ngoài ông chú họ với vài người anh em con chú bác. Có ai đâu để mà phải vội vã, phải lo lắng ? Trong chiến tranh chú là hạ sĩ quan Quân Vận, mặc dù không trực tiếp cầm súng đánh nhau nhưng những lần tiếp tế ra chiến trường, chú chẳng xa lạ gì với chết chóc thương tích. Nhờ trời đất thương mà qua hơn mười năm chiến tranh trong đời, Hai Điển

chẳng bị sứt mẻ gì, duy chỉ có một lần tiếp đạn cho một đơn vị Dù đang đánh nhau ở Bình Tuy, đoàn xe GMC mà chú có nhiệm vụ áp tải bị phục kích. Chiếc xe chạy ngay trước xe chú trúng mìn bốc cháy và lật nghiêng trên đường. Người tài xế chết ngay tại chỗ, người lính ngồi bên bị thương nhẹ bò ra, khập khiễng chạy núp dưới một gò dất, giương súng bắn bừa vào những rặng cây lúp xúp ven đường. Súng bắt đầu nổ như bắp rang. Những bóng người mặc kaki màu cứt ngựa trong các rặng cây phía xa xuất hiện vừa chạy vừa bắn vào đoàn xe.
Chú hét lớn trong cái máy truyền tin :
" Đù mẹ dính rồi . Bắn ! "

Hai Điển vừa bung cánh cửa chiếc GMC nhảy xuống thì một quả B40 đã ầm một phát, chiếc ca bin xe tan tành. Cú chớp nháng lửa và sức nổ làm chú bắn xuống vệ đướng bất tỉnh. Khi mở mắt ra đã thấy mình nằm trong Quân Y viện. Thấy mình nằm trên giường, băng bó lung tung, dây nhợ lòng thòng gắn trên tay, chai truyền dịch lủng lẳng phía trên. Khi tỉnh hẳn, Hai Điển nhận ra một Trung Úy bác sĩ Quân y đứng kế bên. Ông Trung Úy mĩm cười:
" Tỉnh rồi hả ? "
Chú không trả lời, cố gắng nhớ lại những gì đã xảy ra.
" Tôi có sao không, ông thầy ? "
" Chưa nhằm nhòi gì đâu. Bị sức nổ mạnh nên bị choáng. Phổi bị ép nặng mất khá nhiều máu"
Lúc đó chú mới nhận ra có những chỗ băng bó trên thân mình nhưng tay chân còn nguyên.
" ... Còn tụi tôi sao rồi ? "
" Tôi đâu có biết. Trực thăng đưa chú mày tới đây mà ? "

...Sau này khi đơn vị cử người tới thăm Hai Điển mới hay. Đoàn công voa được cứu nhờ đại đội hộ tống toàn thứ lính dữ dằn. Họ phản ứng như chớp, ngay tiếng nổ đầu tiên họ đã nhảy xuống xe, dàn hàng ngang bắn dữ dội về phía bên kia. Hai chiếc trực thăng hộ tống đảo tới đảo lui, mấy cây đại liên M 60 xuống bắn xối xả yểm trợ. Trận đánh kéo dài không lâu vì lực lượng phục kích chỉ là dân địa phương không quen chiến trận.
" Rồi sao nữa ? ". Chú hỏi người hạ sĩ quan đại diện đơn vị đến thăm.
" Thì sao đâu ! Chúng nó rút bỏ lại 8 xác. Mình cháy 3 xe, mười mấy em bị thương, sáu thằng chết. Hai bên Quân vận của mình, mấy em kia bên rằn ri hộ tống. Ông và thằng T. vô viện "

Hai Điển chép miệng:“ Đù mẹ… Đánh đấm như con c… mà cũng phục kích ! “
Đợt đó chú nghỉ 29 ngày tái khám hơn nửa năm. Lính xa nhà, khi không được ăn no lãnh lương, trắng da dài tóc sướng gần chết. Chú về thăm nhà và đó là lần cuối ông gặp cha mẹ mình. Hồi đó chiến tranh còn dữ dội lắm, sau này chú được biết một trận đánh lớn đã xảy ra gần nơi cha mẹ chú ở. Một buổi chiều khi từ trên rẫy trong mé núi xa trở về, cha mẹ chú bị một trái pháo “ mồ côi “ bắn trúng. Cả hai người cùng qua đời một ngày, cũng chẳng biết pháo của bên nào. Thôi thì sống chết có số, khi Hai Điển về thì đám tang đã xong. Năm đó chú đã ba mươi. Chú còn nhớ ngày đến chào bà con hàng xóm để cảm ơn và lại ra đi, có một con bé đâu khoảng mười mấy tuổi nấp sau áo mẹ cứ nhìn chú chăm chăm.

Bà mẹ nó bùi ngùi nói với Hai Điển khi chú đến chào trước khi lên đường:
“ Thôi chú ráng giữ mình. Mai một hòa bình rồi về quê mà ở. Đây người xứ mình, ai cũng thân thuộc hết. Chúc chú đi mạnh giỏi “
Con bé đen thui núp sau áo mẹ cũng lí nhí bắt chước :
“ Chúc chú đi mạnh giỏi “
…Mười năm sau hòa bình thật. Và con bé đen thui hồi trước giờ này đã là một thiếu nữ đang rụt rè đứng xa xa hỏi chú khi chú vẫn còn đang nằm lơ mơ trên võng :
“ Chiều rồi mà sao chú còn ngủ ? Ngủ vậy tối ngủ không được đâu ! “
Chú ngồi dậy nheo mắt nhìn :
“ Qua lớn hơn em không nhiêu đâu ! Kêu bằng anh đi ! “
Cô gái đỏ mặt:
“ Kêu…gì kỳ. Thôi dậy đi. Để vô nấu cơm cho. Có mớ cá tươi mới đi biển về mang qua đây nè “
Cô cứ cái kiểu trổng trổng như vậy nhiều tháng cho đến một chiều vắng dưới hàng thông rào rạt trên bờ biển chú nắm tay cô.
“ Thôi… mình về ở với nhau nghe ? “
Cô không nói không rằng, cứ cúi đầu nhưng chú có cảm giác bàn tay nhỏ bé mà chú đang nắm cũng đang nắm chặt lấy bàn tay của mình. Họ về sống với nhau như vậy. Một đám cưới nhỏ, ông chú họ làm chủ hôn. Ba mươi mấy lít rượu gạo nhà nấu, đồ biển tôm cá ê hề.Mọi người đều vui vẻ hỉ hả. Năm đó chú vừa ngoài ba mươi, cô Châu vợ chú kém hơn mười mấy tuổi. Hòa bình rồi, chú đang sức vóc, lại cũng đang theo nghề cá của mấy anh em trong họ, cũng không rượu chè bài bạc gì lại hiền lành ít nói, ai mà không ưng gả con cho ?

Anh Công An khu vực mấy bữa sau ghé thăm nhà chú vào lúc chặp tối khi chú vừa đi biển về. Anh bước vào nhà cất tiếng "
" Chào chú Hai. Khỏe không chú ? "
" Ừ thì cũng khỏe. Thì cũng ráng khỏe mà nuôi vợ nuôi con chớ ? "
Giọng chú nghe có vẻ gì thoang thoáng chua cay.
" Giờ hòa bình rồi. Dù trước đây chú là thành phần ngụy quân ngụy quyền nhưng bây giờ thì chú ráng sống tử tế làm ăn để dân mình còn xây dựng xã hội chủ nghĩa nữa. "
Chú nóng mắt :
" Sống sao là tử tế hả ? Tôi cũng vô hợp tác xã, đi biển về cũng đóng thuế ai có phần nấy đầy đủ, tử tế là sao ? "
Lần đầu tiên cô Châu vợ chú mới lờ mờ thấy chú cũng không mấy "hiền lành" như cô nghĩ:
Anh Công An có vẻ hơi bất ngờ :
" Thì tôi nhắc nhở chú vậy thôi. Địa phương này hồi nào giờ an ninh không bị tai tiếng gì. Nhắc chú vì trách nhiệm chung thôi "
" Chú khỏi cần nhắc. Tôi dân xứ này tôi biết. Tử tế lắm, đàng hoàng lắm. Nghèo chết bỏ chớ không nói bậy làm bậy. Khỏi cần nói nhiều. Nghe ! "
Anh CA đứng dậy, vẻ không bằng lòng ra mặt :
" Thôi được. Tôi về. Mong được vậy là tốt rồi "
Đêm đó chú thức khuya hơn mọi ngày. Chú ngồi trầm ngâm bên ly rượu uống vô hồi kỳ trận. và cũng là lần đầu tiên cô Châu vợ chú mới biết hình như còn có một người đàn ông khác trong chú. Khi đêm đã khuya, cô vén mùng chui ra nhắc:
" Thôi vô ngủ đi anh. Nói mích lòng họ làm gì ! "
" Ừ thì đi ngủ ". Chú nói dịu dàng.
" Nghe cái bọn nhóc này nói là phát ghét."
Rồi chú bỗng buột miệng chửi thề:
" Mẹ...phải chi... "
Chú bỏ dở câu nhưng cô cũng lờ mờ hiểu cái " phải chi " mà chú nói.

oOo

Cuộc sống cứ thế êm đềm trôi qua mười mấy năm. Chú đi biển với đám anh em có khi cả gần tháng mới về. Da dẻ càng lúc càng đen sạm nhưng khỏe mạnh, rắn chắc như cái cột đồng. Chú chấp nhận và bằng lòng với cuộc sống hiện tại dù mắt thấy tai nghe bao nhiêu điều ngang trái. Thôi cứ kệ mẹ nó, còn sống yên ổn là tốt rồi, ai sao mặc kệ. Con đường quốc lộ trước mặt bao nhiêu năm hiu hắt nay xe cộ chạy kìn

kìn, đường tráng nhựa thẳng băng chạy êm ru. Thi thoảng xe dừng lại, hành khách kéo nhau xuống vô làng chài, ai nấy đều ăn mặc đẹp đẽ, nói năng cũng dễ thương. Chú thấy lòng dịu lại, tự nhủ thôi thế là tốt lắm rồi, những ngày chinh chiến và những ký ức còn nóng hổi trong chú cũng dần dần phai nhạt. Bà vợ chú, cô Châu đen nhẻm ngày nào cũng phát tướng trông mập hẳn ra. Bà sinh cho chú được đứa con gái xinh xắn đặt tên là Hồi. Hồi là quay về, ý chú như thế. Quay về là không đi nữa, không chết chóc đánh đấm gì nữa. Con bé ngoan ngoãn, biết quý cha thương mẹ, da dẻ trắng bóc không giống mẹ ngày xưa. Nó lớn lên hồi nào không biết, cho đến ngày mà một thằng cũng con nhà làng chài đến chơi thăm nó.

Thằng nhỏ râu ria mới lún phún đứng rụt rè bên cánh cổng lúc chú vừa đi biển về cúi đầu chào chú lễ phép:

" Con chào bác. Bác cho con tới thăm em Hồi "

Chú nhìn chăm chăm thằng nhỏ rồi bỗng nhiên phát cười ha hả làm nó hoảng hồn.

" Mày tới thăm em Hồi ? Ủa, chớ tao đẻ mày hồi nào mà mày gọi nó là em vậy ? "

Thằng nhỏ xanh mặt lúng túng :

" Dạ con hồi trước học chung lớp với Hồi. "

Chú nheo mắt tủm tĩm:

" Mày con cái nhà ai vậy ? "

" Dạ con ở xóm trên. Con học chung lớp với Hồi hồi lớp bảy. Cha con là ông Ba Nu có ghe cá trên đó "

Chú gật gù:

" Vậy hả ? Ừ, tao có nhậu với ổng mấy lần. Thôi vô chơi đi con "

Vô nhà, chú nháy mắt với vợ :

" Nè bà, có cậu nào tới thăm con gái của bà nè "

Bà ngớ ra một lúc mới hiểu ý chồng nhưng làm nghiêm:

" Cậu vô chơi. Con tôi cũng rảnh được chút "

Nhiều lần như vậy rồi thằng Bốn bạn của Hồi được coi như người trong nhà. Nó ở lại ăn cơm với gia đình chú, lúc biếu chú chai rượu nhà nấu, lúc vài gói thuốc. Nhiều bữa hai đứa ở tịt ngoài vườn cả tiếng đồng hồ nói chuyện, hai vợ chồng chú cũng mặc. Dân miền biển dễ tính, tin người, với lại gia đình thằng Bốn chú cũng không lạ gì. Cha nó hồi trước trốn quân dịch, ở tịt ngoài biển cả tháng, ai biết đâu mà bắt lính ? Nhiều lần ngồi nhậu với nhau chuyện trò làm ăn, ông Ba Nu cũng ít nói. Ai hỏi thì trả lời, chẳng mích lòng ai. Cho đến ngày vợ chồng ông Ba Nu tới thăm, mặc đồ tử tế áo bỏ vô quần, xin phép ông bà Hai Điển

nói chuyện sắp nhỏ. Chú Hai mời ngồi rồi to tiếng gọi con: " Con Hồi đâu rồi ? Ra tao biểu coi "
Con nhỏ khép nép đi ra, mặt đỏ gay đỏ gắt. Chú cười thầm trong bụng : " Té ra sắp xếp trước hết rồi, làm bộ qua mặt thằng già này đây ! "
Chú quát con nhỏ :
" Mày đứng yên đó nghe, Để tao tính chuyện với bác Ba đây nghe "
Con nhỏ xanh mặt đứng yên thin thít.
" Thưa anh Hai, thằng nhỏ Bốn nhà tôi thương cháu Hồi. Nay vợ chồng tụi tôi tới thăm anh chị, cũng xin được biết ý kiến anh chị ra sao để chúng tôi còn tính "
Trời đất ! Tính gì nữa mà tính ? Nên chú nói luôn:
" Tôi hồi trước đi nhiều, sống chết cũng nhiều, biết nhiều rồi. Thôi thì sắp nhỏ thương nhau, gia đình gốc gác chúng tôi cũng biết. Chúng tôi cũng coi thằng Bốn như con cháu trong nhà. Vậy anh chị tính ngày nào thì mình bàn bạc với nhau thêm sao cho nó phải đạo với ông bà là tốt rồi."
Hai ông già ngồi uống rượu với nhau, hai bà lúi cúi trong bếp với con Hồi. Hôm đó sau khi tỉnh rượu, lúc ông Ba Nu về rồi, chú Hai mới thấy lòng buồn thấm thía. Thoáng cái mà mấy mươi năm. Bây giờ tuổi già bóng xế, có đứa con gái duy nhất rồi cũng sẽ theo chồng. Tuổi già rồi sẽ cô quạnh biết bao nhiêu ! Nhưng cái lẽ đời nó như thế, làm sao mà khác được ?

oOo

..." Tụi nhỏ " về ở với nhau được mấy năm. Ông Hai Điển có đứa cháu ngoại thiệt dễ thương y như mẹ nó hồi trước. Từ nhỏ bé San quấn ông ngoại con hơn cha mẹ nó, suốt ngày lũm chủm theo ông. Ông quý con nhỏ như vàng như ngọc, tối ngày ẵm bồng, cha mẹ nó la tới nó là ông trợn mắt:
" Mấy đứa bây làm gì la nó hoài vậy ? Nó con nít con nôi biết gì ? "
Riết rồi con Hồi với chồng nó mặc kệ hai ông cháu với nhau. Thằng Bốn đi biển về lụi cụi bếp núc phụ con Hồi. Nó hiền lành như cục đất, vợ cằn nhằn cũng chỉ ừ à không thèm chấp. bà Châu phụ con gái mở cái cửa hàng nho nhỏ bán hàng xén, thêm mấy món linh tinh trong nghề cá mà ông Hai Điển cứ mỗi tháng một lần lại lên tỉnh mua về. Lâu lâu lại có lần những người bạn cũ lính tráng ngày xưa của ông Hai Điển ghé thăm. Họ ngồi uống rượu nói chuyện với nhau thâu đêm.Những lần như thế ông Hai lại biết thêm về những chuyện bên ngoài cái làng nhỏ bé của ông. Rằng trên Tây Nguyên nhà nước làm ăn Bô Xít gì gì đó lỗ trào máu, người thiểu số mất nhà mất đất kêu thấu trời xanh. Rằng

ngoài Hà Tĩnh có nhà máy thép Phọt Mô Xa xả thải làm biển ô nhiễm cá chết trắng bờ không còn một mống. Những lần như thế ông Hai Điển lại ngồi thừ người nhiều ngày, ban đêm thức khuya ngồi uống rượu một mình. Kiểu này lấn quấn chúng lại mò ra tận đây, xây nhà máy nhà móc gì đó thì chết cả lũ.

Ông lo không thừa. Mấy tháng sau mấy ông nhà nước về vận động dân chúng di dời nơi khác để lấy đất xây nhà máy nhiệt điện. Dân biển nghèo khổ, chẳng nhà to cửa rộng gì, đi chỗ khác cũng dễ. Đất đai chưa có người ở gần biển thì mênh mông không thiếu. Đi thì đi mà không đi cũng không được. Nhưng trong lòng ông vẫn có gì đó không yên. Như rất nhiều người khác, ông mơ hồ cảm nhận có gì đó rất không ổn. Cái trực giác của người lớn tuổi, từng trải sống chết như ông linh cảm được mối nguy hiểm. Cái gia đình nhỏ bé của ông lại tay xách nách mang díu dắt đi nơi khác. Xe cộ tấp nập chạy tới chạy lui, xe chuyên dụng nổ máy tối ngày cẩu những thanh sắt bề thế ra xóm chài yên tĩnh bao đời nay để xây nhà máy. Bà Châu vợ ông dạo này yếu nhiều chỉ nằm một chổ. Ông Hai với thằng Bốn lụi cụi làm đủ thứ chuyện di dời về chổ ở mới. Gần hai năm sau, nhà máy chính thức vận hành. Dân miền biển hiếm khi thấy một dịp trọng đại như vậy. Nhiều đoàn xe hơi bóng lộn chở mấy ông to tới trong dịp khai trương có cờ xí, biểu ngữ màu đỏ chói mắt. Cuộc sống đã thay đổi nhiều và trực giác của ông Hai đã không đánh lửa ông. Những ngày sau đó ra biển, ông Hai tái mặt khi nhìn thấy những dòng nước đen kịt xả thẳng ra biển. Cái nhà máy điện với những ống khói cao nghệu cuồn cuộn tuôn lên trời những đám khói dầy đặc như mây bão. Thôi rồi ! Ông kêu trời. Trời đâu mà nghe ? Ngoài biển cái ống xả khổng lồ ngày đêm xả nước thải đen ngòm.Vùng nước đen loang rộng ra, mọi lần chỉ dong thuyền cá ra biển vài tiếng đồng hồ là có cá. Bây giờ vệt đen loang ra mãi ngoài xa, cá tôm chạy mất đất, những xác cá tôm chết vờ vật trên mặt biển ai dám ăn ? Trên bờ ngày đêm khói xả mù trời đất, những ngày không có gió, trời đất âm u là luồng khói độc hại đó cứ sà sà mặt đất không tan. Cái luồng khói quỷ quái xộc vào từng nhà, chỗ nào cũng đầy tro bụi. Ông Hai đau xót nhìn đứa cháu ngoại bé bỏng thở hồng hộc như cá mắc cạn, bà ngoại nó thì dạo này nằm liệt giường. Chạy đi đâu bây giờ đây ? Thiên tai không bằng nhân tai. Đã nhiều tháng nay tàu cá nằm bờ. Đi gần thì không có cá. Đi xa thì tàu lạ đâm chìm. Đất Bình Thuận khô cằn sỏi đá, làm ruộng không được làm rẫy không xong rồi lấy gì ăn ? Mấy ông bà già bàn nhau vác đơn đi kiện. Vô ích. Con kiến mà kiện củ khoai, cái

nhà máy điện vẫn ngang nhiên nằm đó như thách thức. Cái xóm chài nhỏ bé ngày nào co cụm lại như có giặc.
Bà Châu qua đời sau nhiều tháng. Yếu như bà " đi " sớm là phải. Chịu sao thấu ? Ông Hai nuốt nước mắt tiễn vợ. Bà Châu nằm trên một cái gò đất cao, ngày mở cửa mả ông ngồi bên mộ vợ rất lâu. Ông thầm thì với bà, rằng thôi thì mình đi sớm cũng an thân, còn tôi với lũ nhỏ chưa biết tính đường nào. Tôi già chừng này tuổi, chết sống cũng chẳng sá gì, chỉ thương sắp nhỏ không còn đường sống. Cứ thế, chiều chiều ông lại ra với bà cho bà đỡ buồn. Khi chai rượu mang theo gần cạn thì trời đã nhá nhem tối. Ông thất thểu quay về, đối mắt vằn đỏ. Không biết vì rượu hay vì những uất ức trong lòng.

Cuộc sống của cái làng chài nhỏ bé ngày càng khốn khổ. Không chỉ riêng nơi đó, ven biển Bình Thuận không còn nơi nào có cá. Ngư dân trên toàn vùng ngày ngày thất thểu ra biển, nhìn vùng nước ô nhiễm đen kịt bốc mùi choáng óc mà thở dài bó tay. Kiện cáo bao nhiêu cũng không xong mà áo cơm thì đuổi từng ngày. Đã có những gia đình cho con nghỉ học, giáo viên bỏ trường về xuôi vì không chịu nổi mùi khói và không khí đen nghẹt hàng ngày. Chợ búa chỉ còn loe hoe mấy mống. Ông Hai nghiến răng nhìn cảnh đói khổ trước mắt. Vợ chồng thằng Bốn con rể ông bữa đói bữa no. Con bé Đan không còn chổ chơi đùa như trước, càng ngày càng teo tóp lại vì không thở nổi. tối ngày ru rú trong căn nhà cửa đóng kín mít vì sợ khói. Chẳng thà trời sập chết hết một lần, sống kiểu này làm sao mà sống ? Ông Hai cũng chẳng khá hơn gì, nhiều đêm trắng mắt ngồi trên giường. Hai lá phổi bị sức ép của quả đạn trong thời chiến tranh giờ làm tình làm tội ông làm ông không thở nổi, ngồi ngáp ngáp chút không khí đầy bụi kim loại nặng. Một bữa con Hồi đi đâu về thấy cha nó ngồi thu lu trên ghế như một bóng ma. Nó cất tiếng chào cha rồi cà rỡn cho ông vui:
" Trời đất ! Cha đen thui, ngồi không nhúc nhích gì làm con tưởng ma ! "Không dè ông Hai gầm lên:
" Thì ma chớ còn gì nữa mà tưởng ! Chớ tao với vợ chồng con cái mày giờ không phải là ma thì là cái gì ?
Trong giọng của ông có cái gì đó rất u uất, rất căm phẫn, rất đau đớn. Khi ông Hai dằn chai rượu xuống bàn, con gái ông vội vã chui tọt ra sau bếp.
Một bữa ông kêu thằng Bốn lại nói chuyện với nó:
"Cha tính kỹ rồi con à, kiểu này không thể nào sống ở đây nữa. Cha nghèo không có gì để lo cho tụi con mà con bé Đan thì còn quá nhỏ, nó mà còn ở đây nữa chỉ có chết. Cha có người bạn thân hồi chiến tranh,

giờ ở Sài Gòn làm ăn khá giả có cái tiệm cơ khí lớn, thầy thợ cũng nhiều. Cha gửi con xuống ở học nghề, trước mắt kiếm cái phòng nhỏ thuê ở tạm, ráng kiếm cái nghề rồi đưa vợ con mày vào. Phần Cha thì mồ mả cha mẹ ở đây, mẹ con Hồi cũng nằm đây, Cha bỏ đi sao đành ? Thôi thì con cứ yên tâm vào trong đó, đời tụi bây còn dài, tao kiếm chổ khác cho vợ con mày ở tạm, ráng làm sao ra nghề sớm mà lo cho vợ con".

Rồi ông lụi hụi mở cái tủ gỗ bụi bám đen kịt lôi ra một cái bọc vải xanh nhỏ, đưa cho thằng Bốn mươi chỉ vàng:
"Cả đời tao tích cóp được bấy nhiêu đây tao đưa hết cho mày. Cha thương con như con đẻ, tao giữ lại hai chỉ để lo nhà cửa cho vợ con mày ở tạm". Ông siết chặt vai nó, thằng con rể của ông cứ rưng rưng, gục đầu vào vai ông mà khóc. Sáng hôm sau nó bắt chuyến xe sớm nhất vô Sai Gòn. Có vẻ như nó cũng đang nóng ruột tìm con đường sống cho vợ con nó.
Con Hồi mang con vô thăm chồng nó được hai lần thì cái điều kinh khủng nhất trong đời ông Hai Điển lại giáng xuống đầu ông. Lần thứ ba hai mẹ con nó đi Sài Gòn thì gặp tai nạn. Mấy ngày sau nhân viên trên xã xuống báo tin cho ông Hai biết là mẹ con con Hồi chết thảm trên chuyến xe xuôi Nam. Một chiếc xe chở hàng khác chạy ngược chiều đâm thẳng vào chuyến xe chở khách, người tài xế xe khách đảo tay lái để tránh cú va chạm tích tắc đó thì chiếc xe lật nghiêng lộn mấy vòng, cày nát mặt đường tóe lửa rồi bốc cháy ngùn ngụt. Chiếc xe bị nạn trên đoạn đường vắng không ai làm gì để tiếp cứu kịp. Khi những người dân địa phương ùa nhau ra thì chiếc xe khách chỉ còn là một đống sắt méo mó không ra hình thù gì nghi ngút khói. Tất cả hành khách đều tử nạn, thân xác cháy đen tan nát không còn nhận ra bất cứ một ai. Thân nhân biết tin dữ tìm tới cũng chịu thua, chiếc xe đò cồng kềnh sắt thép còn tan chảy huống hồ con người ! Rồi cứ mỗi người lại hốt một nắm tro đen kịt mang về chôn cất, coi như đã tìm được người thân cho họ đỡ tủi.
Khi nghe tin, ông Hai đứng như trời trồng. Ông như đã tan biến khỏi mặt đất, không còn cảm giác gì, không còn hít thở, không nghe không thấy gì hết. Ông cứ như thế mấy ngày cho đến khi thằng Bốn bỏ việc mang nhúm tro của vợ con nó về. Hai người đàn ông một già một trẻ ngây ngây dại dại lên gò đất nơi bà Châu nằm đào một cái huyệt nhỏ chôn mớ tro đặt trong một cái bình. Tất cả chỉ còn có vậy. Những ngày kế tiếp cả ông Hai lẫn thằng con rể cũng cứ ngây ngây dại dại như vậy. Họ có ăn uống gì không họ cũng không biết. Ai biểu đi thì đi ai biểu

ngồi thì ngồi, họ hoàn toàn trong trạng thái vô thức như người mộng du. Hàng xóm tới chia buồn nói gì họ cũng không nghe. Họ đau xót cho tình cảnh của ông, đi ra đi vô không ai dám nói lớn tiếng. Cái điều ghê gớm nhất trong một đời người đã xảy ra, không thể nào thay đổi được nữa. Hai người đàn ông dở sống dở chết vật vờ trong căn nhà ảm đạm tối đen vì thiếu ánh sáng, vì luồng khói độc hại cứ theo gió biển ùa vào. Một đêm sau khi thắp mấy cây nhang cho vợ con trên bàn thờ, thằng Bốn thình lình quỳ sụp dưới chân ông nức nở :

" Cha nhận cho con lạy này. Con lạy Cha thương con, con lạy Cha đã thu vén cho vợ chồng con và cháu. Nhưng vợ con con vắn số..."

Nó nức lên khóc, đầu dập bình bình trên nền gạch:

" Con lạy Cha con đi, con không thể nào sống ở đây nữa. Con đau khổ quá Cha ơi, mới ngày nào vậy mà bây giờ..."

Ông Hai Điển trân trân ngồi trên ghế, nước mắt chảy ròng ròng ướt mặt. Ông thương nó đứt ruột. Thương cả ông nữa. Làm sao bây giờ ?

Sáng hôm sau khi ông thức dậy thì thằng Bốn đã ra đi. Trên chiếc bàn còn lại chiếc túi màu xanh đựng mấy chỉ vàng và mảnh giấy nhỏ:

" Lạy Cha con đi. Số vàng Cha cho vợ chồng con con dè sẻn để dành không dám ăn tiêu gì, chỉ để mong lo cho vợ con sau này. Gần năm trời con mướn nhà ở cũng có hao hụt chút đỉnh. Nay con gửi lại cho Cha dưỡng già. Con cúi đầu chào Cha. Mong Cha giữ sức khỏe "

Ông Hai cầm mấy chỉ vàng mà nước mắt cứ rớt xuống ướt áo rồi ông cúi gập người ho rũ rượi. Người bạn thân mà ông gửi cho thằng Bốn học nghề có nhắn tin cho ông biết thằng Bốn có lên chào ông, cúi đầu lễ phép cảm ơn rồi đi biệt. Nghe nói nó bỏ qua Miên qua Lào gì đó không rõ.

Nhiều ngày sau, người trong xóm thấy ông Hai Điển lên thăm mộ vợ và con cháu ông trên gò vào một buổi chiều. Rồi ông trở về, ghé thăm ông bà sui và đưa cho ông Ba Nu một cái túi màu xanh nhỏ. Rồi ông ra biển, lấy một chiếc ghe chèo nhỏ cũ nát chèo tuốt ra biển xa, chèo mãi, chèo mãi cho đến khi mặt trời lặn hẳn xuống.

Không ai nhìn thấy ông trở về.

oOo

Cái đống sắt của chiếc xe méo mó cháy đen thui với rất nhiều người chết được đưa vào một nhà máy tái chế. Cái xác xe mà trong đó có máu, có thịt xương của con cháu ông Hai Điển đã cháy khô lại được nung chảy ra rồi cán thành những lá thép. Một bữa có chiếc xe ghé lại chở những tấm thép đó về Bình Thuận nơi con bé Đan và mẹ nó đã sống. Người ta cắt những tấm thép đó ra để làm một cánh cổng mới,

phía trước có một trạm bảo vệ của nhà máy nhiệt điện. Vào buổi tối, những anh bảo vệ không ai dám gác một mình. Vì có nhiều đêm trời không gió không mưa gì, cũng chẳng ai đụng chạm gì tới mà cánh cổng sắt cứ kêu ken két rền rĩ không ngớt.
Nghe y như tiếng người nghiến răng.

Như Không
Tháng 11/2018

PHẠM CAO HOÀNG

ĐÃ BA NĂM MÌNH KHÔNG CÓ TẾT

Buổi tối, sau khi cho con ngủ, Hoa nói với tôi, giọng ái ngại:
- Con bé gầy quá. Nó bị suy dinh dưỡng. Chắc anh phải kiêm việc làm thêm để có tiền lo cho con.

Việc gì bây giờ? Lâu nay tôi đã nhiều lần nghĩ đến chuyện này nhưng chẳng biết phải làm gì. Có dạo, một người quen tốt bụng ở Chi Rông cho tôi mượn miếng đất ruộng để làm. Kinh nghiệm không có, làm thử một mùa, số lúa thu về còn ít hơn số lúa giống đã gieo xuống ruộng. Người ê ẩm vì không quen công việc đồng áng, mất thời gian, còn bị lỗ vốn, đành phải trả miếng đất lại cho chủ nhân của nó. Buôn bán thì không xin được giấy phép. Một số đồng nghiệp dạy cùng trường làm thêm bằng cách sửa xe đạp, sửa giày, sửa đồng hồ, bơm mực bút bi, bơm quẹt ga, làm thú y... Còn tôi, vẫn bế tắc.

Tôi nhìn đứa con 3 tuổi đang ngây thơ nằm ngủ trên giuờng, rồi nhìn Hoa:

- Lần này thì anh phải tìm cho ra việc để mà làm. Thấy con như thế này anh xót quá.

Cuối tuần, tôi về Đà Lạt tìm gặp Hữu, một người bạn thân, đang là phóng viên của một tờ báo ở địa phương. Hữu cũng xơ xác như tôi, nhưng khi nghe chuyện tôi muốn có thêm việc làm, anh trầm ngâm suy nghĩ.

Bất chợt, Hữu cười thật tươi:
- Tôi nghĩ ra rồi. Hình như anh có một chiếc máy ảnh phải không?

Tôi không hiểu vì sao Hữu hỏi tôi như vậy. Sau 1975, cuộc sống quá khó khăn, tôi phải bán đi nhiều thứ, nhưng chiếc máy ảnh thì tôi vẫn còn giữ lại. Ngoài chiếc máy ảnh, tài sản của tôi còn có một máy đánh chữ, một chiếc xe đạp, và mấy chỉ vàng do bà con tặng hồi đám cưới. Nhà cửa không có, đang ở nhờ.

Tôi nói với Hữu:
- Có. Tôi vẫn còn giữ chiếc máy ảnh.

Hữu vỗ vai tôi:
- Yên tâm. Chắc chắn có việc làm. Tôi sẽ giới thiệu anh cho ông Nguyễn Bá Mậu để học nghề chụp ảnh. Học xong, anh sẽ chụp ảnh dạo và ảnh đám cưới để kiếm thêm tiền. Tuần sau anh lên, tôi sẽ đưa anh đến gặp ông ấy.

Tôi mừng lắm. Nghề này chắc chắn phải hợp với tôi hơn là làm ruộng. Về nhà tôi kể chuyện cho Hoa nghe và Hoa cũng rất lạc quan với chút ánh sáng đang lóe lên trong cuộc sống u ám của chúng tôi. Tôi lấy chiếc máy ảnh hiệu Canon lau chùi cẩn thận, nhủ lòng sẽ cố gắng để vượt qua số phận. Cả thị trấn này, số người có máy ảnh chỉ đếm trên đầu hai bàn tay. Rất ít người biết chụp ảnh. Muốn chụp ảnh phải học cách sử dụng máy ảnh. Ảnh sẽ mờ tịt nếu không biết điều chỉnh khoảng cách, sẽ trắng bệt nếu thừa ánh sáng, hoặc sẽ đen thui nếu thiếu ánh sáng. Tôi đã có dịp đọc qua các sách dạy chụp ảnh nên cũng hiểu biết chút ít.

Cuối tuần sau đó Hữu đưa tôi đến gặp nhiếp ảnh gia Nguyễn Bá Mậu. Từ lâu tôi đã nghe tiếng ông: một trong những nhiếp ảnh gia nổi tiếng ở miền nam trước 1975, cùng thời với Nguyễn Cao Đàm, Trần Cao

Lĩnh. Tầm sư học đạo mà gặp được ông thì quả là gặp đúng sư phụ rồi. Tôi mang theo chiếc máy ảnh, trong lòng hơi lo, không biết ông có sẵn sàng truyền nghề hay không.

Nhà ông nằm cuối dốc Sông Lô gần rạp chiếu bóng Ngọc Hiệp ở đường Phan Đình Phùng. Nhà bài trí nghệ thuật, gọn gàng, ngăn nắp. Trái với những lo âu của tôi, nhiếp ảnh gia Nguyễn Bá Mậu là một người cởi mở, vui vẻ, lịch sự, nhanh nhẹn, và đặc biệt ông có cách nói chuyện rất nhẹ nhàng, dễ gây cảm tình với người được ông tiếp chuyện. Sau khi nghe Hữu giới thiệu và nói ý định của tôi, ông vui vẻ nhận lời:
- Tưởng ai chứ bạn của Hữu thì xem người nhà. Mình có thể bắt đầu từ hôm nay.

Rồi ông nói đùa:
- Thợ chụp hình là người có nhiều quyền lực. Khách hàng của chú, từ quan đến dân, ai cũng phải nghe chú. Chú bảo người ta lui ra sau hay bước tới trước, nhích sang bên phải hay bên trái là họ răm rắp làm theo. Nhưng coi chừng chú bị đau tim vì chú sẽ gặp rất nhiều người đẹp.

Ngay sau đó ông hướng dẫn cho tôi những hiểu biết căn bản về chiếc máy ảnh, cách điều chỉnh ánh sáng, khoảng cách, tốc độ, cách cầm máy ảnh sao cho không bị rung, cho phép tôi chụp thử vài tấm ảnh trong nhà, ngoài trời, vào phòng tối rửa ảnh, dựa vào đó ông phân tích những lỗi cần phải tránh.

Cứ cuối tuần tôi lại lên gặp ông. Ông tiếp tục hướng dẫn về bố cục một tấm ảnh: phần không gian trên đầu phải nhiều hơn dưới chân, phần không gian trước mặt phải rộng hơn sau lưng, không được chụp cắt ngang người ở đùi, ở đầu gối, ở cổ chân, không để khách hàng đứng phía trước gốc cây mà phải đứng tựa vào một bên, người mập không mên chụp gần, người ốm không nên chụp xa, chụp thế nào để một người lùn trông cao hơn trong ảnh... Dạo trước tôi cũng thường chụp ảnh cho bạn bè và gia đình, bây giờ, qua những gì ông hướng dẫn, nhìn lại thấy mình mắc nhiều lỗi kỹ thuật mà mình không biết.

Phần cuối cùng, ông hướng dẫn tôi chụp ảnh nghệ thuật: chụp hoa, tĩnh vật, chụp silhouette, chụp ảnh chân dung, xóa phông đằng sau, chụp người hoặc vật đang di chuyển, chụp ảnh thể thao, chụp ảnh vào ban đêm... Đây là phần khó nhất, không học không thể biết cách chụp. Tôi rất thích phần này, tự nhủ, nếu không kiếm ra tiền thì ít nhất cũng có những hiểu biết về nhiếp ảnh để áp dụng cho đời sống riêng của mình.

Rồi tới ngày sư phụ cho tôi xuống núi. Ông hẹn gặp tôi thêm một lần nữa ở nhà ông vào một buổi sáng chủ nhật.Trên bàn nơi phòng khách ông đã chuẩn bị sẵn hai ly cà phê, bên cạnh có một túi da dùng để đựng máy hình. Ông dặn dò tôi về việc luôn luôn phải làm vui lòng khách hàng, đừng nóng tính, và khi họ cần đến mình thì cho dù phải đi mười cây số để chụp một tấm hình vẫn cứ phải đi.

Tôi nói:
- Rất cám ơn anh về sự tận tình chỉ dẫn lâu nay. Anh vui lòng cho em gửi cái này.

Vừa nói tôi vừa đặt chiếc nhẫn một chỉ vàng lên bàn với ý định gửi ông chút thù lao.

Ông khoát tay, không nhận. Tôi nài nỉ thế nào ông vẫn từ chối. Ông cầm lấy chiếc nhẫn bỏ vào cái túi da rồi đưa cho tôi, kèm theo nụ cười đôn hậu:
- Từ trước tới giờ tôi chưa lấy thù lao của ai về việc này. Giúp chú chút kinh nghiệm thôi mà, có gì lớn lao đâu. Cuộc sống giáo chức bây giờ khó khăn lắm. Chú chịu khó làm thêm để có thêm thu nhập. Có chiếc túi da này, cũ nhưng còn tốt, tôi tặng chú để khi đi làm nghề cho nó có vẻ chuyên nghiệp. Lúc này thứ gì cũng khan hiếm, muốn mua một cái túi da như thế này, cho dù có tiền cũng không mua đâu ra.

Thật là ngoài sức tưởng tượng của tôi. Đã không nhận thù lao, lại còn tặng vật dụng hành nghề.Tôi đã may mắn gặp được một con người tử tế và nhân hậu. Tôi đã học được ở ông không chỉ nghề ảnh mà cả cách sống ở đời.

Cả thị trấn tôi đang sống chỉ có hai tiệm chụp hình với số thợ hình khoảng năm người. Họ thuộc nhóm thợ quốc doanh, còn tôi thuộc dạng "*chụp hình chui*". Tiền dạy học không đủ sống, *"đói thì đầu gối phải bò"*. Đầu gối tôi bắt đầu bò. Tôi nhận chụp ảnh đám cưới vào những ngày cuối tuần. Dần dần, khi đã có chút uy tín, khách hàng tìm đến nhiều hơn. Ngoài giờ dạy, soạn bài, chấm bài, tôi tận dụng số thời gian còn lại để đi chụp hình. Tôi làm việc bảy ngày một tuần và hoàn toàn không có thời gian để giải trí. Làm nhiều như vậy nhưng cuộc sống vẫn không khá lên được vì thu nhập từ nghề hình cũng chỉ dừng ở mức "*có còn hơn không*".

Một lần tôi phải vào một xã kinh tế mới cách nhà khoảng 10 cây số để chụp hình cho một gia đình đang cần ảnh gửi cho người thân. Khách hàng yêu cầu chụp một tấm duy nhất cho cả gia đình và tôi phải có mặt vào lúc 6 giờ sáng. Tôi lấy làm lạ, hỏi tại sao phải là 6 giờ sáng. Khách hàng giải thích: vào giờ đó mọi người trong gia đình đủ mặt; sau 6 giờ mọi người đều đi làm, con cái thì đi học; có người này thì thiếu người kia.

Đời sống vùng kinh tế mới rất khó khăn. Trong tính toán của họ, họ chỉ đủ tiền để chụp một tấm hình thôi. Nhớ lời sư phụ dặn, "*Khi họ cần đến mình thì cho dù phải đi mười cây số để chụp một tấm hình vẫn cứ phải đi* ". Và tôi làm đúng theo lời sư phụ. Năm giờ sáng lọc cọc đạp xe vào chỗ hẹn. Đến nơi, họ đã sẵn sàng với một đại gia đình trên dưới mười người. Trời chưa sáng hẳn, ánh sáng ngoài trời còn yếu, chưa đủ để làm cho ảnh rõ và sắc nét. Tôi hình dung việc chụp tấm hình này là một việc quan trọng đối với họ, không cho phép chụp hỏng hoặc xấu, do vậy tôi phải chụp đến ba lần để chắc ăn sẽ có một tấm khá nhất giao cho họ. Nào ngờ, chủ gia đình nổi nóng, xài xể tôi một trận:
- Tôi đã nói chỉ chụp 1 tấm, bây giờ chú chụp đến 3 tấm, tôi lấy tiền đâu mà trả?

Lỗ công, lỗ vốn, lại còn bị xài xể, tôi hơi tức nhưng không giận vì chẳng qua là họ hiểu lầm. Trước cơn thịnh nộ của người chủ nhà tôi chỉ biết chịu trận. Đợi ông dứt trận lôi đình tôi mới ôn tồn giải thích. Mấy ngày sau tôi lại lọc cọc đạp xe vào giao tấm hình, vừa đi vừa nhủ lòng, "*Xem như làm từ thiện*". Cũng may tấm hình khá đẹp, nếu không, chưa biết chuyện gì xảy ra.

Cũng ở vùng kinh tế mới này, một hôm tôi đang chụp ảnh cho một đám cưới thì hai cậu du kích xuất hiện. Họ cho người vào gọi tôi ra.

Thấy họ có mang súng nên tôi hơi sợ. Tôi bước ra, cố gắng nở một nụ cười xã giao.

Một cậu, mặt non choẹt đáng tuổi học trò tôi, hạch hỏi:
- Anh có giấy phép chụp hình không?

Tôi vã lã:
- Khó khăn quá. Làm thêm một chút thôi mà, chưa kịp xin giấy phép.

Được thể, cậu ta càng lên gân:
- Không có giấy phép thì không được chụp. Anh mà tiếp tục chúng tôi sẽ thu máy ảnh.

Nghe ba chữ "*thu máy ảnh*" tôi hơi ngán. "*Thu máy ảnh*" đồng nghĩa với "*thu cái cần câu cơm*" của tôi trong lúc này. Tôi vội vàng bỏ máy ảnh và đèn flash vào trong túi da, lùi ra xa theo phản ứng tự nhiên, chưa biết phải tính thế nào thì cô dâu chú rể bắt đầu năn nỉ:
- Mấy anh thông cảm. Không cho chụp thì chúng tôi không có ảnh cưới. Một đời có một lần mà không có ảnh thì biết làm sao đây.
- Không có thông cảm gì hết. Đi kiếm thợ ảnh khác vào chụp.
- Làm sao kịp? Tìm được người khác vào tới đây thì đám cưới xong rồi.

Vừa lúc ấy có một người đàn ông trạc 30 tuổi dừng xe đạp nơi chỗ hai cậu du kích. Họ thì thầm với nhau một lúc, sau đó người này bước tới chỗ tôi, nghiêm giọng:
- *Tha* cho anh lần này. Lần sau không được vào đây.

Nói xong cả bọn bỏ đi.

Sau lần đó, tôi không nhận chụp ảnh đám cưới cho vùng kinh tế mới này nữa, kiếm các địa bàn khác để "*làm ăn*"

Tôi chỉ chụp ảnh, còn rửa ảnh thì không vì không có phòng tối. Chụp xong, tôi phải mang về Đà Lạt đưa cho các phòng tối trên đó tráng phim và in ảnh. Khổ nhất là những lần khách cần ảnh gấp, đám cưới hôm nay họ muốn lấy ảnh vào ngày mai để kịp đưa cho bà con ở xa về dự tiệc cưới. Phương tiện đi lại thiếu thốn, muốn mua một vé xe đò về Đà Lạt phải xếp hàng chờ đến hai ba tiếng đồng hồ, nhiều khi tới phiên mình thì hết vé. Có một lần mua được vé đi nhưng không mua được vé về, đành phải đi bộ trên 30 cây số để về nhà.

Sau này, gặp những trường hợp khách cần ảnh gấp như vậy tôi đi xe đạp về Đà Lạt cho chắc ăn. Lượt đi mất bốn tiếng vì đoạn lên đèo Prenn không đạp nổi, phải dắt xe đi bộ. Lên tới nơi, đến ngay phòng tối giao phim, sáng sớm hôm sau trở lại lấy ảnh và đạp xe trở về. Lượt về chỉ mất một tiếng rưỡi nhưng rất nguy hiểm khi xuống đèo. Để chuẩn bị cho những lần đổ đèo, tôi phải tháo bỏ hai cái *garde-boues*, chỉ còn hai bánh xe trơ trọi, khoèo một chân vào chỗ bánh xe trước để làm giảm tốc độ khi xe xuống đèo. Một lần tôi hụt chân, bổ nhào xuống đất, lăn ra giữa đường, chiếc xe đạp văng ra xa, còn cặp kính cận may mắn rớt vào vạt cỏ bên vệ đường, không bể. Người tôi chỉ bị xây xát nhẹ.

Sau lần đó, tôi bắt đầu sợ. Tôi không nhận chụp những đám cưới cần ảnh gấp như vậy nữa.

Dần dần, thợ "*chụp hình chui*" xuất hiện thêm mấy người nữa. Sự xuất hiện của họ ít nhiều có ảnh hưởng đến các thợ hình khác vì số khách hàng bị chia bớt đi. Các thợ hình quốc doanh bắt đầu tìm cách gây khó khăn. Họ báo cho công an, đề nghị công an cần phải dẹp cái đám "*chụp hình chui*" này. Trong số các thợ hình quốc doanh, có một tay rất hung hăng, tên là Lung, thường bám sát chúng tôi. Có lần gặp tôi, hắn hù dọa:
- Tao sẽ cho bọn mày dẹp tiệm.

Tôi tức cười quá, nói luôn:
- Có tiệm đâu mà dẹp.

Mặt hắn hầm hầm:
- Rồi bọn mày sẽ biết tay tao.

Gần nhà tôi có một ngôi chùa. Những ngày Tết, rất đông người đến chùa thắp nhang, lạy Phật, xin xăm, cầu lộc, cầu duyên... Đây là nơi "*làm ăn*" của tôi và nhiều thợ hình khác vào dịp Tết. Đây cũng là dịp đám thợ quốc doanh và đám "*chụp hình chui*" đối mặt với nhau. Vừa chụp hình cho khách, vừa phải dè chừng đám thợ quốc doanh xem họ có gây khó khăn gì cho mình không. Sự cạnh tranh tất nhiên phải có, không công khai nhưng ngấm ngầm và quyết liệt. Suốt những ngày Tết, từ mồng một đến mồng năm, tôi làm việc không ngơi nghỉ, mệt rã người vì cả ngày chụp hình liên tục, tối lại phải thức để phụ với phòng tối làm ảnh. Hoa thì lúc nào cũng ở bên tôi giúp giao hình cho khách. Tôi "*làm ăn*" ở chùa này tổng cộng ba cái Tết. Hai cái Tết đầu yên ổn, không có chuyện gì xảy ra. Đến cái Tết thứ ba thì gặp rắc rối.

Hôm đó là mồng ba Tết, khoảng giữa trưa - giờ cao điểm bà con đến thắp nhang lạy Phật, rải rác trước và sau chùa có khoảng 8 thợ chụp

hình đang phục vụ cho khách. Tôi thuộc nhóm thợ đông khách. Một vài thợ ế ẩm, khách thưa thớt. Tôi đang chụp ảnh cho một gia đình phía sau chùa thì bà Chín - một người làm công quả thường xuyên ở chùa - đi ngang qua chỗ tôi, ghé tai nói nhỏ:
- Chụp xong nhóm này, thầy ra đằng sau nhà khách gặp tôi. Có chuyện này hơi gấp, muốn nói với thầy.

Tôi hơi ngạc mhiên, chụp nhanh cho xong rồi ra đằng sau nhà khách.

Bà Chín đã chờ sẵn, nét mặt có vẻ nghiêm trọng:

- Hồi nãy có ba thanh niên trông rất du côn bàn kế hoạch hành hung thầy. Thầy đừng ra sau chùa vì bọn nó chờ thầy ở đó, giả làm khách chụp hình, rồi kiếm cớ đánh thầy, đập máy ảnh. Tôi đoán bọn này là tay chân của mấy anh thợ ế khách. Từ giờ đến chiều thầy chỉ chụp trước chùa. Phía trước chùa lúc nào cũng đông người, chúng nó không dám làm gì thầy đâu.

Tôi cám ơn bà Chín rồi đi tìm Hoa, kể cho Hoa nghe mọi việc và dặn Hoa đứng gần theo dõi, có dấu hiệu gì bất thường báo cho tôi biết, còn tôi vẫn tiếp tục công việc của mình. Một số khách nài nỉ tôi ra sau chùa chụp ảnh cho họ vì phía ấy có nhiều cảnh đẹp nhưng tôi lấy cớ không đủ thời gian và cứ bám chặt phía trước chùa.

Khoảng ba giờ chiều, Hoa và tôi ghé vào chỗ bóng mát dưới gốc cây để nghỉ ngơi một chút. Hoa đang lột mấy trái quít cho tôi ăn đỡ khát thì có một nhóm thanh niên tóc dài, áo phanh ngực bước tới. Bọn chúng có ba người. Đúng là nhóm du côn mà bà Chín đã báo động với tôi. Có lẽ chúng chờ phía sau chùa quá lâu mà không thấy tôi ra nên tìm đến đây. Tôi hơi chột dạ nhưng không sợ vì xung quanh tôi vẫn còn rất đông người. Theo phản ứng tự nhiên, tôi vừa định cho máy ảnh vào túi da thì một người trong bọn họ hắng giọng khiêu khích:
- Máy ảnh hiệu Canon hả? Máy này mà chụp cái gì? Coi chừng chụp xong không có ảnh đấy!

Người thứ hai nói trổng:
- Chiều rồi, chụp gì nữa? Đi về đi.

Người thứ ba giọng có vẻ đe dọa:
- Mai đừng đến đây nữa nhé. Đến là có chuyện đấy.

Nói xong, cả ba cười hô hố bỏ đi.

Đợi chúng đi thật xa và đoán chắc chúng không trở lại tôi mới thở phào nhẹ nhòm, nhìn vào khuôn mặt bơ phờ của Hoa:
- Em có nhớ mình bắt đầu làm nghề chụp hình từ năm nào không?
- Nhớ chứ anh. Từ 1979, khi con mình được ba tuổi.
- Mới đó mà đã ba năm. Đã ba năm mình không có Tết mà con mình thì vẫn chưa hết suy dinh dưỡng. Còn anh, chắc anh sẽ suy nhược thần kinh mất thôi./.

Phạm Cao Hoàng
Đức Trọng, 1983
Ghi chú: Tên các nhân vật trong câu chuyện đều là tên thật.

PHAN HUYỀN THƯ
LỄ CẢI TÁNG

ký họa Trần Nhật Thăng

Bốn giờ sáng, lớp sương mỏng lan nhanh trên mặt đất như có sự o bế cả từ không khí oi bức của cái nắng rát mặt ngộp thở ban ngày và hơi nước nặng trĩu từ những cơn mưa rào chiều tối, sau một đêm lại được mặt đất đẩy lên hầm hập. Cuối tháng Bảy âm lịch, đã quá Ngâu, đầu mùa bão. Không phải thời điểm thích hợp cho việc đào lên chôn xuống hay xây cất, sửa sang mộ phần cho người đã khuất nhưng gia đình tôi vẫn can tâm. Đấy là một sự đợi chờ dai dẳng và mòn mỏi xuyên suốt ba thế hệ. Ông bà nội tôi, chú bác tôi và anh chị em chúng tôi nữa.

Ông bà tôi có 11 đứa cháu mồ côi trên cả thảy 13 đứa cháu nội. Vậy mà 13 đứa chúng tôi lay lắt rải rác khắp địa cầu, đâu cũng có. Úc hai đứa, Ý hai đứa, Canada một đứa, Sài gòn một đứa, Hà nội bốn đứa, Quảng ninh ba đứa. Chúng tôi được nghe người lớn kể về sự tồn tại của nhau chứ không phải được biết nhau hay thường xuyên gặp mặt động đủ. Chị em họ nhà tôi ở miền Bắc mà được lớn lên cùng nhau thì cũng là trường hợp xa xỉ rồi. Đến các chú các bác tôi còn ly tán theo ông bà chạy loạn vào Nam từ lúc bé tí teo. Vì thế, lễ cải táng này vô cùng đặc biệt, nó được đại gia đình chúng tôi chờ đợi đã quá lâu rồi. Tưởng rằng không thể thực hiện được cơ. Nhưng vì bác trai cả của tôi, người hôm nay sẽ được các con đưa về quê cha đất tổ cứ nằng nặc báo mộng các con ở tận bên Úc: "Đưa ba về quê, các con đưa ba về quê. Ba muốn về quê với các anh em của ba ở ngoài ấy". Là tôi nghe chú thím tôi "ciné mồm" lại thế. Tôi háo hức được gặp các anh chị họ của mình lắm chứ. Tất cả các anh chị và bác trai cả, tôi chỉ biết mặt qua hình ảnh trong album của gia đình. Những gì tôi biết về người nằm trong tiểu sành sắp được chôn xuống khuôn viên âm phần của gia đình tôi là một sĩ quan quân đội Việt nam Cộng hòa, là một ông tướng ông tá gì đó đã dạy ở trường Sĩ quan Võ bị Đà lạt. Sau đó thì chết dần chết mòn trong trại cải tạo Biên hòa. Rồi được chôn trong nghĩa trang gần đó, giờ gọi là nghĩa trang Bình An. Nghĩa là tất cả chúng tôi tề tựu đông đủ để đón bác ấy về nhà, về với cha mẹ và anh em, gia tộc của mình. Còn chúng tôi thì hồi hộp cho lần đầu gặp mặt những người cùng huyết thống với mình từ tận châu Úc xa xôi.

oOo

Mấy người trong đám thổ mộ đã đến đủ cả, họ nai nịt gọn gàng, trông nhanh nhẹn xốc vác. Bà nội thở dài lẩm bẩm như đang rên: "Sinh năm 43. Quý Mùi là con dê. Hiền lành là thế! Mới 10 tuổi đã theo họ hàng vào Nam. Giờ mới được về nhà. Giờ mới được về nhà..." Rồi lại lấy khăn mùi xoa ra chấm mắt sụt sịt. Chú tôi át đi: "Bà giữ sức đợi bác í về đến nơi hẵng khóc. Giờ mà cứ thế thì tới lúc đó lại lả người đi, các cháu chúng nó lại hãi. Con còn bao việc mà bà cứ làm con lo thêm". Chú nói thế nhưng giọng méo lạc đi, mặt thì tái lại. Tự nhiên mấy đứa chúng tôi thấy không khí nặng trĩu. Gió luồn ngang gáy, mùi hương trầm quyện trong hơi nước của trận mưa bão đêm qua khiến tôi thoáng ớn lạnh.

Mấy chiếc cọc tre được đóng xuống, một manh chiếu cũ đã rách được gác lên thành cái lều che nắng. Mấy ông thợ cải táng kéo co cái chiếu lúc bên phải, lúc bên trái tính toán theo hướng mặt trời mọc. Chốt được phương án che ánh bình minh bằng manh chiếu rách bà tôi hay ngồi bổ cau, nhai trầu ngoài hiên xong thì cũng là lúc những nhát cuốc, nhát thuổng đầu tiên được thổ ngay xuống. Tiếng mai xắn đất sét đá ong mềm bình bịch dưới đất. Làng tôi nằm trên cả một vỉa đá ong từ thời tiền sử. Nức tiếng đến thành cả tên gọi cho một vùng đất là Thạch Thất, quê nội tôi. Từ hồi còn bé tí tẹo, hè nào tôi cũng được bố đèo xe đạp về quê để xem mấy ông bác trong họ đánh đá ong làm nhà. Nghĩa trang làng tôi vì thế mà toàn những khu mộ gia đình bằng đá ong, nhìn vừa cổ kính trầm mặc, vừa có vẻ gì đó thách thức thời gian lại vừa thô mộc, hoang hoải.

Bia khắc mộ chí được chở đến. Sư thầy chùa Tây Phương cũng được anh họ tôi lai xe máy về đến nơi. Tính trong họ thì sư thầy là vai dưới tôi nhưng gia tộc tôi từ sau cải cách ruộng đất thì đi tu gần một nửa. Những người khác làm nghề mộc, buôn bán tháo vát và hiếu học lắm nhưng cũng luôn miệng nói chuyện luân hồi đạo lý. Bà nội tôi thì tu tại gia, ăn chay niệm phật lần tràng từ hồi ông nội đi cải tạo và các bác theo họ hàng chạy loạn vào Nam. Mọi người cứ rì rà rì rầm, ai làm việc nấy. Người sắp lễ, người khấn vái tụng niệm, người đào huyệt, người lo đánh đá, đánh viềng cỏ xanh ở những viền thửa ruộng gần đó chờ sẵn để trồng bia.

oOo

Chú út tôi là chủ sự lễ cải táng, chú chỉ lo nhất tiểu đựng cốt của bác tôi về sai giờ. Rất khó để tìm được đường về quê cha đất tổ. Người chết rời làng khi mới 10 tuổi, các con thì về từ tận Úc cải táng cho bố một cách bất ngờ. Lần đầu tiên cần hộ chiếu có visa Việt nam, các anh chị tôi không tin rằng mình cũng có ngày được trở về. Cả một xe ô tô chở đầy ắp sự trở về cho những con người cũng lần đầu ấy. Thế mà điện thoại di động thì trêu ngươi tậm tịt. Lúc thì tút tút tút. “Thuê bao quý khách ngoài vùng phủ sóng...” Thỉnh thoảng gọi được thì nghe tiếng được, tiếng không. Tiếng các chị tôi lơ lớ Sài gòn lâu năm sống ở xứ người ta. Tiếng ông tài xế đặc giọng Quảng Nam kể lể, tả đường tả xá. Thế mà chú tôi kiên trì canh suốt hơn hai ngày hai đêm, từng giờ từng khắc theo chuyến xe ấy. Kể từ khi chiếc tiểu được nhấc lên khỏi mặt đất là tâm trạng, nhịp tim, bữa ăn giấc ngủ của cả nhà tôi căng chùng theo từng vòng xe lăn từ nghĩa trang ngụy binh lên đường ra Bắc.

Dường như chú tôi không chịu đựng nổi sự căng thẳng nào thêm nữa, ông quyết định thành lập một đội tiêu binh hùng hậu. Toàn các thằng cháu choai choai trong làng được lệnh ra tận ngoài đường cao tốc đón lọng. Chú lại gọi điện cho người quen trong họ. Thêm một trạm tiêu binh nữa được nhanh chóng thiết lập tận chốt rẽ cao tốc Cầu

Giẽ, Ngọc Hồi. Các ông bác trong họ vừa khề khà chén trà, rít điếu thuốc lào, tâng bốc chú tôi: "Khác gì Quang Trung đánh trận Ngọc hồi, Đống đa đâu!" Ông thợ thổ mộ đang xắn đất nói: "Hồi tôi làm Tỉnh đội trưởng Hà Tây, chi huy đánh B52 trận Cầu Giẽ mà có điện thoại di động thế này thì còn gì bằng!".

Bà nội tôi lại lẩm bẩm như rên: "Thằng anh cả đi thì thằng em út mới ba tuổi. Giờ thì chờ đón nhau thế này đây". Bà tôi không làm gì suốt cả tuần khi được tin sẽ đưa bác về. Chỉ nắm chặt trong tay cái khăn mùi xoa chấm mắt. Thỉnh thoảng lại nói một câu như rên rỉ. Tôi ở với bà nội từ bé. Bố đi làm công nhân đường sắt, phải gác ghi tàu hỏa ở một ga xép rất xa nhà, cuối tuần mới về. Mẹ tôi là văn công chiến trường gần như cả đời đi chiến dịch, đi hỏa tuyến đi nông trường, đi phục vụ hội nghị phong trào. Tôi thuộc lòng kiểu nói chuyện của bà. Khác hẳn những người bà mà tôi biết của bạn bè cùng trang lứa, tôi luôn có cảm giác bà nội tôi như một người bạo bệnh chờ ngày rời cõi tạm. Như một tử tù sống thấp thỏm từng ngày đợi hành quyết. Bà thường rất ít nói, làm mọi việc trong im lặng. Thỉnh thoảng thì thở dài, thỉnh thoảng lắm mói nói một vài câu. Kiểu nói của bà tôi rất khẽ, chỉ như thảng thốt trong cuống họng. Giọng bà đều đều, rầu rầu lúc nào cũng như ai điếu. Mỗi câu bà nội tôi thở ra dều như một câu kinh nguyện cầu.

oOo

Thế mà gần nửa thế kỷ bác tôi mới tìm đường về nhà. Đó là cách nói của người làng tôi chứ đó là chuyến đi xuyên việt trên một chiếc xe Mishubishi 12 chỗ màu ghi đã rất cũ. Vậy mà nó chuyên chở cả đằng đẵng nhớ thương giữa hai miền nam bắc. Bao oán hận, bao tủi hờn rồi cả hốt hoảng nỗi thấp thỏm siêu hình đè nặng lên nội tâm chúng tôi. Ông bà nội tôi là đau khổ nhất. Có cả thảy bốn ông con trai thì chết ba còn mỗi một. Ông chú út tôi khi cải cách ruộng đất chưa đầy ba tuổi. Sau này, chạy nạn theo bà từng gánh hàng rong ngược xuôi để thậm thụt nuôi con thơ, chờ ông đi cải tạo nên không dám di cư theo họ hàng, gia tộc vào Nam. Chú chẳng học hành bằng cấp gì nhưng khéo tay nghề mộc. Cả một đời sống thiện lương ngoài biên chế nhà nước nhưng chăm chỉ, cần mẫn nuôi vợ con đâu ra đấy. Một mình chú, ngoài gánh nặng gia đình còn thêm gánh cha mẹ già và 11 đứa cháu mồ côi.

Bố tôi chết trẻ lắm, mà chết trước tiên trong nhà. Năm đó, bố tôi mới có 35 tuổi. Không tem phiếu, không tiêu chuẩn, không danh phận chỉ để lại một bản án là cái chết tiêu cực gây tâm lý hoang mang cho xã hội. Bố tôi tự vẫn trên xà nhà sau mấy lần bị vu là có ý đồ vượt biên di tản. Thành phần phức tạp. Giao du với bọn xét lại. Ý thức hệ tiểu tư sản. Lúc bố tôi mất, bác cả tôi vẫn đang ở trại cải tạo Biên Hòa. Rồi sau đó bác cũng đi rất nhanh. Chỉ nghe nói lại, không biết bác cãi cự gì cán bộ trong trại cải tạo mà bị đánh đập ghê gớm lắm. Một buổi chiều, khoảng 6 giờ có một chiếc xe nhà binh của trại đỗ trước cửa nhà ở khu Chợ ông Tạ, Sài gòn. Có ba người, một người đeo túi xắc cán bộ vào đưa giấy xác nhận và hai người khiêng cáng cứu thương. Người ta nói bác tôi ốm nên được cho về nhà dưỡng bệnh. Sáng hôm sau, khoảng 9 giờ thì bác đi.

Vậy là chưa đầy 3 năm, nhà tôi có hai cái tang người chết trẻ. Ông bà nội đã nhường cả phần đất chôn mình cho hai con trai. Ông bà xác định sẵn, đợi mãn tang bác cả rồi mới được làm lễ cải táng cho bố tôi. Nhưng bác cả mất chưa được đến năm thứ ba thì bác hai tôi mất. Đang đi xe đạp ngoài đường thì bị người đi xe máy đâm vào tai nạn rồi bỏ chạy. Bà tôi phải lễ bái không biết bao nhiêu chùa. Bà lên tận Bắc Ninh bắt quyết, nhốt trùng. Rồi phải mời thầy pháp về trấn yểm long mạch, mồ mả cho cả họ mới giữ được mạng cho chú út tôi đến giờ. Bà kể vậy.

Sau khi gia đình tan tác vì cải cách ruộng đất, bác hai tôi là người cõng bố tôi chạy xuống mỏ than Cọc 6 tận Quảng Ninh để xin vào làm công nhân từ năm bác mới 14 còn bố tôi thì 9 tuổi. Bác khai với công đoàn mỏ là bố mẹ làm dân công hỏa tuyến chiến dịch Điện Biên hy sinh hết cả rồi, giờ còn mỗi hai anh em. Thế là nghiễm nhiên bác hai và bố tôi được vào thành phần cơ bản đỏ của cách mạng: bần cố nông, giai cấp cần lao. Bác được cử đi học kỹ sư mỏ địa chất. Năm ấy có một đoàn tuyển sinh của Học viện âm nhạc quốc gia đi khắp các tỉnh thử năng khiếu. Bố tôi trúng tuyển, vào học kèn Tây. Được về nội trú trong trường ở đê La Thành, Hà Nội. Đang học năm thứ ba, không biết có đứa bạn học nào tố, trường phát hiện ra bố tôi là thành phần gia đình địa chủ phong kiến. Thế là bị đình chỉ học. Các thầy cô xin mãi mới được xuất nội trú trong trường nhưng chuyển xuống bộ phận chép nhạc. Hồi đó chưa có máy in. Học sinh đi học toàn tự chép nhạc vào vở nhạc riêng của mình theo phân bài của thầy. Còn giáo trình, giáo án của các thầy cô thì gửi xuống giáo vụ đăng ký, sẽ có người sao chép thành những bản nhạc mẫu để thầy cô giao bài cho học sinh về tập luyện. Có lẽ vì thế mà bố tôi nắm kiến thức vững hơn hẳn các bạn cùng trang lứa. Có những quyển giáo trình bố tôi chép đi chép lại đến thuộc làu, không cần nhìn bản gốc. Chép nhạc ba năm, thì bố tôi lại được trả về học nốt để tốt nghiệp nhưng vào một chuyên ngành khác, không phải kèn Tây. Bố tôi là người tài năng thực sự. Tất cả người quen biết bố tôi sau này gặp tôi đều khẳng định như thế.

Tôi mồ côi cha khi mười tuổi. Tôi có ba chị em nhưng cậu em trai út còn chết trước cả bố tôi. Lúc chưa đầy hai tuổi, em trai tôi vì căn bệnh kiết lị, y tế phường không điều trị đúng cách. Bố tôi đau quá, điên loạn đến trầm cảm rồi hai năm sau tự vẫn vì bất mãn và bệnh tật. Tóm lại là bị kết luận bệnh thần kinh, hoang tưởng. Nhưng thần kinh kiểu gì chứ cứ tự vẫn là bất mãn, tiêu cực rồi. Một xã hội tươi đẹp không thể có người tự kết liễu đời mình như vậy. Bố mất rồi, mỗi khi bị bắt nạt, mỗi khi hoảng sợ hay tủi thân, phẫn uất tôi chỉ còn mỗi cách đạp xe về quê. Ở quê, tôi vẫn còn ông bà nội, có chú thím và các anh chị em họ hàng. Bạn học cấp hai với tôi, đứa nào đạp xe về quê tôi đều há hốc mồm ra bảo: Nhà bạn trông như một ngôi chùa ý, trông giống đền chùa hơn là nhà ở. Chẳng đứa nào dám ngủ lại qua đêm cả nên cứ sáng sớm về ngồi bứt cỏ bứt lá ở mộ bố rồi vào nhà ăn cơm với ông bà, rồi lại sấp ngửa đạp xe về Hà nội, mai còn đi học.

Cải cách ruộng đất xong, nhà tôi mất hết điền sản đã đành, nhà thờ tổ của dòng họ cũng biến thành trụ sở tuần tra của thanh niên xã. Ngôi nhà thờ của gia đình tôi là do các học trò của cụ cửu đại góp công cất mái. Cả họ nhà tôi suốt bao đời làm thầy đồ. Có hai bia Trạng Nguyên ở Văn Miếu, cụ tổ còn được cử về làm Tổng trấn Hà Nam rồi được sắc phong làm Thành Hoàng ở huyện Duy Tiên, Ninh Bình. Cụ ngũ đại chỉ đỗ đến Tú tài nhưng lại đi sứ nhà Thanh, chuyên bấm huyệt mộ phong thủy và xây dựng cho quan lại bên sứ đến gần như hết đời mới về. Khi cái cách ruộng đất, nhà tôi mới chỉ mất hết ruộng vườn và nhà cửa thôi. Cả ao làng, đình làng và đất xây chùa, lập bia dòng họ đều do nhà tôi cung tiến với làng nên đã tự biến thành của chung từ lâu rồi, trước cả khi Cách mạng tháng Tám.

Mãi sau này, có một lần ông nội ốm nặng, tôi đạp xe về thăm, ông nằm trên giường bệnh buột miệng kể, gia đình có hai cơ sở là Nhà in Trung bắc Tân văn sô 34-36 Phùng Hưng thì chính quyền mới thành lập mua hóa giá lại thành nhà máy in Tiến bộ. Sau này là cơ quan tuyên truyền chủ lực của Đảng cộng sản. Còn xưởng sản xuất xe đạp “Dân sinh” là hãng xe đạp tư nhân đầu tiên của khu vực Đông Nam Á. Năm 1923, gia đình tôi liên doanh với hãng Peugoet lập ra hãng “Dân sinh” cung cấp cho cả thị trường châu Á. Đang làm ăn phát đạt thì chính quyền Cách Mạng tịch thu. Sau mô hình cải tạo “công tư hợp doanh” cũng thành ra Xí nghiệp xe đạp “Xuân Hòa” thuộc về nhà nước. Sau 1976 thì từ xí nghiệp mà thành nhà máy xe đạp, đổi tên thành “Thống nhất” như ngày nay. Vì thế mà ông đi cải tạo biền biệt từ tháng này sang năm khác. Bà tôi ăn chay niệm phật ngày đêm chỉ xin ông giữ được mạng sống trở về. Suốt 27 năm không tin tức. Rôi sau khi thông nhất, một ngày ông được thả về bất ngờ không ai được báo trước. Ông về quê, ở nhà đúng một tuần rồi vào thẳng trong Nam ở chợ Ông Tạ với anh em họ hàng và gia đình bác cả cho đến tận khi bố tôi mất ông mới chịu về lại quê. Hình như ông thấy giữ mãi trong lòng những câu chuyện như vậy mà phát bệnh nên ông vô thức nói ra với tôi lúc ấy. Nói chỉ để nói, một cách mơ hồ chẳng cần thông điệp gì.

oOo

Thế rồi bác cả tôi cũng về đến nhà. Đã xế chiều, hơn 3 giờ xe mới rẽ vào cổng nghĩa trang. Lúc ấy, dường như sự dò tìm đường căng thẳng và cả sự mệt mỏi vì đợi chờ của tất cả mọi người đã khiến việc nhìn thấy nhau nó quáng quàng và tự nhiên. Chị em chúng tôi lao vào nhau như một cơn gió, chẳng có chuẩn bị, hay đúng hơn là quên phéng hết mọi sự chuẩn bị. Chẳng còn sự sến súa hay sự rung động kiểu kịch tính nào như tôi tưởng tượng. Tôi nhìn thấy mấy người anh chị em tôi mở cửa xe bước xuống mệt mỏi bơ phờ. Mấy người khiêng đòn thoăn thoắt ra gánh tiểu đựng hài cốt bác tôi. Bọn trẻ con trong làm chạy ra bu quanh xe chỉ trỏ “Đéo có cờ đỏ sao vàng, đéo phải liệt sĩ chúng mày ạ.” Một thằng ra vẻ thông thạo “Liệt sĩ thì đã bắc loa thông báo từ hôm qua hôm kia, rồi sau đó sẽ mang vào sân Ủy Ban làm lễ mới phải. Cần gì phủ cờ hay không, tao biết ngay là đéo phải rồi”. Bác tôi rời làng ra đi khi cũng trạc tuổi các cậu nhóc ấy. Giờ trẻ con trong làng định lượng những bộ hài cốt trong những chiếc tiểu về làng thản nhiên như mấy ông cán bộ nguồn bình xét tiêu chuẩn tín nhiệm trong nhân dân.

Mấy anh chị của tôi trông hơi có vẻ hốt hoảng, e dè mắt dáo dác lướt đi trên mặt đám đông để tìm người thân. Những người thân chưa bao giờ từng gặp mặt, chỉ hình dung và nhìn thấy nhau trên ảnh và thư từ viết tay vội vàng. Đám thổ mộ đã kịp đảo qua nhà về ăn cơm trưa rồi lại quay về nghĩa trang xoay cái lều chiếu rách về phía che nắng hoàng hôn khi hạ huyệt. Mà để được như vậy là sư thầy và chú tôi lại hì hục bấm bấm, nhẩm tính trên đốt ngón tay rồi lại chạy lên miếu gốc đa giữa nghĩa trang làm lễ khấn vái tụng niệm mãi. Sư thầy bảo đang tìm cách dẫn vong tìm đường về làng.

Chúng tôi im lặng, im lặng như bị cứng hàm không nói được gì. Chỉ biết làm theo lời sư thầy và các chú các bác trong họ về từng chi tiết: chít khăn tang, chắp vái, cúi lạy rồi bưng bê, khuân vác cái này, cái kia. Âm thanh láo nháo của người làng, người trong họ và người ngoài họ. Tuyệt nhiên, lúc ấy tôi không nghe thấy âm thanh nào phát ra từ phía người trong cuộc, nghĩa là những người trong nội tộc nhà tôi. Cả tiếng bà nội tôi rền rĩ hay tiếng chú thím tôi chỉ đạo sắp xếp công việc suốt cả ngày trời. Dường như tất cả chỉ là để chuẩn bị. Tất cả là để dành cho sự trở về của bác cả tôi. Thế là đất mẹ đã ôm bác vào lòng. Tất cả những gì muốn được đào xới lên trong nội tâm của mỗi người với hàng trăm câu hỏi dằng dặc suốt nửa thế kỷ cũng đã lại nhanh chóng được lấp đi, được vùi sâu xuống, được lèn chặt lại rồi đậy lên trên một lớp cỏ xanh mướt, dày dặn. Như đã lâu lắm rồi. Cỏ xanh, sự im lặng vĩnh hằng.

oOo

Bữa cơm khá trầm. Mọi người như quá mệt vì chuyến đi dài. Hầu như chị em chúng tôi chỉ giao lưu bằng ánh mắt với nhau khi xung quanh quá đông người. Vì thế, khi khách khứa trong họ đã vãn dần. Chú thím tôi đứng ra cảm tạ họ hàng rồi mời cơm, mời nước xong xuôi, trong nhà chỉ còn lại đúng những người huyết thống. Ông bà nội đã ngoài 90 cả rồi. Ông trầm ngâm ngồi mài mực, viết bài điếu chữ nho lên giấy điều khóc bác cả theo cách riêng của ông. Bà thì thở dài phe phẩy chiếc quạt: "Khôn văn tế, dại văn bia" khi vừa tự tay chôn xong đứa con trai thứ ba trong khu lăng mộ gia đình. Đúng là nhìn ông bà, tôi không biết điều gì đang xảy ra trong thế giới nội tâm của hai con người chỉ kịp sống với nhau có một phần năm đời mình. Còn lại là sống mà như không hề được sống dằng dặc suốt gần một thế kỷ. Chỉ toàn bắt bớ, giam cầm, tù đày và nhận xác con mình mà chôn trong vô minh.

Những ngọn đèn sân vườn, hành lang và đèn lớn phòng thờ, phòng khách đã được tắt bớt, quầng sáng giờ chỉ đủ những người ngồi quanh bàn nhìn rõ mặt nhau. Chú tôi đun nước tiếp thêm vào ấm trà, đóng cổng và khép bớt cửa lại rồi đi nghỉ sớm cho năm sáu chị em chúng tôi ngồi lại với nhau. Lần đầu tiên những đứa trẻ mồ côi trong một đại gia đình được gặp gỡ và ngồi bên nhau quay quần như vậy. Bác tôi báo mộng đòi đưa hài cốt về quê một phần nữa chắc là muốn các con mình tìm về với quê cha đất tổ. Mà nếu không phải vậy, biết khi nào chúng tôi mới có dịp gặp nhau đây.

"Lúc đầu, nói thật là anh nghe chuyện đưa ba về quê, anh không ưng. Anh là rể thôi mà anh bị dị ứng bọn cộng sản Bắc kỳ. Bà chị của các em khóc quá trời làm anh cũng mủi lòng. Chứ chết rồi là hết, còn biết gì nữa đâu mà bày đặt. Nếu ba vợ anh ổng có khôn thiêng thì rõ là nằm ở nghĩa trang của lính cộng hòa trong kia còn có bạn bè. Có quân, có tướng cũng đỡ buồn chứ em. Anh tên Dũng. Anh lớn tuổi rồi, hơn các em hẳn hai chục tuổi, không họ hàng ra đường gọi chú cũng được đấy". Anh rể tôi mở chuyện.

Chị tôi tiếp lời. "Mà tụi em biết không. Trời ơi, ba chị linh ghê lắm đó. Chạy qua Huế cỡ hơn 100 cây số rồi, thấy trời bỗng dưng như tối sập xuống. Mệt quá, lại đói nữa. Xế chưa quen đường mà lại chở hài cốt nên ghé vào đâu cũng ngại. Mà cũng phải dừng ăn, dừng nghỉ chút xíu. Rồi cả bác tài cả mấy đứa táp vô lề đường chỗ quán ăn, định nghi chút thôi mà ngủ quên mất. Đang ngủ, chị thấy ba chị lay lay gọi: Trân, dậy đi, đừng có ngủ nữa. Dậy, đi mau không mưa lũ, đi không kịp đâu. Chỉ sực tỉnh mở mắt ra thấy nguyên xe vẫn đang ngủ li bì. Chị lay anh Dũng với tài xế rồi cả Vân dậy. Mọi người ngủ dở giấc mệt thấy muốn cáu quá. Vậy chị nịnh ngọt mọi người đi không thì không kịp tới chỗ kiếm khách sạn thì đêm biết ngủ đâu. Trên đường, chị kể chuyện ba vừa gọi chị dậy nói không đi mau thì mưa lũ. Mọi người nhìn chị như kiểu dựng chuyện bày đặt hù người không à! Rồi, chạy một mạch tới đêm được về tới chỗ lấy khách sạn xong thì mưa bão sập xuống. Bản tin ti vi đưa tin ầm ầm là chỗ tụi chị mới chạy ngang hồi chiều vừa sạt lở đất rồi lũ quét gì gì đó. Ngập lụt mênh mông luôn, hơn chục người mất tích chưa tìm được. Hú hồn".

Tôi nhìn anh Dũng, anh rể tôi, cố đoàn xem anh gốc gác thế nào. Trông anh không giống người Nam, chẳng ra người Bắc. Anh đeo chiếc xích vàng rất to quanh cổ, tay cũng đeo lắc vàng trông rất nặng với đồng hồ đắt tiền. Rồi cánh tay anh xăm trổ chi chít. Nhìn cổ và gáy anh cũng đầy hình xăm. Trông anh khá rắn rỏi cơ bắp mặc dù người chỉ tầm thước, không phải dạng lực lưỡng cao to. "Trông anh như giang hồ đất cảng" tôi buột miệng đùa. Anh trợn tròn mắt nhìn tôi: "Sao em ranh vậy? Ai nói em biết? Hay chú kể gì về anh?".

Tôi lúng túng: "Không ạ. Là em bị nhiễm phim ảnh sách vở, nói vui anh vậy thôi".

Anh cứ nhìn tôi không chớp mắt như dò xét. Rồi anh Dũng bỗng nhiên như người khác. Anh hạ giọng gần gũi hơn "Mà cả mấy đứa tụi em nữa, anh nói thật, hồi đầu nghe Trân và Vân kể chuyện mấy đứa. Mà thím nhà mình là văn công giải phóng hả? Anh cũng không muốn gặp luôn. Anh đặc biệt ác cảm với bọn văn nghệ sĩ. Nghe nói em cũng viết văn làm thơ viết báo gì đó đúng không? Rồi, vậy nên anh không có ưa. Nói thật lòng là anh rất khinh bọn văn nghệ sĩ, nhất là bọn gốc Bắc".

Tôi im lặng nhìn anh vừa ngạc nhiên vừa bực. Như thấy được thái độ khá dè dặt, sượng sùng của tôi, anh cũng hơi lúng túng. Anh Dũng chìa tay: "Thôi, vậy giờ người trong một nhà, anh không cần giấu các em. Anh là con một ông tướng bên an ninh, cộng sản nòi đó. Cộng sản hơn cả người cộng sản hiện giờ luôn. Anh người Hải Phòng, cả gia đình anh đều ở Hải Phòng. Chờ chắc vẫn vậy quá!".

Tôi ngạc nhiên: "Sao anh nói giờ chắc vẫn vậy, thế anh không liên lạc với gia đình mình à?"

Anh cúi đầu cười chua chát: "Anh vì nhiệm vụ mà thoát ly gia đình từ năm 76 đến nay. Chưa một lần hồi hương luôn. Tin không? Đây là lần đầu tiên luôn đó. Mà cũng vì bà Trân bả lèo nhèo mắc bực mình anh mới chịu về. Về là vì cái lễ cải táng ông già vợ này chứ khi anh lấy Trân thì ổng mất hồi nào rồi chứ!"

Chị Trân nhìn tôi bẽn lẽn không giấu niềm hạnh phúc vì được chồng cưng chiều, nhưng vẫn cứng giọng "Kệ ông chứ, ông không zìa chị em tui tự đưa nhau zìa mắc mớ chi ai? Cội nguồn quê cha đất tổ tui mà sao tui hổng zìa! Ba tui kêu tui đưa ba zìa, sao mà tui dám hổng nghe?"

Tôi nói: "Chị em mình đàn bà Việt, thân phận tam tòng tứ đức, quá khổ chị ơi. Chị thoát ly được là sướng rồi. Như em ở ngay quê cha đất tổ đây mà bước chân về nhà chồng là cắm mặt lo chuyện dòng họ bên chồng. Muốn về lo chuyện nhà mình thì chỉ còn cách trốn về, lặng lẽ vun vén được gì thì vun thôi. Mà anh chị có tính chuyện nhân dịp này về Hải Phòng thăm quê anh Dũng luôn không?"

Câu hỏi của tôi như chạm đúng huyệt anh Dũng. Mặt anh bỗng dưng tái ngắt. Anh nói: "Thực sự là anh không biết giờ ba mẹ anh còn hay mất. Các anh chị em trong nhà ra sao. Chuyện đời anh dài và lằng nhằng lắm. Kể các em không tin được đâu. Mà trên đời này chẳng ai tin được một thằng như anh mà cũng được coi như có số phận của một con người. Anh chết đi sống lại cả chục lần rồi, thật đấy. Giờ anh chẳng thiết gì nữa, anh cũng tự coi như chính anh chết nhiều lần rồi, tái sinh nhiều lần rồi, anh ở tận một kiếp nào đó, đầu thai qua lại lòng vòng".

Chị Cẩm tôi, chị là con đầu của bác hai dưới Quảng Ninh chợt hỏi: "Anh Dũng, sao lúc nãy anh nói anh ghét văn nghệ sĩ?"

Anh Dũng cười gượng gạo: "Anh học an ninh ra, để theo sát dòng người vượt biên ở Hải Phòng, ban đầu anh chơi băng đảng, sau đó xâm nhập vào đường dây vượt biên chuyên tổ chức đưa người ra nước ngoài nhưng đa phần là thất bại. Chủ yếu cứ lừa lấy tiền, lấy vàng của người ta rồi cũng thuê tàu bè này kia, rồi lại mật báo cho người của mình trá hình làm cảnh sát biển đi tuần tra bắt họ lại. Ai muốn vượt biên là vào danh sách hết, ngầm trao trả về công an địa phương quản thúc. Nhưng cũng có khi buộc lòng phải để người ta đi chứ không lẽ chuyến nào cũng bắt. Rồi anh được lệnh tổ chức là sang nằm bên trại Hồng Công. Nằm bên đó như người di tản thực thụ. Lúc anh đi, mới hăm mấy tuổi đầu mà dám xác định một đi không trở lại rồi. Giờ về ngồi đây nói chuyện với các em là anh không dám tin, không có trong tưởng tượng của anh luôn!"

Anh nhìn tôi, nhìn quanh mọi người rồi giải thích: "Còn cái vụ ghét bọn văn nghệ sĩ thì cũng chẳng có gì. Thấy thực sự là ghét thì bảo ghét thôi. Anh nói thật, tởm nhất là bọn ăn cháo đá bát, thớ lợ điêu chác nhất trần đời. Anh nằm bên trại tị nạn Hồng Công, tỉ tê nghe tâm sự đủ từng người, thấy cũng nhiều người ham giàu, ham sướng, sợ khổ. Nhiều người hoàn cảnh không thể sống được thì tìm cách tháo chạy. Như kiểu người thành phần, giống gia cảnh nhà các em đấy. Cải cách ruộng đất rồi quy kết địa chủ, tư sản này kia. Người vào Nam được rồi thì đâu biết người ở Bắc mới khổ, phải gánh nạn hận thù, lý lịch. Nhưng còn cái bọn ăn trắng mặc trơn, được hưởng chế độ cả nhà cửa, cả thịt cá đường sữa hơn người. Lúc nào cũng nói giọng đạo đức, lý tưởng cao ngạo. Mà anh nhìn ra, toàn bọn xuất phát bần cố nông ba đời, học hành gì đâu mà lúc nào cũng muốn làm thầy thiên hạ. Uốn lưỡi, bẻ cong ngòi bút tụng ca người trên, hành hạ kẻ dưới rồi tiêu diệt, đâm thọc sau lưng đồng nghiệp. Cái bọn bút nô ấy mà, anh nói thật. Anh khinh".

Chị Cẩm tôi ngạc nhiên: "Thế sao họ lại tìm cách vượt biên nhỉ? Hay bất đồng quan điểm chính trị hả anh? Em thấy bảo nhiều người tài bị trù ẻo, đầy đọa. Khó sống quá nên họ phải đi tìm miền đất tự do cho sáng tác?"

"Nói thật với em, anh chẳng phải thằng quan tâm nhiều đến văn chương, văn nghệ hay gừng tỏi gì anh thấy đều cần phải sống cho giống một con người. Nhiều thằng anh cứ im lặng nghe nó than vãn và tự tâng bốc bản thân mình, tự vào vai nạn nhân bất đắc chí chứ không hiểu tài cán nó đến đâu. Chỉ cần nhử tí lợi danh là chúng nó sẵn sàng bán đứng danh dự, tổ quốc chứ nói gì đến bạn bè. Nói chung anh ghét bọn sáng một giọng chiều một giọng. Lại chưa kể mấy thằng bệnh hoạn, yếu sinh lý, dê vặt mà cứ thớ lợ vỗ ngực rằng đấy là nghệ sĩ tính. Lẻo mép lừa tình con gái nhà lành xong quất ngựa truy phong bằng mấy vần thơ giẻ rách thì nghệ sĩ cái gì!".

Mấy chị em tôi bật cười nhìn nhau. Tôi hỏi: "Chị Trân có bao giờ nói cho anh biết, nhà mình có mười bảy người bị xử bắn trong cải cách ruộng đất không? Sau đấy thì bác Ngọc họa sĩ đi tù 29 năm vì trong nhà treo tranh khỏa thân của bác vẽ. Ông Thạch đẻ ra bác Ngọc mình là một nhà thơ nổi tiếng, ông từng là giáo sư đại học Đông Dương trước cách mạng. Ông bị lôi đi thủ tiêu ở đâu không ai biết chỉ vì giỏi tiếng Pháp và làm thông ngôn cho người Pháp. Người ta bảo vì ông là giỏi tiếng Pháp như vậy, chắc chắn sẽ làm mật thám cho Tây. Chẳng lẽ người cộng sản thì luôn có sự thù ghét văn nghệ sĩ, trí thức hả anh?"

Anh Dũng ngạc nhiên: "Vậy hả em? Trân đâu có nói, mà anh cũng chẳng khi nào hỏi. Anh gặp Trân và gá đôi với nhau là khi anh trốn chạy từ Mỹ về Úc. Phận lưu vong đâu cũng vậy cả. Sợ hỏi một câu lại tuôn ra tràng giang đại hải nỗi niềm. Mà anh sợ hỏi bả rồi, mất công bả hỏi anh, anh không biết kể sao, nói sao. Chứ qua trại bên Mỹ ở San Diego một thời gian anh bị phát hiện. Thế là trùng điệp các cuộc đuổi bắt, đánh đập, truy lùng để thủ tiêu. Anh tìm cách bắt liên lạc lại với tổ chức để xin hồi hương nhưng tổ chức bỏ mặc. Có lẽ họ cũng chẳng sử dụng anh vì không thể kiểm soát anh được. Như vậy chắc chắn anh sẽ không được tin tưởng nữa. Cái nghề của anh coi như nhận án tử hình rồi. Anh chuồn sang Úc là lúc xác định mình đã chết. Mà tụi em biết lúc đó anh làm gì để sống không? Ăn cắp đồ ở băng chuyền sân bay. Anh xin làm bốc vác sân bay rồi sống trong khu ổ chuột người Hoa. Người Hoa vậy mà họ cưu mang nhau ghê lắm. Thế nên họ rất mạnh, dám di dân khắp thế giới và xây dựng thành trì chứ không như người Việt mình. Cái tên Ngô Anh Dũng bây giờ cũng không phải tên thật, tên cúng cơm cha mẹ anh đặt đâu nhé. Anh học cấp ba trường Ngô Quyền ở Hải Phòng nên lấy họ Ngô. Tên Anh Dũng là tự coi như mình đã hoàn thành nhiệm vụ. Và đã hy sinh anh dũng. Tổ quốc ghi công cốc cho đồng chí. Hết phim! Ha ha ha!"

Chuyện đang lên, bà nội tôi lại lần mần cầm khăn mùi xoa sụt sịt từ trong phòng đi ra. Bà hỏi: "Các anh chị đang nói chuyện gì thế? Chuyện người ta mình làm sao hiểu. Muốn hiểu chuyện người ta làm thì phải hiểu cái trong đầu người ta muốn. Người ta nghĩ một thứ, người ta nói ra miệng một thứ khác rồi đến khi làm, họ làn khác cả cái họ nói lẫn họ nghĩ. Họ làm cái họ thực sự muốn cơ..."

Mấy đứa nhìn nhau còn chưa hiểu bà ám thị ai. Người ta là anh Dũng hay người ta là cấp trên của anh, tổ chức của anh. Chị Vân tôi nhanh miệng: "Nội chưa đi nghỉ hả nội. Hay nội không ngủ được? Để con vào xoa lưng cho nội ngủ nhé?"

Chị Trân tiếp lời: "Nội vừa nói tới người ta làm con chưa hiểu là ai đó nội?

"Là những người bắt chồng tôi, bắt con tôi. Người ta là những người bắt bố các chị đấy, chị biết chưa?" Bà lại nói như rền rĩ rất khẽ. "Tôi gần trăm tuổi rồi, tôi van các anh các chị, tránh xa họ ra. Muốn được yên ổn thì tránh thật xa họ ra. Sống với họ thấp thoáng thôi, đừng phô trương, đừng để họ biết được mình. Nếu biết anh chị có gì, họ sẽ tìm mọi cách chiếm đoạt. Biến của mình thành của họ. Rồi họ sở hữu. Rồi họ chưa chịu buông đâu, họ sẽ kiểm soát mãi mãi. Không thoát ra được đâu. Họ không chỉ kiểm soát tài sản các anh chị có, họ muốn kiểm soát cả suy nghĩ của các anh chị, kiểm soát những thứ trong đầu người khác. Vậy tôi van nài các anh chị, đừng để họ biết mình nghĩ gì. Đừng để họ gần mình quá."

Bỗng nhiên bà nội nói như mê sảng, như van vỉ lũ cháu làm chúng tôi sững sờ. Nhất là với tôi. Chưa bao giờ tôi thấy bà nói dài như vậy. Dài và rõ ràng, cương quyết chứ không rền rĩ như xưa nay tôi biết. Rôi bà lại trở về với giọng thủ thỉ, đúng kiểu của bà: "Hôm nay tôi xong việc với các con tôi rồi. Hôm nay mới đúng là ngày sang cát cho tôi đấy các anh chị ạ. Tôi chết lâu rồi mà không được chôn. Tôi tự chôn tôi lâu rồi mà hôm nay mới được cải táng, sang cát theo anh cả. Tôi xong việc của mình rồi!" Rồi bà nghẹn ngào khóc không thành tiếng. Các chị tôi ôm chầm lấy bà, vai rung lên nhè nhẹ. Mắt ai giờ cũng đỏ hoe.

Bỗng nhiên, anh Dũng cũng sụt sùi. Rồi anh khóc thành tiếng. Như có ai đó đang sống dậy trong anh. Lần đầu gặp, tôi không hiểu cơ chế thần kinh của anh cũng như tính cách con người anh ra sao, chỉ thấy trước mặt mình một người đàn ông đầy sự chân thành và giàu cảm xúc. Anh nghẹn ngào: "Bà ơi, con chỉ là cháu rể của bà thôi, con cũng có đúng cảm giác ấy đó bà. Con cũng coi như mình đã chết nhiều lần rồi cũng tự chôn mình nhiều lần rồi. Hôm nay con về lại đất mẹ, về với tổ quốc con cũng thấy như mình được cải táng rồi, bà ơi!"

Thế là vỡ trận. Cả nhà tôi bỗng dưng chuyển sang không khí một đám tang. Mà đúng hơn là một lễ cải táng tinh thần cho tất cả những người cùng huyết thống đang ngồi lại bên nhau. Một nghi lễ chết lần thứ hai, cái chết lần chót cho một phận người. Ông nội trong buồng bên cũng chống gậy trúc lần từng bước ra ban thờ thắp tuần hương mới trước án hương tiền tổ của dòng họ. Ông bảo: "Thôi, ở đây, trong cái nhà thờ họ này toàn người chết với nhau cả. Chết đi chết lại nhiều lần quá đâm ra nghĩ đến sống mà thấy nhảm. Trước kia, khi cha các cháu còn nhỏ, ông hay bảo ban cha các cháu về chữ Đức. Đức là gì? Là không làm khổ người khác bằng nỗi khổ của mình. Có tài hay không, chỉ tự mình ta biết là đủ. Có vận hay không chỉ có trời mới biết. Nhưng có đức hay không thì đời nhìn vào họ biết cả đấy! Ông bà chỉ mong con cháu sau này sống có đức là được rồi. Đừng để ai nói mình thất đức, vô đạo là ông bà nhắm mắt xuôi tay cũng thấy mát mẻ rồi!"

oOo

Lễ cải táng ấy cách đây đã hơn mười năm. Hôm nay bất giác tôi chợt muốn nhắc lại. Đó là một bí mật riêng của gia đình tôi nhưng nó luôn in sâu trong trí nhớ của tôi. Nhất là mỗi khi về quê tảo mộ, thắp hương cho các ông bà, gia tiên, hai bác, bố và em trai nhỏ của tôi. Tôi nhớ, sau lễ cải táng ngày hôm đó, anh Dũng cũng đã thu xếp đưa chị Trân tôi về Vĩnh Bảo quê anh và biết rằng bố mẹ anh đã sống những năm cuối đời hưu trí tần tiện. Ông bà cũng đau ốm bệnh tật tuổi già nhưng thanh thản đến khi nhắm mắt xuôi tay. Ông bà luôn tin rằng anh đã hy sinh anh dũng khi làm nhiệm vụ, đúng theo kiểu anh hài hước tự giễu nhại bản thân mình với chúng tôi. Gia đình ruột thịt của anh không còn nhiều người ở Hải Phòng và họ ngỡ ngàng khi anh xuất hiện vì đã được nhận giấy báo tử từ rất lâu rồi. Người ta báo anh đắm tàu khi trên đường vượt biên. Gia đình lấy ngày 30.4 hàng năm làm ngày giỗ tượng trưng cho anh.

Ông bà nội tôi giờ đây thanh thản Tây phương cực lạc. Tôi có niềm tin rằng ông bà hoàn toàn toại nguyện với 11 đứa cháu mồ côi cha đã thực sự trưởng thành, biết làm người có đạo đức.

Mai giỗ bác cả tôi. Giỗ lần thứ bao nhiêu, giờ tôi cũng chẳng nhớ nổi nữa. Tôi vẫn gặp di ảnh bác trên bia mộ đá khắc mỗi khi về tảo mộ hay thanh minh cho gia tiên tiền tổ. Xuân thu nhị kỳ. Mộ ông nội tôi nằm phía dưới chân mộ hai cụ nội. Con cái lại về với cha mẹ. Bác cả nằm dưới chân ông và các cụ phía sau mộ bà nội, phía vai phải của bà. Bác hai nằm cạnh bác cả, phía bên vai trái mộ bà còn mộ bố tôi nằm phía chân mộ bà nội. Còn một khoảng đất trống nữa, đã để dành sẵn cho chú út của tôi. Khu mộ gia đình bằng đá ong cứ mỗi nằm lại thêm trầm mặc nhưng vững chãi. Tôi trồng trên mộ ông nội một chậu xương rồng bát tiên. Mộ cụ cửu đại, tôi trông cây thanh liễu trắng. Mộ bà nội tôi trồng cây mai chiếu thủy, tôi nhớ tên hiệu của bà là Diệu Mai. Ông nội tôi tên hiệu là Thu Sơn. Cụ Tú xứ tên hiệu là Thái Cân. Từ đời bố và các bác tôi thì không còn tên hiệu gì nữa.

Tuần trước, tôi mới nhận tin anh Dũng mới qua đời vì ung thư gan bên Úc. Bỗng dưng, tôi nhớ lại câu chuyện lễ cải táng cho bác cả nhà tôi năm ấy. Tình cờ năm nay giỗ bác cả lại đúng ngày 30 tháng tư, ngày giỗ khống cho anh Dũng, con rể bác. Một người cộng sản vô danh. Tôi sẽ luôn nhớ lần đầu tiên và duy nhất gặp anh với cái tên mà tôi được anh giải thích vì sao anh đang chọn dùng khi đó. Tôi tin đó chính là lễ cải táng của đời anh với quê hương Việt nam. Tôi đang nghĩ đến một ngày chị Trân tôi sẽ lại đưa anh về Vĩnh Bảo, như năm xưa anh chị đưa bác tôi về Thạch Thất để vĩnh hằng ở bên gia tiên tiền tổ của mình. Tôi sẽ chờ ngày lễ ấy. Tôi sẽ đưa hết các con, cháu mình về để đợi đón anh.

Phan Huyền Thư
Whitby, Ontario. Canada.
Ngày 30 tháng Tư, năm 2023

PHAN NI TẤN

TÌNH RỪNG

Đèo Âm-Rắc (M'drack) nằm trên Quốc lộ 21, cách Ban Mê Thuột khoảng 100km. Đoạn đèo dài 28km quanh co, đổ dốc hiểm trở, một bên là vách núi, một bên vực sâu, cỏ lau bạt ngàn, vào mùa mưa thường xẩy ra nhiều tai nạn. Tuyến đường từ Ninh Hòa lên Banmêthuột, ngoài đèo M'drack còn có đèo Dục Mỹ, đèo Dốc Cao và đèo Phượng Hoàng. Đứng trên đèo M'drack, tháng năm gió Lào thường thổi từng đợt vi vu trên đầm cỏ lau tạo thành những dợn sóng trắng phếu đuổi nhau chạy miết đến hút tầm mắt về phía núi. Đặc biệt, cách đèo M'drack khoảng 20km ở hướng Tây Nam có một buôn Thượng chỉ non chục nóc nhà sàn lụp xụp, được bao kín mít bởi cánh rừng già trăm năm. Đó là buôn Cho của sắc tộc M'dhur, một nhánh nhỏ của người Êđê. Buôn Cho nằm ẩn mình hun hút trong núi rừng trùng điệp nếu không có thảm cảnh chiến tranh thì cả đời chẳng ai héo lánh tới.

Đầu thập niên 1960, tuyến đường của quốc lộ 21 từ quận Phước An đi Ninh Hòa thỉnh thoảng bị Việt Cộng đắp mô. Sau mùa mưa, phu lục lộ không kịp sửa chữa nên mặt đường càng gập ghềnh, bừa bộn, lồi lõm những ổ gà, ổ voi. Vào mùa mưa đường càng trơn trợt, lầy lội, nhiều xe bị lún sình, nằm ụ dọc đường. Nhất là đèo M'drack, Việt Cộng thường chặn xe cộ lên xuống đòi nộp thuế mãi lộ, gạo, muối, cá khô và những vật dụng cần thiết. Trên tuyến đường này, thỉnh thoảng thầy trò thiếu úy Thân và binh nhất Quách Beo đi công tác Dục Mỹ, Nha Trang tiếp nhận các vật dụng quân cụ cần thiết.

Binh nhất Quách Beo thuộc ban Quân xa Tiểu đoàn Quân Cụ Banmêthuột, là một thợ máy kiêm thợ mộc có tay nghề. Quách Beo tuy còn trẻ nhưng tướng tá vạm vỡ, đi đứng dềnh dàng như con gấu. Hàng ngày, ngoài công việc bảo trì, sửa chửa đủ loại xe nhà binh, rảnh rỗi anh còn lui cui cưa, bào, đục, đẽo, sơn phết doanh trại. Quê của Quách Beo ở miệt vùng Thất Sơn Châu Đốc, nơi có lắm truyền thuyết huyền bí; sau một khóa huấn luyện tân binh quân dịch tại Trung Tâm Huấn Luyện Quang Trung, Quách Beo chọn ngành Quân cụ tình nguyện lên tuốt cao nguyên miền Thượng lập thân. Nghe đồn anh có võ Thần quyền còn gọi là võ Bùa vì Quách Beo rất tự hào với chiếc nanh heo lúc nào cũng đeo trước ngực. Có điều anh chàng rất bảnh chọe. Cuối tuần là chặt láng. Áo quần tươm tất, nai nịt gọn gàng, xịt dầu thơm, tóc sức "bri-zăn-tin" khệnh khạng đi bát phố.

Tháng 5 năm 1957, trên đường đi công tác Dục Mỹ, thầy trò Quách Beo gặp phải cơn mưa tối tăm mặt mũi gần tới đèo M'drack mới tạnh hẳn. Đèo M'drack vừa dài vừa quanh co, nổi tiếng hiểm trở, dốc chuồi đến chóng mặt, gặp mưa đường càng trơn trợt nên anh tài xế giảm hẳn tốc độ, cẩn thận cho xe chạy thật chậm.

Đi công tác lúc nào cũng vậy, Quách Beo thường cụ bị theo cái mền nhà binh và tấm nệm mỏng lét đặt sau sàn xe. Dọc đường ít khi gặp mưa, chàng tuổi trẻ hứng chí hát hò đã đời rồi dụi đầu xuống nệm ngủ thẳng cẳng. Lần này, sau khi mưa dứt hột Quách Beo khoan khoái vạch tấm bạt thò đầu ra, vươn vai phồng ngực thở hít khí rừng khí núi, ngắm cảnh hoang liêu chập chờn những làn sương trắng mỏng như khói từ những khe núi phả xuống bao trùm ngọn đèo. Ở núi chiều xuống rất nhanh nên không còn bóng dáng xe cộ xuôi ngược.

Đi được nửa đường đèo tới khúc quanh trơn trợt nguy hiểm nhất thì trời lại đổ mưa, thiếu úy Thân vội trấn an người tài xế. Có điều trong thời chiến, đôi khi số phận người lính cũng giống như khúc quanh của ngọn đèo, vốn nguy hiểm lại ẩn chứa nhưng bất trắc khôn lường. Mà thật vậy.

Anh tài xế rà thắng vừa cho xe áp sát vách núi quẹo khúc quanh thật gắt thì xe cán trúng mìn chôn bên đường, cùng lúc một luồng hơi nóng từ trên chóp núi bắn vụt xuống. Đúng là họa vô đơn chí. Chiếc GMC to lớn, kềnh càng làm vậy, chỉ cần một phát bazooka và trái mìn Việt Cộng quá đủ để nhấc bổng chiếc xe lên, xé banh từng mảnh bốc lửa ngùn ngụt xong ném tất cả ào xuống vực sâu.

oOo

Nằm chết ngất dưới vực sâu không biết bao lâu, một ngày, hai ngày hay lâu hơn, binh nhất Quách Beo vẫn không chết. Có thể nhờ sức vóc trẻ trung khỏe mạnh hay nhờ nanh heo yểm bùa đeo trên cổ đã giúp Quách Beo thoát khỏi tay tử thần? Tuy nhiên khi tỉnh dậy, anh thấy người vấy đầy máu, trán, ngực, cánh tay và đùi trái bị miểng cắt ngang dọc bầy nhầy những lằn dài, máu vẫn còn ri rỉ.

Quách Beo run rẩy ngóc đầu nhìn quanh quất không thấy người tài xế chỉ thấy thiếu úy Thân nằm bất động cạnh gốc cây dầu. Quách Beo cố trườn tới gần để rồi sởn cả tóc gáy. Khuôn mặt thiếu úy Thân bị cắt phăng mất phân nửa, óc bết nhầy nhụa lên tóc, máu từ trong con mắt còn lại mở trừng chảy thành dòng xuống cổ đọng thành vũng, đặc quánh, hai cánh tay và chân trái đứt lìa, ngực mở toang, ruột trào ra khỏi bụng thành một nùi nhuộm đỏ cả đám cỏ lau.

Nhìn cảnh tượng hãi hùng trước mắt, Quách Beo cố sức bò ra khỏi vùng tử địa khoảng hai mươi thước, vừa chạm lối mòn luồn giữa đám cỏ tranh cao lút đầu thì kiệt sức. Trước lúc ngất đi anh loáng thoáng nghe như có tiếng chân người đạp cỏ tranh lào xào đi tới.

oOo

Ngót mười năm sau, năm 1967, binh nhất Quách Beo của mười năm trước đã trở thành người Thượng chính cống, mang tên Y Heo Mlô, gọi tắt là Heo, có vợ tên H'mái, người trong bản thường gọi là Meo, con gái của già làng. Sau hơn bốn tháng được đồng bào buôn Cho cứu chữa bằng lá thuốc và rễ cây rừng khó khăn lắm Quách Beo mới dần dà hồi phục, song anh mất hết ký ức. Quách Beo hoàn toàn không biết gì về quá khứ của mình chỉ mơ màng biết anh là Y Heo thuộc người của buôn Cho. Dù vậy, Quách Heo vẫn còn yếu, chân tay run rẩy không làm được việc gì ngoài việc bập bẹ học tiếng của người M'dhur do vợ anh dạy. Qua khuôn mặt đờ đẫn, mắt nhìn xa xăm, vợ dạy sao anh học vậy, như người máy. Dĩ nhiên, Quách Beo cũng không hề biết người vợ đã nhọc nhằn, kiên tâm nuôi anh từng muỗng cháo ngô, mớm từng chút nước suối, cố giằng co, níu kéo anh ra khỏi tay tử thần.

Từ đó, xuôi theo năm tháng dần qua Quách Beo tìm lại sự sống và sống bằng cuộc sống bình thường như người làng Cho mình trần, đóng khố, ngậm dọc tẩu. Từ việc ăn uống, làm rẫy, tỉa lúa, thu hoạch, nghỉ ngơi cho tới săn bắn, đặt bẫy, bắt cá..., anh đều khá thuần phục như người đàn ông M'dhur chính cống.

Và rồi cũng như bao trai làng khác, một ngày đẹp trời, Y Heo Mlô được người con gái thanh xuân để ngực trần, quấn yêng tên H'mái cưới về làm chồng. Người Êđê theo chế độ mẫu hệ, con gái tới tuổi cặp kê đi cưới chồng, người Thượng gọi là *"bắt cái chồng"*, một tập tục dễ thương được lưu truyền từ ngàn đời đã trở nên tự nhiên đến bình thường.

oOo

Cũng vào quãng thời gian này, một hôm toán thợ săn của ông Ba Lâu lần theo vết máu của con mãnh hổ bị ông Ba bắn cố chạy thoát thân về hướng Đông Bắc đèo M'drack. Mùa mưa, rừng ẩm ướt, trơn trợt gây trở ngại cho toán thợ săn đang ra sức truy lùng ác thú.

Thập niên 1960 không còn nhiều thú dữ như thời Pháp thuộc. Săn được cọp, tuy không ăn thịt, nhưng móng cọp, nanh, xương cọp và bộ da cọp rất quí giá. Cọp chết để da, người ta chết để tiếng là vậy. Chưa kể râu cọp dùng để chế thuốc độc.

Đang đội mưa rượt theo dấu vết mãnh thú, chợt cả toán không ai biểu ai đều nhất loạt khựng lại, ngồi thụp xuống, căng mắt nhìn về phía trước, lóng tai nghe. Theo ngọn gió Đông thổi về họ nghe trong mưa rả rích văng vẳng tiếng trẻ con hồn nhiên ca hát pha chút diễu cợt. Từ trong sâu thẳm của núi rừng hoang dại tự nhiên lại nổi lên âm thanh kỳ lạ, một loại âm thanh khúc khích của trẻ con dù có tính cách hồn nhiên nhưng nghe rất ma quái và man rợ. Hơn chục năm lăn lộn trong nghề săn bắn, ông Ba Lâu ít nhất cũng đã ba phen gặp phải ma rừng. Dù vậy, sau khi quan sát tình hình địa thế, ông khoát tay ra hiệu cho cả toán tiến về phía tiếng hát.

Họ men theo dòng suối, đi mãi xuống gần thung lũng. Trời đang ngả về chiều. Rừng như ngủ trong sương. Vừa xuống tới thung lũng toán thợ săn ngạc nhiên khi tận mắt nhìn thấy một buôn Thượng nghèo xơ nằm sụp trong cánh rừng rậm rạp, âm u, nếu không tinh mắt không ai có thể trông thấy. Lúc này, không ai nghe thấy tiếng cười đùa của trẻ con nữa, nhưng hầu như ai cũng còn lạnh gáy. Đúng lúc đó, một nhóm người Thượng đi săn trở về. Họ cầm giáo mác và mang cung tên, hai người đi sau khiêng con nai chà khá lớn. Vừa nhìn thấy toán thợ săn, người Thượng đi đầu dừng lại quan sát giây lâu xong hỏi ngay: "Ba Lâu hả?".

Nghe giọng khàn khàn, lơ lớ của người đàn ông Thượng, không riêng gì ông Ba Lâu, cả toán thợ săn đều giựt mình không ngờ nổi giữa chốn thâm sơn cùng cốc này lại có người Thượng biết nói tiếng Việt và nhận ra bạn cũ. Vững tâm ông Ba tới gần nhìn kỹ thì nhận ra ngay Y Xá, người bạn cùng đơn vị ngày xưa đã mất tích cả chục năm trước. Thì ra tiếng gọi thiêng liêng của Mẹ Núi đã kéo binh nhì "đơ-dèm-cùi-bắp" tên Y Xá... đào ngũ trở về với chốn sơn lâm huyền bí.

Bữa tiệc rừng do tù trưởng Y Xá mừng gặp lại bạn xưa khoản đãi lúc trời vừa sụp tối. Khác với bên trong nhà sàn: mùi bếp lửa quanh năm âm ỉ cháy, mùi người khét nắng, nặng mùi thuốc lá rừng, váng vất mùi rượu cần ... Tất cả trộn lại thành nếp sống cố hữu của người sơn cước thì ngoài kia rừng đêm lạnh buốt, đen kịn, ma quái, rình rập, đe dọa trùm phủ.

Ngồi quanh đống lửa, chủ khách chào hỏi xôn xao, hỏi thăm nhau những chuyện thường ngày trong làng, chỗ này bàn bạc vế săn bắn, chỗ kia tâm sự vế mùa màng, chỗ nọ tay bốc thức ăn, tay vít cần trúc cong xuống kê miệng lim dim hút rượu cần.

Ngồi hai bên thành hàng dài, có một anh thanh niên dáng người vạm vỡ, nước da đen xạm, luôn luôn ngồi im lặng, nét mặt lúc nào cũng đờ đẫn, có lúc ngơ ngác, đăm chiêu. Dù ở trần, đóng khố nhưng y không có nét gì là người sơn cước cả. Nhất là gương mặt sần sùi, dù nhuộm đầy mưa nắng vẫn phảng phất chút thành thị. Ông Ba Lâu nghĩ mãi vẫn không nhớ đã từng gặp người bạn trẻ này ở đâu. Đến lúc y chồm tới bốc miếng thịt nai, sợi dây dù đính nanh heo lủng lẳng bật ra, ông Ba mới giựt mình sực nhớ tới Quách Beo, anh binh nhất đã tử nạn trên đèo M'drack mươi năm trước. Tù trưởng Y Xá biết ý, sau bữa tiệc đã rì rầm kể cho ông Ba nghe về tình cảnh đáng thương của người thanh niên lực lưỡng mà lạc loài này.

Mỗi con người sinh ra đều có sẵn số phận khác nhau một cách lạ lùng. Như Quách Beo, sau tai nạn thảm khốc đã mất hết ký ức cũng là do phận số. Anh không hề biết mình từng là người Kinh bảnh chọe mang tên Quách Beo, chỉ trong phút chốc bị mệnh đời quái ác biến anh thành người sơn cước dưới cái tên mộc mạc Y Heo Mlô. Nhưng nghĩ cho cùng dù suốt đời sống trong trạng thái mơ màng anh Heo cũng biết yêu người vợ tên Meo của mình. Những lần đầu gối tay ấp, anh cũng biết thủ thỉ bên tai vợ: *"Heo yêu Meo"*.

Phan Ni Tấn

Thưa Quí bạn đọc.

Câu chuyện kỳ lạ kể trên do ông Ba Lâu kể lại cho ba tôi, nhân lúc tôi từ mặt trận trở về ba tôi kể lại cho tôi nghe. Chuyện xẩy ra lâu rồi, nay tôi mạn phép viết ra đây để tưởng nhớ - dù muộn - những linh hồn đã khuất, đã trở về với cát bụi, với núi rừng hoang lạnh âm u.

PHAN TRANG HY

ĐAU ĐÁU HOÀNG SA

Kính tặng các chiến sĩ Hoàng Sa, Trường Sa...

Lệ thường, ngày nào cũng vậy, lão Ban lại ra biển. Không nhìn thấy biển là lão cảm thấy sao sao ấy. Lão dễ nổi cáu với vợ. Chỉ cần nhìn thấy biển, nhìn ra ngoài khơi xa là lão mới dịu đi những cáu ghét của cuộc đời. Lão đi biển không phải để nhìn thiên hạ tắm, không phải tập thể dục dưỡng sinh, cũng không phải bông lơn chọc ghẹo những mụ hồi xuân. Lão nhìn biển như thể cho vơi bớt nỗi lòng của mình, khi chẳng biết tỏ cùng ai. Thường là lão đi một mình. Nhưng lần này lại khác. Lão cùng thằng cháu nội ra biển chơi.

Nhìn thằng cháu đang lượm những vỏ ốc, vỏ sò, những con sao biển, lão thấy hồn mình như nhập vào sóng biển. Vẫn tiếng sóng vỗ bờ, vẫn tiếng rì rào của đại dương, của hồn biển Đông muôn thuở. Vẫn đâu đây từ cõi sơ khai nước mặn, trời nồng. Bỗng thằng Phong - thằng cháu nội của lão - lên tiếng:

- Nội ơi! Nội coi nè! Vỏ ốc này đẹp quá, nội ơi! - Vừa nói, nó vừa chạy tới khoe lão.

- Ừ! Đẹp quá! - Lão khẽ nói.

Nhìn vỏ ốc trên tay thằng Phong, lão lại nhớ cái vỏ ốc mà lão đã tặng cho Vũ - ba của thằng Phong. Quá khứ ấy như hiện ra trước mắt ...

Lão làm sao quên được cái ngày lão được nghỉ phép về thăm gia đình ở Đà Nẵng. Được trở về đất liền, được thăm vợ, thăm con - thăm cái thằng con trai, cái thằng con mà lão chưa biết mặt, lão cảm thấy sao quá tuyệt vời. Nằm thao thức, nghe sóng, gió mang vị mặn trong đêm, lão không ngủ được. Ngày mai là có tàu vào đất liền. Mừng thật! Vui thật! Nghĩ đến vợ con, lão lục tìm trong đầu nên tặng vợ, tặng con những gì? Ở trên quần đảo này có gì ngoài phân chim, cát vàng, san hô, ốc biển... Tặng gì đây cho vợ, cho con?

Vừa về đến nhà, lão chào mọi người. Vợ lão ôm chặt lão, khóc: "Sao anh không ở ngoài đó? Anh về làm gì?". Lão biết vợ quá thương mình nên nói vậy thôi. Chính vợ lão đã khuyên lão ra đảo nhận công tác khí tượng kia mà.

Nhìn thằng Vũ nằm trên nôi, lão giơ hai tay ra, vừa vỗ vỗ vừa kêu lên: "Ba đây con! Cho ba bồng tí!". Thằng Vũ nằm trong nôi khóc ré lên. Thương con, lão muốn bồng con, ôm con. Nhưng mỗi lần lão bồng nó thì nó không chịu. Một bữa, vợ lão lo sắm sửa một ít đồ dùng để lão ra lại đảo, bèn giao con cho lão. Thằng Vũ cứ khóc, không chịu cho lão bồng. Lão lấy những thứ đồ chơi bằng nhựa cho nó chơi, nhưng nó vẫn không chịu nín. Cực chẳng đã, lão bồng con và dỗ. Lão kêu kêu, cười cười; lão làm đủ trò; nhưng thằng bé vẫn cứ khóc. Khóc miết rồi cũng mệt. Mệt nên nó nín. Rồi nó đưa mắt nhìn lão, nhìn khắp phòng. Lão thấy mắt thằng bé nhìn các thứ để ở trong tủ gương như muốn khám phá điều gì đấy. Nhìn con, lão lấy làm lạ. Những thứ trong tủ có gì lạ đâu. Toàn san hô, ốc biển..., những thứ lão mang từ đảo về. Lão bồng con đứng trước tủ. Thằng bé cười - lần đầu nó nhoẽn miệng cười. Lão lấy mấy thứ nhỏ xinh cho thằng bé chơi, nhưng nghĩ lại, lão sợ thằng bé chơi, rồi nuốt bậy, nên lão cất. Thằng bé lại khóc. Cuối cùng, lão chọn cho con một con ốc to bằng nắm tay. Đây là con ốc lão lượm trên đảo đúng vào lúc nghe tin vợ ở nhà sinh thằng Vũ. Thằng bé cầm con ốc, ngậm vào miệng ra chiều thích thú.

Kể cũng lạ! Từ khi chơi với con ốc, thằng bé lại muốn lão bồng, lão bế. Chỉ trừ lúc nó thèm sữa, còn thì nó đòi lão bồng chơi cùng con ốc cho bằng được. Nó cũng thích lão hát cho nó nghe, nó cũng thèm lão hôn nó...

...Lão vẫn nặng nợ với đảo. Đảo là nhà, là phần cuộc sống của lão. Những lúc thương con, nhớ vợ, lão chỉ biết ngồi trên bãi san hô nhìn vào đất liền. Làm sao lão quên được những hoàng hôn. Màu sắc kỳ ảo vàng đỏ tím xanh cả biển. Mặt trời lặn dần xuống biển như thể thiên nhiên đang cất giấu viên ngọc hồng vào trong rương vũ trụ. Chỉ còn thứ ánh sáng diệu kỳ trên biển. Và trong lão sáng lên thứ ánh sáng của đêm, thứ ánh sáng gia đình, quê hương... Lão thèm được nhìn vợ, nhìn con, nhìn những gì thân thương của mình. Lão quên sao được những lần đem thư của con ra đọc. Ngó thế mà thằng Vũ cũng đã lớn rồi. Học lớp 11.Thư gửi cho lão, lúc nào nó cũng nhắc đến con ốc mà lão cho nó. Cũng từng ấy câu chữ, nó cứ viết vào những lá thư gửi cho lão: "Ba biết không? Bạn bè con, đứa nào cũng trầm trồ vì con có con ốc đẹp. Con đã từng khoe với bọn chúng là con ốc mang cả hình hài của quần đảo Hoàng Sa. Bọn chúng không tin. Nhưng con tin là thế!".

Lão cũng tin là thế! Lão tin quần đảo Hoàng Sa là máu thịt của quê hương. Làm sao lão quên được có lần lão đã dắt thằng Vũ về quê ở tận Quảng Ngãi. Trong lần giỗ chạp, ông tộc trưởng họ Đặng của lão đã từng nhắc rằng lão là kẻ hậu sinh đang kế nghiệp tiền nhân. Mở gia phả, lão rưng rưng đọc những dòng chữ ghi công tích của họ Đặng. Vua triều Nguyễn đã từng phái dòng tộc lão vượt đại dương trấn giữ Hoàng Sa. Lão cảm thấy như máu tiền nhân đang chảy trong cơ thể, tăng thêm nghị lực, tăng thêm tình yêu cho lão trên đảo Cát Vàng. Làm sao lão quên được lúc cúng tế, bà con tộc họ đã bỏ thức ăn, sau khi xong lễ, vào một chiếc thuyền làm bằng bẹ chuối, thả xuống biển. Mũi thuyền hướng về Hoàng Sa như thể rằng Hoàng Sa không thể quên trong hồn người đã khuất. Trong tâm tưởng lão, lúc nào chiếc thuyền bẹ chuối ấy cũng lớn như những chiếc thuyền của dòng tộc họ Đặng, họ Trần, họ Lê,... ở quê lão vâng lệnh triều đình, tiến thẳng Hoàng Sa... Trong lão như trỗi dậy những bài văn tế các thủy binh thời ấy. Nhận lệnh vua, nặng nợ nước nhà, buổi ra đi đâu dễ dàng. Sóng gió trùng khơi, thủy quái dẫy đầy, đến Hoàng Sa đâu dễ. Các thủy binh được tế sống lúc lên đường như thể rằng quê hương vẫn nặng nợ với những người con. Lão bùi ngùi, run rẩy như có ai đang bóp nghẹt trái tim. Lão khóc...

Và lão đã khóc rất nhiều khi nghe tin thằng Vũ hy sinh trên Trường Sa năm 1988. Lão không ngờ như vậy. Kỷ vật cuối cùng của con lão là quyển nhật ký. Lão đã đọc đi, đọc lại hoài. Những dòng cuối cùng lão như thuộc lòng: "Ba ơi! Biển đảo là biển đảo của quê hương do cha ông để lại cho con cháu đời sau. Phải giữ để khỏi có tội với tiền nhân, với con cháu. Dẫu có hy sinh, con vẫn không hối tiếc điều gì vì đã thực hiện theo lời ba dạy.". Đến giờ, lão vẫn không biết mình dạy con điều gì. Lão chỉ nhớ những việc làm, những tình cảm gắn bó với Hoàng Sa. Không biết có phải những điều ấy là lời lão dạy với con? Có lần thằng Vũ cầm con ốc đố lão - lúc nó vừa thi xong tú tài: "Đố ba, trên mình con ốc này có gì?". Lão ngạc nhiên sao con lão đố như vậy. Nhìn con ốc, lão cười đáp: "Thì chỉ những chấm, những chấm màu vàng nâu". Thằng Vũ cũng cười, nói: "Rứa con đố làm gì!". Rồi nó chỉ từng cái chấm, hỏi lão có giống những đảo mà lão đã từng ở không, nhiều chấm có phải là quần đảo không... Và rồi nó kết luận: "Trên mình ốc có in hình quần đảo Hoàng Sa". Kể cũng hay hay. Từ đó, nó để con ốc vào chỗ trang trọng nhất. Khi nhập ngũ, đi bộ đội hải quân, nó xung phong đi Trường Sa. Lão không gàn con. Nó cũng có tình yêu đảo như lão kia mà!

Kể từ ngày thằng Vũ mất, lão như mất hồn. Cứ những đêm rằm, mồng một, lão lại ra biển. Dù nắng, dù mưa, lão vẫn ra biển thắp ba cây nhang hướng về Hoàng Sa, Trường Sa mà vái. Ngoài kia, những con thuyền thả lưới, những chiếc tàu đánh bắt cá sáng rực những ánh đèn như thành phố nổi trên biển. Trước mắt lão hiển hiện những ngư dân cần mẫn, chăm chỉ, chịu khó chịu thương. Trước mắt lão hiện lên những chàng trai giữ đảo, có cả hồn của những người như con trai lão cùng tiền nhân giong thuyền xuôi ngược biển Đông. Nhiều lúc lão lẩm bẩm một mình như đọc thơ về Hoàng Sa...

Và rồi thành phố Đà Nẵng bổ nhiệm Chủ tịch huyện đảo Hoàng Sa. Lòng lão trỗi dậy thứ tình yêu biển đảo mà bấy lâu nay ẩn trong tiềm thức. Người họ Đặng hôm nay lại nối tiếp họ Đặng, họ Trần, họ Lê... ở quê lão, như cái thuở cha ông vâng lệnh triều đình ra đảo, gánh trách nhiệm với Hoàng Sa. Lão thấy mình như trẻ lại, khỏe lại và vui hơn. Không vui sao được khi đất đảo quê hương được nhắc đến? Không vui sao được khi có người dám nhận trách nhiệm nặng mang? Lời thằng Vũ trong nhật ký sáng rực trong tâm trí lão: "Biển đảo là biển đảo của quê hương do cha ông để lại cho con cháu đời sau. Phải giữ để khỏi có tội với tiền nhân, với con cháu...".

Tiếng thằng Phong như đánh thức lão:

- Nội ơi! Mai con phải vào thành phố Hồ Chí Minh.
- Ở thêm ít ngày, được không? - Lão hỏi như trách.
- Con phải vào để thầy hướng dẫn làm luận văn.
- Thế thì phải vào thôi! Mà này, con làm đề tài gì?
- Dạ! Con làm đề tài về quần đảo Hoàng Sa, Trường Sa trong mối quan hệ với biển Đông.

Trầm ngâm một lúc, lão lên tiếng:

- Gay đó con! Nhưng phải gắng thôi.
- Dạ! Con nghe lời nội.

Hai ông cháu cùng dắt tay xuống tắm. Nước biển tắm mát cơ thể lão, cơ thể cháu lão. Nước biển Mỹ Khê giống như nước biển Hoàng Sa. Lão nghe mằn mặn bờ môi. Lão đứng lên. Mặc từng cơn sóng đổ trên người, lão nhìn ra xa khơi. Đau đáu là Hoàng Sa trong nỗi nhớ...

Phan Trang Hy

Tháng Năm, 2009

PHAN VIỆT THỦY
GÁNH GẠO NUÔI CHỒNG

Mười hai người, đàn ông lẫn đàn bà và trẻ con chen chúc lên một chiếc xe đò. Người phu xe la ơi ới. Cảnh hỗn độn vẫn tiếp tục đến nửa tiếng đồng hồ. Số người vẫn chen lấn chưa lên được một nửa. Người đàn ông trạc độ ba mươi, da ngâm đen bước ra giận dữ.
-Từ từ đã nào, làm gì mà cuống quít cả lên thế. Xe chưa chạy đâu. Anh kia, kỳ quá vậy. Anh mang gì mà để chắn cả lối lên xuống.
Miệng vừa nói tay vừa chỉ vào cái bao dày cứng.
-Bỏ cái bao tải kia ra đi, cho mấy bà già, trẻ con người ta lên trước. Mấy anh thanh niên mà cũng chen lấn đòi lên trước, không kể ai là ai cả.

Thủy ngẩn ngơ, vừa bồn chồn lo lắng vừa tức giận, Chỉ có chừng ấy người, chỉ có chừng ấy người lên xe mà cũng la lối om sòm. Đây là chuyến đi thăm chồng lần đầu. Ba năm trời những mong và đợi. Đợi ngày đến đêm qua. Đợi mong hoài Thủy thấy như mỏi mòn từng thớ thịt. Nước mắt có chảy đầy những chiếc khăn lông cũng không đủ

vơi đi nỗi buồn nỗi nhớ. Hai đứa con chưa quá mười tuổi. Ngày ngày hỏi mẹ "ba đâu?". Làm sao mà nói. Làm sao mà trả lời cho con hết hỏi. Ba con có tội? Không ổn. Ba con đi học tập? Con nó hỏi lại:
-Ba lớn vậy mà đi học hả mẹ? Hồi ba bằng con, ba không chịu học phải không mẹ?
-Ba học gì mà ... học hoài chẳng thấy về. Tết Ba cũng không về, không ai mừng tuổi cho con. Ba thằng Tí bạn con được nhiền quà ghê. Nào xe hơi, kẹo, súng, đủ thứ. Ba nó đưa nó đi học nữa đó mẹ.
Những câu nói của con như những nhát gươm xoáy vào tim Thủy. Những đứa con vô tội bị lấy mất tình thương của cha. Anh nói đi mười ngày. Em vẫn ngây thơ tin 10 ngày. Cả vợ lẫn chồng ngây ngơ tin theo thông báo của Ủy Ban Quân Quản. Thế mà 10 tháng, 20 tháng, 30 tháng qua ngày về chẳng thấy, sao mà kỳ cục quá. Em không hiểu nỗi. Em mà biết thế em không bao giờ cho anh đi đâu. Cứ ở nhà, nếu có chết cũng toại nguyện còn hơn là mòn mỏi đợi chờ. Đôi khi Thủy muốn hét lên, muốn phát điên lên được.

Anh đi, đồng lương hết, gia dụng trong nhà chẳng có là bao. Một tháng, hai tháng đầu Thủy còn chịu đựng được. Còn mấy chục ngàn chia đều ra mà tiêu. Khát nước cũng không dám uống dọc đường. Hy vọng anh sẽ về sớm kiếm việc làm nuôi con. Nhớ hồi vợ chồng mới lấy nhau thời gian như đọng lại. Ngày như ngắn đi. Mỗi tờ lịch rơi xuống là bỏ thêm vào bài tính cộng, hạnh phúc hàng ngày như bỏ vào con heo đất hạnh phúc từng đồng. Cứ nghĩ mà buồn cười, nếu sau này 15, 20 năm nữa nếu vợ chồng có hết cạn hạnh phúc đi nữa, đập con heo đất cũng sống đến trăm năm.

Ngồi trong chờ thời gian đến chậm quá. Ngoảnh mặt nhìn lại, ôi sao nhanh thế. Sáu tháng qua, một năm, hai năm rồi ba năm như bóng câu qua cửa sổ. Bao nhiêu đổi thay bên ngoài xã hội. Từ xanh ra đỏ, từ trắng ra vàng. Đi đâu cũng thấy nhan nhản màu vàng màu đỏ. Quả thật nhuộm đỏ quê hương. Trong nhà cũng thay đổi một cách lạ lùng. Cái tủ lạnh kỷ niệm ngày cưới, cái ti vi mẹ cho làm của hồi môn, chiếc xe gắn máy ngày ngày vợ chồng chở nhau đi làm, đưa con đi chơi cuối tuần, bộ bàn ghế gia đình... tất cả không có chân sao mà bỏ nhà đi đâu mất? Từng tháng từng kỳ gởi quà, Thủy phải cho một thứ gì ra chợ trời, mỗi khi con đau cũng phải lục lạo trong tủ xem còn thứ gì để được. Lúc đầu còn do dự nuối tiếc, nhưng rồi không còn cách nào hơn, đau khổ không cầm được nước mắt để của ra đi.

Chiếc xe ì ạch qua khúc đường đất đỏ đầy ổ chuột. Cơn mưa chợt đổ xuống, bao nhiêu người trên xe như co lại, lo lắng. Vài ba câu chuyện trao đổi đầy buồn phiền u uẩn. Toàn là những tiếng thở dài, không một tiếng cười. Tâm thần Thủy căng thẳng. Thủy đang nghĩ đến chồng. Anh chắc là gầy gò, đen đũi mang chiếc áo bạc màu với những miếng vá bằng vải bao cát. Vợ chồng có nhận được ra nhau nữa không? Gặp nhau mừng chắc phát khóc. Thủy nghĩ thầm, nếu được ôm chồng hôn một lần cho thỏa lòng thương nhớ. Coi chừng xỉu tại chỗ e mọi người chết. Thủy nghĩ cũng chẳng sợ ai cười, chỉ sợ chồng mình thêm nặng tội.

Thủy vẫn nghe một số người may mắn được cho về kể lại cuộc sống ở trại. Tình trạng thực phẩm cực kỳ thiếu thốn, ai cũng đói rã ra nên chẳng còn ai nhường nhịn cho ai nữa. Nhiều người không chịu nổi cực khổ để phải bỏ xác trong trại, gia đình chẳng hề hay biết. Miên man nghĩ đến cảnh tù tội của chồng, Thủy ứa nước mắt.

Chiếc xe bỗng dừng lại. Người phu xe nhảy xuống, chạy lại chỗ 3 người bộ đội đang đứng. Một người ra vẽ hung hăng nói gì không rõ với người phu xe. Người phu xe chạy trở lại:

-Xuống xe bà con ơi, xe không đi được nữa.

Bà già ngồi cạnh Thủy hỏi với ra ngoài:

-Ở đây vào trại còn xa nữa không cháu.

-Không biết bác ơi. Nghe đâu còn khoảng 3 cây số nữa.

Mọi người trên xe nhốn nháo. Vậy thì làm sao bây giờ, đi bộ thêm ba cây số nữa, làm sao mà mang xách? Than thơ cũng chẳng ích gì, mọi người cũng phải lần lượt xuống xe.

Trời đã về chiêu, mưa đã tạnh. Dọc đường không một bóng người. Hiu hắt hai bên bờ đường trải dài ra chân núa những luống mì mới trồng cằn cỗi. Xa xa hơn nữa, một vài chú bộ đội mang súng đi tới. Tay xách vai mang, không ai nói được lời nào. Mồ hôi đổ xuống thấm ướt toàn thân. Bà cụ già như hụt hơi, kéo lê từng bước nặng nề:

-Trời ơi là trời sao mà khổ quá thế này!

Người thanh niên quay lại:

-Bác đưa cháu xách cái bao cho bác.

Tay xách tay dìu cụ già. Thư của chồng gởi về bảo Thủy: " Em cố gắng thu xếp việc nhà lên thăm anh là đủ. Nhớ dẫn con theo cho anh gặp. Trong này đầy đủ cả, nhưng nhớ mang cho anh một ít khoai khô, một ít mì gói, muối mè, bột bích chi và ít thuốc trị bệnh, thuốc bổ B1". Thủy đọc thư chồng Thủy hiểu rõ cái chữ "đầy đủ" của chồng. Thủy biết chồng mình đang cần gì. Nàng gắng mang theo cho đầy hai túi xách, Thủy cảm thấy chưa đủ thỏa mãn sự thiếu thốn của chồng.

Chẳng bao lâu toán người ngồi ôm xách, gồng, gánh đã vây quanh trước cổng trại với hàng chữ màu vàng: "Doanh trại quân đội nhân dân". Tiếp theo cổng sắt là hàng rào kẻm gai chồng chất hai ba lớp. Bên trong những mái nhà tôn lụp xụp san sát. Những người chụm ba ở phía nhà lớp lá gần đó đưa tay vẫy. Đa số ở trần, Thủy hy vọng trong số đó có chồng mình.

Khi mọi người đã đến đầy đủ. Hai ba anh bộ đội bước ra. Người đứng trước, người đứng sau, người đứng bên cạnh đưa mắt lấm la lấm lét, tay cầm cò súng. Anh đứng trước ra vẻ có cấp bực. Hai tai chống nạnh nói lớn:

-Đảng và nhà nước chỉ cho phép gởi một túi nhỏ thôi. Bây giờ đã gần tối, nhân dân viết tên người thân và người gởi bỏ vào túi quà. Chúng tôi sẽ đưa vào. Xong rồi nhân dân ra về. Lưu ý là không được gởi thuốc, dao, tiền bạc và gạo vào nhé.

Mọi người như thảng thốt, Thủy lấy can đảm, giọng hỏi run run nói:

-Anh làm ơn trình lại cho chúng tôi được gặp người nhà. Đường xá xa xôi, lâu lắm chúng tôi mới được phép thăm một lần.

-Không được, Đảng và Nhà nước đã qui định như vậy rồi.

Thủy tức giận quá, nghĩ thầm cái gì cũng Đảng, Nhà Nước, nhân dân. Bắt con người ta học tập hoài không cho về cứ bảo là nhân dân chưa yêu cầu. Học hoài cứ bảo là chưa tốt. Thật là kỳ quái.

Người khác lại đứng ra than thở năn nỉ:

-Nếu bây giờ tối rồi, chúng tôi xin nghỉ lại và mai xin được gặp người nhà.

-Đã bảo là không đựoc là không được. Ở đây không đảm bảo tính mạng.

-Chúng tôi đợi để xin vài chữ của người nhà.

Như nổi cơn thịnh nộ lên, anh bộ đội khua tay la lớn:

-Bà con ám chỉ chúng tôi lấy hả. Bà con mang về cả đi. Chúng tôi không nhận một tí gì hết.

Không còn thuyết phục được nữa, làm sao nói với những con người không có trái tim kia thông cảm nỗi khổ của mình. Họ có biết đâu? Nếu họ hiểu thì làm gì có trại học tập cải tạo.

Trời đã tối hẳn. Hai bên đường ếch nhái kêu thật não nuột ghê sợ. Con đường trở về thật dài và ghê rợn, đi mãi chưa thấy được bóng nhà ven đường. Hai chân Thủy nhức nhối, tâm thần Thủy như rũ xuống, ê ẩm. Những bước đi không còn cảm giác. Vài đứa trẻ vừa đi vừa chạy. Có người ngồi bệt xuống bên đường không còn đi được nữa. Bóng tối bao trùm vạn vật như phủ kín cả tương lai những cuộc đời bất hạnh.

Phan Việt Thủy

SONG THAO

TÌM VỀ

Tôi vẫn nhận ra cái ngã tư này. Hàng cây xanh trên đường Ngô Thời Nhiệm vẫn đứng như vậy chờ tôi từ nửa thế kỷ trước. Từ con đường Trần Xuân Soạn chạy ngang trước cửa nhà tôi quẹo trái là những bóng cây lực lưỡng hơn, nơi những chú ve sầu họp nhau lại kêu ra rả suốt mùa hè. Bây giờ đang mùa đông, ve sầu vắng bóng. Những con sâu tiền thân của ve chắc còn đang nằm im lìm dưới lòng đất chờ tới đầu mùa hè sẽ nhích dần lên gốc cây để hóa thân. Những buổi tối chúng tôi tụ tập thành từng nhóm, ánh đèn pin nhấp nhóa trên những thân cây xù xì, tranh nhau chộp những thân sâu sắp thành ve, mang về cho bám trong mùng ngủ để sáng dậy, cùng với ánh mặt trời chói chang, những chú ve sơ sinh đang chờ khô cánh để cất vòng bay đầu đời. Những buổi tối đó, những Định, những Đường, những Thuần, những Thanh, chúng tôi họp thành một nhóm sát ve, hồi hộp chụp từng nạn nhân bỏ vào hộp. Thanh đã bỏ mình trong một góc rừng nào đó tại miền Nam, Thuần đang ở bên Houston. Chỉ còn anh em Định và Đường còn ở lại. Tôi quẹo tay mặt đi thẳng xuống phố Hòa Mã. Đường xá khu này chẳng thay đổi mấy. Tấm bảng xanh "Phố Hòa Mã" vẫn bám lấy cột điện đầu đường. Tôi quẹo mặt trên phố Hòa Mã, đếm từng căn nhà. Nhà Định và Đường là căn thứ bẩy bên trái. Trước mặt tôi là một căn trông như một chung cư nhỏ. Ngày xưa, nhà của hai tên này là một biệt thự có vườn có bồn hoa phun nước cơ mà. Tôi ngần ngừ đứng trước cửa. Quá khứ như biến mất. Chẳng lẽ! Tôi thử bước vào bên trong. Hành lang vắng hoe. Thấy chiếc cầu thang, tôi leo lên. Một bà già đang ngồi hong tóc bên chiếc cửa sổ độc nhất. Tôi hỏi thăm chủ căn nhà cũ. Bà cụ lắc đầu

"Làm gì có nhà cũ. Nhà này có từ lâu lắm rồi cậu ạ!"

Tôi không thể lầm được. Ngày xưa có ngày nào tôi không cưỡi xe đạp tới trước cửa huýt sáo gọi bạn năm lần bảy lượt. Bà cụ ngơ ngác nhìn tôi chờ đợi.

"Vậy bác có biết người nào tên Định ngày trước ở đây không?"

"Định à? Định thì có. Cậu ấy ở cách đây hai nhà. Cái nhà mở cửa hàng bán cà phê ấy!"

Tôi cám ơn và vội bước đi. Tôi háo hức vì sắp nắm được áo bạn tôi. Lề đường ngổn ngang những viên gạch nằm lẩn vào lòng đất. Tôi bước vào tiệm, kéo ghế ngồi, cố giữ lòng để dài thêm những thích thú. Một anh trung niên trong chiếc áo sơ mi sậm mầu bỏ ngoài quần ra tiếp khách. Tôi gọi cà phê đen. Nhìn ra phía trước, tôi như thấy tôi đang ghếch chân, ẹo người trên chiếc xe đạp chờ Định bước ra. Người đàn ông mang ra cái phin cà phê móp méo gác trên cái tách vàng đã có những vết mẻ trên vành.

"Ông có dùng thuốc lá không ạ?"

Tôi rút bao thuốc ra mời.

"Ông hút với tôi một điếu."

Nhìn bao thuốc, người đàn ông hấp tấp dùng cả hai tay đỡ điếu thuốc tôi vừa xốc lên.

"Thuốc ngoại hả ông?"

Tôi không nghe thấy tiếng cám ơn.

Chiếc bật lửa được anh ta rút ra khỏi túi áo sơ mi như một cử chỉ đã quen thuộc hàng ngày. Anh châm điếu thuốc trên môi, tắt lửa, đưa điếu thuốc vừa cháy cho tôi.

"Ông châm lửa."

Một hơi khói bay theo lời mời của anh. Tôi mồi lửa, trả lại anh điếu thuốc.

"Anh có biết ai tên Định ở đây không anh?"

Mặt anh sửng sốt.

"Định là tôi!"

Tôi nhìn sững anh. Không có một nét Định nào trên khuôn mặt đang chăm chú nhìn tôi. Tôi biết mình không lầm.
"Tôi hỏi một người tên Định, khoảng trên sáu chục, ngày trước ở khu này."
Tôi chơi thân với Định tuy kém Định vài tuổi. Tuổi của Định bây giờ ở Hà Nội hẳn là một cụ ông rất đạo mạo như muốn tự mình làm già trước tuổi, tôi nghĩ vậy.
"Vậy thì nhà cháu không biết! Chẳng có ai tên Định ở quanh đây tuổi tác như vậy cả. Hay là ông có nhầm nhà không?"
Tôi lắc đầu.
Tôi không nhầm. Nhầm làm sao được!"

Ngày xưa khu phố này toàn những biệt thự. Nhà Định lớn hơn cả. Chúng tôi còn chơi đá bóng trong sân được tuy phải cẩn thận tránh mấy chậu cảnh của bố Định. Cụ là người ít cười. Làm gì có cửa hàng! Cà phê cà pháo là điều tôi không thể hình dung được!

Tôi chán nản đứng dậy ra về. Định đã lưu lạc về đâu trong cơn lốc của thời cuộc? Những ngày chộn rộn đó Định là người muốn đi nhất. Khi tôi tới từ giã, Định đã nắm lấy tay tôi, nước mắt chảy dài trên má. Anh chẳng thèm quệt nước mắt, dặn tôi nhớ viết thư về cho biết cuộc sống trong Nam ra sao. Anh còn hai người anh đi theo kháng chiến và ông cụ, tuy là công chức, nhất định bắt gia đình ở lại chờ con về đoàn tụ. Ngày đó, lần đầu tiên bước chân vào một cuộc viễn du, người tôi như chắp cánh, tôi sung sướng viết thư về Định mỗi ngày kể huyên thuyên về những điều lạ lẫm của một xã hội hoàn toàn khác biệt và xa lạ với tôi. Tôi chẳng nhận được một hồi âm nào từ Định. Tưởng lần này về chốn cũ, tôi sẽ bắt được Định, dù muộn màng, quá muộn màng, nhưng Định vẫn mất hút.
Tôi quay ngược đường về, bỏ qua ngã tư Ngô Thời Nhiệm, đi dấn thêm hai ba đường nữa tới đường Phùng Khắc Khoan, quẹo mặt. Con đường ngày xưa nhỏ xíu, quanh năm lặng lẽ giờ đã trở thành một chỗ hội tụ của những cửa hàng vải, ồn ào, nhộn nhịp, người lui tới chóng mặt chóng mũi. Tôi mất dấu những thằng bạn đánh bi đánh đáo trên con đường vắng lặng như một khoảng trời bình an dành cho tuổi thơ tôi. Tuấn thò lò mũi xanh vừa mất. Tôi biết cái chết của thằng bạn đã từng tạo thành tích học thuộc lòng những tập cua dầy cộm của trường Luật, nhớ từng dấu chấm dấu phẩy, nhớ từng chỗ xuống dòng sang trang, nhờ tình cờ liếc qua một tờ báo địa phương đọc vội tại một nhà người quen trong một dịp đi nghỉ hè. Linh vẫn ở cùng chỗ với tôi, thỉnh

thoảng lại gặp nhau, nhắc lại những trận thư hùng trong trường bi trận đáo trên vỉa hè này. Lần này về lại nơi tạm ngụ cư, tôi sẽ bảo hắn là vỉa hè chỉ còn trong hắn và tôi chứ không còn tại nơi chốn cũ. Cửa nhà tôi mở thênh thang, kẻ ra người vào tự nhiên như chốn không người. Đôi cánh cửa bằng sắt chắc chắn ngày xưa đã từng hiên ngang coi thường những tiếng dộng cửa của lũ tây say rượu đi kiếm gái trong những ngày mới hồi cư nay vẫn nằm nguyên đó. Con phố ngày đó như một bãi sa mạc. Thỉnh thoảng mới có một nhà có người ở. Đám người đi hôi của mặc sức xục xạo. Nhà có người ở phải kẻ chữ đánh dấu bên ngoài. *Maison occupée!* Ba tôi đã sơn hàng chữ này trên cửa bằng một bộ kẻ chữ bằng thiếc mượn của ông chú tôi. Cánh cửa đó bây giờ có cũng như không. Nó được mở liên tục. Nhà tôi đã biến thành một chung cư bất đắc dĩ cho nhiều người ở. Tôi dè dặt bước chân vào căn nhà tuổi thơ. Những viên đá hoa xanh trắng rít kịt dưới chân tôi. Tôi leo lên cầu thang. Mảnh hành lang vuông vắn dẫn vào các cửa phòng khói tỏa mù mịt. Một bà già đang ngồi quạt bếp củi đun nấu. Mắt bà lim dim nhòe nhoẹt. Thanh củi ướt như không chịu bắt lửa. Tôi đứng nhìn. Bà chẳng thèm hỏi han. Chắc chung quanh bà ai cũng là người lạ. Tôi đứng dựa bên cửa sổ nhìn ra. Dẫy nhà trước mặt toàn là cửa hàng vải. Ngày xưa, đó là căn nhà của một bà nhà giầu trắng trẻo, ăn vận sang trọng, xa cách hàng xóm, son phấn đỏ chói, lạ lẫm như đang ở trên chín từng mây, mà anh em tôi đặt cho bà cái tên "bà tiên". Gian bên cạnh là cơ ngơi của một cặp vợ chồng trẻ, lúc nào cũng nồng nàn, phơi phới. Có lần đứng với tôi bên khung cửa này, Chuyên đã thầm thì. Khi nào chúng mình lớn, anh với em sẽ thành vợ chồng như vậy nghe! Tôi bỗng nhớ tới Chuyên. Cô bé mười ba tuổi trắng trẻo, mũm mĩm, mắt tròn to, tóc rậm rạp đen nháy, lúc nào cũng theo tôi trong các cuộc chơi. Tôi nhìn vào cửa phòng của gia đình Chuyên nằm ngay bên trái. Mẹ và hai chị em Chuyên đã tới thuê căn phòng này trong bao lâu, tôi chẳng nhớ. Trong trí tưởng tôi, đó là một thời gian dài. Tôi nhớ tới đôi mắt ướt nhòe, chiếc mũi đỏ chút xíu, và cái quay người hờn dỗi khi tôi rời nhà ra phi trường Gia Lâm lên chuyến bay vào Nam. Tôi bỗng tha thiết muốn tìm lại Chuyên. Lòng tôi trùng xuống. Làm sao kiếm được Chuyên? Tôi gõ cửa đại. Người đàn ông mở cửa nhìn tôi trân trối. Tôi vội hỏi.

"Xin lỗi ông, tôi muốn tìm một người quen trước kia ở trong căn phòng này."

Người đứng trước mặt tôi sẵng giọng.

"Ông tìm ai?"

"Cô Chuyên!"

"Chuyên?"
Đôi mắt dò hỏi ném xoáy vào tôi.
"Ông ở đâu tới vậy?"
"Trước kia tôi ở trong nhà này."
Người đàn ông phân vân.
"Ông nói trước kia là bao giờ vậy?"
"Trước năm 1954."
Đôi mắt người đàn ông sáng lên.
"Anh Ngạn phải không?"
Tôi như muốn nhảy lên. Người đàn ông này, mái tóc rễ tre này, đôi mắt xếch nhỏ bé này. Không thể lầm được.
"Nam?"
Mặt Nam méo xẹo
"Em đâu có ngờ có ngày gặp lại anh như thế này!"
Tôi ôm vai Nam. Nam kéo tôi vào phòng. Hắn gọi đứa con gái đang lúi húi trong một góc phòng rót nước mời khách. Tôi nhìn khắp căn phòng bừa bộn, giường chiếu ngổn ngang, quần áo vắt kín chung quanh.
"Nam ở đây một mình thôi à?"
"Vâng, gia đình em cố thủ từ hồi đó đến giờ. Các phòng khác toàn là người lạ họ bố trí sau này."
"Mợ đâu?"
"Mợ em mất rồi!"

Tôi nhớ tới người đàn bà hiền hậu lúc nào cũng coi tôi như con. Ngày đó, bố của Chuyên và Nam đi theo kháng chiến, mợ một mình đi may nuôi con. Mợ làm thợ may trong trại lính Nhảy Dù của quân đội Pháp và giấu biệt lý lịch của mình. Gia đình tôi cũng chỉ biết là chồng của mợ mất tích trong những ngày khói lửa chẳng biết sống chết ra sao. Coi như mẹ góa con côi. Mãi tới khi chúng tôi ra đi, mợ mới cho biết là vẫn có tin tức của chồng, và mợ ở lại chờ đoàn tụ.
"Ngày đó bố em có về không?"
"Có anh ạ. Nhờ thế lực của ông gia đình em mới dễ thở. Nếu không chắc cũng căng lắm!"
Tôi nói đưa.
"Như vậy thì tốt quá rồi. Cũng mừng. Rồi mợ mất khi nào?"
Nam thở dài.
"Chỉ ba năm sau thôi anh ạ. Mợ em buồn lắm! Buồn mà mất đấy chứ!"
"Sao lạ vậy?"

"Bố em có thêm một bà nữa cùng về. Không chính thức nhưng còn hơn là chính thức. Hai người cùng công tác ở một cơ quan. Thời đó, chắc anh biết, mình thua thiệt mọi bề."
Tôi ngồi ngó ra cửa sổ chẳng biết nói gì. Chiếc cửa sổ trông xuống khu chợ Đuổi trước mặt, phía bên kia đường. Ngày xưa chợ tấp nập người. Buổi sáng, chợ tràn ra chiếm luôn con đường, xe cộ phải lưu thông trên những con đường kế cận, chỉ có xe đạp còn len lỏi được với người. Đám đông những người đàn bà đi chợ đội nón ngược xuôi kín đường phố đã làm tôi bầy ra một trò chơi dại dột. Trò gấp đạn giấy dùng sợi dây cao su bắn vào những chiếc nón dưới đường. Nam và Chuyên tham gia thích thú. Rồi không hiểu đứa nào trong đám chúng tôi nghĩ ra cái trò nâng cấp thay đạn giấy bằng những mẩu giây thép uốn cong như những lưỡi câu. Trò chơi trở thành nguy hiểm ngoài tầm hiểu biết của chúng tôi. Có lẽ những chiếc nón thủng đã dẫn đường cho một ông Cảnh Sát gõ cửa nhà vào một buổi trưa nắng chang chang. Tiếp vị khách bất đắc dĩ này xong, mẹ tôi và mẹ của Nam tiếp chúng tôi với sự hỗ trợ của cây roi mây. Trận đòn nhớ đời đó chẳng biết Nam có còn nhớ không.
"Khu chợ Đuổi trước cửa họ dẹp đi rồi hay sao mà anh thấy đường xá trơn tru vậy?"
Nam xê tách nước trà về phía tôi.
"Anh dùng trà. Chợ bây giờ dồn vào trong cả rồi. Anh thấy cửa chợ đó không?"
Hai chúng tôi bước hẳn ra cạnh cửa sổ. Tôi vừa nhìn theo tay chỉ của Nam vừa hỏi.
"Vậy thì làm sao tụi mình bắn...máy bay được nữa?"
Hồi đó tùy theo độ tuổi của những người mang nón mà chúng tôi bắn máy bay bà già hay máy bay chiến đấu! Nam cười. Nụ cười coi bộ không thoải mái.
"Bữa đó nhớ đời anh nhỉ? Sau khi anh đi, có những lúc nhớ về những ngày cũ, tụi em vẫn nhắc tới...chiến bại đó. Chị Chuyên em cười đau cả bụng. Bữa đó mà chị ấy không giả bộ ngây ngô thì tét mông rồi!"
Thấy Chuyên xanh mặt chứng kiến những lằn roi nghiệt ngã hôm đó, tôi không thấy ghen tị. Nam cũng chẳng tố cáo thêm một thủ phạm đồng lõa. Chuyên được tha bổng nhưng trong lòng chắc áy náy vô cùng, lăng xăng bên hai xạ thủ gặp nạn, mặt u sầu như chính mình vừa qua cơn sóng gió. Tôi tần ngần hỏi.
"Chuyên hồi này ra sao?"
Nam lắc đầu.

"Cũng thường anh ạ! Đời chị ấy không được vui. Em vẫn bảo là đôi mắt lúc nào cũng ướt rượt như vậy thì khổ cả đời. Anh thấy có phải không?"
"Chuyên khổ lắm à?"

Nam gật đầu.

"Lấy chồng đã không vui. Vậy mà rồi chồng chết. Đời chị ấy buồn lắm!"
"Chuyên ở đâu?"
" Cũng gần đây thôi. Trên đường Lê Văn Hưu. Anh có muốn gặp chị ấy không?"
"Em cho anh địa chỉ đi."
Nam gạt ngang.
"Địa chỉ gì! Để em lấy xe lai anh đi."
Tôi tính toán trong đầu.
"Khỏi cần. Cứ cho anh địa chỉ. Anh muốn dành cho Chuyên một bất ngờ. Dọa cô nàng một tí chơi!"
"Nàng chi nữa! Về hưu rồi!"
Tôi bỗng hụt mất niềm vui thơ dại. Anh chàng này thật vô ý vô tứ! Tôi loanh quanh trong một cửa hàng vải. Cô bán hàng xoắn xuýt hỏi han chào mời. Điệu này mà đi ra tay không chắc có biến ngay tức khắc. Lựa đại vài xấp vải hoa hoét dễ thương, tôi hấp tấp ra cửa. Trước cửa nhà tôi toàn là tiệm vải chứ nếu toàn là tiệm hoa hay tiệm gấu nhồi bông, ngay cả tiệm bán ô mai đi nữa, chắc tôi cũng chẳng ngần ngại gì mà không mua. Tôi chỉ muốn có chút gì cầm tay mà không tốn nhiều thời giờ. Căn nhà nho nhỏ nằm trong một dẫy phố san sát nhau những cửa nhà đồng dạng. Không có cái số nhà thì rất dễ vào lầm nhà người khác. Tôi đọc đi đọc lại con số mờ mờ trước cửa rồi so lại với con số ghi trên giấy. Khi đã nối được con số nọ vào con số kia, tôi mới bấm chuông. Chính Chuyên ra mở cửa. Tôi nhận ra được cô bé ngày xưa chỉ nhờ vào đôi mắt tròn to đen nháy ngày cũ. Chuyên về hưu không còn nhiều nét Chuyên mười ba tuổi. Tôi cất tiếng.
"Đây có phải nhà bà Chuyên không ạ?"
Mặt Chuyên dò xét."Dạ đúng. Ông muốn hỏi ai?"
Tôi vẫn đóng kịch.
"Tôi muốn hỏi cô Chuyên?"
Mắt Chuyên nheo lại.
"Cô Chuyên?"
"Vâng! Cô ấy khoảng mười ba tuổi."
"Làm gì có cô Chuyên nào ở đây! Ông có nhầm nhà không vậy?"

"Không. Tôi không nghĩ là tôi nhầm. Tôi ở xa về, mới hỏi thăm nơi nhà cũ của cô ấy và được người em cho địa chỉ ở đây."
Chuyên run lên.
"Anh Ngạn phải không?"
Tôi bước xuống khỏi sàn diễn. Gật đầu. Chỉ chờ có vậy, Chuyên nhào tới ôm lấy tôi, ghì chặt, như thể sợ tôi sắp quày quả bỏ đi.xa nữa. Mặt Chuyên áp sát vào vai tôi, nức nở. Tôi nghe thấy vai mình nằng nặng. Tay Chuyên bóp chặt cánh tay tôi.
"Sao anh lại về!"
Giọng nàng như bị một tấn bông gòn chặn lại nghe âm u xa vắng.
Chuyên bỗng ngẩng lên, kéo lại áo.
"Vào nhà đi anh."
Cánh cửa khép lại, Chuyên qua cơn xúc động lấy lại được tư thế của bà chủ nhà.
"Anh ngồi chơi. Để Chuyên đi pha trà."
Tôi gạt đi.
"Chuyên ngồi xuống đây. Anh vừa uống bên nhà Nam rồi."
Chuyên ngồi xuống chiếc ghế đối diện với tôi, nhìn tôi trân trân, như không hiểu làm sao tôi bỗng rơi xuống chiếc ghế này. Tôi đưa túi vải cho Chuyên. "Của Chuyên đấy! Chẳng biết Chuyên có thích không. Anh không có khiếu chọn vải."
"Anh bày vẽ làm gì cho tốn tiền."
Chuyên mở sơ qua túi vải, xếp lại một bên. Cái nhìn của Chuyên vẫn chăm chăm vào tôi.
"Em không bao giờ có thể tưởng tượng được có ngày anh lại ngồi đây. Có thực anh về tìm Chuyên không vậy?"
Thực ra, khi trở về Hà nội, tôi chẳng nghĩ tới người nào cả. Họ hàng nhà tôi chẳng ai còn ở lại. Bạn bè, gần năm chục năm rồi còn gì nữa! Tôi chỉ muốn về lại nơi cũ, đi lại những đoạn đường xưa, tìm lại nơi chốn đã là tuổi thơ của tôi. Tôi chỉ đi kiếm Định, kiếm Chuyên khi khung cảnh nhắc nhở tôi. Tôi bâng quơ.
"Anh không nghĩ Chuyên còn ở đây để tìm lại. Anh nghĩ mình vẫn còn may mắn! Năm mươi năm qua, Chuyên sống như thế nào?'
"Cũng chẳng có gì đặc biệt. Đi học. Theo ngành sư phạm. Dậy học. Lấy chồng. Sanh được hai con, toàn là gái. Chồng chết. Không thủ tiết thì cũng phải thủ tiết vì người nào cũng như chồng cũ, lấy nữa thì chán chết. Vậy thôi!"
Tiếng chặc lưỡi chấm hết câu nói như tiếng thạch sùng. Nghe như bất cần.
"Mợ mất rồi phải không? Anh nghe Nam nói."

Tôi không nghe tiếng trả lời. Chuyên ngồi đó nhưng hồn như đi đâu. Ngơ ngác.
"Mợ em mất sau khi đoàn tụ với bố em được ba năm. Đoàn tụ! Có lẽ mợ em mất vì đoàn tụ. Buồn lắm anh ạ."
"Anh có nghe Nam nói."
"Nam có nói gì với anh nữa không?'
"Không! Chỉ tâm sự với anh về mợ thôi. Chắc Nam vẫn nhớ là anh rất thương mợ."
Ngần ngừ.
"Còn chuyện em, Nam có nói gì không?'
"Không! Chắc Nam để dành cho em nói."
"Chán chết anh ơi! Cái bóng của bố em lớn quá. Biết vậy..."
Chuyên bỗng nhỏm người hỏi tôi.
"Anh có biết là sau khi anh đi, người ta ầm ầm kéo nhau di cư khi chính phủ kêu gọi mọi người vào Nam. Lúc đó, em đã định cứ liều ra đi, vào trong đó đã có gia đình anh, lo chi! Nhưng nghĩ lại em sợ. Biết kiếm anh ở chỗ nào. Em mới mười ba tuổi. Đâu đã biết liều! Mợ em thì nhất định không đi rồi. Tới khi muốn đi thì đã quá muộn. Làm sao đi được nữa!"
Tôi lặng thinh chẳng biết nói gì. Cô bé này ngày đó đã nặng lòng với tôi như vậy sao? Tôi thì cứ lơn tơn trước viễn ảnh đi xa, có nghĩ ngợi gì đâu. Ba tôi đã thu xếp cho gia đình được ra đi sớm, chỉ vài ngày sau khi hiệp định Genève được ký kết. Lúc đó chưa có phong trào di cư. Ngày đó, đi đối với tôi là sướng rồi. Con trai tuổi mới lớn đứa nào chẳng vậy.
"Mợ sau đó cũng muốn đi hay sao?"
"Vâng, chỉ ít tháng sau khi bố em về. Ông như một người lạ có quyền uy trong nhà. Chuyện gì ông cũng tự quyết định và bắt mọi người phải theo. Ngay chuyện em lấy chồng vài năm sau đó cũng một mình ông xếp đặt. Chồng em là con một đồng chí với ông từ ngoài khu chiến. Ngày cưới, em khóc hết nước mắt. Lúc đó, em nhớ đến anh!"
Giọng Chuyên nhỏ đi ở những câu cuối. Tôi lặng người. Cái thằng nhỏ ngộc nghệch là tôi có nhớ gì tới người bạn nhỏ cách xa cả một bức màn tre. Tôi phá cái không khí buồn thảm.
"Mình đi chơi một vòng không em?"
"Anh muốn đi đâu?"
"Đi loanh quanh gần đây, tìm lại những nơi chốn đã từng giữ lại hình bóng chúng mình."
Chúng tôi đi dọc theo con đường Lê Văn Hưu về phía phố Huế. Ngang qua căn nhà ở ngay góc Ngô Thời Nhiệm, tôi nhớ đến những bạn học chung trong trường Anh Ngữ Ziên Hồng của hai giáo sư Lê Bá Khanh

và Lê Bá Kông. Hồi đó chúng tôi rất ngưỡng mộ lối viết tiếng Việt mới của tên trường và tên vị thầy mang cặp kính cận dầy cộm. Ra tới phố Huế, nơi ngày xưa có những cửa hàng nho nhỏ chúng tôi thường lui tới. Chuyên chỉ cho tôi căn nhà to lớn.
"Anh nhớ chỗ này không?"
Tôi nheo mắt nhìn.
"Hiệu kem Cẩm Bình phải không?"
"Anh nhớ dai ghê nhỉ?"
Cả một căn phố có chiều dài hun hút chỉ đủ chỗ cho một cỗ máy làm kem. Những ô vuông trên máy bốc khói mù mịt mỗi khi được mở ra hứa hẹn cái mát lạnh thơm tho.
"Hồi đó em chỉ thích kem va-ni, còn anh chuyên môn kem xúc-cù-là phải không?"
Có lẽ những cây kem dài lạnh buốt bốc khói rút ra từ những ô vuông bằng kẽm nơi đây là thứ tôi nhớ nhất. Không có một thứ kem nào trên thế giới có thể so sánh với cây kem Cẩm Bình ngày nhỏ. Có lẽ vì đây là thứ quà tôi có thể đãi Chuyên mỗi khi chúng tôi trốn nhà đi chơi. Lên một chút nữa là tiệm tạp hóa, nơi chúng tôi chúi mũi vào tủ gương ngắm nghía không biết chán những thứ trưng bày bên trong.
"Cái tiệm tạp hóa gần đây đâu rồi nhỉ?"
"Tiệm nào anh?"
"Sao em quên được cái tiệm tụi mình dán mũi mỗi ngày đó nhỉ?"
Chuyên kéo tay tôi.
"Em nhớ ra rồi. Ừ nhỉ! Lâu lắm rồi em không để ý tới nó. Chỗ này thì phải."
Chuyên chỉ vào căn phố lạ hoắc. Tôi nhìn mà chẳng nối kết được nay và xưa.
"Em có nhớ tụi mình mua gì ở đây không?"
Chuyên đỏ mặt nhìn tôi cười. Lần đó, trong túi có tiền lì xì Tết khá nhiều, chúng tôi mới được dịp duy nhất làm khách hàng của cô chủ dễ thương chỉ cười mỗi khi chúng tôi ríu rít bàn luận xong rồi đi ra. Tôi mua một đôi tất mùa đông dài lên tới gần đầu gối và điệu nghệ hỏi Chuyên muốn mua gì tôi mua cho. Chuyên lắc đầu quầy quậy. Cô chủ cười và chỉ chiếc áo lót hai dây thật đẹp. Chuyên mắc cở quay đi. Ngày đó ngực Chuyên còn nhỏ xíu ánh rõ dưới làn áo cánh mỏng. Cô chủ tinh ý như một bà mẹ thấy đã tới lúc nai nịt cho con gái. Chị bớt cho các em một tý cho vui nghe! Cô gói hai thứ vào với nhau. Cả tuần lễ sau, Chuyên mới nhận chiếc áo làm tôi phải giấu giếm phát mệt. Thả bộ lên tới giáp Hồ Gươm, tôi kéo Chuyên rẽ sang bên phải đi về phía Nhà Hát Lớn. Khúc đường phía trước nhà hát được mở rộng

trống trải. Chúng tôi băng ngang tới bên hông tòa nhà quen thuộc. Quyền giờ ở nơi đâu? Vũ có còn ở Lò Đúc không nhỉ? Ờ, sao không thử tạt qua xem hắn còn đó không? Tôi chợt nhớ tới những thằng bạn đã một thời leo cửa sổ vào xem đoàn Gió Nam từ Sài gòn ra trình diễn. Những chiếc cửa có chắn song kiên cố hầu như vẫn vậy. Chúng đợi tôi từ thuở nào tới giờ! Tôi đứng nghĩ tới những tháng ngày ngỗ nghịch, cười một mình.
Mái ngói của tòa nhà Bác Cổ gần đó kéo chân tôi. Khu vườn cỏ bên hông vẫn còn đó nép mình dưới những bóng cây cổ thụ làm mát những trưa hè. Nơi đây là sân đá bóng của chúng tôi. Những trái bóng quần vợt nhẵn nhụi chẳng còn một sợi lông nào được chúng tôi hì hục đuổi theo mồ hôi mồ kê nhễ nhại. Xuân là đứa chuyên cung cấp những trái bóng quý giá này. Nhà nó ở bên cạnh sân quần vợt. Cái dáng người nhỏ thó với hàm răng hô tinh nghịch như còn in rõ trong tôi. Giờ nghỉ giải lao, chúng tôi ngồi mút những que kem ngắn ngủn chỉ toàn nước và phẩm mầu rút ra từ những chiếc bình kem loang loáng thủy ngân bên trong của những đứa bán kem dạo và nói chuyện trên trời dưới đất. Chuyện của Xuân bao giờ cũng hấp dẫn chúng tôi. Hắn nhỏ con nhưng tỏ ra sành sỏi nhất bọn. Chuyện tình của nó với con nhỏ hàng xóm chẳng biết có được thêm bớt không làm chúng tôi vểnh tai không biết mỏi. Ngày sinh nhật em, tao tặng em một quả bóng. Tụi tôi trề môi. Bóng mày đi lượm chứ có mất tiền mua đâu mà làm quà! Nó cãi lại. Không mua nhưng có ý nghĩa. / Ý nghĩa con khỉ ấy? Hà tiện thì nói hà tiện cho rồi! / Tụi mày có đứa nào có em chưa mà cãi? Nó đánh trúng tim đen của chúng tôi, toàn những thằng trông thấy con gái mình thích là run như cầy sấy. Tao đếch thèm nói chuyện với lũ chúng mày nữa! Lại một màn gây gổ nhau. Đứa nọ đổ thừa cho đứa kia. Im đi cho nó nói! Thằng nào cũng khoái nghe chuyện hấp dẫn. Xuân chậm rãi kể. Nó cũng thích khoe chuyện tình không biết có thật không của nó. Tao gói quả bóng vào tờ giấy mầu. Một giọng cắt ngang. Mày nhặt được cả giấy mầu nữa hả? Tụi tôi cười hả hê. Xuân vùng vằng. Tao đếch thèm chơi với tụi mày nữa! Nó dợm đứng lên. Một thằng ấn nó xuống, dỗ dành. Kệ mẹ tụi nó, mày nói cho tao nghe! Xuân làm bộ một chút rồi cũng nói. Tao đưa cho em và nói: Anh tặng em quả bóng này để em hoạt động thể thao! Tụi tôi phá ra cười.
"Anh nghĩ gì mà thừ người ra vậy?"
"Chỗ này ngày xưa tụi anh chuyên môn đá bóng. Vui thật!"
"Thích nhỉ! Đi xa trở về mới có những tình cảm như vậy. Còn chôn chân ở nơi cũ như em thì chẳng cảm thấy gì cả. Anh đang ở xa lắm phải

không?"
Chuyên khéo léo hỏi nơi cư ngụ của tôi. Tôi gật đầu.
"Xa lắm! Cách em bằng cả một đại dương."
"Eo ôi! Xa gì mà xa khổ xa sở vậy?"
Tôi nổi máu giỡn.
"Tại vì bố em đuổi anh hoài anh phải chạy bán sống bán chết xa như vậy đấy!"
Chuyên cười.
"Bố em dữ, em biết. Nhưng tưởng chỉ dữ với tụi em thôi chứ. Ai ngờ ông còn dữ cả với anh nữa."
Tôi vẫn chưa ngưng được cuộc chơi.
"Chắc tại em khai anh ra nên ông ấy đuổi anh chạy xa như vậy cho chắc ăn!"
Chuyên luồn ra phía sau, ôm cứng lấy tôi, thì thào bên tai. "Vậy thì em phải giữ anh cho chắc. Ngày xưa em cũng đã giữ anh như vậy nhưng anh vẫn gỡ vòng tay em chạy mất. Em còn nhớ vòng tay xưa của em không?"
Ngày xưa, Chuyên cũng ôm sát lưng tôi, đôi tay ngắn cố nối thành vòng, giọng nồng nàn. Em cầu trời cho ngực em mau lớn để em lấy anh! Tôi đứng như trời trồng. Gió bên bờ đê lồng lộng thổi bên tai. Vòng tay Chuyên chặt chịa. Ngực Chuyên giờ tràn đầy sau lưng.

Song Thao
03/2006

SỸ LIÊM

THƯƠNG NHỚ MỘT TỜ

Tôi nằm nghiêng vào cửa buồng lắng nghe tiếng ngáy của ba tôi. Ổng có tật lớn, hễ nằm xuống giường chừng mười phút là cất tiếng ngáy như sấm dậy. Mẹ tôi rất khổ sở vì tật đó của chồng vào những năm đầu chung sống với nhau, nhưng nghe mãi rồi bà cũng quen. Đêm nào không nghe ba tôi ngáy là bà lo ngại chồng mình có chuyện buồn phiền hay đau ốm khó ngủ ngon giấc.

Mỗi lần nghe mẹ tôi căn nhằn: "Ngủ cái gì mà ngáy như sấm, nằm gần ông chẳng ai ngủ nghê gì được". là ba tôi chống chế: " Người ngủ hay ngáy là người vô tâm không để ý đến chuyện vặt vãnh, không để tâm hãm hại ai. Ngủ mà ngáy là ngủ ngon, có đầy đủ sức khỏe...". Nhờ tiếng ngáy ấy mà mỗi lần tôi muốn làm gì lén lút trong đêm, tôi chỉ nằm im giả ngủ đợi khi ba tôi "kéo gỗ" là tôi ra tay ngay.

Từ ngày theo gia đình về Cần Giộc chạy giặc Đồng Minh đánh Nhựt, tôi biết rồi quen và kết thân với cậu Một Tờ, một người bà con xa của mẹ tôi. Tôi thích cậu, mê cậu như mê nhân tình bởi vì cậu Tờ rất nuông chiều tôi, sẵn sang thỏa mãn mọi đòi hỏi, sở thích của tôi. Dù khó khăn cách mấy, cậu cũng cố làm cho tôi vui lòng. Tôi thì theo dính

cậu, còn ba mẹ tôi thì cấm cản tôi không cho tôi lết theo cậu bởi vì cậu ở dơ không ai bằng. Một năm, cậu tắm bốn lần và gia tài cậu chỉ có hai bộ đồ thay đổi. Í tai dám đứng gần cậu vì từ người cậu bốc ra một mùi thật khó ngửi, nhứt là hai mảng ghẻ nhầy nhụa trên hai ống quyển của cậu, xông lên như mùi thúi của bệnh cùi. Thoạt đầu tôi muốn mửa mỗi khi xáp tới gần cậu, nhưng lâu dần tôi quen với mùi đặc biệt ấy.
Mới đêm hôm qua, ba tôi vừa cảnh cáo tôi:

- Ba cấm con từ rày về sau không được ngủ chung với thằng Tờ nữa. Người nó vừa dơ vừa hôi thúi như chồn mà sao con có thể nằm cạnh nó ngủ được chớ? Nó mà lây ghẻ hờm của nó cho con thì chỉ có nước trời cứu con mà thôi. Nó mắc bệnh phong tình đó, con biết không?

Tôi dạ dạ vâng vâng, hứa hẹn đủ thứ để khỏi ăn đòn. Tối lại, tôi thấy bồn chồn muốn ra hàng ba chui vô nốp của cậu.

Đợi tiếng ngáy ngủ của ba tôi trổi lên thật đều, tôi lồm cồm ngồi dậy, nhẹ nhàng tuột xuống khỏi bộ ván gõ lẻn ra tìm chỗ cậu Tờ ngủ. Con Mực chạy tới gừ gừ. Tôi đưa tay lên môi nói nhỏ:

- Tao đây mầy, đừng có sủa. Hư bột hư đường hết nghen mậy.

Nó đến bên tôi vẫy đuôi mừng. Vành trăng lưỡi liềm chiếu ánh áng yếu ớt xuống vườn quít, cam và xoài trước sân nhà. Tôi bước nhẹ tới bên chiếc nốp khẽ gọi cậu Một Tờ. Bóng cậu ngồi ở đầu hàng ba. Cậu búng tay gọi tôi. Cậu hỏi:

- Anh chị Bảy ngủ chưa sao mà mầy dám ra ngoài nầy vậy?

Tôi đáp:

- Bộ cậu không nghe tiếng ngáy của ông già đó sao?

Cậu ừ một tiếng nhỏ rồi kéo tôi ngồi xuống bên cậu:

- Tao đã chuẩn bị sẵn sàng từ nãy giờ. Đợi mầy ra là tụi mình xáp trận.

Tôi nghe mùi xoài tượng và mùi nước mắm đường dầm ớt xông lên mũi. Dịch vị tôi hoạt động ngay, nước miếng tươm ra trong họng. Tôi nuốt nước miếng đánh ực nghe rõ mồn một trong đêm thanh vắng. Cậu Tờ và tôi đã ăn nhiều lần món xoài tượng chấm nước mắm đường dầm ớt cay xé họng rồi mà lần nào nghe mùi xoài, mùi nước mắm đường dâng lên mũi là tôi bắt chảy nước miếng ào ào không sao cầm giữ nổi.

Xuyên qua ánh trăng mờ nhạt, tôi thấy cậu Tờ cắt từng miếng xoài xếp hàng lên dĩa bàn. Cậu một miếng, tôi một miếng. Tiếng xoài tượng vỡ giữa hai hàm răng nghe thật dòn. Vị chua chua cộng với vị mặn mặn, ngọt ngọt, cay cay làm tôi ngay ngất. Vừa nhai vừa hít hà, tôi nghe khẩu vị mình trào dâng một cảm giác đê mê lạ lùng. Thoáng một cái hai cậu cháu đã nuốt gần hết trái xoài tượng lớn bằng cổ chân. Cậu Tờ nhường cái hột cho tôi. Chấm hột xoài vào nước mắm đường đặc kẹo, tôi cạp sạch đến tận vỏ cứng của nó. Cậu Tờ bảo tôi đưa hột xoài cho cậu rồi cậu túm hết vỏ xoài đi thẳng ra ngoài vườn. Một đỗi sau, cậu trở vô căn dặn tôi:

- Không được khoe với ai hết nghe chưa. Tao hái trộm xoài của anh chị Bảy đãi mầy, ổng bà biết là chết cả mầy lẫn tao.

Tôi trấn an cậu:

- Bộ cậu nói tui ngu lắm sao. Vả lại cậu sợ gì chớ? Cả ngàn trái xoài đầy ngật trên cây, mất một trái làm sao ba má tui biết được?

Cậu Tờ giải thích là cậu leo cao không được, cậu hái xoài dưới thấp. Xoài dưới thấp mất trộm dễ bị ba má tôi phát giác vì ba tôi rất tinh ý. Sáng nào ba tôi cũng đi vòng quanh vườn kiểm soát xem đêm qua xoài có bị hái trộm không. Xoài đã tới mùa hái rồi, ba mẹ tôi đã bán mão cho người ta. Mất xoài không tiếc chỉ sợ mất uy tín với bạn hàng.

Những lần cậu Tờ và tôi ăn xoài, ba mẹ tôi cũng biết xoài bị mất trộm nhưng ông bà chưa nghi người trong nhà hái trộm mà chỉ cho là hàng xóm tham lam. Lần nào cũng vậy, sau khi ăn xong là cậu Tờ đem chôn vỏ, hột xoài, ra ao rửa thật sạch chén đựng nước mắm đường.

Hết thèm xoài, cậu Tờ rủ tôi ra ruộng bắt cá nhảy hầm. Cậu đào một cái hầm rộng bằng cái mâm bên bờ đá, sâu độ nửa thước, trét bùn thật láng chung quanh. Cậu và tôi ngồi cách hầm xa xa chờ nghe tiếng cá nhảy từ thửa ruộng bên này qua thửa ruộng bên kia lọt xuống hầm. Tai cậu rất thính, vừa nghe tiếng động là cậu chạy nhanh tới rọi đèn bấm xem. Gặp cá kèo cứng, cậu bắt thả vào ruộng. Gặp cá lóc lớn bằng cườm tay, cậu đập đầu trét bùn kín từ đầu đến đuôi cá, xuyên một que cây vào miệng cá rồi chất rơm đốt lửa lên thui. Qua ánh lửa bập bùng, nét mặt cậu nghiêm nghị, khi thì cau lại, lúc thì giãn ra theo từng nhịp trở mình cá trên ngọn lửa hừng hực. Lớp bùn đen đổi màu dần dần trở nên đỏ ửng. Cá vừa chín thì đống lửa rơm cũng vừa tàn.

Cậu cắm đứng con cá bọc kín trong lớp bùn xuống nền đất ướt trên bờ đắp rồi trải lá chuối khô bắt đầu dọn tiệc. Gia vị chỉ có một ít rau dấp cá, một gói muối tiêu, vài ba trái ớt xanh. Cậu bảo tôi ngồi xếp bằng trên mặt đất đợi cậu đãi ăn món cá nướng đất, món sở trường của cậu. Qua ánh đèn bấm, cậu bóc lớp bùn trên mình cá. Vảy cá theo lớp bùn non bị bóc đi, phô lớp thịt trắng tinh bốc khói bay nhè nhẹ. Mùi thơm đặc biệt tỏa ngát quanh chúng tôi. Dịch vị tôi lài làm việc nhanh chóng. Nước miếng ứa ra đầy miệng. Cá ngọt làm sao. Cậu nhường nạc cho tôi, còn cậu mút xương và lãnh cái đầu cá. Trong đêm thanh vắng, tôi nghe rõ tiếng cậu nhai đầu cá dòn rụm.

Những đêm có nước ròng, cậu rủ tôi đi bẫy cá nhảy hầm và nướng ăn tại chỗ. Ngán cá, cậu tổ chức đi bắt con nha, một loại cua nho nhỏ như con còng. Có đêm cậu bắt được hàng nửa thùng thiếc con nha. Nha luộc ăn không ngon bằng nha nướng. Mùi nha nướng thơm như cua nướng. Thịt nha ngọt không thua gì thịt cua.

Tình bạn giữa tôi và cậu Tờ ngày thêm khắng khít. Một ngày vắng cậu, tôi buồn rã rượi. Ba mẹ tôi ngăn cấm tôi chừng nào tôi lại càng quyến luyến cậu chừng nấy.

Hai ống chân ghẻ của cậu đối với tôi chỉ là nỗi bất hạnh lớn trong cuộc đời trai tráng của cậu. Vì nó mà cậu bị mọi người hất hủi, bạc đãi. Hằng tháng cậu lặn lội đến nhà thương quận Cần Giuộc xin thuốc uống và bom-mát về thoa ghẻ, nhưng chờ cả ngày trời, nhà thương chỉ phát cho cậu một hũ bom-mát nhỏ bằng đầu ngón cái, không đủ trét đầy một phần ba ông quyển. Trét bom-mát lên mặt ghẻ, chỉ chừng vài giờ sau nước vàng làm trôi mất thuốc. Cậu nghe thiên hạ bày: uống hay chích trụ sinh thì chóng lành bịnh, nhưng làm sao có trụ sinh mà trị bịnh. Ai cho cậu? Tiền đâu cậu mua? Cậu nghèo rớt mùng tơi. Lối xóm có ai nhờ tát ao, gặt lúa, làm công việc vặt vãnh, cậu chỉ có đủ tiền mua thuốc rê, thứ rẻ tiền nhất để kéo cho đã cơn ghiền. Không có giấy quyến, cậu quấn bằng lá chuối khô hoặc lá trâm bầu.

Món thuốc duy nhất còn lại để trị bịnh ghẻ của cậu là hột lịch mọc đầy ngoài đồng. Mỗi lần cậu Tờ làm thuốc mới, tôi đều có mặt để giúp cậu một tay. Hai cậu cháu đi hái trái lịch ngoài đồng đem về dùng chày đâm tiêu đập nhè nhẹ cho hột lịch rơi xuống nền gạch. Gom hột lại được chừng một tô nhỏ. Cậu đem ngâm vào cái thau. Hột lịch nhỏ như hột é, ngâm trong nước ít lâu sẽ nở ra và dính kẹo lại với nhau.

Cậu nấu nước sôi để nguội rửa hai mảng ghẻ trên hai ống chân cho sạch rồi nắn hột lịch thành hai cái máng xối đắp lên trên, Cậu vuốt vuốt cho hột lịch dán chặt vào mặt ghẻ. Chất nhờn của hột lịch bám sát vào da, hít hơi nóng của ghẻ làm cậu cảm thấy dễ chịu, Hai cái máng xối hột lịch cũ cứng như củi. Tôi thường chơi trò thả tàu trên mặt ao với hai cái máng xối hột lịch khô cứng ấy. Chúng chồng chềnh trên mặt nước trôi theo gió ra giữa ao rồi chìm lỉm. Tôi thương cậu quá, tôi thấy không gớm chút nào hết. Có những đêm ghẻ hành, ngủ không được, cậu lăn trở rên khe khẽ. Năm bên cạnh, tôi cũng thao thức, xót xa dùm cậu.

Cũng tại vì hai ống chân ghẻ mà cuộc tình đầu đời của cậu tan vỡ và cho đến tuổi trên bốn mươi cậu vẫn chưa có một người đàn bà an ủi, vỗ về.

Vào tuổi 22, cậu quen và yêu một cô thôn nữ tên Thoa, con gái một trung nông bên làng Thuận Thành. Tuy là gái quê nhưng cô Thoa khá đẹp lại giỏi nữ công, gia chánh. Cậu Tờ cũng thuộc loại trai làng có học, dù chỉ đỗ bằng tiểu học. Cậu lại biết ăn nói, hiền lành. Trong làng ai cần nhờ gì, cậu đều giúp đỡ, không hề từ chối, từ thảo đơn, từ thưa gởi kiện tụng, thậm chí tới viết dùm thơ tình, cậu cũng giúp luôn. Cuộc tình Thoa-Tờ khá thơ mộng. Đầu thôn, cuối làng, ai cũng biết cuộc tình ấy. Hai người thề non hẹn biển sẽ yêu nhau suốt đời.

Bỗng một chiều đau đớn nhứt đời cậu, cô Thoa và cậu hẹn gặp nhau tại đình làng để dứt khoát chuyện cưới xin. Hai người ngồi sát vào nhau tình tự. Cậu ôm cô Thoa vào lòng, xin hỏi cưới cô làm vợ. Cô Thoa đẩy nhẹ cậu ra, láo liêng nhìn chung quanh sợ có ai trông thấy. Chiếc khăn tay rơi xuống đất, cô Thoa cúi xuống lượm, một mùi thịt thúi phảng phất qua mũi cô.

Cô hỏi trổng:

- Mùi gì y như là mùi chuột chết vậy anh Tờ?

Cậu Tờ giật mình đánh thót:

- Mùi gì đâu?
- Anh không nghe thấy sao?
- Không... không có... mùi gì hết.

Cô Thoa đưa mũi đánh mùi chung quanh, lúc ngước lên, khi cúi gần sát đôi chân cậu Tờ. Cậu đã biết mùi đôi chân ghẻ của mình bị người yêu khám phá. Cậu ngượng cứng cả minh mẩy. Cậu lo sợ, nghe lòng tê tái. Hạnh phúc sắp vuột khỏi tầm tay cậu rơi vỡ tan tành. Đôi chân ghẻ làm ung thúi cuộc tình vừa nảy nở trong tim hai người.

- Chắc có con gì chết sình trong đình nên bốc mùi hôi thúi dữ vậy đó.

Cậu Tờ nắm tay cô Thoa nói nhanh:

- Ờ... ờ thúi thiệt. Thôi, tụi mình về đi Thoa.

Cậu đưa cô Thoa ra cửa đình rồi hai người chia tay nhau. Cậu về nhà như kẻ mất hồn. Cậu đã cố dấu đôi chân từ nửa năm nay. Cô Thoa chưa hề biết bệnh tật của cậu. Mỗi lần hẹn hò cô Thoa, cậu rửa ghẻ thật sạch, băn bó cẩn thận. lần gặp này, cậu bận quá nên quên bẵng đi khuyết điểm của mình. Cậu hối hận. Cậu buồn và tự trách mình. Suốt hai ngày trời, cậu bỏ cơm trốn biệt trong phòng. Bịnh không hẳn là bịnh nhưng tay chân cậu rã rời, đi đứng hết muốn nổi.

Cô Thoa chưa biết gì cả. Cô vẫn nghĩ rằng mùi hôi thúi kia phát xuất từ một con vật gì đó chết sình trong ngôi đình làng. Hình ảnh cậu Một Tờ vẫn rạng rỡ trong trái tim cô.

Nhưng rồi việc gì phải đến đã đến. Trai tráng trong làng ganh tức với cậu Tờ, phao tin đến tai cô Thoa:

- Già kén kẹn hom! Con Thoa nó hết người thương rồi hay sao mà nhè cọn cái thằng Tờ ghẻ hờm!
- Hai mảng ghẻ trên hai ống chân thằng Tờ cho con Thoa nó hít đã dữ a! Ngủ quên nó gác hai ống chân thúi đó lên, con Thoa có nước chết ngắc chớ sống sao nổi!
- Nó lén lên Sài Gòn chơi bời mắc bịnh kín nên thân thể nó mới ra nông nỗi đó! Mang bệnh đó làm sao sanh con đẻ cái được mà con Thoa nó ham?

Cô Thoa nghe đầy tai những lời chế diễu độc ác. Cô sực nhớ lại mùi hôi thúi ở lần gặp gỡ cuối cùng với cậu Tờ. Tiếng đồn rõ ràng là sự thật. Từ trên đỉnh cao hy vọng, tin yêu, cô rớt xuống vực sâu tuyệt vọng và khiếp đảm.

Từ đó, cậu Tờ không bao giờ còn gặp lại cô Thoa nữa. Mối tình đầu đời của cậu dẫy chết ngay sau lần hẹn hò ấy.

Cậu kể lại cho tôi nghe, mắt cậu long lanh màn nước mỏng. Cô Thoa hãy còn sống bên làng Thuận Thành. Cô đã là một bà mẹ tám con, đưa con gái đầu lòng đã 19 tuổi. Nay cô đã làm bà và có cháu ngoại. Chồng cô là một nông dân lực lưỡng, suốt đời chỉ biết cầm cuốc làm ruộng rẫy.

Nhựt đầu hàng Đồng Minh. Chiến cuộc Việt Nam rẽ sang một lối khác. Việt Minh nổi dậy khắp nơi. Pháp quay trở lại Việt Nam . Gia đình tôi bỏ Cần Giuộc về Chợ Lớn, Tôi tiếp tục việc sách đèn. Buổi chia tay với cậu Một Tờ tôi khóc thật nhiều như thể chúng tôi không còn bao giờ gặp nhau nữa.

Cậu ôm đầu tôi, vỗ về:

- Cháu về trển mạnh giỏi. Ráng ăn học để sau này thành tài giúp dân, giúp nước. Thỉnh thoảng cậu sẽ lên thăm cháu. Chợ Lớn-Cần Giuộc không cách xa nhau mấy cây số đâu.

Tôi lặng thinh siết chặt tay cậu như không muốn rời xa. Tôi nghĩ cậu nói vậy cho tôi yên lòng chứ tôi biết chắc là cậu sẽ khó mà gặp tôi vì cậu làm sao có tiền mua vé xe đò lên thăm tôi.

Đúng như điều tôi nghĩ, tôi rời làng Phước Lâm đã ba năm mà tôi và cậu Một Tờ chưa gặp lại nhau một lần. Tôi hỏi thăm ba mẹ tôi thì mới hay cậu đã bỏ làng Phước Lâm đi đâu không ai biết.
Rồi một ngày, tôi nghe được tin sét đánh về cậu Một Tờ: cậu đã bị Việt Minh xử bắn! "Chánh quyền cách mạng" bắt cậu về tội làm gián điệp cho Pháp! Người ta dựng lên một tòa án nhân dân tại ấp Phước Kế, đọc bản án "phản quốc" và bắn cậu Tờ ngay trước cửa đình làng Phước Lâm, nới mà cách hai mươi mấy năm về trước, cậu và cô Thoa gặp nhau lần cuối cùng.

Tôi lén ba mẹ tôi về Cần Giuộc tìm thăm mộ cậu Một Tờ. Không ai biết đích xác cậu được chôn cất ở đâu vì người ta kéo xác cậu đi mất sau cuộc xử bắn. Bà con lối xóm bàn tán xôn xao một dạo về bản án "phản quốc" của cậu Một Tờ. Ai cũng bất nhẫn trước cái chết của cậu. Cậu Tờ làm sao làm gián điệp cho Pháp được. Tiếng Pháp cậu dốt đặc kia mà! Người ta chỉ thấy cậu thường đi về xã Long Phụng với áo quần, giầy nón mới rồi tình nghi cậu lấy tiền của giặc điểm chỉ này nọ. thực ra, cậu đã bỏ ruộng đồng lặn lội lên Trảng Bom làm cây rừng với một người quen. Có tiền cậu sắm áo quần, nón, giày mới thỉnh thoảng trở về quê chơi, đãi bạn bè nhậu nhẹt.

Tôi ngồi trước thềm nhà cũ, nhìn hai mảnh vườn xoài và cam quít. Bao nhiêu kỷ niệm êm đềm của một thời chạy giặc, kết bạn vong niên với cậu Một Tờ chợt sống dậy trong tâm tưởng. Vườn xoài bây giờ không còn xum xuê như thuở nào nữa. Những trái xoài màu vàng trắng vẫn còn lắc lư, đong đưa trong gió như nhắc tôi nhớ những đêm cậu Tờ trộm xoài cùng tôi ngồi ăn ngấu nghiến với nước mắm đường dầm ớt xanh. Hình dung miếng xoài tượng dòn khứu chấm thật sâu vào chén nước mắm đường dầm ớt đặc kẹo bỏ vào miệng nhai rôm rốp không còn làm tôi thèm chảy nước miếng như thuở nào nữa. Nó sẽ làm tôi ê răng, the lưỡi vì thiếu vắng một người, một người dơ dáy bẩn thỉu nhưng tôi yêu và quí nhất trong đời.

Tôi rảo bước trên từng bờ đắp ngăn chia hàng hàng lớp lớp ruộng nước trải dài đến ngút ngàn. Tôi bồi hồi nhớ đến những đêm bắt cá nhảy hầm với cậu Tờ. Một cây lịch vướng vào chân tôi. Tôi cúi xuống ngắt một cành đầy hột. Bóp nát hột ra, vô số hột nhỏ li ti rơi nằm trong bàn tay tôi. Tôi nhổ một bãi nước bọt, cắm đầu hột lịch vào. Một tiếng "tách" bật lên, hột vỡ đôi. Không còn cậu Tờ nữa, ai sẽ dung hột lịch chế thành một thứ thuốc trị ghẻ không bao giờ lành. Cây hột lịch bây giờ mọc khắp nơi. Chúng tha hồ mọc. Cậu Một Tờ giờ đã thành người thiên cổ. Ghẻ cậu đã lành hay vẫn còn hành nhức cậu từng đêm?

Giữa hoàng hôn đồng nội, tôi lững thững bước đi như kẻ mất hồn. Ngang qua cổng đình làng, tôi dừng lại nhìn vào trong. Cửa đình mở rộng, tối om. Ở một chỗ nào đó trong đình thuở xa xưa, cậu Một Tờ và cô Thoa đã cùng nhau nói chuyện tương lai và cũng nới đó, cuộc đời của cậu đã kết thúc thật tang thương.

Bỗng dưng tôi rùng mình, tưởng chừng như oan hồn của cậu hiện về ôm choàng lấy tôi.

Sỹ Liêm

THÁI NC

XÓM BỜ ĐÊ

Đồng hồ điểm đúng 12 giờ khuya rồi nhưng Cương không thể dỗ được giấc ngủ. Nó nằm trằn trọc nghĩ đến việc xảy ra hồi chiều mà cảm thấy ấm ức, than thầm "*Trời ơi! nhục ơi là nhục.*"

Chuyện xảy ra như vầy:

Chiều nay, như mọi ngày, Cương đi học về đến đầu xóm. Đang bước đi trên con đường quen thuộc, bỗng nó phải dừng bước vì hai thằng nhóc cũng trạc tuổi chặn trước mặt. Một thằng hất đầu nói

-Ê, đứng lại biểu.

Cương nhận biết cả hai. Chúng nó là hai anh em. Thằng anh tên là Đen. Không biết có phải là tên thiệt của nó hay không, chỉ nghe tụi con nít trong xóm gọi như vậy vì thằng này luôn luôn cởi trần. Toàn thân nó từ đầu đến chân, trừ chiếc quần Xà Lỏn rộng thùng thình ra, là một khối đen xì rám nắng. Thằng em nhỏ hơn một tuổi, gọi là Trắng. Kể cũng lạ. Anh em mà thằng này khác thằng kia xa lắc. Thằng Trắng cũng cởi trần chạy rông suốt ngày nhưng không đen như anh nó; trái lại là khác. Nó trắng bệt gần giống như người ở trong nhà mấy năm chưa ra đường. Anh em cu Đen cu Trắng là trùm bọn nhóc của xóm Bờ Đê.

Xóm Bờ Đê ở ngay bên ngoài khu cư xá nhà Cương. Tính từ cái cầu Trương Minh Giảng đi xuống về hướng Gia Định khoảng một cây số là tới ngã tư đầu tiên có cây xăng con sò. Quẹo phải là đường *Trần Quang Diệu* chạy thẳng về Phú Nhuận. Còn quẹo trái lại thêm hai chữ nối dài, thành đường *Trần Quang Diệu nối dài.* Đây là một con đường cụt. Từ đầu đường Trương Minh Giảng đi vào nửa đoạn đường đầu, nhà cửa còn khang trang tử tế. Càng vào sâu nữa, đoạn đường sau, hầu hết là nhà sàn vì nó bắt ngang qua giòng sông Củ Kiệu nổi tiếng với giòng nước đen kịt đầy rác rến và mùi hôi.

Qua khỏi xóm Bờ Đê nối lại với đất liền là khu Cư Xá. Chỉ gọi là khu Cư Xá trống không vậy thôi chứ không có tên gì cả. Trước đây đó là một khu đất trống. Một nhà thầu bỏ vốn xây cất hơn hai chục căn nhà nhỏ, kiểu na ná giống nhau.

Cho nên, chỉ một đoạn đường ngắn ngủi đã có ba tầng lớp khác biệt trong xã hội. Phía ngoài cùng nửa đoạn đường đầu là khá giả hơn cả, nhà cửa biệt lập, sân trước sân sau rộng rãi. Kế đến là xóm Bờ Đê hoàn toàn trái ngược, hỗn độn chen chúc nhau trong những căn nhà chật hẹp. Trong hết là khu Cư Xá, tuy chỉ là những căn nhà nhỏ nhưng vì mới xây nên tương đối khang trang.

Vì có sự khác biệt trên nên con nít xóm nào chơi theo xóm đó. Xóm giàu ở ngoài, Cương cũng có vài đứa bạn học chung lớp, nhưng chỉ biết nhau vậy thôi chứ Cương ít khi nào thấy tụi nó la cà ngoài đường phố. Còn lại xóm Bờ Đê và khu Cư Xá cũng không thể dung hòa với nhau nổi. Không phải là con nít khu Cư Xá không muốn chơi với tụi Bờ Đê, nhưng quả tình là chơi không lại tụi nó. Cũng những trò chơi chung như bắn bi, tạt hình, bông vụ... như nhau thôi, bọn Bờ Đê chơi hay vô cùng. Lý do vì tụi nó chơi tối ngày, quanh năm suốt tháng. Chơi với tụi nó chỉ có nước nạp mạng. Đó là chưa kể tụi nó ngang như cua, thua là cãi chầy cãi cối, và thỉnh thoảng giựt tiền chạy. Tụi Cư Xá như Cương chỉ có nước đứng ngó.

Đã không chơi, tức không là bạn. Và đây là điều đau khổ cho bọn Cương.

Vì nằm ở trong cùng nên đi đâu cũng vậy, dù muốn dù không cũng phải đi ngang qua xóm Bờ Đê. Với người lớn chúng nó còn nể chút đỉnh, chứ cỡ Cương đều là nạn nhân. Đang đi đường, bỗng không bị thụi sau lưng một cái thiệt mạnh. Quay lại thấy một thằng nhóc Bờ Đê miệng cười nham nhở. Tức mấy cũng bặm môi bỏ qua chứ gây lại là có chuyện. Có khi chúng nổi hứng ngang nhiên chận lại hỏi "*Ê, muốn pặc-co không? Một chọi một*" vv... Những lần như vậy bọn Cương chỉ lầm lũi né sang một bên hoặc ù té chạy một lèo mới may ra tránh được rắc rối.

Và chiều nay cảnh cũ tái diễn.

Anh em Đen Trắng đứng hai bên choáng hết lối đi khiến Cương muốn tránh cũng không được.

Thằng Đen tiến tới hỏi

-Có tiền không? Cho "mượn" vài chục coi.

Cương giật mình, À nó định *bắt địa* mình đây mà. Tự nhiên Cương đua tay chặn túi. Thiệt là xui xẻo. Mọi hôm Cương ít khi nào có tiền. Nhưng hôm nay lại khác. Trong túi nó có mấy trăm tiền mua sách còn dư. Không khéo bị nó lấy mất.

Cương giả bộ nói

- Tao không có tiền.

- Vậy cái gì trong túi mày đó?

Thằng Trắng tinh ý đã nhận thấy thái độ khác thường của Cương.

- Gì kệ tao. Tao không có tiền.

- Vậy hả, để tao coi.

Thằng Đen tiến tới. Đến nước này, Cương định dùng lối cũ bỏ chạy nhưng đã trễ. Thằng Đen bất thần nhào tới ôm chặt Cương và hét bảo em:

- Lục túi nó.

Cương cố sức vùng vẫy. Vô ích. Thằng Đen khoẻ như vâm lại nhiều kình nghiệm đánh đấm nên đã khóa cứng tay. Cương chỉ còn chịu trận nhìn thằng Trắng móc hết tiền từ túi.

-Ha ha tiền nhiều quá. Thằng này giầu nhe!

Cương hét lên trong tuyệt vọng

- Không phải tiền tao.Trả lại tao.

Thằng Trắng tỉnh bơ lận mớ tiền vào lưng quần trong khi thằng Đen thả Cương ra và lùi lại nói

-Tao "mượn" mà. Mai mốt trả.

Cương đứng chết trân nhìn anh em thằng Đen chạy khuất vào trong hẻm. Chỗ này đang lúc vắng người, kêu cũng vô ích. Vả lại xóm Bờ Đê không ai muốn đụng vào anh em nhà thằng này. Ôi đành mất toi hai trăm bạc.

" Nhục quá!"

Thằng Cương ứa nước mắt. Cương hối hận mình nhát gan không dám nhào đại đánh nhau với thằng Đen một trận. Dù sao cũng đỡ tức, mà chưa chắc bị mất tiền một cách dễ dàng như vậy. Điêù làm Cương đau lòng nhứt là phải nói dối với má nó lỡ làm rớt mất tiền, không phải bị xóm Bờ Đê lấy. Cương không quen nói dối, nhưng nó cảm thấy đây là một mối sỉ nhục. Anh em thằng Đen cũng đâu có lớn hơn gì Cương cho cam.

oOo

Câu chuyện bị chặn đường lấy tiền Cương giấu kín không kể cho ai nghe trừ một người: anh Văn, anh họ của Cương. Văn là con một, không anh em nào khác nữa nên thương Cương như em ruột. Anh tên Văn, nhưng lại...võ nghệ đầy mình. Là mẫu người "văn võ song toàn". Từ trước đến nay hình như bất cứ việc gì Cương nhờ tới, anh đều giúp nó thỏa đáng.

Sau khi nghe Cương kể xong, Văn hỏi

- Vậy bây giờ em định làm gì?

- Em không biết. Nhưng mà tức quá. Đây không phải lần đầu.

Văn ngạc nhiên

- Ủa, vậy em đã bị nhiều lấn rồi hả? Có ai biết không?

Cương bị chạm niềm tâm sự, mếu máo

-Trong xóm em có đứa nào mà không bị vài lần. Có điều mấy lần trước cùng lắm là mất mấy hòn đạn, hoặc vài đồng là nhiều. Chỉ lần này là em bị nặng nhứt. Bây giờ mỗi lần má em sai em đi mua đồ đều làm em lo quá. Sợ bị lấy nữa thì khốn.

-Sao không tới nhà méc ba má nó?

Cương lắc đầu ngao ngán

-Vô ích anh ơi. Có mấy đứa trong xóm em dẫn người lớn tới nói. Họ đều nói là không biết gì hết. Cuối cùng rồi cũng ...huề cả làng.

- Vậy anh cũng đâu giúp gì được.

Cương buột miệng

-Hay là anh tới gặp anh em thằng Đen đòi lại cho em.

Văn lắc đầu

- Không được đâu. Tiền đó chắc là tụi nó ăn hết rồi. Vả lại, từ nay về sau, mỗi lần bị em đều nhờ anh hết sao?

Cương thất vọng

- Vậy em làm sao?

- Chính em đòi lại nó mới được.

Cương lắc đầu buồn bã

-Không xong đâu. Đời nào nó đưa lại. Không chừng còn...uýnh lộn nữa đó.

Văn vung tay

-Uýnh thì uýnh. Bộ em sợ nó hả?

- Hơ...tụi nó tới hai thằng. Mà má em cấm em uýnh lộn.

Văn ngắt lời

- Không phải anh xúi em cãi lời dì đi uýnh lộn, nhưng trong vài trường hợp mình phải tự vệ chứ? Tụi thằng Đen cũng chẳng có gì hơn em đâu, nhưng làm được một lần thấy em không phản ứng, chúng nó nghĩ em sợ, và sẽ tái diễn dài dài. Em chịu nổi không? Phải có một lần dứt khoát, chứng tỏ với tụi nó em không sợ, mới mong khỏi bị ăn hiếp mà thôi.

- Vậy em phải...uýnh thằng Đen hả anh?

-Đúng vậy. Nhưng bây giờ thì chưa được.

-Tại sao?

Văn nhìn Cương cười

-Tại vì bây giờ em mà đi uýnh với tụi nó, ăn đòn là cái chắc.

Cương ủ rủ

-Vậy em làm sao?

- Anh có cách

-Cách gì? Cương hỏi vội vã. Nó biết ngay là anh Văn thể nào cũng có cách giúp nó.

Bỗng Cương sáng mắt lên

-Phải rồi. Em phải học võ

Văn gật đầu

-Đúng vậy. Muốn khỏi bị ăn hiếp em phải một lần *"giải quyết phải quấy"* với tụi nó. Và muốn vậy em phải có võ mới mong chọi với thằng Đen nào đó. Không phải anh xúi em học võ để đi uýnh lộn, nhưng đây là trường hợp tự vệ. Chẳng lẽ em phải chịu đựng như vậy "suốt đời" sao? Tuần tới ở võ đường của anh mở khoá mới cho tân sinh do anh phụ trách. Anh sẽ dẫn em vào học luôn.

- Nhưng không biết má em có cho không!?

Văn tự tin

- Để anh nói với dì.

...

Kể từ hôm đó, mỗi tuần ba ngày, sau giờ học là Cương theo anh Văn tới võ đường Karaté.

Lúc đầu Cương còn ngượng nghịu và sợ sệt khi được huấn luyện dùng tay chặt vào gỗ. Nhưng dần rồi cũng quen. Cương thích thú thấy bàn tay của mình ngày càng chai lại và cứng rắn. Nhất là Cương cảm thấy nhanh nhẹn hẳn lên và tự tin hơn trước rất nhiều.

Sau nhiều tháng chuyên cần, Cương thi vượt qua đai trắng, rồi đai vàng, đai cam dễ dàng nên đã tự tin lắm rồi. Nó muốn tìm ngay thằng Đen để đòi lại "mối hận năm xưa". Tuy nhiên anh Văn chưa cho phép. Hôm đầu tiên dắt Cương tới võ đường anh bắt Cương phải hứa không được tự tiện đi kiếm thằng Đen, nên Cương đành nín. Đối với Cương, anh Văn bao giờ cũng đúng. Và nó cũng phải giữ lời hứa.

Thời gian dần trôi. Cương qua đai cam, đai xanh, và nay bắt đầu thắt đai nâu. Trong khoảng thời gian hơn cả năm trời này, mỗi ngày qua lại xóm Bờ Đê, thỉnh thoảng Cương lại bị anh em thằng Đen - Trắng và vài thằng khác nữa chặn đường sinh sự. Mỗi lần như vậy Cương đều bỏ chạy. Chân của Cương khoẻ lắm. Nó đã bỏ chạy, không đứa nào có thể theo kịp.

Cương say mê luyện tâp, và là một trong những môn sinh xuất sắc của võ đường. Đã khá lâu rồi, không biết từ lúc nào, lý do để Cương học võ đã không phải để phục hận thằng Đen nữa. Cương thực ra đã quên đi vụ bị giựt mấy trăm hơn một năm trước đây. Cương siêng năng tập võ với một mục đích khác.

Mỗi ngày trong võ đường, sau giờ tập là Cương say mê nhìn những tấm hình treo quanh phòng. Đây là những tấm hình của các cuộc tranh tài Karaté ở quốc nội cũng như quốc tế. Nhìn những võ sĩ vô địch của các nước ngoài như Đại Hàn, Nhựt Bản v.v... dưới màu cờ sắc áo của họ, Cương cảm thấy nôn nao. Nó ước mơ một ngày nào đó sẽ được đại diện Việt Nam thi đấu cùng nước khác. Dĩ nhiên Cương biết không dễ gì thực hiện được, nhưng nó vẫn nuôi giấc mơ không chút phai nhạt. Có chí thì nên, thầy của Cương vẫn dạy vậy mà. Hơn nữa chính anh Văn và các huấn luyện viên khác đều công nhận Cương rất có năng khiếu, nhất định sẽ tiến xa hơn nữa.

oOo

Một buổi sáng cuối tuần, Cương đến nhà bạn để học bài chung ở xóm bên cạnh. Nó bỗng chú ý đến một đám đông toàn những đứa trạc tuổi Cương đang bu lại ở một góc đường reo hò thích thú. Nổi tính tò mò, Cương chen vào xem.

Té ra là một trận đánh nhau. Trận đánh không công bằng cho lắm. Một bên là hai thằng đang được đám đông hộ reo hò cổ vũ, áp đảo một thằng bé khác tơi bời.

Cương suýt nữa kêu lên kinh ngạc khi nhìn thấy thằng bị đánh không ai xa lạ, chính là thằng Trắng em thằng Đen ở xóm Bờ Đê. Ô hay! Thằng này đi đâu lạc sang tận đây để bị ăn đòn vậy cà? Đúng là quả báo. Hai anh em nó chuyên ăn hiếp những thằng khác, bây giờ đang bị gọi là "Gậy ông đập lưng ông" mà. Cho đáng đời. Để tụi nó biết thế nào là đau khổ bị ăn hiếp.

Đang định quay đi để mặc, Cương nghe một tiếng "hự" thật lớn của cu Trắng. Nó vừa bị thằng kia đạp vô bụng một cái thiệt nặng. Có vài vệt máu nhỏ trên đất. Thằng Trắng đuối lắm rồi, không còn đủ sức đỡ đòn nữa. Vậy mà hai thằng kia nhứt định không tha, cứ nhào tới đấm đá túi bụi.

Bỗng Cương cảm thấy không nỡ. Đành rằng trước đây anh em nhà nó từng bức hiếp Cương, nhưng chuyện đã qua, và Cương cũng đã quên. Bây giờ thằng Trắng trông thật tội nghiệp. Không khéo bọn này đánh nó chết mất.

Cương suy nghĩ một chút, rồi quyết định đẩy đám đông bước vào chận trước mặt thằng Trắng đang ôm bụng

-Này này, thôi chứ. Bộ tính đánh nó chết sao?

Hai thằng nhãi kia dừng lại trợn mắt hỏi

- Mày là ai? Xóm Bờ Đê hả?

-Tui không phải xóm Bờ Đê. Nhưng hai bồ đánh thằng này dữ quá lỡ nó chết thì sao?

- Chết bỏ. Xóm Bờ Đê qua đây làm tàng tụi tao phải cho nó bài học. Mày không phải xóm Bờ Đê thì đừng có chen vô. Không là tụi tao cho ăn đòn luôn bây giờ.

Tụi này hung hăng quá. Nhưng Cương vẫn cố nhẫn nại

-Nhưng mà tụi bồ đánh nó quá rồi. Tha cho nó đi.

Thằng kia vẫn khăng khăng

-Không được. Tụi tao phải cho nó nhớ đời. Cả mày nữa, cho chừa cái tật xen vào chuyện người khác.

Nói xong nó vung tay đấm vào mặt Cương.

Đến nước này Cương đành phải ra tay. Là võ sinh thắt đai nâu, Cương đâu có sá gì thằng nhóc này. Chỉ một thế võ đơn giản, Cương né sang một bên, tiện thể chụp tay nó bẻ quặp về phía sau khóa lại.

Bị bất ngờ, thằng kia để Cương khóa dễ dàng, bật miệng kêu oai oái vì đau. Còn bọn nhóc chung quanh la lên

- A, thằng này có "nghề"

- Nhào vô anh em ơi...

Cương hét lớn

-Thằng nào nhào vô tao bẻ lọi tay thằng này.

Vừa la Cương vừa kéo tay lên làm thằng nhóc đau chịu không nổi la lớn

-Ấy ấy... đừng. Nó bẻ gãy tay tao.

Nghe đồng bạn kêu, cả bọn dừng lại.

- Nè, Cương dõng dạc nói... Tui cũng không muốn đánh lộn. Nãy giờ tụi bồ đánh thằng này đã đời rồi, thôi tha cho nó đi nhe. Đánh nữa nó chết cảnh sát tới bắt hết đó!

Nói xong Cương buông tay thằng nhóc, xốc thằng Trắng đứng lên và lùi lại. Thằng cu Trắng nãy giờ đã hoàn hồn chút đỉnh và nhận ra Cương. Nó không ngờ thằng cứu nó hôm nay lại là thằng nhóc trong khu cư xá mà mỗi lần anh em nó gây sự đều co vòi chạy như thỏ đế.

Không hiểu bọn nhóc ngán cái khóa tay của Cương, hay là cảm thấy nãy giờ đánh đấm thằng cu Trắng đã dủ rồi, hay là nghe Cương doạ cảnh sát...nên cả bọn chỉ đứng nhìn Cương dẫn thằng cu Trắng đi ra khỏi xóm.

oOo

Hai hôm sau,

Cương đi học về gặp ngay thằng cu Đen đứng chờ ở đầu xóm. Nó gọi- Ê Cương!

Cương định bỏ chạy theo thói quen. Nhưng bỗng nhiên Cương đổi ý, tiến tới chỗ Thằng Đen đang đứng. Mình mới cứu thằng em nó hôm kia, Cương thầm nghĩ, không lẽ nó lại muốn gây sự với mình hay sao? Vả lại, bây giờ mình đâu sợ gì tụi này nữa.

Cướng đi tới trước mặt đối diện với thằng Đen. Thằng này hôm nay có vẻ khác lạ. Cũng vẫn cái quần sọc rộng thùng thình và cởi trần toàn thân đen nám như cái tên của nó.

Đen có vẻ ngượng ngùng

- Tao...cảm ơn mày. Vụ thằng Trắng đó mà.

Cương thở phào. Ra là nó chỉ muốn cảm ơn mình cứu thằng em nó. Thằng này cũng "điệu" dữ

- Có gì đâu. Tụi mình chung xóm mà. Phải bênh nhau chứ.

Thằng Đen có vẻ lúng túng, móc túi đưa Cương nắm tiền. Nó nói

-Trả mày

-Gì đây? Cương ngạc nhiên

Thằng Đen bỗng lí nhí

- Trước tao có 'mượn" mày mấy trăm, bây giờ ...trả lại.

Cương cũng nhớ lại vụ bị giựt tiền dạo nọ. Chà, té ra nó vẫn còn nhớ.

Cương định đưa tay lấy, bỗng ngưng lại hỏi

-Tiền này ở đâu mày có?

- Tao "mượn" của má tao.

Trời ơi, thằng này nói chữ " mượn" chắc chắn ...rất ngoài ý muốn của nạn nhân. Má nó giờ này chắc đang đi kiếm tiền mới mất. Cương rút tay lại nói

- Thôi khỏi, tao không lấy đâu. Chuyện này tao đã quên rồi. Mày mang tiền trả má mày đi.

Thằng Đen nằn nì

-Tao "nợ" mày mà.

- Thôi quên chuyện này đi mày. Từ nay mày đừng gây chuyện với tụi Cư Xá tao là được rồi.

Thằng Đen suy nghĩ một chút rồi nói

- Được, tao hứa không gây chuyện với tụi mày nữa.

Nói xong thằng Đen quay đi. Được mấy bước, nó quay lại hỏi

- Tao nghe thằng Trắng nói mày có "nghề" thiệt hả?

Cương lắc đầu chối

-Nghề gì? Đâu có.

Thằng Đen lắc đầu

-Tao biết mày có "nghề". Nhưng sao hồi đó giờ mày toàn bỏ chạy? Mày dư sức hạ tao mà?

Cương lắc đầu, không cần giấu nữa

- Tao không thìch đánh nhau. Mà học võ để luyện tập thân thể thôi chứ đâu phải để đánh lộn?

Đen ngạc nhiên

-Kỳ he! Học võ mà không đánh nhau thì học làm gì?

Cương chưa kịp trả lời, thằng Đen hỏi tiếp

- Này Cương, mày đói không?

- Đói. Cương buột miệng trả lời.

-Vậy tao bao mày ăn bò viên bữa nay nhe. Tao muốn biết mày nói học võ mà không đánh nhau thì làm gì?

Đề nghị của thằng Đen thật bất ngờ. Nhưng Cương thấy đây là cơ hội giảng hoà với xóm Bờ Đê. Té ra thằng Đen cũng không tệ lắm. Biết đâu sau khi làm quen với thằng Đen, sẽ liệu lời khuyên nó đừng ăn hiếp mấy đứa khác hiền khô trong khu Cư Xá của Cương.

Cương bỗng nghe cơn đói cồn cào, hăm hở nói

- Mày bao tao hả? Được, vậy mình đi ăn bò viên đi. Tao cũng khoái ăn bò viên lắm à.

Thế là chiều hôm đó, ai đi qua xóm Bờ Đê đều ngạc nhiên thấy Cương, một học sinh gương mẫu hiền từ của khu Cư Xá, cùng cu Đen, trùm du đãng nhóc con xóm Bờ Đê khoác tay nhau ngồi ở xe bò viên đánh chén thật tương đắc.

Thái NC

THANH MAI

BẮT CHƯỚC NGƯỜI VIỆT NAM!

Nghe Joe, tên bạn chung sở mời cuối tuần tới nhà hắn ăn sinh nhật đứa con, David tính từ chối vì anh dự định nằm nhà đọc cho xong quyển sách và xem bộ phim mới mua nhưng nhìn gương mặt hắn cười cười có vẻ thần bí nên David nổi máu tò mò nên thay đổi ý định.

Trong bữa tiệc, Nga, cô vợ Việt Nam của Joe cứ theo David hỏi dò về tình cảnh độc thân của anh và nói:

- Tôi có một cô khách hàng rất dễ thương, mới từ Việt Nam qua đây cỡ 1 năm. Cô ấy vừa đi làm vừa đi học, hiền và chịu khó lắm, lại còn độc thân. David có thích không tôi giới thiệu cho.

Joe nói vô:

- Tao gặp cô này rồi. Khá lắm đó, chỉ thua bà xã tao một chút xíu thôi. Thương mày lắm tao nghĩ tới giới thiệu cho mày ngay. Được thì tiến tới luôn. Lấy vợ Việt Nam như tao nè, thú vị lắm, cuộc đời lên hương ngay.

David phải công nhận từ ngày cưới vợ trông Joe phơi phới hẳn ra. Hai mắt, nụ cười và gương mặt của hắn đầy nét yêu đời, hạnh phúc. Anh gật đầu:

- OK. Vậy người ta thì sao? Có đồng ý gặp mặt không?

Nga cười:

- Anh đừng lo. Tôi đã hỏi cô ấy có bạn trai chưa và muốn tôi giới thiệu quen với người Mỹ không thì cô ta chịu đó. Vài ngày nữa tôi có hẹn cắt tóc cho cô ta, anh ra tiệm của tôi xem mắt và hai bên làm quen với nhau nghe.

Cái ngày định mệnh ấy đã làm thay đổi cuộc đời của David. May mà anh đã tới nhà Joe ăn sinh nhật để được làm mai!

David đã từng có người yêu từ thời trung học nhưng vài năm sau chia tay và ế đến mốc xì từ ngày ấy đến nay. Tính anh hơi cù lần không thích ăn diện, hiền khô, dễ "mít ướt", thích thiên nhiên, đọc sách, ẩm thực và ...rất thương thú vật như chó, ngựa, cò, hươu cao cổ...v.v

Hoa là con gái út trong gia đình đông con. Sau khi tốt nghiệp lớp 12 nàng học một khoá đào tạo giáo viên nhà trẻ ngắn hạn của địa phương và được làm ở một trường Mầm Non gần nhà. Thế là các anh chị có gia đình và con nhỏ tha hồ gởi con đến trường Mầm Non cho cô em mình giữ từ khi đứa bé mới chập chững biết đi. Hoa chăm sóc trông nom hết đứa cháu này đến đứa cháu khác, đưa đón từ nhà đến trường rồi từ trường về nhà mình để chiều tối ba mẹ chúng mới đến đón về. Lúc nào có công chuyện ra ngoài, yên sau xe của nàng cũng chở một đứa bé cứ như mẹ chở con nhỏ. Có lẽ đây là nguyên nhân chính khiến Hoa bị ...không ai theo đuổi tán tỉnh cho đến tuổi 40 mặc dù nàng rất xinh xắn. Cũng may Hoa và gia đình một người em trai được ông anh lớn bảo lãnh qua Mỹ và có cơ hội đổi đời.

Ngay cái nhìn đầu tiên David đã thích mê cô gái Việt Nam ốm nhách và...ngâm đen này rồi. Mới ở xứ nóng qua Mỹ hơn năm thì làm sao nhả nắng và có thêm chút thịt cho kịp! Anh chàng cứ tấm tắc khen dung nhan của nàng nào là cái mũi tẹt nhỏ nhắn dễ thương như ... mũi chó, nào là cặp mắt to tròn như mắt....ngựa, chân cẳng lêu nghêu như cẳng cò và nhất là làn da lốm đốm vết nám như da hươu cao cổ. Vậy là dung nhan của Hoa hội đủ hình ảnh các con vật David thích. Chưa nói trong thời gian quen nhau nàng trổ tài nấu nướng và chiều chuộng chăm sóc trẻ em thì anh chàng lại còn đắm đuối say nắng hơn nữa.

Hoa ở chung với gia đình người em trai. Cậu em có tâm hồn ăn uống nên cuối tuần Hoa thường nấu vài món ngon để cậu em và David uống vài lon bia nói chuyện với nhau. Gọi là nói chuyện chứ một bên không rành tiếng Mỹ, bên kia không biết tiếng Việt thường dùng tay quơ là chính. Nhưng hai bên đều rất tâm đắc, cụng lon lia lịa, cười toe cười toét, và thức ăn thường hết sạch sành sanh. Sau vài buổi nhậu David biết cầm đũa, biết ăn cả tiết canh và biết nói một chữ tiếng Việt rất dõng dạc rõ ràng là "Zô! Zô! Zô"!

Nghe lời khuyên của Hoa, David ghi danh vào chùa học tiếng Việt. Chùa Phật Ân vào ngày Chủ Nhật có rất nhiều lớp miễn phí dạy tiếng Việt cho các em thiếu nhi và cả người Mỹ muốn học viết và nói. David được xếp vào lớp một vì lúc đó trường không có lớp mẫu giáo. David to con khổng lồ phải học chung với các em nhỏ xíu trông thật tức cười nhưng anh chàng không mắc cỡ, tuần nào cũng đi học chuyên cần lắm. Đến lễ Tết Việt Nam cũng tham gia văn nghệ lên hát ngọng nghịu đơn ca và cả hợp ca bài hát tiếng Việt cùng các bạn học. Có điều chắc vì lớn tuổi gần 50 nên chậm tiêu, học được một năm thì qua năm sau David được ...xuống lớp mẫu giáo. Có sao đâu, cứ chuyên cần thì mỗi tháng chắc cũng nhớ được một chữ, 12 tháng được 12 chữ, cũng nhiều chứ bộ. Thế là cứ mỗi tuần David vẫn tà tà cắp vở đến lớp mẫu giáo và cứ ở hoài lớp này không được lên lớp. Giỏi dễ sợ!

Không học giỏi tiếng Việt nhưng David chinh phục được cả gia đình Hoa nhờ tính tình hiền lành, tận tụy, tốt bụng cũng như hết lòng hướng dẫn Hoa cũng như gia đình nàng biết thêm về cuộc sống và hội nhập quê hương thứ hai này. David và Hoa cưới nhau sau hai năm tìm hiểu.

Hoa rất thích nấu ăn nên David càng ngày càng mê và sành ăn nhiều món ăn Việt. Rau muống luộc chấm nước mắm, bánh tét phải có dưa món, phở phải có rau é quế, giá, và ngò gai. Tức cười hơn là bắp nướng không ăn với bơ nữa mà đòi cho được nước mắm mỡ hành!

Hai vợ chồng David và Hoa rất hạnh phúc. Có lẽ Hoa được ăn bơ sữa Mỹ, có công ăn việc làm lương khá, có vitamin tình yêu và nhà cửa ổn định nên nàng dần có da có thịt, da dẻ mịn màng trắng trẻo càng ngày càng xinh. Nhất là tiếng Mỹ của nàng tiến bộ khá lên rất nhanh nhờ kể chuyện cho David nghe mỗi ngày về gia đình, về quê hương Việt Nam, về hầm bà lằng đủ thứ. David rất thích thú và đòi về Việt Nam để biết thêm về quê hương của vợ và để ra mắt cha mẹ anh chị em bà con của vợ còn sống bên kia nửa vòng trái đất.

Ngày về Việt Nam anh chàng biết chào hỏi bằng tiếng Việt nên mọi người đều thương mến. Ba của Hoa cũng biết chút ít tiếng Mỹ nên cha vợ chàng rể có vẻ hợp gu lắm, rủ nhau hút thuốc lá và David mỗi ngày theo cha vợ ra vườn cuốc đất tưới cây.

Thấy vườn rau xanh um ngay hàng thẳng lối đâu ra đấy, David nhớ lời anh vợ nói khi thấy cái sân sau của nhà mình:

- Nếu ba tôi mà thấy cái vườn nhà anh là không gả con gái cho anh đâu.

Về lại Mỹ anh chàng bỏ ra hơn 2 tháng dọn dẹp lại sân nhà đang như cái rừng hoang và rất khoái chí khi được anh vợ tấm tắc khen:

- Được đó! Bây giờ thì mới xứng đáng làm con rể cưng của ông cụ!

David gặp được ba vợ lần đầu tiên và cũng là lần cuối cùng vì mấy tháng sau ông lâm bịnh nặng. Hoa cùng người anh và cậu em cùng trở về Việt Nam để chăm sóc cha nhưng được ít lâu thì ông qua đời. David đã khóc vì thương tiếc ba vợ và nói với Hoa:

- Anh rất thích tình thân gia đình, sự hiếu thảo, và tôn trọng của con cái trong gia đình dành cho cha mẹ già của gia đình em. Anh sẽ kể cho anh Dan nghe và bàn nhau cách chăm sóc ba của anh.

Ba của David đã 80 tuổi. Ông sống một mình ở nhà riêng chứ không chịu ở chung với con cháu. Mỹ mà! Sống "độc lập tự do" cho khỏe. Ông có bạn gái 76 tuổi cũng ở nhà riêng gần đó. Thỉnh thoảng hai anh em Dan, David và các con của Dan tạt qua thăm hỏi. Nay Dan và David bàn nhau mỗi ngày chia phiên đến nhà thăm nom ông chứ không có màn năm thì mười họa nữa. Người lớn tuổi thấy khỏe vậy mà không phải vậy, họ như ngọn đèn trước gió bị tắt hồi nào không hay. Hoa thì thường xuyên nấu những món ăn Việt Nam và học nấu những món ăn Mỹ để đem đến cho bố chồng ăn mỗi ngày cho nóng sốt và tốt cho sức khỏe.

David thấy chân tình của vợ dành cho cha mình mà càng quý và yêu vợ hơn. Anh muốn làm cho vợ vui nên nghĩ ra chuyện mua gà về nuôi trong sân nhà đã được dọn dẹp để lấy trứng tươi cho Hoa ăn và nghe tiếng gà cục tát sẽ đỡ nhớ quê nhà. Anh chàng tìm đến nông trại của người Việt Nam hỏi mua được sáu con gà con mới nở và hớn hở khoe vợ:

- Anh mua mấy con gà con giống gà "đi bộ" châu Á mà em thích nè. Anh đã ghi danh lớp học nuôi gà và có bằng rồi.

Hoa vừa cảm động vừa tức cười không nhịn nổi:

- Trời! Anh có nói chơi không? Nuôi mấy con gà mà phải đi học? Nhà em hồi xưa nuôi hết bầy gà này tới bầy gà khác có bao giờ phải đi học đâu. Rải thóc hoặc gạo cho nó ăn rồi tự nó đi kiếm trùn hoặc côn trùng mà ăn. Tối tự chui vô chuồng mà ngủ thôi à.

David giải thích:

- Bên Việt Nam khác bên Mỹ khác. Em muốn nuôi gà trong sân vườn phải được thành phố cấp giấy phép và phải tốt nghiệp lấy bằng nuôi gà đó. Phải biết cách nuôi để không làm phiền hàng xóm chứ.

Có bằng nuôi gà mà mới được mấy hôm hai con gà lăn ra chết ngủm cù queo. 4 con còn lại lớn nhanh thành 4 con gà mái đốm vàng óng ả thật đẹp và cho trứng đều đặn.

Hoa thắc mắc hỏi:

- Ủa! Sao không có gà trống mà toàn gà mái vậy anh?

- Anh chọn gà mái để nuôi thôi chứ nuôi gà trống mà gáy ồn sẽ làm phiền hàng xóm.

Hoa nói:

- Chưa chắc gà mái không gáy. Hồi xưa trong bầy gà nhà em nuôi bỗng có một con gà mái cất tiếng gáy như gà trống. Ai cũng bảo điềm xui báo trước nhà sẽ bị cháy hoặc bị cướp bóc, phải làm thịt nó ngay nhưng ba không cho. Ba giải thích là gà cũng giống người, cũng bị lưỡng tính đến khi lớn giới tính kia mới lộ ra, không nên mê tín dị đoan mà giết nó tội. Và sau đó nhà em đâu gặp chuyện gì xấu. Ba em rất thích đọc sách như anh vậy, chuyện gì cũng lý giải theo khoa học chứ không mê tín dị đoan. Tính ba lạc quan vui vẻ. Bà con láng giềng ai cũng yêu quý và đều thương tiếc là ông đang khỏe mạnh lại ra đi!

Mới đó mà đến ngày giỗ đầu của cha Hoa. Gia đình anh em tụ họp lại làm mâm cơm cúng giỗ gồm những món ông cụ thích ăn hồi còn sống và xem phim video quay những sinh hoạt của ông. Anh em ôn lại những kỷ niệm từ thời còn thơ ấu cho đến nay cũng vui.

David rất thích buổi cúng giỗ này. Cuối tuần sau anh chàng chẳng nói chẳng rằng mua bó hoa, ba chai nước suối và ba cái hamburger rủ vợ ra thăm mộ mẹ mình.

David bày mấy thứ trên ra trước mộ rồi nói:

- Đã rất lâu con không ra thăm mộ mẹ. Ngày hôm nay đúng là ngày mẹ mất 30 năm trước, vợ chồng con mua hamburger mà mẹ thích để ăn chung cho vui.

David lấy một cái hamburger đưa cho Hoa và một cái cho mình cùng ăn rồi kể cho vợ nghe về những kỷ niệm ngày xưa của bà. Xong anh cầm tay vợ thủ thỉ:

- Mẹ anh ngày xưa thương anh nhất trong ba người con có lẽ vì anh lờ khờ chậm chạp nhất. Anh không giỏi chơi thể thao như anh Dan, lại cũng không học giỏi như em Denny. Hai người đó được ba anh cưng và quý lắm, thường đưa đi đây đi đó. Còn anh chỉ thích ở nhà với mẹ, lẩn quẩn bên bà ấy như con chó con. Mẹ mất vì bịnh năm anh vừa vào đại học. Từ đó anh không còn được mẹ chăm lo âu yếm nữa, lúc nào cũng mang cảm giác bơ vơ lạc lõng mấy chục năm nay cho đến ngày cưới được em. Em đem đến cho anh hình bóng và cảm giác được mẹ thương yêu chăm sóc ngày nào. Cám ơn Chúa! Cám ơn vợ chồng Joe đã giới thiệu em cho anh và cám ơn nhất là vợ yêu quý đã thay đổi cuộc đời của anh. Anh yêu em! Anh yêu Việt Nam của em!

Đúng là:

"Thương ai thương cả đường đi
Thương luôn phong tục, tông ti, giống nòi!

Thanh Mai

THIÊN LÝ
CHUYỆN ĐÀN GÀ

Trong những loài gia cầm nuôi trong nhà tôi thích nhất là loài gà. Bởi lẽ giản dị gà dễ nuôi, lại cung cấp trứng hằng ngày, hơn nữa tôi thích ăn thịt gà hơn các loại thịt khác. Nói đến gà thì tôi không sao quên được một thời niên thiếu khi gia đình tôi còn sống ở Đà Lạt. Đó là thời gian bận rộn của tôi phải phụ mẹ chăn gà sau giờ học. Tuy bận rộn mà rất vui, tôi thích nhất là những lúc tung thóc cho gà ăn, nhìn đàn gà con chạy lon ton theo gà mẹ để mổ thóc, dễ thương biết là bao!

Mẹ tôi bắt đầu "sự nghiệp" nuôi gà từ một người bạn của mẹ là bác Thanh. Bác nuôi gà nhiều năm để kinh doanh nhưng vì lý do nào đó, bác không muốn nuôi nữa nên đem bán rẻ hết cho hàng xóm. Mẹ tôi là người được bác đặc biệt để lại cho năm con gà mập, gồm bốn con gà mái và một anh chàng gà trống to khoẻ, đuôi dài, mào đỏ dựng cao. Bác còn cho mẹ tôi luôn cái chuồng gà đan lưới hai tầng, tầng trên, tầng dưới đều rộng rãi có thể nhốt được khoảng sáu, bảy con gà. Ở giữa hai tầng là một cái khay nhôm kéo ra đút vào như cái ngăn kéo để cho những con gà ở tầng trên phóng uế vào đó, tầng dưới cũng có một cái khay như thế thật tiện lợi. Được bác Thanh bán rẻ cho mấy con gà lại có cái chuồng đẹp kiên cố, thêm sự chỉ dẫn kinh nghiệm nuôi gà của bạn, mẹ tôi thích lắm. Mẹ bắt tay ngay vào việc nuôi gà mong có thể đem huê lợi về cho gia đình.

Thời gian đầu mẹ tôi cho gà ăn rau cỏ trộn với các loại hạt thóc mua ở chợ, rau thì đủ loại, thường là các loại rau muống, rau dền, mồng tơi...Nói chung, những loại rau mẹ tôi mua về nấu ăn cho gia đình còn phần dư thì để băm cho gà, bầy gà rất dễ ăn lại ăn khoẻ nữa. Ngày nào đi học về tôi cũng phải ngồi băm một rổ rau to cho gà. Chúng khôn lắm, mỗi lần thấy tôi đến gần chuồng với rổ rau trên tay thì chúng tranh nhau đứng sát ngay máng để chờ thức ăn. Thỉnh thoảng, mẹ tôi thả chúng ra sân cho đi bộ chơi một lát để chúng có thể tìm giun, trùng theo ý thích. Những lúc ấy, mẹ sai tôi phải để mắt vào đàn gà, trông chừng nó không cho con nào chui vào bụi rậm, không cho đi quá xa, còn phải canh chừng con chó nhà hàng xóm không để nó rình rập, sủa vang trêu chọc đàn gà làm chúng sợ, chiều xuống mẹ lại bắt chúng vào chuồng. Đôi khi mẹ tôi bận tay không thể bắt gà được thì mẹ sai tôi bắt, công việc bắt gà tuy không thường xuyên, nó vẫn là một nỗi lo lắng cho tôi thuở đó. Do tính nhút nhát, tôi rất sợ gà mổ nên không dám tới gần con gà, vì thế, mỗi lần tới giờ phải cho gà vào chuồng mà không có mẹ là tôi luôn lẩn tránh. Thế mà tôi nào có trốn tránh được lâu, cứ lo nếu gà chui vào bụi rậm hay lạc mất thì tôi sẽ bị ăn đòn. May sao, Phụng, đứa em gái kế tôi rất thích bắt gà, tính nó gan dạ, nghịch ngợm như con trai nhưng vì lúc đó Phụng mới lên chín tuổi, mẹ tôi không tin tưởng em sẽ bắt được gà. Một buổi chiều, mẹ tôi đi vắng lúc tới giờ cho gà vào chuồng, tôi dụ Phụng ra bắt gà phụ tôi. Con bé thích thú, xăn tay áo chạy rượt theo mấy con gà trong khi tôi đứng một đầu chắn đàn gà lại. Tôi còn huy động thêm mấy đứa em nhỏ đứng chắn thêm chung quanh để chắc ăn gà không bị bắt hụt. Mỗi lần Phụng chụp hụt gà là mấy đứa nhỏ lại cười vang, y như chúng đang chứng kiến một cuộc rượt bắt gà vui nhộn. Với sự trợ giúp của mấy em, rốt cục tuần tự từng con đã được đưa vào chuồng. Sau lần đó, tôi kể cho mẹ tôi nghe về thành tích bắt gà của Phụng và thuyết phục mẹ nên để Phụng bắt gà thay cho tôi và mẹ tôi đã bằng lòng. Cũng từ sau ngày ấy, chuyện bắt gà không chỉ là của riêng mình Phụng mà còn có sự tham gia của mấy đứa em nhỏ nữa. Giờ bắt gà đã trở thành giờ ồn ào nhất trong gia đình tôi.

Thấm thoát mấy con gà mái nhà tôi đã đẻ trứng, chúng đẻ sai lắm. Hầu như ngày nào cũng có hai ba quả nằm trong chuồng. Dần dà, bốn con gà mái thay phiên nhau cho trứng nhiều hơn. Mỗi ngày mẹ tôi làm đủ thứ món trứng cho chúng tôi ăn, lúc thì trứng chiên, có ngày thì trứng luộc kho với thịt, bữa khác mẹ làm chả trứng hấp, rồi làm trứng giả cua nấu bún riêu... Khi những món trứng trong bữa cơm hàng ngày ăn đã ngán, mẹ tôi xoay qua làm các loại bánh, bánh bông lan, bánh mì crescent, bánh flan. .. Mẹ còn pha sữa hột gà cho chúng tôi uống nữa.

Từ hồi đầu về nhà tôi đến giờ, anh gà trống và bốn nàng gà mái sống rất hoà thuận êm thắm bên nhau, các nàng gà mái vẫn cho ra trứng đều đều. Rồi đến một ngày, mẹ tôi quyết định không ăn trứng nữa mà để dành cho gà ấp. Khi mẹ tôi bắt hai nàng gà mái trong số bốn nàng ra riêng để nằm ấp hai lứa trứng đầu. Chú gà trống tự nhiên thay đổi một cách kỳ cục, nó trở nên hung hãn và thô lỗ với hai nàng gà mái còn lại trong chuồng. Hồi đó, tôi chỉ khoảng mười một, mười hai tuổi thôi, chưa hiểu hành động đạp mái con gà là ghĩa gì? Mỗi lần tôi thấy cảnh tượng chú gà trống nhảy lên mình nàng gà mái mổ lia lịa vô đầu nàng, khiến cho nàng ta phải kêu la thảm thiết là tôi gọi mẹ rối rít, "Mẹ ơi, mẹ ơi, gà mổ nhau". Thoạt đầu mẹ tôi không chú ý lắm, còn mắng tôi, "Mày làm gì mà nhặng lên thế, gà đạp mái đấy, kệ chúng nó, nhìn làm gì". Tôi ngơ ngác chẳng hiểu lời mẹ vì sao mình không được nhìn. Tôi thấy tội nghiệp cho con gà mái quá, bị mổ đầu, nó kêu như thế thì chắc phải đau ghê lắm. Những lần tiếp theo sau, con gà trống đạp mái liên tục, mạnh bạo, dữ dội hơn, tiếng kêu của con mái như càng đau đớn hơn, tôi phải gọi mẹ để can gián con gà trống vũ phu. Như lần trước, tôi lại bị mắng và con gà trống vẫn tiếp tục hành động dã man của nó. Tôi tức giận, lấy cây chọc cho con gà trống nhảy xuống nhưng nó lì ghê không chịu xuống còn mổ cái cây nữa, tôi định rủ Phụng tham gia vào cuộc chiến đấu với con gà trống để cứu mấy nàng gà mái. Ý định chưa thành thì một ngày khi tôi quét dọn phân chuồng gà, tôi thấy ở khay phân gà có vài vệt máu loang với phân. Lấy làm lạ, tôi lại gần chuồng gà quan sát thì phát giác ra máu từ phao câu của hai con gà mái chảy từng giọt chậm, tôi liền chạy đi gọi mẹ. Mẹ tôi xem qua tình trạng của hai con mái rồi nhìn con gà trống lắc đầu chặc lưỡi: "Con trống này khiếp quá!", thế là mẹ bắt riêng con trống nhốt xuống tầng dưới. Tội nghiệp hai con gà mái đã bị mang thương tích, mỗi ngày mẹ sai tôi nghiền thuốc trụ sinh để mẹ đắp vào phao câu cho nó. Khi bôi thuốc cũng không dễ dàng gì, bởi nó dẫy dụa rất dữ, thường ngày tôi vốn sợ gà mổ không dám đến gần mà bấy giờ nhìn con gà bị thương, cảm giác sợ nó mổ bỗng dưng tan biến. Lúc ngồi xem mẹ bôi thuốc cho gà, tôi đã mạnh dạn giúp mẹ giữ cái chân hoặc giữ cái cánh gà. Tôi cứ thắc mắc là tại sao và làm thế nào con gà trống mổ được vào phao câu con gà mái đến độ phải bị chảy máu. Trong khi nó hành hạ con mái tôi chỉ thấy con gà trống mổ cái mào trên đầu con gà mái thôi, sao đầu nó không bị gì hết, lạ thiệt. Hay tại vì nó đẻ trứng nhiều quá nên đít nó bị đau? Tò mò nhưng tôi không dám hỏi mẹ tôi về chuyện này.

Khoảng chừng một tuần lễ hơn, đàn gà con từ từ nở ra. Đợt đầu nở được năm con, chao ôi, những con gà bé tí, lông vàng mướt, trông dễ thương ơi là dễ thương! Chúng tôi quấn quýt bên đàn gà con, mấy đứa em nhỏ tôi tranh nhau bế từng con trên tay, chỉ được một lát thôi là mẹ tôi đã bắt bỏ xuống, mẹ bảo, không nên bắt gà con hoài có hơi tay nó dễ chết. Nghe mẹ nói gà con dễ chết, đứa nào cũng rụt rè bàn tay, mắt thì vẫn ngó chăm chăm vào đàn gà thích thú. Mẹ giao nhiệm vụ cho Phụng trông chừng các em không để đứa nào được sờ vào gà, còn tôi phải phụ mẹ giăng đèn vào mấy cái thùng giấy, lót nhiều rơm để ủ ấm cho chúng vào ban đêm... Đợt trứng ấp kế tiếp nở thêm được sáu bảy con nữa, chúng tôi lại rối rít bên chúng, lần này đứa nào cũng hăng hái phụ với mẹ tôi đi kiếm thùng giấy làm nôi cho đàn gà nhỏ. Ngày theo ngày, đàn gà lớn nhanh như thổi, những con gà mái lớn lên tiếp tục cho trứng và mẹ tôi lại cho gà ấp. Tôi không nhớ rõ mẹ tôi đã cho gà ấp bao nhiêu lần mà đàn gà cứ ngày càng nhiều lên. Mẹ tôi phải vừa mua cây về đóng thêm chuồng, vừa mua lưới về rào chung quanh sân để lấy chỗ thả gà. Nhớ lại những lúc đi học về, thấy một mình mẹ tôi hì hục đóng cái chuồng gà cao tới ba tầng, tôi khâm phục mẹ quá. Chẳng bao lâu mẹ tôi đã hoàn thành ba cái chuồng mới, mỗi cái ba tầng, mỗi tầng mẹ nhốt mười con gà, cộng với cái chuồng cũ của bác Thanh chỉ có hai tầng thì nhốt được năm con mỗi tầng. Như vậy số gà nhà tôi đã lên đến một trăm con, một kỷ lục không thể ngờ được dưới bàn tay săn sóc gà của mẹ chỉ trong vòng hai năm. Mẹ tôi chẳng bán đi con gà nào như mẹ đã dự định là nuôi gà để kinh doanh. Tôi càng bận rộn hơn với việc rửa chuồng gà mỗi ngày, băm rau gà đến mỏi tay. Ngoài việc lo cho gà, tôi phải hoàn thành nhiệm vụ lo cho cả đàn em tôi nữa, nào lo ăn uống, tắm gội, giặt giũ, chưa kể đến phải xử kiện những vụ chúng cãi cọ, giành nhau mấy con gà con. Đứa nào cũng muốn ôm những con gà con màu vàng, hoặc con pha nâu, những con màu đen thì chẳng đứa nào muốn giành hết. Rải thóc cho gà cũng là việc để bọn trẻ tranh giành, tiếng la ó, khóc mếu lẫn với tiếng gà chíp chíp, cúc cúc mỗi ngày. Lắm lúc mẹ tôi phải quát lên, "Có thôi đi không, mai tao bán gà hết cho chúng mày khỏi đánh nhau." Rồi mẹ đọc to câu, " Khổ quá, có biết khôn ngoan đối đáp người ngoài, gà cùng một mẹ chớ hoài đá nhau, nhìn đàn gà con đấy, có thấy chúng đấm đá nhau như chúng mày chưa?"

Căn bếp nhà tôi thì nhỏ hẹp, chỉ có cái sàn nước tương đối rộng rãi đủ chỗ ngồi giặt đồ, rửa chén, nấu nước nóng, tắm gội cho các em mỗi ngày, nhưng nay ba cái chuồng gà cao nghều nghệu và một cái chuồng thấp đã chiếm hết hơn nửa sàn nước. Ở ngoài sân, dù mẹ tôi có nới hàng rào rộng thêm vẫn không đủ chỗ cho cả bọn trẻ và đàn gà con chạy nhảy, chơi đùa. Một lần, bố tôi được nghỉ phép ở nhà mấy ngày mới tận mắt thấy được cảnh nuôi gà " thần sầu" của mẹ. Bố vào rửa tay ở sàn nước thì chật chội, thêm mùi gà, mùi phân, mùi rau băm, mùi củi mục, mùi tro, mùi xà bông, mùi thức ăn trộn lẫn với nhau thành một mùi tổng hợp rất khó tả. Ra sân thì chỗ nào cũng đầy phân gà. Một ngày bố tôi thấy cảnh các con nhỏ ham chạy nhảy, rượt đuổi nhau không để ý đã đạp chết một con gà con, bố phải đem chôn. Vừa xong, thì đến một con khác bị kẹt ở miệng cống, Phụng lanh chanh chạy lại kéo nó lên, loay hoay thế nào mà chú gà con lại bị rơi tỏm luôn xuống cống. Báo hại bố tôi phải nạy cái nắp cống lên và sai tôi thò tay xuống mò con gà xấu số đó... Thật là kinh hãi, vớt được con gà nâu lên, nó thoi thóp vài phút rồi chết, hình ảnh con gà nâu ướt nhầy nhụa bùn, cát đen và hôi thối vẫn còn ám ảnh tôi đến mấy chục năm nay. Đã được chứng kiến bi kịch hai con gà chết, bố tôi phát cáu lên vì sự lộn xộn không an toàn cho gà và cho lũ trẻ, vì sự bẩn thỉu từ nhà bếp ra tới sân ngoài, bố truyền lệnh cho mẹ phải bán bớt gà hoặc làm thịt ăn dần. Bố cằn nhằn mẹ tôi rằng, " Nhà con đông như gà thế này, trông đàn gà của mình còn không xong nữa, bà đèo bồng thêm cả trăm con gà khác, lợi lộc chẳng bao nhiêu mà cực nhọc, tội cho lũ trẻ nheo nhóc, hôi hám, nhà cửa bề bộn, dơ dáy..." Tôi mỉm cười với lời ví von của bố gọi các con mình là đàn gà. Khi tôi quay ra múc nước để xối rửa chuồng gà thì tôi lại nghe tiếng bố gắt lên với mẹ, "Để thì giờ cho con nó học, cứ bắt nó làm quần quật suốt ngày như thế kia thì biết bao giờ nó mới học khá được." Tôi giật mình ngó lên, thấy bố mẹ tôi đang đứng nhìn tôi qua khung cửa sổ nhà bếp, lúc ấy mẹ chỉ im lặng. Tôi ngẫm nghĩ đến lời của bố, thầm cám ơn bố đã quan tâm đến tôi. Từ hai năm nay, khi đàn gà phát triển mạnh, mỗi ngày đi học về tôi phải lao vào bao nhiêu công việc phụ mẹ chẳng có phút nào hở tay, mẹ lại không bao giờ nhắc nhở tôi chuyện học bài. Vào mỗi buổi tối, sau khi mọi công việc đã hoàn tất, tôi thường bị buồn ngủ và mệt mỏi, sự lười biếng gia tăng làm tôi không muốn đụng đến sách vở. Năm đó tôi vừa lên lớp chín, sức học của tôi giảm sút thấy rõ, nhất là môn toán vì tôi bị mất căn bản từ năm lớp bảy. Để giảm bớt công việc băm rau gà hàng ngày, mẹ tôi mua bột thức ăn cho gà. Thừa lệnh của bố, mẹ vừa bán gà cho hàng chợ và vừa làm thịt gà cho gia đình. Thế là ngày nào chúng tôi cũng được ăn thịt gà và tôi vẫn phải phụ mẹ làm gà thường xuyên. Mẹ tôi làm đủ món gà cho chúng tôi ăn, nào là gà kho, gà xào sả , gà xé phay, gỏi gà... Tôi rất thích món miến gà và món cà ri gà mẹ nấu.... Những đợt gà con lớn lên cũng tuần tự đi vào nồi, số phận con gà trống hung ác cũng không tránh khỏi... Sau một thời gian vừa bán vừa ăn, số lượng gà giảm dần xuống còn khoảng vài chục con. Rồi một ngày, có cơn bão từ đâu đã ảnh hưởng tới vùng Đà Lạt khiến mưa to gió lớn kéo dài mấy ngày. Tôi không biết rõ là có phải do ảnh hưởng thời tiết lúc đó hay không mà đàn gà nhà tôi bị bịnh. Tôi nhớ mẹ tôi gọi là gà "rù", mẹ phải gọi mấy bà buôn gà vào bán rẻ, nhưng họ không muốn mua nhiều khi thấy tình trạng đàn gà đang ốm, rồi đàn gà chết từ từ... Mẹ tôi chạy ngược, chạy xuôi lo cho đàn gà, mẹ bàn với bố, cuối cùng đành phải thịt dần những con sắp ngắc ngoải, những con chết thì chôn. Tôi thấy thương cho mấy con gà bị hành quyết và cũng tội cho bố tôi phải cắt cổ gà liên tục ngày này sang ngày nọ...Chúng tôi vẫn tiếp tục ăn thịt gà đến con cuối cùng trong chuồng. Sau đó, mẹ tôi phá mấy cái chuồng gà lấy củi nấu bếp rồi cùng với tôi làm một cuộc tổng vệ sinh từ trong nhà ra đến ngoài sân thật sạch sẽ. Sàn nước nhà tôi trở lại rộng rãi hơn, song cái mùi gà hãy còn phảng phất đâu đó. " Sự nghiệp" nuôi gà của mẹ chấm dứt vào tháng hai năm bảy mươi lăm vừa đúng hơn một tháng khi Ban Mê Thuột mất và tiếp theo là sự di tản ồ ạt của người Đà Lạt, thật buồn. Nếu như đàn gà nhà tôi hãy còn thì chắc chắn vào lúc di tản phải đành bỏ chúng lại thôi... Cha mẹ tôi phải lo cho đàn gà của chính mình chạy trước.

Mấy chục năm đã trôi qua, kỷ niệm chăn gà thời niên thiếu vẫn là một kỷ niệm rất khó quên với tôi. Gà, quả là một loài gia cầm rất phổ biến, và ai cũng biết, chúng thường được nuôi nhiều ở những vùng quê gần xa hay trong thành phố để lấy thịt và trứng. Thịt gà được ưa chuộng ở mọi nơi, mọi chỗ, mọi giới, khách phương xa có dịp về thăm quê bạn thì thế nào cũng được chủ nhà ra vườn bắt con gà làm cơm đãi khách. Gà còn được bày cúng trong các ngày giỗ, tết, cả vào ngày cưới, người ta cũng trưng bày mâm xôi gấc với con gà trước bàn thờ gia tiên. Ngoài ra, hình tượng gà cũng được lồng vào ca dao hay tục ngữ để khuyên răn người đời, thí dụ như câu, "Khôn ngoan đối đáp người ngoài, gà cùng một mẹ chớ hoài đá nhau", là câu mẹ tôi vẫn thường nói như một điệp khúc để can gián chúng tôi khi có chuyện cãi nhau, hoặc, "Con gà tức nhau vì tiếng gáy" ám chỉ sự hiềm khích giữa con người qua lời nói, còn rất nhiều và nhiều câu nữa cho con gà mà tôi không thể nhớ hết. Riêng tôi, hình ảnh đẹp và đáng yêu nhất của loài gà làm tôi nhớ mãi đó là con gà mẹ xoè rộng đôi cánh ủ ấm cho đàn gà con. Viết tới đây sao tôi nhớ mẹ tôi quá! Người mẹ đã một đời vất vả, nuôi dạy các con trong sự khó khăn vô vàn. Mẹ đã dang đôi tay tuy gầy yếu nhưng thật vững chắc, để che chở và ấp ủ đàn gà con mười đứa trước cuộc đời giông bão sau ngày ba mươi tháng tư năm một chín bẩy mươi lăm của bốn mươi hai năm về trước .

Thiên Lý

(ngày 1 /2/2017)

THU PHONG

NẮNG CHIỀU

Odeur du temps brin de bruyère,
Et souviens-toi que je t'attends...
(Apollinaire)

Hương thời gian mùi Thạch-Thảo bốc hơi ,
Và nhớ nhé ta đợi chờ em đó...
(Bùi Giáng dịch)

Tôi bước lên cái sân khấu lộ thiên dưới nắng chiều rực rỡ của mùa Hè Ca-Li, trong ngày Hội Quảng Đà để trình bày ca khúc Nắng Chiều của nhạc Sĩ Lê Trọng Nguyễn...

Chung quanh tôi, những người con dân Quảng Nam - Đà Nẵng và thân hữu đã tề tựu từ buổi sáng. Họ ngồi trong nhà chơi đối diện với sân khấu dùng làm nơi tiếp tân, bên những chiếc bàn tròn và những hàng ghế xếp. Một số người đứng tản mác xung quanh Hội trường, dưới những tàng cây râm bóng mát để chuyện vản cùng nhau vui ngày Hội Hè!

Nơi đây một mảng trời quê hương xứ Quảng được bày biện qua những gian hàng với những món ăn thuần túy: Mì Quảng, cao lầu Hội An, Bún chả cá, Bánh bèo, Bánh nậm, Chè các loại, nem tré, Xôi đường v...v...

Món nào cũng đậm đà tình quê ! Những món ăn đặc sản của miền Trung đã nuôi tôi từ những ngày tấm bé cho đến bây giờ dù đã sống ở xứ người gần bốn mươi năm qua tôi cũng không bao giờ quên được. Tiếp theo những gian hàng ăn uống, là mấy gian hàng thuộc về lảnh vực Văn học, Nghệ thuật và Y-tế.

Một cái bàn nhỏ của cô Cẩm Nhung trưng bày những đồ vật kỷ niệm của phố cổ Hội An, mà ông cậu tôi chắc cũng tốn nhiều thì giờ đẽo gọt trau chuốt cho cô những cái cột cờ treo những lá Phướn nho nhỏ, xinh xinh...

Tiếp đến là gian hàng trưng bày Đặc San, sách báo, Thơ & Văn và những hình ảnh về quê hương Quảng- Đà, một "Kho tàng Văn Chương" mà Thi sĩ Mạc Phương Đình chắc đã gom góp, cất giữ khá lâu! Từ sáng sớm tôi cũng đã giúp anh một tay để treo, dán lên tường những hình ảnh của "Xứ Quảng quê mình" xem ra cũng dồi dào và linh động.

Đặc biệt, gian hàng triển lãm tranh của họa sĩ Đào Hải Triều. Những tác phẩm tiêu biểu và giá trị nghệ thuật được trưng bày dưới nhiều hình thức như một Gallery nho nhỏ riêng một góc trời của anh! Nhìn anh... ngồi vẽ thư pháp cho khách đồng hương trên những tà áo bằng sự nhẫn nại, nét mặt anh hiền hòa, mái tóc điểm sương nghiêng nghiêng bên cọ mực dưới nắng chiều lung linh...

Tôi chợt nhớ hai câu thơ bất hủ của Vũ Đình Liên mà mỗi khi đọc tới ít nhiều cũng làm xao động lòng người :

"Những người muôn năm cũ,
Hồn ở đâu bây giờ ..."

Gần bên sân khấu là bàn của Hội Khuyến Học, do B/S Diệu Liên, anh Jimmy Phan và Thu Phong, phụ trách trong Ban khuyến học lo liệu & sắp xếp. Những tấm bảng khen thưởng được lồng khuôn tử tế và những chiếc phong bì với món tiền thưởng của Hội dành tặng cho những em học sinh con cháu Quảng Đà học giỏi, như khuyến khích tinh thần học tập của các em trong tương lai...

Sân khấu với bức tranh "Chùa Cầu muôn thuở "! được treo phía sau làm phông. Cờ V.N.C.H. và cờ Hoa Kỳ được cắm nghiêm chỉnh bên phải phía trước Ban nhạc. Anh chị em nghệ sĩ toàn "Cây nhà lá vườn" sinh hoạt chung với nhau thật vui vẻ và đầm ấm! Tôi thích nhất là anh M.C. Hoàng Tuấn, hô Lô-Tô giọng Quảng Nam sao mà thắm đượm tình quê! Người dân quê mình ngày xưa cứ Tết đến hay lễ lộc hội hè... môn chơi giải trí vui nhất là đánh Lô Tô, hay Bài Chòi! Hô Lô Tô như hát Vè , nhưng có vần điệu ăn khớp với nhau, không phải ai hô cũng được.

Quê hương Quảng Nam đó! như lời hát mộc mạc êm đềm...

"Quê hương tôi , gió chiều về trong nắng vàng,
tang tình tang ai hò dưới ánh chiều tàn!"

Quảng Nam đẹp như khúc hương tình ca bỡ ngỡ của chuỗi ngày còn thơ mà mình chưa hề biết yêu quê hương tận tình! Bây giờ nhìn lại, quê hương tôi...

Huyện Hòa Vang với ruộng vườn xanh ngát! Nắng dịu dàng mỗi độ tiết Thu sang... Quận Điện Bàn với rẩy lúa nương dâu, kén cửi & nong tằm, và dòng sông Thu Bồn êm đềm uốn khúc... đổ nước xuống sông Hàn với Đà Nẵng nên thơ!

Miền quê hương yêu kiều mà Thi sĩ Thu Bồn đã dệt nên những lời thơ rạt rào:

"Sông Thu Bồn ơi , ta nghe người đương thở.
Vỗ triền miên gội tóc những nương dâu..."

Đại Lộc bòn bon và ngô khoai hai mùa mưa nắng.

Quế Sơn với núi cao sim tím chập chùng!

Hội An phố cổ, bên biển Cửa Đại thông reo với bóng dừa lả lơi trên cát trắng mịn màng... Tất cả những địa danh của Quảng Nam Đà Nẵng được mang lại nơi đây, trong sân trường Y.B. bởi những người con dân của xứ Ngũ Phụng Tề Phi, lại một lần nữa cùng nhau sum họp!

oOo

Hôm nay tôi hân hạnh được hát giúp vui trong phần Văn Nghệ, với nhạc phẩm Nắng Chiều của Nhạc sĩ Lê Trọng Nguyễn, là một sự chọn lựa có ý nghĩa và đầy thú vị của tôi!

Vì bởi Nhạc sĩ Lê Trọng Nguyễn là một người con dân của Quận hạt Điện Bàn, thuộc tỉnh Quảng Nam.

Nói đến nhạc phẩm Nắng Chiều như nhắc đến một giai thoại tình cảm xót xa của Lê Trọng Nguyễn, một người nghệ sĩ lãng mạn tài hoa với một người con gái Quảng Nam xinh xắn mà duyên không thành!

Tôi nghe được "chuyện tình" của nhạc sĩ Lê Trọng Nguyễn từ những nhân vật trong "Nắng Chiều". vì không ai xa lạ ,người bạn thân của tôi là con gái của người đẹp trong Nắng Chiều thuở ấy! Chuyện kể rằng:

Nhạc sĩ Lê Trọng Nguyễn thuở thiếu thời có một người bạn thân (N.T.T.) học chung trường từ tiểu học,cả hai đều quen biết với một cô gái xinh xắn ở cùng quê. Mỗi người có những tình cảm riêng tư mà chẳng ai thố lộ với ai bao giờ!

Lùi về quá khứ, thời trước 1945 đất nước Việt Nam rơi vào tình thế hỗn loạn, Phong trào Việt Minh kháng chiến chống Pháp để dành Độc Lập kêu gọi những thanh niên yêu nước đi vào Chiến khu để hoạt động tại Liên Khu 5, gồm các tỉnh Quảng Nam, Quảng Ngãi, Bình Định và Phú Yên.

Lê Trọng Nguyễn cùng một số bạn bè đã tham gia kháng chiến, có người bạn thân N.T.T. cũng cùng đi. Sau đó thời thế đổi thay, một số người tập kết ra Bắc, một số đã bỏ Chiến Khu để trở về Thành sống đời Tự do. Trong số thanh niên trí thức trở về có N. T. T. và Lê Trọng Nguyễn.

Nhưng N.T.T. về Thành trước còn Lê Trọng Nguyễn về sau.

Cô gái xinh xắn năm xưa bấy giờ là một nữ sinh của trường Đồng Khánh, Huế. Sau khi tốt nghiệp bậc Trung Học với Văn Bằng Thành Chung, cô trở về Hội An sống với gia đình và sau đó kết hôn với ông N.T.T. !

Lê Trọng Nguyễn về sau, hụt hẫng vì tình yêu đã mất, người con gái ông yêu năm xưa đã sang ngang rồi!

Từ niềm đau mất mác ấy Lê Trọng Nguyễn đã sáng tác nên ca khúc Nắng Chiều, ghi lại một giai thoại tình yêu dang dở của đời ông!

"Nắng Chiều" ra đời bên cầu Vĩnh Điện, khi chiều xuống trên bến sông Thu Bồn.

Bằng thể điệu Rumba mượt mà, nhạc phẩm Nắng Chiều tàng trữ những tâm tình êm dịu, thiết tha chen lẫn những niềm đau tê tái, ngậm ngùi!

Bài hát cũng chuyên chở những hình ảnh thân thương của quê nhà như bến nước, nương dâu, bóng tre là ngà và... sân nắng:

"Qua bến nước xưa lá hoa về chiều. Lạnh lùng mềm đưa trong nắng lưa thưa.
Khi đến cuối thôn chân bước không hồn! Nhớ sao là nhớ đến người ngày thơ...
Anh nhớ trước đây dáng em gầy gầy, dịu dàng nhìn anh đôi mắt long lanh.
Anh nhớ bước em khi nắng vương thềm. Má em màu ngà tóc thề nhe, vương..."

Đến khi ông trở về thì mọi chuyện đã vỡ lỡ:

. . . *"Nay anh về qua sân nắng. Chạnh nhớ câu thề tim tái tê!*
Chẳng biết bây giờ người em gái...duyên ghé về đâu?!

Trong hầu hết những tác phẩm của Lê Trọng Nguyễn, chỉ có hình bóng duy nhất của người con gái Quảng Nam mà ông đã yêu mến. Như lời hát thiết tha, đau buồn trong "Bến Giang Đầu":
Có phải vì anh bềnh bồng mãi trong gió sương.
Nên khiến đời em dưới hiên tranh khói lạc hướng?!
Rã rời chờ nhau tình rạn nứt duyên nát nhàu ,
Bến Xuân Giang Đầu nơi che lấp một niềm đau...

oOo

Mặc dù tình yêu trớ trêu dang dở, nhưng họ (ba người), vẫn giữ được tình bạn trân quý với nhau cho đến cuối đời!

Lê Trọng Nguyễn đã mang tặng bà (người ông yêu) bản nhạc "Nắng Chiều", sau khi bà lấy chồng một năm, và tặng bạn mình (Ông N.T.T.) cây đàn Mandoline của ông làm. Thỉnh thoảng ông đến thăm gia đình bạn, và dùng bửa cơm thân mật do chính bàn tay khéo léo của bà nấu nướng .

Trong số các người con của Bà, một anh con trai trưởng có cái tên của nhạc sĩ Trọng Nguyễn!

Nhưng anh chỉ khác Họ: Nguyễn Trọng Nguyễn.

Có một lần anh đã hỏi người nhạc sĩ: "Sao con được mang cái tên giống Bác? "Người nhạc sĩ cười và trả lời anh : "Tên cháu là do Má của cháu đặt cho , làm sao Bác biết được?!"

Thế là câu hỏi nầy cho mãi đến ngàn sau không có lời giãi đáp. Vì năm 2005 Bà đã vĩnh viễn ra đi...

Từ nơi xa xăm...Lê Trọng Nguyễn đã gởi vòng hoa Phúng Điếu đến gia đình Bà với "Vô Cùng Thương Tiếc".

Chẳng biết trong khoảnh khắc biệt-ly ấy, ông có ngồi lại với cây đàn để so phím cũ, và dạo điệu Ngũ Cung buồn cho thảnh thót lên lời hát chơi vơi:

"Nay anh về nương dâu úa, giọng hát câu hò thôi hết đưa.
Hình bóng yêu kiều kề hoa tím biết đâu mà tìm! Anh nhớ xót xa dưới tre là ngà...
Gợn buồn nhìn anh, em nói mến anh ! Mây lướt thướt trôi khi nắng vương đồi..."

oOo

Tôi đã đến dự đám tang của Bà (là Má của bạn thân tôi).

Trong cái không gian yên lắng của buổi tưởng niệm...

Tôi nghe giai thoại "Nắng Chiều" cũng được nhắc lại...qua lời người con trai của Bà (Nguyễn Trọng Nguyễn), khi nói về những kỷ niệm của người mẹ yêu thương.

Tôi theo chân những người thân và bạn bè sắp hàng lên viếng Bà lần cuối.

"Đôi mắt long lanh" của người phụ nữ trong Nắng Chiều đã khép kín vĩnh viễn để yên giấc ngủ nghìn thu !

Trước di ảnh đẹp dịu hiền của Bà, tôi đã kính cẩn nghiêng mình chào vĩnh - biệt với lời cầu nguyện, cùng dòng lệ xúc cảm cũng vô tình lặng lẽ rơi...
và,
... ánh "Nắng Chiều " đã tắt!

oOo

Sân khấu dưới nắng chiều vẫn vàng ngát, mênh mông ...

Người dân Quảng Nam - Đà Nẵng vẫn còn xôn xao vui chơi ngày «Hội Đồng Hương Quảng Nam - Đà Nẵng »

Ban nhạc vẫn nhịp nhàng hòa điệu Rumba cho tôi hát Nắng Chiều !

Những nhân vật trong trang tình sử Nắng Chiều đã lần lượt ra đi...

Nhưng nhạc phẩm Nắng Chiều và huyền thoại vẫn còn ở lại!

Tôi hát với lòng yêu và như tưởng nhớ!

Như giọng hò buông lơi của miền quê xứ Quảng trên bến sông Thu thuở nào...

Áo dài và tóc tôi tung bay trong buổi chiều gió lộng.

Tôi đưa tay về phía sau ra dấu cho Ban nhạc chậm lại, và chuẩn bị cho tôi Terminée ở câu hát cuối cùng:

"...Nhớ em dịu hiền nắng chiều ngừng trôi..

Thu Phong

San Jose, ngày Hội Hè Q.N.Đ.N, tháng 7/2015

TIỂU LỤC THẦN PHONG

BÁN SÁCH

Đất trời vào xuân, Hoa Châu mở hội chợ phù hoa. Người trong thiên hạ dập dìu trẩy hội, thôi thì khỏi phải nói, nam thanh nữ tú vờn nhau liếc mắt đưa tình, áo quần phới phới sắc xuân, những cụ ông cụ bà cũng móm mén cười hoan hỷ, đàn em thơ như những con sơn ca tíu tít vào đời...Thành Ất Lăng năm nào cũng thế, cứ mỗi độ xuân về là rực rỡ cờ giăng phướn thượng, đèn hoa khắp chốn, năm nay hội chợ có cả trăm gian hàng rộn ràng tấp nập, nào là hô lô tô, bầu cua cá cọp, thảy vòng, ném banh... nhiều nhất vẫn là những gian hàng giới thiệu sản phẩm của giới doanh gia nghiệp chủ, mặc dù không nói ra nhưng ai ai cũng cảm nhận được quyền lực chi phối của bọn họ, thật tình mà nói, cũng nhờ sự tài trợ của họ mới có thể tổ chức được hội chợ xuân.

Giữa những gian hàng ấy, người ta thấy có một căn lều nhỏ, bên trong có một cái bàn con con trải khăn lụa trắng, trên bàn có một lọ hoa và chừng mươi đầu sách bày biện. Chủ nhân gian hàng này là văn sĩ Đoan Thanh Tử. Thiên hạ chẳng biết tên thật là gì, chỉ biết mỗi bút hiệu ấy mà thôi, mấy năm nay văn của chàng được nhiều người tìm đọc. Đoan Thanh Tử vốn bạch diện thư sinh, tuy không phải hạng mi thanh mục tú nhưng tinh thần và tâm ý thì cũng có thể xếp vào hạng thanh cao. Chàng ta vốn người đất Định Châu, không hiểu thời cuộc thế nào mà lưu lạc đến Hoa Châu này. Người thì bảo vì mê sắc nên lụy tình, kẻ khác lại khẳng định vì cao vọng mưu cầu phú quý nên ly hương, cũng có lác đác vài ý kiến tỏ vẻ rành việc: "... nghe đâu gia cảnh chàng cũng khá, không hiểu vì sao lại tha phương cầu thực?". Lời đàm tiếu của thiên hạ cũng lọt đến tai nhưng chàng ta chẳng bao giờ phân bua phải trái, nếu có ai hỏi dồn lắm thì chàng cũng chỉ cười trừ mà thôi. Cả căn lều của chàng và chàng hiện hữu rõ ràng vậy nhưng lại dường như không tồn tại giữa hội chợ này. Mọi người tấp nập trẩy hội nhưng chẳng ai ngó ngàng gì đến gian hàng của chàng, lẽ nào giữa thiên thanh bạch nhật mà chẳng ai nhìn thấy? Thi thoảng cũng có một vài khách ghé vào, cầm sách lên lật xem một tí rồi bỏ xuống đi ra. Đoan Thanh Tử vẫn vui vẻ mỉn cười đón và tiễn khách mà không hề lấy làm khó chịu. Chàng thừa biết thời buổi này có còn mấy người đọc sách. Chàng bày sách giữa hội chợ như thể bắt chước người xưa phơi sách, biết đâu thiên hạ muôn người cũng có kẻ tri kỷ tri âm. Bản thân chàng cũng chẳng có tiền để thuê gian hàng, chàng có gian hàng này là vì ông trưởng ban có lòng liên đới văn tài nên không lấy tiền thuê chỗ.

Giữa buổi, có một vị khách phục sức sang trọng, quần áo toàn hàng hiệu đắt tiền, cổ đeo sợi dây chuyền vàng to như sợi lòi tói của dân hạ bạc, tay đeo lắc bự chảng như cùm sắt nhà quan, ngón tay lấp lánh nhẫn hột xoàn chà bá luôn. Y nắm tay một người thiếu phụ trẻ đẹp, dáng dấp vóc hạc xương mai , cốt cách rất phong lưu quý phái, dĩ nhiên cô ta cũng diện ngất trời, mùi phấn son thơm ngát. Người thiếu phụ kéo lão đại gia ghé vào lều của chàng, người đàn ông ấy cầm quyển sách săm soi, lật qua lật lại rồi hỏi:

- Quyển này giá bao nhiêu?
- Dạ, xin quý khách cứ trả theo giá bìa
- Trời, viết gì trong ấy mà mắc thế?
- Dạ, nếu quý khách biết trong ấy có gì thì giá này chẳng đáng là bao, bằng như không biết thì quả là mắc thật!

Người đàn ông bỏ quyển sách xuống, lục lọi lựa quyển khác mỏng hơn, y xem giá bìa xong lại kêu mắc nên bỏ sách xuống toan bỏ đi. Người thiếu phụ đi cùng với y không chịu, cô ta lấy cả ba quyển sách mà y vừa xem xong và đưa cho chàng một thỏi bạc. Đoan Thanh Tử giật mình bảo:

- Thỏi bạc này nhiều tiền lắm, tôi không có tiền để thối!
- Anh cứ giữ lấy, không cần phải thối lại.

- Cảm ơn tánh hào hiệp của cô, nhưng tôi thật sự không dám nhận thỏi bạc này, tôi chỉ muốn nhận đủ tiền của sách thôi.
Cô ta bảo không có tiền và cũng không nhận lại thỏi bạc, cả hai còn đắn đo chưa biết tính sao thì chàng văn sĩ bảo:
- Cô cứ lấy sách và trẩy hội xuân, lúc quay về trả tiền cũng được.
Người thiếu phụ xinh đẹp cảm ơn và hứa sẽ quay lại, người đàn ông đi cùng nắm tay kéo cô ta đi, miệng lầu bầu:
- Hàn sĩ bày đặt làm phách, mà nàng mua sách làm gì? Chỉ tốn tiền vô ích, nếu rẻ thì mua về gói hàng cũng được, đằng này mắc quá, với tiền đó để mua đồ gia dụng còn dùng được.

Không nghe cô ấy trả lời người đàn ông, nhìn theo thì thấy cô ta bước đi nhưng vẫn ngoái đầu lại nhìn gian hàng sách.

Kế bên phải gian hàng sách là một gian hàng giới thiệu sản phẩm cường dương, nào là tam tinh hải cẩu bổ thận hườn, dương sơn diên trì giao, cường lực hổ pín... Ngoài ra còn bán những dụng cụ giúp tăng khoái cảm cho khách làng chơi, những món bảo bối không sợ nhiễm bệnh phong tình, trong ngoài quầy đầy những hình nam nữ lõa thể hoặc luyến ái làm tình... trông rất khêu gợi và quyến rũ, khách du xuân nhiều người ghé vào và ra đi với lỉnh kỉnh những túi xách. Đã thế chủ quầy hàng ấy còn in một tấm áp phích in những dòng chữ quảng cáo nham nhở, mà không ít người gọi là thơ

Dai dài giãn dọc tối đa
Co thun cực mỏng như da chính mình
Bình dân cho chí cung đình
Truy hoan chẳng sợ phong tình liễu hoa

Bên trái lều sách là gian hàng nước mắm hiệu "cô gái hương quê", một thương hiệu có tiếng của đất Định Châu, sau này lan tỏa ra khắp Hoa Châu, Tuyết Châu, Tân Châu, Phong Châu, Hàn Châu... Trong gian hàng bày biện la liệt chai lọ và các vại sành chứa nước mắm, khách được mời chấm mút nếm thử ngay tại chỗ, mùi nước mắm bay sang hàng sách làm ngứa mũi chàng văn sĩ. Khách vào ra tấp nập hai gian hàng phải trái mà chẳng buồn ghé vào gian giữa của chàng. Chàng nhìn khách du mà dường như chẳng thấy, tâm ý vẫn mải miết theo đuổi câu chuyện ngôn tình dở dang. Chàng đang ấp ủ tiểu truyện, trong đầu chàng tràn ngập hình ảnh những nhân vật và những lời thoại sẽ xuất hiện trong truyện. Giữa biển người ồn ào như thế mà chàng dường như chẳng nghe. Hội chợ phù hoa đầy sắc màu mà như chẳng thấy, thân chàng tại đây nhưng tâm như đang ở một cõi ngoài nào đó xa xăm. Chàng đặt bàn bán sách cũng có hy vọng kiếm ít tiền để in sách mới, những bản thảo đã hoàn thành nằm rải rác trong thư phòng mà chưa có tiền in. Thời buổi hôm nay viết sách đã khó mà bán sách còn khó hơn gấp bội. Chàng mấy lần bẻ bút, đổ mực, đốt giấy nhưng rồi lần hồi lại chong đèn hí hoáy thâu đêm. Chàng biết chữ nghĩa không phải là nghề, nó là nghiệp, đã mang lấy nghiệp thì khó mà dứt bỏ được. Nhiều đêm đã ngủ, thật ra thì chỉ có thân xác ngủ chứ tâm ý không hề ngủ, bao nhiêu đề tài cứ nảy sinh trong đầu, bao nhiêu câu chuyện sống động cứ như thể những nhân vật ấy đang diễn tuồng trong giấc ngủ của chàng. Bạn bè chàng đều ăn nên làm ra, danh phận rõ ràng, chỉ duy có chàng như người từ mấy thế kỷ trước còn sót lại, có đôi khi chàng tự nhận mình sinh lầm thế kỷ, ngày đêm cứ mập mờ hư ảo chuyện chữ nghĩa, lận đận nghiệp văn. Khổ nỗi chàng bị người trong giới xem thường xem khinh, cho rằng chàng chưa xứng đáng để ngồi chung chiếu; kẻ ngoại đạo thì cười khinh khỉnh vào mặt, thậm chí cho chàng là đồ dở hơi, chữ nghĩa không giúp gì cho đời, sao sánh được chuyện tiền bạc hay địa vị! Đã thế chàng còn lo bò trắng răng, vơ lấy chuyện quốc gia thế sự, nhân tình thế thái, chuyện xã hội nhiễu nhương, chuyện dân tình đạo lý... đến nỗi cường quyền nhắn lời cảnh cáo đe nẹt. Chàng biết mình gàn, biết mình hậu đậu nhưng không làm sao thay đổi được, có ai sanh ra muốn thế bao giờ? Con người ta sanh ra ai cũng thích giàu sang quyền quý, địa vị... chí ít cũng là trọc phú ăn chơi, chả có ai thích dính vào chuyện văn thơ ấm ớ hội tề. Nhưng đã sanh ra ở đời thì phận nào do nghiệp nấy, muốn cũng không được, không muốn cũng không xong. Chàng nhiều lần tự nhủ lòng, đời con tằm thì nó phải miệt mài nhả tơ, rút ruột nhả cho đến khi kiệt sức; phận cây nến thì phải cháy sáng, cháy hao mòn xác thân cho đến lúc sáp tàn bấc lụn. Vướng vào nghiệp chữ có mấy ai sống sung túc giàu sang? Cái sướng của kẻ mang nghiệp chữ đôi khi không phải ở tiền bạc mà là chính sự ra đời của những đứa con tinh thần, sướng khi trút được tâm tư vào chữ nghĩa.

Văn không phải là nghề mà là nghiệp, những kẻ mang nghiệp này mà còn ở Giao Châu thì may ra có chút tên tuổi và được thiên hạ biết đến. Đất Giao Châu hẹp người đông, tuy người đọc bây giờ ít nhưng tính theo tỉ lệ phần trăm thì cũng còn vớt vát được. Có lẽ cũng vì vậy mà không ít kẻ mang nghiệp chữ từ Hoa Châu, Hải Châu, Quan Châu... chạy về Giao Châu để bòn chút danh hão. Năm rồi có cô em ở đất Hàn Châu cũng về, thậm chí còn ra tận Hà Châu và làm thế nào đó mà được lên nhật trình đem khoe khắp nơi. Cô ta vốn rất trẻ nhưng có vẻ cũng không thoát khỏi cái máu ham nổi tiếng. Cô ta còn bảo Đoan Thanh Tử:

- Anh hãy về Giao Châu một chuyến và hãy xin gia nhập vào Bảo Tiêu Văn Sự Cục, vào đó rồi thì tha hồ mà nổi tiếng, được tài trợ in sách, bán sách, ra mắt sách, được ngồi chung chiếu với các bậc cây đa cây đề, thậm chí cả với mấy vị tai to mặt lớn. Hàng năm triều đình rót xuống cho Bảo Tiêu Văn Sự Cục cả núi tiền.
Đoan Thanh Tử cười nhẹ, trong lòng thấy thương hại cho cô ta nhưng không tiện nói ra, chàng chỉ thoái thác:
- Bảo Tiêu Văn Sự Cục đâu phải muốn vào là vào?
- Anh đừng lo, cứ biết điều một tí là vào ngay thôi, bộ anh hổng biết người Giao Châu giờ có câu châm ngôn tân thời: "cái gì không mua được bằng tiền thì sẽ mua được bằng nhiều tiền".
- Cảm ơn em, cái cục ấy như cái hũ mắm, vào chi cho mệt mình.
Nghe thế, cô gái trẻ đất Hàn Châu cúp máy cái rụp không cần giữ thể diện hay lịch sự chi cả. Đoan Thanh Tử cũng chẳng vì vậy mà phiền lòng. Anh còn thấy nhẹ nhõm và thoải mái hơn. Làm thành viên của Bảo Tiêu Văn Sự Cục là ước mơ của bao người mang nghiệp chữ, dù là ở Giao Châu hay ngoại phương. Riêng Đoan Thanh Tử thì không? Nhất định không! Chưa bao giờ nghĩ hay nhìn đến cái cục ấy. Đã mang nghiệp chữ thì làm con tằm nhả tơ, cần chi phải vào cục này cục kia, lại càng chẳng cần phẩm hàm hay chức tước. Những cái râu ria ấy để làm cần câu cơm, kiếm rượu thịt chứ có giúp ích gì cho chữ nghĩa. Tiếc thay đời không thiếu kẻ mang nghiệp văn nhưng chẳng văn chút nào, chỉ vì chút cơm rượu mà khuất thân phò chính, thân chính làm nhiều điều điếm nhục chữ văn. Đoan Thanh Tử còn miên man trong dòng tâm tưởng bất tận thì có tiếng thánh thót dịu êm kéo chàng trở lại với thực tại:
- Xin chào chàng văn sĩ, em gởi tiền sách cho anh.
- Oh, cảm ơn cô, cô xinh đẹp mà lại tử tế nữa, thật khó gặp ở đời.
- Anh quá lời rồi, em cảm ơn anh mới phải, tiền này có đáng là bao, những quyển sách chàng viết ra với đáng quý.
- Em hỏi thật tình nhé! Anh có khi nào cảm thấy hối tiếc vì việc viết lách và bán sách?

Đoan Thanh Tử giật mình, điều cô ta hỏi chạm đến nỗi lòng chàng vẫn cố ém đi. Chàng lặng thinh vì biết nói ra đau lòng lắm, nhìn nhau thêm khó. Tuy nhiên người thiếu phụ thì lại khác, có lẽ cô ta đã vượt qua được chính mình nên không còn ngại ngùng gì:
- Thời buổi này mà còn mê viết với in sách là cả một sự ngớ ngẩn khó mà hiểu nổi, đành rằng văn chương chữ nghĩa vẫn được người đời ca tụng nhưng chẳng còn mấy ai rớ đến nữa. Con người với vạn vật muôn loài giống nhau ở cái xác thân tứ đại, cái khác nhau là ở chỗ con người

có tâm ý, có tư tưởng, có ngôn ngữ văn tự. Chính ngôn ngữ văn tự đã nâng con người lên cao, làm con người thăng hoa, nếu con người không còn văn tự chữ nghĩa thì cũng có khác chi loài vật. Văn tự chữ nghĩa quan trọng đến như thế đấy! Những kẻ dùng văn tự để sáng tác ra văn chương chữ nghĩa cao quý như thế đấy! Vậy mà giờ đây bèo nhèo hơn mảnh giẻ rách, thiên hạ chẳng coi ra gì. Bọn mang nghiệp chữ vừa tự hào mình là người có chữ, biết sáng tác thơ văn dâng cho đời, lại vừa tự ti mình là kẻ vô tích sự, trang sách viết ra không bằng chai nước mắn, thậm chí không bằng cả món đồ chơi của khách huê tình. Bằng chứng khách du rộn ràng ghé gian hàng nước mắm và gian hàng đồ chơi tình dục chứ có ai ghé vào gian hàng sách đâu! Nhìn gian hàng sách của anh mà em xót trong lòng, tâm sanh nỗi niềm cảm khái tột độ. Đó cũng là lý do mà em quay lại gặp anh để tỏ chút tình hoài. Người Giao Châu chúng ta giờ đã phát triển theo một hướng khác rồi, không biết trình độ văn minh, khoa học kỹ thuật hơn được người Hoa Châu, Cửu Châu, Tân Châu bao nhiêu mà ngày nay chẳng ai còn đọc sách. Xứ Hoa Châu, Cửu Châu, Tân Châu tuy văn minh như vậy như dân chúng vẫn đọc sách rất nhiều, sách báo nhiều hơn cả lá vàng mùa thu, những nhà sách đầy ắp sách và người đọc. Người Giao Châu mình dù là nơi cố quận hay hải ngoại cũng đều giống nhau, họ không còn đọc sách nữa. Nếu như cố quận mà có đầu sách nào bán chừng vài ngàn bản, thì đó là cả một sự kiện lạ lùng, còn cộng đồnng người Giao Châu hải ngoại, nếu có sách của tác giả nào đó mà bán được vài trăm bản thì kể như được mùa. Nhiều người còn cười cợt: "sách, ngày nay có cho cũng không ai lấy thì nói gì đến bán với mua!". Người Giao Châu không còn đọc sách nhưng bọn mang nghiệp chữ vẫn ngày đêm rị mọ viết ra, đây quả là một vở bi hài kịch. Nhiều lúc em có cái ý tưởng là xã hội phát triển đến một lúc nào đó thì văn tự chữ nghĩa không còn cần thiết nữa, bấy giờ người ta chỉ dùng mã vạch để hiển thị nội dung hay điều cần biểu tỏ. Bấy giờ loài người lại giống như thời sơ sử xa xưa, những mã vạch ấy cũng như loại chữ tượng hình, chữ giáp cốt, một loại văn tự tối cổ sơ khai của loài người.

Chàng văn sĩ há hốc mồn lắng nghe, chưa bao giờ anh ta được nghe những điều này, đặc biệt hơn nữa là lời này thốt ra từ miệng một thiếu phụ trẻ trung. Đoan Thanh Tử bối rối cực độ, cứ lắp bắp cảm ơn mà chẳng biết nói gì hơn, chữ nghĩa của chàng vốn cuồn cuộn như nước lụt mùa đông tràn đồng vậy mà giờ bay biến đâu hết ráo rồi. Tánh chàng vốn ít nói, miệng lưỡi không có. Chàng có thể viết tràng giang đại hải ấy vậy mà khi cần nói thì một câu cũng không xong. Giờ gặp người thiếu phụ xinh đẹp, ăn nói ngọt ngào mà hay như khách

hùng biện thì chàng càng đớ người chứ chẳng còn lời gì để nói. Người thiếu phụ đặt lên bàn một bó hoa tươi rất đẹp, đoạn cô ta tự giới thiệu:
- Em là Hoa Thanh Hương, vốn xưa cũng từng võ vẽ viết văn làm thơ, đã in được tập truyện ngắn đầu tay "Mấy Nẻo Mộng Hoa" và mấy tập thơ, vì quá ngây thơ những tưởng sách sẽ được người đời liên đới mà chiếu cố, nào ngờ vay tiền in xong rồi chất đống ở xó nhà. Nợ nần bức bách, lại thêm nỗi đời không thể ăn gió trăng để sống, cơm áo chẳng đùa với khách thơ, cuộc sống túng quẫn khó khăn, may trời cho chút nhan sắc. Người đàn ông lúc nãy là chồng em, ông ấy vốn là tài chủ lớn ở địa phương, tài sản bao la, của chìm của nổi không biết bao nhiêu mà kể. Tình cờ gặp nhau trong hội xuân Nhâm Tí. Ông ấy mê say và đem lòng yêu em. Biết ông ấy thô tháo, ban đầu em cự tuyệt nhưng rồi hoàn cảnh quá ngặt nên xiêu lòng và chấp nhận.
Nghe Hoa Thanh Hương nói thế, Đoan Thanh Tử sửng sốt với câu chuyện đời vừa thực tiễn nhưng cũng không kém phần cổ thoại kỳ dư. Chàng cứ ngơ ngẩn mà nghe, chàng nhìn cô ta như thể bị thôi miên. Chàng nghe chuyện đời cô ta mà cứ như thể thiền sư sống chánh định, nhìn sự vật đúng với bản chất của nó mà không phán xét, không thêm hay bớt, không đưa ý kiến mình vào...Thiếu phụ xinh đẹp nhấp ngụm nước rồi nói tiếp:
- Chồng em đang chén tác chén thù với mấy ông bạn đại gia ở phạn điếm Ngoại Phương Châu. Em tranh thủ đi xem hội để đến đây trả tiền sách cho anh. Vì gặp văn nhân tâm hồn đồng điệu nên mới giải bày những tâm sự giấu kín trong lòng. Thành Ất Lăng vốn tươi mát xinh đẹp khi xuân sang, ấy vậy mà mùa xuân Nhâm Tí năm ấy lại bội phần rực rỡ quang minh sáng lạn, chim muông ca hót véo von, muôn hoa khoe sắc, nào là: dã yên, anh thảo, dạ lý hương, uất kim hương, móng rồng... đẹp không bút mực nào tả xiết. Năm ấy em đến hội chợ để ra mắt tập thơ đầu tay, tâm tư của một người vừa tập tễnh vào đường văn chương rất háo hức và đầy nhiệt huyết, cứ ngây thơ ngỡ ai cũng như mình, nào ngờ sự thật vô cùng phũ phàng. Người ngoài giới thì không nói làm gì, cái đáng nói là những người trong giới đối xử nhau thật tệ bạc, hễ cùng phe cánh thì bốc thơm áo thụng vái nhau, bằng không thì đạp xuống tận bùn đen. Người Cựu Châu nghi ngờ ngăn ngại thậm chí cấm chỉ đã đành, người Tân Châu cũng chẳng dung nhau, kẻ dưới bất phục người trên, người trên hẹp lòng hẹp dạ lại tự cao cho rằng chẳng ai bằng mình không dung kẻ dưới. Em vấp phải sự thật trần trụi thương đau này, bao nhiêu nhiệt huyết tắt ngúm, tâm hồn tổn thương nghiêm trọng và từ đó em thề đoạn tuyệt luôn. Gian hàng em suốt cả buổi sáng khách khứa cũng nhiều nhưng hầu hết ghé vào là để ngắm

em và tán tỉnh vu vơ chứ không có một ai rớ đến sách, đến quá trưa thì có một đại gia ghé vào và cũng để ngắm em chứ chẳng phải xem sách. Người ấy tán tỉnh và tuôn ra toàn những lời dụ khị vừa ngon ngọt lại pha sự hợm hĩnh ỷ của, sau đấy thì hỏi em giá cuốn sách bao nhiêu, em bảo cứ theo giá bìa mà trả. Ông ấy cười và tuyên bố sẽ mua hết số sách ấy, tưởng nói chơi ai dè làm thiệt. Ông ấy lấy hết sách của em và đặt lên bàn một món tiền lớn đến độ em chưa từng mơ đến. Em bảo người ấy là em chỉ lấy tiền đúng với số sách thôi. Người ấy vẫn nhất quyết để số tiền đó lại cùng với cái danh thiếp. Thật tình em rất cần tiền, túi em một xu cũng không có, cha mẹ già đau ốm, bản thân chỉ biết chữ nghĩa chứ có biết làm gì ra tiền đâu... Người ấy và tiền của người ấy, những lời tán tỉnh của người ấy đã làm em xiêu lòng, vừa cảm ơn mà vừa thấy mình thấp kém quá, dễ dàng đánh mất giá trị kiêu hãnh văn chương chữ nghĩa bấy lâu nay chỉ vì đãy bạc. Thật tình mà nói có lúc em cũng nghi ngờ văn chương chữ nghĩa, không biết có giá trị gì không? Những kẻ mang nghiệp chữ phần nhiều đều là những kẻ hậu đậu, ngẩn ngơ chẳng làm chi nên đời. Trong lúc em khủng hoảng, người ấy đã xuất hiện và em chấp nhận về làm vợ. Ban đầu em chẳng yêu đương gì, chịu làm vợ anh ấy là một lối thoát, cuộc sống qúa nghiệt ngã nên em phải tìm nơi nương tựa. Em đã thoát nghèo, chồng em cung phụng em như một bà hoàng. Đời khốn nạn thay! Từ ngày cuộc sống trở nên giàu sang, tiền bạc rủng roẻn thì bao nhiêu chữ nghĩa cũng bay biến sạch, cứ như thể hơi sương tan dưới ánh nắng hè. Từ ngày sống phong lưu không còn vất vả mưu sinh nữa, tháng ngày hoan lạc phong lưu nhưng tâm hồn em trở nên xơ cứng chai sạn một cách không ngờ, một chút cảm xúc cũng không có, viết nửa câu cũng không xong. Em giật mình, em đã biến thành một con người khác hoàn toàn, mặc dù vẫn cái tên ấy, thân xác ấy nhưng tâm hồn em chết mất rồi! Em từ một con tằm nhả tơ đã biến thành một loại trùng ký sinh vô tích sự, chỉ biết sống bằng thân xác, hưởng thụ dục lạc mà thôi.

Người thiếu phụ trẻ đẹp ngưng một lát, khóe mắt hơi ướt, cô ta vuốt ngược mái tóc mượt mà như suối mây. Đoan Thanh Tử ngơ ngẩn nhìn cô ta cứ ngỡ như người trong mộng của mình, với kinh nghiệm dày dạn ở đời, cô ta biết chàng văn sĩ đang mê đắm trong cơn tương tư bất chợt. Cô ta khẽ mỉn cười và tiếp tục câu chuyện:

- Năm ấy chồng em mua hết số sách ấy nhưng anh ta chẳng hề đọc lấy một trang nào, chẳng cần biết em viết gì trong ấy. Thật sự thì anh ấy mua em chứ chẳng phải mua sách!

Nghe Hoa Thanh Hương kể chuyện đời tư, Đoan Thanh Tử ngồi lặng lẽ lắng nghe như mật rót vào tai, như đề hồ tưới tẩm tâm hồn.

Chàng không tin ở tai mình, chẳng thấy ở mắt mình. Chàng cứ tưởng như là một câu chuyện liêu trai tân thời, dĩ nhiên chàng cũng chẳng có lời nào để nói, âu đó cũng là sự may mắn, nếu chàng mà mở miệng nói gì đi nữa thì chỉ tổ làm vỡ cái khoảnh khắc ảo mộng này. Hoa Thanh Hương đẹp quá, vóc hạc xương mai, mắt môi tuyệt sắc, giọng nói trong trẻo thanh tao, mùi hương đàn bà tỏa ra đầy sức dụ hoặc. Trong khoảnh khắc tâm hồn rung cảm, ánh mắt chàng gặp ánh mắt nàng, một khoảnh khắc vô cùng ngắn ngủi mà ảo diệu, không cần ngôn từ và cũng chẳng có ngôn từ nào có thể diễn tả được một trời tâm sự của hai tâm hồn đồng điệu giao nhau. Đã có biết bao người đàn ông nhìn nàng nhưng chưa có ánh mắt nào tha thiết, đắm đuối và có sức truyền cảm đến như thế. Tai Đoan Thanh Tử chỉ còn có âm thanh trong trẻo thánh thót của nàng. Mũi chàng ngây ngất mùi hương thân của nàng. Ý chàng chỉ còn có bóng hình của Hoa Thanh Hương. Thân chàng trong lúc này thật chẳng còn là thân của Đoan Thanh Tử nữa... Cái khoảnh khắc vượt qua thời gian và không gian khiến cho tất cả như hóa tuyết băng ấy qua đi, hai người trở lại với thực tại đầy âm thanh và màu sắc của hội chợ giữa thành Ất Lăng. Nàng lại tiếp tục nói chuyện đời mình, nàng nói như thể tự nói với chính bản thân chứ chẳng phải đang tâm sự với Đoan Thanh Tử, còn chàng thì lắng nghe như thể con chiên ngoan đạo đang uống tất cả ngôn từ của thánh nữ rót ra.

- Chồng em mua hết số sách ấy nhưng không hề xem hay đọc qua, ban đầu em thấy buồn nhưng về sau nghĩ lại thì mừng thầm, thế mà lại hay. Người như anh ấy thà rằng đừng đọc, như vậy đỡ đau sách, đỡ đau lòng người viết ra. Lúc sáng em mua sách của anh nhưng không bảo anh ký tên là vì giữ ý tứ, không muốn chồng em khởi lên ý nghĩ không hay, những cuốn ấy coi như phó bản chưng ở phòng khách, giờ anh có thể ký tặng em một quyển khác? Cuốn này là bảo vật của riêng mình em, không một ai có quyền đụng vào. Em sẽ giữ nó bên mình, sống trân quý, chết chôn theo.

Đoan Thanh Tử như người máy, lật trang đầu ký tặng cho Hoa Thanh Hương. Cô ta cầm quyển sách mà ngỡ như nâng niu chén sứ ký kiểu Cảnh Đức trấn. Đoan Thanh Tử vốn vụng về hậu đậu, trong giờ phút này lại càng hậu đậu hơn, chưa biết làm gì hay nói gì thì người thiếu phụ lại lên tiếng, cô ta cứ nói không cần biết chàng có nghe hay không nghe:

- Khi vào thành Ất Lăng trẩy hội, em với chồng tung tăng mặc cho thiên hạ trầm trồ nhan sắc của em, nể phục cái dáng vẻ đại gia của chồng em cùng với những trang phục đắt tiền. Tâm em có một sự hãnh diện lạ kỳ, cái tôi được ve vuốt nuông chìu nhưng đến khi gặp anh bán sách thì trong em dậy cả một trời luyến thương dĩ vãng. Nhìn thấy anh lòng em xao xuyến lạ lùng, em biết mình đã trễ. Tuy là cảm giác bộc phát nhưng có nguồn gốc đồng điệu sâu xa. Em cũng đã từng mang nghiệp chữ, kinh nghiệm ở đời cho em biết dù có rung động yêu nhau cách mấy thì hai kẻ cùng mang nghiệp chữ cũng khó mà đi chung đường. Hai con tằm nằm trong một tổ thì lấy gì mà ăn? đời của nó sẽ thê thảm lắm! Hai kẻ mang nghiệp chữ đồng điệu tâm hồn có thể thương nhau da diết, có thể suốt đời tơ tưởng hay ôm vết thương lòng nhưng tuyệt đối không thể đi chung đường. Em bây giờ không phải là Hoa Thanh Hương của ngày xưa nữa nên em không thể nói những lời như: "kiếp sau hay kiếp nào mình gặp nhau". Em chỉ có thể gặp anh trong khoảnh khắc này thôi và sẽ suốt đời tạc dạ ghi lòng. Em là hoa đã có chủ, dù có thế nào em cũng không thể phụ chồng em, dù rằng gặp anh em đã... Cảm ơn anh đã cho em sống trong một khoảnh khắc ảo diệu giữa đời thường.

Hoa Thanh Hương nói xong cầm quyển sách ký tặng quay đi thật nhanh như thể trốn chạy cái khoảnh khắc thực tại đầy huyễn hoặc. Chàng văn sĩ bần thần như vừa ra khỏi cơn mơ. Nàng đi rồi mà cứ ngỡ như nữ liêu trai từ trong trang sách bước ra và tan biến vào hư không, bấy giờ lại nghe ồn ào náo nhiệt của người trẩy hội vui xuân, mắt chàng lại thấy bao nhiêu sắc màu rực rỡ của Hoa Châu đang vào xuân. Tiếng loa rao quảng cáo thuốc cường dương văng vẳng, mùi nước mắm cô gái hương quê từ gian hàng kế bên hăng hắc đưa sang. Người vào ra nhìn xem mua sắm tấp nập ở gian hàng hai bên. Bất giác chàng cầm bó hoa lên nâng niu ngửi và ngắm như thể hoa là người thiếu phụ ấy, vụng về thế nào đó lại làm cho cái túi vải bé con xinh xắn kẹp giữa hoa rơi ra thỏi bạc mà sáng nay chàng cố chối từ.

Tiểu Lục Thần Phong

Ất Lăng thành, 01/23

TIỂU NGUYỆT

MÓN QUÀ SINH NHẬT ĐẶC BIỆT

Xuyến ôm hộp quà vừa nhận được của Chân gởi qua bưu điện, bước vội lại bộ ghế sa lon ngồi xuống. Nhìn nét chữ thân quen, nắn nót nơi hộp quà, Xuyến chợt nhớ, đã hơn bốn mươi mùa xuân trôi qua nàng mới có được nỗi náo nức, bàng hoàng cảm nhận niềm vui ngày mình được sinh ra. Cầm hộp quà trên tay, Xuyến cũng nhận ra đây cũng là món quà "sinh nhật" đầu tiên trong đời, mà nàng nhận được từ người mình thương yêu, hy vọng.

Nàng ngồi yên - lắng nghe niềm hạnh phúc dâng đầy khiến hơi thở nàng như căng lên, nên chưa dám mở vội. Dường như nàng sợ rằng, nếu mở hộp quà ra, niềm vui sẽ bay mất? Nàng cẩn trọng đặt hộp quà lên bàn, tẩn mẩn, nhẹ nhàng mở ra từng lớp giấy vải nhựa bọc ngoài. Nàng nghe xôn xao như có tiếng chim hót líu lo trong lòng, khi nghĩ về Chân với tình yêu thương thắm thiết mà anh đã dành trọn cho mình. Chân đã đến bên cuộc đời nàng như cơn gió tình cờ mang hơi ấm, mang ánh nắng mùa xuân đầy hương sắc. Tình yêu thương của anh dịu dàng, khiêm tốn như hoa cỏ hồn nhiên; để trái tim nàng reo vui theo từng lời chào mỗi sáng vừa thức dậy. Xuyến có cảm giác như Chân đang ở bên cạnh nàng, trong từng giây phút của đời sống đang chậm chạp trôi qua.

Xuyến hồi hộp mở mảnh giấy hoa bọc gói quà - trước mắt nàng là chiếc áo sơ mi cotton trắng hiệu Versace với những ô vuông xanh đen ngắn tay, mà anh đã mặc hôm nào gặp nhau, với đôi mắt vừa ngạc nhiên, vừa thích thú.

Trên túi áo có vết mực xanh lớn bằng trái chanh, đã loang lớn, nhạt dần, mà lần gặp gỡ hôm đó, nàng đã vô tình dắt cây viết chưa bấm nút vào túi áo anh, để mực chảy dần ra sau đó mà không hay biết. Sự sơ ý của Xuyến tình cờ ghi dấu sâu đậm trong anh để chiếc áo trở nên một kỷ vật vô giá. Xuyến dán mắt nhìn vào vết mực trên túi áo không chớp - vệt mực xanh lổ chổ, đậm nhạt sao mà gần gũi, mà thân yêu đến vậy. Xuyến cúi xuống hôn lên vết mực, như hôn lên ngực anh hôm nào với bao xúc động, nhớ thương. Xuyến có cảm giác như chiếc áo thơm ngát mùi tình yêu của anh, thấm đẫm hơi hướm anh ấp ủ. Nàng ngồi yên giây lâu, nghĩ vết mực đã ngày càng in đậm tình yêu của anh và tin rằng sẽ không bao giờ phai nhạt trong hai tâm hồn đang dạt dào yêu thương.

Và Xuyến nhớ vô cùng những lần gặp gỡ, lần nào cũng đầy ắp kỷ niệm gắn bó sẻ chia, như mới vừa xảy ra hôm qua. Nhớ lần hai đứa cùng khoác tay nhau lang thang ngắm phố đêm, Chân thầm kể về tuổi thơ anh bất hạnh, đã tự mình tìm kiếm niềm vui, tìm kiếm chở che, an ủi. Lớn lên chút nữa, trong nỗi cô độc, anh đã lang thang một mình trong khu thành hoang vắng để ngắm trăng. Ánh trăng thuở ấy rực rỡ một mầu vàng liêu trai, hoang dã. Chỉ nghe anh kể thôi mà Xuyến cũng đã mê thích, chan hòa đồng cảm như được cùng anh dạo bước ngày nào. Và anh kể, kể rất nhiều về cuộc đời lận đận, trôi nổi, về những ngày tháng gian khổ khi còn đi học, vừa học vừa dạy kèm để có tiền trọ học xa quê. Mùa đông không có lấy một tấm áo ấm, không áo che mưa - đời mồ côi lạnh lẽo là vậy!

Xuyến nhắm nghiền đôi mắt, đưa tấm áo lên, hít sâu vào vết mực, lòng miên man bao suy nghĩ về anh với bao nhung nhớ, yêu thương. Xuyến như thấy anh đang tươi cười bên nàng trong chiếc gương soi, khi phát hiện ra chiếc áo sơ mi trắng kẽ ô vuông nhỏ mầu xanh đen lần đầu tiên mặc ấy, túi đã dính đầy mực. Trong lúc Xuyến ngơ ngác, bối rối, thì Chân đã ôm chầm lấy nàng...

Xuyến lấy bộ áo dài trong tủ ra chuẩn bị thay, bước lại chiếc bàn nhỏ Chân đang ngồi pha trà. Nàng khoe:

- Em vừa tập được một bài hát mà em rất thích, không biết anh có thích bài hát nầy không?

Chân ngước lên nhìn - cười:

- Bài nào em thích là anh thích.

Xuyến mỉm cười - giọng âu yếm:

- Thiệt không đó. Nhưng mà em biết bài nầy anh cũng thích nè.

- Bài gì thế em? Nhạc của ai?

- "Chiều Qua Tuy Hòa" của nhạc sĩ Nguyễn Đức Quang. Anh cũng thích, đúng không?

Chân cười - giọng hứng khởi:

- Sao em biết hay vậy? Bài này anh thích từ hồi xửa hồi xưa, khi vừa mới đặt chân đến Tuy Hòa lần đầu tiên em à. Em hát anh nghe đi. Lâu quá anh muốn nghe lại để nhớ một thời cho vui.

- Anh mau quên thật - Xuyến cười hồn nhiên, đã có lần em nghe anh hát vài câu rồi mà.

Xuyến lấy giọng, cất cao tiếng hát "*Ngày xưa tôi đã đi qua Tuy Hòa, đồng xanh le lói bao mộng mơ. Đàn chim tung cánh bay bay đầu gió, và đâu đây tiếng sông bồi phù sa. Ôi những chiều mây vắt ngang lưng đèo, vọng phu đưa mắt cũng buồn theo...*". Tiếng hát nàng vút cao, nhịp nhàng, Chân như thấy cả cánh đồng lúa Tuy Hòa đang rì rào trước mặt, mà ngày xưa anh ngang qua mỗi ngày để đến một ngôi trường quê, nơi anh đang dạy học. Bao kỷ niệm êm đềm xa xưa như ùa về làm anh lặng yên, xúc động.

Ngày ấy, Tuy Hòa là một thị xã yên vắng, nhỏ bé, với những mùa gió nồm mát rượi, với những mùa trăng tuổi trẻ thắm đẫm nghĩa tình. Tuy Hòa với cánh đồng lúa xuân thì mượt mà, thẳng tắp đã đọng lại trong anh nỗi nhớ, niềm hoài vọng thao thiết của một thời tuổi trẻ. Để rồi, sau đó không lâu, anh từ giã tất cả trở về quê. Tuy Hòa với anh đã là nỗi nhớ không nguôi, là hoài niệm một đời. Anh bâng khuâng theo giọng hát của nàng, từng lời, từng chữ, đắm chìm trong mênh mông của một Tuy Hòa xưa. Tiếng hát nàng như vang xa "*Trường xưa hoang vắng hiu hiu bên ruộng lúa, một con chim én nô đùa ngoài kia. Ôi bước dài ngao ngán bên nương buồn, nhìn quanh trơ đứng bên ruộng nương*", như xói vào lòng anh bao nỗi buồn nhớ. Nhớ mái trường xưa nhỏ nhắn, đơn sơ đầy ắp kỷ niệm. Nhớ đám học trò quê chân chất nghĩa tình. Chân ngồi yên thẩn thờ, bâng khuâng theo tiếng nàng réo gọi.

- Bộ em hát dở lắm hay sao mà anh ngồi im ru vậy?

Chân thoáng giật mình - cười lớn:
- Em hát hay mà! Anh nhớ Tuy Hòa.
- Em biết là anh thích, mới hát chứ!
- Cảm ơn em - Chân nắm cánh tay Xuyến, kéo nàng vào lòng.
Chân nhìn sâu vào đôi mắt nàng, lần nào cũng vậy - anh như thấy được sự hồn nhiên, đơn sơ, chơn chất của một tâm hồn trong sáng trong đôi mắt ấy. Dòng suối yêu thương lại dạt dào cuộn chảy trong anh. Anh ôm siết nàng vào lòng, cúi xuống thật lâu trên gương mặt nhân hậu, thơ ngây của nàng như lời tạ ơn - thì thầm *"Anh yêu em nhiều lắm, Xuyến ơi!"*.

Xuyến ngây ngất trong vòng tay anh. Bên anh, nàng thấy mình bé nhỏ lại, thật nhỏ đủ để nằm trong trái tim anh, để anh là nơi an trú vững chãi, là chỗ dựa còn lại cho cuộc đời bất hạnh của nàng. Ngày ấy đau buồn đã dần trôi qua theo một ngàn tám trăm ngày trầm mặc đơn chiếc.

Thế rồi nàng gặp Chân, nàng thấy như mình vừa trải qua thoát khỏi một cơn mộng dài đầy khổ đau, buồn bã. Chân như tia nắng ấm áp rọi chiếu vào tâm hồn nàng giá lạnh, sưởi ấm, thương yêu. Nàng bỗng thấy mình được sống lại một cuộc đời mới với niềm hạnh phúc dịu dàng mà nàng ngỡ sẽ không bao giờ còn có được.

- Em thay đồ đi, mình đi dạo phố xuân một lúc rồi ghé đâu đó ăn cơm trưa luôn.
- Dạ!

Một lát, nàng xinh xắn trong chiếc áo dài mầu vàng bước ra phòng khách, tươi tắn như một cánh hoa xuân. Mùa xuân như hiện diện trước mặt anh, tràn ngập khắp căn phòng. Ánh nắng ban mai chiếu qua cửa sổ những vệt dài ấm áp, lòng nàng như cũng rộn rã khúc ca xuân.

Nàng hồn nhiên ca hát, bước lại bàn trang điểm. Chân ngắm nhìn, thấy nàng tựa như con chim vô tư líu lo, khiến anh bồi hồi, hạnh phúc. Như mọi lần nhìn ngắm dáng nàng, anh luôn thầm cảm ơn nàng đã đến bên đời anh, đã cùng anh chia sẻ những ước mơ, những khát vọng làm đẹp cho đời qua những trang viết miệt mài ngày đêm.

Chân loay hoay tìm cây viết của anh - hỏi:
- Em có thấy cây viết anh đâu không?

Xuyến chạy lại lật những quyển sách trên bàn tìm giúp, thấy cây bút nằm dưới một quyển sách. Nàng cầm lại, vội dắt vào túi áo anh:
- Nhà văn mà thiếu cây bút như… - Xuyến ngập ngừng,… như nhà nông ra đồng thiếu cái cày.

Anh cười, bẹo vào một bên má căng hồng của nàng :

- Có em, nên anh...lơ đễnh một chút vậy thôi. Cảm ơn "bà xã".

Xuyến lại trước gương, vừa thoa lớp phấn nhẹ lên khuôn mặt, vừa ngâm khe khẽ một bài thơ ngắn mà nàng vừa làm chiều hôm qua để tặng anh:

"Tình em như nắng ban mai
Reo vui theo bước chân ai đi về
Yêu người em dệt vần thơ
Gởi hương theo gió ru bờ môi xanh
Đưa tay níu mộng trăm năm
Có con chim hót bên nhành yêu thương"

Anh bước lại, khẽ khàng choàng vai nàng:

- Cảm ơn em! Không ngờ "bà xã" anh giỏi ghê, chắc anh không xứng với em quá!

Nàng nguýt dài:

- Em không xứng với anh thì có.
- Không dám, sợ em chê anh lẩm cẩm đó mà!
- Anh kỳ ghê, anh chê em thì có, chứ làm gì em dám chê.

Chân nhớ lại đã có lần tâm sự cùng nàng, ví nàng như ngọn gió mát thổi vào đời anh bao thương yêu, da diết sâu đậm: "*Cảm ơn em, cảm ơn tình yêu em, cảm ơn những vần thơ em đã gởi hương theo gió. Anh đã thấy tiếng hót của con chim nhỏ đang đậu trên nhành yêu thương em gởi. "Mộng trăm năm" anh xin giành tặng riêng em, em yêu dấu!*".

Nhìn anh trong gương, bỗng nàng la lên: "Áo anh, cái túi áo của anh..."

- Túi áo anh sao? - anh cúi xuống nhìn vào túi áo, Ôi! mực ở đâu đầy vậy?

Chân vội rút cây viết từ túi áo. Cây viết chưa đóng nên mực chảy ra áo. Anh đưa tay phủi phủi cái túi áo, lo lắng:

- Dấu vết gì vậy em?
- Anh cởi ra liền đi, em bỏ ngâm giặt.
- Thôi kệ - anh nhoẻn cười hiền, để tính sau, giờ chúng ta đi chơi chứ, buổi sáng gần hết rồi.

Cúi nhìn lại vết mực in đậm bên túi áo anh cười vui: "Để nhớ em, em yêu!".

Những tia nắng buổi sáng sớm vàng rỡ chiếu xuống những khóm hoa, những hàng cây hai bên đường như reo vui đón chào những bước chân sẽ sàng, khắng khít của hai người, tay trong tay bước từng bậc cấp đi dần lên tháp. Xuyến như thấy cả đất trời cũng đang rạo rực, xao xuyến như lòng mình. Những bậc cấp lên tháp im vắng, hôm nay bỗng như reo vui, hòa điệu cùng niềm vui tươi mới của nàng. Xuyến thấy lòng lâng lâng sung sướng khi được đi cùng anh, được vui cùng anh, được ngắm nhìn đất trời, thành phố vào xuân cùng anh.

Rời tháp cổ, Chân nắm tay Xuyến bước vào một quán café, tìm chỗ ngồi. Quán đông khách, tất cả các bàn phía trước đều không còn chỗ, Chân bước ra phía sau khu vườn, đưa nàng lại chiếc bàn trống sát hòn non bộ có dòng suối nhân tạo róc rách, thoáng mát. Anh gọi cho mình một ly đen đá và một ly bạc xỉu cho nàng.

Những khúc ca xuân từ chiếc loa vang lên rộn ràng, làm cho mùa xuân như đang gần kề, lòng người thêm náo nức. Nàng thầm cảm ơn *"mùa - xuân - nhiệm - mầu - anh"* đã kịp đến sưởi ấm trái tim trống trải ưu phiền của nàng.

oOo

Xuyến hân hoan như thuở xưa được mẹ sắm cho áo tết - khoác chiếc áo trắng hiệu Versace kẽ ca rô vuông mầu xanh đậm - món quà sinh nhật của anh, đi bộ thể dục mỗi sáng chiều, như có Chân đang ở bên cạnh ngày nào. Nàng ngạc nhiên khi cảm thấy chiếc áo như vẫn còn hơi ấm của anh, hơi thở của anh tẩm đượm, quyến rũ, ngọt ngào. Nàng nghe niềm vui, niềm hạnh phúc như cùng anh hít thở chung bầu không khí trong lành của cánh đồng lúa xanh, tươi mát mà nàng đã đi qua mỗi ngày ở đây. Đồng lúa reo vui cùng nàng, sóng lúa rì rào tấu khúc hoan ca đón chào ngày mới cùng trái tim bé bỏng sáng trong của nàng.

Tiếng chuông điện thoại trong túi áo bỗng reo vang, nàng mỉm cười bắt máy. Giọng Chân bên kia đầu dây điện thoại vang lên: -"Chào em buổi sáng! Ngày mới vui vẻ! Em đang đi bộ thể dục với ai vậy?" - "Với anh yêu đây mà!". Tiếng anh cười giòn trong buổi sớm như dòng suối yêu thương đang cuồn cuộn chảy trong nàng.

Tiểu Nguyệt
09/ 2018

TIỂU THU

ĐƯỜNG NÀO EM ĐI...

Ái Khanh hết hồn khi thấy con gái của mình vừa đi vô nhà vừa khóc sướt mướt, theo sau là thằng anh mặt mày lầm lỳ, một vết bầm trên gò má trái, quần áo xốc xếch lấm lem. Hai anh em nó từ trường về. Chưa kịp hỏi thì con Bảo Ngọc đã mếu máo:

- Anh hai đánh lộn với tụi thằng Chánh đó mẹ...

Ái Khanh trợn mắt:

- Chuyện gì đến nỗi đánh lộn?

Thằng Bảo Khánh vẫn cúi gằm mặt, cặp môi mím chặt, gương mặt còn hằn vẻ tức tối. Bảo Ngọc liếc qua anh rồi rụt rè nói:

- Tụi nó nói hai đứa con là con hoang!...

Nói rồi con nhỏ lại thút thít khóc. Ái Khanh chết lặng. Nàng cảm thấy mình bất lực. Tuổi của thằng Khánh và con Ngọc lẽ ra chỉ ăn rồi học, chơi đùa vui vẻ với bạn cùng trường. Đàng này, vì lỗi của nàng mà tụi nó phải chịu khổ... Thằng Khánh với con Ngọc là một cặp song sanh. Khánh ra trước con em mười lăm phút nên được làm anh hai! Ái

Khanh thương con đứt ruột. Cô dang tay ôm gọn hai đứa vào lòng, hôn lên tóc con rồi dịu dàng nói:

- Thôi vô nhà sau mẹ rửa mặt cho rồi sửa soạn ăn cơm. Lần tới tụi nó có chọc ghẹo nữa thì tụi con cứ làm như không nghe. Riết rồi tụi nó chán. Con đánh lộn kiểu này coi chừng bị đuổi học đó. Khánh thương mẹ thì phải nghe lời.

Thằng Khánh không nói không rằng chỉ gật đầu. Đêm đó ngồi một mình dưới ánh đèn khuya Ái Khanh âm thầm khóc. Thương con, thương mình... Cái câu hỏi oái oăm hiện ra hàng trăm lần trong đầu khiến cô mất ăn mất ngủ từ ngày mẹ cô qua đời cách đây sáu tháng, lại làm khổ cô một lần nữa: mình phải chọn lựa con đường nào đây? Bán tiệm này để đi nơi khác làm ăn? Nhận lời lấy Đức để cho các con nàng có một người cha như những đứa trẻ khác? Chao ôi là khó! Con đường nào cũng chông gai. Ái Khanh tự hỏi không biết có phải cô sanh ra đời dưới ngôi sao... chổi? Nếu không tại sao?....

Tám năm về trước Ái Khanh là một cô thiếu nữ vừa tròn đôi mươi. Cô xinh đẹp, giỏi giang nhưng tính tình rất lãng mạn. Ba mất sớm, má cô có tiệm tạp hóa khá lớn ở chợ Mỹ Luông. Khanh học hết lớp nhứt thì ở nhà phụ mẹ buôn bán. Xã Mỹ Luông giàu nhờ kỹ nghệ đóng đồ gỗ. Bàn ghế, giường tủ sản xuất ở đây được chở đi bán khắp các tỉnh lân cận. Dưới bến sông của mấy trại mộc ít khi nào vắng bóng những chiếc ghe cắm sào chờ ăn hàng.

Một hôm Ái Khanh tiếp một người khách lạ tới mua pin cho cái radio của anh ta. Chàng thanh niên trên dưới ba mươi, cao lớn, rắn chắc với nước da rám nắng. Anh ta hơi sửng sốt trước cái nhan sắc mặn mà của cô gái quê. Khanh hơi đỏ mặt vì cặp mắt sáng như sao đang nhìn cô chăm chú. Anh ta còn tỏ vẻ thích thú trước sự lúng túng của cô chủ tiệm bằng nụ cười nửa miệng. Trả tiền xong, trước khi bước ra khỏi tiệm, ông khách còn thòng một câu:

- Cô chủ ơi, chắc tôi còn trở lại đây để mua thêm vài thứ cần thiết nữa đó. Tạm biệt cô.

Hắn đi rồi mà Ái Khanh còn thấy bàng hoàng. Cô tức tối, tự cú lên đầu mình:

- Khanh ơi là Khanh. Bữa nay u mê ám chướng gì mà mở miệng không. Hồi nào tới giờ có ai làm khó được mi đâu chớ?! Ông ta là ai mi còn chưa biết tên bỗng dưng vô cớ đỏ mặt tía tai. Vô duyên hết chỗ nói!

Ở đây, xét về gia cảnh thì cô thua nhiều người, nhưng phần tài mạo thì tuy không đứng nhứt nhưng cũng quyết không cho ai bóp kèn qua mặt. Hai năm rèn luyện ở trường nữ công Mỹ Ngọc dưới chợ Sa

Đéc đủ cho cô nổi tiếng với tài làm bánh mứt, đủ sức may cho mình những bộ đồ vừa vặn, thêu thùa trang nhã. Nhiều người làm mối, nhưng tới giờ này Ái Khanh vẫn chưa để ai lọt vô cặp mắt nâu to tròn của mình. Bà già cứ rên rỉ là Khanh sắp "hăm" tới nơi rồi, cứ ở đó mà kén cá chọn canh!

Vậy mà bữa nay trước mặt một chàng trai lạ hoắc, con tim của cô đã phản bội cô. Nó đành lòng đập loạn xạ trước cặp mắt sáng và cái nụ cười nửa miệng dễ ghét kia! Cô để tay lên ngực, chỗ trái tim, dặn dò: lần sau anh ta tới, mi phải biết điều ngoan ngoãn nằm yên nghe chưa!

Nhưng những lần sau đó "nó" vẫn tiếp tục phản bội cô. Tệ hơn nữa cặp mắt cũng a tòng theo luôn. Nó cứ hướng ra ngoài cửa, như ngóng như trông cái bóng dáng cao cao của ai đó. Ngày nào anh ta cũng ghé mua một món gì đó. Hắn là chủ chiếc ghe chài đậu dưới bến sông nhà ông Tám Định chờ ăn hàng. Hắn nói:

- Thiệt cám ơn ông Tám hết sức. Hôm trước tôi rất bực mình vì ổng bắt chờ cho xong bộ bàn ghế bằng cẩm lai. Cô thử nghĩ tôi phải trả lương cho mấy người bạn chèo để họ cứ ăn rồi ở không. Nhưng nhờ vậy mà tôi mới được gặp cô Khanh. Cô có thấy là hữu duyên thiên lý năng tương ngộ không? Quê tôi tuốt trong Rạch Giá lận đó.

Khanh chỉ mủm mỉm cười. Hắn nhìn sâu vào mắt cô thôn nữ:

- Người ta ca tụng gái Nha Mân đẹp nhứt. Nhưng tôi khẳng định rằng cái người tuyên bố câu này chưa từng gặp các cô gái Mỹ Luông! Cô Khanh có thấy như vậy không?

Ái Khanh không hiểu tại sao mỗi lần đưa ra một nhận xét nào đó, "hắn ta" à quên Long, đều có thói quen chấm câu "cô Khanh có thấy như vậy không?". Thiệt tình mà nói, cô còn thấy gì nữa ngoài cái cằm vuông đầy nghị lực, cặp mắt sáng ngời khiến người ta bối rối và cái miệng dẻo quẹo như kẹo mạch nha của hắn?

Ba ngày sau thuyền rời bến ông Tám Định, để lại một chút gì như lưu luyến, như nhớ nhung trong lòng cô thôn nữ. Long không nói chừng nào trở lại, nhưng Ái Khanh cũng biết thời gian tùy thuộc vào việc bán hàng nhanh hay chậm. Tuy nhiên với cái tài ăn nói đó...

Hai tháng sau Long trở lại Mỹ Luông. Vừa thấy cái dáng cao cao của hắn từ đầu cầu sắt đi xuống là trái tim phản chủ của Ái Khanh đã bắt đầu... tăng nhịp. Cô khổ sở nhủ thầm bình tĩnh, bình tĩnh. Đừng để người ta biết mình mừng khi gặp lại người ta, mà tại sao lại mừng? Thầy giáo Tú dạy trường Trung học quận Chợ Mới theo đuổi Khanh đã hai năm nay. Cô thấy mình cũng có cảm tình với ông ta. Nhà thầy Tú ở Vĩnh Long. Những lần về thăm nhà trở lên thầy đều có mang quà cho

Ái Khanh, nhưng cô có thấy vui mừng lẫn hồi hộp như lần này đâu? Kỳ lạ! Thầy giáo Tú đẹp trai, lại nho nhã. Ăn nói lịch sự lễ phép. Nhưng hiện tại nếu so sánh hai người, Ái Khanh thấy cán cân nghiêng hẳn về phía Long. Chàng ta ăn nói chẳng những có duyên mà trong phong cách có pha một chút ngang tàng. Bên cạnh chàng, thầy giáo Tú đâm ra lạt như nước ốc! Nghĩ tới đây Khanh hơi mắc cỡ khi chợt nhớ lại mình đã ăn ít nhứt cả trăm trái ổi xá lị vừa giòn vừa ngọt của anh chàng thầy giáo "lạt phèo" kia.

Long khôn ngoan lựa lúc Ái Khanh thay thế bà má đi ngủ trưa để đến chơi. Chỉ có hai người ăn nói tự nhiên hơn. Long bước vô tiệm, tay đưa cho Ái Khanh một gói giấy, miệng nở một nụ cười tươi rói như mặt trời vừa rạng đông:

- Chào Ái Khanh (Xí, làm như thân lắm vậy đó. Dám kêu tên người ta cụt ngủn! Ái Khanh nghĩ thầm). Có chút quà mọn biếu cô và bác gái. Mong cô không chê.

Thấy Ái Khanh ngần ngừ không cầm, Long để gói đồ xuống mặt bàn, rồi tự nhiên kéo chiếc ghế đẩu gần đó ngồi xuống, đối diện với cô gái.

- Gặp lại tôi cô Khanh không vui sao? Vậy mà tôi còn tưởng...

Thấy nét mặt lộ vẻ thất vọng của Long, Ái Khanh buột miệng:

- Dạ vui chớ!

Cô nàng bỗng đỏ mặt khi thấy chàng ta reo lên đắc thắng:

- Vậy mới phải. Cô Khanh có biết tôi khổ lắm không. Bận buôn bán thì thôi, ngoài ra trong lòng tôi lúc nào cũng... nhớ tới cô. Chỉ trông cho mau hết hàng để trở lại đây. Anh ta thở ra một hơi dài đầy vẻ sảng khoái, bây giờ thì vui rồi!

Ái Khanh chỉ ngồi nghe, miệng cười tủm tỉm. Cô không biết nói gì. Chẳng lẽ nói gặp lại anh tui vui lắm. Ngày nào tui cũng ngó ra đầu cầu sắt để... ngóng anh? Dị òm! Tuy không "phát biểu cảm tưởng" ra miệng, nhưng nhìn nét mặt nàng Long cũng biết tâm trạng Ái Khanh ra sao. Chàng thấy trong lòng phơi phới.

- Ghe vừa cặp bến là tôi lật đật tới đây liền. Một ngày không gặp dài như ba thu. Cô Khanh tưởng tượng hai tháng trời không được gặp cô. Sáu mươi ngày nhơn ba, vị chi là...

Ái Khanh bật cười:

- Một trăm tám chục năm. Anh làm như mình là ông Bành Tổ vậy đó!

- Tôi chỉ nói "dài như" thôi mà. Có nghĩa là dài lê thê...dài thảm thiết...Trong trường hợp tôi, nó còn dài hơn cả một đời người. Tôi là một người rất... đáng thương! Cô Khanh có thấy như vậy không?

- Tôi thấy anh vui vẻ khỏe mạnh, không có gì đáng tội nghiệp hết...

- Trời ơi, tôi nói đây là về tinh thần chớ không phải vật chất. Gặp lại cô tất nhiên là tôi vui rồi. Bao nhiêu phiền não trước kia giờ đã tan biến hết. Chỉ cần thấy cô cười là tôi hạnh phúc. Cô có nụ cười đẹp lắm. Tôi nói thiệt đó.

Ái Khanh đang cười vội ngậm miệng lại. Thấy anh chàng tán khéo quá cô đâm sợ. Thấy vậy Long vội vàng nói:

- Tôi không có ý xấu gì đâu. Trong lòng tôi nghĩ sao thì nói vậy. Tôi... tôi thiệt bụng nhớ cô Khanh nhiều lắm. Lần này tôi sẽ ở lại đây năm ngày. Hy vọng cô sẽ hiểu tôi hơn. Thôi bây giờ tôi trở lại đằng nhà bác Tám. Hẹn gặp... Ái Khanh lần tới sẽ nói nhiều hơn.

- Dạ chào anh Long. À quên, cám ơn món quà...

- Của ít lòng nhiều. Long cười rồi đi ra

Ái Khanh nhìn theo cái anh chàng kỳ lạ này, lòng đầy bối rối. Có điều không thể chối cãi được là cô vui lắm. Vui hơn nhiều so với những lần gặp thầy giáo Tú. Ái Khanh chợt nhớ tới câu hữu duyên thiên lý năng tương ngộ. Hổng lẽ... Cô lắc đầu xua đuổi cái ý tưởng vừa mới manh nha, rồi cầm gói quà lên mở ra coi. Trong đó có cái lược, cái kẹp tóc và chiếc vòng đồi mồi. Tất cả đều lên nước bóng ngời Ngoài ra có một ký khô cá thiều. Bà hai Lương, má của Ái Khanh có gặp Long một lần trước khi chàng trở về Rạch Giá. Thấy phong độ và cách ăn nói lễ phép của Long bà không nghĩ chàng ta là người xấu. Nay nhìn món quà, những con khô lớn đỏ au, thơm phức bà thấy có cảm tình với anh ta rất nhiều. Bà cười nói với con gái:

- Cậu này coi lẫm rẩm mà biết điều, nhớ tới má. Còn cái cậu Tú, tối ngày chỉ biết đem ổi tới cho. Răng cỏ má yếu xìu làm sao ăn được. Mà nói thiệt nó mới ngoài hai mươi mà coi đạo mạo như ông già.

- Thì ảnh dạy học mà má. Phải đạo mạo học trò mới sợ chớ.

- Má thích người vui vẻ như cậu Long hơn. Nói vậy chớ nó ở xa lắc tí tè dưới Rạch Giá, mình không rành về gia cảnh nó nên cũng phải dè chừng mới được. Xảy một ly đi một dặm đó con.

- Con với anh Long đã có gì đâu má. Khanh chống chế. Ảnh tới mua đồ rồi nói chuyện vài câu thôi mà.

-Thì má dặn hờ vậy mà. Dò sông dò biển dễ dò...

Hôm sau Long tới nữa (không biết cái gì khiến mà sáng nay Ái Khanh dậy sớm để gội đầu và lấy cái kẹp đồi mồi ra kẹp gọn hơ mái tóc mây mướt mượt của mình?!). Chàng thấy Ái Khanh kẹp tóc để lộ cái cổ trắng ngần thì cảm động hết sức, chỉ nói được một câu:

- Đẹp quá! Cám ơn Khanh.

Ái Khanh làm bộ không hiểu:

- Anh Long cám ơn cái gì mới được chớ?

- Ái Khanh không chê món quà mọn làm tôi cảm động lắm.

-Tại cái kẹp đồi mồi đẹp quá, đem cất uổng lắm. Với lại cây kẹp ba lá của tôi vừa mới gẫy - Ái Khanh chống chế. Cô hơi mắc cỡ, thấy mình không dám nhìn vào sự thật. Cô kẹp tóc với cái kẹp đồi mồi là vì muốn "hắn" được vui!

Trước khi nhổ sào trở về Rạch Giá ngày hôm sau, buổi trưa đó Long ngập ngừng nói với Ái Khanh:

- Sáng sớm mai tôi đi rồi. Đêm nay rằm trăng sáng lắm. Ái Khanh có... dám xuống ghe nghe tôi đàn không. Tôi có cây guitar.

Ái Khanh tròn mắt:

- Ô, anh biết đờn guitar?

Trước vẻ kinh ngạc của cô gái, Long mỉm cười thú vị:

- Biết lai rai. Hồi xưa khi còn học ở Mỹ Tho, có người bạn dạy tôi đàn.

- Anh ở Rạch Giá mà học ở Mỹ Tho lận sao?

- Phải, chị Hai tôi lấy chồng về Mỹ Tho nên khi lên Trung học tôi xuống ở đó học trường Nguyễn Đình Chiểu cho tới khi thi tú tài. Sự ngạc nhiên khiến Ái khanh... á khẩu! Cô không ngờ... Đoán được trong lòng cô đang nghĩ gì, Long cười:

- Không ai cấm một người bán đồ gỗ có bằng tú tài đâu nghen. Rồi hắn nheo mắt với cô, còn rất nhiều điều Ái Khanh chưa biết về tôi. Nếu tối nay chúng mình gặp nhau, tôi sẽ kể cho em nghe.

Ái Khanh giựt nẩy mình. Trời đất, bây giờ cô đã trở thành "em" rồi sao. Hắn tiến kiểu này coi bộ còn nhanh hơn hỏa tiễn! Tuy là nghĩ vậy nhưng trong lòng lại cảm thấy rất... ngọt ngào, êm ái! Cô ngần ngừ không biết tính sao? Có thể nói với mẹ là tới chơi với Bích Nga con bác Tám. Nhưng lỡ có người nào đó trong nhà Bích Nga thấy cô xuống ghe của Long thì sao? Cái con Nga thuở giờ vẫn hay ganh tị với cô. Nó mà biết được thì ôi thôi... Ái Khanh không dám nghĩ tiếp! Cô cúi mặt nói nhỏ:

- Tôi không dám hứa. Nhưng ... chắc tôi không tới được đâu. Anh đừng chờ.

Long đứng dậy, chàng cúi xuống nhìn sâu vào mắt cô gái:

- Không phải con người vẫn sống bằng hy vọng đó sao? Tôi sẽ chờ em... cho đến khi trăng lặn.

Ái Khanh mhìn theo cái dáng cao gầy của Long mà trong lòng ngổn ngang trăm mối. Từ đó tới buổi cơm tối cô như người mất hồn khiến bà Hai Lương cũng phải thắc mắc, tự hỏi không biết con gái bà có... bịnh không nữa. Sau bữa cơm tối, thấy dáng điệu bồn chồn của con, bà Hai hỏi:

- Cái con nhỏ nầy bữa nay mắc chứng gì mà đứng ngồi hổng yên vậy cà?

Ái Khanh ráng làm mặt tỉnh:

- Má à, con muốn tới chơi với con Bích Nga một chút mà con sợ trời tối...

- Bữa nay trăng mười bốn sáng trưng như đèn măng sông mà sợ cái nỗi gì hổng biết! Thôi chờ con Lẹ rửa chén xong rồi nó dẫn đi

Ái Khanh lật đật ngắt ngang:

- Hổng cần đâu má. Để con lấy cây đèn pin cũng được.

Nói rồi cô lật đật vô buồng thay cái áo bà ba tơ sống màu tím Huế, áo màu sáng sợ người ta để ý. Ái Khanh bước ra lộ, băng qua cầu sắt rồi đi thẳng về hướng Chợ Mới. Nhà Bích Nga chỉ cách chợ Mỹ Luông độ ba bốn trăm thước, nhưng phải đi ngang khúc vắng trước chùa Linh Sơn. Chỗ này cây cối rậm rạp. Những thân tre cao nghệu phất phơ trước gió tạo nên tiếng xào xạc, kẽo kẹt khiến nhiều người yếu bóng vía không dám đi một mình. Ái Khanh cũng sợ nhưng đi với con Lẹ thì lộ tẩy hết. Thôi đành cắn răng, vừa đi vừa niệm Phật! Đèn măng sông trong nhà ông Tám sáng trưng. Ái Khanh đi bọc gần hàng rào bông bụp, men theo bóng tối đi thẳng ra sau hè. Từ đó có con đường mòn đi xuống bến sông. Phía bên kia là trại cây, có nhiều tiếng người cười nói lao xao. Cô vừa đi vừa vái thầm đừng có ai nổi hứng đi ra ngoài bất tử. Long đứng đợi sẵn trên ghe, chỗ có cây đòn dông bắc từ ghe lên bờ. Vừa thấy bóng cô gái là chàng ta lật đật phóng vội vô bờ. Nỗi vui mừng khiến Long quên giữ ý, chụp hai bàn tay của Ái Khanh siết chặt:

- Cám ơn em đã tới. Anh cứ sợ em không dám...

Nhìn nụ cười rạng rỡ trên khuôn mặt Long, Ái Khanh bỗng cảm thấy mình đã không uổng công... liều mạng tới đây! Cô mỉm cười với chàng. Long nắm tay Ái Khanh dắt lên ghe. Chiếc ghe chài khá lớn. Trong lòng ghe đã chở đầy bàn ghế, giường tủ. Long dẫn Ái Khanh đi ra sau lái. Chàng đã trải sẵn chiếc chiếu bông. Trên đó có cái khay bằng gỗ chạm rất đẹp để bình trà với hai cái tách và một dĩa bánh men. Bên cạnh đó là cây đàn guitar. Ái Khanh ngạc nhiên nhìn Long dò hỏi. Chàng cười, hàm răng trắng ngời lên dưới ánh trăng vừa ló dạng:

- Anh không dám hy vọng nhiều, nhưng cũng sửa soạn sẵn. Nếu em không thèm đến thì anh sẽ độc ẩm chớ biết sao!

Ái Khanh bật cười khi thấy Long làm bộ biểu diễn một bộ mặt áo não. Cô ngồi xuống đưa tay sờ vào cây đàn. Thùng đàn đánh vẹt ni bóng láng. Ái Khanh khảy nhẹ vào mấy sợi dây căng cứng. Một chuỗi âm thanh phát ra phá tan bầu không khí tĩnh lặng khiến cô giựt mình rút tay lại Long hỏi:

-Em muốn uống nước trà ăn bánh trước, hay muốn anh đàn trước?

- Em mới ăn cơm xong không đói. Anh đàn cho em nghe đi

Chợt nhận ra mình đã xưng em một cách tự nhiên với Long Ái Khanh đưa tay che miệng, e thẹn nhìn chàng. Long làm như không biết, cầm cây đàn lên dạo một lúc rồi cất tiếng hát: "Đêm qua mơ dáng em đang ôm đàn dạo muôn tiếng tơ. Không gian trầm lắng như âu yếm ru qua bao ý thơ...muốn nói cùng em đôi lời trìu mến...", rồi "Người hẹn cùng ta đến bên bờ suối, rừng chiều mờ sương ánh trăng vàng chiếu..." Ái Khanh thả hồn mình theo tiếng đàn, giọng hát. Một giọng trầm, ấm, ngọt như đường phèn... Nước sông lấp lánh ánh vàng từ Cung Hằng đổ xuống. Rặng cây đen thẫm bên kia cồn cũng ướt rượt ánh trăng. Tất cả như thực như hư. Long hát hết bài này tới bài khác. Những bản tình ca êm dịu ngất ngây. Ái Khanh ngước mắt nhìn con trăng tròn vành vạnh, treo lơ lửng trên bầu trời trong vắt. Những câu thơ của Hàn Mặc Tử bỗng dưng hiện về:

Trăng nằm sóng soải trên cành liễu
Đợi gió đông về để lả lơi
Hoa lá ngây tình không muốn động
Lòng em hồi hộp, chị Hằng ơi!

Phải, Ái Khanh hồi hộp lắm. Cô biết chắc rằng ngày hôm nay không giống bất cứ một ngày nào đã qua trong đời cô. Nhìn Long ngồi tựa lưng vào thành ghe, tay nhẹ nhàng buông phím, cặp mắt mơ màng, đắm chìm vào lời ca tiếng nhạc, Ái Khanh cảm thấy trong lòng dâng lên một tình cảm khó tả. Nhưng mơ mơ hồ hồ không định nghĩa được. Long ngưng đàn, ngồi thẳng lên hỏi dịu dàng:

- Ái Khanh có thích mấy bản nhạc anh hát vừa rồi không?

Bị lôi ra khỏi cái thế giới mơ hồ, Ái Khanh chớp mắt, nhoẻn miệng cười:

- Anh đàn đã hay mà hát còn hay hơn nữa. Em nói thiệt đó. Anh hát không thua mấy người ca sĩ em nghe trong radio.

- Cám ơn em. Thôi chết, bình trà của anh nguội ngắt rồi. Bây giờ mình uống trà ăn bánh. Nếu em thích anh sẽ hát tiếp.

Bây giờ thì Ái Khanh biết Long ngoài bà mẹ gần sáu mươi, còn có một bà chị ngoài ba mươi tuổi đã lập gia đình, Long hăm tám và cô em gái suýt soát tuổi nàng. Cha Long mất cách đây một năm. Chàng phải lên thế cha điều hành tiệm đồ gỗ. Đi Mỹ Luông lấy hàng là nhiệm vụ của người quản lý tên Cảnh. Hai tháng trước đây chú Cảnh bị nhiễm thương hàn nên Long đi thế, không ngờ lần đó trời dung rủi cho chàng gặp Ái Khanh. Mà kỳ cục thiệt, từ đó trở đi, hình ảnh cô thôn nữ dễ thương này lúc nào cũng bám chặt trí óc chàng. Nhứt là về đêm, nằm chèo queo một mình trên chiếc giường rộng thênh thang Long càng trăn trở nhớ Ái Khanh thắm thiết. Bây giờ thì chàng tin trên đời có tiếng sét ái tình. Nếu không tại sao con tim của chàng tưởng đã chết từ mấy năm nay, bỗng dưng bừng bừng sống dậy. Lần này tuy người quản lý đã lành bịnh, nhưng Long vẫn trở lại Mỹ Luông để lấy hàng. Cốt là gặp Ái Khanh. Bây giờ cô đang ngồi trước mặt chàng đây. Trong chiếc áo bà ba màu sẫm, khuôn mặt Ái Khanh trắng như sữa đọng dưới ánh trăng. Cặp mắt lóng lánh như hai vì sao. Long thấy lòng mình xao xuyến lạ thường. Không kềm chế nỗi, chàng đưa tay nắm nhẹ hai bàn tay của Ái Khanh. Cô nhìn chàng mỉm cười. Cái không khí huyền hoặc của đêm trăng, tiếng đàn, lời ca của Long đã đưa tâm hồn Ái Khanh đi vào một thế giới diệu kỳ, lâng lâng hư ảo. Vì vậy cô chỉ nói nhẹ như gió thoảng "đừng anh" khi Long cúi xuống đặt lên trán một nụ hôn thật nhẹ nhàng...

Cả hai chợt giựt mình vì tiếng người đi xuống gần tới bến. Ái Khanh hốt hoảng đứng bật dậy:

- Thôi chết, em phải về để má trông.

- Để anh đưa em về. Trời tối em đi một mình không tiện.

Trên bến họ gặp ba người đàn ông trung niên. Long dặn mấy chú đi ngủ liền để sáng mai mình đi sớm. Ái Khanh đỏ mặt trước sáu cặp mắt nhìn nàng một cách tò mò. Tới đầu cầu sắt, Ái Khanh dừng lại nói Long trở về. Qua bên kia lỡ gặp người quen bất tiện. Cô định quay đi nhưng chưa kịp thì đã bị Long ôm chặt. Chàng thì thầm chưa gì mà anh đã thấy nhớ em. Ái Khanh sợ có người thấy nên vội vã đẩy Long ra. Qua tới đầu cầu bên kia, quay lại thấy Long vẫn đứng đó....

Một tuần sau nàng nhận được bức thơ đầu tiên của Long. Ái Khanh vừa tức cười vừa cảm động khi thấy Long bắt đầu bức thơ: nhớ em... nhớ em... nhớ em... Nàng trả lời thơ cho Long, rồi nhận thơ... và hàng ngày ngóng chờ người phát thơ.

Một bất ngờ cho Ái Khanh là Long xuất hiện trước hai ngày, không như trong thơ Long đã báo. Chàng chỉ nói giản dị là nhớ em quá phải đi xe đò qua trước.

- Rồi anh nói sao với bác Tám? Ái Khanh lo lắng hỏi.

- Dễ thôi mà. Anh nói có chuyện gấp phải ghé Sađéc. Công chuyện xong xuôi anh lên thẳng đây. Trời ơi, nhớ em muốn điên luôn!

- Anh, Ái Khanh ngó dáo dác, coi chừng má em hay con Lẹ nghe.

Nhắc Tào Tháo thì Tào Tháo tới liền. Bà hai Lương từ nhà trong bước ra:

- Ủa, cậu Long mới qua hả? Lúc này buôn bán chạy dữ a cậu?

- Dạ kính chào bác. Lúc này chuyện buôn bán của cháu cũng bình thường. Thưa bác vẫn mạnh? Cháu có chuyện qua Sađéc trước, thành thử ghe của cháu ngày mốt mới tới. Lần này cháu có đem biếu bác một thùng nước mắm nhĩ Phú Quốc thượng hảo hạng với một ký khô cá gộc.

- Chèn ơi, cậu bày vẽ chi cho tốn tiền. Bà hai Lương tuy nói vậy nhưng sắc mặt không dấu được sự vui vẻ. Rảnh tới chơi là được rồi. Thôi cậu ở chơi tui ra chợ một lát.

Long không muốn trở lại nhà bác Tám liền vì không biết làm gì cho hết giờ, nên cứ ngồi đó nói chuyện với Ái Khanh. Nhiều khách vô mua đồ nhìn Long soi mói nhưng chàng tỉnh bơ, gần tới bữa cơm chiều mới chịu nhổ neo. Ngày hôm sau bổn cũ soạn lại. Đến ngày thứ ba ghe của chàng mới cặp bến dưới xưởng mộc bác Tám. Long khệ nệ xách thùng nước mắm và ký cá khô tới biếu bà hai Lương, được bà ưu ái mời ăn cơm chiều. Phần Ái Khanh là hai xấp lụa. Một xấp màu hột gà, một xấp màu hồ thủy. Nàng nói em sẽ thêu mấy đóa pensée tím.

Lúc ba người đang ngồi ăn cơm chiều thì thằng cháu kêu thím hai Lương bằng cô ruột từ bên chợ Long Xuyên qua cho hay má nó bị té xẩy thai, đã được chở vô nhà thương. Ba nó quýnh quá không biết làm sao, nên sai nó qua Mỹ Luông cầu cứu bà chị. Thím hai nghe xong hồn bất phụ thể vì đứa em dâu có mang lần thứ ba cũng được gần sáu tháng. Thím chắt lưỡi than thiệt nguy hiểm quá! Thím ăn riết rồi sửa soạn theo thằng cháu qua Long Xuyên.

Không có mẹ ở nhà, Ái Khanh đóng cửa sớm. Long ở lại chơi tới sẩm tối mới chịu về. Nhưng vắng chủ nhà gà vọc niêu tôm liền. Dòm trước ngó sau không thấy bóng con Lẹ, vậy là trước khi từ giã. Long ôm siết Ái Khanh hôn một cách thắm thiết. Nàng sợ con nhỏ người làm bắt gặp, vội đẩy Long ra. Anh chàng cười, nói thầm vào tai Ái Khanh đêm nay anh ngủ không được. Tại sao? Mơ tới em!

Hôm sau bà hai Lương nhắn về là bà phải ở thêm vài ngày bên Long Xuyên. Người em dâu nằm nhà thương không ai coi sóc nhà cửa. Long nghe tin này thì... vui ra mặt. Chàng thăm dò:

- Chiều nay anh ở lại ăn cơm với em nghe.

- Không được đâu. Không có má em ở nhà... Ái Khanh dẫy nẩy, nhưng chưa dứt câu đã bị Long chặn ngang:

- Tụi mình đàng hoàng mà em sợ gì? Anh nghe nói tối nay có cúng đình. Ăn cơm xong tụi mình đi coi hát nghen.

- Thôi em hổng dám đi chung đâu. Người ta dị nghị chết.

- Vậy anh đi trước, em đi sau. Tụi mình sẽ "tình cờ" gặp nhau ở đó.

- Cũng được. Nhưng mà sao em thấy ngại quá hà...

- Người ta đông nghẹt, không ai để ý đâu. Long trấn an.

Cơm xong là Long từ giã liền. Ái Khanh thay quần áo rồi kêu con Lẹ giữ nhà. Đình Mỹ Luông còn xa hơn nhà ông Tám Định một khoảng. Lần này Ái Khanh không sợ vì trên đường lộ người đi coi hát tấp nập. Khanh gặp Bích Nga ở sân đình. Cô nàng nhìn Ái Khanh soi mói:

- Nghe nói lúc này anh Long đóng đô thường trực ở nhà mầy phải hôn Khanh?

- Đâu có. Thỉnh thoảng ảnh tới mua đồ rồi ngồi chơi một lát. Ái Khanh chống chế yếu ớt.

- Nói vậy thiên hạ tô màu tét ni co lo hơi nhiều rồi há? Mà chỗ chị em tao nói thiệt, mầy phải coi chừng. "Người ta" ở xa tới không biết hư thiệt ra sao.

Ái Khanh hơi nóng mũi trước cái giọng thầy đời của con bạn. Nàng nhủ thầm lại giở cái giọng ganh ghét ra đây chớ gì. Xí, ai không biết hồi nào tới giờ mầy có nói tốt cho ai! Tuy vậy cũng vẫn ngọt như đường:

- Cám ơn mầy nhắc nhỡ. Tao với anh Long chỉ là quen sơ thôi.

Dưới ánh đèn từ sân khấu hắt ra, Ái Khanh thấy ánh mắt Bích Nga chứa đầy nghi ngờ. Cô ta còn muốn nói gì đó, nhưng sau cùng chỉ cười bí hiểm:

- Mầy nói vậy tao yên bụng. Dầu gì mầy cũng là bạn của tao. Tao không muốn mang tiếng nói xấu người khác.

Nói rồi cô ta ngoe nguẩy bỏ lên tuốt ở hàng ghế trên. Mấy đứa em đã tới từ sớm dành chỗ cho cả nhà. Ái Khanh tới trễ đành phải đứng lóng nhóng ở dưới. Đêm nay diễn tuồng Tiết Đinh San cầu Phàn Lê Huê. Đào kép đóng vai chánh mặt hoa da phấn, mặc giáp đội mão mới uy nghi lẫm liệt, huê dạng cách gì! Ái Khanh đang bị cuốn hút theo cảnh Tiết Đinh San bị Phàn Lê Huê bắt nhứt bộ nhứt bái thì thấy bàn tay mình bị ai đó nắm chặt. Nàng giựt mình quay lại thấy Long đứng ngay bên cạnh tự hồi nào, cặp mắt làm như chăm chú ngó lên sân khấu. Ái Khanh lo ngại nhìn quanh, thấy ai cũng lo coi hát mới yên lòng, nhưng tâm trí không còn tập trung được nữa. Thấy thái độ bồn chồn của Khanh, Long quay sang thì thầm mình đi đi em. Chàng nhẹ nhàng lách ra khỏi đám đông, Ái Khanh cúi mặt để tránh những người quen nhìn thấy. Ra khỏi sân đình hai người đi ngược về hướng chợ.

Cảnh vật nhạt nhòa dưới ánh trăng thượng tuần. Đi ngang nhà bác Tám Định, Long nói ghé xuống ghe chơi một lát nhưng Ái Khanh sợ gặp mấy người bạn chèo, Long đành đưa nàng về nhà. Tới trước cửa chàng nói còn sớm xin Ái Khanh cho vô nhà nói chuyện thêm ít phút. Nhìn nét mặt khẩn khoản của Long cô không nỡ từ chối. Ái Khanh đóng cửa cẩn thận rồi mời Long ngồi. Cô vô nhà sau rót nước cho hai người. Đi ngang cái chõng tre kê sát nhà bếp, thấy con Lẹ nằm ngủ say sưa Ái Khanh yên dạ. Chỉ sợ nó bép xép kể lại với bà Hai Lương hoặc mấy bà hàng xóm thì phiền. Long kéo ghế ngồi sát lại gần Ái Khanh. Chàng nắm nhẹ hai bàn tay cô, mắt đắm đuối:

- Ngày mai anh đi rồi, Khanh có nhớ anh không?

Ái Khanh mắc cỡ, mặt đỏ bừng, cúi đầu không nói. Long hỏi dồn có không? trả lời anh đi? Khi nàng bẽn lẽn gật đầu thì hai bàn tay của Long đã nâng nhẹ khuôn mặt và đặt lên trán, lên má, lên cổ nàng những nụ hôn nóng bỏng. Bất ngờ, Ái Khanh định phản đối, nhưng Long vừa hôn vừa thì thào đừng từ chối... mai anh đi rồi... nhớ em chết luôn...Trong chiếc áo bà ba màu cánh sen cổ trái tim, cái vùng ức trắng ngần của Ái Khanh thu hút Long như thỏi nam châm. Máu trong người chàng chạy rần rần. Long không kềm chế nổi, hai bàn tay mơn trớn đôi vai tròn, rồi chiếc lưng ong đã oằn ra phía sau, bộ ngực thanh tân nẩy tới trước như dâng hiến. Sau đó cả hai không biết vì sao họ lại ở trong buồng của Ái Khanh và chuyện phải xẩy ra đã xẩy ra.

Sau khi cơn bão tình đã lắng xuống, Ái Khanh đâm ra sợ hãi. Nỗi tiếc hối khiến cô nghẹn ngào, úp mặt xuống gối khóc thút thít. Long nhỏm dậy ôm đôi vai đang run lên vì nức nở, luôn miệng xin lỗi và tự xỉ vả mình không tiếc lời. Cuối cùng Ái Khanh ngồi dậy biểu Long đi về. Đêm đó Ái Khanh không ngủ được, phần Long cũng ray rứt không kém. Tự trách mình đã không kềm chế nổi, rồi cũng tự bào chữa mình là con người chớ có phải thần thánh gì đâu? Mình yêu cổ, muốn chiếm hữu người mình yêu cũng là lẽ bình thường. Thôi thì tới đâu hay tới đó! Tự trấn an mình xong, Long lăn ra ngủ khò cho tới sáng. Đàn ông. Ôi đàn ông!

... Những bức thơ họ trao cho nhau sau này còn thắm thiết hơn trước. Nhưng có điều khiến Ái Khanh thắc mắc nhứt là, tuy lời lẽ của Long trao cho cô thật nồng nàn tình yêu, nhưng chưa bao giờ thấy nhắc tới chuyện hôn nhân. Bao nhiêu đêm thao thức, tự hỏi... Không lẽ cô mở miệng trước. Trâu đi tìm cột chớ có lý nào cột đi tìm trâu?

Lấy hàng lần này là người quản lý chớ không phải Long. Ông ta đem quà và thơ của chàng tới cho Ái Khanh rồi chỉ nói gọn lỏn: cậu Long bận việc. Ái Khanh chưng hửng! Cô bối rối lắm. Tháng rồi không thấy kinh. Cô cầu nguyện liên miên. Có chuyện gì thì chết chắc! Má cô sẽ ngắt đầu cô như người ta ngắt đầu cá linh!

... Những bức thơ của Long cũng chỉ nói thương thương nhớ nhớ, còn cái câu quan trọng nhứt vẫn không chịu nói ra. Tháng thứ hai rồi vẫn không thấy gì (con gái mà lâm vào cảnh... biệt kinh kỳ thì chỉ có một lý do!) Ái Khanh hốt hoảng thật sự. Mấy bữa nay nghe mùi chiên xào cô cũng hơi lợm giọng. Món mắm kho thích nhứt bây giờ cũng nuốt không trôi. Ái Khanh ốm thấy rõ. Bà hai Lương hỏi con có bịnh gì không thì cô chối phắt. Ráng làm ra vẻ mạnh dạn cho mẹ yên lòng. Nhưng một người đàn bà đã từng sanh con như bà hai, thì có muốn qua mặt cũng còn hơi lâu. Bà nói bóng nói gió nhưng Ái Khanh vẫn làm mặt tỉnh. Đến chừng nhìn kỹ, thấy mạch cổ của cô con gái rượu nhảy tưng tưng thì ba hồn chín vía của bà cũng bay tuốt luốt. Đợi cơm tối xong, con Lẹ đang rửa chén, bà hai kêu con gái vô buồng. Ái Khanh bủn rủn tay chưn, nhưng biết là hết dấu nổi nên vừa khóc sướt mướt vừa thú thật với mẹ. Bà hai Lương tá hỏa tam tinh, ngồi ngây ra như bị hóa đá, mắt trừng trừng nhìn con. Thấy mẹ như vậy, Ái Khanh hốt hoảng kêu nho nhỏ má... má...Bà hai như chợt tỉnh cơn mê, rít lên:

- Mầy giết tao rồi Khanh ơi. Thiệt uổng công tao mang nặng đẻ đau, cho ăn cho học đàng hoàng mà bây giờ mầy trả ơn bằng cách bôi tro trát trấu lên mặt mẹ mầy. Biết vậy thà tao đẻ ra trứng gà trứng vịt còn có ích lợi hơn!Trời ơi là trời dòm xuống mà coi con tui nó hại tui!

-Má...má...Con xin lỗi má. Con đâu có muốn như vậy. Con lỡ dại...

- Rồi thằng Long có hay chưa? Nó có tính gì không?

Gọng Ái Khanh ngập ngừng, nhỏ rí:

- Chưa má à. Kỳ vừa rồi ảnh không có đi theo ghe.

- Đúng là mầy gặp Sở Khanh rồi con ơi, bà hai rên rỉ. Hổng ngờ mặt mày nó sáng sủa, ăn nói lịch sự mà té ra là đồ ác nhơn thất đức. Tao mà gặp nó, tao bầm nát như tương! Ờ, hay là để tao xuống Rạch Giá kiếm nó, bắt nó cưới...

- Thôi, kỳ quá má à. Ái Khanh vội vàng ngắt ngang, ai đời mình con gái...

- Phải phải, bà hai la lên, ai biểu ngu thì ráng chịu. Có thân hổng biết giữ.

Bị chưởi, Ái Khanh ngồi khóc thút thít. Bực quá bà hai bỏ ra ngoài. Con Lẹ đang đứng phía ngoài giỏng tai nghe lén, lật đật thối lui núp phía sau tủ đựng đồ ăn. Bà hai Lương đi về buồng, nằm vật xuống giường, gác tay lên trán suy nghĩ coi phải làm sao? Nhưng chưa kiếm ra giải pháp gì thì mấy bữa sau cả chợ đều biết Ái Khanh có bầu! (Chắc mẻm là nhờ cái máy vô tuyến truyền miệng của con Lẹ). Nàng phải chịu đựng những cái nhìn soi mói, những lời bóng gió của hàng xóm láng giềng... Một buổi trưa, Bích Nga tới chơi. Nó nhìn Ái Khanh một hồi rồi trổ giọng Điêu Thuyền:

- Nghe nói là... Mày nhớ hôm cúng đình không, tao đã dặn là mày phải coi chừng. Tại mày nói mày với anh ta chỉ là bạn thường thôi, nên tao đâu dám nói huỵch toẹt là người ta đã có vợ...

Ái Khanh có cảm tưởng như trời đất quay cuồng. Cô đưa bàn tay lạnh ngắt lên bưng lấy trán, giọng đứt quãng như người hết hơi:

- Mày nói anh Long có vợ?

- Tao nghe mấy người bạn chèo của ảnh kể. Mà hình như bả bị gì đó phải nằm một chỗ, không tự mình đi đứng được. Nghe nói còn trẻ lắm, thiệt là tội nghiệp!

Bích Nga còn nói láp giáp gì một hồi nữa rồi cáo từ. Ái Khanh có nghe gì đâu ngoài cái câu Long đã có vợ?! Bây giờ nàng hiểu tại sao chàng không bao giờ nói cái câu mà nàng hằng chờ đợi, dù hai người thương nhau tha thiết. Có phải mình đang trong cơn ác mộng không? Ái Khanh cầu mong là như vậy, nhưng sự thật bao giờ cũng phủ phàng! Không cách nào hơn, nàng phải nói thiệt hết với mẹ. Bà hai lại đào mồ cuốc mả giòng họ nhà "thằng Sở Khanh" đó một mách nữa rồi mới nghĩ cách đem Ái Khanh gởi bên nhà người em trai bà bên Long Xuyên. Như vậy đỡ phải khó chịu vì sự đàm tiếu của thiên hạ. Ái Khanh đi rồi, bao nhiêu thơ của Long gởi tới bị bà xé tan tành dục vô thùng rác. Không nhận được thơ hồi âm, Long nóng ruột mượn cớ đi công chuyện ở Sađéc rồi dông tuốt lên Mỹ Luông. Bộ mặt lạnh như nước đá và câu hỏi "cậu kiếm ai" của bà hai Lương khiến Long bàng hoàng sửng sốt. Biết có chuyện không lành, Long hấp tấp trả lời:

-Thưa bác cháu là Long. Cháu muốn gặp Ái Khanh. Không biết...

- Con gái tui không có ở đây. Từ nay cậu đừng tới kiếm nó nữa.

- Nhưng mà...

- Hổng có nhưn nhị gì hết. Con Khanh đi xa rồi cậu khỏi kiếm mất công.

Sau đó Long năn nỉ cách nào bà cũng cương quyết không tiết lộ chỗ ở của Ái Khanh. Chàng đành trở về Rạch Giá. Nhưng thái độ kỳ quặc của bà hai Lương khiến Long phải đặt câu hỏi? Chắc phải có chuyện ghê gớm gì bà già mới xoay một trăm tám mươi độ như vậy chớ. Chàng cương quyết phải kiếm cho ra. Hơn nữa Long nhớ Ái Khanh muốn chết luôn! Lần lấy hàng tiếp đó, Long nói ông quản lý nhường cho chàng đi Mỹ Luông. Vừa đến nhà bác Tám là kiếm Bích Nga liền. Chàng làm như vô tình hỏi mấy tháng nay ở đây có chuyện gì "vui" không? Biết tỏng anh chàng này muốn hỏi cái gì, Bích Nga cũng làm như vô tình:

- Có một chuyện lạ, không biết là vui hay buồn đây. Không ai hiểu tại sao con Ái Khanh "tự nhiên" phát có bầu!

- Ái Khanh... có...có bầu? Long lấp bấp. Chàng như bị sét đánh ngang tai. Rồi bây giờ cô ấy ở đâu Bích Nga có biết không? Hèn chi hôm trước...

Nói tới đây Long chợt thẩn thờ, bụng rối như tơ vò. Nhận thấy chỉ có Bích Nga là người duy nhứt có thể giúp mình nên Long đem hết chuyện giữa hai người kể hết và năn nỉ Bích Nga tìm cách giúp giùm tìm ra chỗ ở của Ái Khanh. Thấy Long khổ quá Nga cũng thương hại. Hôm sau cô kiếm cách liên lạc với con Lẹ. Tục ngữ thường nói có tiền mua tiên cũng được, huống chi là địa chỉ của chú thím Ái Khanh. Con Lẹ đã nhiều lần qua đó. Có địa chỉ trong tay, Long tức tốc đi liền. Nhà tương đối dễ kiếm. Gặp lại người yêu, chàng đau lòng không thể tả. Ái Khanh tiều tụy, võ vàng vì buồn và bị thai hành. Mở cửa ra thấy Long, Ái Khanh xúc động, lảo đảo muốn té, may mà chàng đỡ kịp. Nàng chỉ còn biết khóc, nhưng chịu lắng nghe Long giải thích. Lúc còn học ở Mỹ Tho chàng có yêu một cô bạn cùng lớp. Đậu tú tài xong hai người làm đám cưới. Mãi tới ba năm sau Liễu mới có bầu. Ai cũng mừng cho đôi trai tài gái sắc này, nhưng một lần về Mỹ Tho thăm nhà, trên đường đi xe đò bị lật. Liễu không may bị chấn thương cột sống nằm luôn một chỗ. Họ cũng mất luôn đứa con... Đã năm năm rồi. Năm năm sống trong đau khổ tột cùng. Thử tưởng tượng một người đàn ông khỏe mạnh, cường tráng hằng ngày sống bên cạnh một người vợ không còn khả năng đáp ứng chuyện gối chăn. Chắc chỉ có Tiên, Phật, Thánh, Thần mới chịu thấu. Ngay cả Ngọc Hoàng Thượng Đế cũng còn có vợ là bà Tây Vương Mẫu (đẹp như... tiên) nữa là!

Tới khi gặp Ái Khanh, Long thấy mình như tái sinh, không ngờ trong một phút bồng bột, hậu quả lại tai hại dường này!...Thề có trời đất chứng giám, Long không hề có ý gạt gẫm Ái Khanh. Nhưng vì sợ mất cô mà chàng không dám thú thật. Khi yêu người ta ích kỷ mà.

- Cho là vậy đi. Sao rồi sau cái...ngày đó anh không qua Mỹ Luông nữa?

- Má anh và cả Liễu nữa, nghe phong phanh là anh có thương một cô ở Mỹ Luông. Liễu sợ anh bỏ nên buồn rầu không chịu ăn uống. Sức khỏe càng ngày càng tệ. Má anh thấy vậy không cho anh đi nữa. Anh định chờ cho chuyện lắng xuống rồi mới tìm cách trở qua thăm em.

Nghe thì nghe vậy nhưng mặc cho Long năn nỉ cách nào, Ái Khanh vẫn một mực lắc đầu. Nhứt định không làm kẻ thứ ba chen vào giữa hai vợ chồng Long. Sau cùng cô chịu nhường một bước. Cho chàng thỉnh thoảng tới thăm con, nhưng tuyệt nhiên không được nhận là ba của nó. Long chấp nhận hết mọi yêu cầu của Ái Khanh, tự nhủ từ từ rồi tính (Con cáo... non này định áp dụng chánh sách lùi một bước để tiến lên hai bước!).

Long đi rồi, ngồi suy nghĩ lại, Ái Khanh cũng cảm thấy thương cho hoàn cảnh của Long. Nhưng luân lý không cho phép nàng giựt chồng người khác. Hơn nữa lại là một người bệnh hoạn. Rồi tự ái cũng không cho phép luôn. Bởi nếu chấp nhận Long, hóa ra nàng chịu phận làm vợ bé hay sao? Thôi thì đành hy sinh một mình nuôi con.

Rồi ngày khai hoa nở nhụy cũng tới. Trong khi bà mụ còn đang tắm rửa cho thằng Khánh thì Ái Khanh lại mắc rặn, bà mụ vừa quay lại nhìn thì một cái đầu nữa chun ra. Mọi người quýnh lên, không ngờ còn đứa nữa. Thấy hai đứa nhỏ dễ thương quá, Ái Khanh quên mất cơn đau xé ruột xé gan lúc nãy. Bà hai Lương nhìn cháu ngoại ngủ ngon lành cũng thương đứt ruột. Bà quyết định về sang cái tiệm bên Mỹ Luông, qua đây mua một căn phố nho nhỏ gần chợ để mở tiệm tạp hóa. Mẹ con, bà cháu sống với nhau. Bà thở dài, con Khanh tuổi Mùi, cái tuổi này tình duyên lận đận. Biết làm sao hơn? Ai không muốn có một cuộc đời suông sẻ, hạnh phúc. Như bà góa bụa sớm...

Hôm sau Long tới. May mà bà hai đã về Mỹ Luông. Chú thím Khanh có sạp hàng trong chợ, buôn bán chiều mới về. Nhìn hai đứa con, Long trào nước mắt. Phải chi Ái Khanh là vợ của chàng, thì vợ đây, con đây, hạnh phúc của chàng là đây. Long quỳ xuống chân Ái Khanh đang ngồi trên ghế, xin phép nhận hai đứa con và xin được chu cấp cho mấy đứa nhỏ. Ái Khanh điềm đạm nhưng không kém phần cương quyết nói cho Long nghe cái quan điểm của nàng. Một lần nữa chàng lại thất vọng ra về! Nhưng bây giờ ngoài tình yêu, Long càng kính phục Ái Khanh hơn.

... Dòng đời trôi như thủy triều trôi, không ngừng nghỉ. Ái Khanh phụ mẹ buôn bán nuôi con và tận trong đáy lòng vẫn yêu Long tha thiết. Thằng Bảo Khánh giống cha như đúc. Ngày nào cũng gặp "phụ bản" của hắn thì làm sao mà quên? Vài ba tháng, bản chánh lại đến thăm ba mẹ con. Lúc đầu bà hai Lương hậm hực, chưởi chó đánh mèo, nhưng riết rồi cũng phải chấp nhận. Cứ cố lỳ là ăn tiền. Đẹp trai không bằng chai mặt mà! Hai đứa nhỏ gặp bác Long thì vui như Tết. Chàng xem chúng như cục vàng... Đòi gì bác Long cũng chìu, đến nỗi mẹ chúng phải lên tiếng phản đối!

Trong thời gian này, có một người để ý thương và muốn lập gia đình với Ái Khanh. Đức là công chức làm ở Tòa Hành Chánh tỉnh. Vợ bị sót nhau qua đời khi sanh đứa con đầu lòng. Đứa bé được bên ngoại nuôi. Chàng ở gần tiệm của Ái Khanh nên thường hay ghé mua những thứ lặt vặt. Nhan sắc của gái một "lửa" đã khiến con tim của thầy Đức đập rộn ràng. Tấm chân tình của thầy Đức khiến Ái Khanh không khỏi cảm động. Nhưng đó không phải là tình yêu. Vì vậy tuy bà hai khuyến khích rất nồng nhiệt, nàng không cách gì quyết định dứt khoát. Một hai lần Long đụng mặt Đức ở nhà Ái Khanh. Long tỏ ra tức tối như bị ai xâm phạm quyền tư hữu của mình. Có lần trước thái độ vô lý của Long, Ái Khanh cười khẩy hỏi chàng lấy quyền gì cấm thầy Đức tới nhà nàng? Long ú ớ rồi im luôn mặc dầu trong lòng rất hậm hực!

Cho tới bây giờ Ái Khanh mới thấm thía nỗi khổ của kẻ không chồng mà có con, cùng những đứa trẻ không cha như hai đứa con của nàng. Từ khi bà hai mất vì sưng ruột thừa mổ không kịp, Ái Khanh bận bịu túi bụi không có thì giờ đón con ở trường, nên mới có tình trạng thằng Bảo Khánh đánh lộn với bạn như bữa nay. Khanh thở dài, tự nhủ chắc phải nghe lời mẹ, làm lại cuộc đời với thầy Đức. Khối gì cặp lấy nhau không có tình yêu mà vẫn ăn đời ở kiếp. Quyết định rồi Ái Khanh đứng lên đi ngủ, lòng nhẹ thênh thang. Lúc này gần Tết nên cửa hàng bận rộn kinh khủng...

Ái Khanh kêu con Lẹ ra coi tiệm để cô và hai đứa nhỏ ăn cơm trưa. Bữa nay có canh chua cá bông lau, thịt sườn rim mặn và đậu đũa xào tép bạc. Mẹ con Ái Khanh chưa kịp cầm đũa thì có tiếng con Lẹ bên ngoài nói một cách vui vẻ thưa cậu mới tới. Ái Khanh ngạc nhiên không biết cậu nào, thì thấy Long tay xách nách mang gói lớn gói nhỏ đi vô. Hai đứa nhỏ nhẩy xuống ghế, vừa chạy a lại phía Long vừa kêu ỏm tỏi bác Long, bác Long. Long bỏ đồ xuống sàn nhà, dang tay ôm gọn hai đứa nhỏ vào lòng, hôn tới tấp, miệng nói nhớ tụi con quá! Ái Khanh nhìn cảnh này cũng nao nao trong dạ. Nhưng hoàn cảnh... mắt cô thoáng buồn. Long buông hai đứa nhỏ, tới bên Ái Khanh, nhẹ nhàng nắm lấy hai bàn tay cô đưa lên môi hôn. Ngạc nhiên cực độ, Ái Khanh nói nhỏ "Anh, coi chừng tụi nhỏ thấy". Nhưng tụi nó còn bận kiểm tra đống quà cáp của bác Long vừa đem tới. Long cười tươi, gương mặt lộ đầy vẻ sung sướng:

- Bây giờ mình không còn sợ ai nữa hết. Ái Khanh, chờ mãn tang má tụi mình làm đám cưới.

- Tụi mình làm đám cưới? Ái Khanh lặp lại như một kẻ si khờ.

- Phải, anh bây giờ đã trở lại tình trạng trai độc thân rồi. Tụi mình có quyền cưới nhau. Liễu đã bằng lòng trả tự do cho anh cách đây một tháng.

-Anh từ từ kể đầu đuôi cho em nghe, chớ em không hiểu gì hết trơn!

Chuyện là vầy: thấy thầy Đức cứ bám em ráo riết anh sợ quá nên mới đem chuyện của tụi mình thuật lại cho má anh nghe. Năn nỉ bà kiếm giùm anh lối thoát. Không ngờ má anh nghe nói tụi mình có hai đứa con với nhau, bả rầy anh một trận kịch liệt rằng sao anh không nói sớm! Bà nóng lòng muốn biết mặt cháu nội nên đã tới đây. Ái Khanh sực nhớ lại bà khách ngoài lục tuần, tướng mạo sang trọng đã tới đây mua đồ. Hôm đó nhằm Chúa Nhựt, hai đứa nhỏ lẩn quẩn ngoài cửa hàng với mẹ. Bà khách rờ rẫm rồi khen tụi nó dễ thương. Nàng đâu có ngờ. Gặp hai đứa nhỏ rồi bà về nhà đâm ra "tương tư'" tụi nó luôn. Còn anh thì tương tư má tụi nó. Ái Khanh đỏ mặt xí một tiếng. Long cười nói tiếp. Má anh và anh bàn với nhau xong bà mới đem chuyện này kể hết với Liễu. Năn nỉ Liễu thông cảm giùm cho hoàn cảnh của tụi mình. Tội nghiệp nhứt là hai đứa nhỏ thiếu cha. Anh sẵn sàng mua căn nhà khác và mướn người săn sóc Liễu cho đến hết cuộc đời. Ban đầu cổ không chịu, nhưng má anh kiên nhẫn giải thích mỗi ngày. Bà còn nhờ Ni sư ở chùa Sư Nữ đến khuyên giải giùm. Cuối cùng thì Liễu cũng hiểu ra. Tác hợp cho chúng ta là cổ tự tạo phước cho chính mình. Cái nghiệp sẽ nhẹ bớt và trong lòng lại nhẹ nhàng, không còn lo lắng kẻ khác cướp mất anh. Liễu bây giờ đang học đạo với Ni sư Diệu Phước. Cô đã thay đổi rất nhiều. Tâm thần an lạc thì vui vẻ hạnh phúc hơn. Anh đã mua nhà và cổ đã an vị tại nhà mới. Xong xuôi là anh qua báo tin mừng với mẹ con em liền. Rồi cả nhà mình sẽ hưởng một cái Tết đoàn viên. Một cái Tết vui nhứt đời anh. Bảo Khánh, Bảo Ngọc lại đây với ba.

Hai đứa, hai cặp mắt mở tròn như hai trái banh, đồng thanh:

- Ba?

Long cười, ánh mắt ngời niềm hạnh phúc:

- Phải. Ba là ba ruột của tụi con.

Hai đứa nhỏ ngó qua mẹ như dò hỏi? Ái Khanh gật đầu, cặp mắt đẫm lệ. Hai đứa chỉ chờ có vậy, chạy ào vào vòng tay đang dang rộng của Long, miệng reo lên:

- Ba!Ba!

Tiểu Thu

TRANG THÙY

CHUYỆN VUI BUỒN CỦA CÁI TV ĐỜI CŨ

Không nhớ tôi ra đời chính xác là vào năm nào nhưng áng chừng vào độ giữa thập niên 80 là tôi có mặt. Cái thời buổi gạo châu củi quế lúc bấy giờ mà tôi được chễm chệ trên một góc trang trọng nhất trong ngôi nhà thì tôi lấy làm hãnh diện và tự hào lắm lắm.

Đâu phải nhà ai cũng có điều kiện để rước chúng tôi về đâu!

Ông chủ tôi phải đem hơn một cây vàng đổi thành tiền mặt để được ôm tôi về chơ giỡn à nên tôi nghiễm nhiên trở thành một vật thể quý hiếm tô điểm và khẳng định sự sung túc của gia đình ông lắm.

Ông rước tôi về lúc tôi còn nguyên đai nguyên kiện, tôi khoác một chiếc áo màu đỏ hoặc đôi lúc hứng chí tôi còn thay thêm vài cái màu khác đen hoặc nâu, nhìn tôi sang trọng và bắt mắt vô cùng. Tôi còn yểu điệu gắn trên đỉnh đầu mình hai cái râu và khuôn mặt tôi lúc nào cũng tươi vui ngoại trừ vào những khoảng thời gian ông chủ không sử dụng đến tôi vì nhà đài không phát sóng.

Đêm đến, người đâu mà đông thật đông kéo tới chật cả nhà ông chủ để tò mò xem mặt tôi. Bất ngờ lắm nhưng tôi lấy lại sự tin sau một hồi nằm giấu mặt nãy chừ, chưa đến giờ nên tôi thủng thẳng hát vài bài sau tấm màn đầy màu sắc sặc sỡ, phải đúng bảy giờ tôi mới kênh kiệu bước ra và sau lời giới thiệu của cô biên tập viên xinh đẹp tôi chứng tỏ sức lôi cuốn của mình luôn.

Đầu tiên tôi ưu tiên cho các em nhỏ đang ngồi mở mắt thao láo đầy háo hức, "trẻ em như búp trên cành, là tương lai của đất nước" mà. Tôi cho bộ phim hoạt hình Hãy Đợi Đấy phát ra, ôi chao khỏi phải nói các bạn ấy mê say như thế nào, câu chuyện xoay quanh con sói và con thỏ thôi vậy mà các bạn ấy mắt như dính chặt vào mặt tôi, chừng 15 phút thôi mà từng trận cười như nắc nẻ thật đáng yêu làm sao. Tôi khôn lắm, còn phải biết lấy lòng người lớn nữa chơ, vậy là tôi chuyển qua nói chuyện diễn biến tình hình đất nước hôm nay có những chuyện gì đáng chú ý nè, có những cuộc họp quan trọng ở đâu, rồi bắt đầu tôi kể những chuyện ở nước ngoài như tình hình chiến tranh ở I Rac đang diễn biến như thế nào, nước Nhật đang có trận lũ thật to khiến bao nhiêu người thiệt mạng nè.vv...

Tôi tổng hợp tất tần tật những tin tức theo tôi là quan trọng nhất chỉ trong vòng chừng hai mươi phút thôi rồi tôi bắt đầu vào chương trình Phim truyện - phần được bà con đang ngồi chật kín ngoài sân ra tận cửa ngõ chờ đợi nhất.

Nhưng hôm nay là ngày thứ bảy nên tôi quyết định thay phim truyện bằng chương trình sân khấu cải lương. Tôi cho các nghệ sĩ như Út Bạch Lan, Thanh Kim Huệ, Thành Được trong vở diễn Trái Sầu Riêng ra mắt khán giả. Chao ơi, giọng ca của các nghệ sĩ ấy mới ngọt ngào làm sao, các mệ các chị coi mà cứ là nước mắt nước mũi thi nhau sụt sịt theo từng đoạn diễn của vở tuồng. Thừa thắng xông lên vậy là hàng tuần tối nào vào đúng hôm thứ bảy là tôi cho các vở cải lương như Tô Ánh Nguyệt, Đời Cô Lựu, Đêm Lạnh Chùa Hoang ... lần lượt lên sóng. Đó cũng là giai đoạn hoàng kim nhứt của Nghệ thuật sân khấu cải lương mà tôi nghĩ có sự góp công của tôi vào đó không phải nhỏ đâu nghe, đó là tôi tự nhận xét vậy!

Để đỡ gây nhàm chán thỉnh thoảng tôi lồng vào thêm những chương trình ca nhạc trẻ, Ca Huế, ca vọng cổ cũng cuốn hút bà con không ít với những giọng ca tài danh như ca Huế thì có Ái Hoa, Quỳnh Hoa.., nhạc trẻ thì có chị em Bảo Yến, Nhã Phương. vv...

Ngày ấy, fan hâm mộ tôi sao mà nhiệt tình thế không biết ! Mưa gió nắng nôi chi cũng có mặt vào những ngày biết tôi sẽ xuất hiện, nhất là vào những ngày mưa, mưa đâu lạnh đó vậy mà còn nhớ lúc tôi chiếu bộ phim Dòng Sông Ly Biệt do hai diễn viên Đài Loan đóng vai chính Tần Hán và Lưu Tuyết Hoa thì thôi rồi luôn, nhất là mấy cô mấy cậu cứ như là "ăn: Tần Hán, uống: Lưu Tuyết Hoa", ngủ: Dòng Sông Ly Biệt", he he! Mê chi mê lạ mê lùng, thậm chí: mặc như LưuTuyết Hoa, tóc : Lưu Tuyết Hoa con gái thì thích mảnh mai như Lưu Tuyết Hoa, con trai thì thèm muốn mình trong mắt tụi con gái dáng đàn ông chững chạc và đẹp trai đứng đắn như Tần Hán!

Chuyện vui thì nhiều mà chuyện buồn cũng không ít, đó là những hôm gặp thời tiết xấu, sức khoẻ tôi không tốt nên đôi khi bị nhiễu sóng, đang coi phim ngang đoạn hấp dẫn tự nhiên tôi mặt sưng mày sỉa, không nói không rằng, à mà không nói nhưng la thôi , nghe ầm ầm và mặt mày nổi hột mè trông rất xấu, những khi đó ông chủ tôi mới tội tề, mặc trời mưa ông vẫn leo tít lên tận trên mái nhà, nơi hai cái râu của tôi nằm vắt vẻo trên một nhành cây. Ông xoay tới xoay lui, dưới nhà là cậu chủ và bà con đang ngẩng đầu dướng cổ dõi theo từng động tác rồi vừa nhìn màn hình vừa chỉ đạo cho ông chủ: " xoay phải, xoay trái", có khi la lên mừng rỡ: "được rồi", ông chủ nghe vậy rời tay khỏi hai cái râu thì cái mặt mày tôi lại tiếp tục sưng sỉa hờn giận, xoay qua xoay lại hai cái râu dỗ dành tôi không được bực mình quá ông đến vỗ vỗ mấy cái sau lưng tôi, rứa là tôi dịu cơn đau mặt mày tươi tỉnh và tôi lại cho mấy anh chị diễn viên tiếp tục vai trò của mình.

Sau nhiều năm được làm con cưng của gia đình ông chủ, thời gian cũng đã hao mòn dần cái nhan sắc và thể lực của tôi đi ít nhiều. Thay vào đó những thế hệ trẻ ngày nay nhiều em rất bắt mắt nên dần dần tôi nhận thấy mình nên về hưu để nhường lại vị trí xứng đáng cho lớp đàn em. Tôi bèn viết đơn xin rời khỏi công việc bao năm qua của mình nhưng được cái ông chủ tôi sống rất có tình nên ông không đem tôi ra bán cho mấy bà ve chai mà để tôi vào trong phòng riêng của ông bà. Phòng khách bây giờ một em siêu mỏng và siêu phẳng thay vào vị trí của tôi bấy lâu.

Rồi một ngày đẹp trời, cậu chủ mở quán cà phê với ý tưởng muốn trang trí theo dạng hoài cổ,nhớ đến tôi cậu lôi tôi ra rửa mặt rửa mày(lâu rồi tôi vì mặc cảm nên nằm ì một chỗ có ra ngoài chưng diện chi mô), cùng với tôi hôm ấy có rất nhiều thứ cũng sống cùng thời với tôi đến chừ như chị bàn ủi bằng đồng có con gà ngúc ngắc trên đầu, anh xe đạp phượng hoàng màu xanh phong lưu một thời, kể cả dì lu mập mạp đẫy đà lúc nào cũng mặc cái áo màu đà bấy lâu nay nằm ngủ gật bên bụi chuối cũng được cậu chủ đem ra cẩn thận tắm rửa sạch sẽ.

Với sự tinh tế và con mắt thẩm mỹ của cậu chúng tôi từ chỗ tưởng như không còn hữu dụng nữa nay lại được bao nhiêu khách lạ trầm trồ. Ai vào uống cà phê cũng muốn ngắm nhìn chúng tôi. Nơi tôi ngồi bây giờ ngày nào cậu chủ cũng ưu ái trang điểm thêm bên cạnh một bình hoa tươi nên trông tôi mặt mày lúc nào cũng rạng rỡ hẳn ra.

Giờ đây những gương mặt của thế hệ tôi mới ra đời (bây giờ gọi là 8 ích 9 ích chi đó) nhìn tôi đầy thích thú.

Họ nhìn tôi và như thấy lại "tuổi thơ dữ dội" của mình trong đó cùng những gian khó một thời nhưng ghi khắc mãi những hồi ức đẹp.

Tôi vẫn tự tin toả sáng và không còn mặc cảm mình là một đồ vật bỏ đi, ơn trời!

Trang Thùy

TRẦN C. TRÍ

LŨ VƯỜN XUÂN

Trời mưa rả rích mấy hôm nay. Cây nhãn trước sân rụng hoa tơi bời. Má xuýt xoa, "Vậy là mất mùa nhãn năm nay rồi!" Cô ngồi bó gối trên giường, ngó qua cửa sổ, nhìn những chùm hoa ti-gôn vật vờ theo những giọt mưa nhỏ rơi đều trên giàn hoa phủ kín bức tường loang lổ. Mấy cuốn sách, vài ba tờ tạp chí nằm vương vãi trên giường, cô đã đọc nhẵn hết, không còn chữ nào để đọc nữa. Má đang đứng lúi húi nấu nướng trong gian bếp tồi tàn dựng tạm trong lối đi hẹp giữa căn nhà cũ kỹ của cô và căn nhà bên cạnh. Cô hỏi má có cần giúp gì nữa không sau khi đã phụ má vo gạo và rửa rau, nhưng không nghe má trả lời. Cô buồn buồn nhìn lên bầu trời xám xịt của buổi chiều đang hấp hối bên ngoài, trong lúc mùi thơm của nồi thịt kho trứng và mùi cơm chín tới bắt đầu toả nhẹ nhàng trong gian nhà nhỏ. Lúc cô đang chun mũi hít hà mùi thơm của thức ăn, má đã đứng trước mặt cô tự bao giờ.

"Sửa soạn ăn cơm đi,"—má nói—"rồi tối nay còn đi ra biển coi nước lên nữa."

"Má!"—cô kêu lên, chới với—"Mưa kiểu này, biển động lắm mà sao lại ra đó làm gì? Hồi giờ nhà mình có khi nào làm chuyện đó đâu?"

Má không trả lời, quay trở ra bếp. Cô đứng lên, đi theo ra để phụ má dọn cơm. Cô để riêng ra cho ba một phần để khuya ba đi bán về sẽ ăn như mọi lần. Hai mẹ con bắt đầu ngồi ăn cơm trong ánh đèn mờ nhạt của cái đèn dầu cũ. Vừa ăn, cô vừa thủ thỉ:

"Má biết con sợ nước lắm mà sao má lại bắt con đi ra biển, nhất là buổi tối nữa?"

Má ngó cô bằng ánh mắt mà chưa bao giờ cô thấy trước đây, chậm rãi nói:

"Ăn lẹ lẹ đi để đi sớm, còn có chỗ đứng. Người nào cũng muốn ra đó hết."

Cô nghe như cơm nghẹn lại trong họng. Một lúc sau, cô ngập ngừng nói:

"Má, hồi giờ con muốn hỏi má điều này mà chưa dám hỏi. Hồi đó, trước khi má xé lá thư của Nhân gởi cho con, má có đọc không?"

"Có, má có đọc, nhưng chuyện đã cũ rồi, con còn muốn biết để làm gì?"

Cô trào nước mắt:

"Má ác lắm, má có biết đó là lá thư đầu tiên mà cũng là lá thư cuối cùng của một người đàn ông gởi cho con không? Vậy mà con không bao giờ được đọc nó."

Má cười khẩy:

"Đàn ông gì? Lúc tụi con bậy bạ với nhau, thằng đó mới mười tám tuổi."

"Bậy bạ? Bộ má tưởng thương một người mà biết là không bao giờ lấy được người đó chắc sung sướng lắm hay sao?"

Má buông đũa đứng lên, nói thõng:

"Câu này con đã nói với má ngay sau khi má xé lá thư đó rồi. Con không cần nhắc lại đâu."

Thình lình, má ngó thẳng mặt cô, gằn từng tiếng:

"Má có thể đọc lại một câu nó viết trong thư cho con, nếu con muốn."

Cô cũng nhìn thẳng vào má, chờ đợi.

Má đọc như thuộc lòng:

"Hãy tha lỗi cho anh và mình hãy yêu nhau cuồng dại đi em, vì anh biết chẳng bao giờ chúng ta sẽ lấy được nhau đâu."

Đoạn má vừa đi xuống bếp, vừa buông ra một câu cụt lủn:

"Đồ con nít ranh!"

Cô sững người. Nước mắt tiếp tục tuôn trào lúc cô thẫn thờ dọn dẹp chén đũa. Khi cô rửa mặt xong xuôi, má đã đứng trước mặt cô, bận đồ đen từ trên xuống dưới, áo trong lẫn áo ngoài. Cô cũng khoác một cái áo mưa, cùng má đi ra đường. Trời vẫn mưa rả rích. Hai hàng đèn đường vàng lập lờ trong đêm tối, làm nổi bật những bóng người đang lũ lượt đổ xuống biển. Đoàn người vừa đi vừa rì rầm với nhau, tạo ra một loại tiếng động kỳ dị trong im lặng. Má chậm rãi bước đi. Hai mẹ con không nói với nhau điều gì nữa.

Biển đen một cách đậm đặc. Khoảng cách từ bãi cát xuống biển đêm nay bỗng xa vời vợi, tựa như từ một mỏm núi ngó nhìn xuống dưới vực sâu. Hàng trăm, hàng ngàn người vừa ồn ào, vừa im lặng, đứng nhìn mảng nước đen khổng lồ dàn trải ra phía dưới, như sẵn sàng nuốt chửng lấy bất cứ ai sẩy chân rơi xuống. Biển đêm nay đặc biệt không có sóng, nhưng khối nước đen cứ như từ từ dâng lên, dâng lên mãi. Bao trùm lên tất cả là một sự im lặng mênh mang, tràn ngập vùng biển đêm. Cô thấy toàn thân như nhũn ra, ngộp thở vì sợ. Má thản nhiên nhìn thẳng xuống biển. Cô nhớ mình đã thấy cảnh biển đen kinh hoàng này trong một giấc mơ nào rồi. Không, đúng ra là trong nhiều giấc mơ lặp lại như thế. Đêm nay cô thật sự chứng kiến cảnh biển đen huyền bí này cùng với má. Khoảng cách giữa chỗ cô đứng và vùng biển phía dưới vừa xa thẳm, vừa gần một cách đáng sợ. Có lúc cô thấy như mình đã chìm xuống lòng biển tự khi nào, có lúc cô lại thấy mình choàng thoát ra khối nước âm u đó. Nhìn qua bên cạnh, cô thảng thốt khi má đã đi về lúc nào không biết. Còn lại mình cô với đám người dường như cũng đang dần dần quyện lại thành một khối đen như để cùng nhau cố chống trả lại vùng nước mênh mông đầy đe doạ phía bên dưới.

oOo

Lúc còn khoảng nửa đường nữa thì về đến nhà cô, trời bỗng dưng đổ mưa. Cô bật quạt nước trước và sau xe trong khi cơn mưa cứ từ từ tăng cường độ. Ba ngủ gà ngủ gật trên xe. Cô bặm môi lái xe trong màn mưa trắng xoá, hai tay ghì chặt tay lái, cứ sợ chạy xe không vững trong cơn mưa mạnh bạo này. Cô nhớ là mình vừa ra khỏi xa lộ, tiến vào con đường quen thuộc dẫn về nhà. Vậy mà không hiểu sao hai bên đường, những cửa tiệm cô vẫn đi qua hằng ngày cứ dần dần biến mất, nhạt nhoà theo làn mưa. Đến một chỗ, cô thảng thốt nhìn qua hai bên, thấy toàn là nước trắng xoá, cuồn cuộn chảy, như muốn tràn vào trong xe.

Ba choàng tỉnh, ú ớ hỏi:

"Mưa hở con? Mưa gì mà lớn quá!"

Cô cố trấn tĩnh:

"Dạ, mưa ba à. Không sao đâu. Mình gần về tới nhà rồi."

Đoạn cô cố nói bằng giọng bình thản, nói chuyện với ba để quên đi nỗi sợ đang dâng lên trong lòng:

"Mưa này làm con nhớ mấy hôm trước con nằm mơ thấy má. Trời cũng mưa trong chiêm bao, nhưng không to như bây giờ."

Ba hỏi:

"Con thấy má vui hay buồn?"

Cô đáp:

"Dạ, trong chiêm bao, má không vui mà cũng không buồn. Nhưng kỳ lắm ba à, lần nào con nằm mơ thấy má, má cũng có vẻ rất giận con. Không biết ngày trước má buồn con chuyện gì. Ít khi nào trong chiêm bao mà má vui vẻ với con."

Thấy ba ngồi yên không nói gì, cô lại nói tiếp:

"Con nghĩ chắc giữa má với con có gì chưa thanh thoả với nhau lúc má còn sống, ba à. Thành ra bây giờ con muốn làm như vậy với ba, để sau này..."

Ba quay qua ngó cô:

"Ba thấy giữa ba và con có gì mà không thanh thoả đâu?"

Cô mím môi:

"Phần ba thì ba không thấy gì, nhưng về phần con thì con nặng nề trong lòng lắm. Con phải nói với ba một lần rồi thôi."

Rồi cô hỏi:

"Hồi giờ ba có mất món gì mà ba không biết kể với ai không?"

Trong khi nói, cô vẫn giữ mắt thẳng về phía trước, chăm chú lái xe trong mưa. Tiếng mưa đập vào mui xe càng lúc càng mạnh. Gió gào thét từ bốn phía. Không gian trắng xoá dưới cơn mưa. Ba làm thinh thật lâu khiến cô có cảm tưởng như ba lặng người đi về câu hỏi của cô. Một lúc sau, ba mới hỏi lại:

"Vậy ra con là người lấy cái hộp thư và hình cô Tuyết của ba à? Hồi giờ ba vẫn nghĩ là má con lấy giấu đi chứ."

Cô ứa nước mắt:

"Con xin lỗi ba. Lúc đó con chỉ nghĩ có một điều là má không thể biết gì về cái hộp này. Và con nghĩ cách hay nhất là thủ tiêu nó đi cho má khỏi biết, khỏi buồn. Bây giờ con mới thấy rằng đó không phải là cách hay nhất. Ba có giận con không, ba?"

Giọng ba lạnh như băng:

"Không, có gì đâu mà giận. Ba còn muốn cám ơn con nữa đó. Ít nhất là bây giờ ba cũng biết được ai là người lấy cái hộp."

Nước hai bên đường cứ càng lúc càng dâng cao. Cô không biết bốn bánh xe có còn lăn trên đường nổi nữa hay không, hay là chiếc xe đang bồng bềnh trên một dòng sông mưa. Trước mặt, sau lưng, hai bên, bây giờ bao la những nước là nước, y như trong những giấc mơ của cô. Nỗi sợ hãi của cô cũng dâng lên theo mực nước. Không có một chiếc xe nào khác chung quanh cô. Cô không còn thấy nhà cửa, tiệm tùng gì nữa. Cô định cất tiếng hỏi xem ba có sợ như mình không thì khi ngoảnh qua nhìn, cô mới biết là ba đã ra khỏi xe tự bao giờ.

oOo

Cô thắp hai cái nến trắng trên bàn thờ cho ba. Cô len lén nhìn bức di ảnh của ba, vẫn khuôn mặt nghiêm nghị trong hầu hết các tấm ảnh. Đây là bức hình ba chụp hôm cô ra trường, hẳn nhiên ngày đó ba phải vui lắm. Vậy mà ba vẫn giữ thói quen là ít khi cười trước ống kính. Cô nắm hai tay vào nhau, thấy trong lòng nhẹ đi đôi chút sau lời thú tội của cô trong cơn mưa với ba.

Anh đã dậy lúc nào cô không hay. Anh tiến tới từ sau lưng cô, cố nói giọng thật nhẹ để cô khỏi giật mình:

"Em thắp nến cho ba sớm vậy?"

Tuy thế, cô vẫn thấy hơi bất ngờ. Và ngạc nhiên nữa:

"Ủa, sao giờ này anh còn ở đây?"

Anh cười nhẹ:

"Em quên là đang lụt à? Nước ngập thế này mà đi đâu được?"

Cô ngó ra ngoài patio, hướng mắt ra khu vườn phía sau. Quả thật, trận lụt mấy ngày qua chưa có vẻ thuyên giảm chút nào. Cơn mưa lớn mấy ngày hôm nay, cộng với nước lũ từ thượng nguồn kéo về, đã làm quanh nhà cô thành một vùng nước mênh mông. Những chậu hoa xinh xinh của cô đã biến mất dưới nước, chỉ còn nhô lên mặt nước những cây ăn trái cao to. Trước nhà, hai bên nhà, sau nhà toàn nước là nước, chẳng khác gì trong những giấc mơ của cô.

Cô quay lại nhìn anh:

"Hôm nay em thấy anh khoẻ hơn mọi ngày đó."

Anh vỗ vào má cô:

"Em chỉ nói vớ vẩn. Anh lúc nào chả khoẻ."

Đoạn anh đổi giọng nghiêm nghị:

"Em à, một ngày lụt lội như hôm nay vậy mà hay. Hai đứa mình cùng không phải đi làm. Anh muốn nhân dịp này nói với em một chuyện."

Cô hồi hộp hỏi:

"Chuyện gì vậy anh? Nghe giọng anh, em sợ quá!"

Anh không trả lời mà hỏi lại cô:

"Em còn nhớ cái Tết mà anh đi conference ở Denver nhằm lúc tụi mình đang giận nhau không?"

Cô đáp, giọng chợt nặng trĩu:

"Sao lại không nhớ? Anh nhắc lại lần đó làm gì, bộ muốn chọc cho em tức một lần nữa hở?"

Anh vòng tay qua ôm eo cô:

"Không có đâu, đừng nói vậy tội nghiệp anh. Nhưng đúng là hôm đó anh phải gọi điện thoại chúc Tết em."

Cô dựa vào ngực của anh, tìm mùi thơm quen thuộc:

"Anh đã xin lỗi em về chuyện đó rồi mà. Tự nhiên hôm nay lại đem chuyện cũ ra làm chi vậy?"

"Anh còn phải xin lỗi em về một chuyện khác nữa."

Tự dưng cô thấy buồn cười:

"Sao anh nhiều lỗi quá vậy?"

Anh vẫn không rời cô:

"Em có hứa là sẽ tha lỗi cho anh sau khi anh thú tội hay không?"

Cô bật cười:

"Cái anh này khôn ghê! Chưa thú tội mà đã bắt người ta tha lỗi. Nhưng thôi được, lâu lâu em xuống nước với anh một lần cũng không sao. Em tha lỗi cho anh trước đó!"

Anh thủ thỉ vào tai cô:

"Hôm trước khi anh đi họp, anh có giấu một món quà Tết cho em, định tới nơi gọi về cho em chỉ chỗ cho em lấy. Vậy mà..."

"Vậy mà sao?"—cô gặng lại.

"Vậy mà sau khi xin lỗi vì đã không gọi em rồi, anh vẫn chưa cảm thấy hoàn toàn thoải mái để nhắc tới món quà đó. Cho mãi tới bây giờ..."

Cô thở hắt ra:

"Em ghét mấy người ưa hờn mát lắm, nhất là đàn ông!"

Anh cười buồn:

"Bây giờ thì anh có muốn hờn giận ai cũng không được nữa rồi, phải không?"

Cô thắc mắc:

"Rồi anh làm gì với món quà đó?"

"Nó vẫn ở trong nhà đây thôi. Nhưng anh muốn em tìm ra nó khi nào không có anh bên cạnh."

"Rồi làm sao em biết nó ở đâu?"

Anh cười bí mật:

"Đừng lo. Rồi em sẽ biết mà."

Lần này thì anh hôn nhẹ lên trán cô rồi rời cô ra hẳn. Anh đi vào phòng làm việc, khép cửa lại. Cô đến cái sofa, ngồi xuống và ngó mông ra vùng nước bên ngoài. Nước vây quanh căn nhà cô như vây quanh một ốc đảo. Trời không còn mưa như mấy ngày trước, nhưng không gian vẫn âm u như thể một trận mưa nào khác đang chực chờ rơi xuống. Cô có ý đợi anh làm việc xong lại ra nói chuyện với mình, nhưng thật lâu cô vẫn không nghe động tĩnh gì cả. Một lát sau, cô bước lại gần cánh cửa phòng, gõ nhẹ vài tiếng. Vẫn không nghe anh trả lời, cô đẩy cửa nhìn vào. Chẳng thấy anh đâu.

oOo

Cô mở choàng mắt ra, định thần một lúc mới nhớ ra hôm nay là Chủ nhật, không phải đi làm. Cô nhìn xuyên qua cánh cửa thông ra phía sau nhà. Nước vẫn còn ngập vườn và trời đang đổ một cơn mưa nhỏ. Những giọt mưa rớt xuống mặt nước, tạo thành những vòng tròn cứ lan rộng mãi ra cho đến khi hoàn toàn biến mất. Những chiếc bong bóng nổi phập phồng trên mặt nước. Cô nhớ ngày xưa má nói mưa bong bóng là mưa dai, tuy không nhất thiết là mưa lớn. Đã từ lâu, cô không còn thói quen vươn tay ra bên cạnh để kiếm anh vào mỗi buổi sáng, để được anh giật mình ôm choàng lấy cô trong cơn ngái ngủ. Chiếc gối bên cạnh dành cho anh vẫn nằm im lìm như bao nhiêu năm nay. Chợt cô giật mình thấy chiếc gối của anh có một vết trũng như có ai đã nằm lên đó. Cô bần thần tự hỏi có thật là tối hôm qua anh đã về và nằm trên gối, hay chính là cô đã lăn qua và nằm trên đó. Một ý nghĩ vụt thoáng qua đầu cô. Cô hồi hộp giở nhẹ cái gối của anh lên. Dưới gối là một phong bao mừng tuổi màu đỏ. Cô nhấc cái phong bao lên rồi dùng hai ngón tay kéo từ bên trong ra một tờ giấy bạc. Đó là một tờ hai đô-la, gấp lại làm ba. Cô run run mở tờ bạc ra. Nét chữ rắn rỏi, bay bướm của anh hiện ra trên tờ giấy bạc: "Cho em mùa xuân và những ngày còn lại của đời anh." Cô cắn môi thật mạnh. Hai hàng nước mắt trào xuống má. Cô không hiểu mình khóc vì cảm động, vì kinh ngạc hay vì sợ hãi. Tại sao lại có sự trùng hợp kỳ lạ như vậy? Cách đây hơn hai mươi năm, chính cô đã viết những dòng chữ này vào tấm thiệp mà cô nắn nót vẽ bằng tay để gởi cho Nhân: "Cho anh mùa xuân và những ngày còn lại của đời em." Mùa xuân năm đó, Nhân đã hân hoan đón nhận từ cô, vì Nhân và cô đã trải qua những ngày Tết hoan lạc, nồng ấm nhất bên nhau. Nhưng những ngày còn lại của đời cô thì Nhân đã lãng quên. Còn anh thì sao? Anh đã cho cô chỉ vài mùa xuân ngắn ngủi, nhưng quả thật là anh đã cho cô hết những ngày còn lại của đời anh rồi.

Chợt cô ngửi thấy mùi cà-phê thơm nồng trong không gian. Cô nhíu mày, không hiểu vì sao. Từ khi anh mất, cô không bao giờ mua cà-phê nữa vì cô không thích uống cà-phê như anh. Mùi cà-phê toả ra từ nhà bếp. Cô rời khỏi giường, rón rén đi vào nhà bếp. Đến ngưỡng cửa, cô đứng khựng lại trước một cảnh tượng vừa đáng kinh ngạc, vừa thật dễ thương: Ba và má ngồi ở bàn ăn, trước mặt mỗi người là một tách cà-phê. Ba má đang nói chuyện và cười vui vẻ với nhau. Cô nhớ lại là mình chưa từng thấy ba má cười nói với nhau như thế này bao giờ. Ba má dường như không để ý đến cô, hay không thể thấy cô vì một lý do nào đó. Cô cũng không nghe được ba má nói với nhau những gì. Giống như một phân cảnh trong cuốn phim mà ai đó đã bấm nút *mute* trên cái điều khiển.

Cô khẽ khàng quay người lại, như thể sợ làm kinh động giây phút hiếm có của ba má. Lúc cô trở lại phòng ngủ, ánh sáng đã tràn ngập gian phòng. Bên ngoài patio, trời đã tạnh mưa tự lúc nào. Ánh nắng chan hoà đã lên cao, nhảy múa thành những bông hoa nắng nghịch ngợm trên mặt nước trong khu vườn vẫn còn ngập tràn sau cơn lũ mùa xuân.

Trần C. Trí

TRẦN GIA NAM

BÀ MẸ QUỐC TẾ

Chị Trương từ chái bếp lom khom bước lên nhà trên, vô ý vấp phải cây đòn gánh, ngã chúi về phía trước. Hú ba hồn bảy vía, chị chụp kịp cái chân chõng tre, hai tay đè trên ngực, chị định thần.

- Quỉ, rõ ràng đã giấu kỹ cái của nợ này dưới giường, dịch vật đứa nào tọc mạch...

Vừa rủa, chị Trương vừa đẩy cái đòn gánh trở vào dưới gầm giường. Tiện đà, chị đặt mông lên mảnh chiếu hoa còn thơm mùi lát. Chị co chân, nhìn vào chỗ đau. Không vết trầy sướt, nhưng cái nhói ở đầu ngón chân cái vẫn còn rần rần. Chồm người lật chiếc gối tìm ve dầu cù là, chị thoa bóp nhè nhẹ. Chất dầu nhờn trắng, lợn cợn khỏa trôi lớp cáu bụi trên mấy đầu ngón chân chị qua một bên. Đã già một năm nay, khởi từ ngày đất nước thống nhất, chị đi chân đất đã quen. Cái gì cũng có ưu điểm của nó. Chị tiết kiệm được tiền mua nước sơn móng chân, và guốc, dép cũng chậm mòn.

Sau cái ngã bất ngờ, chị Trương như tuồng quên phứt những chuyện chị đang định làm. Chị im lặng ngó những ngón chân mình, rồi bất thần bung người nằm dài ra giường. Ngày có lẽ đang bước vào giờ thứ mười. Hương nắng của mùa hè vỡ ra, vãi cái nóng hừng hực trấn áp mái tôn (tôle). Chị Trương cố nhướng hai hàng chân mi. Một lọn gió rúc từ chái bếp chui lên, mang theo cả mùi phân heo của nhà ông Luận. Chị Trương thiếp đi, dễ chừng có đến năm phút. Tiếng chửi thề thô bạo của ai đó ngoài đầu hẻm khiến chị Trương ngỡ ngàng mở mắt. Chị vớ vẩn thả cái nhìn trôi quanh chỗ nằm.

Bộ phản gỗ thô nhám, lem luốc màu vàng đất dính liền với cái giường tre chị đang nằm, cả hai như rủ nhau dựa sát vào bức vách gạch không được trải láng xi măng (ciment). Đối diện, nằm song song với bộ phản, cái bàn gỗ tạp vuông, ôm sâu dưới bụng ba cái ghế đẩu, nước gỗ bóng đen. Mặt bàn được phủ một tấm nhựa láng có in những cái hoa to màu đỏ bầm. Đây là nơi chị Trương thường tiếp những vị chức sắc của phường khóm, nên ngoài cái bình tích thủy, còn có một bộ ấm trà không đồng nhất, nghiêm chỉnh đứng giữa bàn.

Chị Trương đổi thế nằm. Tay phải lót dưới đầu tóc thả lỏng. Chân phải chị duỗi thẳng, thận nghiêng, đè lên một vệt nắng, lọt vào từ một kẽ hở ở hai đầu mí tôn. Con hẻm đã trở lại im vắng. Chị Trương nhắm mắt, nhưng giấc ngủ chưa chịu trở lại. Trong giây phút tĩnh lặng ru mình, chị Trương nghe rõ nhịp máu xê dịch dưới tay gối, nhè nhẹ như những vết chân rệp rình rập, mơ hồ. Không gian chật hẹp của căn nhà dần dần rộng ra, cao mãi lên, và lòng người đàn bà đang ở tuổi bốn mươi trải dài, bát ngát. Chị Trương đang gói mình vào những giấc mơ ? Không. Chị đang thả hồn ra để cùng sống lại những tháng ngày đã qua. Có một dĩ vãng để soi mình, hạnh phúc biết bao nhiêu, cho dù dĩ vãng đó vướng những nặng nề, u uất.

Là con thứ ba trong một gia đình chín miệng ăn, chớm lên bảy, chị Trương đã biết làm quen với những việc lặt vặt trong nhà. Dần dà những cái lờ, cái đó, cái nơm...theo thời gian đến với chị cùng những chú cá diếc, cá rô...Chị không còn nhớ những cái vất vả, mỏi mệt. Nhưng không bao giờ quên những niềm vui hiếm hoi của một thời ấu thơ.

Giòng sông Cái trong như gương. Mây chìm sát lòng nước. Chị ngồi một đầu xuồng. Người anh Cả cố tình lơi tay chèo. Xuồng lửng lơ như đám bèo dại, trôi trong gió mát. Trên đầu chị trắng mây, dưới chân chị mây trắng. Chị nhìn mây, mây nhìn chị. Chị chợt thấy những cọng rong lang thang. Chúng tinh nghịch đè lên bóng môi chị, rối bời những sợi chỉ xanh mướt. Có tiếng cá móng rõ to. Không biết là cá gì. Còn có tiếng của những chú cu đất gọi nhau, ấm cả đất trời làng chị dễ gì mà quên được . Nhà cha mẹ chị nằm cuối xóm Lưới, mái rơm, vách đất. Đi về bằng nhiều ngả, nhưng ngang qua cây đa làng vẫn mát chân hơn.

Tây ráp xóm trong, tây lùng xóm dưới . Nhà ông Cửu Thuật ngất ngưởng ở đầu làng, mái ngói ngóng lên trời xanh, ló khỏi những ngọn tre già nhốt gió. Từ những vồng ngói âm dương rêu nâu, rêu tím, bầy se sẻ vụt bay liền với ngôn ngữ của vài họng súng. Mấy nia thóc phơi trong sân gạch nhà bà Hội Du bị lật úp. Đám gà tham ăn còn không dám liều mạng tranh mồi, thế mà chị Trương, con bé hạt tiêu ngày nào đã ngóng theo tiếng kêu khóc mà lần tới xem. Tây xì lô, xì la, bắn chỉ thiên, mặc kệ. Nhớ có lần thằng Tín Em, con nhà Trung, một thằng cu, cỡ tuổi chị, mải mê đứng nhìn đàn vịt vừa trổ xong lông ống, rúc mỏ tìm mồi dưới các gốc rạ mới gặt. Hắn tinh nghịch móc cây sào giữ vịt vào trong hai chùi chõ, cho nằm ngang sau lưng. Vừa nhìn vịt ăn, vừa lắc qua, lắc lại cái thân như que tăm. Thế là bị nắm đầu về đồn. Mày làm liên lạc? ra dấu cho du kích ? Gớm, du kích, cán bộ tìm đâu ra ở cái làng nằm sát nách cái đồn có cái ông quản Chiếu ?

Mười đêm như một, hỏa châu từng loạt năm ba trái nổ cầm chừng. Sáng còn hơn đêm có trăng. Nếu không nằm trong hầm nổi, nhìn ra, đủ kịp thấy những ngọn tre chợt oằn hoặc bung lên vì một giòng gió lượn. Đêm nào có tàn hỏa châu rơi làm cháy nhà, làng có dịp vỡ ra những hơi người ơi ới , các chú chó cũng thừa cơ hội sủa vang trong tiếng canon bên đồn tây bắn đi ầm ầm. Dĩ nhiên đêm vẫn còn nhiều khoảng hở im lặng, dành giới thiệu những điệp khúc triền miên buồn của ếch, nhái, dế... ca hát như than thở. Chị Trương không lớn lên bằng những giọng ru của mẹ, của chị. Chị lớn lên bằng những hòa âm của các loại côn trùng đó cho đến ngày chị líu quíu bỏ làng mà đi. Cái ngày đó chị không muốn nhớ.

Đang bơi lội trong giấc chiêm bao dịu dàng như vậy, không biết ai đã ẵm chị Trương quăng qua cả một đoạn thời gian dài. Lại trở mình, co duỗi chân tay, chị bỗng chạm mặt cái Lan, ấn bản đầu lòng của chị. Con bé không giống mẹ, cũng chẳng có nét nào của cha. Nhưng tức khắc, khuôn mặt bảnh trai của Thiện sờ sờ ló ra. Tay nói, miệng cười, hắn cõng cả cái xóm Chuối về với chị Trương.

Nằm giữa bốn mặt phố, xóm Chuối với đám nhà tôn nhà lá chen chúc. Đêm đầu tiên với ánh sáng thị thành chị Trương đã chính thức trở thành đứa con của cái xóm bụi đời này. Cuộc đời bán trôn nuôi miệng đến với chị một cách suông sẻ, không có gì đáng nhớ. Hơn ba năm, đã thành thục tay nghề, chị Trương mới chợp được Thiện. Hắn là cậu học trò của một trường trung học nằm cách xóm Chuối không xa. Đi về ngày bốn bận, mắt gặp mắt mươi lần để mở vào một đêm, chị Trương trở thành cô giáo dạy thực hành những bài tình yêu và giúp một cậu trai tơ mở mắt. Cuộc vui chơi trôi thơm theo tháng ngày. Không toan tính bền lâu, nhưng sẵn hơi mệt mỏi, lại đã dành dụm được chút ít tiền, Chị Trương thuê một chái lá ở ngay trong xóm, ra riêng và hạn chế thời gian đi khách. Thiện ghé đều mỗi ngày, sau giờ học. Chị Trương mất kinh. Không hiểu suy nghĩ ra sao, chị Trương tự ý lẫn tránh người tình nhỏ hơn mình những năm tuổi đó, để đến một địa bàn khác. Ngày bé Lan ra đời, dĩ nhiên không có Thiện ngồi chờ trong nhà thương thí. Không ăn nước mắm nướng, không uống rượu dầm thuốc, chị Trương nuôi bé Lan bằng sữa ông thọ. Không khai sinh nên chẳng cần có họ. Có cái tên gọi, đồng nghiệp tặng cho con bé là đủ rồi. Thiện rơi tuột khỏi đời chị Trương không gợn một chút buồn.

Cuộc đánh phá miền Nam của Bắc Việt ngày một gia tăng, đã chính thức rủ rê những gót giày của quân viễn chinh Hoa Kỳ đến Việt Nam. Lính Mỹ được đổ vào những đâu chị Trương không để ý, cũng chẳng cần quan tâm. Chị chỉ thấy những ngôi nhà trong thành phố nơi chị cư ngụ chợt vươn cao, những mặt lộ rộng dần đựng vô số loại xe xuôi ngược. Thị dân tăng nhanh, bãi rác lâu nay dùng làm nơi phóng uế, được san bằng để dựng lên khu chợ sầm uất, tấp nập. Những chiếc Honda vừa vạm vỡ vừa thanh lịch đến thế chân những chiếc solex, những chiếc xe đạp, chậm chạp, già cả. Và những chiếc jeep lùn, những chiếc GMC... góp phần vẽ cho bộ mặt thành phố lốm đốm màu ô liu. Tuy vậy, chiến trận không nằm trong thành phố. Nếu Mặt Trận Miền Nam, con đẻ của Cộng sản Bắc Việt không tặng cho dân chúng những quả đạn pháo kích hạng nặng thì cuộc sống thật thanh bình. Dựa vào sự phồn thịnh chung, chị Trương thuê một mái nhà tương đối sáng sủa. Đối tượng sinh tiền cho chị được thay đổi. Những đấng râu mày da vàng mũi thấp bị kỳ thị, không được hoan nghênh. Những anh bạn đồng minh trắng lẫn đen đủ nuôi chị và bé Lan một đời sung túc. Điều kiện ắt có và đủ của chị là áo mưa, một thứ hành trang an toàn xa lộ. Tiếc thay, chỉ một đêm với chút ít mệt mỏi và mặc kệ sự rủi may, chị cho một chú ó đen đi nước vét lúc về sáng ngờ đâu lại lòi ra một cột nhà cháy. Cũng vui thôi, con Lan có bạn chơi, chị thầm nhủ. Ngộ một điều, kể từ khi có cậu con trai khác màu da, chị Trương không còn khắt khe trong mỗi lần đi khách, nên chỉ một năm rưỡi sau, thằng Đen có một cô em gái da trắng nõn, mắt xanh lơ, đẹp tuyệt. Chị Trương cưng quí cái Hoa này vô cùng.

Chẳng hiểu sự lớn mạnh của quân lực Việt Nam Cộng Hoà đến đâu nhưng số lượng các anh GI càng ngày hình như càng giảm. Cũng may, bù vào đó còn các chú củ sâm. Tiếc rằng các chú mặt lạnh như tiền này, chị Trương thường phải nhờ vào mối lái. Và những chuyến mua bán dục tình cũng không mấy thoải mái. Phải chăng vì vậy, chị Trương không có cơ hội làm mẹ thêm một dân tộc ?

Chị Trương lại trở mình, mở mắt. Như trực nhớ ra điều gì, chị ngồi bật dậy, đưa cả hai tay lên bới lại đầu tóc. Trời đã đứng trưa. Ba ngày nghĩa vụ lao động, đào kinh Phú Ninh vào tuần tới chị đã thuê được người thay. Ném cái nhìn ra trước hiên, chiếc xe bò chở củi bán dạo của chị đứng chổng gọng, trống không. Con hẻm cụt vắng hoe. Chị Trương bỗng thèm nghe những tiếng nói chuyện, tiếng ruồi nhặng bay...Con khướu ô nhà ông Luận đã chết rồi sao ? Lẽ ra vào cái giờ này nó đã đỗ tiếng om sòm. Còn nữa, mấy con chào mào của thằng cha Nôi đâu ? Sao hoàn tòan hoang vắng ? Chị Trương thấy lạt miệng, chậm rải chà gót về phía cái bàn. Ba đứa con của chị giờ này đang ngồi trên ghế nhà trường. Dù gì, sau ngày 30 tháng tư ít lâu, chị đã nhờ làm khai sinh cho mấy đứa con. Vàng, đen, trắng đều mang chung một họ mẹ. Bọn chúng ngoan, biết thương chị và thương lẫn nhau. Chỉ vài giờ nữa , cả gia đình chị sẽ quây quần bên chiếc xe bò. Chị kéo, ba đứa con đẩy, lò dò đến vựa củi nhà bốn Ngôn, rồi sau đó là những bước kéo qua các ngả đường. Cuộc đổi đời của gia đình chị, so ra có chiều đi lên về mặt tinh thần còn vật chất thì na ná như mọi người, chờ xuống hố cả nước.

Chị Trương trực nhớ đến ngón chân vấp đau khi nãy. Chị co lên, dòm và nắn bóp, hoàn toàn bình thường. Tự dưng, chị cảm thấy bùi ngùi. Mấy ngón chân trau chuốt một thời nay sao thô nhám quá. Từ bàn chân, chị lần tay lên bắp vế, vén cả ống quần, nâng niu từng cọng lông nhỏ. Cảm giác lâng lâng chạy loạn dưới da. Dễ chừng có hơn cả năm chưa được ai mó tới. Hội hộp, nghĩa vụ, kiếm sống chiếm hết cả thời gian, đường kinh hàng tháng còn trồi sụt, có, tắt thất thường, lấy giờ đâu mà rạo rực. Chị Trương khẽ thở ra. Đúng ngay lúc đó, chị giật nẩy mình, một bản mặt đàn ông chần vần trước cửa dòm vào. Phải mất mấy giây, chị Trương mới kịp nhớ ra lão Lang, phường trưởng. Cái lão già hống hách, bị dao đạn chê trong suốt một đời chui rúc trong rừng rú, nay chó ngáp phải ruồi, về đây làm cha mẹ thiên hạ.

Khác với thường lệ, cái miệng ồn ào đi trước, lần này lão Lang im ỉm ấn cái thây mật ú của lão qua cánh cửa chống thấp một cách nhanh gọn. Chị Trương lúng túng , vội vã kéo cái ghế đẩu, lí nhí mời lão phường trưởng ngồi. Không hiểu tại sao, chị có cảm tưởng như mình vừa phạm một lỗi gì đó, bị bắt quả tang.

Lão Lang đứng im, vờn mắt quanh nhà, khịt khịt hai cánh mũi, đánh hơi. Chẳng tìm ra cọng rác nào âm mưu đánh phá cách mạng, lão nham nhở nhăn răng cười, hỏi trổng:

- mới ngủ dậy ?

Chị Trương ú ớ. Cách mạng cấm ngủ trưa đấy nhé. Liệu hồn, ở đó trốn lao động. Chị đọc thấy trong đôi mắt đùn đục của lão đùn lên những lời hăm dọa.

Trước sự lúng túng của người thiếu phụ, lão Lang ung dung thả cái mông mầu mỡ của mình xuống giường. Con mồi mà lão chăm bẳm lâu nay đang nằm trong tầm tay. Và hơn lúc nào hết, lão cảm thấy lão thật sung sức, trẻ trung, những sợi dây thần kinh khích dâm đang ráo riết cổ động, mặc kệ cái vỏ mật mạp, chảy phệ bên ngoài. Chị Trương đã lấy lại bình tĩnh. Trực giác cho chị biết, con cáo già trước mặt đang trổ chứng. Chị vênh mặt chờ. Lão Lang liếc nhanh về phía cửa, không bỏ phí một giây vàng ngọc,lão nhích ra. Trước khi đụng tay vào cây chống cửa, lão không quên ló chút xíu cái đầu bạc ra ngoài, nghe ngóng.

Chị Trương cố kìm giữ những tiếng la thống khoái. Mồ hôi chị vải ra, nhưng không thấy nóng. Cả hai tay chị bấu cứng vào tấm lưng dày cợm lớp vải kaki. Sợi dây nịt nhựa trong lồng trong lưng quần màu cứt ngựa cấn ngang bốn đầu gối càng làm chị Trương thêm cuồng nhiệt. Chị không đếm được những cái thúc thục mạng chạm vào đầu những tâm điểm thu hút tất cả mọi tri giác của chị. Cái chỗ sâu thẳm trong cơ thể bất ngờ nổi ngứa một cách kỳ lạ. Chị muốn được cào gải liên tục, nhưng cái mũi tấn kích tuy có dồn dập nhưng chưa thấm đến nơi chốn, càng làm chị thêm thốn nhức, rồi những giọt nước như mũi tên chích điếng chị trong giây phút. Qua cơn đờ đẫn, chị Trương phát hiện lão Lang đã ra về. Chị chợt xấu hổ thấy một ngón tay mình còn ấn sâu trong chỗ kín, nhơm nhớp ướt. Lão Lang quả thật đã quá già, bụ bẫm mà chẳng dẫn được chị tới nơi. Dù gì, nguồn sinh lực trong cơ thể bốn mươi của chị cũng vừa được nhen lại bởi một gã ngấp nghé lục tuần.

Ngày đẩy tháng lững thững đi qua . Hết họp tổ đến họp phường. Kinh Thủy lợi rồi ao cá bác Hồ, cứ dẫn miết chị Trương đi vụng bên lão phường trưởng. Diễn tiến những trận thi đấu tình dục có phần khá hơn, nhưng số lần gặp mặt thưa thớt, càng khiến chị Trương bức rức, nóng nảy.

Xóm Bầu, nơi gia đình chị Trương cư trú hiện nay có khá nhiều nóc gia, buồn thay nghĩa vụ quân sự, nghĩa vụ lao động đã nạo vét hết cả đàn ông. Chị Trương soát đi, kiểm lại chẳng còn mống nam nhi nào ra hồn. Người tình già của chị, đã không xài ngon lại khó xài bền, buộc lòng người đàn bà hồi xuân phải động não, thao thức.

Đối tượng để chị Trương tranh thủ lúc này, là gã công an khu vực. Chị đã lên kế hoạch phấn đấu trong đầu. Trở ngại nào cũng phải vượt qua, khó khăn nào cũng phải khắc phục, huống hồ chi chị còn trên thân thể những búp thịt căn bản còn gợi mở, gọi mời. Dân xóm Chùa đã gặp lại một chị Trương ăn mặc càng ngày càng sạch sẽ, tươi mát hơn.

Trực, gã công an khu vực, con mồi ngon của chị Trương chưa nhón tới tuổi hăm lăm. Không rõ gã đã bò đến đâu trong chế độ học vấn của miền bắc, nhưng miệng lưỡi khá giảo hoạt. Chỉ tiếc, những gì gã có thể nói quá ít ỏi. Một số từ ngữ kỳ quái, lạ tai gã cứ dùng dùng lại đâm ra cùn mòn, đến nổi đám ngụy dân chưa cần nghe đã hiểu gã sẽ nói gì. Chị Trương không quan tâm đến cái bệnh tật chung chung của đám cán bộ ấy, nhất là đám công an áo vàng. Chị chỉ biết Trực khá bắt mắt. Răng không vẩu, trán không vồ, mắt không lé, nước da lại ngâm ngâm rắn chắc. Gã cao chừng bằng cái chống cửa ra vào nhà chị. Tuy không ú như lão Lang, nhưng có thể liệt vào hạng có thịt, chắc là nhờ chế độ bồi dưỡng của ngành công an khá tốt. Với một thân thể như thế, lại nhỏ hơn mình những mười năm,chị Trương còn đòi gì nữa ? Nhưng để đến được với gã là cả một vấn đề.

Chị Trương cầm cái gương lỗ chỗ tróc thủy soi mặt. Mắt đen, mày rậm, mũi thẳng, môi dưới hơi dày, má căng, đó là một chị Trương chưa trang điểm. Thật ra, mỹ phẩm hiện tại của chị chỉ vỏn vẹn: một thau nước sạch, nhúm bông gòn và một ít bột phấn thoa trẻ em, dùng cho bé Hoa ngày nào còn sót lại. Mặc dù đã trải qua hơn cả năm lao động chân tay, sau mỗi lần tắm rửa kỷ lưỡng, trông chị Trương vẫn tươi mát và nhất là trẻ hơn số tuổi chị đã tiêu xài. Chị không đẹp, nhưng trời cũng không bắt chị xấu. Phần quyến rũ của khuôn mặt chị là cái duyên. Có duyên, có thịt lúc này, lại ỡm ờ một chút, chị Trương, rồi ra sẽ bắt cậu công an Trực trả bài dễ thôi. Vấn đề khó khăn chị đã có phương pháp.

Nhờ vào những điếu thuốc lẻ ba số năm, nhờ vào những tô bún gánh, chị Trương gây tình cảm và san bằng dần sự chênh lệch tuổi tác với Trực. Ba đứa con chị không để ý, thắc mắc gì đến việc làm của mẹ. Chúng giúp chị mỗi ngày, chiều chiều đẩy xe bò củi đi bán rong. Cuộc đời hiện tại của chị Trương nếu rộng lạc quan, cũng ví được như bài thơ có vần, có điệu đàng hoàng.

Cho chiếc xe đạp dựa sát hàng rao kẽm gai nhà ông Luận, Trực lồng khóa giây ngang khung xe móc vào một cọc sắt hàng rào, khóa lại. Quay đi, gã còn nhìn lui, đắn đo cho chắc bụng. Chiếc xe của gã vừa được má Bích cho một ổ rô líp trung quốc thay vào. Má Bích trẻ măng, nhưng thường biết phải không với đám thuế vụ, công an khu vực, khi thì sợi sên Nhật, lúc cái trục Liên Xô, nên được đám cán bộ quan hệ tôn làm má ngon lành.

Cũng như những lần trước, Trực lên tiếng gọi chị Trương, không quên thấp giọng đùa một câu: kiểm tra hộ khẩu,

Chị Trương đón Trực vào nhà bằng cái cười của cặp môi lẫn cái cười của cả thân thể.

- Ông phường trưởng có ghé đây không ?

Chị Trương thoáng cau mày:

- Lâu nay có thấy bóng dáng ông cụ ấy đâu.

Chần chừ một chút, chị phân bua: có việc chi đâu mà phải tìm ông phường trưởng. Trực biết rõ quan hệ không bình thường giữa chị Trương và lão Lang, nhưng gã vờ như không biết. Cũng chính vì biết rõ, Trực mới bạo dạn tìm cách thực hiện ý đồ đã loé lên trong đầu gã từ lâu. Dứt chị Trương là mục tiêu gã đã khoanh làm trọng điểm công tác phải thực hiện. Chính sách không quan hệ linh tinh với dân, hú hoá gì đó của đảng chỉ là trò bịp bợm, giả tạo. Cho dù có phải viết kiểm điểm, tự phê cũng chỉ cho vui thôi, cho đúng điệu văn hóa xã hội chủ nghĩa, Trực rành quá. Có thằng cán bộ nào mà không biết xài đồ chùa của dân, nhất là thứ dân còn trong thời kỳ lo sợ, nơm nớp giữ cái hộ khẩu của mình.

Nhưng Trực ghé nhà chị Trương lần này với một lý do khác. Sau khi ngồi vững vàng trên ghế đẩu, hít mấy hơi liền khói ba số, gã hất hàm hỏi:

Chị có thích đi ra nước ngoài ?

Chị Trương ngạc nhiên lẫn hết hồn lắp bắp:

- Tôi... tôi làm gì dám thích...đi ra nước ngoài, anh đừng nói giỡn.

Trực sợ chị Trương hiểu lầm gã có ác ý, nên nhanh nhẩu giải thích:

- Không phải tôi nói chị định đi vượt biên đâu... số là nhà nước ta nay đã có chủ trương cho những ai có con lai xuất cảnh.

Chị Trương há miệng, chưa hiểu. Chị dòm sững Trực. Không biết có phải chị chợt bỏ rớt nét tươi mát gợi cảm của mình trong sự kinh ngạc, tối dạ hay không mà Trực tỏ ra rất nghiêm chỉnh, đúng với bản chất công an nhân dân, để giải thích chính sách của đảng về diện con lai, với những gì gã nắm được. Khi ra về, gã được nguyên một gói ba con năm chưa khui.

Kể từ hôm chị Trương biết gia đình chị có thể xuất ngoại, Trực ghé đến nhà chị đều đặn mỗi tuần, Lão Lang thỉnh thoảng cũng ghé đến. Một hôm có đến năm, bảy người Hoa Kỳ, cả nam lẫn nữ đến tham quan nhà chị. Chị Trương đã được báo trước để lo thu xếp một bữa cơm đàng hoàng. Dĩ nhiên không phải để đãi khách. Đúng vào cái phút bốn mẹ con chị ăn dở chén cơm thứ nhất thì phái đoàn người Mỹ đến.Chắc chắn họ đã rất hài lòng trước một thiếu phụ và ba trẻ em tươi xinh trong những bộ áo quần lành lặn, sạch sẽ. Họ thu hình, chụp ảnh rối rít vui vẻ trước hàng chục cặp mắt hiếu kỳ lẫn ngưỡng mộ của bà con xóm Chùa bu quanh. Cảnh sắp xếp trình diện con lai một cách ngoạn mục này, chắc chắn là lần đầu tiên được thực hiện trên toàn cõi đất nước Việt Nam thống nhất.

Thời gian chờ đợi coi vậy mà khá lâu. Hẳn chị Trương không phải qua thủ tục đầu tiên ? Tiền đâu mà chị có thể rải được qua từng khâu, họa chăng có thân xác chị. Dẫu sao, mấy mẹ con chị đều mừng ra mặt. Thằng Đen, cái Hoa sáng hẳn lên, nhất là con bé xinh đẹp này. Chỉ tội cho bé Lan, mặc dầu vẫn được nghe ông phường trưởng và chú công an nói chắc nó cũng được đi, nó thấy vẫn lo lo.

Đùng một cái, ngày lên đường qua Mỹ chưa tới, chị Trương đã phải trở lại bệnh viện để sinh thêm một thằng cu da vàng, mũi thấp nghiêm chỉnh, đúng với sự xầm xì dị nghị của dân lối xóm dẫu chị có khéo léo ngụy trang che giấu.

Hôm đi xin khai sinh cho con, để bổ túc hồ sơ, từ cổng ngoài trụ sở phường, chị Trương đã trông thấy lão Lang đứng uống nước trong một góc phòng. Tự dưng, chị chùn bước. Kỳ, chuyện chi phải sợ lão? vẫn ủng hộ đều đều cho lão đấy chớ. Thoáng nghĩ suốt, chị mạnh dạn bước vào cơ quan. Lạ, lão Lang đã lánh đi đâu mất.

- Đứa bé con ai đây bà mẹ quốc tế ?
- Con tôi, Chị Trương cười lấy lòng
- Tôi hỏi cha nó kia

Chị Trương ngập ngừng thấp giọng

- Anh cho nó họ Nguyễn

Viên thư ký hộ tịch chẳng lạ gì con mụ Nguyễn Thị Trương này, y cũng vờ nhìn thẳng chị, ngẫm nghĩ

- Ưng tên chi ?

- Dạ Thang

- Lang Thang à, hay lắm, hắn vừa nói vừa lộ răng cười thú vị. Chị Trương không kịp nhìn ra cái đểu của hắn nhưng cũng giật mình đính chính

- Thôi, anh cho tên Dàng đi, à mà Vàng đúng hơn

Viên hộ tịch khụng cười như cụt hứng, hắn cau mày đặt ngòi bút lên trang giấy

- Có G hay không ?

chị Trương ngơ ngác

- Tôi hỏi Vàng ưng viết có G hay không ?

- Dạ không biết. Vàng như chó vàng đó thưa anh, Chị Trương nhanh nhẩu giải thích, tiện đà chị bổ túc thêm đặt tên xấu cho dễ nuôi. Viên hộ tịch nghiêm mặt viết, chị Trương chợt cảm thấy ngay sau gáy mình nhột nhột như đang có một cặp mắt cú vọ dò xét, soi mói.

Trần Gia Nam
1983

TRẦN HUY SAO

PHẤN QUỲ HƯƠNG

Khi tôi học lớp Nhì trường Tiểu học Bạch Đằng, tôi phải cám ơn chị Hương. Bởi vì, chính chị đã đưa tôi lên... đài danh vọng, đã cho tôi ngây ngất hưởng cái phút giây được đứng trên bục giảng, được phép thay vào chỗ đứng của thầy giáo Ngữ dù chỉ là một vài phút phù du, để đọc to bài luận văn của mình cho cả lớp cùng nghe. Thầy Ngữ, thường ngày, rất là vui tính.

Buổi sáng hôm ấy, khi vào lớp trả bài Luận văn của tuần trước, gương mặt Thầy trở nên nghiêm trang. Thầy kêu đúng tên tôi lên đứng trước bàn.

Như thường lệ, tôi vòng tay đứng khép nép trước vẻ mặt nghiêm nghị và ánh nhìn soi mói của Thầy. Cả lớp im lặng như nín thở, theo dõi từng cử động của Thầy. Phút yên lặng trải dài làm tôi chịu đựng hết muốn nổi.

Thầy từ tốn sửa lại gọng kính, vuốt lại thẳng thớm chồng giấy luân văn của lớp và lấy ra một bài để riêng bên trái.

Thiệt tình lúc đó tôi muốn vụt chạy ra khỏi lớp rồi đến đâu thì đến. Tôi chịu không nổi không khí ngột ngạt và dáng điệu khác lạ của Thầy.

May là lúc đó Thầy tằng hắng lấy giọng, sửa lại dáng ngồi ngay thẳng rồi hỏi tôi:

- Bài Luận văn tuần rồi là của em làm?
Tôi ngơ ngác một thoáng, rồi trả lời:
- Dạ thưa, là của em làm.
- Không có ai "gà" cho em? À, ý Thầy muốn nói là không có ai chỉ vẽ cho em?
Lúc này tôi đã lấy được phần nào bình tĩnh, dứt khoát trả lời để chứng tỏ mình lúc nào cũng ngay thẳng:
- Dạ không. Không có ai chỉ cho em cả.
- Cũng không ai đọc trước khi em nộp bài?
- Dạ, cũng không.
Thầy gật gù. Vẻ mặt bớt nghiêm trang:
-Thầy muốn hỏi là tại sao em không viết về Mẹ hay Cha em như cả lớp đều viết. Em không yêu Cha, Mẹ bằng chị Hương à?
- Thưa Thầy, Cha Mẹ em là người em yêu kính nhất.
Thầy gật gù hơi mạnh làm cặp kính trễ xuống sống mũi. Lẹ làng, thành thạo, Thầy dùng ngón tay trỏ đẩy lên, cặp kính trở về nguyên vị trí:
- Tốt. Tốt. (Thầy ngập ngừng). Nhưng... còn chị Hương, chị Hương nào vậy?.
Tôi bối rối, chưa kịp trả lời. Thầy hình như nhận thấy câu hỏi của mình quá tò mò, vội nói:
- Thôi được rồi.
Và đưa cao bài Luận văn của tôi lên tuyên bố với cả lớp:
- Đây là bài Luận văn đạt điểm cao nhất. Bài sẽ được đọc cho cả lớp cùng nghe. Thầy đưa bài Luận văn cho tôi, cố làm ra vẻ trân trọng:
- Xin kính mời, tác giả.
Cả lớp không hẹn mà cùng "ồ" lên một tiếng, ồn ào như cái chợ vỡ. Quả là một tin sét đánh ngang tai. Cái thằng tôi suốt cả quãng dài thời gian trong cuộc tranh tài, cứ lẹt đẹt gần như về chót với những bài Luận văn của lớp.
Vậy mà hôm nay bỗng dưng bứt phá, giành được chiếc huy chương vàng óng. Trời còn muốn sụm nữa chứ nói gì cái lớp học chút xíu này. Chính tôi đây mà cũng cảm thấy váng vất cả đầu, không tin là sự thật. Thảo nào Thầy cứ gặng hỏi tới lui...
Lớp ồn ào quá, Thầy phải gõ thước xuống bàn, vãn hồi trật tự.
Tôi vừa ngượng ngùng vừa vui sướng cầm lấy bài Luận văn từ tay Thầy.
Hình như thấy tay tôi run, Thầy nhắc khẽ:
- Bình tĩnh. Bình tĩnh...
Cố gắng cách nào đi chăng nữa tôi cũng phải đứng lặng một đỗi để lấy lại trạng thái cân bằng.

Tôi biết rằng, đây là cơ hội vàng ròng, chắc chắn sẽ không bao giờ có được lần thứ hai. Do vậy, tôi cố tình đọc to, ngưng giọng rất đúng ở những dấu phẩy, chấm và xuống đoạn.
Thầy Ngữ thoáng ngạc nhiên, gật gù đắc ý theo nhịp đọc của tôi.
Cả lớp, lúc đầu còn xì xào bàn tán, sau đó lại yên lặng lắng nghe.
Tôi không thể ngờ là tôi có thể viết được như vậy!.
Hay dở thế nào thì chưa biết được nhưng mà cách hành văn thật là trôi chảy, dễ đọc. Tôi đọc một cách trơn tru liền lạc.
Khi bài đọc chấm dứt, thầy Ngữ cố tình vỗ tay thật lớn để cổ võ, nhưng cả lớp vẫn yên lặng, hình như đang xúc động về hình ảnh chị Hương, chẳng có trò nào hưởng ứng cả.
Tiếng vỗ tay của Thầy hơi khựng lại, cụt hứng, rồi ngưng ngang.
Tôi bước xuống bục giảng trở về chỗ ngồi giữa không khí yên lặng và mấy chục cặp mắt nhìn ngẩn ngơ.
Lần bước xuống đó là lần đầu tiên và cũng là lần duy nhất trong suốt quãng đời học sinh của tôi...
Buổi học trôi qua trong trạng thái bềnh bồng ngầy ngật. Tôi mang cảm giác đó cho tới khi ngồi trên đỉnh đồi Trọc. Tôi muốn tìm chị Hương. Chị phải là người đầu tiên chia sớt nỗi mừng vui của tôi.
Hàng ngày, chị vẫn thường đi quanh ngọn đồi Trọc này để lượm phân bò, phân ngựa. Chị mang sau lưng một cái "gùi" thật lớn như mấy người Thượng ở xã Lát huyện Lạc Dương. Dáng người còm cỏi co ro, thầm lặng giữa cảnh đất trời bao la bất kể ngày mưa hay nắng, nóng ấm hay giá lạnh, thấy sao mà cô đơn buồn thảm quá!.
Tôi không biết chị từ đâu đến và ở làm công cho chú Vạn từ lúc nào. Công việc nhà vườn nặng nhọc, chị làm không hở tay, từ tờ mờ sáng cho tới tối mịt.
Hình như chị không có một ngày nào rảnh, kể cả những ngày Tết là dịp để mọi người được nghỉ ngơi hội họp vui chơi sau một năm dài làm việc vất vả. Chị vẫn thầm lặng với công việc như mọi ngày.
Không cười. Không nói. Dáng điệu lúc nào cũng hoảng hốt sợ sệt, cố tình lảng tránh mọi người.
Chị là cái bóng thầm lặng trong cái xóm nghèo vốn đã rất thầm lặng của tôi.
Mọi người hình như đã quên lảng là còn có một người cùng xóm cơ cực còn hơn cả mình.
Riêng tôi, tôi vẫn nhớ và lúc nào cũng nghĩ đến chị. Chị đâu có họ hàng thân thích gì với tôi. Chị chỉ là một cái bóng mờ nhạt âm thầm dễ quên lảng trong nhịp sống áo cơm, trong cái xóm nghèo quanh năm tất bật với những công việc mưu sinh chật vật.

Mỗi buổi sáng nằm nướng trong chăn nệm ấm, tôi lại nghĩ đến chị. Giờ này chị đang oằn vai với đôi thùng tưới, đi từ luống rau này tới luống rau khác. Trời lạnh cắt da, làm sao chị có thể chịu đựng được, không phải một ngày, mà là ngày này qua ngày khác!.
Những lúc ngồi trong nhà, bên cạnh lò than ấm áp trong khi ngoài trời mưa phùn và những cơn gió bấc lạnh lùng, tôi lại ngậm ngùi nhớ về chị. Giờ này chị vẫn phải đi quanh ngọn đồi Trọc để lượm từng bãi phân bò, phân ngựa. Chiếc quần đen vá chằm vá đụp, có nơi được buộc túm lại bằng những sợi dây thun. Chiếc áo len tưa sợi, tả tơi lòi cả hai cánh tay tím tái vì lạnh. Dáng chị vẫn nhẫn nhục âm thầm. Đứng lên, ngồi xuống cho đến khi chiếc gùi nặng trĩu trì kéo bởi sức nặng làm chị như muốn bật ngửa người ra sau.
Mỗi lần nghĩ đến những hình ảnh đó, trong tôi có một cảm giác bứt rứt xốn xang không thể diễn tả được. Tôi chỉ là một thằng bé, tôi chẳng làm gì được, ngoài lòng cảm thương một con người cùng khổ tận cùng cả sự cùng khổ trong cuộc đời này. Có phải chăng đó là lý do để tôi viết bài Luận văn nói về cảnh đời của chị?.
Lúc bấy giờ thì tôi chưa nghĩ được điều đó. Sau này, khi nghiệm lại, tôi thấy đó là một lý do để tự giải tỏa tâm lý nặng nề, trì kéo trong lòng. Chính khi người ta nói lên được điều
ấm ức trong lòng, sẽ thấy dễ chịu hơn...
Lần đó, chờ mãi không thấy chị Hương, tôi cụt hứng tiu nghỉu bỏ về.
Tất nhiên, người thứ hai tôi phải san sẻ nỗi vui mừng là Mẹ tôi.
Tôi hôm đó, tôi nhớ, khi đang học bài thì Mẹ tôi nhẹ nhàng đi đến phía sau. Mẹ vuốt đầu tôi trìu mến:
- Mẹ đã đọc bài Luận văn của con. Con viết hay lắm, cảm động lắm.
Tôi cười ngượng nghịu, trong lòng cảm thấy vui sướng.
Mẹ tôi để bài Luận văn xuống bàn, ngập ngừng một chút rồi hỏi tôi:
- Bài ni con có phải nộp lại cho Thầy không?.
Tôi lắc đầu. Mẹ vội vàng cầm lên, thoáng nét vui:
- Vậy thì để Mẹ giữ bài Luận này. Mẹ muốn đọc thêm nhiều lần nữa. Mẹ sẽ giữ.

Tháng Mười-Hai, hoa Quỳ Hương còn rộ nở.
Đường xóm nhỏ rực lên màu vàng óng nắng hanh của cuối mùa Đông, bắt đầu dợm bước qua Xuân. Những sáng trời se lạnh, nắng lên muộn màng, tôi đi giữa hàng Quỳ Hương hoang dại hai bên vệ đường. Nắng và màu hoa hòa nhập cho tôi có một cảm giác lâng lâng buồn. Chẳng biết buồn chuyện gì, nhưng có cảm giác vậy thôi. Buồn trời. Buồn đất. Buồn vu vơ chứ có gì mà buồn ở tuổi tôi, cái tuổi ăn ngủ vô tư!.

Ba tôi nói tôi có tâm hồn nghệ sĩ. Tôi không hiểu một tâm hồn nghệ sĩ là như thế nào. Có hào phóng như Ba tôi không?. Và nhất là có những bài Thơ mà Ông thường đọc lên cho bạn bè cùng nghe. Thơ đọc hoài không hết. Lúc nào trên bàn ngủ của Ông cũng có một cây đèn sáp, một cuốn vở trắng và một cây bút. Ông thường nói với chúng tôi là Ông sẽ ghi những câu thơ bất chợt đến trong giấc ngủ. Bởi thơ chợt về trong giấc ngủ là Thi Thần.

Nhưng tôi có thấy Ông ghi lại câu nào đâu!.

Cuốn vở trước sau vẫn còn trắng giấy. Thường thì Ông làm thơ theo ngẫu hứng, đọc lên trong những lúc họp mặt bạn bè đông vui. Rồi sau đó, cũng chẳng thấy Ông ghi vào đâu cả.

Những buổi họp mặt sau, Ông lại đọc lên. Bài thơ có thể dài thêm vài đoạn hay ngắn đi vài câu. Thêm bớt một vài chữ theo cảm hứng. Cũng chẳng thấy ghi vào đâu cả!.

Vậy mà, lúc nào Ông cũng có nhiều bài thơ để đọc cho bạn bè nghe. Để góp ý. Để luận bàn tương đắc. Thi Thần. Thi Tửu. Thi ngẫu hứng.

Thơ theo Ba tôi đi suốt cuộc đời nhưng mà không có giấy trắng mực đen.

Những năm cuối đời, khi tôi gợi ý muốn gom hết những bài thơ của Ông để lưu giữ, sau này sẽ in thành tập để con cháu còn có dịp đọc và nhớ đến. Ba tôi đồng ý, hẹn một ngày nào thanh thản sẽ ghi lại ít chục bài tuyển chọn. Nhưng rồi, không có ngày nào gọi là thanh thản hết!.

Khi Ba tôi đi xa, Ông để lại chỉ có bốn bài thơ. Mỗi bài ngắn gọn bốn câu để gởi cho bằng hữu, cho hiền nội, cho con cháu và một bài tự thân.

Có lẽ Ông đã chuẩn bị bốn bài thơ này sẵn, từ khi biết là mình sẽ "không xong". Bốn bài thơ ngắn, lại được nắn nót ghi chép cẩn thận, cho một đời người. Còn cả trăm bài chỉ là phút giây vui qua, chẳng nên xôn xao bận rộn vì nó làm gì.

Nhiều khi, tôi nghĩ, chính Ba tôi mới là con người nghệ sĩ. Còn tôi mà nghệ sĩ nỗi gì!.

Ở quê tôi, Ba tôi thường nói, từ đầu thu cho đến lúc dợm vào Xuân là mùa-hương-phấn. Mùa Hương Phấn. Nghe sao mà lãng mạn, tình tứ và đầy chất thơ. Nhưng đó chỉ là một cách nói văn vẻ cũng như khi Ông ngẫu hứng làm thơ vậy thôi. Thật ra thì thê thảm lắm!.

Hương phấn nỗi gì!. Ho thắt cả ruột. Đầu lúc nào cũng hâm hấp nóng. Mũi dãi lòng thòng. Người lúc nào cũng thấy uể oải như con gà mắc dây thun...

Đó là trạng thái của dị ứng khi hít phải phấn thông và phấn hoa Quỳ.

Khi tiết trời bắt đầu se lạnh và những cơn gió chướng bắt đầu lồng lộng từ những đồi thông bạt ngàn, thổi tràn về thôn xóm. Những luồng gió vừa se da, vừa mang những bụi phấn thông li ti, tản mạn hòa nhập vào không khí.
Kịp khi tàn thu, tiết Đông trời se lại, le lói nắng vàng nhưng hanh khô. Mùa hoa Quỳ rộ nở. Là lòai hoa hoang dại màu vàng tươi mọc bụi mọc bờ. Nhất là khi đi trên con đường có hai hàng hoa Quỳ đang mùa rộ nở, rực vàng dưới nắng. Tha hồ nhìn ngắm, tưởng tượng.
Và, cũng tha hồ hít thở những bụi phấn li ti.
Ba tôi thường gọi là Phấn Thông Vàng, là Phấn Quỳ Hương.
Những cái tên lại cũng thiệt là lãng mạn, tình tứ và đầy đặn chất Thơ...
Nhưng thôi, đừng hơi đâu mà nghĩ đến những vẻ dáng mỹ miều đó nữa!. Hãy cứ ngồi ủ rũ mà ho khan, tức ran lồng ngực. Hãy cứ lấy khăn tay mà lau cho mau những dòng mũi nước, nhớ là nhẹ tay chút, không thôi cái mũi lại đỏ như trái cà chua, rát chịu đời không thấu!.
Còn chuyện mỹ miều tình tứ gì đó là chuyện của người thơ, của Ba tôi.
Căn bệnh theo mùa này chẳng làm chết ai nhưng thiệt là khó chịu.
Bệnh một lần cho biết thú-đau-thương của Mùa Hương Phấn để rồi sau đó, được cái ân huệ là miễn nhiễm hoàn toàn. Mỗi người chỉ bị một lần, duy nhất một lần thôi, để nhớ đời và để làm kỷ niệm.
Cuối mùa Đông năm đó, bất ngờ cậu Tâm của tôi từ Huế vô thăm.
Tôi có nghe Mẹ tôi nói nhiều về Cậu nhưng chưa một lần gặp mặt. Nghe đâu Cậu cũng có làm thơ viết văn. "Một con người cũng có tâm hồn nghệ sĩ lắm", như Ba tôi thường nói.
Mẹ tôi thì nhìn Cậu ở một hướng nhìn khác. Mẹ nói Cậu là một nhà tu khổ hạnh. "Nếu như hắn đi tu, cuộc sống tu hành hợp với hắn hơn". Mẹ tôi thường nói vậy khi có dịp nhắc đến Cậu.
Khi hai Cậu cháu gặp nhau ý nghĩ của tôi về Cậu lại có khác.
Nhìn Cậu quả có một vẻ dáng đạo mạo, khắc khổ của một nhà tu. Nhưng đôi mắt nhìn của Cậu như có ẩn nụ cười và nhất là cách nói năng thì thật là trái ngược.
Gặp tôi ở phòng khách, Cậu ôm tôi vào lòng trìu mến. Cậu cứ vuốt vuốt đầu tôi, mấy ngón tay ấm áp chà qua xát lại rồi ngừng ở sau ót. Cậu bật cười, ghé sát vào tai tôi thì thầm:
- Thôi, chết rồi chú mi ơi!. Cái đầu ni bị méo rồi. Chắc là hồi nhỏ được nằm nhiều hơn là được bồng ẵm. Mai mốt lớn lên đi nắn lại nghe, con. Đừng để con gái chê là đầu cá lóc, ốt dột.
Tôi ngây thơ hỏi lại Cậu:
- Nắn bằng máy hả Cậu?.
Cậu cười ngất, vỗ vỗ vai tôi:

- Nắn bằng tay cũng được, bằng máy làm chi cho tốn tiền.
Mẹ tôi ngồi bên, đẩy nhẹ Cậu một cái:
- Cậu ni thiệt!. Biết nói giỡn nữa à!. Răng không đi dạy mà vô đây. Có chuyện chi không?.
Cậu lắc đầu, ôm tôi sát hơn:
- Cũng không có chuyện chi. Trường lớp phải sửa sang sau cơn bão lụt, vô thăm anh chị với cháu vài ngày sẵn dịp học cách trồng rau.
Mẹ tôi ngạc nhiên nhìn Cậu:
- Ủa, định bỏ dạy về làm vườn phải không?.
Rồi bà day mặt qua chỗ khác, làm mặt giận, nói lẫy:
- Đừng có nghĩ dại nghe. Hồi nớ chăn trâu chăn bò chưa chán hay sao?. Quên lời Ba Mạ dặn rồi chắc. Khi Ba sắp "đi", Ba có...
Đang ôm tôi, Cậu vội vàng bỏ tay chụp lấy vai Mẹ tôi lắc nhẹ:
- Thôi, thôi chị đừng nhắc nữa. Không có phải vậy đâu. Để em nói cho nghe mà... Thấy Mẹ tôi vẫn còn làm mặt giận, Cậu nói bâng quơ:
- Không nghe thì thôi!. Chuyện hay quá mà không nghe. Uổng thiệt. Uổng thiệt... Mẹ tôi vẫn không quay mặt lại:
- Đang nghe đây. Chuyện chi, nói mau.
Cậu nheo mắt nhìn tôi, le lưỡi, lắc đầu:
- Chị còn nhớ nhà thờ Họ mình không?. Có miếng đất hương hỏa phía sau đó. Em thấy năm nào ôn Tương cũng trồng rau thu huê lợi mà không ra chi cả!. Muốn giúp Ôn, em vô đây học cách trồng rau, sẵn mua cho Ôn ít giống. Đất mô cũng là đất. Ngoài mình, có nơi người ta trồng được tại sao mình không?. Thấy Ôn già lụm cụm, cũng tội...
Mẹ Tôi nghe Cậu nói xong vội quay người lại, đổi giọng vui liền:
- Ừ, em nói rứa thì nghe được. Để mai mốt thằng Tân dẫn em qua nhà chú Vạn coi cho biết. Giống rau chú cũng có nhiều lắm.
Rồi Mẹ nói với tôi:
- Dắt Cậu qua nhà chú Vạn nghe con. Nhớ đừng quên đó.
Đêm đó, Mẹ và Cậu tôi ngồi chuyện trò rất khuya.
Tôi nằm chờ Cậu để hỏi cho ra lẽ về cái đầu méo của tôi, phải nắn bóp cách nào. Chờ hoài không thấy Cậu vô, tôi ngủ quên lúc nào không biết.
Ngày hôm sau, khi tôi đi học về, thấy Cậu bắt đầu có triệu chứng nhiễm phấn hoa. Cậu hắt hơi hoài.
Tới chiều thì mặt mũi đỏ ngầu, ngồi co ro thiệt tội.
Giấc tối thì nằm xụi lơ chịu trận.
Đón khách phương xa kiểu này cũng thiệt là quái ác, nhưng như vậy mới có dịp nhớ đời!.
Ngày hôm sau nữa, thấy trong người đã hơi khỏe, Cậu nhất định phải qua nhà chú Vạn.

Trời đang trở tiết. Cái lạnh se da theo từng cơn gió thổi về từ hướng núi. Hai Cậu cháu đi dưới bầu trời xám, nặng nề những đám mây tưởng chừng như úp chụp xuống ngọn đồi Trọc phía trước. Qua khỏi ngọn đồi đó, nhìn xuống thung lũng là nhà chú Vạn. Dáng Cậu co ro trong chiếc áo bành-tô dày cộm của Ba tôi. Nhìn Cậu, tôi thấy Cậu giống con gấu đang từng bước một nặng nề lên con dốc dựng đứng. Lên nửa con dốc, Cậu ngừng lại thở rồi bỗng nhiên hỏi tôi:

- Chị Hương là người làm công cho chú Vạn hả?.

Cậu hỏi bất ngờ làm tôi ngạc nhiên. Tôi không trả lời Cậu mà hỏi lại:

- Ủa, sao Cậu biết chị Hương?.

- Cậu có nghe Mẹ con nói, với lại Cậu cũng đã đọc...

Cậu ngập ngừng, ánh mắt nhìn xa xăm, khẽ thở dài rồi nói, như nói với chính mình: - Sao lại có những cảnh đời cùng khổ như vậy được hè!.

Cơn gió từ đỉnh đồi thổi tràn xuống, lạnh điếng.

Hai Cậu cháu đi sát nhau hơn. Tôi nghe mơ hồ tiếng gió xoáy rít từ phía thung lũng, nghe rõ cả tiếng thở mệt nhọc của Cậu.

Giữa cảnh trời đất bao la, Cậu cháu tôi như hai sinh vật nhỏ bé di động, cô đơn và đầy bất trắc.

Khi vừa lên tới đỉnh, tôi giật mình khựng lại trước hình ảnh đột ngột. Chị Hương. Chị đang ngồi khom xuống, chiếc gùi lớn trì kéo sau lưng. Bàn tay chị tái xám, đang nắm miếng phân bò đã se cứng. Gió xoáy cuộn từ dưới thung lũng vần lên làm tóc chị bay giạt về một bên. Chiếc áo len sờn rách tả tơi lòi hai khuỷu tay tím ngắt.

Nghe tiếng động, chị giật mình ngước nhìn lên. Đôi mắt, lúc đầu, thoáng lên chút kinh ngạc, hoảng hốt rồi bỗng dịu xuống, sững sờ. Chị ngồi như người chết sững và đôi mắt đăm đăm nhìn về phía trước, về phía Cậu tôi, không hề chớp.

Tôi nắm lấy bàn tay Cậu giật giật, rồi nói nhỏ:

- Chị Hương. Chị Hương đó Cậu...

Và tôi ngước mắt nhìn lên, kinh ngạc sững sờ.

Rõ ràng, tôi thấy đôi mắt chị Hương là đôi mắt Cậu. Cũng đăm đăm nhìn về phía trước, không hề chớp. Ánh nhìn trong đôi mắt đó, có một nét gì rất lạ mà tôi không thể nào diễn tả được. Vừa hung bạo, vừa dịu dàng.

Cậu đứng lặng người như thế rất lâu. Hoảng hồn, tôi giật mạnh tay Cậu:

- Cậu. Cậu...

Cậu vẫn nhìn đăm đăm về phía trước, rồi như người trong cơn mộng du, Cậu bước từng bước về phía chị Hương. Khi hai người đối mặt gần

nhau. Cậu quỳ xuống, cởi chiếc áo bành-tô, phủ chụp lên người chị. Sự việc xảy ra đột ngột, tôi cũng hóa sững sờ.
Chị Hương và Cậu tôi vẫn nhìn nhau. Chiếc áo bành-tô phủ lên cả chiếc gùi, nhìn chị như người gù lưng.
Bỗng nhiên, chị thoáng giật mình rồi cúi gầm mặt xuống. Tôi nghe tiếng khóc vỡ òa không kìm hãm rồi chị bật người dậy vùng bỏ chạy xuống ngọn đồi. Chiếc áo bành-tô mắc vào chiếc gùi một khoảng xa, rồi rớt xuống nằm trên đám cỏ.
Cậu tôi vẫn giữ tư thế quỳ trên đám phân bò, đầu Cậu cúi gập xuống.
Tôi không dám làm kinh động Cậu. Tôi biết, dù rất mơ hồ, là có một điều gì đó rất khác thường, đã đến với hai người. Cậu tôi và chị Hương.
Cậu ở tư thế quỳ như vậy một lúc khá lâu rồi giật mình ngẩng lên, ngơ ngác nhìn quanh. Thấy tôi đang đứng nhìn, Cậu thở dài, nói:
- Thôi, mình đi về... Tôi ngạc nhiên, hỏi lại Cậu: - Nhưng mà mình chưa tới nhà chú Vạn mà Cậu?.
Cậu tôi nói, như nói với chính mình:
- Tới. Nhất định là phải tới, nhưng không phải là hôm nay.
Hôm sau, lẽ ra Cậu về như dự định nhưng Cậu vẫn còn nán lại cùng với Ba Mẹ tôi đi đâu chẳng biết, suốt cả một ngày.
Buổi tối hôm đó, tôi còn nhớ, khi nằm trên giường ấm, Cậu hỏi tôi:
- Nghe Ba con nói mùa ni là mùa phấn gì đó, con hè!.
Tôi trả lời liền:
- Là phấn thông vàng, là phấn quỳ hương.
Cậu cười khoái trá, rồi xuýt xoa:
- Trời ơi, Ba con đặt cái tên nghe thiệt là hay! Nhất là phấn quỳ hương, sao mà đúng y.
Tôi thắc mắc:
- Đúng cái chi, Cậu?. Bộ Cậu chưa thấy ớn sao?. Con thấy Cậu mũi dãi lòng thòng, thảm quá trời!. Cậu phải nhớ đời đó.
Cậu tôi nói thầm thì một mình:
- Phải nhớ đời. Phải nhớ đời. Nhớ cái phấn Quỳ bên Hương... Phấn Quỳ bên Hương..
Rồi Cậu cười ngất. Tôi ngơ ngác, chẳng hiểu Cậu đang nói gì.
Buổi sớm, khi tôi thức dậy thì Cậu đã ra đi.
Bỗng nhiên, cách khoảng hơn một tháng sau, vào đúng ngày hai-mươi-tám Tết, Cậu lại vào thăm.
Đêm hôm đó, hai Cậu cháu lại có dịp chuyện trò. Nhân vui câu chuyện, tôi nhắc lại chuyện phấn Quỳ Hương. Cậu lại cười khoái chí, nói với tôi:
- Đã quen, quen lắm rồi, con ơi!. Rồi Cậu ngâm khe khẽ:

- "Đi đâu cho Thiếp đi cùng. Đói no Thiếp chịu, lạnh lùng Thiếp cam".
Lại một lần nữa, tôi ngơ ngác, chẳng hiểu Cậu muốn nói gì!
Buổi sớm khi thức dậy, không thấy Cậu. Mẹ nói Cậu đã đi rồi. Đi lúc ba-giờ-sáng. Từ đó, Cậu không vào thăm nữa...

Cuối cùng, điều đáng nhớ trong đời tôi vẫn là Cậu.
Lần này, có thêm Mợ của tôi.
Thú vị hơn nữa, là có cả tôi trong đó.
Vào khoảng thời gian Hè, cách năm năm sau lần cuối Cậu vào thăm, tôi được theo Mẹ về quê cũ. Nhà đầu tiên tôi đến và người đầu tiên tôi gặp là Mợ tôi.
Là chị Hương của ngày nào!.
Tôi đứng sững sờ ngơ ngẩn quên cả chào hỏi. Mẹ tôi và Mợ cầm tay nhau mừng rỡ rồi nhìn tôi, cười ngất.
Tiếng cười của Mẹ thì vui. Tiếng cười của Mợ tôi nghe như có nghẹn ngào vì nước mắt Mợ lăn dài. Mợ ôm lấy tôi, lúc này, lại bật khóc lớn.
Tự nhiên, tôi nhớ lại tiếng khóc ngày nào trên đỉnh đồi Trọc và tiếng khóc ngày hôm nay, sau năm năm gặp lại.
Tiếng khóc của chị Hương ngày đó cũng có nỗi mừng vui nhưng có trộn thêm niềm tủi nhục.
Tiếng khóc của mợ Tâm tôi nay chỉ có nỗi mừng vui, trọn vẹn.
Hai tiếng khóc từ hai cảnh đời trái ngược đã lắng lại trong tôi những buồn vui lẫn lộn.
Khi hai Cậu cháu gặp nhau, Cậu bắt tay tôi. Điều đó, thầm nói với tôi rằng, Cậu đã nhìn tôi với một cách nhìn khác. Chỗ đứng của tôi trong Cậu không còn là chú bé ngày nào mà đã là một anh chàng bắt đầu dợm lớn, chững chạc hơn. Điều đó cũng đúng thôi vì tôi đâu còn ở độ tuổi tin rằng sẽ đi nắn cái đầu méo cho tròn lại để con gái khỏi cười ốt dột, như ngày nào. Tôi đã "cảm thấy" được cái nhìn trân trối của hai người trong phút đầu gặp nhau trên đỉnh đồi Trọc. Tôi hiểu được những câu nói bóng gió xa gần của Cậu đêm nào. Tôi cũng hiểu điều Cậu phải làm là cùng với Ba Mẹ tôi sắp xếp mọi việc một cách hết sức âm thầm cho hai lần ra đi, không phải của Cậu, mà của chị Hương.
Một lần dàn xếp để chị ra đi khỏi nhà chú Vạn.
Một lần sắp xếp cho chị ra đi khỏi một nơi tăm tối của cuộc đời.
Cậu sẽ ngạc nhiên vì tôi còn hiểu nhiều hơn nữa. Tôi hiểu lời nhận xét của Mẹ tôi về Cậu. Tôi cho rằng, Cậu đâu cần phải đi tu, cho dù trái tim Cậu vẫn trầm luân cảnh đời trần tục nhưng tấm lòng Cậu có khác gì một bậc chân tu.

Nhưng, trong lòng tôi, vẫn còn có điều gì đó ấm ức. Có thể là vì lòng tự ái và thêm một chút, mặc cảm về sự tin cậy. Sự việc lớn lao như vậy mà tất cả mọi người đều gạt bỏ tôi ra ngoài, bình thản, dửng dưng. Tôi có nói chuyện này và tỏ ý dỗi hờn Mẹ. Mẹ tôi cười, giấu dịu:
- Con nói cũng đúng, nhưng chuyện người lớn mà con!. Ngày đó, con còn nhỏ, biết để làm gì?. Giờ thì con đã biết mọi chuyện và cũng hiểu rằng người lớn đã không làm điều gì xấu để phải giấu con là được rồi.
Mẹ nói đúng. Nhưng tôi vẫn cứ còn ấm ức.
Như hiểu được điều đó, cho nên trước ngày tôi về lại, Mợ có ý kêu riêng tôi vào phòng khách.
Mợ nghẹn ngào nói với tôi:
- Ngày đó, Cậu đã đem Mợ đi, đem Mợ ra khỏi cảnh đời tăm tối. Cho Mợ được cái quyền làm con người. Dạy cho Mợ biết nói. Biết viết. Biết đọc. Biết thấy lại mình. Đối với Mợ, tưởng như là giấc mơ...
Rồi Mợ lấy từ trong túi áo một tờ giấy xếp tư đã phai màu. Cầm lấy tay tôi, Mợ lại nghẹn ngào:
- Đây là kỷ vật mà Cậu con đã dành cho Mợ. Mợ quý lắm, quý vô cùng. Ngày trước, Mợ mong rằng sẽ có ngày đọc được những gì trong đó. Nay thì đã đọc được rồi và đã đọc rất nhiều lần. Chỉ có một điều, Mợ đã nguyện là không bao giờ về lại nơi xưa. Mợ không đủ can đảm nhìn lại cuộc đời của mình. Những năm, tháng đó như là cơn ác mộng. May là con ra đây. Mợ không có quyền giữ mãi được. Vật hoàn cố chủ, con cầm đi...
Tôi run run cầm tờ giấy từ tay Mợ và bỗng thấy bàng hoàng, sững sốt.
Tờ giấy học trò đã úa màu theo thời gian, những dòng chữ cũng đã nhòe nhoẹt đi nhiều chỗ. Nhưng tôi làm sao có thể không nhận ra được, đó là bài Luận văn của tôi ngày nào!.
Bài Luận văn tôi viết về chị Hương.
Chính là bài Luận văn đã một lần đưa tôi lên...đài danh vọng. Và chỉ có một lần, một lần duy nhất trong đời.
Sự việc bất ngờ quá làm cho tôi xúc động thẫn thờ. Mợ vụt ôm chầm lấy tôi, tiếng nói Mợ lạc đi, tưởng như từ một nơi xa vắng nào đó, vọng về:
- Con ơi! Bài Luận văn này của con đã cứu cuộc đời của Mợ....

viết dưới Hiên Trăng

Trần Huy Sao

TRẦN KHÁNH LIỄM

BÔNG TUYẾT

Tôi lấy nắm đất liệng xuống huyệt sâu, nơi quan tài chị vừa hạ xuống. Huyệt sâu thẳm. Nắm đất vỡ tung tóe, trùm lên cả quan tài. Tôi ưng ý vì giống như tâm tư của tôi đang ôm chầm lấy chị.

Cách đây mấy tiếng đồng hồ, nhà xác bảo tôi phủ tấm vải chót lên người chị. Tôi làm như cái máy. Nhìn chị lần sau hết, lòng đau nhói.

Mọi người từ từ rời nghĩa trang ra về. Chị ở lại một mình nơi ngàn thu. Chị không lựa chọn chỗ ở cho mình. Chị bị trôi dạt theo thời gian và cảnh huống.

Đêm nay trời lạnh giá, sở khí tượng báo trước cơn bão tuyết. Tôi thức thật khuya. Cuối cùng cũng lên giường. Chiếc giường rộng quá cho mình tôi. Trên lầu không có ai, một mình tôi là khách. Để cho dễ ngủ, tôi không quên bài bản vẫn làm. Tôi xoa trên trán, rồi đến sống mũi, hai bên má, miệng, tai và các huyệt kể cả cổ và phía sau gáy, cuối cùng cào lên đầu từ phía trước ra phía sau. Mỗi động tác mười lăm lần. Chưa hết. lại xoa hai bàn chân vào nhau, xoa tới bảy chục lần. Chân mỏi rời, người mệt nhoài. Những cử động này đưa tôi vào giấc ngủ sâu. Quên cảnh huống của những ngày qua từ khi được tin chị mất.

Chúng tôi anh em báo cho nhau về hung tín của chị. Rồi lần lượt book máy bay về tiễn đưa chị lần chót. Tôi đến Philadelphia, ở trú nhà của cháu gái, hiện có anh chị tôi đang ở đó. Một anh nữa của tôi từ Wasinhton DC tới, rồi đứa con rể tôi và cháu trai con anh cả từ Oklahoma. Tất cả con cháu chị trở về và các cháu bên gia đình họ Trương. Với số người như thế này cũng làm cho đám tiễn đưa chị thêm ấm cúng. Ít nhất chị cũng có ba đứa em trai tới tiễn biệt chị. Ở một nửa trái đất bên kia, ba người em trai khác của chị và các cháu nước mắt đầm đề , và những người em, các cháu không thể về từ giã chị lần chót, mặc dầu ở ngay đất Mỹ.

Vợ chồng cháu gái út lo chu toàn đám táng cho mẹ.

Vào giờ phát tang, người em trai tám mươi bảy tuổi của chị lọm khọm, đầu bạc phơ đứng giữa mọi người, dâng lời nguyện và làm phép quan tài cho chị. Tiếng khóc rỉ rót cứ dâng lên theo nồng độ. Mọi người từ từ tiến tới linh cữu, nhìn kỹ chị, cầu cho chị, hôn chị, đặt tay trên đầu trên ngực chị. Làm sao nói hết được tâm tình mến yêu và nỗi đoạn trường trong cảnh sinh ly tử biệt này. Kẻ không tới được thì nhắn gửi bệnh tật để chị đưa đi cho.

Bà vợ thày sáu phía bên chồng cháu út vừa kịp tới, chị phát những cuốn sách kinh nhỏ cho mỗi người. Chị cất kinh thành thạo. Tiếng kinh nguyện nổi lên bao trùm cả nhà nguyện, làm im bặt những nghẹn ngào xúc động. Chúng tôi cầu kinh. Kinh đọc thật dài thay cho tiếng khóc tiếng kể lể thường tình hay diễn ra trong đám tang, nhất là những giây phút xúc động trong khi bắt đầu phát tang.

Tôi nhìn chị nằm ngủ yên trong chiếc quan tài có nệm trắng trải dài. Chị mặc chiếc áo gấm màu đỏ sẫm. Mặt chị được trang điểm kỹ lưỡng trông duyên dáng. Tôi biết chị tôi đẹp. Tôi đưa mắt nhìn tấm ảnh của chị. Tôi biết rõ chị từ khi chị hãy con trẻ. Bây giờ nhìn chị, nhìn cháu gái út và đứa con gái út của cháu tôi. Ba khuôn mặt trông giống nhau như in vào những thời điểm khác nhau của con người chị.

Ba khuôn mặt của những năm tháng chị tôi đã trải qua trong cuộc đời. Ba khuôn mặt giống như in. Chị từ giã cuộc đời: thọ 103.

Nếu có ai hỏi tôi : tôi nhớ gì nhất nơi chị ?. Tôi không ngần ngại trả lời : hai con mắt.

Đúng thế: hai con mắt chị sáng quắc và nghiêm nghị. Chị nghiêm nghị thật, hai con mắt chị giống hệt hai con mắt của bố tôi. Khi tôi còn nhỏ, ông cụ tôi không hiểu có gì khó chịu, cụ gầm lên một tiếng, mắt sáng quắc, anh năm của tôi hoảng sợ, chạy thẳng ra ngoài mặc dầu trời mưa lớn. Anh đụng vào cột cổng, làm đổ chiếc gậy chống . Cổng đổ sập !

Mắt chị sáng như mắt ông cụ tôi, chị nghiêm nghị và trông oai ra mặt. Điều này cũng dễ hiểu : con gái đầu lòng dĩ nhiên giống bố. Chị là con gái cả, chị phải quán xuyến mọi chuyện kể cả phải giữ khuôn mặt nghiêm nghị để chấn chỉnh một lũ em lau nhau. Chưa hết, khi về nhà chồng, chị là dâu cả, cũng phải trông một đàn em chồng tương tự như lũ em của mình ở nhà.

Giòng tộc tôi có hai điều người ta nhận ra : hai con mắt nghiêm nghị, giọng nói sang sảng. Nếu có ai trong giòng họ tìm thấy điều này hay muốn biết có gì giống nhau nơi anh em họ hàng thì chỉ cần chú ý tới hai con mắt và giọng nói là đủ.

Nghĩ miên man, tôi trở về thực tại đọc theo kinh nguyện với mọi người. Người ta thường đọc kinh cầu chịu nạn và kinh cầu Đức Bà trong đám phát tang. Kinh cầu chịu nạn diễn tả cuộc khổ nạn của Chúa GiêSu. Kinh cầu chịu nạn nặng nề và nghiêm nghị. Tôi thích kinh cầu Đức Bà. Kinh cầu êm ả, khoan thai, đầy lòng từ ái và thương mến. Chị ơi, em nghĩ chị đang được bay bổng tới gần nhan thánh Chúa qua những kinh nguyện này. Em biết đã lâu lắm, chị đau yếu bệnh tật, nhưng chị vẫn tỉnh táo, chị vẫn nghe chuyện, chị vẫn nói chuyện với bất cứ ai muốn biết về ai hay biết về giòng tộc thì hỏi chị. Chị minh mẫn. Đêm nay trong ánh hào quang, qua lời kinh nguyện, chị bay về với tổ tiên, để lại những đứa em, đứa con, đứa cháu chị yêu quý nhất trên cuộc đời này. Em nhớ chị, nhớ nhiều lắm, em sẽ đọc kinh nguyện mỗi ngày ba lần cầu cho chị. Trong lúc này, chị linh thiêng lắm, chị hiểu lòng của đứa em út này của chị.

Tôi lại chia trí. Tôi trở về với kinh nguyện. Tràng hạt mân côi đưa tâm trí tôi về với Mẹ, nguyện xin Mẹ phù trì, dâng kinh nguyện như làn hương thơm, như những giọt sương sa làm mát kẻ lữ hành trên đường về Thiên Quốc.

Sau phần kinh nguyện, một lần nữa, chúng tôi lại tiến tới quan tài, từ giã chị một lần nữa để rồi ngày mai sẽ tiễn chị về nơi an nghỉ. Anh tôi cất tiếng hát bài in paradisum, deducant te angeli, in tuo adventu suscipiant te martyres et perducant te in civitatem sanctam Jerusalem i.e. các thiên thần đang dẫn chị đi về thiên quốc, các thánh tử đạo dẫn đưa chị vào thành thánh Jerusalem. !!!!

Trời tối xầm. Cửa nhà quàn khóa lại. Chúng tôi lần mò về căn nhà đứa con gái cháu út dùng cơm tối. Rượu và những món nhậu sưởi ấm lòng chúng tôi. Khi đầu không ai nói ai rằng, nhưng lúc rượu vào thì lời ra. Tôi im lặng không nói lời gì vì tâm hồn tôi lúc này nặng trĩu. Chén rượu làm ấm lòng, nhưng những lúc như thế này tôi thường giữ im lặng.

Tôi gặp lại đứa con rể và cháu trai con anh cả mới tới. Trời lạnh quá. Cả hai mời tôi về khách sạn ngay trong khu phố để sáng hôm sau tới nhà quàn không mất nhiều thì giờ như sáng hôm nay từ Pensylvania tới New Jersey, nhà cháu gái của tôi, nơi chị tôi đã ở đây trên ba chục năm trời.

Phải rồi sau khi mẹ tôi qua đời giữa tháng chín năm 1990. Cụ thọ 101 tuổi. Sau đó ba năm, tôi đi New Jersey thăm chị. Thế mà đã hai mươi mốt năm rồi ! Khi đó tương đối còn trẻ, tôi lái xe từ Houston, ngày thứ tư mới tới gặp chị. Mừng mừng tủi tủi. Tôi ôm lấy chị.

Bây giờ mẹ đi rồi thì không ai hơn chị. Chị là đầu khúc ruột mà tôi cuối khúc. Khi tới Mỹ, chị tôi yếu lắm, đi đâu cũng không vững phải vịn. Chị mất ngủ triền miên từ ngày quân pháp chiếm làng của chị vào năm 1949. Nhà cửa tan nát, phải tản cư đi Hà nội. Rồi vào Nam, làm ăn vất vả!

Tôi hỏi chị: em không biết, nhưng biết đâu em chữa trị bệnh mất ngủ cho chị. Chị bằng lòng. Tôi nói chỉ năm phút thôi. Chờ tới tối, lúc chín giờ trước khi chị lên giường, tôi đặt tay lên người chị, khấn nguyện trong khi chữa nhân điện cho chị chỉ năm phút. Tôi nói chị đi ngủ.

Từ khi đó chị ngủ được trọn giấc, ban ngày cũng ngủ nữa. Tôi an tâm đi về. Các cháu nói sức khỏe từ từ được phục hồi. Chị tỉnh táo: ăn được ngủ được là tiên !

Như thế chị an tâm sống với vợ chồng cô con gái út và các cháu. Cứ ít năm, tôi lại tới thăm chị. Có khi tôi đi một mình, có khi cả bà xã nữa. Chị thường xuống nhà ngồi một lúc khoảng một tiếng, đếm xe qua lại để luyện trí trước khi vào ăn cơm. Ăn xong chị lên lầu. Có lần vợ tôi nói : để em dắt chị. Chị trả lời để chị tự đi. Lần chót cách đây ba năm tôi tới thăm, chị vẫn tỉnh táo. Chị thường ngồi lâu hơn nói chuyện với tôi trong lúc tôi hầu cơm tiếp thức ăn cho chị. Năm vừa qua tôi định đi thăm chị, nhưng vì cháu trai con bác cả muốn đi theo tôi như nhiều lần chú cháu đã làm, vì thế tôi cứ dùng dằng. Vừa tết xong, tôi nghĩ bụng phải đi thăm chị. Chưa kịp đi thì chị đã mãn phần. Tôi ân hận.

Trời lạnh quá. Tôi đã chuẩn bị đủ thứ . Bên ngoài khoác chiếc pardessus tôi mua trên chục năm khi đi qua Ý. Con tôi và cháu con bác cả, cả hai diện những chiếc pardessus mới thay cho những chiếc áo đã mang theo, cả hai mua hôm qua ở Macy bên cạnh nhà, trong khi chờ đi nhà quàn. Thế là bộ ba lại sát tay nhau trong nghi thức. Tôi cảm thấy lạnh cả người, giọng nói thì hết khan mà chả nói lên lời. Mỗi lần tới đây, rượu làm tôi cấm khẩu. Chúng tôi theo quan tài đi qua những dẫy phố Philadelphia. Phố chật, đèn xanh đỏ quá nhiều, đi lâu lắm mới tới thánh đường.

Anh tôi làm chủ lễ với hai linh mục trẻ đồng tế cùng với thày sáu anh cháu rể của chúng tôi. Các linh mục và phó tế đi trước đón quan tài, chúng tôi theo sau : anh em, con cháu, họ hàng. Hai cháu gái của chị tôi đi hai bên tôi: tả phù hữu bật. Có thể là mẹ các cháu đi rồi thì tôi là người máu mủ gần nhất.

Khi mọi người an vị rồi, thánh lễ bắt đầu. Anh tôi già cả lần mò lên bàn thờ phải có hai linh mục trẻ đỡ hai bên. Sau các nghi thức, thánh lễ bắt đầu với một ca đoàn khá hay và đông. Tôi nghĩ thầm : ở nơi ít giáo dân như thế này mà người ta cũng rất chu đáo trong đám táng của chị tôi. Anh tôi tuy già nhưng giọng vẫn trong và mạnh. Anh đọc rõ ràng từng chữ, hát với giọng cao và thanh. Hơi anh rất mạnh.

Với tuổi này anh vẫn đi cử hành lễ những nơi xa xôi, tham gia những tuần đại phước, nhất là ngồi tòa lâu hơn ai hết. Từ những năm đặt chân tới xứ sở này, lúc nào anh cũng ân cần lo lắng cho đồng hương tín hữu, sống khiêm tốn và đầy lòng từ ái.

Trong thánh lễ, tôi gặp hai cháu gái con chú tư , em của chồng chị. Một trong hai cháu trông giống bố như lột. Nếu theo tiếng Nam thì phải gọi chú năm, nhưng người Bắc gọi chú tư là thứ bốn trong gia đình.

Ông cụ tôi chơi thân với cụ Hội ở làng Văn Đức. Nếu từ cửa sông Chính Đại, từ nhà tôi, phía tả ngạn sông Càn, đi ra tới chợ, gặp chợ Điền Hộ, dẽ phải qua cầu là tới làng Văn Đức, phía hữu ngạn sông Càn. Xóm đầu tiên thường gọi là xóm Sơn tiền, vì nó gối vào núi Sơn Tiền. Tại sao gọi núi Sơn Tiền. Tục truyền người Tàu có chôn của ở một hốc đá, của đựng trong một cái chum lớn, trong đó có nhốt một người con gái hãy còn trinh, miệng ngậm sâm. Một thời người Tàu đã trở lại lấy của, nhưng tên núi vẫn còn. Núi Bầu Tiền cũng là dẫy núi đầu tiên khi xưa là vùng cửa Thần Phù nguy hiểm cho tầu bè qua lại.

Xóm Sơn Tiền có cơ sở nổi tiếng là tiệm thuốc bắc của cụ Hội Châu, sau này nới rộng tiệm buôn của anh chị tôi lúc ra ở riêng. Rồi đến phía chân cầu là anh chị thứ của tôi, sau đó nhà của cụ Đồ Tuyển, chuyên dạy chữ nho cho dân làng. Sau này anh chị họ tôi con bác lang Tình, tức anh chị trùm Khang cũng mở tiệm thuốc bắc. Xóm này có cụ quản Lạc, ông bà trùm Lai, hai anh Sỡi và Dị như tôi được biết. Sâu hơn nữa là nhà ông bà cả Du (?).

Cụ tôi và cụ Hội chơi thân với nhau, thường hay trò truyện, uống rượu, tâm đồng ý hợp. Chơi thân đến độ hai cụ gả hai con đầu lòng cho nhau. Khi đó chị tôi còn trẻ lắm. Khi chị sinh được hai cháu thì cụ bà hạ sinh chú tư. Có những đêm khuya, cụ ông ôm chú tư ru ngủ cả mấy tiếng mà chú vẫn khóc. Chị tôi thấy thế, nói cụ đưa chú tư cho chị giữ, rồi chị cho chú bú. Chú rơi vào giấc ngủ khi đã bú no. Những năm gần đây, khi bay lên miền bắc thăm con, chú xẹt qua thăm chị để tỏ lòng quý mến và biết ơn chị.

Điền Hộ xưa kia trước thời chiến, dân chúng buôn bán sầm uất, trên bến dưới thuyền, ghe thuyền qua lại tấp nập. Dù sao nơi đây cũng quy tụ nhiều món hàng và thổ sản quý từ miền trung chuyển ra bắc, chuyển tới nhiều tỉnh mà Hà Nội vẫn là nơi chính.

Sau thế chiến thứ hai, thời thế biến chuyển, Cụ Hội hiểu thời cuộc, biết ý không sống được ở vùng đất này, đã bán hết ruộng, di chuyển gia đình lên Hà Nội. Năm 1954 gia đình cụ vào Nam lập nghiệp cho đến ngày mất nước năm 1975.

Khi vào Nam, gia đình cụ con cái tương đối khá giả, chỉ anh chị tôi sống ngặt nghèo vì anh không muốn làm nghề thuốc bắc trong khi nhiều người kém nghề hơn anh mà họ vẫn thành công.

Chị tôi thường hay mất ngủ vì tiếc tài sản đã mất đi. Có lần chị nằm trong bệnh viện Grall chữa bệnh. Chị tự nhiên ôm chăn chạy, tôi và anh áp tôi đuổi theo bế chị trở lại giường. Bệnh chị nặng đến thế.

Con đường đi tới nghĩa trang sao xa quá, đi cả tiếng mới tới nơi. Trời lạnh quá. Chúng tôi đọc kinh cho chị. Những lời chia buồn với gia đình, những tiếng nức nở trong giờ chót khi nhân viên nhà quàn từ từ hạ quan tài xuống huyệt sâu thẳm, chiếc xe đầy đất từ từ tiến lại. Những mảng đất to nhỏ được đổ xuống chôn vùi chị. Tôi vĩnh viễn mất chị.

Người ta san bằng mộ cho chị. Những vòng hoa phủ kín mộ. Chúng tôi từ từ ra xe, chia tay nhau. Nước mắt lại chan hòa, tiếng nức nở tan dần trong buổi chiều buồn khi chị vĩnh viễn ra đi.

Người ta cầu mong sau đám ma nếu có mưa thì con cái làm ăn nên. Đêm nay những bông tuyết từ từ rơi nhẹ trên mộ chị. Những bông tuyết trắng xoá, cứ lần lần phủ kín nhiều lớp trên mộ chị. Rồi từ đó trải dài một vùng trắng toát. Chị ơi có phải chị quá may mắn được chôn dưới rặng thông già rủ tuyết nơi chị an giấc ngàn thu.

Vĩnh biệt chị.

Requiescat in pace (RIP).

Trần Khánh Liễm
Houston, 20 Nov. 2014

TRẦN THỊ NGH

QUẢ BÁO

Nhiều năm sau khi chúng tôi thôi nhau, bà mẹ chồng ở tuốt ngoài Trung thỉnh thoảng lại điện thoại cho cựu con dâu để tỉ tê này nọ, tội ghê, vừa kể lể vừa hào hển bẻ giọng cho đỡ trẹt, chữ méo chữ tròn. *Nó lấy một con Bắc Kỳ đẽ có con riêng với đời chồng trước. Con này kéo cẻ dòng họ dây mơ rễ mé vô lèm công nhăn xưởng gỗ của nó, eng sạch của cải mấy chục năm mé cắc ce cắc củm lèm re. Nó lè thằng con duy nhất của mé mè hôm que tổ chức sinh nhật không thèm mời mẹ giè, chắc nó bị bùa mơ thuốc lú của con đèn bè trắc nết meng cái bụng thè lè trước khi đưa nhau vờ ở chung trong cái nhè này, đúng cái phòng mé xây cho hai vợ chồng bây hồi nẳm, không có cưới hỏi chi ráo...*

Tôi nhớ hình như hôm qua đâu phải sinh nhật của Thăng, nên tìm cách an ủi bà mẹ chồng cũ:

- Chắc tiệc tùng làm ăn nhưng mượn cớ sinh nhật cho dễ nghe thôi, má. Ổng bây giờ chỉ biết kiếm tiền, đâu có biết sinh nhật là gì nên má đừng buồn.
- Giờ mé tiếc...

Rồi. Lại sắp sửa mếu máo bắt đầu...*hồi đó mé xử tợ với con qué...tại nó đậu con trên đầu, coi trọng vợ hơn mẹ...Công lao mé ở vậy cẻ đời quần quật nuôi nó ăn học thành tài rồi dựng vợ gẻ chồng cho nó mè nó...*Đoạn đổi giọng ngậm ngùi...*Mé vẫn nhớ hầu đi rước dâu trên mâm quẻ có đặt tém lượng vèng mé vậu vẽ đào lên từ nền nhè...Mấy ngày sau chị sui gói ghém cẩn thận xin trẻ lại đèng trai vì cẻm động thấy đất vườn mồ hôi nước mắt còn dính ở mấy thỏi vèng sính lễ.* Vụ này lúc đầu nghe hay hay, sau phát chán, cuối cùng tặc lưỡi tiếc hùi hụi sao hồi đó má mình quân tử Tàu trả lại chi uổng ghê. Hồi sau đám cưới cô dâu cũng ngu, tháo hết dây chuyền bông tai kiềng cổ xuyến lắc nhẫn hột xoàn giao cho mẹ chồng giữ giùm rồi... quên mất tiêu là mình có của. Đến lúc ra tòa ly hôn, muốn cho nhanh gọn, hùng hồn khí khái khai hai bên không có tài sản gì. Phải chi khôn vặt trữ chút vàng bạc châu báu, những năm đói kém đã không đến nỗi cà tong cà teo, sau ly dị vừa đi làm nhà nước vừa tự nuôi con không có trợ cấp của thằng cha vô trách nhiệm; nuôi cả cha mẹ già lẫn ông anh khùng mà quên nuôi thân nên chỉ cân nặng có 34 ký giác. Còn sống đến ngày nay phải gọi là may.

Một lần khác bà già chồng lại gọi, than thở:

- Dạo này mé khó thở, tim đập nhanh, mất ngủ trầm trọng, con làm Sở Y Tế biết thuốc gì chỉ cho mé uống...
- Chà, ba cái vụ thuốc men nguy hiểm, phải có toa bác sĩ chứ tự điều trị quả thật không nên. Cách đây vài năm con cũng khó ngủ nên bác sĩ ra toa cho uống Lexomil 6mg liều nhẹ. Viên thuốc có 4 khấc, chỉ cần uống một khấc mỗi đêm trước khi đi ngủ thấy dễ chịu lắm, sáng dậy không thấy sật sừ. Khi đã vào nếp quen thì nên ngơi dần rồi ngưng. Chỉ nên dùng tối đa 4 tuần thôi, thuốc có chứa chất benzodiazépines có thể gây tình trạng lệ thuộc thuốc. Trước đây má đã từng là y tá ...ư...nữ hộ sinh nên chắc thừa kiến thức y học phổ thông về các tác dụng phụ và lâu dài của thuốc an thần.

Nói cho qua vậy thôi chứ không phải bác sĩ ai mà dám khuyên người khác nhất là người già nên dùng thuốc này thuốc nọ. Thế nhưng khoảng sáu tháng sau lại nhận được cuộc gọi đường dài:

- Chè, thuốc con re toe mé uống vô ngủ sướng thiệt nhe. Nhưng dần dần tăng lên 2 khấc rầu. Uống 1 khấc tới nửa đêm là thức dậy tỉnh như sáo.
- Trời đất! Con đâu có ra toa. Chỉ là chia sẻ với má chút kinh nghiệm riêng thôi. Má phải đi bác sĩ để được chỉ định uống

đúng thuốc thích hợp với tạng người và bệnh sử. Ông Thăng đâu mà má tự....

- Không sao. Đi bác sĩ chưa chắc được cho thần dược. Giờ mé đeo theo *nó* rầu, không có không được.

Nghe vậy tôi tá hỏa tam tinh, nhưng chỉ lăn tăn được vài hôm rồi hời hợt quên phứt *nó* đi, cũng không hề nghĩ mình là kẻ thủ ác. Nhịp sống bắt phải quay mòng mòng, không có quãng lặng để lắng đọng hay để dây dưa với những ràng buộc tình cảm đã không còn ý nghĩa. Giống như thực phẩm quá hạn sử dụng hoặc giấy tờ hành chính đã hết giá trị pháp lý. Rất nên quẳng thùng rác, tậu cái mới. Ôm mấy thứ đó chi cho thêm chật chội, lâu ngày còn bị dòi, mọt.

Bẵng đi rất lâu, hình như là lâu lắm, vì con chung con riêng đều đã trưởng thành. Con dòng một Nam kỳ lai Trung kỳ không hưởng *gen* kinh doanh đồ gỗ của cha mà đâm đầu vô Mỹ thuật Châu Âu; đám Bắc kỳ lai Trung kỳ có gia phả bị Mỹ giội bom thời nội chiến trớ trêu lại du học ngành ngoại thương ở đế quốc Mỹ; Thăng đã dời cơ sở làm ăn về Bình Dương mang theo bầu đoàn thê tử tập hai. Mớ thông tin này cũng do các cú điện thoại đường dài bắn vô chứ làm sao mà biết được. Còn bà nội chung của lũ lôm côm hiện giờ ra sao?

Vụ án này lâm ly bi đát. Trong khi mọi thứ về phía mẹ con tôi đã gần như đâu vào đấy sau rất nhiều chiến đấu sinh tử để sống còn, bỗng một hôm nhận được cú phone từ một giọng nữ lạ hoắc pha lơ lớ hai ba miền gọi vào điện thoại bàn, vốn hiếm khi dùng đến kể từ hồi có cái thứ được cho là thông minh hơn:

- Chị Thăng, em là Thảo gọi chị từ chỗ mé anh Thăng nè. Nhè em hồi xưa ở Huỳnh Thúc Khéng cách nhè cô Hai be ceng đó. Giờ anh Thăng giao em trông nom cô Hai. Chao, lúc trước nhỏ xíu em hay rình ngắm chị từ xe. Sao mà chị thanh cảnh xinh đẹp bắt ớn! Giờ chị còn xinh không? Chăm cho mé anh Thăng mấy năm nay em ớ luôn. Chị có việc gì trong Sè Gòn giới thiệu cho em lèm với. Em muốn bứt găn rầu! Ngày nào cô Hai cũng đặp phé, xé quẫn xé áo le hét sùi bọt mép kinh lắm...
- Từ từ, từ từ...Mấy chục năm rồi, lâu quá chị không còn nhớ Thảo là ai, nhưng cho chị hỏi thăm sức khỏe ...ư...cô Hai. Bà bị sao?
- Bị nghiện thuốc en thần chi đó, hôm nào không có thuốc thì lèm dữ lắm. Anh Thăng mỗi théng gửi re cho 2 triệu, tiền lương

em một triệu, còn lại chi xài cho hai miệng eng. Nhiêu đó đâu có đủ, thành re nhiều khi không có tiền mua thuốc, mè mua hoài các tiệm ở đây họ không chịu bén nữa. Chao, cẻ xóm người te đồn cô Hai bị quẻ báo tại ngày xưa xử bẹc với chị...

- Giờ cô Hai còn ở cái nhà cũ không?
- Đâu có! Anh Thăng bén ceng nhè trong phố, rầu bén luôn ceng ngoài vườn, bén tháo cái xưởng gỗ, nói cần tiền gắp để mần ăn. Nhưng em nghe đồn ảnh gom tiền mua nhè bên Mỹ cho mấy đứa con dòng sau. Giờ cô Hai dọn vờ ở trong cái chòi tầu tàn ở xã Bụp. Đồ đạc bị đập phé mỗi ngày, đến cái chén đé để ăn cơm cũng chẳng còn. Thay toàn đồ nhựa rầu. Tậu lắm chị. Ảnh cũng chẻng vờ thăm, chỉ gửi tiền thâu. Nghe cô Hai nói ceng nhè mênh mông ngoài vườn lè của bà nậu để lại cho cháu nậu dòng đầu...
- Ư...ư...chị đang bận phải đi. Thảo cho chị số điện thoại để lúc khác chị gọi lại nhe. Cám ơn em cho chị biết tin. Chị sẽ gọi lại...

Tôi ghi vội số của Thảo cho rồi cúp. Choáng váng. Không phải vì con tôi bị chính cha nó sang đoạt tài sản thừa kế.

Mò về xã Bụp huyện Bường Mơn trúng nhằm lúc bão đang đổ bộ miền Trung. Lum khum tay che mưa tay vuốt nước quất nhòe mặt mũi, tôi banh mắt tìm căn chòi theo chỉ dẫn của Thảo. Đó là một căn nhà mái tôn lọt thỏm trong cái hốc cuối hẻm, xây tuềnh toàng lấy có, vách trét xi-măng nham nhở, cửa ván ép bản lề xiêu vẹo nhịp xành xạch như làm nhạc nền cho phân cảnh trong một phim thuần Việt, *Xóm Nghèo*. Nhà không có phòng, diện tích vuông vức 5m x 5m, ngõ sau mở toác hoác cho gió quật thông thống ra ngõ trước. Không có gì ngoài một cái giường mét hai, một bàn gỗ nhỏ, hai ghế đẩu. Lấp ló phía trong là một tấm ván kê dã chiến trên mấy cục gạch lỗ để làm giàn bếp.

Bà già ốm nhom ốm nhách ngồi lờ đờ trong góc giường có trải chiếc chiếu bông đã sút cả rìa nẹp. Có vẻ như bà chẳng nhìn thấy gì, hai tròng mắt gần như trắng dã hướng mông lung về phía có tiếng chào *thưa má*. Cựu con dâu chào xong nghẹn họng hết biết nói gì thêm; giọng mình mà nghe lạ hoắc như không phải của mình. Chắc tại lâu quá không gọi ai bằng *má*. Má mình qua đời 15 năm về trước, má chồng thì đã hết vai từ lâu, lâu gấp hai lần số năm mồ côi má ruột. Nhớ lúc mới về, nàng dâu trẻ cương quyết ngậm miệng để khỏi phải thưa thốt gọi *má* cái người dưng vốn chỉ bằng tuổi chị thứ năm của mình, đến nỗi sau mấy tháng căng thẳng bà mẹ chồng chịu hết xiết bèn chì chiết thằng quý tử:

- Thăng è, mầy lấy nhầm con căm rầu!

Thảo ngồi rút chân co ro trên ghế đẩu, người bé choắt, khó thể đoán được bao nhiêu tuổi. Thăng kiếm đâu ra cô này để chăm mẹ già, phải kể là giỏi và may. Không phải người thân trong gia đình mà chấp nhận theo phò thường trực người nghiện đã cao tuổi với lương tháng chẳng bao nhiêu, hẳn niềm riêng cũng bế tắc, hoặc có lẽ đang phải trả nợ đời từ kiếp trước. Cả ba người đều im thin thít, y như đang cùng chờ đợi điều chi.

Không có điều chi xảy ra cho đến khi Thảo đứng dậy lọ mọ xuống bếp rót nước mời khách. Nghe tiếng động bà già đang ngồi như tọa thiền bỗng ngã ngửa ra giường, cong hai chân đập phành phạch lên chiếu, rên *Trầu âu là Trầu âu, sao khó chết qué!* Không biết làm gì tôi lúng túng đến gần thử đặt tay lên ngực bà, liền bị tống một đạp trí mạng té ngồi xuống nền xi-măng. Thảo kêu thất thanh:

- Chết che! Ai biểu chị...

Tôi lồm cồm đứng dậy cười xẻn lẻn:

- Tới giờ cô Hai lên cơn hay cái mặt mẹt của chị kích động bà già?
- Không biết chừng. Mỗi ngày lèm hai be trận, nghỉ mệt rồi lèm tiếp. Cứ để yên cô Hai, ai đụng vô ...té réng chịu.

Cũng người đàn bà này mấy chục năm trước còn khỏe mạnh da dẻ hồng hào thần thái sắc sảo, chỉ một tuần lễ sau đám cưới của con trai, đã xô con dâu táng đầu vô cái gờ của bồn chứa nước mưa trước sân, máu me đầm đìa. Giờ yếu rồi. Tung cước theo phản xạ tự nhiên thôi. Nội công sa sút chỉ đủ khiến địch té phịch cách mép giường chưa đầy một mét. Cũng người đàn bà này đã rình rập ngày đêm cửa sổ phòng của tân lang và tân giai nhân, chờ đúng lúc tạm gọi là nhậy cảm liền lôi đầu quý tử ra chửi rủa đánh đập. Dạo ấy thằng con trời đánh hiếu đạo hết chỗ nói, trọng mẹ hơn vợ, sẵn sàng dâng đoản đao cho mẹ hiền đoạn chi tình mẫu tử. Khi nhận ra mình là nhân vật thừa trong bộ ba, tôi cuốn gói lúc đã lặc lè bụng chửa.

Quả báo là sao? Theo một bài viết về đề tài này của tác giả Nguyễn Nhân Trí, *nhân quả không thể chứng nghiệm được trong thực tế; nó quá tổng quát đến độ trở thành vô giá trị. Chỉ là một giả thuyết mà thôi, còn nếu là luật thì phải có thể kiểm chứng và đáng tin cậy trong mọi trường hợp.* Xưa có lần tôi bất cẩn lùi xe gắn máy, cán đánh bụp con mèo nhỏ xíu nhà hàng xóm. Vụ này xảy ra trong bí mật không ai biết nhưng tôi loay hoay mãi với tội ác rồi tìm cách lý giải cho rằng kẻ ngộ nạn kiếp trước ăn ở sao đó nên mới đầu thai làm mèo, kiếp này hiền lành sao đó nên sớm được hóa kiếp để lại đầu thai làm cái chi nữa không biết. Người vô tình sát sinh chỉ là phương tiện qua đó định mệnh được đưa đẩy và vận hành, chứ chẳng lẽ lại bị lãnh quả dần lân theo hiệu ứng domino?

Trở lại ngồi lên ghế đẩu lúc nãy, tôi vừa ngó bà mẹ chồng đang lắc qua lắc lại kịch liệt cái đầu đã teo nhỏ bằng trái dừa đẹt còn tay chân thì giần giật bức bối như bị động kinh, vừa băn khoăn tự hỏi rồi sao. Mình mò ra đây để chi? Để chuộc tội đã gieo quả đắng dù không cố ý? Để thám thính tình hình thực tế nhằm chu cấp tượng trưng và không đều đặn cho người dưng kẻ lạ dẫu gì cũng là bà nội của con mình? Để chứng tỏ với Thăng mình quân tử Tàu thuộc loại di truyền? Để dằn mặt thằng quý tử vừa bất hiếu vừa ăn cướp cạn? Không biết. Chỉ thấy bị thôi thúc phải đi, phải nhìn thấy tận mắt cái hạt mình đã gieo, và hình như để nhai cắn rệu rạo cái quả chính mình đang hái, như một *biệt nghiệp*. Chứ chẳng lẽ cả mẹ chồng con dâu cùng *cộng nghiệp* reo vui mùa thu hoạch?

Trần Thị NgH
NgK, 08.2018

TRẦN THỊ TRÚC HẠ

MƯA LẠNH TỪ TRONG GIẤC MƠ

Trời chiều xám xịt, mây đen kéo về giăng kín cả bầu trời, sấm sét rạch ngang trời như đe doạ khách bộ hành đang đi trên hè phố. Tôi bước vào một khách sạn nhỏ nằm trên con phố vắng, cô gái ngồi ở quầy lễ tân nhăn mặt, lắc đầu xua tay ghê sợ và muốn đuổi tôi đi thật nhanh. Cảm giác xấu hổ tủi nhục tràn ngập tâm can, tôi cúi đầu bước ra khỏi khách sạn và đi tiếp, lạ lùng làm sao khách bộ hành cứ như né tránh và dạt xa tôi, những chiếc xe taxi cũng vội vàng lướt qua, qua tấm chắn kính mờ mờ tôi nhìn thấy khuôn mặt lạnh lùng của người tài xế lắc đầu từ chối cái vẫy tay của tôi. Ngao ngán và rã rời đôi chân, tôi ngồi bệt xuống vỉa hè. Mưa bắt đầu trút xuống ồ ạt, mưa như cuốn trôi tôi theo dòng nước đầy lá úa cùng rác rưởi. Tôi oà khóc, nước mắt hoà trong nước mưa, chưa bao giờ cảm thấy cô độc và tuyệt vọng đến tận cùng như thế...

Dậy đi em, dậy đi biển chứ !

Tiếng chồng tôi nhẹ nhàng đánh thức tôi rời khỏi một giấc mơ buồn.

Ngủ nằm mơ thấy gì mà khóc dữ vậy em ?

Tôi kể lại giấc mơ, anh cười chế giễu:

Em lúc nào cũng tưởng tượng những chuyện gì đâu rồi ám cả vào trong giấc ngủ.

Biển sáng nay thật lạ, người đâu mà đông như kiến. Sau đợt giãn cách xã hội vì dịch Covid hình như ai cũng bức bí muốn thoát ra khỏi nhà để tìm không khí trong lành của biển. Ngoài những khuôn mặt quen thuộc của những người tắm biển thường xuyên còn có những khuôn mặt rất lạ. Chỗ ngồi quen thuộc của tôi ở quán cà phê bên công viên đã bị một nhóm khách lạ chiếm mất. Cảm giác bực bội chán ngán ùa về, không còn sự thanh thản yên bình của ngày hôm qua.

Mùa hè vẫn oi nồng và khó chịu, tôi không ngủ được và không cảm thấy đói bụng, người lúc nào cũng chếnh choáng. Giấc mơ lạ lùng đó lại trở về trong giấc ngủ. Tôi đành gọi cho Tịnh Thy, nhà tâm lý học dễ thương của tôi.

Thy ơi, thời gian này chị làm sao á.

Làm sao là làm sao, kể đi em nghe đây.

Tôi kể cho Thy nghe về giấc mơ lạ lùng, Thy cười bảo tôi.

Thường thường giấc mơ có thể phản ánh những suy nghĩ và cảm xúc tiềm ẩn của chính bản thân mỗi người nhưng nó có khuynh hướng siêu thực, có phần méo mó hơn so với những gì diễn ra trong thực tế. Chắc tại Đà Nẵng đông khách du lịch quá nên chị cảm thấy bức bối đó thôi, ra Huế thư giãn với em vài ngày sẽ vui trở lại.

Vậy là tôi ra Huế.

Buổi chiều chưa chiều lắm, nắng vẫn còn trong veo, hai đứa lang thang khắp phố, Huế vẫn yên tịnh trầm mặc với tiếng ve và phượng vĩ lóng lánh trong nắng. Tịnh Thy rủ tôi trèo lên Gác Trịnh uống cà phê... Căn gác nhỏ giản dị, đơn sơ bừng sáng lên từ âm thanh réo rắt khắc khoải của "Hạ trắng" như gõ vào những bức tranh của Trịnh và của những người bạn của ông. Tưởng chừng như có tiếng cười nói thầm thì của Trịnh và bạn bè thân thuộc của ông vang vọng ra từ những bức tường vô tri. Hàng cây long não vẫn xanh mướt trong bóng chiều nhạt nhoà im vắng. Tôi nói với Tịnh Thy.

Huế của em vẫn giữ lại linh hồn, còn Đà Nẵng của chị hình như đã mất.

Tịnh Thy ngỡ ngàng nhìn tôi:

Sao lúc này chị bi quan dữ vậy ? Chị có biết là rất nhiều người đã bỏ Huế vào Đà Nẵng mưu sinh không?

Tôi lắc đầu buồn bã.

Chị biết điều đó, không riêng gì Huế mà Quảng Bình, Quảng Trị, Quảng Nam lúc này đều đổ vào Đà Nẵng để mưu sinh. Nhưng sao chị vẫn luôn tiếc nhớ một Đà Nẵng trong kí ức của chị.

Tịnh Thy cười.

Chị là người hoài cổ.

Đúng là tôi thường hay tiếc nuối những kí ức tươi đẹp về thành phố Đà Nẵng, khung trời ấu thơ yên bình của tôi. Những rừng dương liễu bạt ngàn bên biển nơi ngày xưa tôi cùng bạn bè cắm trại, thư viện thành phố, nơi tôi và bạn bè vẫn thường lui tới mỗi ngày để tìm những tư liệu từ những giá sách cao ngất hay học bài trên ghế đá trong không gian rợp bóng cây xanh, sân vận động Chi Lăng rộng mênh mông... tất cả đã biến mất, thay cho một Đà Nẵng hiện đại với toà nhà chọc trời, những sân gôn, resort mọc lên che lấp biển... Rồi giá đất cao ngất nghểu, thành phố xuất hiện một tầng lớp giàu lên từ đất, từ làng quê cho đến thành phố họ không chịu làm gì ngoài việc tụ tập ở nhà hàng, quán nhậu, cà phê để nghe ngóng và cò mồi đất. Tiền nhiều tiền ít gì cũng buôn đất, vay ngân hàng cầm cố nhà cửa, ai cũng mơ giấc mơ thành tỷ phú từ đất. Những thông tin mỗi sáng trên bãi tắm của bạn bè tôi cũng tập trung vào những đề tài thế sự, những vị lãnh đạo thành phố ai sẽ lần lượt vào tù, tội danh gì, gỡ lịch bao nhiêu năm... Rồi chuyện vụ án cô gái người Trung Quốc đánh bạc ở Casino Crowne ăn không đều chia không đủ bị người yêu dùng dây thừng siết cổ giết chết rồi phân xác thành 3 phần, mang đến cầu Tuyên Sơn - quận Ngũ Hành Sơn để vứt xuống sông Hàn phi tang. Liên tục các ngày 16/7 lực lượng chức năng Đà Nẵng kiểm tra hành chính một khách sạn ở quận Sơn Trà, phát hiện 27 người Trung Quốc nhập cảnh trái phép. Ngày 17-7 phát hiện nhóm 24 người Trung Quốc nhập cảnh trái phép. Đến tối ngày 20-7 phát hiện hơn 30 người Trung Quốc nhập cảnh trái phép vào Đà Nẵng. Theo điều tra ban đầu, những người này vào địa phương theo "đường dây" do công dân Việt Nam câu kết với các cá nhân Trung Quốc tổ chức...

Vậy đó, chỉ cách nhau cái đèo Hải Vân mà Đà Nẵng đâu được yên bình được như Huế.

Buổi sáng thức dậy trong vườn nhà đầy tiếng chim, không khí trong lành mát rượi, hương nguyệt quế ngào ngạt cùng với hương cau thơm nồng. Minh Tự đã thức dậy tự lúc nào, anh chàng đang lui cui quét lá ở sân vườn, tiếng chổi xào xạc âm thanh thật vui tai.

Chao ôi Tịnh Thy ơi sao kiếp trước em khéo tu đến vậy.

Hì hì, nhiệm vụ của chàng mỗi ngày chỉ có vậy thôi.

Chỉ có vậy thôi? Em còn muốn gì nữa?

Muốn nhiều lắm chị, nhưng trời cho bao nhiêu hưởng bấy nhiêu.

Cuộc sống của em êm đềm bình lặng như sông.

Còn cuộc sống của chị thì sóng gió như biển hở?

Ờ.

Chị à, cuộc sống luôn có sự đổi thay từng giờ từng ngày, mình phải tập thích nghi thôi, chị đừng buồn. Chỉ còn 15 ngày nữa hai chị em mình sẽ vào Sài gòn hội ngộ cùng bạn bè Quán Văn rồi tha hồ vui. Dù sao đi nữa cuộc sống của mình vẫn không đơn điệu gò bó, hơn rất nhiều người.

Tôi cảm thấy phấn chấn hơn khi Tịnh Thy nhắc đến cuộc hội ngộ của chúng tôi sắp tới. Tạp chí Quán Văn, đó là nơi hội tụ những cây bút miền Nam trước đây, họ không có gì ngoài nỗi đam mê văn chương. Tự in ấn phát hành, mỗi tháng ra một số viết về nhiều chủ đề. Tôi và Tịnh Thy đã cùng họ có những chuyến đi từ nam ra bắc, từ đồi núi đến đồng bằng, từ sông ngòi đến biển cả. Chúng tôi chia sẻ với nhau niềm vui và nỗi buồn, yêu thương nhau như ruột thịt. Chúng tôi gọi đó là ngôi nhà. Tôi và Tịnh Thy bước vào ngôi nhà Quán Văn như được tắm mát trong dòng sông yên bình, ở đó hai đứa tôi được các anh chị yêu thương như hai đứa em út.

Thức giấc trong vô thức, tôi muốn tìm lấy chiếc túi xách đựng áo tắm, kính bơi và mũ trùm tóc để chạy ra biển, tôi sẽ cùng những người bạn bơi thật xa, cùng trò chuyện với họ hoặc thả nổi trên mặt nước để tìm ngôi sao ban mai. Nhưng không gian quanh tôi lạ lẫm quá, không phải căn phòng thân thuộc, nằm im và chợt nhận ra đây là căn phòng ở một khách sạn trong một thành phố lạ. Nhìn qua bên cạnh, Tịnh Thy đang ngủ ngon với nhịp thở đều đặn. Bất chợt tiếng chuông điện thoại reo lên trong thinh không, âm thanh của nó sắc lạnh thật đáng sợ. Điện thoại của con gái vào thời điểm này là điều không lành.

Me ơi, sân bay Đà Nẵng đóng cửa lúc 0 giờ đêm qua.

Tôi cảm thấy lạnh toàn thân.

Vậy là me không bay về nhà được hở con?

...

Có khả năng khu vực nhà mình bị cách ly vì đã có người bị nhiễm virut

Làm sao bây giờ hở con?

Tôi nghe giọng con gái nghèn nghẹn.

Thôi kệ... biết đâu nhà mình có me thoát ra... cũng tốt hơn là dính chùm... bế tắc...

Tim tôi như thắt lại.

Đừng nói... rồi me sống với ai ? Thà me chết còn hơn...

Tịnh Thy ngồi bật dậy cầm lấy tay tôi dỗ dành.

Chị đừng khóc, không sao đâu, sẽ có cách thoát mà.

Tịnh Thy ơi, thì ra giấc mơ chị kể cho em nghe là điềm báo trước.

Chị đừng nghĩ đến giấc mơ đó nữa. Chị đâu có cô độc một mình, chị còn có em, có bạn bè.

Không khí của chuyến đi bắt đầu chùng lại. Đêm qua anh Vũ phải đi bệnh viện cấp cứu vì mệt tim, sáng nay chị Hoài lại cao huyết áp. Tôi và Tịnh Thy lăng xăng chăm sóc chị, chị Mỹ Lệ gọi xe đưa chị vào bệnh viện nhưng chị kiên quyết không đi, may mắn là sau đó chị bình thường trở lại. Tịnh Thy thầm thì với tôi:

Mấy anh chị của mình sức khoẻ yếu hết rồi, nên không biết mình sẽ còn đi với nhau được bao lâu nữa.

Đó là lí do mà lúc nào có thể đi cùng các anh chị được là chị bằng mọi cách phải đi. Như chuyến đi này... đáng ra chị không nên đi...

Chị đừng băn khoăn gì nữa, đó là sự sắp xếp của cơ duyên.

Mọi người quyết định ở lại nghỉ ngơi trong resort Long Hải (Bà Rịa) đến trưa mới lên xe về Sài Gòn.

Tịnh Thy đeo balo lên vai chào mọi người để tiếp tục hành trình dạy các lớp đại học ở các tỉnh Bà Rịa, Đắc Lắc, Đà Lạt rồi sau đó bay về Huế. Hành trình của Thy chặt chẽ và bình yên còn hành trình của tôi phía trước sao chông chênh quá. Tôi không thể giấu đi nước mắt, người Đà Nẵng bây giờ sao giống như người Vũ Hán, đi đến đâu ai cũng sợ lây nhiễm vi rút. Tịnh Thy nhìn tôi, mắt nó cũng đỏ hoe.

Chị mà khóc là em bỏ dạy đi theo chị đó.

Tôi khoát tay:

Không khóc nữa, em đi đi...

Chị Hoài cầm tay tôi dỗ dành:

Về nhà với chị, chị ở một mình, nếu có bị cách ly hai chị em sẽ tự cách li ở trong nhà không làm phiền ai.

Nhìn những ánh mắt ái ngại thương cảm của anh chị em trong Quán Văn tôi cũng thấy ấm lòng và đỡ hoang mang được phần nào.

Khi xe dừng lại ở trạm cuối cùng, tất cả anh em trong Quán Văn lần lượt ra về, còn lại sáu anh chị vẫn chần chừ không về, họ muốn cùng tôi vào quán uống một ly nước trước khi chia tay nhưng ruột gan tôi nóng như lửa đốt. Tôi vào siêu thị mua ít lương thực rồi về cùng chị Hoài. Ngôi nhà trong hẻm cụt có vườn rau xanh mướt của chị sẽ che chở cho tôi trong những ngày sắp tới. Tiếng điện thoại reo, tim tôi lại đập nhanh và co thắt. Lạ thật, sao bây giờ tôi cảm thấy sợ tất cả mọi âm thanh. Tiếng Thy nói gấp gáp trong điện thoại.

Em chuẩn bị lên xe về Sài gòn với chị đây, khoảng 11 giờ khuya em đến nhà chị Hoài.

Sao vậy ?

Ở đây đang nháo nhào, giáo viên bỏ về dạy online, anh Minh Tự đã mua vé cho em bay về Huế vì đã có thông báo 0 giờ tối mai sân bay Huế đóng cửa nhưng em bảo anh trả vé để em ở lại với chị.

Trời đất, em khùng hở?

Thôi không nói gì nữa, em quyết định rồi, gặp nhau nói tiếp.

Tôi thẫn thờ, nước mắt ứa ra.

Thy đẩy valy bước vào nhà, mặt mày bơ phờ thật tội nghiệp. Chị Hoài bưng đến đĩa khoai lang nóng.

Khuya rồi, hai đứa ăn rồi đi ngủ, ngày mai tính tiếp.

Ba chị em nằm bên nhau dưới những tấm chăn mỏng, tiếng ếch nhái ồm oạp ngân vang từ vườn rau muống vọng vào phòng nghe thật rõ. Hình như cả ba chị em đều đang lắng nghe tiếng thở của đêm. Tôi cảm thấy bình tâm lạ lùng khi bên cạnh tôi có Tịnh Thy và chị Hoài.

Thy à, em nghe lời chị sáng mai lấy vé bay về Huế đi.

Em có nguyên tắc không bỏ bạn lúc khó khăn, ngay cả bé Thỏ, con gái em cũng nói sao mẹ có thể bỏ bạn lại mà về một mình.

Thỏ chỉ là đứa trẻ, nó làm sao hiểu được nỗi lo toan mà người lớn phải gánh chịu. Em về lo cho Nghé, cho Thỏ, cho ông bà ngoại, còn công việc giảng dạy của em ở trường nữa...

Kệ em... nếu không có dịch covid bùng phát thì em cũng dạy 10 ngày nữa mới về kia mà.

10 ngày nữa sẽ nhiều thay đổi... không biết điều gì phía trước... Chị rất vui khi em bỏ dạy về với chị, nhưng chị không thể ích kỉ như vậy được. Gia đình cần em. Chị ở lại đây có chị Hoài. Trước sau gì cũng phải cho người Đà Nẵng về nhà của họ chứ.

Mặc kệ em…

Tôi và chị Hoài nhìn nhau phì cười vì cái tính bướng bỉnh của Thy. Nó quay ra phía cửa sổ ngủ thật ngon. Tôi ngồi dậy lấy điện thoại nhắn tin cho Minh Tự: "Em mua vé cho Thy về Huế sớm đi. Chị rất vui khi vợ chồng em thương chị như ruột thịt nhưng Thy phải về lo cho Nghé , Thỏ và ông bà ngoại. Chị ở lại có chị Hoài và còn có anh ruột chị ở quận 7. Đừng lo cho chị. Hãy yên tâm."

Buổi sáng tôi còn lơ mơ trong giấc ngủ đã nghe tiếng Tịnh Thy cười giòn tan trong vườn rau của chị Hoài "Ôi thích quá, có đủ loại rau, có cả cà tím nữa... ". Tôi bước ra vườn, chị Hoài và Thy đang hái rau chuẩn bị bữa cơm trưa, tiếng chuông điện thoại của Thy vang lên. Anh Đỗ Hồng Ngọc gọi điện hỏi thăm hai đứa có cần anh giúp đỡ gì không, Thy đùa với anh "Anh lo cho cái thân anh đà xong chưa mà giúp đỡ bọn em". Tôi phì cười "Ở gần chùa gọi Phật bằng anh, em cám ơn tấm chân tình của anh ấy đàng hoàng đi kẻo ổng giận đó." Thy đưa điện thoại cho tôi, anh Lữ Kiều thăm hỏi và dặn dò hai đứa cẩn thận, có gì khó khăn phải gọi cho anh. Thì ra các anh đang ngồi uống cà phê với nhau và cùng đang lo cho hai đứa tôi. Thật ấm lòng! Vợ chồng anh Lê Kí Thương, anh Nguyên Minh, anh Thuận, anh Lữ Quỳnh, anh Lữ Kiều và lão phật gia Đỗ Hồng Ngọc là một thế hệ đàn anh tài hoa mà tôi và Tịnh Thy rất ngưỡng mộ. Tình bạn của họ thật đẹp, họ thân thiết với nhau từ thời trai trẻ cho đến tận bây giờ. Điều may mắn và hạnh phúc cho tôi và Tịnh Thy là các anh luôn quan tâm và quí mến.

Có tiếng xe máy chạy vào sân, chị Mỹ Lệ và anh An xuất hiện với nụ cười toe.

Bọn em đã ẩn nấp mà anh chị cũng đến đây làm chỉ điểm hở?

Anh chị đến xem hai đứa có cần gì không.

Anh chị lúc nào cũng xuất hiện đúng lúc tôi gặp khó khăn. Có lúc ra tới sân bay rồi mới phát hiện chưa lấy chứng minh thư ở quầy lễ tân. Chị Lệ vẫn bình tĩnh bảo: "Đứng yên đó, 15 phút sau anh chị đem đến cho". Biết anh chị thương nhưng Tịnh Thy vẫn ngoe nguẩy.

Không thiếu gì cả, chỉ thiếu chồng thôi.

Chị Lệ phì cười:

Thiếu cái đó thì chị bó tay.

Linh nghiệm thật, đúng lúc đó Minh Tự gọi "Em đã mua vé cho Thy bay về Huế chuyến 12 giờ trưa nay và chị cũng sẽ bay về chuyến 16 giờ chiều, xuống sân bay Phú Bài sẽ có em của Thy đón đưa chị đến ranh giới Huế- Đà Nẵng, người nhà của chị sẽ đón chị về nhà. Em đã bàn bạc với gia đình chị rồi. Chị yên tâm. Chỉ có người Đà Nẵng về Huế mới bị chặn lại đưa đi cách ly thôi, còn người ở nơi khác về Đà Nẵng thì dễ dàng hơn."

Chị Hoài vội vàng nấu cơm, chúng tôi quây quần bên mâm cơm rau vườn mà chưa bao giờ thấy ngon đến vậy. Chị Hoài mếu máo: "Hai đứa về được nhà bình yên chị mừng lắm nhưng cũng nhớ lắm... Vậy là kế hoạch cách li trong nhà chỉ có hai chị em nấu ăn, đọc sách, ngắm mưa... không thành rồi". Tôi ôm vai chị và thấy thương chị lạ lùng.

Buổi chiều tắt nắng, máy bay chao liệng trên biển Lăng Cô như tấm gương tráng thuỷ, một vài chiếc thuyền lênh đênh trên mặt biển nhỏ xíu như những món đồ chơi trẻ thơ. Máy bay hạ cánh xuống sân bay Phú Bài thật êm, mở điện thoại đã thấy tin nhắn tràn ngập "Đến đâu rồi" "Hạ cánh chưa?" Và tiếng Tịnh Thy thật nhẹ "Chị bình tĩnh, có người quen của em đứng chờ chị bên ngoài, cứ ung dung bước ra như khách VIP nhé."

Sân bay Phú Bài nhỏ và đơn sơ, cách đây một tuần nghe báo đăng có một bò tót từ rừng Bạch Mã đi lạc vào đường bay làm tất cả các chuyến bay phải dừng lại. Sau đó phải nhờ các chuyên gia dùng nhiều phương tiện chuyên nghiệp hỗ trợ như xe đặc chủng, súng bắn thuốc gây mê, lưới... mới khống chế được con bò tót. Không ngờ cũng có lúc chính sân bay hoang dã này lại đưa lối cho tôi về nhà.

Chẳng có ai thèm hỏi tôi ở đâu? Về đâu?

Tôi cứ đĩnh đạc bước lên chiếc ô tô màu trắng, người quen của Tịnh Thy là một chàng trai có nụ cười thật hiền, đỡ lấy chiếc ba lô trên vai, mở cửa xe cho tôi.

Trời tối thật nhanh, xe dừng lại ở ranh giới Huế - Đà Nẵng, chàng trai nói "Chị đi bộ khoảng 100 mét sẽ có người nhà chị đón, chị Tịnh Thy dặn em đứng đây chờ khi nào khi nào chị lên xe em mới về."

Tôi đeo ba lô đi trong bóng đêm nhưng hoàn toàn không thấy sợ chút nào, vì tôi biết sau lưng tôi có vợ chồng Tịnh Thy, phía trước tôi có gia đình thân yêu.

Và cuối cùng tôi cũng trở về ngôi nhà và thành phố biển của tôi. Một chuyến đi và trở về đầy cung bậc cảm xúc, có niềm vui và nỗi buồn, có nụ cười và nước mắt, có âu lo trăn trở để tôi biết nhận ra những giá trị bền vững của cuộc đời này mà yêu thương nhiều hơn.

Nhưng giờ đây tôi đang ở trong khoảng không gian tĩnh lặng, sự tĩnh lặng đáng sợ của vực thẳm. Tôi đã có những đêm hoảng sợ không còn đủ bình tĩnh để kiểm soát lòng mình vì nó nóng như lửa đốt, chỉ chờ có đám lá khô là bùng lên. Đó là những đêm dằn vặt, ray rứt, đau đớn không thể chợp mắt. Đó là dấu hiệu của suy sụp, hoang mang,chới với như rơi trong vòng xoáy của biển mà không thể nào thoát ra. Tôi phải uống những viên thuốc ngủ để trốn chạy nỗi lo âu bế tắc như đang sống giữa ranh giới mong manh của sự sống và cái chết. Thành phố đã cách ly toàn xã hội, người dân chỉ ra ngoài trong trường hợp thật sự cần thiết như mua lương thực, thực phẩm, thuốc men, cấp cứu, làm việc tại nhà máy, cơ sở sản xuất, cơ sở kinh doanh dịch vụ, hàng hóa thiết yếu không bị đóng cửa, dừng hoạt động và các trường hợp khẩn cấp khác. Nhìn đoàn xe đưa hàng trăm nhân viên y tế của Bệnh viện Đà Nẵng đi cách ly tôi ứa nước mắt. Họ phải đối đầu trực diện với con virus quái ác thì còn ai lo cho người bệnh và con cái gia đình họ ở nhà sẽ ra sao? Có lẽ chưa bao giờ những câu chuyện về các y bác sĩ nhân viên trong ngành Y lại lay động lòng người đến vậy. Hình ảnh các bác sĩ từ Sài gòn, Hà Nội, Huế tình nguyện chi viện cho Đà Nẵng thật xúc động. Họ đang đi vào chỗ nguy hiểm nhưng hoàn toàn không thấy một chút ngập ngừng toan tính nào, trong mỗi bước chân thầm lặng đó họ đã giữ lại hơi thở sự sống cho người dân Đà Nẵng.

Chiều 31/7 đã có ca dịch covid tử vong đầu tiên, đó là người đàn ông 70 tuổi, từng điều trị tại khoa Nội thận - nội tiết Bệnh viện Đà Nẵng. Có 3 người trong gia đình ông từ Hội An ra Đà Nẵng chăm sóc ông cũng đã nhiễm dương tính. Tiếp theo những ngày sau đó số người nhiễm dương tính và tử vong cứ lạnh lùng tăng lên.

Sáng ngày 1/8 thêm 12 người nhiễm bệnh, tất cả đều liên quan tới bệnh viện Đà Nẵng, tổng cộng 94 người nhiễm bệnh, có 2 người đã qua đời. Chiều ngày 2/8 thêm 30 người nhiễm bệnh. Ngày 3/8 có 21 người nhiễm bệnh. Tổng số người bệnh ghi nhận cả nước tăng lên 642. Đến đầu chiều có thêm 6 người tử vong, 9 người đang nguy kịch. Virus corona ở Đà Nẵng đã có biến đổi về khả năng bám dính vào tế bào, dẫn đến lây lan nhanh hơn. Ngày 4/8 thêm 18 người nhiễm bệnh. Ngay 5/8 thêm 41 người nhiễm bệnh, tổng số 713 bệnh nhân. Ngày 6/8 thêm 30 người nhiễm mới, số ca tử vong là 10, tổng số 717 người nhiễm bệnh. Ngày 7/8 thêm 34 người nhiễm bệnh. Ngày 8/8 thêm 20 người nhiễm bệnh. Ngày 9/8 thêm 29 người nhiễm bệnh, tổng số 841 người. Ngày 10/8 thêm 6 người nhiễm bệnh và 3 người tử vong. Ngày 12/8 thêm 14 người nhiễm bệnh và 17 người tử vong, tổng số 880. Ngày 13/8 thêm 22 người nhiễm bệnh, tổng số 929 người.

Cho đến tận bây giờ tôi vẫn không thể nào hiểu được vì sao đại dịch lại đến với thành phố biển xinh đẹp này, lại đến lúc cả nước đổ về đây để tham quan du lịch, trẻ con vừa nghỉ hè, người lớn cũng bị bó chân tay sau mùa đại dịch kéo dài hơn nửa năm dài đăng đẳng. Mà dịch lại bùng phát từ trong một bệnh viện lớn nhất của thành phố và ngay trong khoa nhiều bệnh nặng nhất. Sao lại khốc liệt và tàn nhẫn đến vậy?!

Trong cơn mưa đêm, dõi mắt ra bên ngoài khung cửa sổ mênh mang tối đen, tiếng mưa xao xác mà lòng tôi lại khô khốc như cánh đồng hạn hán, những giọt mưa thấm đẫm những bờ tường ẩm ướt, chìm khuất cùng bóng tối lạnh lùng, những cơn mưa dầm tháng 8 này sẽ làm cho ngày tháng như kéo dài bất tận. Đà Nẵng tiếp tục cách ly toàn xã hội, lần đầu tiên người Đà Nẵng sẽ phải áp dụng cách đi chợ theo phiếu, vào ngày chẵn và lẻ. Mỗi hộ chỉ được đi chợ 3 ngày 1 lần. Như vậy là trong 2 tuần tới người Đà Nẵng sẽ tiếp tục kham khổ để triệt để tiêu diệt nguồn dịch. Người Đà Nẵng vốn chịu thương chịu khó quen rồi nên gian nan thêm cũng sẽ quen.

Chiều lại trĩu nặng hiu hắt trong mưa, tôi không nghĩ gì ngoài những con số người chết tăng lên từng giờ, từng ngày, đầu óc tôi âm u tiếng khóc câm lặng của người ra đi trong đại dịch, thành phố như một cõi hoang vu tan tác. Đứa trẻ mới 8 tháng phải rời tay mẹ để bà ngoại bồng về từ bệnh viện. Những người dân nghèo sống đắp đổi qua ngày thất nghiệp túng thiếu nợ nần...

Biết đến bao giờ thành phố này sẽ bình yên trở lại?!...

Đường phố, dòng sông, bãi biển, núi rừng...

Và người dân quê tôi phải gánh gồng tai ương cho đến bao giờ?!...

Cơn mưa lạnh từ trong giấc mơ của tôi bao giờ sẽ tạnh ?!..

Trần Thị Trúc Hạ

Đà Nẵng 15/8/2020

TRẦN TRUNG SÁNG
NGƯỜI TÍ HON TRONG GIAN NHÀ BẠT

Những năm đầu thập niên 60, khi vào khoảng 6-7 tuổi, lần đầu tiên tôi biết đến thế giới nhộn nhịp của một Hội chợ chào đón mùa xuân. Nơi ấy là một khu đất rộng lớn thường ngày bỏ trống giữa thành phố, một bên nối liền với Khu giải trí thường dành cho những sân khấu cải lương bình dân và một bên nối một đoạn đường ngắn được vây chắn bởi những vách tường đầy sắc màu sặc sỡ.

Sau khi mua vé vào cửa, ba tôi dẫn tôi ngang qua rất nhiều gian nhà bạt tụ tập đông đúc người tham gia thi thố những trò chơi vui nhộn. Phía trung tâm Hội chợ, một chú hề với bộ trang phục ngộ ngĩnh cầm mi-cờ-rô cười nói huyên thiên. Dường như chú hề điều khiển cả trò chơi lô tô trúng thưởng, nên ở đây thỉnh thoảng rộ lên những tiếng hò hét, cười nói mừng vui...Tôi cũng rất ấn tượng khi nhìn thấy một người lái mô tô chạy trên một sợi giây lơ lững giữ không trung nhả khói đen ngòm. Hoặc khi bước vào một ô cửa để ngang qua một nơi có tên là "9 tầng địa ngục", nơi đây, dường như lối đi vận hành lắp đặt theo kiểu thang cuốn hiện nay, nên người khách cứ đứng yên mà vẫn được dẫn ngang qua những cảnh tượng rùng rợn bằng mô hình của các bọn quỷ sứ, đầu trâu mặt ngựa đang xử tội những đứa con bất hiếu, những tên giết người cướp của, những kẻ độc ác, gây ra lắm tội lỗi khi còn ở thế gian... Xong hết mấy phần này, thì tôi bắt đầu cảm thấy thật sự mỏi chân, căng thẳng, mất hứng thú, cứ nằng nặc đòi ba dẫn về. Ba tôi bảo: "Ráng chút nữa đi, coi cho hết kẻo uổng tiền".

Đột nhiên, chừng một đổi, ba tôi dừng lại trước một nhà bạt nhỏ nói: " Coi kìa. Một người tí hon. Con đã thấy bao giờ chưa?" . Tôi sững sờ giương mắt nhìn vào phía trước, một sinh vật nhỏ bé y hệt một con người đi qua đi lại trên chiếc bàn vuông, bốn phía giăng giây giống như một sàn đấu võ đài mi-ni. Anh ta cao hơn chiếc chai coca–cola một tí. Tôi không nghĩ anh là một người lùn. Bởi trông anh thật mảnh khảnh, nếu không muốn nói là hơi cao so với dáng người. Chắc hẳn anh là một người tí hon – một giống người tí hon đến từ một xứ sở nào đó mà tôi thường nghe trong những câu chuyện cổ tích...

Công việc biểu diễn của người tí hon là đi qua đi lại, nhào lộn trên chiếc sàn gỗ, thỉnh thoảng lại thò người ra khỏi dây văng, phùng má, trợn mắt với những đứa trẻ con... Chỉ có vậy, mà hầu như bọn trẻ đã ghé đến nơi này, chẳng đứa nào muốn rời xa. Tôi định đưa tay vào cầm bàn tay nhỏ xíu của người tí hon một chút để nghe cảm giác ra sao, nhưng người quản lý đứng bên ngăn cản, không cho bất cứ ai bước vào qúa gần. Họ cũng không cho anh ta chuyện trò với khán giả. Ai ủng hộ thì cứ ném tiền vào chiếc mũ để một góc trên sàn gỗ. Ai tò mò, thắc mắc muốn hỏi điều gì, thì cứ hỏi người quản lý, ông ta sẽ giải thích. Ông ta nói người tí hon lúc này đã 18 tuổi. Đoàn xiếc hiện nay mua lại anh từ một đoàn xiếc nhỏ, nên không biết anh có gốc gác, quê quán từ đâu. Anh là một người thông minh, vui tính và khỏe mạnh...

Từ sau lần đó, về nhà, tôi cứ bị ám ảnh mãi hình bóng người tí hon. Tôi băn khoăn muốn biết, anh đến từ đâu? Hằng ngày ngoài giờ biểu diễn, làm trò... anh sẽ làm gì? Anh học hành, bầu bạn với những ai? Và liên tiếp mỗi buổi xế chiều, tôi đều tìm cách dè xẻn sao cho có đủ khoản tiền để mua một tấm vé vào cổng Hội chợ mùa xuân, chủ yếu để nhìn ngắm người tí hon.

Một lần, may mắn làm sao, nhờ đến sớm, tôi bước vào gian biểu diễn của người tí hon khi anh ta chỉ ngồi một mình, xung quanh không một ai, kể cả người quản lý. Anh ta đang lục lỏi những thứ đồ đạc lỉnh kỉnh gì đó trong chiếc túi cũng rất bé bỏng, chắc là để chuẩn bị cho phần biểu diễn sắp đến. Tôi mừng rỡ bước đến thật gần chào anh: " Anh tí hon!". Anh nhìn tôi, nheo mắt chào lại bằng nụ cười tươi tắn. Tôi nói: " Anh cho tôi cầm tay chút". Anh đưa bàn tay cho tôi. Ôi thật là lạ lùng!

Bàn tay anh mềm mại, nhỏ nhắn, thiên thần hơn bất kỳ bàn tay một đứa trẻ con nhỏ nhít nào tôi từng biết.

Tôi mạnh dạn hỏi:

- Anh tên chi?".

Anh đáp lí nhí, nhưng cũng đủ nghe:

- Tí. Tí hon đó!
- Anh từ đâu đến đây?
- Tôi không biết. Tôi đi theo họ.
- Chắc anh đi nhiều nơi lắm hở?
- Nhiều lắm! Đến cả Lào, Cao Mên, Miến Điện...
- Anh có ba mẹ, anh chị em không?
- Tôi không biết.
- Năm sau, anh có trở lại đây không?
- (...)

Người tí hon chưa kịp trả lời, thì đột nhiên người quản lý thường khi bước đến. Ông ta ồn ả: " Các cháu nhỏ đi chơi đi... Để chúng tôi chuẩn bị. Một lát nữa rồi quay lại nhé!..". Người tí hon lùi vào bên trong. Tôi lo lắng, không biết ít hồi anh có bị người quản lý quở trách chi không. Tôi đi khỏi một khúc, quay lại vẫy tay, vẫn thấy người tí hon đứng nhìn theo.

Rồi mùa xuân năm ấy trôi qua thật nhanh. Mùa xuân năm sau và nhiều mùa xuân sau nữa lại qua... Dù biết bao biến đổi nhất định của thời cuộc, trên mãnh đất Khu giải trí năm xưa cũng vẫn tiếp tục dành cho việc tổ chức Hội chợ vào những mùa xuân. Tôi không ngớt háo hức âm thầm ngóng đợi gặp lại người tí hon...

Mỗi năm, có rất nhiều đoàn xiếc, đoàn nghệ thuật xuất hiện đem đến Hội chợ mùa xuân nhiều trò chơi mới lạ, nhưng không đoàn nào đem trở lại người tí hon của tôi. Ký ức tuổi thơ rồi cũng dần nhạt phai. Tôi không còn hy vọng. Mỗi lần nghĩ lại người tí hon, tôi tưởng tượng, sau đó chắc anh trải qua những cuộc phiêu lưu ly kỳ như chuyện cổ tích: anh bị một tên cướp bắt cắp khỏi đoàn xiếc. Tên cướp bỏ anh ngồi trên chiếc nón rộng vành đi vào một khu rừng. Anh bất ngờ bu được lên một nhành cây sum sê lẩn trốn và tẩu thoát. Một chú chim kết bạn cùng anh, đưa anh đi khắp mọi nơi chốn trên thế gian. Cuối cùng, một cách rất tình cờ, chú chim đưa anh về một ngôi làng tí hon bí ẩn trên trái đất, ngay chính ngôi nhà anh từng được sinh ra và gặp lại cha mẹ, anh em của mình...

Nhờ hình dung một kết cục như vậy, nên tôi thấy an lòng, không lo nghĩ nhiều về người tí hon.

***

Hồi năm ngoái, trong một chuyến ngao du ở Bangkok, Thái Lan, mấy người bạn tôi rủ rê, phải dành hẳn một buổi chiều tối tham quan khu mua sắm Asiatique, bên cạnh dòng sông Chao Phraya. Bởi nơi đây, không chỉ là địa điểm du lịch, vui chơi giải trí nhộn nhịp, mà nó còn có nhiều điểm gần gũi, tương đồng với cảnh quan ven sông Hàn thành phố Đà Nẵng quê nhà của tôi trong những năm gần đây.

Thật vậy, trên đường đến Asiatique, từ xa đã nhìn thấy chiếc Vòng quay mặt trời tương tự chiếc Vòng quay ở công viên châu Á Đà Nẵng nhìn từ mọi hướng. Nghe nói, khu chợ này được lấy cảm hứng thiết kế từ những ngày đầu giao thương ven sông của Bangkok trong suốt triều đại Vua Rama V năm 1868 – 1910. Chỉ có điểm khác biệt đáng nói, là nó giống như một bến tàu truyền thống với hàng ngàn kho lưu trữ hàng hóa, trong đó có một số kiến trúc hơn 100 năm tuổi vẫn còn lưu giữ cho đến ngày nay. Còn sông Hàn quê ta, tuy đẹp lung linh, nhưng quá non trẻ, cấu trúc ham hố và các dự án quy hoạch chưa được xác lập rõ ràng.

Khách tham quan Asiatique, ngoài việc ghé vào các gian hàng mua sắm quà lưu niệm, hoặc thưởng thức ẩm thực ở các nhà hàng, còn lại đa phần dạo chơi, tụ tập chụp ảnh bên những chiếc xe điện chạy trên đường ray, những mỏ neo, xe đẩy... , hoặc những người bôi kín lớp sơn màu đồng, đứng giả làm tượng các nhân vật trong các tác phẩm văn học nổi tiếng.

Có thể nói, khu tham quan nơi đây là một khu giải trí có tỉ lệ lớn hơn nhiều lần với mô hình Hội chợ mùa xuân mà tôi từng thấy từ thời thơ ấu ở thập niên 60. Bởi vậy, nghĩ lại không biết ngày ấy ai là bầu sô, mà đã có đầu óc tổ chức rất phong phú vào thời điểm khoa học công nghệ còn khá lạc hậu. Sau khi dạo quanh một vòng chán chê, tôi đề nghị mọi người cùng đoàn dừng lại ở một gian nhà bạt biểu diễn con rối.

Đó là một gian hàng nhỏ, không đông khán giả lắm nên quan sát rất thuận lợi. Đập vào mắt chúng tôi, là mấy chú rối áo quần sặc sở đang ngồi bên dàn nhạc, đàn hát những bài ca tiếng Anh quen thuộc vô cùng sinh động. Phía sau, có chừng chục chú rối kích cở khác nhau ngồi xen lẫn trên một chiếc bục gỗ, chưa rõ thể hiện vai trò gì. Phía sau nữa, bên trong bức màn, có lẽ là những người điều khiển con rối.

Sau khi vừa chấm dứt một bài hát, chúng tôi nhìn thấy, một chú rối tứ phía sau cầm chiếc mũ đứng dậy bước về hướng khán giả. Tôi sững sốt, không tin vào mắt mình. Đó không phải là một chú rối. Đó là một người tí hon!

Mọi người đứng cạnh tôi cũng đều lao xao! Thích quá! Nó là một người tí hon. Nó không phải con rối. Thưởng tiền nó đi. Người tí hon hớn hở đi vòng quanh nhặt những tờ bạc bị ném rơi trên sàn cho vào mũ. Tôi nhìn kỹ anh ta, lại càng lạ lùng hơn. Trông anh ta giống hệt anh chàng Tí, người tí hon trong ký ức tuổi thơ của tôi. Nếu thật vậy sao mấy chục năm rồi mà không thấy anh ta già? Hoặc là người tí hon không già? Hoặc đây là một người tí hon lưu lạc khác?

Ngay khi người tí hon ngang qua phía trước mặt, không kìm hãm được băn khoăn, tôi khom người xuống gọi: "Tí. Anh Tí?". Và tôi chỉ vào người mình: "Việt Nam. Việt Nam. Biết không?". Lúc đó, người tí hon dừng hẳn lại. Tôi cảm nhận như anh gật đầu nhè nhẹ. Tôi đưa tay ra, ngõ ý muốn anh đến gần để hỏi thêm đôi điều nữa, nhưng có một ai đó kéo tôi về phía sau với một câu nói bằng tiếng Thái. Chắc là người của ban tổ chức nhắc nhở, tôi đành phải tuân theo.

Tiếng nhạc lại trổi lên. Mấy chú rối nhạc công lại dạo đàn chuẩn bị một bài ca mới. Người tí hon, cầm mũ chạy vào phía sau màn, rồi nhanh chóng trở về vị trí cũ cùng những chú rối khác ngồi trên bục gỗ.

Tiết mục của ban nhạc rối lần này là một bài hợp ca. Tất cả những chú rối phía sau cùng hát hòa bè đong đưa người theo điệu nhạc. Cả người tí hon cũng làm y hệt như vậy. Lúc này không thể phân biệt được anh ta là người hay rối.

Trước khi cùng mấy người bạn bỏ đi sang gian hàng khác, tôi đưa tay hướng về người tí hon vẫy nhẹ. Tôi không thấy anh ta có một động thái nào khác với những chú rối kề cận, ngoại trừ ánh mắt nhìn lại tôi. Tôi tin chắc như vậy. Bởi, ánh mắt ấy thật xa xôi, đầy u uẩn, và có lẽ đến nhiều năm sau nữa, nó khiến tôi nhớ mãi, không quên.

Trần Trung Sáng

TRẦN YÊN HÒA

ÁO GẤM VỀ LÀNG

1.

Phải trở về quê một chuyến xem thử chỗ ngồi bên gốc cây bàng trong khuôn viên chợ Quán Rườn nay có còn không? Chắc còn, và chẳng có gì thay đổi. Bởi vì Hạo đã ngồi ở đó suốt mười hai năm, ngày ngày ngắm ông đi qua bà đi lại, mỗi khi có ai xe đạp bị hư, bể ruột, cong niềng, trật ốc, dắt lại sửa thì anh mừng húm lên, bởi vì anh sẽ có được chút tiền công mang về cho ba đứa con đang đợi ở nhà.

Từ ngày ra khỏi trại tập trung, Hạo trở về đây, ngồi dưới gốc cây bàng này, sửa xe đạp. Dù ai có nói ra nói vào, "cha Hạo đã một thời là thiếu tá, từng làm tiểu đoàn trưởng chỉ huy lính đánh địch kinh hoàng, từng một thời có xe díp cần câu, có cận vệ chạy rần trời, thế mà nay thất thế, mười năm ở tù về, chả lại dám ngồi dưới gốc cây bàng sửa xe, thằng cha khùng, làm mất mặt bầu cua sĩ quan", Hạo nghĩ, "có gì mà mất mặt, đi ở tù, hốt phân tươi tưới rau, dòi bọ bò lổn ngổn, đi đốn gỗ, cuốc đất, tăng gia rau xanh, làm 'tà lọt' cho vệ binh, cho quản giáo, suốt mười năm, mà chả có lấy một xu tiền công, còn ăn đói nhịn khát, mặc rách. Bây giờ về, làm việc để kiếm miếng cơm chứ có gì mà mắc cỡ". Có người cho Hạo đã bị khùng nặng, ngơ ngơ ngác ngác. Họ cho rằng, sau khi đi tù về, vợ đã đi theo người khác, Hạo phải nuôi ba đứa con, nên Hạo bị "mát dây" là chuyện bình thường. Hạo lại nghĩ khác. Mình làm ăn lương thiện thôi, đem mồ hôi đổi lấy bát cơm, có gì mà mặc cảm.

Bây giờ thì anh quyết định trở về thăm quê, sau năm năm ở Mỹ. Các con anh đã lớn, đã đi làm, anh yên tâm và thấy mình may mắn. Năm năm anh đã trút bỏ đi một phần cái thân thể gầy còm ốm nhách của ngày ra đi. Anh đã mập lên, nước da hồng hào hơn, phổng phao hơn. Người ta nói vật chất đã làm thay đổi con người, đúng vậy, dinh dưỡng đầy đủ của xứ Mỹ đã biến anh ra một con người khác. Anh đã làm hết bổn phận với các con, nay anh phải tự lo lấy phần đời còn lại, cho nên anh dự định, sẽ tìm về quê, thăm mồ mả cha mẹ, ông bà, tổ tiên, nhưng cốt lõi trong lòng anh là muốn về quê cưới một người vợ, rồi sẽ bảo lãnh vợ sang đây sống cùng anh, cho đời anh đỡ đi phần hiu hắt.

2.

Hạo đi chuyến bay China Airline, mang theo hai vali quần áo cũ mà các con đã mua ở chợ trời, định sẽ đem về cho bà con ở quê nhà, cùng với bảy ngàn đồng anh gom góp để dành suốt mấy năm ròng. Anh nghĩ mình sẽ chi tiêu dè xẻn, cho anh cho chị, cho bà con mỗi người một ít, còn lại anh sẽ làm mộ cho cha mẹ anh thật tươm tất. Và khi kiếm được người đàn bà nào vừa ý như người chị hứa sẽ dắt cho anh xem mặt mấy mối, anh sẽ đem số tiền còn lại làm quà cưới, tiệc cưới, chắc cũng tạm đủ, vì quê anh là một xóm quê nghèo, cuộc sống lam lũ, dân chúng không ăn xài bao nhiêu.
Chị Nhường đón anh ở sân bay Tân Sơn Nhất với nước mắt đầm đìa. Tánh của chị anh thật giống mẹ anh ngày xưa, ngày anh đi lính, đi hành quân, lúc nào mẹ cũng cúng vái khấn nguyện, và cuối cùng là khóc. Nước mắt vui, nước mắt buồn đều có cả. Bây giờ mẹ mất rồi mẹ để lại cho chị Nhường hồ nước mắt ấy. Ngày anh cùng các con khăn gói đi Mỹ, chị khóc, bây giờ anh trở về thăm chị, chị cũng khóc.
Anh loay hoay với mớ hành lý đem về. Ở trên phi cơ, bà con đi về kháo nhau, cửa hải quan này cho 5 đô, cửa công an kia cho 5 đô, cứ thế coi như đấm nắm xôi vào miệng chúng cho qua truông suông sẻ. Hạo cũng làm theo, nhưng anh không ngờ bọn cò mồi đứng chỗ lấy hàng, bọn nó chỉ lấy tay chỉ chỏ hay lấy tay xách hành lý cho khách mà không ai nhờ, cuối cùng thì bọn chúng xin tiền, anh phải móc hầu bao nhưng lòng cứ

ấm ức. Đến khi đẩy xe ra cửa phi trường Hạo mới thấy như thoát nợ. Chị Nhường nhận ra Hạo ngay khi anh vừa mới ra khỏi khu cách ly. Chị vẫy tay lia lịa và kêu: "Hạo, Hạo, cậu Hạo."
Hạo đến chỗ chị và ôm lấy chị. Năm năm mà chị già đi quá, mái tóc lưa thưa bạc, mắt có những vết nhăn, anh ứa nước mắt, chị khóc. Hai chị em đi ra chỗ chiếc taxi đã được chị thuê đậu phía bên ngoài. Hai chị em về khách sạn nghỉ một đêm, ngày mai mới đáp xe tốc hành thuê bao về quê nhà.

3.

Ngày Hạo đi quê của anh nghèo khổ, nay anh trở về quê vẫn không thay đổi gì mấy. Hai cây cầu có tên "Cầu Lỡ" vẫn lồi lõm từng nhịp, xe chạy qua gập ghềnh như đi xiếc, Đã hai mươi lăm năm gọi là hòa bình và tái thiết đất nước mà những vết tích của chiến tranh, bom đạn và nghèo khổ vẫn trùm lên mỗi thân phận con người. Dọc đường từ ngã ba Chiên Đàn lên đến chợ Quán Rườn, người dân đi bộ, đội những mớ rau, củ sắn từ miền quê xa xuống chợ bán vẫn còn.

Đây là hình ảnh mà ngày nhỏ, cách đây cũng ba bốn mươi năm, ngày anh còn là cậu học trò đi học ở trường Chiên Đàn anh đã thấy. Hình ảnh những người dân quê còm cõi đó vẫn ăn sâu vào lòng anh như một tì vết của nghèo khổ. Anh đã từng cạn kiệt sức sống trong những trại tập trung, đã từng lê tấm thân ngồi nơi gốc bàng vá từng lỗ vá ruột xe đạp để kiếm miếng cơm củ khoai về nuôi con, nên anh biết rõ một điều là ai cũng mong có cơm ăn áo mặc, mà đến ngày nay xem ra ước mơ ấy cũng chưa đạt được.
Xe chạy về đến nhà chị Nhường thì trời cũng quá trưa. Đi một đoạn đường dài mất một ngày một đêm mới tới. Các con cháu của chị Nhường đứng ở sân nhà chờ đợi. Chị Nhường con đông đến bảy đứa, có mấy đứa lớn có vợ, có chồng, có con, tay bồng tay bế đứng nơi sân đợi.
Và cả bà con lối xóm nữa. Họ đứng lố nhố chung quanh sân. Chắc là họ muốn nhìn một người đi Mỹ trở về ra sao?
Một người mà cách đây năm bảy năm còn ngồi bên gốc bàng sửa xe đạp, ốm o gầy mòn, bây giờ đã thay da đổi thịt, đã phổng phao thấy rõ.
Một người mà cách đây mười năm theo lệnh của công an xã, nhân dân đã tụ họp ra ngoài trụ sở uỷ ban để "giải chế" cho. Có nhiều ý kiến nói ra nói vào về "tội ác ngày xưa" của Hạo, khi anh còn làm tiểu đoàn trưởng. Nhưng cuối cùng thì theo "ý dân", anh được giải chế, nghĩa là

chính quyền không còn quản chế anh nữa. Nay thì cũng đám dân đó đứng trước sân nhà anh đợi anh về, ngoắc tay, kêu lớn tiếng: *"anh Hạo ở Mỹ về đó hả, anh khỏe ghê he."*

4.

Hạo nói chị Nhượng chia phần cho những người bà con thân sơ, mỗi người một lọ dầu gió xanh, năm chục ngàn bạc VN, và một số quần áo cũ mà các con anh đã tìm mua ở chợ trời hay các tiệm Goodwill. Với bấy nhiêu thôi, Hạo đã được tiếng đồn lành *"ông Hạo mới năm năm đi Mỹ, về mua quà cho cả làng"*. Ngày trước cách đây mười mấy năm chứ có đâu xa, ngày Hạo được kêu lên xã "giải chế", trong một đêm tối trời trong hội trường tỏa ánh sáng đèn măng sông, cũng những người dân kia đã dơ tay cao, đã phát biểu những lời độc địa: "ông Hạo thuộc thành phần ngụy dữ dằn, đã từng làm tiểu đoàn trưởng, chỉ huy quân ngụy đi càn biết bao nhiêu trận, có tội rất lớn đối với nhân dân và cách mạng". Câu nói như một vết chém đâm ngập vào tim Hạo, làm tâm hồn anh tê điếng, ám ảnh Hạo suốt mấy năm ròng.
Cũng những người đó hôm nay đến đây thăm anh, ai nhìn anh cũng khen anh khỏe mạnh, mập ra, da thịt hồng hào. Thì ra cơm gạo tư bản dư dả quá, xứ sở người ta văn minh tiến bộ quá, còn xứ sở mình thì đã hai mươi năm "giải phóng" mà người dân vẫn ăn đói mặc rách. Hạo nghĩ, nếu không có cuộc ra đi thì chắc anh vẫn mãi ngồi bên gốc cây bàng vá từng lỗ vá ruột xe đạp kiếm ăn, các con anh vẫn phải đi bán cà rem dạo hay bán trà đá dạo, chứ có bao giờ nghĩ chúng sẽ được đi học đàng hoàng
Chị Tửu, một phụ nữ từng bỏ làng nhảy núi ngày chiến tranh, đã từng là trung đội trưởng du kích xã, từng bị thương mất đi một mắt, bây giờ phục viên trở về làm ruộng, bị thiếu ăn, đói lên đói xuống, bế đứa con gái ba tuổi đến nhà Hạo thăm.
Từ đàng xa chị Tửu đã lên tiếng:
- Nghe nói anh Hạo từ Mỹ về, tôi ghé thăm anh chút, ai cũng đồn về anh.
- Đồn gì vậy chị Tửu.
- Thì nói anh khỏe mạnh, lột xác cũ đi.
- Vậy còn chị thế nào, nay có khá không?
- Khá gì mà khá, đói rã ra anh ơi. Từ ngày anh đi Mỹ tôi cũng nghỉ việc luôn, anh nghĩ tôi tàn tật như vầy mà còn lao động gì được nữa, thế mà tôi có được cấp dưỡng gì đâu.

Anh chạnh nhớ đến chị Tửu ngày anh ra xã "giải chế", Tửu đã đứng lên phát biểu *"Với sự khoan hồng của cách mạng, xin chính quyền xã thôi không quản chế anh Hạo nữa"*, điều này Hạo mang ơn chị Tửu. Dù gì thì trong những lúc anh bị mọi phía xô anh xuống dưới bùn đen mà có người kéo anh lên. Hôm nay để đền bù lại tấm lòng ấy, cùng với lòng muốn cứu giúp một người hàng xóm trong cơn ngặt nghèo, anh lấy cho Tửu những món quà anh đem về và anh cho riêng chị Tửu 100 đô la. Chị Tửu không ngờ mình được cho nhiều như vậy, chị quỳ xuống níu lấy tay Hạo:
- Tôi không biết lấy gì để cảm ơn anh đây, quý hoá quá, quý hoá quá.

5.

Đến ngày thứ năm thì Hạo mệt mỏi quá rồi. Anh định về quê chơi một tháng để nghỉ dưỡng sức rồi qua lại Mỹ tiếp tục "cày". Nhưng cái mục tiếp khách này anh thấy quá mệt, những người ở đâu rất xa nghe anh về cũng ghé thăm để được anh cho một lọ dầu, một ít áo quần cũ. Thì ra, tiếng lành thì đồn xa, cứ cái đà này, mỗi người đến thăm anh, anh tiếp khoảng hai mươi phút thì anh cũng mệt ứ hơi rồi, huống hồ gì có người ngồi hỏi anh đủ thứ chuyện.
Anh qua Mỹ mới năm sáu năm, mà cả ngày quần quật trong hãng làm việc, có hôm hãng cho làm overtime thì anh đi từ sáng sớm đến tối mịt mới về nhà, chẳng biết trời trăng mây nước gì cả, về đến nhà cũng không buồn mở tivi. Ở trong hãng anh làm assembly, nghĩa là công việc sai đâu làm đó, sợ từ người chủ đến supervisor, sợ sẽ không được lòng họ, sẽ không được lên lương, không được kêu làm thêm giờ.
Anh nhiều lúc tự cười với chính mình, tưởng qua Mỹ làm quan làm tướng gì, lại phải chun vào làm công nhân cấp thấp. Sợ mất việc, sợ xếp không vui nên ai cũng phải nói cười hỉ hả trong những lúc, những chuyện không đáng cười chút nào. Xếp đặt đâu làm đó, nhiều khi lại phải nói đệm thêm những câu cho xếp vui lòng. Anh chợt nhớ đến ngày anh còn làm tiểu đoàn trưởng, lúc còn "hét ra lửa", bọn lính thấy anh là sợ xếp vó, đang vui đùa, cười nói đó, thấy anh lại im ngay, họ phải vui theo cái vui của anh, buồn theo cái buồn của anh, quyền lực và đồng tiền vẫn ngự trị mãi trên đời này. Cuộc sống cứ như là một cái bóng, ở đầu này thì thấy đầu kia cao lớn, ở đầu kia thì ngược lại.

Nhân lễ cúng ông bà ngày Hạo về cũng như cúng hai ngôi mộ cha mẹ anh vừa mới xây, anh đưa 500 đô cho chị Nhường lo liệu một bữa tiệc mời dân cả xã đến dự. Chị Nhường đã thuê hai cây dù lớn, che rợp cả một khoảng sân và cả khu vườn, cùng thuê bàn ghế kê san sát để tiếp đãi khách. Trong lòng Hạo coi đây là một lễ tạ ơn, tạ ơn cha mẹ, ông bà, đã cho gia đình anh được đi Mỹ, con cái có tương lai và đời sống chính anh được sung túc hơn, với lại trong thâm tâm, anh cũng muốn nở mày nở mặt với bà con lối xóm. Từ ngày đứt phim, gia đình anh tan hoang, anh em đều đi tù, đều bị đày đọa. Nhưng bây giờ cả hai đều ở Mỹ, anh muốn cho những người cán bộ xã ấp gọi anh là ngụy, nay phải thấy rằng điều anh chọn lựa ngày trước là đúng đắn ...

6.

Khi lễ cúng gần xong thì khách khứa cũng lục tục kéo đến. Toàn là những người bà con trong xóm, trong làng ngày trước. Có người lúc anh gặp nạn thì xót thương giúp đỡ, có người quay lưng, có người hận thù đòi đem anh ra xử trước tòa án nhân dân. Bây giờ đã mười mấy năm trôi qua, mọi điều đã lắng xuống, cũng có một số người làm ra vẻ cố quên.

Hạo ra đứng trước cổng nhà để đón khách, gặp ai anh cũng vui mừng bắt tay thăm hỏi. Ai cũng dừng lại với anh ít phút để hỏi người nọ người kia ở Mỹ hay ở Sài Gòn......

Những chức sắc trong Ủy ban nhân dân và công an xã cũng kéo đến dự dù anh không mời. Có lẽ họ nghe anh về và nghe bà con xôn xao bàn tán, họ muốn tới xem thực hư ra sao. Khi tất cả đã vào bàn, thực khách tràn đầy cả một khoảng sân và khu vườn. Hạo đến từng bàn chúc mừng khách, ai cũng níu anh lại làm một ly, dù chỉ nhấp môi cho có lệ nhưng rượu cũng thấm làm anh choáng váng và bừng bốc. Khi anh đến bàn của đám công an và ủy ban thì họ đồng loạt đứng dậy mời anh cạn ly. Anh thấy mặt mày người nào cũng đỏ ửng vì men rượu.

Ông Trà, Chủ tịch ủy ban cầm ly rượu lên mời anh:

- Mừng anh Hạo đã trở về quê thăm bà con, tụi tôi mừng lắm.

- Thì đi lâu cũng nhớ quê nên muốn trở về thăm. Ông Hữu, Trưởng công an xã, người đã từng quản chế anh trong suốt ba năm, cũng cầm ly rượu đứng lên:

- Anh Hạo, tụi tôi đến đây dự cùng anh hôm nay cũng có ý là, thứ nhất chia vui cùng anh, thứ hai là nhờ anh cộng tác với xã để xây dựng một vài công trình mà xã đang còn bế tắc.

Đáng lẽ chuyện này phải mời anh ra Ủy ban để nói, nhưng sẵn đây, anh em với nhau cả nói anh dễ thông cảm hơn, xã nhờ anh chung góp một ít để làm cây cầu lỡ mà từ lâu ta không làm được, biết anh ở Mỹ làm ăn dễ dàng với trình độ của anh cũng cao nên chắc làm ăn khá.

Thôi thì xin anh đóng góp cho mười ngàn đô cho công tác chung của xã chắc anh chẳng từ nan. Ông Hữu nói một hơi dài, cái giọng vẫn còn cái giọng kẻ cả và ra lệnh, Hạo thấy như quá đường đột, anh vẫn biết rằng về quê sẽ gặp những cảnh mồi chài tiền bạc nhưng anh không ngờ anh đang ở trong một hoàn cảnh khó xử như thế này.
Anh tìm kế hoãn binh:
- Các anh nói chuyện đó đúng chớ, mình đi xa về phải góp phần xây dựng quê hương chứ anh, nhưng đây là chuyện lớn mình phải có kế hoạch, mai mốt mình sẽ bàn nhiều hơn.
Hạo nói giả lả thêm mấy câu rồi anh tìm cách qua bàn khác sau khi anh nhận một tràng pháo tay dài của đám chính quyền. *"Chu cha! Nó nghĩ như mười ngàn đô la làm ra ở Mỹ dễ dàng lắm vậy, sức như anh làm mười ngàn cả năm chưa chắc đã có mà còn biết bao nhiêu là chi phí, anh ky cóp, chắt bóp cả hơn năm năm mới được bảy ngàn mang về mà nay nó bảo đóng góp cho xã mười ngàn, làm như ở Mỹ đi ra đường là lượm đô la không bằng"* Hạo vừa đi vừa chửi thầm trong bụng.

7.

Tối đó, xong công việc mọi chuyện, Hạo mới khều chị Nhường ra ngoài bàn nói nhỏ:
- Em về đây làm mả cha mẹ, thăm bà con như vậy cũng đủ rồi, hồi hôm bọn ủy ban còn muốn vòi tiền để xây cầu, em kiếm đâu ra, em hứa cho qua chuyện. Thôi thì mai em đi, em vô lại Sài Gòn chơi mấy tuần rồi đi Mỹ luôn, chứ ở đây không yên với họ đâu!
Chị Nhường hỏi lại:
- Còn chuyện vợ con em tính sao, chị đã nhắn con Lan lên rồi, nó là giáo viên, hơn ba mươi tuổi chưa chồng, không đẹp nhưng hiền lành.
Hạo thấy chán nản nên nói với chị:
- Em còn khoảng năm trăm, đem về bảy ngàn mà lo công việc và cho bà con cũng gần hết, lại phải vô Sài Gòn ở mấy tuần, thôi chị nói với Lan em qua Mỹ sẽ viết thư về.
Đó là quyết định của anh, Hạo sáng hôm đó nhờ thằng cháu chở xuống bến xe rồi ra thẳng Đà Nẵng mua vé máy bay về Sài Gòn. Chị Nhường vẫn khóc nhưng anh thì đi như một cuộc chạy trốn, anh không có thì giờ để nhìn lại gốc cây bàng ở ngoài chợ, nơi anh ngồi đó suốt bảy năm để vá xe đạp lề đường kiếm ăn. Thôi cái gì cũng nên gói cất trong ký ức.

Trần Yên Hòa

TRƯƠNG VŨ
NHỮNG CƠN MƯA NGÀY CŨ

Tôi sống ở Mỹ đã hơn 35 năm, hơn nửa đời người. Tôi yêu cây cỏ vùng tôi ở, miền đông bắc Hoa Kỳ, nhất là màu sắc của cây khi trời bắt đầu vào thu. Những năm sau này tôi thường vẽ cảnh thu ở đây. Cảnh nắng trên đồi, cảnh lá vàng trong rừng, cảnh thung lũng trong mù sương... Càng vẽ tôi càng khám phá những thay đổi của màu sắc, của tính cách, của ấn tượng, theo từng khoảnh khắc, như cỏ cây có linh hồn cuốn hút tôi vào đó. Vùng này thỉnh thoảng có mưa, nhưng mưa ở đây không để lại trong tôi những cảm giác đặc biệt để đi xa phải nhớ.

Tôi nhớ những cơn mưa ở Việt Nam, Nha Trang hay Sài Gòn. Mưa Sài Gòn thường đến ào một cái rồi ngưng. Mưa Nha Trang kéo dài lâu hơn, nhiều khi dầm dề, và cái cảm giác ướt át lành lạnh nó để lại thường dai dẳng. Tôi nhớ những buổi tối, ở xa về, tôi lang thang trên bãi biển dưới mưa, nhiều đêm mưa tầm tã vẫn không muốn về. Tôi nhớ những ngày còn ở trung học, ngồi trên thềm nhà đọc sách, nước mưa rơi xuống từ mái hiên, thỉnh thoảng những giọt mưa tạt nhẹ vào người. Tôi nhớ những đêm mưa dạy học trong một lớp luyện thi. Học trò từ nhiều trường khác nhau, Lê Quý Đôn, Võ Tánh, Nữ Trung Học,... Lớp học mượn của đình Phương Câu, trống một bên. Khi gió lớn, cả thầy lẫn trò đều ướt. Bốn mươi lăm năm đã qua rồi, tôi vẫn còn nhớ rất rõ nét mặt một số học trò trong lớp đó. Tôi còn cảm nhận được cái lành lạnh của nước và mường tượng âm vang tiếng cười giòn của các em khi cố lách mình tránh mưa. Tôi cũng nhớ những đêm mưa, lái xe chở các con trên một mini-truck có mui, chạy dọc theo đường Duy Tân. Vào những khúc vắng người và có nhiều vũng nước, tôi cho xe chạy nhanh làm nước bắn tung tóe, để nghe tiếng cười rú của mấy đứa nhỏ.

Đi xa, tôi nhớ những cơn mưa ngày cũ. Mỗi cơn mưa tồn tại trong tâm tưởng mang theo với nó một kỷ niệm, đánh dấu từng khoảng đời. Rất nhiều kỷ niệm đã giúp tôi trưởng thành. Không phải trưởng thành trong cái nghĩa chồng chất thêm tuổi tác, mà trong cái nghĩa hài hòa với cuộc đời. Dĩ nhiên không phải chỉ có kỷ niệm từ những cơn mưa giúp tôi trưởng thành. Cũng như với biết bao người khác, có rất nhiều thứ trong đời sống đã đóng góp vào đó. Có những tình nghĩa hay những cái chỉ vụt đến, chỉ trong một khoảnh khắc bất chợt, nhưng vẫn để lại ấn tượng sâu đậm, giúp mình lớn khôn hơn. Tôi viết ra đây vài kinh nghiệm riêng tư, những kinh nghiệm mà mỗi lần nghĩ đến, luôn cảm thấy mát lạnh, như cảm giác có được từ những cơn mưa ngày nào. Tôi viết ra không như một hồi tưởng, mà như một lời cảm ơn những cái đẹp mà cuộc đời đã mang lại. Đặc biệt, cuộc đời thầy giáo khi còn ở quê nhà.

Tôi dạy học từ rất sớm. Bắt đầu dạy trung học khi mới qua tuổi hai mươi. Chỉ là một anh nhóc con, từ kiến thức đến cung cách, thoải mái với cuộc sống và thương ghét một cách thường tình. Tuy nhiên, nghề dạy học, với thêm chút tự phụ, dần biến tôi thành một người "mô phạm" trong cái nghĩa "nghiêm túc và nghiêm khắc". Sau này lên dạy đại học, tôi càng trở nên nghiêm khắc hơn với học trò mình, với nhiều người xung quanh nhưng lại ít nghiêm khắc với chính mình hơn. Cho đến khi, vào những giây phút thật bất ngờ, tôi nhận ra và thấy thấm thía về những gì đã đánh mất hay đã không có.

Khoảng đầu năm 1974, tôi có mời nhà thơ Huy Tưởng đến thuyết trình về thi ca ở Trung tâm Sinh hoạt Sinh viên, số 4 Yersin. Một số sinh viên giúp tôi tổ chức buổi thuyết trình đó, đắc lực nhất là Trần Thị Thanh Thủy, Nguyễn Văn An, Nguyễn Ngọc Nam và Phan Công Chinh (PCC). Đây là những sinh viên, xuất thân từ Võ Tánh và Nữ Trung Học, rất có khả năng tổ chức, thích hoạt động, yêu văn học, âm nhạc, nghệ thuật, mà nếu không có họ những sinh hoạt thường xuyên khác ở Duyên Hải trở nên tẻ nhạt. Buổi thuyết trình tối hôm đó có rất đông sinh viên tham dự. Khi được báo tin Viện trưởng cùng một số giáo sư và quan khách cũng sẽ đến dự, như một phản ứng tự nhiên, tôi yêu cầu một số sinh viên đang đứng gần ra xếp hàng nghiêm chỉnh chào đón họ. Bất ngờ, PCC đến gần tôi, nói nhỏ, chậm rãi: "Thưa thầy, cái này không hợp với tinh thần thi ca". Lúc đó, trời tốt và còn nóng, tôi vẫn cảm giác như vừa hứng lấy những giọt mưa lạnh, thật lạnh. Tôi tỉnh người ra, bỏ chuyện đón tiếp đó. Hôm đó, bài nói chuyện mang tính hàn lâm chỉ chừng mực, nhưng phần đọc thơ, ngâm thơ của Huy Tưởng và một số sinh viên, hợp với sự đam mê về thi ca của họ, lôi cuốn mọi người.

Ngày tháng qua đi, chuyện học hành cùng những sinh hoạt tất bật tiếp tục chiếm hết thời giờ của cả thầy lẫn trò trong ngôi trường đại học nhỏ bé đó. Tất cả dồn vào chuyện tương lai của mình, của trường. Cho đến một ngày, những biến cố ngoài trường học bỗng bất ngờ ập đến, đập mạnh vào đời sống, vào tâm tư mỗi con người ở đó. Mạnh như bão táp. Những tính toán về tương lai của học trò tôi, của chính tôi, bỗng trở thành ảo tưởng. Phía trước mù mịt. Lúc đó tôi mới qua tuổi ba mươi không lâu, đang rất năng nổ bỗng trở nên mất tự tin, trở nên e dè, ngỡ ngàng, lúng túng. Và, cố gắng "khôn ngoan" như một người đã trải qua bao thăng trầm, bị vùi dập biết bao lần trong đời, để không dám sống thật với mình. Một hôm đang đứng lớ ngớ trong sân trường, một sinh viên lớp Sư phạm Toán của tôi, Nguyễn Văn Vinh (NVV), bước đến nhìn thẳng vào tôi một lúc rồi nói, đại khái là: "Tại sao trước đây thầy như vậy mà bây giờ thầy lại như vậy?" Hôm đó, cũng trời đẹp, cũng cái nóng thường tình của Nha Trang, tôi vẫn có cảm giác hứng những giọt mưa lạnh và lần này, là những giọt rất lạnh của những cơn mưa dầm dề vào tháng Mười ta.

Vài tháng sau, tôi dạy bài cuối cùng trong cuộc đời thầy giáo ở Việt Nam. Tôi nhớ rõ lắm. Đó là một bài về giải tích số tạp (complex analysis), thuộc môn tôi phụ trách ở lớp Sư Phạm Toán. Lúc đó, tôi đã chuẩn bị rời Việt Nam nhưng cố gắng giữ thái độ bình thản như không có gì xảy ra. Học trò tôi, trong lòng đang rất chao đảo khi nghĩ về tương lai mình, cũng cố chăm chỉ ngồi nghe làm như không có gì khác quan trọng hơn. Mà ngoài kia, ngoài lớp học, những cái đang xảy ra, ảnh hưởng mạnh đến đời sống mỗi đứa thì nhiều vô kể. Lớp học lặng lẽ cho đến khi có một sinh viên, Vĩnh Như, đứng dậy đặt một câu hỏi khó. Ngày nay, mỗi lần nghĩ lại, tôi hãnh diện và thương các học trò tôi vô cùng.

Vài tuần sau, một buổi sáng mưa lất phất, ngồi trên một chiếc ghe đánh cá nhỏ, tôi nhìn lại bờ biển Nha Trang, nhìn những nhà tranh dọc theo xóm Cồn. Tất cả nhỏ dần. Quê hương! Chỉ còn những bóng mờ.

Mười năm sau, tôi đoàn tụ với gia đình, ở Mỹ. Mười lăm năm sau nữa, vợ chồng tôi về thăm Việt Nam. Có hai người ra đón chúng tôi ở phi trường Tân Sơn Nhất. Một đứa em vợ tôi và PCC. Chinh vẫn giữ cách nói năng và xưng hô với tôi như ngày nào. Về khách sạn, lúc đó đã nửa khuya, trời mưa nhè nhẹ, tôi với Chinh lên quán nước trên sân thượng ngồi uống bia, nhìn xuống những hoạt cảnh về đêm trên đường Nguyễn Huệ. Hai mươi lăm năm trước, dù học xong sư phạm nhưng vì ba đi cải tạo, Chinh không được đi dạy. Chinh đã làm rất nhiều nghề, kể cả làm rẫy, để sinh nhai. Lúc gia đình tôi còn ở lại Việt Nam, lâu lâu Chinh ghé thăm, ở vài hôm, chơi với các con tôi như một người anh cả trong nhà. Thỉnh thoảng, Chinh tụ tập một ít bạn bè cũ tại đó, vui đùa, ca hát. Sau vài năm ở Nha Trang, Chinh bỏ vào Sài Gòn. Từ tay không, từ một đời sống gần như không nhà không cửa, Chinh gầy dựng lại tương lai. Vừa làm, vừa học. Giờ đây, Chinh là một giảng viên đại học ở Sài Gòn. Hôm đó và mãi sau này, chúng tôi không nhắc gì đến câu nói của Chinh vào một tối năm xưa, trong buổi thuyết trình của Huy Tưởng. Chúng tôi hỏi thăm từng người thân trong gia đình rồi hẹn đến thăm nhà Chinh vào hôm sau. Chinh không biết câu nói đó đã ảnh hưởng đến niềm đam mê của tôi về thi ca như thế nào. Ngày nay, bên cạnh kiến thức, Chinh là một thầy giáo với những kinh nghiệm về đời sống, với ý chí phấn đấu, với tính nhẫn nại, tính thẳng thắn và lòng trung thực, rất cần có ở trường học. Với thầy giáo, khả năng chuyển giao tri thức chỉ quan trọng có một nửa thôi. Chinh đã tạo được cho mình, trong hoàn cảnh vô cùng khó khăn dễ khiến người ta bỏ cuộc, những thứ mà tôi có rất ít khi rời Việt Nam trong đời dạy học của mình.

Vài hôm sau, trong chuyến về thăm đó, chúng tôi ra Nha Trang. Một đồng nghiệp cũ của tôi, thầy Trần Đăng Nhơn, tổ chức một buổi gặp gỡ với các cựu sinh viên Duyên Hải tại nhà hàng Ban Mê. Tối hôm đó, tôi gặp lại hơn một trăm học trò cũ, nhiều em tóc bạc hơn tôi. Sau một bài nói chuyện có tính tâm tình, rất cảm động, của Nguyễn Thị Nga, tôi thấy NNV lên cầm micro. Em mở đầu bằng câu: "Hai mươi lăm năm trước, em có lỗi với thầy..." Tôi xúc động. Sau đó, tôi cũng cầm micro nói chuyện với các em. Về lời xin lỗi của Vinh, tôi có nói là thầy giáo phải có bổn phận khuyến khích học trò mình nói thật và hãnh diện khi các em làm điều đó. Phải nói lên những suy nghĩ rất thật của mình, đúng sai không quan trọng lắm. Riêng về câu nói của Vinh năm nào, tự thâm tâm, lúc đó và cả bây giờ, tôi biết em nói đúng, rất đúng. Ngày nay, Vinh cũng là một thầy giáo dạy môn Toán. Tôi mừng cho học trò của Vinh.

Trong chuyến về thăm đó, ngoài cuộc gặp gỡ ở Ban Mê, tôi cũng có gặp lại nhiều học trò khác, học tôi ở trung hay đại học. Tất cả đã giúp tôi cảm nhận sâu đậm niềm hạnh phúc tôi có được do những ngày tháng sống với trường học. Có những em đã trở thành thầy, cô giáo của các con tôi trước khi các cháu sang đoàn tụ với tôi ở Mỹ. Như Liên Ba hay Nguyễn Thị Song. Liên Ba đã dạy dỗ các con tôi tận tình, và thường xuyên đến nhà, chia sẻ vui buồn với gia đình tôi trong những ngày lao đao nhất. Ở Mỹ, khi được tin tức bên nhà, cho biết Liên Ba đang dạy mấy cháu, tôi nhớ đến một bài thơ trên hộp bánh LU ngày tôi còn bé. Bánh của Pháp nhưng lại có in một bài thơ tiếng Việt trên hộp, rất "vè" nhưng dễ thương:

Năm xưa khi còn bé
Mua bánh LU tặng thầy
Năm nay được làm thầy
Con thầy tặng gấp đôi

Tôi liền kiếm mua ít bánh LU và viết vài dòng cho LB, kèm trong thùng quà gởi về gia đình nhờ đưa lại LB. Bánh LU ở Mỹ không có bài thơ Việt, trong thư tôi viết lại bài thơ trên cho LB đọc.

Viết đến đây, tôi không thể không nhắc đến một khuôn mặt rất trong sáng đã để lại nhiều ấn tượng sâu đậm nơi tôi. Tôi muốn nhắc đến Dương Thái Đức (TĐ). Những ngày trước tháng 4/1975, rất nhiều đồng bào chạy nạn đổ dồn về Nha Trang. TĐ đã động viên cả gia đình tích cực giúp tôi trong các công tác cứu trợ. Sau này, TĐ lập gia đình với Trần Văn Điểu, sinh viên của tôi ở SP Toán. TĐ thường đến thăm gia đình tôi trong suốt thời gian gia đình còn ở Việt Nam. Trong chuyến về thăm nói trên, suốt gần hai tuần lễ ở Nha Trang, gần như ngày nào vợ chồng TĐ cũng đến thăm hoặc đi chơi với chúng tôi. Về lại

Mỹ sau chuyến đi đó được vài năm, một hôm, tôi được tin TĐ qua đời trong một ca giải phẫu. Em được chôn trong vườn của gia đình, phía sau căn nhà nhỏ của hai vợ chồng. Tôi cảm giác như có một người thân trong gia đình ra đi.

Như đã nói ở trên, tôi sống ở Mỹ hơn nửa đời người. Rất khó để nói rằng nước Mỹ không là một quê hương mới. Mỗi lần đi xa, sau vài ngày là tôi bắt đầu nhớ đến căn nhà ở đó, nhớ màu sắc của cỏ cây khi trời vào thu, nhớ những con đường, những con người, nhớ cả thức ăn, ... Tâm trạng của tôi chắc cũng giống với tâm trạng nhiều người Việt khác ở Mỹ. Cũng giống như tâm trạng của người khách trong bài thơ Độ Tang Càn (Qua sông Tang Càn) nổi tiếng của Giả Đảo, một nhà thơ đời Đường:

Khách xá Tinh Châu dĩ thập sương
Qui tâm nhật dạ ức Hàm Dương
Vô đoan cánh độ Tang Càn thủy
Khước vọng Tinh Châu thị cố hương

Tạm dịch nghĩa: Khách từ Hàm Dương đến trọ ở Tinh Châu đã được mười năm, ngày đêm tưởng nhớ về Hàm Dương; ngày kia, ngẫu nhiên vượt sông Tang Càn, ngoảnh lại nhớ về Tinh Châu như đó mới là cố hương. Ý niệm về quê hương, không cố định mà thay đổi theo hoàn cảnh đổi thay của mình, theo trong bài thơ là như vậy. Tuy nhiên, tôi biết, chắc chắn phải có những hình ảnh, những kỷ niệm, những phút giây bất chợt, những vết son hay những vết hằn, đã đi theo người khách từ Hàm Dương đến Tinh Châu. Rồi từ Tinh Châu, theo khách, vượt sông Tang Càn. Chúng đã làm cho khách lớn hơn, và ở với khách cho đến ngày trút hơi thở cuối cùng.

Những cơn mưa ngày cũ, trong nghĩa thật hay ẩn dụ, với tôi cũng thế.

Trương Vũ
Maryland, năm 2012

TƯỞNG NĂNG TIẾN

SÁNG MÙNG MỘT

Vừa rời nhà thì trời lấm tấm mưa, đường trơn và tối nên tôi lái xe rất chậm – dù thuở ấy tuổi đời còn trẻ. Phải qua đêm nay, đêm giao thừa, tôi mới bước qua tuổi ba mươi – nếu tính theo âm lịch. *Tam thập nhi lập* nhưng tôi đang hơi lập cập vì vừa bắt đầu một cuộc đời mới, đời tị nạn.

Nghề ngỗng không, tiền bạc không, vốn liếng tiếng Anh cũng không được nhiều nhặn gì cho lắm. Chỉ có điều may mắn là tôi không đến nỗi thất nghiệp thôi. Việc làm tuy chỉ với đồng lương tối thiểu nhưng được cái rất nhẹ nhàng và dễ dàng như chơi vậy. Tôi có thể đi học ban ngày. Mãi đến 10 giờ tối mới phải có mặt ở trạm xăng, để thay thế cho người làm việc ca chiều, rồi loanh quanh ở đó cho đến sáng sớm hôm sau.

Tháng Giêng, tháng Hai ở California trời thường mưa nên khách hàng rất lưa thưa, thỉnh thoảng mới có người dừng xe, và càng về khuya càng vắng. Tôi gần như chả phải làm gì cả nên đóng kín cửa, mở máy sưởi tay, kê lọ thức ăn làm sẵn đựng trong lọ thủy tinh sát ngay bên cạnh, rồi ngồi học bài hay đọc báo. Sau một lúc lâu, khi đã hơi đoi đói, tôi sẽ có một bữa ăn nóng sốt ngon lành.

Giữa một đêm Đông mưa lạnh mà được ở trong phòng kín, có máy sưởi ấm áp, với một lọ cơm đầy đang bốc khói (thịt cá gia vị tiêu ớt đầy đủ) thì không còn gì để phàn nàn nữa cả. Tôi sắp thưởng thức bữa ăn khuya thì khách lạ xuất hiện, một người đàn ông trung niên, trông có vẻ là dân Mễ Tây Cơ. Ông đứng trước khung cửa kính nhìn vào – ướt như chuột lột, áo quần nhầu nhĩ, dáng điệu thiểu não – với ánh mắt lo âu. Một người vô gia cư, cần đi tiêu đi tiểu gì đó, tôi đoán vậy.
Restroom của trạm xăng chỉ dành cho khách hàng. Để cho dân *homeless* sử dụng tự do thì họ cứ đến hoài, đám nhân viên tụi tôi sẽ phải lau chùi và dọn dẹp muốn khùng luôn.
Tuy biết thế nhưng tôi vẫn bước ra bên ngoài, đưa ra chìa khoá nhà vệ sinh như thường lệ. Ổng không cầm, chừng như không hiểu tại sao, cho đến khi tôi chỉ tay vào cánh cửa có hai chữ WC thì người khách lạ mới gật đầu, vội vã đi vội vào bên trong.
Vài phút sau y trở ra (chắc đã bỏ quên chìa khoá bên trong) đứng ở chỗ cũ, vai run run vì lạnh, ngơ ngác nhìn quanh. Cái gì chứ đói lạnh thì tôi "rành" lắm nên không khỏi chạnh lòng. Người khách lạ khiến tôi nhớ đến những ngày tháng không nhà của chính mình – sau một chuyến vượt biên thất bại, và lạc mất hết giấy tờ cùng tiền bạc – ở một thành phố không một người quen.
Vào mùa mưa, Rạch Giá hay có những ngày biển động. Trời thấp, ẩm, lạnh, mây xám màu chì. Lòng buồn, bụng đói, dạ hoang mang, *tôi bước đi không thấy phố, không thấy nhà, chỉ thấy mưa sa trên màu cờ đỏ.* Sáng nào tôi cũng loanh quanh trong chợ Nhà Lồng của thị xã, mắt láo liên nhìn quanh những bàn ăn, chỉ chờ thực khách buông đũa là nhào vào húp vội phần ăn thừa còn lại. Tôi trải qua nhiều tháng ngày như thế (ngay giữa lòng quê hương của chính mình) nhưng chưa bao giờ nhận được một nụ cười thân thiện, hay một cử chỉ thân ái, của bất cứ ai.
Tôi mở cửa mời người người khách lạ bước vào bên trong, rồi xẻ phần cơm sắp ăn vào một cái đĩa giấy – cắm thêm vào cái nĩa nhựa – ra dấu mời bằng một nụ cười hơi vụng về. Không khách sáo hay ngượng ngùng gì ráo, y vội vã làm dấu rồi cắm cúi ăn ngay.
Để cho không khí đỡ ngượng nghịu, tôi chỉ vào ngực mình tự giới thiệu:

- My name is Tien, my name is Tien...

Ổng ta hiểu nên cũng chỉ chỉ vào ngực, đáp lại ngay dù đang nhai ngồm ngoàm:

- Domingo, Domingo ...

Chúng tôi vui vẻ bắt tay nhau. Nụ cười hiền lành của người khách lạ khiến tôi yên tâm và cảm thấy dễ chịu:

- You speak English?

- No!
- No English?
- No!

Xong, tôi lấy một lon cà phê và một bao thuốc lá, hàng bán của trạm, ngỏ ý "thân tặng" trước khi từ giã. Domingo đón nhận, gật đầu cảm ơn, rồi miễn cưỡng mở cửa lầm lũi bỏ đi. Tôi nhìn theo, áy náy và ái ngại nhưng còn biết làm gì hơn và làm sao khác!

Chỉ độ vài ba phút sau thì Domingo quay lại, nhè nhẹ gõ vào khung kính. Tôi chưa biết nói sao thì y móc túi chìa ra một manh giấy nhỏ, với vài dòng chữ mực xanh nghuệch ngoạc và nhoè nhẹt. Tôi đọc chữ được, chữ mất nhưng vẫn đoán được nội dung vì giản dị đây chỉ là một cái địa chỉ của một tiệm bánh nhưng không rõ số nhà (King Bakery ... King Road ... San Jose) và số điện thoại.

Nơi tôi làm việc cách trạm xe buýt Greyhound không xa lắm, chỉ chừng một giờ đi bộ. Có lẽ Domingo là di dân lậu. Y băng qua biên giới vào được San Diego, một thành phố cực Nam của Mỹ giáp ranh với Mexico. Từ đây chắc có người giúp y mua vé xe buýt lên San Jose để tìm người thân. Đến một nơi xa lạ, giữa đêm mưa, đi loanh quanh mãi rồi không biết đi đâu nữa nên y dừng chân ở nơi này.

Chúng tôi bất đồng ngôn ngữ nên mọi suy đoán của tôi vô phương kiểm chứng. Tần ngần một lát, tôi lấy cuốn niên giám điện thoại trang vàng – Yellow Pages San Jose – lật kiếm vần B coi thử :

Bingo!

Chắc phải có đến mấy trăm tiệm bánh ở thành phố đông cả triệu dân này nhưng riêng trên đường King thì tôi tìm được hơn chục. Tôi bắt đầu bấm số, giữa khuya không ai bắt máy nhưng tôi để lại được lời nhắn rõ ràng và gọn gàng:

Tôi gọi từ cây xăng Shell, số 1455 đường The Alameda, có ông Domingo vừa từ Mexico đến đây. Xin đến đón ông ấy ngay hay gọi lại tôi càng sớm càng tốt (ASAP, as soon as possible) ở số này ...

Domingo có vẻ an tâm hơn đôi chút sau khi thấy tôi gọi xong hơn chục cú *phone*. Đồng hồ mới chỉ 11:45 PM, cũng sắp giao thừa, tôi nghe tiếng pháo nổ lác đác đó đây. Những tiệm bánh không mở cửa trước 6 hay 7 giờ sáng nhưng chắc chắn họ đến làm việc rất sớm để chuẩn bị ra lò cho loạt hàng đầu tiên.

Hy vọng là sẽ có người đến đón Domingo trước khi đổi ca, chứ không thì cũng lôi thôi lắm. Thiệt là hy vọng mỏng manh. Lỡ không ai tới thì sao? Tôi sẽ "làm gì" với người khách lạ này vào sáng ngày mai, sáng mùng một Tết? Domingo lo lắng đã đành, tôi cũng bắt đầu lo thấy mẹ luôn vì "tình trạng cư trú" của tôi không được sáng sủa gì cho lắm.

Tôi đang "chia" chỗ nằm, ở phòng khách, trong *apartment* một phòng, với một người đồng hương. Ổng cũng mới chân ướt chân ráo tới Mỹ y như tôi vậy, và đang làm *assembler* cho một hãng điện tử nhỏ. Lương lậu cũng gần ở mức tối thiểu, nghĩa là chả khá hơn tôi bao nhiêu nhưng cả vợ lẫn con vẫn còn kẹt ở VN, đó là chưa kể khoản nợ tiền vượt biên – nghe đâu cũng gần chục cây vàng – nên thằng chả phải "cày hai job" lận.

Chúng tôi chả mấy khi trò chuyện vì ổng làm việc suốt ngày, còn tôi thì vắng mặt suốt đêm nhưng tôi biết đương sự không phải là người dễ tính. Mấy tháng trước, vào một đêm đông cận ngày Lễ Tạ Ơn, cũng đúng lúc tôi sắp ăn bữa khuya thì một con *chihuahua* bé tí teo xuất hiện. Chó lạc ở Mỹ ngó là biết liền: mệt lả, xơ xác, ngác ngơ, và nhếch nhác cũng y như Domingo bữa nay vậy. Chỉ có điều khác là con thú khô ráo vì đêm đó không mưa.

Tôi cũng sẻ phần cơm của mình cho chó. Gần đến giờ về, trong khi tôi loay hoay chùi rửa cầu tiêu nhà tiểu chú chó nhỏ vẫn kiên nhẫn đứng đợi bên ngoài. Nó theo tôi ra đến nơi đậu xe với ánh mắt lo âu và dò hỏi.

Tôi ngần ngừ một lát, có lẽ chưa tới một giây, rồi bồng nó lên xe. Tới lúc đó tôi mới nhận ra là con vật nhỏ bé này bẩn thỉu hôi hám quá. Tôi phải hạ cả hai kính xe phía trước, dù trời bên ngoài lạnh buốt.

Về đến nhà tôi mang con chó vào phòng tắm, mở nước nóng, sát xà phòng tắm luôn. Trời ơi là nó dơ dễ sợ. Tôi phải xối nước ào ào nên mãi với nghe tiếng nói bên ngoài:

-Làm gì ở hoài trong đó hoài vậy, cha nội? Cho tui tắm rửa đi làm nữa chớ, trễ rồi.

Cửa mở, hơi nước mù mịt khiến cho ông bạn chung nhà nhăn mặt. Rồi ngay sau khi nhìn thấy con *chihuahua* đang loi ngoi trong bồn tắm thì ông bạn đồng hương của tôi bất chợt nổi điên. Tôi bị chửi rủa không tiếc lời, và toàn những lời nặng nề thái quá. Ổng lớn tiếng quát tháo tới mức hàng xóm có kẻ phải ghé mắt vào xem.

Khi hiểu ra sự việc, may quá, có người mách là nếu tôi không muốn nuôi chó thì có thể mang nó đến *animal shelter* của thành phố. Tôi bồng con thú đi ngay, dù lòng buồn vời vợi!

Kinh nghiệm "hãi hùng" sáng hôm đó vẫn chưa phai thì hôm nay tôi lại lâm vào hoàn cảnh khó xử khác, và khó xử hơn. Tôi thực không biết sẽ xoay trở ra sao nhưng tôi biết chắc là mình không thể thản nhiên "bỏ rơi" ông bạn Mễ Tây Cơ này được. Nước Mỹ ở đâu cũng có *shelter* cho người vô gia cư nhưng phải là cư dân hợp pháp kìa.
Đang suy nghĩ "miên man" thì chuông điện thoại reo. Đầu giây bên kia là giọng một người phụ nữ líu lo nghe như tiếng chim, hẳn là tiếng *Spanish*. Tôi mừng quýnh đưa máy cho Domingo. Y toét miệng cười ngay sau khi mở miệng nói "hola" khiến tôi cũng nở một nụ cười (theo) nhẹ nhõm.
Chỉ mười lăm phút sau, một cái xe Ford Torino cũ mèm thắng gấp giữa sân. Bốn người Mễ cùng túa ra ôm chầm lấy Domingo mừng rỡ. Tôi cũng mừng luôn, và không chừng (dám) tôi là người mừng nhứt.

Tưởng Năng Tiến

VÕ KỲ ĐIỀN

RÊU PHONG MẤY LỚP

Đình thụ bất tri nhơn khứ tận,
Xuân lai hoàn phát cựu thời hoa.

Sáng hôm nay ông Năm nhấp nhổm ngồi đứng không yên. Hết ngồi xuống lại đứng lên. Ông bước chầm chậm lại gần cửa kiếng lớn phía sau nhà, nghiêng mình nhìn xéo qua cái hàn thử biểu để ngoài trời. Ông nhướng mắt rán nhìn cái màu đỏ của thuỷ ngân, coi nó lên xuống tới mức nào. Có thấy gì đâu, cái lằn đỏ nhỏ xíu, lờ mờ. Tức mình ông lẩm bẩm, cằn nhằn cái thằng con trai út, đã biểu gắn sát sát bên trong cho dễ đọc, để tuốt đằng xa ai mà thấy. Cái xứ gì, thiệt tình! Lạnh gì mà lạnh dữ, hổng biết xuống tới bao nhiêu độ rồi !
Nói xong ông đứng áp lại gần cánh cửa để nhìn cho rõ hơn. Cánh tay trái đụng phải khung cửa nhôm lạnh ngắt như một khối nước đá, ông rút tay về, quay lại chậm chạp từng bước, từng bước trở về ngồi trên chiếc ghế thấp. Cặp mắt hấp háy nhìn ra ngoài bầu trời xám xịt. Ông thấy cái sân cỏ xanh đã trở thành một bãi tuyết trắng mênh mông. Có chỗ phẳng phiu trắng xoá, có chỗ được xe xúc tuyết ủi gò cao lên như những đụn cát. Cây cối biến đi đâu mất tiêu hết. Mấy bụi hồng bông đỏ như nhung, mấy bụi mẫu đơn bông lớn bằng cái chén kiểu màu trắng

màu hường, cái hàng rào bằng cây trắc bá diệp cao cả thước xanh um của mùa hè vừa qua, tất cả hiện giờ bị chôn vùi dưới những đống tuyết.
Ở bên kia rào tu viện, chỉ còn sót lại duy nhứt một gốc bạch dương to lớn sừng sững, chơ vơ một mình giữa đám tuyết trắng quạnh hiu, đưa những cành khô thêu lêu lên trời. Bên ngoài gió hú từng cơn, tiếng nghe vù vù như có đoàn xẹ chạy hết tốc lực. Từng lọn tuyết trắng đổ xuống, hột bay ngang, hột bay dọc, hột quay cuộn tròn, lấm tấm bay đầy trời như có ai đó cắc cớ tung một thúng lông ngỗng ra trước gió. Tuyết đã rơi đều đều như vậy từ giữa đêm qua cho tới sáng nay, liên tục không dứt. Chỗ nào cũng một màu thạch cao trắng bạch. Ngồi chưa yên chỗ, ông lại đứng lên đi về phía trước, mắt ngước nhìn cái mái nhà ở phía bên kia sân đã bị tuyết phủ đầy, miệng láp dáp:
-Cái điệu nầy có nước sập nhà. Đồ cái thứ tiền chế, làm bằng cây thông bở rệu với vách bằng cạc tông nhét bông gòn, làm sao chịu nổi...làm sao chịu nổi...
Ông thở dài rồi nhìn trời, dáng lo lắng, rồi ngồi xuống:
-Nó mà rơi hoài rơi hủy như vầy, chắc phải sập. Cả nửa thước tuyết đè trên nóc, nặng lắm chớ! Cái xứ nói là văn minh, kỹ nghệ tiến bộ, mà sao kỳ cục quá! Nhà cửa phải làm cho kỹ kỹ chớ. Tại sao không chịu xây cất cho nó đàng hoàng một chút. Tuyết mà rớt thêm chừng vài giờ nữa thì thế nào cũng sập...
Bà Năm dáng người nhỏ nhắn, đang chăm chú theo dõi chương trình ti-vi, chừng như không chịu nổi nữa, bèn cự nự:
-Ừ, ừ, sập đâu sập phứt cho rồi. Hồi sáng mơi tới giờ, nghe ông nói tới nói lui, tôi mệt quá!
Ông Năm biết là vợ trả lời mình nhưng không rõ bà nói gì. Cái lỗ tai đã nghễnh ngãng đâu từ mấy năm về trước, tuy có đeo máy nghe nhưng khi tỏ khi không. Ông đưa tay phải lên điều chỉnh cái nút phát âm gắn sát vành tai, miệng hỏi:
-Bà nói cái gì vậy, tôi nghe không rõ ?
Bà gằn giọng. Tuổi đã quá già nên khi nói tiếng run run, cái đầu lắc lắc:
-Hổng có nói cái gì hết á !
Rồi như chừng chưa hết cơn bực bội, bà tiếp:
-Mùa đông ở đây thì có tuyết, chớ có gì lạ đâu mà ông cứ nói hoài, nói hoài !
Ông bèn phân trần, giọng nói thều thào, lẫn trong tiếng xệu xạo của hàm răng giả:
-Thì bà cũng phải để cho tôi nói chớ. Bà coi nè, từ đầu hôm cho tới giờ, ổng cứ rớt hoài, rớt hoài, hột nào hột nấy lớn bằng ngón chưn cái... Cái

mái nhà bằng cạc tông làm sao chịu nổi. Bê tông cốt sắt còn chưa chắc, nói gì tới nhà tiền chế. Tôi nói mà, thế nào cũng sập!
Bà Năm hứ một tiếng rồi xây lưng qua coi ti-vi, không thèm nghe. Ông tiếp tục lẩm bẩm một mình:
-Gió lớn quá. Ở gần Bắc Cực nên thổi mạnh dữ. Tại có gió nên tuyết rơi mới nhiều. Mà nó rơi nhiều thì nó chất đầy trên mái nhà. Trời ơi ! nguy quá, cái điệu nầy... Phải chi xây bằng bê tông cốt sắt.
Ông e bà vợ cự nự nữa, nên chỉ dám nói tới đây thì ngừng ngang, cái điệp khúc "thế nào cũng sập" bị bỏ dở nửa chừng. Nếu không có bà Năm ở đó mà là thằng tư, thằng sáu hay thằng út, những đứa con trai ở gần gũi, thì ông sẽ tiếp tục một cái điệp khúc khác, có thay đổi chút đỉnh. Nhà mình ở Việt Nam cất bằng bê tông cốt sắt chắc lắm, tao tính ít ra phải ở được năm ba trăm năm, mối mọt mưa nắng gì cũng không sợ. Mỗi lần nhắc tới câu "cái nhà mình" ông Năm nhìn ra xa, tuốt trên ngọn bạch dương, lên tận đám mây trắng xám trên trời, cặp mắt đờ đẫn, ngẩn ngơ. Trong tròng đen lờ mờ, hình như có vương một làn lệ mỏng. Không phải ông khóc đâu. Đã trên tám mươi tuổi rồi, tuyến nước mắt hầu như cạn khô. Trong đầu ông hình ảnh căn nhà vuông vuông, xinh xắn hiện ra, rõ ràng từng nét. Căn nhà mà ông đã gom góp công sức, tiền của, mồ hôi, nước mắt, suốt đời cực nhọc mới thực hiện được. Nó không đồ sộ, nguy nga, lớn lao gì nhưng nó là của ông. "Nhà mình" ôi ! hai cái chữ tầm thường đó có tác dụng như nhát búa đập mạnh vào tim vào óc, ông nghe như tê liệt toàn thân. Ông đứng lên hết muốn nổi, ngồi bệt xuống ghế. Trong đầu ông, không còn gì để đáng nhớ. Mặc kệ mùa đông Canada với gió bão lạnh lẽo gào thét bên ngoài cửa kiếng, mặc kệ cây bạch dương chết cóng đứng run rẩy ngoài sân tu viện quạnh hiu, mặc kệ những đụn tuyết lem luốc, cao ngùn ngụt bên kia vệ đường, mặc kệ những cây cối, bông hoa rữa mục bị chôn vùi, ông quên quên hết. Chỉ còn một hình ảnh duy nhứt mà ông nhớ rất rõ. Rất rõ, từng nét. Cái hình ảnh "căn nhà mình" hiện lên với từng góc cạnh. Những cục đá nghiêng, những viên gạch bể, những lằn nứt nẻ, răn reo ở góc tường, những ổ cắm điện cháy đen, những vòi nước rỉ, những vết loang mốc meo trên trần nhà mưa dột ... ông làm sao quên. Chính tay ông tạo ra nó mà, cũng chính tay ông sửa chữa mà.. Trong cơn mơ mơ, màng màng ông chợt tỉnh, lò dò, đứng dậy đi vô phòng, cái lưng còng xuống, cái chưn bước thật chậm. Ông đưa tay run run mở cánh cửa. Có tiếng đồ vật va chạm, tiếng lục lọi giấy tờ, sổ sách. Hồi lâu, có tiếng ông hỏi vọng ra:
-Hôm đi ra Tân Sơn Nhứt, cái xấp hình tôi soạn cất trong cái hộp sắt tây, tụi nhỏ nó dẹp đâu rồi, tôi không thấy ! Coi chừng mất hết đa !

-Làm sao mà mất được. Ông để đâu thì còn ở đó. Tụi nó đâu có lấy làm gì mấy tấm hình cũ xì, đen thui !
Tiếp theo, bà bèn bình luận :
-Cái gì của ông cũng quí hết ! Thử đem liệng ngoài đường suốt ngày coi có ai thèm lượm không ?
Nghe vợ nói, ông tức mình cãi lại:
-Ai mà dại gì liệng bậy liệng bạ vậy bà ! Từ Việt Nam tôi cắc ca cắc củm đem qua đây có bao nhiêu đó ! Làm mất của tôi là không được đa!
Bà Năm lùng thùng trong cái áo ấm bằng len xám dầy mo, đứng dậy với tay tắt ti-vi, xỏ chưn vô đôi dép nhung đỏ bầm, lê bước lẹp xẹp vô phòng bên cạnh, miệng hỏi vói:
-Để tôi vô kiếm lại thử coi tụi nó có dẹp ở đâu không! Mà ông muốn kiếm tấm hình nào?
Ông Năm rán nói lớn để cho vợ nghe:
-Thì cái hình chụp "căn nhà mình" đó, tôi muốn coi lại một chút!
Rồi ông chép miệng thở dài:
-Tính ra mình đi được vừa đúng một năm. Không biết bây giờ ở bển ra sao rồi! Mấy chậu kiểng không ai tưới, chắc chết khô hết !... Ờ, ờ, bây giờ đang mùa đông, còn một tuần nữa là tới Tết. Cây mai ngoài sân...rồi ai lặt lá...để cho nó ra bông đây ?
ooo

Cái mặt trời ban sáng còn lấp ló trong mây, chưa lên khỏi nóc nhà ở phía bên kia đường. Cảnh vật còn nhập nhoà tranh tối tranh sáng. Trên các ngọn cỏ bên đường còn mờ mờ sương đọng. Các căn nhà ở hai dãy phố chợ Bình Dương vẫn còn đóng cửa im lìm. Trên đường đã có người gánh hành ra chợ bán, những gánh khoai nặng trĩu, những gánh rau cải, xanh um, tươi mát. Vài chiếc xe ngựa chở đầy bạn hàng máng đầy những gióng gánh ngổn ngang, móng sắt nhịp lọc cọc, lọc cọc trên mặt đường nhựa đen. Tiếng người nói chuyện, tiếng guốc, tiếng dép, tiếng xe kéo...vang vang trong trong cái im mát của buổi sáng. Sau một giấc ngủ ngắn, phố xá tỉnh lỵ bắt đầu vươn mình trở lại cái sinh hoạt ồn ào hàng ngày.
Trong nhà ông, bà Năm đã thức sớm hơn thường lệ. Ông đi ra đi vô, coi đồng hồ, miệng thúc giục:
-Coi chừng loay hoay, trễ hết ngày giờ. Ông thầy đã dặn đi dặn lại, tuổi tôi với tuổi bà, năm nay mà cất nhà thì phải cúng vào giờ Thìn, để qua giờ khác là xấu lắm. Cả năm nay chỉ có được ngày nầy là tốt thôi. Qua cái giờ đó là phải chờ năm tới !
Rồi ông thúc hối:
-Mấy đứa nhỏ chuẩn bị nhang đèn, bông hoa đủ chưa ?

Trong bếp tiếng nước sôi rì rào, tiếng dao chặt thịt lụp cụp, tiếng dĩa chén chạm nhau, mùi cà phê bốc lên ngào ngạt. Có tiếng bà Năm nói với con gái:
-Con luộc cho má miếng thịt ba rọi để trong dĩa, nhớ bỏ luôn cái hột vịt theo. Còn tôm thì để khi gần xong chỉ cần nhúng vô cho chín rồi lấy ra liền… Cúng thần thánh phải đủ bộ tam sênh mới được.
Quay qua thằng con trai lớn, bà dặn:
-Con đi lấy cái lục bình, rửa sạch để cắm bông cúng. Mà, giờ Thìn là mấy giờ vậy ông ?
Ông Năm lẩm bẩm:
-Giờ Thìn, giờ Thìn…một giờ của Tàu là hai giờ của Tây… Ừ, ừ, dễ mà ! Giờ Ngọ là mười hai giờ trưa. Mình tính trở ngược lại, Thìn, Tỵ , Ngọ…. vậy là đúng tám giờ sáng.
-Tới tám giờ sáng lận hả ! Phần tôi coi như xong rồi. Thôi, ông lo mặc quần áo, khăn nón đi là vừa… Nhớ khấn vái cho kỹ. Thằng tư với thằng sáu, hai đứa bây khiêng cái bàn qua bên đất, để ở chính giửa, rồi bày biện đồ để cúng. Hôm nay cúng đất đai dương trạch để cất nhà mới. Phải thành tâm kỹ càng nghe con…thì mới ăn ở bình yên, làm ăn khá giả. Nhứt là tao mong cho nó vững bền… để lại tới đời tụi bây, rồi tới đời con tụi bây…
Thằng tư cười khì khì:
-Má lo xa chi cho mệt vậy. Bền vững chắc chắn thì có ông kiến trúc sư tính kỹ rồi, má ơi ! Còn muốn hoà thuận, yên vui thì tụi nầy không oánh lộn nữa, vậy là huề…. Thôi khỏi cúng, mắc công quá mà. Cái bàn làm bằng thứ cây gì mà nặng quá sức, khiêng muốn cụp xương sống đây nè !
-Cái thằng làm biếng nhớt thây, ăn nói tầm bậy tầm bạ hết sức, hổng nên nghe con, lẹ lẹ đi cho kịp giờ. Ba mầy đóng bộ xong hết rồi kìa…
Ông Năm đi rảo một vòng, nhìn miếng đất trống phẳng phiu, quang đảng, trong bụng vừa ý hết sức. Phía trước mặt là công viên thành phố, khoảng khoát, xinh xắn. Phía sau hơi xa là một dãy đồi cao, thấp thoáng qua các rặng cây sao, cây dầu cao vút, là nóc toà hành chánh với dinh tỉnh trường lờ mờ… Y như cảnh núi Khu Tượng, nơi mà ông đã sống qua thời thanh xuân. Ông " đụng " bà Năm ở đó, rồi sanh được ba đứa con đầu lòng ở bên bờ sông Dương Đông. Đảo Phú Quốc ở vịnh Xiêm La, cái hòn đảo nhỏ, bốn bề sóng vỗ rì rào. Tụi nhỏ đã hít thở cái không khí nồng mặn của muối, đen đủi phong sương giữa nắng gió trùng dương. Quanh nhà toàn là những thân dừa cong vẹo, ngả nghiêng, tàu lá xơ rơ vì gió bão. Cái giếng nước phía sau đỏ lờ lợ vì nước rễ dừa tiết ra. Những ngày mưa dai dẳng nhìn lên dãy Khu

Tượng thấy dạng núi lờ mờ trong sương khói, giống như hình con voi nằm phục. Trước là đầu voi với cái vòi cong vòng, sau là đuôi voi với hai chưn sau quỳ xuống, cái lưng mập phình ra mà dài. Trên đó người ta làm rẫy, trồng tiêu với trồng sầu riêng... Đất đai trù phú, phong thổ phì nhiêu, đẹp đẽ như vậy, vì thời cuộc ông phải đành đoạn bỏ hết mà đi.
Bây giờ về đây cư ngụ, ông phải gầy dựng lại tất cả với hai bàn tay trắng. Đất cũ đãi người mới. Ông lời hơn vì có được thêm năm đứa con nữa. Thôi, đời ông vậy là yên nơi yên chốn rồi, không phải đi đâu nữa. Nhứt định ở luôn tại cái tỉnh nhỏ nầy. Ông phải tiện tặn, dành dụm, làm việc siêng năng, để mong cất được một căn nhà làm cái tổ ấm cho gia đình. Phòng của ông bà ở chính giữa, tám phòng của tám đứa con phải ở chung quanh, để tụi nó lúc nào cũng quây quần, xum họp bên ông. Bàn thờ của tổ tiên dòng họ ở trên lầu. Con cháu ông sẽ nối tiếp cái công trình nầy dài lâu một trăm năm, hai trăm năm...
Ông mỉm cười tươi tỉnh, trang nghiêm, bật hộp quẹt, đốt đèn cầy, cắm trên hai cái chưn bên lư hương bằng đồng sáng trưng. Ông đưa tay lấy bó nhang mới, xé bao lấy ra ba cây. Thật khoan thai, ông châm vào ngọn lửa. Mùi nhang trầm thơm, toả ra, quyện vào mùi long não hăng hắc của chiếc áo dài đen nổi bông hình chữ thọ, cái khăn đóng bằng sa mỏng, vấn thành nhiều vòng vừa lấy ra trong tủ áo. Nắng đã chiếu sáng cả khu đất trống. Từng tia nắng vàng chanh quét trên đám cỏ dại um tùm, mùi đất hăng hăng. Ông thoáng thấy chú Hai Lung, người cai thầu và đám thợ vừa tới. Xe cộ, dụng cụ ngổn ngang, nào xẻng cuốc, nào dây nhợ, người ta chất đầy chật cả lối đi. Mặt tươi tỉnh hy vọng, ông cầm nhang chắp hai tay lên đầu, miệng khấn lâm râm:
-Nam Mô A Di Đà Phật, Nam Mô A Di Đà Phật.... Nay tôi khấn đất nước ông bà trong kiểng sở làng Phú Cường nầy, gồm Thổ Công, Thổ Trạch, Thổ Địa, Thổ Thần, Chúa Xứ, Sơn Thần, Thuỷ Thần...
Vái tới đây tự nhiên ông thấy lần khói nhang xám trắng đương bốc vươn lên cao, bỗng cuộn tròn rồi tạt ngang. Một luồng gió ở đâu đó thổi qua lạnh ngắt, ngọn đèn cầy nhỏ lại lờ mờ như muốn tắt. Ông sợ quá, khom lòng bàn tay che gió. E rằng chưa đủ, ông kêu lên:
-Chú Hai, chú Hai gió lớn quá, lại phụ tôi một tay!
Chú Hai Lung chạy lại, đứng chắn lấy làn gió nghịch. Ngọn đèn từ từ lớn hơn và sáng tỏ trở lại. Ông Năm bình tâm khấn tiếp:
-Tôi vái tất cả năm vị ngũ hành Kim, Mộc, Thuỷ, Hoả, Thổ. Đông phương Giáp Ất Mộc, Nam phương Bính Đinh Hoả, Trung ương Mồ Kỷ Thổ, Tây phương Canh Tân Kim, Bắc phương Nhâm Quí Thuỷ, tám vị bát quái

Càn, Khảm, Cấn, Chấn, Tốn, Ly, Khôn, Đoài... Quí ông thực như phong, hành như võ...

Câu khấn vái dài quá, ông ngừng lại một hơi để thở. Cả không gian chung quanh, ông quên quên hết. Trong đầu chỉ còn một niềm thành kính vô biên. Sau câu khấn, trong ánh sáng lung linh của cặp nến đỏ, mùi trầm ngào ngạt của khói hương, ông như cảm thấy tất cả những vị thần linh mà ông vừa nhắc, tề tựu đông đủ. Có người mặt đỏ, người mặt đen, mặt trắng, mặt xanh, với áo bào, mũ mãng sặc sỡ, uy nghi. Tất cả tọa ngự ở trên bàn thờ, nhìn xuống ông yêu thương triều mến, dáng vẻ sẵn lòng bảo hộ, giúp đỡ, lắng nghe lời cầu nguyện. Ông sung sướng quá, rán mà nhớ những điều mong ước hầu nói lên hết cho đủ. Các vị nầy sẽ giúp ông cho được như ý... Ông lâm râm khấn tiếp, giọng rõ ràng hơn:

-Ngũ hành phân bát quái, tám hướng định quân thần. Hoả Thần làm chủ tể, ấm lạnh nhờ ông. Nay tôi xin phép để cất một cái nhà trên miếng đất nầy, để cho vợ chồng tôi, cùng mấy đứa con ở, làm ăn bình yên mạnh giỏi...

Khấn tới đây, ông bỗng nhớ tới lời bà Năm dặn dò, ông lặp lại:

-cho vợ chồng tôi cùng mấy đứa con, rồi mấy đứa cháu, ...rồi tới cháu của cháu tôi, nối tiếp hoài hoài... không dứt... được ăn ở bình yên mạnh giỏi, vô tai tịnh sự, điều lành đem tới, điều dữ lánh xa, quan thương dân chuộng, kẻ yêu người trọng, tà ma kinh khiếp, quỉ mị kiêng oai...

Khấn tới đây, ông thấy đã là quá đủ, không nên đòi hỏi xin xỏ nhiều hơn nữa. Cũng như mọi người, ông cũng mong ước được giàu sang, phú quí, con cái hiển đạt, làm quan làm quyền... Nhưng ông nghĩ cúng kiếng với thần linh, cầu được bình yên mạnh khoẻ là quá đáng rồi, không nên để thần thánh khi dễ vì mình quá tham lam. Ông bèn xá ba xá, cắm nhang vô một cái ly nhỏ đựng đầy gạo trắng. Ông lùi ra sau vài bước, phủ phục xuống lạy ba lạy. Không gian như lắng đọng xung quanh. Tim ông đập manh hơn bình thường. Hai lòng bàn tay ông ướt đẫm mồ hôi. Ông sung sướng trong niềm xúc động bồi hồi. Ánh nắng vàng tươi sáng rờ rỡ, chan hoà trên mọi lối. Nhìn lên bàn thờ ông thấy các thần thánh cùng ông bà tổ tiên trong dòng họ như nhìn ông mỉm cười, gật đầu chấp nhận lời khấn nguyện.

Năm nay ông vừa đúng năm mươi tuổi, cái tuổi mà Đức Khổng Tử cho là biết được mạng trời. Trời quả đã thương ông thiệt tình! Cha mẹ mất sớm, lăn lóc ra đời trong lứa tuổi còn nhỏ xíu, ông đã trải qua biết bao nhiêu cay đắng và khổ nhục. Con đã đông mà nhà lại nghèo, ông và vợ lo trong lo ngoài, tiện tặn dành dụm, mãi cho tới nay mới đủ tiền cất

một cái nhà để ở. Cái nhà ước mong của cả một đời người... Ừ, phải, cả một đời người ! Ông đứng dậy mặt sáng rạng rỡ. Quay qua người cai thầu, ông nói:
-Chú Hai, chú Hai ! chú cũng nên khấn với quí vị thần hoàng bổn thổ để cho công việc xây cất trôi chảy, thợ thuyền được phò hộ bình yên!
Chú Hai Lung nghiêm trang gật đầu, đứng vào chiếu đốt nhang, cung kính. Ông Năm bước ra phía ngoài đường cái, đứng bên cây cột đèn, nhìn trở vô coi đám thợ đương đóng cọc giăng dây để đào móng. Bà Năm đứng kế đó, gặp ông bèn hỏi:
-Ông khấn vái cúng kiếng xong hết rồi hả ?
-Ừ, ừ, xong rồi, đủ hết ! Bà mỉm cười, mãn nguyện sung sướng. Bất thình lình bà nghĩ tới một chuyện thế nào ông cũng không để ý, lo quá bà níu lấy tay áo dài của ông:
-Ông có trình với quí vị ông tên gì, mấy tuổi, cư ngụ ở đâu không ?
Ông Năm vỗ trán bối rối, kêu lên:
-Thôi rồi, lo nói đủ thứ chuyện mà quên mất việc trình tên trình tuổi, tôi không có nói chỗ đó !
Bà Năm giậm cẳng cằn nhằn:
-Có bao nhiêu đó mà cũng quên, rồi làm sao mấy ổng biết ai mà phù hộ. Thành ra mấy lời khấn vái kể như bỏ. Công trình mẹ con tôi cực khổ từ khuya cho tới giờ...
Ông Năm thất vọng, buông xuôi hai tay, không nói không rằng, đứng nhìn xe cộ người ta xuôi ngược trên đường. Hồi lâu, ông quay qua nói như an ủi bà nhưng thiệt ra là cho ông:
-Chắc không sao đâu bà. Thần thánh linh thiêng, các ngài biết hết. Tôi có nói xin phép cất nhà cho cả gia đình tôi ở... Mấy ổng phải biết tôi là ai chớ, nếu không biết sao gọi là thần, bà khỏi lo. Bà thấy tôi nói có đúng không ?
-Không đúng cũng phải đúng. Ông nói cái gì cũng phải hết. Tôi cãi đâu có lại ông. Mà ông có nhớ khấn xin ở cho được lâu, thiệt lâu không ?
Mặt ông Năm tươi rói:
-Có chớ, không có sao được. Tôi nói chỗ đó rõ lắm mà, tới hai lần. Tôi cầu cho cả gia đình ăn ở mạnh giỏi, tới đời con, đời cháu, đời chắt, đời chít... Bà yên tâm đi !
ooo

Ông Năm sau khi cầm tấm hình cái nhà vừa lục lọi ra được, trở về ngồi trên cái ghế nệm. Bên ngoài bão tuyết vẫn thổi rào rào, những hột tuyết tròn bay tung đầy trời. Ông có sá gì cái mực thuỷ ngân lên hay xuống tới bao nhiêu đâu. Bây giờ trong đầu ông là cái miếng đất với căn nhà ở đó có nắng ấm, có cây cối xanh tươi, có cả một đoạn đời dài mà ông đã sống qua. Ông thương yêu nó biết bao nhiêu. Vậy mà phải bỏ đi đành đoạn. Ông phải làm đơn để xin hiến cho nhà nước... Căn nhà mà ông ước mong lâu bền tới đời con, đời cháu, đời chắt, đời chít, được chú Hai Lung cất bằng bê tông cốt sắt, bây giờ nó chỉ còn lại có chút xíu, nhẹ hẫng. Nó còn lại trong tấm hình nhỏ bằng bàn tay, màu đen trắng loang lổ, vàng ố, lờ mờ. Ông chỉ thấy được cái mặt tiền với hai cái khung cửa sắt kéo nặng nề, cái lan can trên lầu có để con voi với chậu bông sứ Thái Lan. Còn phía sau với khu vườn có cây nhãn, cây mận, cái cổng sắt kiên cố cùng bụi tre ngà, ông không thấy gì hết. Ông rán hỏi vói qua phía trước:

-Bà ơi! Hôm trước thằng Hoàng mới qua được đây, có nói gì về cái nhà của mình không, bây giờ nó ra sao rồi ?

Giọng bà Năm trả lời, chậm chạp nhè nhẹ:

-Ờ, ờ, tôi quên nói với ông, bữa trước gặp nó, có hỏi thăm cái nhà. Nó nói bây giờ người ta lấy làm Hợp Tác Xã than củi, nước mắm, dầu hôi, tèm lem tuốc luốc lắm !

Ông Năm kêu trời, than nho nhỏ:

-Rồi mấy cây nhãn, cây mận của tôi ? Còn cây mai già giữa sân nữa ?

Bà Năm tiếp tục nói, giọng bình thản:

-Cái vườn phía sau họ chặt trụi lủi hết, làm chỗ đậu xe cam nhông, bụi đất mù trời. Tụi tài xế bộ đội phóng uế bừa bãi, bà con lối xóm bực mình lắm mà không ai dám nói gì.

Ông Năm ngồi dán người xuống ghế, lỗ tai lùng bùng. Ông thấy những biểu ngữ giăng giăng, những rừng cờ đỏ sắt máu, những đoàn người mặt đầy hận thù tràn vào tỉnh lỵ, tiếng nhạc đập đùng đùng chói tai. Ông thấy rất rõ những đứa con ông, những đứa cháu ông lần lượt bị bắt giam. Ông thấy tận mắt người ta bị bắt giết, đánh đập, giam cầm... Ông thấy những cảnh chia ly, đầy đọa, tang tóc, khổ đau. Ông thấy được những việc, những người mà cả đời chưa bao giờ được thấy qua. Tất cả đều quá lạ lùng, không thể nghĩ đến nổi. Xã hội mới, đất nước đổi mới là vậy đó sao ? Ông có quá lỗi thời, cũ kỹ, già nua ? Cái nhà bê tông cốt sắt trong đầu quay mòng mòng, tấm hình trong tay rơi xuống đất nhẹ đến nỗi không nghe tiếng. Bên tai, ông nghe tiếng vợ móm mém, nói văng vẳng khi gần khi xa:

-À, nó nói cái năm mà vợ chồng mình hiến nhà cho nhà nước để được đi đó, hồi chưa bị chặt thì cây mai trổ bông nhiều lắm, rụng vàng cả đường đi!

Ông Năm bất động, hồi lâu tỉnh lại nói nho nhỏ:

-Tại sao mình đi mà nó lại không biết, trổ bông chi cho nhiều vậy! Tại sao vậy ? Nó không biết thương tôi với bà sao mà... Hay là nó chưa biết nhà đã đổi chủ từ lâu !

Võ Kỳ Điền

VÕ PHÚ

CHỊ HƯƠNG

Thế là chị Hương đã bỏ đi. Chị rời khỏi nhà chúng tôi như chị chưa từng đến. Có khác chăng là lúc chị đến chỉ có một mình. Nhưng khi rời khỏi, chị dắt theo bé Chuột, đứa bé gái chưa đầy ba tuổi của chị. Chuyện đi hay ở của một người không giống như những chuyến xe buýt có giờ giấc, hành trình, rõ ràng. Chị đến nhà tôi cách đây bốn năm. Lúc chị đến, tôi chỉ là một cậu bé mười tuổi, chưa biết gì. Lần đó, sau một chuyến đi buôn, mẹ tôi dắt chị về nhà, gọi tôi lại và nói với tôi:

- Tịnh, lại đây mẹ biểu.
- Dạ, mẹ gọi con.
- Tịnh này...Đây là chị Hương. Còn đây là Tịnh, con trai của dì.
- Dạ, em chào chị.
- Chị chào em. Em trai bao nhiêu tuổi rồi?
- Dạ em được mười tuổi.

Mẹ nhìn chúng tôi, ngắt lời:

- Chị Hương sẽ ở lại nhà chúng ta một thời gian để giúp mẹ chăm sóc ngoại và con. Thôi hai chị em làm quen nhau nhé.
- Dạ.

Mẹ nói với chúng tôi được vài câu rồi mẹ vào nhà tìm bà ngoại để nói chuyện. Chắc là chuyện của người lớn. Lúc đó tôi cũng không để tâm cho lắm. Mẹ đi rồi, tôi nhìn chị Hương kỹ hơn. Chị Hương độ chừng hai mươi tuổi. Chị có mái tóc đen, dài. Khuôn mặt thanh tú và đặc biệt là đôi môi đỏ hồng với má lúm đồng tiền. Chị có dáng người nho nhỏ thon gọn, nhưng có da có thịt chứ không phải ốm tong ốm teo như những cô người mẫu hay hoa hậu mà tôi từng thấy trên truyền hình.
Trước khi chị Hương đến, nhà tôi chỉ có ba người. Bà ngoại cũng gần bảy mươi tuổi, mẹ và tôi. Mẹ tôi ít khi nào ở nhà vì mẹ đi buôn bán ở Đắk Nông. Mẹ mua cá khô của những người dân chài quanh xóm ở xã Vĩnh Lương này và đem lên vùng Đắk Nông hoặc Buôn Mê Thuột để bán cho người dân tộc. Sau đó mẹ mua nông phẩm của họ đem về bán lại cho những người trên chợ thị xã. Mẹ tôi xa nhà miết, có khi đi hơn hai tuần mới về. Mọi việc trong nhà bà ngoại tôi tự lo. Bà nấu cơm nước và giặt giũ áo quần cho hai bà cháu. Còn tôi chỉ biết ăn, học và đi rong quanh xóm hoặc cùng đám bạn chơi đánh trỏng, đá dế, bắn bi. Kể từ hôm mẹ dắt chị Hương về nhà, tôi ít đi long nhong ngoài đường. Tôi thích ở quanh chị. Coi chị xếp hoa giấy, hoặc nghe chị hát vọng cổ Tô Ánh Nguyệt. Tôi thích nhìn thấy chị cười. Mỗi lần chị Hương cười hai đồng tiền trên má lúm sâu, rất xinh. Người ta nói những người có má lúm đồng tiền thường là những người sống rất tình cảm, lãng mạn. Mỗi khi chị cười để lộ hai hàm răng trắng đều rất dễ thương. Nhưng chị Hương hiếm khi cười. Những lúc rỗi rảnh, chị ngồi thẫn thờ trước hiên nhà, nhìn xa xăm. Tôi không biết chị nhìn ai ngoài cửa hay chị đang chờ đợi ai. Có lần tôi hỏi ngoại tôi:
- Ngoại ơi, sao con thấy chị Hương hay ngồi nhìn ra cổng vậy Ngoại?
- Chắc nó nhớ nhà.
- À mà nhà của chỉ đâu sao không ở mà ở nhà mình vậy ngoại?
- Chuyện người lớn, con không hiểu đâu.
Chị Hương rất khéo tay và nấu ăn ngon. Không như ngoại hay mẹ tôi, chỉ biết nấu một vài món như cá kho, thịt kho, canh rau hoặc xào. Chị Hương nấu rất nhiều món ăn lạ, đẹp và ngon mà tôi chưa bao giờ được ăn. Chị Hương ở nhà tôi hơn nửa năm thì chị sanh một bé gái. Chị đặt tên cho bé là Nguyễn Hương Trà Mi. Ở nhà chúng tôi gọi là bé Chuột vì bé sinh năm con chuột. Bé Chuột rất dễ thương. Bé ít khi khóc nhè như những đứa trẻ khác. Chắc có lẽ là bé Chuột biết thân phận mình nên chẳng mè nheo? Bé bú no rồi ngủ. Mỗi lần chị Hương cho bé bú, tôi tò mò lén nhìn. Đôi vú căng tròn sữa, trắng phau. Núm vú hồng hồng, tung tưng mỗi khi chị vỗ nhẹ vào mông ru bé ngủ. Bé Chuột thường bú

no rồi lăn ra ngủ. Chị Hương để cho bé ngủ muồi trên tay rồi mới đặt bé vào nôi mây.
Khi bé Chuột được một tuổi, chị Hương thường nhờ tôi coi bé để chị làm công việc nhà. Chị giúp chúng tôi làm việc nhà, nấu ăn cho hai bà cháu. Chị còn nấu chè trôi nước gánh đi bán dạo quanh xóm để kiếm thêm tiền lo cho con gái. Chè trôi nước chị nấu trắng mịn, thơm lừng.
Buổi sáng chị dậy thật sớm, ngâm nếp, xay, đăng rồi ủ bột. Chị xào đậu xanh cùng hành hương, tóp mỡ để làm nhân bánh. Sau khi cơm trưa xong, chị cho bé Chuột ngủ rồi tiếp tục vò viên làm chè trôi nước. Những viên chè vừa trắng lại vừa tròn nổi lềnh bềnh trong nồi nước đường thơm mùi gừng tươi. Trên mặt chén chè, chị rắc thêm một ít mè trắng đã rang vàng. Khi bỏ những viên chè vào trong miệng, chúng mềm nhũn rồi tan chảy xuống bụng. Chè trôi nước chị Hương ăn rất tuyệt nhất là sau buổi xế trưa. Chè của chị Hương ngon lắm, nên chỉ vài tiếng đồng hồ gánh đi bán là hết sạch.
Ở đầu xóm chúng tôi có một gia đình rất giàu. Nhà lầu cao tầng, song cửa sắt uốn hình rồng phượng. Tường xây bốn phía như một dinh thự của tổng thống. Đó là nhà anh Hạc.
Anh Hạc thích chị Hương. Mỗi lần chị Hương gánh chè đi qua, anh đều gọi vào mua và tìm cách làm quen. Anh Hạc đẹp trai, cao, to, mái tóc chẻ hai phủ lòa xòa xuống mắt. Anh si mê chị Hương lắm, nhưng chị lại không thích anh. Nhà anh Hạc nuôi rất nhiều cá kiểng. Nhiều nhất là loại cá bảy màu. Cá trống có cái đuôi to xoè ra như cánh quạt mỗi lần ve vãn cá mái. Những chiếc đuôi có đủ màu sắc óng ánh kim tuyến nhìn rất mê hoặc. Tôi thích nhìn chúng bơi trong nước hoặc nhìn chúng đá nhau. Có lẽ anh Hạc biết tôi thích nuôi và coi đá cá, nên anh thường gọi tôi vào nhà cho tôi xem hai con cá cắn nhau. Thỉnh thoảng, anh còn cho tôi vài con đem về nhà nuôi. Tôi chỉ nuôi được vài ba hôm thì chúng lăn đùng ra chết. Không phải anh Hạc yêu thương tôi mà gọi tôi vào nhà cho xem cá và cho cá về nuôi. Chẳng qua anh muốn lấy lòng tôi để tôi làm chim mồi chim xanh nhờ đưa thư giùm cho anh đến chị Hương. Anh Hạc nhờ tôi trao thư giùm anh mấy bận, nhưng chị Hương chẳng hồi âm. Chắc có lẽ chờ đợi lâu quá, nên một buổi tôi đang trên đường đi học về, anh chặn tôi lại. Anh kéo tôi vào nhà rồi hỏi:
- Tịnh, mấy lần tao nhờ mày đưa thư cho chị Hương, mày có đưa giúp không?
- Dạ có.
- Thiệt? Lạ quá.... Có mà sao mấy lần rồi không thấy chị Hương hồi âm? Và dạo này cũng không thấy Hương gánh chè đi qua hướng này nữa?

- Em đâu biết. Sao anh không hỏi chỉ thử?
- Hỏi được thì tao đâu hỏi mày làm gì. Mà nè, tao cho mày hai con cá Phi Tiễn, mày dìa hỏi Hương là có đọc thư tao viết không nha? Nếu đọc sao không trả lời. Mày hỏi xong cho tao biết tao cho thêm hai con Da Rắn.
- Anh nói thiệt không? Cho em hai con Phi Tiễn và hai con Da Rắn?
- Ừa tao nói xạo với mày làm gì. Nhớ hỏi rồi cho tao biết nha. Hai con Da Rắn chiến đang chờ mày đó.
- Dạ. Anh hứa rồi nha.
- Ừa. Đi ra sau hè với tao, tao vớt cho hai con Phi Tiễn trước.
Tôi đi theo anh Hạc ra sau nhà anh để bắt cá. Phía sau nhà là những hồ cá lớn với rất nhiều loại khác nhau như cá bảy màu: Phi Tiễn, Da Rắn, Lưỡi Kiếm. Cá ba đuôi với cái bụng to phình ục ịch, lúc lắc, nhìn ngồ ngộ, cá đỏ song kiếm, cá đuôi én, cá ông Tiên, cá đá Lia Thia...vv... vv... bơi nhởn nhơ quanh hồ nhìn rất thích. Anh Hạc lấy cái bịch ni lông vớt cho tôi hai con cá bảy màu và căn dặn:
- Mày nhớ hỏi nha. Xong, tao cho hai con Da Rắn hay mày muốn con nào tao cho con đó. Chịu không?
- Dạ... Đã quá! Cám ơn anh. Thôi em dìa em hỏi chị Hương liền.
Tôi cầm bịch cá bảy màu chạy nhanh về nhà. Tôi đi thẳng ra nhà sau lấy cái nồi lớn, múc nước, thả hai con cá vào nồi để nuôi. Tôi không dám thả chúng vào trong thạp nước dùng vì sợ chị Hương hay ngoại tôi lấy nước nấu ăn, tắm rửa, múc luôn hai con cá thì toi. Tôi đã bị một lần, nên tôi không thả chúng vào thạp nước nữa. Để cho chắc, tôi bưng cái nồi lên nhà trên cất dưới gầm giường. Lúc tôi đi ngang qua phòng chị Hương, tôi thấy chị đang đùa với bé Chuột. Tôi chào chị:
- Thưa chị em mới đi học về.
- Ờ, sao hôm nay về trễ vậy em? Đói bụng chưa? Chị để phần cơm dưới nhà bếp.
- Dạ...Ngoại đâu rồi chị?
- Ngoại mới đi qua nhà bà Mười mua trầu rồi. Chắc cũng sắp về...
- Chị Hương...
- Gì vậy?
- Dạ... Dạ...
- Có chuyện gì mà ấp a, ấp úng vậy? Nói đi.
- Dạ mấy lá thư anh Hạc gửi cho chị đó... Chị có đọc không?
- Chị có đọc.
- Chị đọc sao không trả lời cho ảnh?
- Chị không thích. Em mới từ nhà anh Hạc về phải không?

- Dạ. Lúc nãy em đi học về ảnh chận đường em kêu em vô cho hai con cá và hỏi em. Sao lúc này chị không gánh chè qua hướng nhà anh Hạc nữa vậy?
- Chị không thích, nên... À, em còn nhỏ em không hiểu đâu.
- Em gần mười hai tuổi rồi, không còn nhỏ đâu. Chị không thích anh Hạc? Anh ấy đẹp trai, nhà giàu nữa.
- Ờ... Đẹp trai, con nhà giàu, nhưng mà...
Chị kềm lại kịp thời để không bật ra chữ dốt. Rồi chị tiếp:
- Chị không thích. Chị không thích mẫu người như vậy. Nhà anh ấy giàu, nhưng cả nhà không ai đi làm thì tiền núi cũng hết.
- Tại chị mới về ở đây chị không biết thôi. Lúc trước anh Hạc có đi biển. Nhà ảnh có tàu đánh cá lớn nhất nhì ở cái làng này đó. Nhưng chắc tại mấy người anh chị của ảnh ở bên Mỹ gởi tiền về nhiều nên cả nhà bán hết tàu cá ở nhà mà vẫn có tiền để tiêu xài không hết đó chị.
- Ờ... Chị có nghe hàng xóm nói. Nhưng chị không thích... Với lại chị đã có bé Chuột, nhà anh ấy chắc sẽ không chịu chị.
- Nhưng anh ấy thương chị lắm.
- Thôi không nói chuyện này nữa. Em xuống ăn cơm đi rồi chơi với bé Chuột để chị còn đi bán.
- Dạ.
Tôi đi xuống nhà bếp để ăn trưa, nhưng vẫn còn thắc mắc trong đầu và không hiểu vì sao chị Hương lại không thích anh Hạc. Gia đình anh Hạc chỉ còn có mỗi mình anh sống với ba má. Tất cả anh chị đều sống ở Mỹ. Năm nào nhà anh cũng có Việt Kiều ở Mỹ về thăm. Lần nào cũng vậy, mỗi lần họ về là đám con nít chúng tôi tụ lại như bầy ruồi để chờ kẹo Sô-cô-la mà anh chị của ảnh đem phân phát. Những thỏi kẹo sô cô la khi bỏ vào miệng chúng tan chảy thơm ngon, ngọt lịm, béo ngậy, thêm một chút đăng đắng ở đầu lưỡi rất tuyệt vời. Từ lúc chị Hương đến nhà chúng tôi sống, tôi được anh Hạc ưu tiên cho nhiều kẹo hơn những đứa con nít cùng xóm. Anh Hạc tốt vậy mà chị Hương lại không thích làm tôi cứ thắc mắc trong đầu.
Hôm sau, lúc đi học về, tôi ghé nhà anh Hạc để kể cho anh ấy nghe. Tôi nói với anh ta rằng chị Hương có đọc thư anh viết, nhưng chị ấy không thích trả lời thư. Vì chị ấy sợ gia đình anh không chấp nhận một người có con riêng như chị. Chị còn bé Chuột phải lo. Nghe tôi kể xong, anh Hạc buồn lắm. Anh ngồi thừ người ra. Tôi chào anh và ra về.
Bé Chuột đã lớn. Mỗi ngày chị Hương dẫn theo bé để bán chè. Lúc này chị Hương còn bán thêm xôi bắp, xôi đậu đen, và xôi đậu phộng buổi sáng nên chị ít có thời gian rảnh rỗi như trước. Chị Hương không còn thời gian để ngồi trước hiên nhà, mắt nhìn ra đầu ngõ mơ màng. Công

việc như cuốn chị bay theo. Chị không còn nấu nhiều món ăn đẹp và ngon như hồi chị mới đến. Thay vào đó chị nấu một lần thật nhiều để chúng tôi hâm lại ăn.
Nghỉ hè, tôi cùng đám bạn trong xóm đi bắt dế, mò tôm, câu cá hoặc chơi những trò chơi mà đám con nít chúng tôi thường hay chơi như bắn bi, tạt lon, bắn súng, thả thuyền ghe làm bằng vỏ dừa hay lon sữa bò...
Tôi ít khi ở nhà hoặc đi ra xóm ngoài như lúc còn đi học. Mỗi ngày, từ sáng đến chiều tối, tôi cùng đám bạn trong xóm đi rong cho đến khi tối mịt hoặc đói bụng mới mò về nhà. Đôi lúc đói bụng, tôi ghé lại quán tạp hóa trong xóm ăn hoặc ăn ở nhà bạn bè. Tôi chỉ bận tâm tới những con diều bay cao, những con dế cồ lửa cắn nhau đến bỏ mạng, những chiếc ghe trò chơi nào chạy nhanh để qua được bên kia bờ sông. Tôi không còn thời gian bận tâm tới việc khác. Tôi quên bẵng đi chuyện anh Hạc và chị Hương. Nếu như hôm đó không có thằng Thành nhắc đến, có lẽ tôi đã không còn nhớ đến anh Hạc là ai.
Sáng hôm đó, đám con nít chúng tôi lội sông để qua bên bờ láng bắt dế. Bờ láng rộng thênh thang với đám cỏ xanh phủ kín đến ống quần. Tháng hè, nước bờ cạn khô. Những chú dế than, dế cồ lửa, đào hang làm tổ dưới các khe nứt. Chúng tôi đi từ sáng sớm, khi mặt trời chưa thức giấc. Lúc sương đêm còn đọng trên ngọn cỏ khô. Lúc những con dế cồ cạ đôi cánh vào nhau tạo ra tiếng rẹt rẹt gọi tình. Chúng tôi nhẹ nhàng bước chân không trên đám cỏ, lắng nghe những tiếng tục mái của đám dế cồ mà bắt chúng về cho đá nhau. Từ sáng sớm đến gần trưa chúng tôi bắt được vài con dế. Cũng có hôm không được con nào. Trong nhóm đi bắt dế của chúng tôi, Thành là đứa có đôi tai thính và đôi tay nhanh nhẹn nên lúc nào nó cũng bắt được nhiều dế nhất. Thành ở xóm ngoài, gần nhà anh Hạc. Mỗi lần muốn đi bắt dế, nó phải đi bọc lên đường quốc lộ rồi đi vòng qua con sông mới đến bờ láng hoặc có thể ra xóm tôi, lội qua sông để đi gần hơn. Thường thì Thành đi đường bọc cho khỏi lội qua sông. Nhưng hôm đó có lẽ nó thức dậy muộn, nên nó đi theo hướng lội sông với chúng tôi để bắt dế. Cả ngày hôm đó tôi chẳng bắt được con dế nào. Trong khi đó Thành bắt được sáu con dế cồ mun và cồ lửa. Đến trưa, gần đến giờ về, thấy tôi không có con nào, Thành kêu tôi lại và nói:
- Ê, Tịnh... Mày muốn có dế không?
- Muốn chứ. Mày cho tao hả?
- Ừa, cho mày cũng được. Nhưng mai mốt ông Hạc có cho mày cá, mày nhớ cho tao với.
- Sao mày biết anh Hạc cho tao cá?

- Ông Hạc ổng mê bà Hương ở nhà mày, nên mày muốn có cá là ổng cho mày liền chứ gì. Ai lại không biết.
- Ờ, cũng được. Nhưng lâu nay tao không có ra xóm ngoài đó và chị Hương cũng không thích ảnh, nên ảnh không còn cho tao nữa.
- Ổng còn mê bà Hương lắm. Hôm nào mày giả đò ra đó đi một vòng là ổng gọi cho mày cá về nuôi, thoải mái luôn. Tao nghe nói ổng thất tình dữ lắm.
- Ồ...
- Nhớ nha, có cá nhớ cho tao. Nè, tao cho mày hai con. Hai con này chiến lắm, chắc đá cũng dai đó nha.
- Tao cảm ơn mày nha.
Mùa dế trôi qua, chúng tôi trở lại trường học. Sau cả tháng trời tôi mới đi ngang qua nhà anh Hạc. Buổi sáng, khi tôi đi ngang qua nhà anh. Anh thấy tôi, anh chận lại, hỏi:
- Ê, Tịnh. Sao cả tháng nay tao không thấy mày đi ra đây?
- Dạ nghỉ hè em không đi đường này, nên anh không thấy đó.
- Chị Hương dạo này ra sao rồi?
- Dạ cũng bình thường như mọi ngày. Thôi anh để em đi học chứ không trễ giờ học của em.
- Ừa... Thôi mày đi học đi. Tí trưa về ghé tao hỏi chút chuyện nhé. Hỏi xong tao cho cá về nuôi.
- Dạ. Thôi em đi học.
Trưa tan trường về, lúc đi qua nhà anh Hạc, anh thấy tôi. Anh vội mở cổng nhà chạy đến đón. Anh kéo tôi vào trong nhà và nói:
- Tao chờ mày cả buổi sáng lâu thấy bà cố.
- Chờ em chi? Em đi học mà.
- Thì chờ mày về để hỏi chút việc của Hương.
- Sao anh không hỏi chị ấy? Em có biết gì đâu, hỏi em chi cho mất công?
- Mày còn nhỏ nên chưa biết chuyện của người lớn đâu. Thôi tao nhờ mày thì mày cứ giúp rồi tao cho cá về nuôi. Mai mốt mày lớn sẽ biết. Hương nghiêm quá, tao không biết là Hương có giận tao không? Tao nhờ mày đưa thư cho Hương mà Hương từ chối trả lời. Mấy tháng nay tao vô trong xóm để tìm Hương. Tao nói thiệt với mày là tao có thấy Hương, nhưng tao không dám vô nhà...
- Dạ. Có gì mà không dám. Nhà em đâu có ai đâu mà sợ.
- Ừa... Tao vô trong xóm nhiều lần, nhìn thấy Hương ở xa thôi rồi dìa. À mà lần nào ra cũng không thấy mày, nên không biết nhờ ai.
- Ờ... Ờ... Tại em đi chơi với mấy đứa trong xóm miết.
- Mày nghĩ hôm nay tao ra gặp mặt Hương được không?

- Em đâu có biết. Anh muốn thì anh ra hỏi chỉ thôi.
- Ừa... Thôi mày dìa đi... Để chiều nay tao đem vô cho mày mấy con cá. Nhớ ở nhà chờ tao nha? Mà mấy giờ thì Hương mới đi bán chè dìa?
- Dạ thường thì khoảng bốn giờ hay bốn rưỡi thì chỉ về. Anh ra khoảng năm giờ chắc có chỉ ở nhà.
- Ừa vậy chờ tao lúc năm giờ chiều nha.
- Dạ, thôi em về chứ ngoại và chị Hương trông.
Tôi ngồi trước hiên nhà nhìn chị Hương đút cơm cho bé Chuột ăn. Tôi hỏi chị:
- Chị Hương nè...
- Gì vậy em?
- Sao dạo này em không nghe chị hát Tô Ánh Nguyệt nữa?
- Chị bận tối mắt tối mũi mà hát hò gì em...
- À mà chị có biết anh Hạc vô xóm mình tìm chị mấy lần không?
- Ờ... Chị có nghe người trong xóm nói, nhưng chị không để ý.
Chúng tôi ngừng cuộc trò chuyện vì thấy anh Hạc ở ngoài ngõ. Anh đang đi về hướng chúng tôi. Thấy chúng tôi trước hiên nhà, anh chào:
- Chào Hương. Chào bé Chuột dễ thương...
Vừa nói anh vừa tới gần bé Chuột làm quen với bé. Bé Chuột thấy người lạ, chạy đến ôm chân chị Hương, trốn ra sau lưng chị. Con bé len lén đưa mắt nhìn anh Hạc. Anh Hạc thấy vậy, mở túi ni lông lấy một thỏi kẹo sô cô la Hershey đưa cho bé Chuột và nói:
- Chú cho cháu kẹo nè...
Bé Chuột vẫn ôm chặt chân mẹ, nhìn thỏi kẹo trên tay anh Hạc, rồi ngước lên nhìn chị Hương. Chị Hương nói:
- Cám ơn anh... Nhưng con bé còn nhỏ quá chắc chưa biết ăn kẹo. Anh cất lại đi. Anh qua đây tìm Tịnh hả?
- Ờ... Ừm... Không... Anh qua đây tìm Hương. Ồ không... Anh qua đem mấy con cá cho thằng Tịnh rồi thăm Hương.
Anh quay sang tôi nói:
- Tịnh nè, anh cho em bịch cá để nuôi này. Em bỏ vào hồ đi.
- Dạ cám ơn anh. Ôi nhiều cá quá. Nhưng nhà em không có hồ. Để em lấy cái nồi bỏ vào.
- Sao bỏ trong nồi?
- Chứ nhà em không có hồ. Nhà em chỉ có cái thạp nước lớn và cái lu đựng nước uống thôi.
- Ờ... Vậy hả? Cá mà nuôi trong nồi nó không sống lâu đâu. Để hôm nào anh mua cho em cái lu nuôi cá...
Anh Hạc hôm nay làm tôi ngạc nhiên lắm. Anh không kêu tôi bằng mày và xưng tao như mọi hôm mà là anh em ngọt xớt. Anh còn đem cho tôi

rất nhiều loại cá cảnh khác nhau. Giờ lại còn hứa mua cho tôi cái lu để tôi nuôi cá nữa. Tôi nhận bịch cá cảnh từ tay anh Hạc và đi ra sau nhà. Tôi lấy cái nồi mà tôi thường dùng để nuôi cá thả chúng vào. Nhìn cái nồi chật hẹp với hơn chục loại cá cảnh bơi lội bên trong, tôi thấy tội nghiệp cho chúng. Nhất là hai con cá ba đuôi có cái bụng ục ịch lúc nào cũng đớp hơi trong cái nồi nhỏ. Tôi nghĩ tới lời hứa của mình với thằng Thành hôm nọ. Tôi quyết định chỉ giữ lại bốn con cá mình thích. Số còn lại, tôi lấy nước bỏ vào trong túi ni lông rồi bắt số cá còn lại vào túi. Cầm túi cá cảnh đi lên nhà trước, tôi nói lớn cho chị Hương và anh Hạc nghe:

- Anh Hạc ở chơi. Chị Hương ơi, em chạy qua nhà thằng Thành chút xíu rồi về liền.

Không đợi cho chị Hương trả lời. Tôi cầm túi cá cảnh chạy thẳng một mạch ra nhà thằng Thành. Giờ này là giờ cơm chiều. Mọi người trong xóm ai cũng ở nhà để ăn cơm cùng gia đình. Vừa đến trước cổng nhà Thành, tôi gọi lớn:

- Thành ơi, có nhà không?

Thành từ trong nhà chạy ra hỏi:

- Ê, Tịnh, gì đó?

- Tao đem cá cảnh cho mày nè. Lúc nãy anh Hạc đem qua cho tao hơn chục con mà tao không có chỗ để nuôi. Tao chỉ giữ lại bốn con cá bảy màu. Còn lại cho mày hết nè.

- Đẹp quá. Hết sẩy luôn. Cám ơn mày nha.

- Ừa. Thôi tao đi dìa. Hôm nào tao qua nhà mày coi đá cá.

Rời nhà Thành, tôi chạy về nhà mình. Đến nhà, tôi vẫn còn thấy anh Hạc đang nói chuyện với chị Hương trong phòng khách. Tôi đi ra nhà sau tìm ngoại. Ngoại tôi đang chơi với bé Chuột. Ngoại lúc này yếu đi nhiều. Tóc ngoại đã bạc trắng hết. Thỉnh thoảng ngoại còn hay quên. Tôi đến bên ngoại hỏi lớn:

- Ngoại ăn cơm chưa?

- Ngoại ăn rồi. Mày biết thằng nói chuyện với con Hương nhà trên là ai không?

- Dạ anh Hạc con bà Sáu xóm ngoài đó ngoại.

- Con bà Sáu nào? Sáu bán mắm hả?

- Dạ không... Bà Sáu mà nhà có ghe ba lốc, có nhiều con đi Mỹ đó ngoại.

- Ờ ... Con ăn cơm rồi đi ngủ...

- Ngoại ơi, mới năm giờ chiều mà ngủ gì ngoại. Ngoại mệt thì để con chơi với bé Chuột cho. Ngoại nghỉ đi.

- Ờ... Tao nghe nói mẹ mày đi buôn chuyến này nữa rồi nghỉ kiếm việc gì đó làm chứ không đi buôn đường xa nữa. Ngoại cũng già rồi, sống nay chết mai mà nó cứ đi xa miết...
Nghe ngoại nó vậy tôi buồn và thương ngoại quá. Chị Hương từ nhà trên đi xuống, nói:
- Ngoại nghỉ ngơi đi, để con tắm cho bé Chuột rồi cho nó ngủ sớm. Con còn việc phải làm nữa.
- Thằng gì về rồi hả con?
- Dạ về rồi. Con nói chuyện rõ ràng với ảnh rồi. Coi bộ ảnh đã hiểu.
- Ờ... Bây tính sao thì tính. Chuyện tình cảm người ngoài không giúp được gì.
Kể từ khi anh Hạc gặp chị Hương ở nhà chúng tôi cũng đã hơn mấy tháng rồi. Mỗi ngày tôi đều đi học ngang qua nhà anh Hạc, nhưng không thấy anh chờ đón đường để hỏi tôi về chị Hương nữa. Cho tới một hôm, anh Hạc đón đường tôi lại. Khi nhìn thấy anh, tôi hơi giật mình. Người anh ốm tong, râu tóc bù xù. Hai mắt sâu hóm như người mất ăn mất ngủ. Anh lấy trong túi ra một tờ tiền năm trăm đồng đưa cho tôi và nói:
- Tao cho mày năm trăm, mày có thể giúp tao một việc được không?
- Dạ, mà việc gì mới được.
- Việc này mày không được cho ai biết, nhất là Hương, nghe không?
- Dạ, nhưng...
- Việc này dễ ẹt. Mày làm được. Mấy tháng nay tao cố tìm cách quên Hương, nhưng tao không tài nào quên được. Không còn cách nào khác. Tao cho mày năm trăm, mày giúp tao lấy một thứ của Hương đưa cho tao là được năm trăm.
- Dạ không được đâu. Mẹ em dạy không được ăn cắp. Mà chị Hương biết được em lấy, méc mẹ đánh em chết.
- Chuyện này tao tính rồi. Tao không nói, mày không nói không ai biết đâu. Tao không kêu mày ăn cắp tiền đâu mà sợ.
- Vậy anh kêu em ăn cắp gì của chị Hương?
- Tại tao thương tao nhớ Hương mà Hương không thương tao, nên tao muốn có một vật để làm kỷ niệm từ Hương.
- Ồ tưởng chuyện gì, chuyện này anh hỏi chị Hương là được chứ gì. Chị ấy tuy nghiêm, chứ chị ấy cũng dễ thương và thương người lắm. Anh nói chỉ cho là được.
- Không... Mày không biết đâu. Cái này nói không được. Chỉ mình mày và tao biết thôi nghe không? Tao muốn mày ăn cắp cái quần lót dơ của Hương cho tao để tao làm kỷ niệm.

- Trời đất! Kỳ cục quá! Ai mà lấy quần lót dơ của người khác. Thôi em không làm đâu.
Thình lình anh Hạc ôm lấy vai tôi. Anh quỳ xuống và bắt đầu lạy tôi. Tôi hoảng hồn đẩy tay anh ra và bỏ chạy thật nhanh về nhà. Mấy ngày sau đó, mỗi lần đi học tôi đều chạy thật nhanh qua khỏi nhà anh Hạc để khỏi thấy anh. Tôi sợ gặp lại anh, sợ anh quỳ lạy xin tôi giúp anh làm chuyện kỳ cục đó.
Một buổi trưa, sau khi đi học về, trước sân nhà tôi có hai chiếc xe máy và hai người đàn ông ngồi trên yên xe. Tôi biết mẹ tôi đã đi buôn về và người ta đến để mua nông phẩm đem lên chợ bán lại. Tôi chạy ù vào nhà tìm mẹ. Quả thật, mẹ tôi đã về. Nhưng lần này tôi không thấy nhiều nông phẩm chất đầy trong phòng khách như những lần trước. Mà trong phòng khách có hai người lạ đang nói chuyện cùng mẹ và chị Hương. Bé Chuột đang ngồi trong lòng chị. Tôi thấy người lạ, nên lẻn ra nhà sau tìm ngoại. Gặp ngoại, tôi hỏi:
- Ngoại ơi, mẹ con về hồi nào vậy ngoại?
- Mẹ bây về lúc sáng, sau khi bây đi học chừng nửa tiếng đồng hồ.
- Còn ai ở phòng khách vậy ngoại?
- Cậu, mợ con Hương và những người tài xế xe ôm.
- Sao mấy năm nay con không nghe nói tới gia đình chị Hương? Mà sao nay có cậu mợ chị ấy tới nhà mình vậy ngoại?
- Nghe nói ba nó yếu và ông ấy đã tha thứ lỗi lầm của nó. Đáng lẽ ra mẹ nó đi đón nó về, nhưng ở nhà lo chăm sóc cho ba nó nên mới nhờ cậu mợ nó đi đón.
- Vậy hả ngoại? Mà nhà của chị Hương ở đâu vậy ngoại?
- Ờ, ngoại nghe nói ở đâu tận Gia Lai, Kontum gì gì đó. Ờ mà lần này chắc mẹ bây ở nhà luôn không đi buôn đường xa nữa.
- Thiệt không ngoại?
- Ngoại cũng không biết nó tính sao, nhưng ngoại nghĩ là chắc vậy.
Những người khách lạ ở nhà chúng tôi đến xế chiều rồi từ biệt. Họ đi dẫn theo mẹ con chị Hương. Trước khi đi, chị Hương ôm tôi vào lòng rồi khóc. Lần đầu tiên tôi thấy chị khóc. Chị nói với tôi:
- Chị đi nha Tịnh. Chị luôn nhớ đến em. Mai mốt có dịp chị sẽ về thăm em. Hoặc em có thể nói mẹ dắt em đến nhà chị chơi.
- Mà chị đi đâu? Chị về lại nhà chị à?
- Ừa chị trở về nhà chị. Cậu mợ chị nói ba chị bệnh nặng lắm. Ông đã tha thứ cho chị và muốn thấy mặt bé Chuột. Chị phải về gấp. Thôi chị đi đây.
- Dạ...

- Cậu mợ đi nha con. Có dịp lên thăm chị Hương và ghé nhà cậu mợ chơi.
Nói xong, họ quay sang mẹ tôi và nói:
- Thay mặt gia đình anh chị tôi, chúng tôi cám ơn chị đã đùm bọc lo cho con Hương mấy năm nay. Chúng tôi đội ơn bác và chị lắm.
- Thôi, anh chị và cháu đi sớm để kịp đón xe.
Tiếng xe máy nổ phành phạch, phun khói mất hút chở theo hai mẹ con chị Hương ra đường quốc lộ. Từ đó cho đến nay, tôi chưa gặp mặt lại hai mẹ con chị Hương.
Chị đã xa gia đình tôi nhưng trong tôi vẫn mãi mãi còn nguyên bóng hình chị!

Võ Phú

VÕ QUÊ

NHỮNG CHIẾC VỎ HẠT DƯA HỒNG

Ta sẽ về. Ta sẽ về. Về để đốt lên những ngọn lửa hồng đang lịm tắt trong ta. Ta sẽ về để đi lang thang. Đi qua những bức tường vôi loang lổ. Tới những ngõ tối trời u uất mù sâu. Có mẹ. Có em. Có căn nhà hoang liêu như nghĩa địa. Ta sẽ về. Chuyến lảng phiêu chưa tròn nhưng réo gọi nào đã trỗi giọng mời, đã vang lên lời quyến dụ. Đã mê hoặc lòng bằng rất nhiều tiếng than. Tên gù lưng nhủ thầm với mình thật nhẹ khi bước lần xa phía bờ sông như sợ làm kinh động từng ngọn cỏ lao xao đùa gió. Gió nhẹ. Gió êm. Gió thanh. Gió bình an. Công viên chiều nay nắng cũng hanh vàng thoáng đọng trên cành cây mấy giọt lung linh. Gã mỉm cười. Có một chút buồn vương rớt trên môi. Mình lại chờ nhau ơi phương trời ngoài nớ! Chỉ còn mươi hôm nữa thôi thì mùa đông sẽ hết, sẽ tàn. Gã ngồi xuống bên gốc dừa con muộn phiền. Không bao giờ ta vui trọn niềm vui. Ta nghe trong ta cơn xuyến xao và tình xa xứ. Mấy mùa đông rồi không được về hong lửa ấm. Mấy mùa xuân rồi không trở lại nép vào ngực già nua của mẹ khóc thật thơ ngây cho thỏa những ngày con bỏ mẹ đi hoài với kiếp người tàn phế.

Mẹ vẫn vời vợi trông. Con vẫn mong ngóng quay về. Em thì ngút ngàn ngăn cách. Cuộc sống còn lắm oan khiên. Cõi đời nhiều bất trắc. Mãi hoài cứ phân ly cho đau đớn tình người.

Trước mặt, bên kia sông bức cổ thành đứng im lìm. Có phải đang giận hờn nhìn xuống dòng sông hay nũng nịu làm duyên với người tình cố cựu? Mấy trăm năm rồi vẫn vậy. Nét đẹp xưa mờ phai nhưng hồn cố đế khó phai quên. Như lòng gã không thể không nhớ về phương nớ. Ngôi nhà tịnh yên. Tiếng hát dịu trầm của mẹ. Vóc dáng em bé bỏng trước hiên nhà mỗi buổi chiều mưa. Lâu rồi xa cách quá. Ngắt một cọng lá dừa xanh, gã vô tình đan thành con châu chấu. Khi nhìn lại gã không khỏi giật mình: Ấu thơ ta. Phải rồi, tuổi thơ và những cọng dừa mọng biếc. Con châu chấu không có chân nằm nghiêng trên cỏ. Hai chiếc râu vểnh lên trời ngạo nghễ. Gã bật miệng cười. Tay với lên cao tìm cọng dừa xanh nữa. Hình ảnh bé bỏng dại khờ mười mấy năm về trước chập chờn xen trong màu lá, đong đưa theo ngón tay đan. Làm sao ta quên được thảm cỏ bên đình làng, con kênh ngầu đục. Ở đó mọi niềm vui được bắt đầu. Ở đó chỉ có tiếng hát lênh đênh bình yên mà thắm thiết. Ta còn nhớ mãi lời ru ngọt lịm của bé Hương. Bao giờ cá lý hóa long, đền ơn cha mẹ ẵm bồng ngày xưa... Ta còn nhớ hoài một sáng mờ sương. Cô con gái láng giềng tên Thục chạy sang vườn sau hớn hở: Tao cho mày con châu chấu nè! Bàn tay búp măng trắng nuột đưa lên. Ta trố mắt nhìn. Đẹp quá! Mày dạy cho tao làm nghe Thục! Thục gật đầu. Từ đó những tàu dừa vườn sau nhà cứ xác xơ dần và chiến tranh cũng theo về. Lửa dậy, đất đau.

Có tiếng máy bay trực thăng vang động trên đầu. Bóng con bé Thục mờ đi rồi mất hẳn. Gã đứng dậy kiếm tìm giáo giác. Phải gắn chân vào cho những con châu chấu nhảy tung tăng. Thấp thoáng sau lưng, gã thấy có những người áo trắng. Những cô bé thơ ngây từ trong ngôi trường cổ kính tuôn ra. Giờ chơi rồi ấy nhỉ? Dường như có tiếng chim hót trên tàng cây muối và lá cũng thì thầm. Ghế đá trên công viên bắt đầu có những mái đầu chụm vào nhau nhỏ to trò chuyện. Các cô học trò be bé xinh xinh. Ngước lên nhìn trời. Gã ngó mây bay lãng đãng. Ước chi ta là mây để dược phiêu bồng. Những con châu chấu dừa vẫn yên lặng nằm trên thảm cỏ. Gã chợt muốn mình là bé Thục chạy nhanh đến các bé thơ ngây trên ghế đá nói thật dịu dàng: Các em có thích châu chấu dừa không? Và gã đã chạy đến thật: Này, các em có thích không? Gã lúng túng đưa ra. Ô! Thiếu mất một con rồi. Em không biết! Em không biết! Giọng nói líu lo, thân mật quá. Những tiếng nói chim chóc đây mà. Em không biết! Em không biết! Thôi, hãy chờ anh làm cho em một con thật đẹp. Chịu không? Cô bé có đôi mắt to, khuôn mặt bầu bĩnh gật đầu. Gã loay hoay một lúc. Con châu chấu dừa xinh đã làm xong. Bé bằng lòng chưa bé? Gã ngồi xuống bên cạnh những vóc chim. Nắng soi vàng màu áo gã. Có hơi ấm chuyền nhau trong chiều. Gã bắt đầu gợi chuyện. Câu chuyện nổ giòn với tiếng cười khúc khích. Với giọng chim líu líu lo lo. Hạnh phúc đến tình cờ với gã như cơn mưa mùa hạ. Các em làm tôi nhớ tuổi thơ tôi. Nhớ tới lũ em tôi giờ này đang nheo nhóc ở quê nhà đợi mùa xuân qua lặng lẽ. Chỉ còn vài hôm Tết lại đến rồi. Gã nghe tim mình nhói lên một tí. Mỉm cười, gã hỏi em bé mắt to:

- Các em không cho anh biết tên các em sao?

Em bé mắt to bẽn lẽn cúi đầu. Một em khác nhanh nhẩu trả lời:

- Em tên Ngọc, trò ấy tên Thu, trò này tên Nhi, trò kia tên Hương. Quay về em bé mắt to, Ngọc tiếp, còn trò ấy tên Oanh. Cẩm Oanh!

- Chà! Tên các em hay quá! Coi chừng châu chấu bay nghe Oanh!

Cả lũ cười vang tinh nghịch. Nhi hỏi tên gù:

- Còn tên anh là chi mà Nhi không nghe anh nói?

- Anh không có tên, người ta gọi anh là thằng gù.

Giọng cười giòn giã, thích chí của bọn trẻ làm gã sướng sung. Các em hãy cười thật nhiều cho anh. Cho tuổi thơ em. Cho ý sống sung mãn trong tim các em thuần khiết. Anh bị mất tuổi thơ nửa vời. Chiến cuộc. Tật nguyền đã cướp đi của anh những tin yêu diệu kỳ mà lẽ ra anh được hưởng. Anh sống lây lất, đọa đày qua nhiều miền, nhiều xứ. Phận bèo là phải nổi trôi, nhưng anh còn khổ hơn cả phận bèo vì anh có cảm xúc, còn biết yêu thương... Chiều nay các em đã giúp anh sống với quá khứ lụa vàng, quên đi nỗi tủi hờn của một tên gù lưng khốn khó. Anh thương các em. Oanh, Cẩm Oanh. Thu. Nhi. Hương. Ngọc... các em có nghe anh nói không? Bây giờ thì các em hãy mỉm cười.

Bé Oanh nhìn gã ái ngại. Bé mở cặp da lấy ra một gói nhỏ. Oanh nói giọng hiền: "Mời anh ăn kẹo mè xửng và hạt dưa với mấy em cho vui. Chúng em vừa mới tất niên xong ở trong lớp". Gã cảm động. Gã thầm cám ơn các em. Những chiếc vỏ hạt dưa hồng rơi trên cỏ xanh. Nắng rớt vàng trên từng ngọn cỏ.

- Này các em! Các em có thích nghe anh kể chuyện?

- Hay quá! Kể đi anh!

- Kể cho hay anh hí!

- Không hay mô! Anh muốn các em nhìn xuống những chiếc vỏ hạt dưa hồng để các em có thể hình dung về câu chuyện anh sẽ kể. Anh bắt đầu bằng hai tiếng ngày xưa hí!

Giọng gã thực ấm, thực trầm. Bóng gã và mấy em bé mờ dần và người ta thấy khói trắng bay lên trên những ngọn đồi xanh. Chim hót

điệu mừng. Một bé gái tóc thắt hai con bím nhỏ chạy nhảy bên những khóm hoa hồng mới nở. Bấy giờ là mùa xuân. Bé cất cao giọng hát. Giọng hát bé rất hay. Bé cười rất dịu hiền, trong sáng. Bên kia ngọn đồi là một ngôi chùa u tịch nay đã có nhiều người về lễ Phật đầu năm. Tiếng nói cười bay tới. Tiếng guốc gõ xuống mặt đường lóc cóc vui ta. Có cả lời chuông ngân nữa. Hương trầm thơm vương vương cho bé ngất ngây hồn. Chẳng mấy chốc bé gái tóc bím đã lên tới gần ngôi chùa. Bé thở phào nhẹ nhỏm. Một lúc sau có một cậu bé trai cầm tay một người mẹ trẻ cũng bước đi trên con đường mà bé gái lên chùa. Môi cậu hồng như môi bé gái. Mũi cậu thanh và mắt cậu ươn ướt, buồn buồn. Cậu từ phương tây tới. Mẹ cậu muốn cậu phải làm một chuyến hành hương về phương đông. Muốn cho cậu nhìn mùa xuân cỏ cây của miền đất vốn bí hiểm và huyền hoặc. Cậu bé ngờ nghệch nhìn lên nóc chùa. Giọng chuông vang ngân. Lòng cậu bé một phen bồi hồi. Cậu bé quay đầu nhìn lại phương tây. Ngôi giáo-đường-ký-ức nhô cao trong đầu cậu bé. Phương đông không làm cậu bé quên được sự tìm về quê nhà của cậu. Khi đến chùa cậu rời tay mẹ chạy theo những lối hoa hồng, hoa cúc, hoa địa lan. Trong thoáng chốc, cậu thích chí, cậu vui mừng. Tuổi thơ vốn đã hồn nhiên như thế. Và tuổi thơ cũng dễ làm quen, dễ cảm thông và tìm về nhau như câu chuyện cậu bé phương tây và cô bé phương đông cầm tay nhau chạy xuống chân đồi. Hai chiếc bóng ngã dài. Một cao, một thấp. Những viên sỏi xám lạo xạo dưới chân. Cô bé gái níu cậu bé dừng lại dưới gốc thông già. Chúng cùng ngồi xuống trên một tảng đá cao. Cô bé gái dịu dàng lên tiếng:
- Ngồi đây thích nhỉ! Mày có thấy ngôi làng dưới chân đồi này không? Đẹp đấy chứ?

Cậu bé giương mắt nhìn theo cánh tay trần của cô bé. Nhiều cây cau vươn mình thẳng đứng. Dường như có cả khói mờ vảng vất bay bay.
- Ừ đẹp. Tao không ngờ quê hương mày có nhiều vẻ đẹp như vậy. Ở bên tao cũng đẹp nhưng không đẹp dịu dàng như ở đây. À! Năm nay mày bao nhiêu tuổi nhỉ?
- Má tao bảo tao tuổi con rồng. Con rồng là mấy hả mày?
- Tao cũng không biết nữa. Còn tao, ba tao bảo tao tám tuổi rồi.
- Này! Mày có biết hát không? Hát cái bài kìa con chim xanh ấy.
- Tao không biết bài hát đó. Mày hát cho tao nghe đi! Giọng hát mày chắc là hay lắm?

Không ngại ngần, cô bé phương đông lên tiếng hát. Lời ca cao vút. Giọng hát tuyệt vời. Đôi mắt bé lửng lơ hay trầm tư theo điệu nhạc. Tiếng hát chạm vào hư không, vương trên lá cỏ, đậu giữa đóa hồng, hôn lên tóc bé, nũng nịu với chim muông. Gió cũng mang tiếng hát đi xa nữa. Sà xuống. Sà thấp xuống hòa lẫn trong màu xanh trong của suối. Nhập vào tiếng róc rách, thì thầm của suối. Con chim sâu nhí nhảnh chuyền cành nghe giọng hát cô bé thơ ngây cũng ngừng nhịp nhảy hót lên vài tiếng thanh thanh.

Cậu bé ngẩn ngơ theo âm thanh mềm ấm đó. Cậu hình dung được những con đường mùa xuân ươm đầy xác lá khô. Hai bên là hoa dại. Là hương nồng. Là tuổi thơ ngọc ngà êm mát. Đời sống từ đấy bình thản, hân hoan hơn bao giờ hết. Nụ cười vẫn hồng và nước mắt sướng sung còn tràn đầy trong cõi lòng hoa bướm vô tư. Khi cô bé ngừng tiếng hát thì cậu bé đã chìm vào giấc ngủ tự lúc nào. Lưng cậu tựa vào cánh tay cô bé. Nhịp tim đều đặn lên xuống trong lồng ngực trinh tuyền. Cô bé tóc bím lại hát. Nắng lan sa kéo những vệt mơ huyền. Ngọn đồi lóng lánh vàng xinh. Chúng mình đang gặp nhau. Đang đến với nhau bằng con đường đẹp nhất. Chim. Lá. Cỏ. Hoa. Tiếng hát và tuổi thơ. Chúng mình đang gặp nhau mà sao hình như đã thương nhau. Đã hiểu nhau rất chân thành. Có phải vì tâm hồn chúng mình còn thánh thiện, tinh anh và yêu thương trong chúng mình còn mớm đầy ý ngọc. Cho nên mới gặp đã mừng. Mới nhìn đã thấy vui. Mới gần nhau đã sợ rồi sẽ chia xa và phai quên như màu áo. Mà chia xa thực mất rồi. Mẹ cậu bé đang cất cao lời gọi. Đang kéo dài âm hưởng. Con! Con hãy về với mẹ! Hãy về lại phương tây. Chuyến hành hương đã không thể tiếp tục vì ngày mai mẹ còn phải đưa ba con lên đường rất sớm. Mẹ gọi thì cứ gọi. Giấc ngủ của cậu vẫn bình yên. Cô bé lay vai người bạn nhỏ:
- Dậy đi thôi! Mẹ mày đang gọi mày về. Dậy. Dậy đi mày!

Đôi mắt ươn ướt buồn của cậu bé rưng rưng. Gần nhau chừng ấy thôi à. Ngày vui qua mau quá. Khi nào hai đứa mình gặp nhau đây? Cậu bé đứng lên cầm tay cô bé:
- Tao phải về với mẹ. Chắc lâu lắm tao mới gặp lại mày. Mày đừng buồn nhá. Tao sẽ nhớ tới mày luôn. Nhất là tiếng hát của mày.
- Ừ. Tao sẽ không buồn đâu. Hoặc nếu buồn tao cũng chỉ buồn in ít thôi. Má tao dặn đừng buồn Con gái buồn thì dễ khóc lắm. Nước mắt cứ chảy hoài không hết à. Nhưng mày không quên tao đấy chứ?
- Không. Tao sẽ không quên mày đâu. Hay là ba năm sau tao sẽ đến với mày vào mùa xuân như ngày hôm nay. Ba năm nữa tao sẽ mười một tuổi và chắc mày lớn lắm. Tao sẽ trốn đi một mình để được ở đây với mày lâu hơn. Mắt cô bé sáng lên tia mừng rỡ. Ba năm nữa cũng khá dài nhưng như thế còn hơn là vĩnh viễn không được gặp nhau để kể cho nhau nghe mùa xuân này chóng qua, chóng hết. Cô bé dặn dò:
- Thật nhé! Tao sẽ chờ mày ở đây. Có lẽ tao rất nóng lòng.

Cậu bé buồn. Cậu bé phân vân. Ba năm có làm mình quên lối cũ? Trí nhớ sẽ không giữ được lâu những lối về. Không gian thì vẫn có nhiều thay đổi theo thời gian. Ba năm biết mình có tìm được ngọn đồi xanh, ngôi chùa tĩnh mặc này không?

- Tao sợ tao quên mất đường mày ạ. Ba năm sẽ rất dài. Tao ngại tao tìm không ra lối.

Cô bé nhìn xuống chân mình. Những ngón chân nhỏ xinh xắn với những chiếc móng hồng tự nhiên. Lòng bé u hoài. Mắt bé chừng muốn khóc. Bé thấy nhiều chiếc vỏ hạt dưa nằm rải rác quanh chỗ bé ngồi. Tim bé chợt rộn lên. Bé nghĩ ra rồi.

- Này nhé! Tao sẽ để dành rất nhiều vỏ hạt dưa và đến ngày hôm đó tao sẽ đi rải trên con đường dẫn đến nơi này. Mày chỉ việc theo dấu vỏ hạt dưa là tìm thấy. Chịu không?

Cậu bé reo lên:

- Thích quá! Mày tuyệt quá trời. Má tao bảo con gái thường khôn hơn con trai thế mà đúng nhỉ! Thôi tao về. Mày đừng buồn nghe cưng!

Cậu quay đi mà không quên nhìn cô bạn thêm lần cuối. Từng bước. Từng bước rã rời. Giọng mẹ cậu réo gọi. Thúc giục. Hãy về với mẹ. Hãy về với mẹ. Tiếng kêu vang trên đồi cao. Cô bé mơ màng nhìn theo bạn. Cô thấy cay xè nơi mắt. Ô hay cô bé khóc rồi. Nhớ thương nào... nhè nhẹ, thơ ngây. Lá rụng. Lá bay. Chiều rơi.

.

Từng mùa xuân qua. Cô bé phương đông đã chịu khó gom, chịu khó để dành thật nhiều vỏ hạt dưa hồng trong chiếc túi lụa điều. Chiếc túi lụa điều mà bé đã thức may trong những đêm mùa đông ngồi cạnh mẹ nghe lửa hồng tí tách trong bếp nhỏ, nghe lời mẹ ru ngọt ngào những tình tự quê hương cất lên một tiếng la đà cho chim nhớ tổ cho ta nhớ mình. Ta nhớ mình thật đó. Mày biết không cậu bé phương tây? Tao thấy chiếc túi lụa điều vẫn còn nhỏ quá. Sợ không đủ chứa tất cả những vỏ hạt dưa. Có phải con gái thì hay lo sợ vu vơ không? Nhiều đêm tao mơ thấy mày trở về. Mày cười xinh như con gái. Mày hát bài kìa con chim xanh của tao nghe ngọng nghịu buồn cười. Tao gọi mày. Mày bỏ đi và tao khóc trong giấc ngủ. Nước mắt thấm gối và má tao lại dỗ dành ngỡ tao làm nũng với má. Má đâu có biết là tao làm nũng với mày trong chiêm bao.

Bên kia trời tây. Cậu bé kia cũng sống những ngày dài trông ngóng. Mỗi chiều khi giáo đường rung chuông. Những hạt chuông buồn tênh. Buồn tênh lạ. Vóc dáng cô bé tóc bím chập chờn, mơ hồ trên trí nhớ. Một mùa xuân đi qua là một lần bé giật mình. Bé lo sợ mình quên lối cũ. Bé sợ thời gian đi chậm lại tủi phiền. Bé cũng có những giấc mơ tiên, cũng có âu lo và xuyến xao tuổi dại. Bé nhớ nhiều phương nớ. Xa xăm... Chẳng rõ người ta có còn nhớ bé từng mùa xuân qua với nhiều nôn nóng được lên đường?

Nhưng dù có đợi chờ mơ ước nao lòng gì đi nữa thì mùa xuân thứ ba cũng về mang theo ý lạ. Lộc non. Cỏ xanh. Chim. Lá. Hoa và tiếng hát. Hương nồng. Khuya nay, khi pháo giao thừa nổ những tràng vui. Trầm bay hương ngát. Nhà nhà mở cửa mời mọc gió xuân thì cô bé phương đông cũng rón rén bước ra khỏi căn nhà tranh yêu dấu để bắt đầu dẫn lối cho người bạn nhỏ bên xa kia mịt mờ trở lại. Chim hót trong lòng bé. Hoa nở. Lá rung rinh. Nụ cười rạng rỡ trên môi đào. Cô bé vừa rải vỏ hạt dưa vừa hát. Những chú cỏ may vươn cao chiếc cổ bám vào tà áo lụa mới thơm của bé những cọng hồn nhiên, tinh nghịch làm nhói nhẹ da chân cô bé. Mấy hạt sương nõn nà nhẹ hôn trên tóc thơm của bé. Tao sắp gặp mày rồi. Thích nhỉ! Tiếng hát của bé mang niềm tin yêu về theo mùa xuân. Rừng cây trên những ngọn đồi xôn xao gọi mời nhau. Xin mở lòng chào đón cô bé phương đông cùng tiếng hát ban mai.

Mặt trời hồng dưới chân đồi. Bé ngồi chờ đợi.

Hoa mai rừng rơi vàng mái tóc non.

Khuya nay, cậu bé phương tây cũng thầm lén tung chăn chạy ra khỏi nhà để lên đường sớm. Tiếng bước chân gõ mạnh và tiếng chuông rộn rã bên kia tháp giáo đường. Mùa xuân. Mùa xuân. Chuông gieo lời thiên ân cho cõi thế. Chuông báo tin mừng cho cây cỏ thiên nhiên. Cho những đám mây trắng mờ trên tít cao, lơ lửng. Thiên hạ cũng bắt đầu lao xao tiếng guốc, nhịp giày. Quần áo sặc sỡ muôn màu của trẻ thơ cũng chan đầy nắng sớm. Cậu bé háo hức bước thật nhanh. Tao phải đến sớm để mày ngạc nhiên chơi. Tao sẽ bước nhẹ đến sau lưng mày và "hù" lên một tiếng cho mày hết hồn... Mày không giận tao khi tao làm mày thất kinh như thế chứ? Cậu bé bắt đầu nhìn xuống mặt đường khi đến gần ranh giới miền đông. Dưới ánh nắng, từng chiếc vỏ hạt dưa hồng ánh lên rực rỡ. Cậu bé lắng nghe lá gió rì rào nhưng mắt vẫn không rời vỏ hạt dưa. Cậu nghe lòng bâng khuâng, rộn ràng. Chắc mày đợi tao lâu lắm? Cậu bé cứ theo dấu vỏ hạt dưa đi mãi. Thỉnh thoảng nhìn hai bên đường để tìm một chút ít quen thuộc của ba năm về trước. Nhưng bé hoàn toàn mù tịt không biết là đâu. Thiên hạ vẫn dập dìu trên các con đường vào thành phố, trên mấy lối về thôn trang. Mặt trời lên khá cao. Cậu bé cứ tìm theo những chiếc vỏ hạt dưa hồng. Ngôi chùa và ngọn đồi xưa kia sao vẫn chưa tìm thấy? Mà sao lạ chưa kìa! Vỏ hạt dưa đâu mà nhiều lắm thế? Bé bắt đầu lo lắng. Mồ hôi nhỏ trên trán bé. Bé hoài nghi. Sao trên con đường nào cũng đầy vỏ hạt dưa? Bé cứ lần dò quanh quẩn mãi theo dấu chúng. Có khi cậu bé lùi trở lại con đường mình đã đi qua. Có khi những vỏ hạt dưa hồng lại dẫn cậu bé sang một con đường khác dài hơn, xa hơn. Hay là mày chọc quê tao? Mày giỡn tao phải không cô bé tóc bím khôn ngoan. Mặt trời lên cao mà cậu bé vẫn quanh quất mãi với những vỏ hạt dưa hồng trên mặt đất. Sao mày rải trên nhiều con đường thế? Bé cố gắng cho khỏi lạc, nhưng rồi bé cứ lạc hoài. Vỏ hạt dưa hồng. Cố lên! Gắng lên! Hình như có tiếng cô bé tóc bím thôi thúc giữa thinh không. Mỏi chân, cậu bé ngồi một mình bên vệ đường tưng tức. Mày dễ ghét quá. Mày cũng không thèm đến đón tao. Niềm kiêu hãnh bắt tao không hỏi đường người khác. Tao phải tìm cho bằng được mày mới thôi. Bé quyết tâm nhưng rồi lại buồn. Ái ngại.

Hình ảnh cô bé tóc bím lại mơ hồ. Cậu bé phấn khởi trở lại tiếp tục cuộc kiếm tìm. Quanh co mãi, những chiếc vỏ hạt dưa hồng như đánh lừa cậu bé. Mất nhau rồi? Lạc nhau rồi phải không? Đã xế trưa rồi lại xế chiều, cậu bé mệt lả nằm dài xuống cỏ. Cỏ hôn lên người bé. Bé chực khóc... Giá bây giờ có tóc bím ở đây chắc bé sẽ khóc òa thật to không ngại ngần. Nhưng không kịp nữa rồi. Hai đứa mình đành phải lạc nhau thôi. Những chiếc vỏ hạt dưa hồng đã trở nên tinh nghịch và quái ác một cách ngu đần.

Trong khi ấy, trên ngôi chùa tịnh nghiêm và ngọn đồi trẻ thơ kia cô bé tóc bím buồn đến khóc. Nước mắt bé chảy dài. Tao mong mày không dối lừa tao. Vì tao thì vẫn chờ mày nơi này. Bé nhìn xuống lối đi, những chiếc vỏ hạt dưa hồng nằm ngoan mình trong nắng xế. Khóc chán, cô bé tóc bím nằm xuống gốc thông già và thiếp đi. Cô bé thấy cậu bạn nhỏ tiến đến bên mình, ngồi xuống. Bé mừng kêu lên. Nhưng không, đó chỉ là giấc mơ thôi mà. Tội bé quá!

Mà cũng tội cho cậu bé tí hon kia. Cậu đứng lên thẩn thờ trở bước. Bước chân nặng nề dẫm lên những hòn cuội, những chiếc vỏ hạt dưa hồng. Ta lạc em thật rồi. Xa nhau từ đây thôi ơi cô bé phương đông huyền nhiệm. Cậu bé ngã quỵ xuống đất. Lạc nhau rồi em ơi!

oOo

Cho tới ngày khôn lớn, khi cô bé trở thành thiếu nữ. Khi cậu bé đã là một thanh niên. Họ hiểu rằng thuở ấy mình đã quá ngây thơ khi đi rải những chiếc vỏ hạt dưa hồng và lần tìm theo dấu chúng. Cả hai đã không hề biết và nghĩ rằng khi mùa xuân về, tết đến thì ai cũng đều cắn hạt dưa và thả những vỏ hạt dưa trên những con đường nào mà người du xuân có mặt. Và dù thế nào thì chúng mình cũng đã lạc mất nhau. Những chiếc vỏ hạt dưa hồng hãy coi như những mảnh kỷ niệm mỏng manh rơi vỡ nhưng cũng đủ làm tê đau một kiếp người. Chốc nữa đây, tên gù lưng này cũng lạc mất các em. Những cánh chim bay tít mù về phương trời ấm. Kẻ tật nguyền ôm mùa đông vào lòng ho xót xa từng cơn.

Giọng người kể chuyện tắt dần và hình ảnh câu chuyện cũng tan nhanh. Người ta lại thấy tên gù lưng và năm em bé gái chụm đầu nhau trên ghế đá công viên. Nắng đang nhạt dần. Dòng sông Hương trước mặt buồn buồn như lòng thiếu phụ. Im lặng. Chỉ có lá muối rụng. Cỏ đong đưa sợi mướt, sợi mềm. Có tiếng chuông reo bên trong ngôi trường cổ. Năm đứa bé vội vàng đứng lên ríu rít. Tụi em vô học giờ chót rồi về nghe anh! Lần sau anh nhớ kể chuyện thật hay như bữa ni nghe!

Ta âm thầm ngồi lại với ta. Cuối cùng ta vẫn một mình trong cõi sống. Ta lại côi cút bên sông. Bên những nhịp cầu nghiêng bóng đổ. Con nước mang quá khứ xa nguồn về biển khơi. Ta mang dĩ vãng thiên đàng của ta đi về đâu trên bước đường phiêu bạt? Mẹ. Các em. Căn nhà tịch liêu. Kiếp tật nguyền không cho phép ta quay đầu trở lại.

Thu. Nhi. Hương. Oanh. Ngọc! Chiều nay các người hãy cho ta nép vào bóng mát các người trong chốc lát. Ta nhủ ta sẽ trở về nhưng làm sao về lại được? Hãy tha thứ và bao dung! Xin các người!

Chiếc lưng gù rung lên quặn xót. Cúi xuống. Cúi xuống gương mặt quê hương bi thảm cháy sém và những chiếc vỏ hạt dưa hồng chợt biến thành màu máu. Máu. Trời ơi! Máu. Bưng mặt. Gã rú lên não nùng. Khách qua đường hững hờ quay lại.

Trên lòng ta vết thương!

Võ Quê

VŨ ANH TUẤN

NỖI BUỒN KHI XEM PHIM

Sáng hôm chủ nhật tuần trước, ngồi chơi với bạn tôi trên bãi biển ở Vũng Tàu, tôi hỏi thăm anh về công việc của anh lúc này ra sao, và được anh cho biết là anh đang tự cho mình được nghỉ trong 6 tháng để chỉ rong chơi và đọc sách, sau đó tính sau... Tôi hỏi tiếp: " Vậy lúc này anh đi như ngựa vía và ít khi có nhà phải không?" Anh đáp: "Lúc này trái lại, tôi rất ít khi đi ra ngoài, và cảm thấy rất hạnh phúc khi không phải ra đường, vì lúc này trời oi bức quá!" - "Vậy thì lúc này ở nhà anh làm gì? Chắc là cả ngày ôm cái máy tính hả, hay là xem phim Hàn quốc?"

Anh cười và nói: "Cậu nói đúng mình lên mạng luôn nhưng mỗi lần chỉ để xem có thơ không thôi, thời gian còn lại đúng là mình xem phim, nhưng không phải phim Hàn quốc mà là phim Đại Việt." Tôi bảo anh: "Anh có gan xem phim Đại Việt thì anh giỏi thật, thiên hạ lúc này chỉ ham xem phim Đài Loan, Hàn Quốc, ít ai xem phim Đại Việt!" Anh giải thích: "Đấy là vì cậu không biết, người mình có nhiều phim rất ư là hấp dẫn, đâu có thua gì Hàn Quốc hay Đài Loan? Mình xem rất thích, ngoại trừ một điều làm mình hơi buồn." Tôi xen vội vào, và ngắt lời anh: "Biết ngay mà! Anh thì lúc nào chả ngoại trừ... chả nhưng mà... chả tuy nhiên..." Đến lượt anh ngắt lời tôi: "Muốn biết cậu xét đoán tôi như vậy là có đúng không, cậu cần biết điều gì làm tôi buồn với phim Đại Việt đã rồi hãy nói vậy!" Tôi hưởng ứng ngay vì thấy anh nói có lý: "Vâng xin anh kể cho nghe điều gì làm anh buồn." Anh chậm rãi nói: "Cậu biết không, trong mỗi phim người xem sẽ phải nghe ít lắm cũng là trên 20 chục lần Ô Kê (OK), Oao, (Wow), và Bái bai (Bye- bye) khiến mình có cảm tưởng là các diễn viên không phải là người Việt mà là Mẽo nai (Mỹ lai). Đã thế lại còn rất nhiều lúc kể cả con nít lẫn thanh niên, đều văng những bàn tay ra phía trước, đập vào những bàn tay của những bạn bè đối diện rồi loe miệng hét to de... e (yeah!), nghe mà muốn chạy vô nơi đó... để Lê văn Nôn và Trần văn Ọe. Nói tới đây anh nhìn tôi với ánh mắt buồn buồn và nói: "Cứ đà này rồi những thế hệ sau con cháu chúng ta sẽ lên đường để tiến xa hơn trên con đường... mất gốc. "Rồi anh nói thêm: "Cậu biết không, ngay lúc này đi ra ngoài phố cũng hơi bị buồn vì có những đoạn đường trên đó đầy nhóc các bảng hiệu bằng tiếng Anh, chả thấy bóng vía tiếng mẹ đẻ mình đâu cả, mà có phải là thứ tiếng Anh bình thường đâu? Có những chỗ dùng những thứ tiếng Anh, ngoại nhân đọc phải cũng muốn xỉu luôn! Trước đây mấy chục năm mình nhớ đã có lần nhà nước ra lệnh phải bỏ hoặc để tiếng Anh một cách hợp lý trên các bảng hiệu, nghĩa là tiếng Việt phải để lên trên, và phải để to hơn tiếng nước ngoài. Được một thời gian ngắn rồi dần dần, và ngay giờ phút này, lại vũ như cẩn và còn tước hơn trệ nữa, khiến cho mình khi ra đường, đang đi trên đất nước quê hương yêu dấu mà cứ có cảm tưởng xấu là mình đang đi ở tiểu bang Oklahoma, O-kla- hô-quỷ gì ở mãi tận bên nước người vậy. Rồi! cậu thấy cậu đã vội xét đoán hơi sai về tôi chưa?" Tôi phải công nhận là anh nói có lý, vì đúng là đáng buồn khi đi trên quê cha đất tổ mà có cảm tưởng mình đang lạc lõng trên đất nước quê người. Điều anh kể làm tôi nhớ tới một chuyện tức cười mà một mẫu hậu của tôi một hôm kể lại cho tôi nghe. Bà ta kể rằng một bữa bà ta đi với Tước, một người bạn khác của tôi, và là em họ của bà ta, vào một cửa hàng ở trên phố và thấy cửa hàng đó để ngay trên cổng ra vào ba chữ "Shop and Go". Bà ta hỏi Tước ba chữ đó có nghĩa tiếng Việt là gì, vì bà không biết tí tiếng Anh nào, thì bà ta được Tước dịch cho nghe là ba chữ đó có nghĩa là "Mua rồi xéo" vì Tước giải thích: mua xong thì cuốn xéo về nhà, chứ chả lẽ ở lại tiệm của người ta... mà ăn vạ à! Nhớ lại chuyện này tôi vội xin lỗi bạn tôi, và hỏi thăm anh về một cuốn thơ tình gồm chín bài mà anh đã dịch cho một nhà thơ rất nổi tiếng từ mấy năm trước, nhưng mới được in, và mới được Trung Tâm Văn Hóa Ngôn Ngữ Đông Tây giới thiệu mấy ngày trước đây bằng một buổi lễ cho ra mắt tập thơ. Tôi hỏi vì tôi có xem trên mạng buổi lễ giới thiệu đó, có thấy tên anh phụ trách bản dịch tiếng Anh và tên một nhân vật rất quen thuộc phụ trách bản dịch ra tiếng Pháp, vì đây là một tập thơ tam ngữ Việt-Anh-Pháp. Thấy tôi hỏi về tập thơ Trinh Thiêng mới được in và giới thiệu, anh cho biết đương nhiên là anh cũng vui vui mỗi khi có thêm được một đứa con tinh thần, tuy nhiên niềm vui không được toàn vẹn cho lắm. Tôi hỏi tại sao và được anh giải thích như sau: "Cậu biết không, tuy mình không quen biết gì người dịch phần tiếng Pháp cuốn Trinh Thiêng, mà mình thì là người dịch phần tiếng Anh, nhưng mình biết ông ta hơn mình hai tuổi, và là một nhân vật rất quen thuộc; nhất là gần đây mình có được đọc mấy bài ông ấy góp ý về mấy bản dịch trên trang web Vanchuongviet mà mình thấy thinh thích, nên khi thấy tên ông ta nằm chung trong cuốn Trinh Thiêng, mình thấy vui vui và yên tâm lắm, nhưng tiếc rằng khi nhà thơ tác giả gửi sách tặng, thì mình thấy bớt vui vì có mấy chỗ bản dịch của ông ấy khác với bản dịch ra Anh ngữ của mình, mà trong cùng một cuốn thơ mà hai bản dịch ra hai ngôn ngữ khác nhau không phù hợp thì hơi buồn cho cả tác giả lẫn những người dịch. Tôi bảo anh: "Khi nào về anh làm ơn cho mình xem các điều khác biệt đó ra sao?" Anh bảo tôi: "Được rồi! Tôi cho cậu xem liền." Miệng nói tay anh thò vào túi xách để ngay dưới chân cái ghế xếp anh ngồi, thì ra đi chơi nhưng anh cũng mang tập thơ theo để đọc. Và sau dây là mấy điều anh thắc mắc:

1/ Nơi trang 1 của cuốn thơ Trinh Thiêng. Trong bài thơ nhan đề là Ân Phúc Thơ, dòng đầu tiên (ngay dưới tựa đề) nhà thơ BMQ viết:

"Lăn lóc nghìn đêm lửa đạn" và câu này đã được chuyển ngữ sang tiếng Pháp là "Mille et une nuits dans le feu de la guerre".

2/ Trang 10 trong sách ngay dưới tên bài thơ Giấc Xuân, nhà thơ có lời đề tặng: "Tặng các bạn cùng thế hệ của tôi", câu này được dịch ở trang 12 là: "Aux amis de mon âge".

3/ Trang 30 trong sách, tựa đề bài thơ "Trinh Thiêng" được dịch sang Pháp văn là "Virginité sacrée".

Bạn tôi cho biết anh thắc mắc là sao "Nghìn đêm" lại thành "Mille et une nuits" là Một nghìn lẻ một đêm? Tại sao "cùng thế hệ" lại thành "de mon âge" là "trạc tuổi tôi" (Ngoài định nghĩa là tuổi, chữ "âge" chỉ còn có nghĩa là thời đại). Và sau cùng là hai chữ Trinh Thiêng lại được chuyển ngữ thành "Trinh tiết" trong khi nhà thơ muốn nói tình yêu trong thơ của ông là trinh thiêng.

Nghe anh nói tôi cảm thấy các thắc mắc của bạn tôi là có cơ sở, nhưng biết làm chi được khi cuốn thơ đã được in ra và phát hành, tôi đành an ủi khéo bạn tôi là "biết đâu khi tôi đưa bài này lên mạng, người dịch sẽ tình cờ đọc được, và lên tiếng giải đáp những thắc mắc của anh."

Nghe tôi an ủi khéo, anh mỉm cười, nhún vai và nói: "Có thể lắm..."

Vũ Anh Tuấn

VŨ KHẮC TĨNH

LỜI CẢM ƠN MUỘN MÀNG

1.

Câu chuyện Sài Gòn trước năm bảy lăm.

Đầu thập niên bảy mươi thế kỷ trước, tôi đặt chân xuống bến xe ở Hàng Xanh, thú thật lòng tôi đâm ra hoảng khi nhìn thấy Sài Gòn trước mắt tôi dân cư đông đúc, xe cộ chạy nườm nượp, đổ về các nẻo đường, tiếng còi xe kêu inh ỏi nghe đinh tai nhức óc. Phố xá nhộn nhịp, buôn bán sầm uất. Tất cả những thứ ấy đã cho tôi ấn tượng Sài Gòn là thành phố đầy quyến rũ.

Những bức ảnh chân dung đẹp mà tôi có được thể hiện đúng diện mạo một góc Sài Gòn xưa như đưa người xem vào một câu chuyện kể không đầu không đuôi nhưng đầy những cảm xúc, đã tạo nên nguồn cảm hứng trong từng góc độ nhịp sống được dàn dựng qua thời gian và không gian một cách tinh tế, không cần vẽ vời hoa lá, hay làm cho màu mè thêm làm gì

Tôi còn nhớ rất rõ, người Sài Gòn thường đi dạo chơi lòng vòng khu trung tâm, nhất là trên vỉa hè đường Lê Lợi, Nguyễn Huệ vào mỗi chiều. Đông người đi nhất là chiều thứ bảy hay vào ngày chủ nhật hằng tuần trong không khí hào hứng. Chợ Bến Thành vẫn là nơi đi mua sắm, người vô ra đông đúc là chuyện bình thường. Trên đường phố xe Vespa vẫn là loại xe chạy phổ biến nhất. Xe mobylette, xe Honda dame, xe cady, xe xích lô và các loại ô tô xưa cũ cũng nhiều. Ngoài ra, những cô thiếu nữ với những tà áo dài bay bay có nhiều màu sắc sáng, chói xen lẫn nhau. Sài Gòn sặc sỡ trong lớp hào nhoáng bề ngoài làm say đắm lòng người. .

Sài Gòn thời đó giá cả đắt đỏ làm ảnh hưởng đến môi trường sống như tôi và những con người có thu nhập thấp. Biết vậy nhưng tôi vẫn chọn Sài Gòn là nơi đến để đi học và con đường tiến thân sau này, sẽ là một giải pháp hữu hiệu vào thời ấy. Như một động lực đã thúc đẩy tôi vào sự hình thành một tâm thế còn mang nặng những giáo điều trống rỗng mơ hồ, về một thế giới hão huyền hoàn toàn không có cơ sở lý luận thực tiễn, có phải thế không? Tôi hỏi như hỏi trong hư vô.

Tôi đã hình dung ra được Sài Gòn của những năm Bảy Mốt, Bảy Hai vẫn bình thản trong cuộc chiến tranh ngày một tăng tốc. Tôi đi làm, tôi đi học, tôi đi lang thang lếch thếch và hoà mình vào dòng người xuôi ngược, không hề hay biết hay nghĩ đến lửa đạn chiến tranh là gì? Thờ ơ và vô cảm, một sự lạnh lùng đến khó hiểu,ai chết mặc kệ không quan tâm đến làm gì. Đó là những con người ăn trên ngồi trước, họ sống trong nhung lụa, làm giàu trong chiến tranh. Nhưng Sài gòn vẫn hào phóng, vẫn cưu mang, và mở lòng trong vòng tay độ lượng với tất cả mọi người, không phân biệt anh là ai đến từ đâu, mang một sứ mệnh nào cũng chẳng một ai quan tâm, chẳng một ai biết, mà biết để làm gì. Sài gòn vốn dĩ là vậy. Khắc khoải, hồn nhiên, lãng mạn, vồ vập vào mối tương quan nhịp nhàng cho từng trái tim biết rung động, giàu cảm xúc giữa Sài Gòn hoa lệ mang trong lòng phố nét đẹp tươi trẻ.

Một ngã tư Hàng Xanh, ngã năm Chuồng Chó, vòng xoay Lăng Cha Cả... được đặt cho các nút giao thông nổi tiếng Sài Gòn vốn dĩ xuất phát từ những biểu tượng một Sài Gòn xưa. Tất cả đều được liệt kê một cách cẩn thận, đã tạo nên một khoảng không gian và thời gian nhất định. Khi đi ngang qua hàng trăm con đường lớn nhỏ, chỉ có con đường Catinat (nay là đường Đồng Khởi) là một trong số rất ít những con đường kỳ cựu nhất. Nó hiện diện trước khi Pháp đánh chiếm Sài Gòn và tầm quan trọng của nó trải dài từ thời pháp thuộc cho đến tận thời gian sau này.

Người ta yêu Sài Gòn vì những thứ rất đỗi đời thường. Đó là những con hẻm nhỏ, những khu chung cư hàng chục năm tuổi đã ngả màu rêu xám xịt qua thời gian, khu Cư xá Đô Thành, Vườn Bách Thú....

Sài Gòn về đêm lung linh ánh đèn màu chớp sáng ở các quán bar, nhà hàng, khu vui chơi giải trí, các tiệm bán các đồ trang sức, hay đơn giản hơn là quán cà phê. Còn rất nhiều thứ đọng lại qua thời gian nhưng không hình dung ra được trong những lúc cần nêu ra giữa bàn dân thiên hạ. Giờ tôi chỉ có mỗi một việc ghi chép lại mà thôi. Tất cả như khiến cho một ai đó muốn buông nhưng không nỡ, quên rồi lại níu giữ như người tình yêu thương từ bến bờ nào xa lắm. Tôi, một kẻ đơn độc tìm đến Sài Gòn trong sự hỗn loạn về tinh thần, về cơn lốc nhân tình thế thái, về nhân sinh quan, về tầm nhìn và sự hiểu biết về con người. Sài Gòn như thế nào, dễ gần gũi không? Dù có thế nào đi nữa khi đã đến đây sớm muộn gì cũng bị lôi cuốn vào lớp hào nhoáng kim cổ, bởi trào lưu văn hoá nghệ thuật, trào lưu văn hoá ăn uống, những trào lưu và những vẻ đẹp mãi đi cùng năm tháng

Những lần tiếp theo đó, tôi còn khám phá ra các các ngôi chùa có một không gian yên tĩnh như chùa Ấn Quang, chùa Vĩnh Nghiêm...Các nhà thờ như nhà thờ Ba Chuông, nhà thờ Đức Bà nằm bên toà nhà Bưu Điện trung tâm thành phố cũng là những gương mặt tiêu biểu của kiến trúc đô thị và là những điểm tham quan thu hút khách du lịch. Tôi đã từng đọc các trang sách viết về những nơi này, và những người Sài Gòn nói về Sài Gòn. Tôi bị lôi cuốn bởi những câu chuyện huyền thoại xa xưa và biểu tượng bề thế nên có cảm giác như mình vừa quay lại một thời xa xưa và đang lắng nghe những câu chuyện cổ tích về những chứng tích còn lưu lại trong tâm khảm của mỗi một con người, có giá trị đích thực được lưu truyền trong dân gian qua mọi thời đại. Thoáng qua trong ngồn ngộn thời gian, tôi tưởng mình như đứng trên hồ Con Rùa bí ẩn trong lòng Sài Gòn. Hồ Con Rùa chỉ là cái tên gọi dân gian của một hồ phun nước nhân tạo nằm giữa nơi giao nhau của ba con đường. Tôi không còn nhớ là con đường nào. Chỉ biết con đường mới bây giờ là Võ Văn Tần, Phạm Ngọc Thạch và Trần Cao Vân, tạo thành một nút giao thông cùng mức kiểu vòng xoay.

2.

Mùi cà phê dắt tôi rảo bước vào một con đường nhỏ trong cư xá Đô Thành. Là một khu cư xá cũng khá lâu đời ở Sài Gòn, nhưng nhiều khi nói đến tên thì không một ai biết, mặc dù nó là cư xá hiếm hoi có một cái cổng và cái bảng hiệu to tướng gác trên hai trụ đứng hình vuông. Đó là cái cổng chính.

Thú vui tao nhã của những người dân khu này là mỗi buổi sáng ngồi uống cà phê và trải nghiệm mọi quan điểm về sự đời, về triết lý nhân sinh và vòng tuần hoàn của cuộc sống đến rồi đi trong vòng luẩn quẩn không bao giờ dứt.

Tôi ngồi một mình trong quán cà phê, từng giọt từng giọt nhỏ xuống ly, tôi ngồi đốt không biết bao nhiêu điếu thuốc, uống cà phê xong đứng dậy ra đi. Tôi tha thẩn lạc vào con hẻm nhỏ ngoằn ngoèo chạy lòng vòng quanh co một hồi mới thoát ra được nhờ sự hướng dẫn của cô bé đang ngồi bán tủ thuốc lá trước hiên nhà

Tôi không còn nhớ thời gian đã trôi qua bao lâu. Khi dừng chân, mọi cảnh vật chung quanh khu cư xá chìm trong không gian im ắng vốn có từ lâu nay. Tôi đang tích luỹ và vận dụng những sự hiểu biết mà mình đã từng đọc qua sách báo để có thể hiểu thêm về nguồn gốc và sự hình thành của một vùng đất đối với tôi rất xa lạ. Nhưng chắc chắn là tôi đã rất may mắn vì định mệnh đã cho tôi một cơ hội để đến đây, một Sài Gòn tươi đẹp. Dường như tất cả mọi việc đều phải trôi theo một dòng chảy hay một lộ trình. Có lẽ bây giờ tôi mới bắt đầu hiểu nhưng lòng tôi lại tỏ ra lo sợ là phải chấp nhận một sự thật. Lúc đó tôi còn rất trẻ, chỉ có hai mươi lăm, hai mươi sáu tuổi đời, và tưởng rằng chỉ có mình mới quyết định được cuộc sống của đời mình mà thôi. Vì thế tôi không tin vào một ai nói đến tương lai, như sách tử vi, bói toán, đường chỉ tay, mấy ông thầy tướng số, tất cả đều nói chung chung, rập khuôn vào một mô típ nhất định, tôi xét thấy không trúng trật vào chỗ nào hết, thế mà cũng có người tin mới lạ chứ. Tôi xếp những thứ đó vào loại xa xí phẩm không hơn không kém.

Đời tôi, trong ngồn ngộn thời gian sống ở Sài Gòn là một sự giao thông hỗn loạn của xe hơi, xe bus, xe gắn máy, nói chung là các phương tiện đi lại, tuy vậy trên đường phố không thiếu những người đàn bà quang gánh trên vai, chiếc nón lá trên đầu và nụ cười hiền hậu thường nở trên môi.

Tôi trở lại con đường Nguyễn Huệ, nơi thường bày bán đồ cổ cũng như những bức tranh sơn dầu, sơn mài. Tôi chỉ đi lướt qua chứ mua thì không bao giờ mua, vì giá cả quá đắt. Tuy vậy tôi vẫn mong góp một phần nhỏ giúp người yêu nghệ thuật cảm nhận cuộc sống quá khứ của Sài Gòn này với nét vẽ và cái nhìn của người hoạ sĩ về một giai đoạn sáng tác, còn để lại ít nhiều ngẫm nghĩ về một thời trên mảnh đất Sài Gòn, đầy những biến động và nghịch lý nhưng đã xây dựng được không khí sáng tác nghệ thuật sôi động, đầy những cá tính

Nhiều người du khách như Tây ba lô, Mỹ, Hàn, Nhật đang đứng tụm năm tụm ba chụp hình. Một vài con người khác đứng tham khảo cẩm nang du lịch để tìm địa chỉ đến một chỗ nào đó. Thế nào họ cũng tìm ra được nhiều điều thú vị đẹp như những bức tranh sơn dầu bày bán ở nơi đây, nên họ không mấy ngần ngại đi bộ tà tà dù con đường đến đó có xa vài cây số cũng không sao, chẳng hề hấn gì đôi chân cũng như sự mỏi mệt hằn lên nét mặt nếu có, miễn sao cuộc viếng thăm các di tích đạt được như mong muốn.

Những vẻ đẹp tiềm ẩn ở Sài gòn còn nằm ở những góc phố, những tụ điểm vui chơi giải trí, những ngôi chùa cổ lâu đời, nơi có những cụ già ngồi ngẫm nghĩ một nước đi cờ tướng dưới bóng một tàn cây cổ thụ hay dưới mái hiên trước một ngôi nhà nhỏ nào đó chẳng hạn.

Là con người thời trai trẻ làm gì không có những cuộc tình, có những cuộc tình đã yêu nhau vài năm nhưng không đến với nhau được vì nhiều lý do... Hay những cuộc tình thoáng qua nhưng vẫn nồng ấm chút tình lữ thứ đẹp hơn những giấc mơ. Xin cảm ơn Chi Lan, cảm ơn Huyền Vy, cảm ơn Huệ... đã cho tôi những ngọt bùi lẫn cay đắng trong cuộc tình trường. Không biết giờ các bạn đó sống ở đâu, ở nước ngoài hay vẫn ở trong nước? Tôi cũng không biết được, ai rồi cũng có một cuộc sống với chồng con... Chúng ta bây giờ đã trở thành ông nội, bà ngoại hết rồi... chẳng còn gì để tiếc nuối.

Sài Gòn của những tháng năm mà người ta phải nói dối nhau để tồn tại, nhưng mỗi lần gặp nhau vẫn vui cười trong chút tình tha hương. Nhiều khi trong túi không còn một đồng xu dính túi, nhưng tôi vẫn hào phóng, bằng cách ghi nợ tiền cà phê, cũng có lúc không thể nợ tiền cà phê thêm được nữa... Rồi cái ăn cái mặc không biết dựa vào đâu để sống qua những năm tháng ngặt nghèo khi chưa xin được việc làm.

Khi có người bà con giới thiệu cho một chỗ dạy kèm, dạy đâu được gần một năm, một hôm chỉ vì bí bài toán giải không được, phải bỏ dạy nửa chừng, mất một tháng lương không đến nhận. Lúc đó còn mặt mũi đâu mà đến!

Như vậy đó, rồi thời gian khốn khó cũng trôi qua trong thầm lặng, giờ tôi cũng không còn nhớ rõ khoảng thời gian trống rỗng đó làm gì? Bạn bè tôi có tiền chu cấp hằng tháng của gia đình để học Đại học, còn tôi trượt chân trên con đường học vấn, chẳng lẽ ngửa tay để xin tiền gia đình hoài coi sao được. Vượt khó chưa qua được đành phải chịu sống chui nhũi ở Sài Gòn, ngẫm cho cùng tôi cũng nghiệm ra được câu người đời thường ví von "Sông có khúc, người có lúc..."

Thời gian sau này vào khoảng năm Bảy mấy tôi không còn nhớ rõ, anh Lê Nguyên Đại đem tôi vào làm ở tờ báo Saigon Post, một tờ báo Anh ngữ ở đường Trần Hưng Đạo. Tôi có đồng tiền hằng tháng để sống. Nếu ngày ấy tôi đi lính chắc đã xanh cỏ rồi, đâu còn giờ này ngồi đây để ghi chép lại một quãng đời hư ảo, một quãng đời chẳng làm nên trò trống gì cho ra hồn, học hành cũng chẳng đến đâu để trả ơn cha mẹ... Không biết sao ông trời vẫn cho tôi sống đến ngày hôm nay. Xin cảm ơn anh Đại. Xin cảm ơn đời đã cưu mang...

Hơn ba trăm năm hình thành và phát triển, trải qua bao cuộc thăng trầm, nhiều kiến trúc của Sài Gòn, Gia Định, Chợ Lớn xưa nay vẫn giữ được ít nhiều nét đẹp cũ. Có những vẻ đẹp mãi mãi đi cùng năm tháng, cũng có cái đổi thay đến ngỡ ngàng.

Vào năm Bảy Mươi Lăm một biến cố lớn xảy ra, mọi thứ đã thay đổi. Trường lớp đóng cửa, bạn bè tan đàn xẻ nghé, có đứa đi ra nước ngoài sinh sống, có đứa ở lại quê hương làm đủ ngành nghề để kiếm sống, có đứa thăng hoa cũng có đứa ngã ngựa trên con đường đời đầy may rủi.

Sài Gòn chỉ còn là cái tên gọi đầy thân thương của người phương Nam

3.

Câu chuyện Sài Gòn sau năm Bảy Lăm..

Gần mười tám năm trời, từ ngày tôi về lại quê quán, mang trong lòng một mối hoài nghi về thân phận trong cuộc sinh tử đời người, tôi tỏ ra đơn độc về mối tương quan không đầu không đuôi trong cuộc sống đời thường, từ những ngày làm nông, làm rừng, làm trong các hợp tác xã tiểu thủ công nghiệp... Sau đó lấy vợ sinh con, tưởng đâu cuộc sống sáng sủa thêm ra, nhưng vẫn không được toàn tâm toàn ý.

Vào năm Chín Mươi Hai tôi khăn gói vào lại Sài Gòn để tìm kế sinh nhai. Sài Gòn đón nhận vào thành phố những người con từ khắp phương xa đất nước về đây học tập, làm việc, buôn bán làm ăn, tiếp cận với những thử thách mới.

Sự ồn ào, cảnh đường xe tấp nập, cảnh ùn tắc giao thông, sáng cũng như chiều xảy ra như cơm bữa dễ làm cho những con người mới đến nhập cư cảm thấy ngột ngạt, bực bội. Rồi qua thời gian chịu đựng họ cũng quen dần và hoà mình vào cái ồn ào của thành phố muôn màu muôn vẻ.

Hiếm có thành phố nào có mật độ dân cư "khủng" như Sài Gòn. Trong gần mười triệu người, trong đó phần nhiều là dân nhập cư, từ các tỉnh thành khác trong cả nước ùn ùn kéo về sinh sống. Tất cả hình như đều bị cuốn hút vào vòng xoáy cơm áo gạo tiền, chủ yếu là kinh doanh buôn bán ở các chợ, kinh doanh bất động sản, và các mặt hàng chủ lực khác, cạnh tranh nhau để tồn tại và làm giàu. Họ coi Sài Gòn là một thiên đường, có người bán cả tài sản, bỏ quê quán vào đây sinh sống.

Thành phố dân cư đông, đường phố chật hẹp nên môi trường sống ảnh hưởng bụi khói, ồn ào, náo nhiệt làm cho không khí ô nhiễm trầm trọng chưa khắc phục được.

Thỉnh thoảng có một vài anh bạn thân quen đi uống cà phê cùng tôi họ thường hỏi:

- Mày sống lâu năm ở Sài Gòn trước năm Bảy Lăm và sau năm Bảy Lăm giờ là thành phố Hồ Chí Minh. Thế thì ở thành phố có món ăn đặc sản nào không?

Thật ra tôi không mấy quan tâm đến các món ăn, nên không biết chính xác, lâu rồi tôi chỉ nghe lóm được, không biết nói ra có trúng trật gì không? Tôi nói với những anh bạn tôi như vậy...

- Hình như bánh bao đặc chất của người miền Nam (Sài Gòn sản xuất) còn loại bánh bao nữa là của người Hoa ở Chợ Lớn. Chỉ biết vậy thôi, khác nhau như thế nào, dở ngon ra làm sao, có ăn lần nào đâu mà biết.

Mấy anh bạn tôi ngồi im lặng, mắt ngó vào khoảng không trước mặt.

- Sài Gòn không có đặc sản, mà chỉ có một thứ đặc sản không thể đem đi, không thể đem trao tặng... nhưng lại là thứ đặc sản gợi nhớ không thể nào quên: chẳng hạn như ăn vặt, là đụng đâu ăn đó, những món ăn trên các vỉa hè, hay trong một con hẻm nào đó, chỉ có những người hay ăn và tìm tòi biết thông thạo các món ăn ngon, rồi người này truyền miệng qua người khác.

Thế là mấy anh bạn tôi biết, những món ăn hiện giờ ở thành phố là những món ăn đặc sản phổ biến nhất, từ các vùng miền khác nhau mang đến Sài Gòn để kinh doanh thực phẩm ăn uống góp phần vào văn hoá ăn như: Mì quảng, nem nướng, cơm gà [Quảng Nam], bánh pía, bún nước lèo [Sóc Trăng], bún bò, bánh bèo [Thừa Thiên Huế]... Đó là những món ăn đặc sản của các tỉnh thành được dân thành phố ưa chuộng hiện nay.

Nói đến Sài Gòn xưa, đối với giới trẻ sinh sau năm Bảy Mươi Lăm, là sự tò mò, thích tìm tòi, dò hỏi để biết bất cứ điều gì. Sài Gòn [nay là Thành phố Hồ Chí Minh] vốn trước đây được mang danh là "Hòn ngọc Viễn Đông" với những hình ảnh sầm uất năng động và hối hả. Thời gian dài mấy mươi năm trôi qua. Sài Gòn khoác lên bộ mặt mới trong lòng thành phố.

Đây cũng là lần đầu tiên giới trẻ Sài Gòn nghe đến danh xưng và phần nào cảm nhận được những mô hình tái tạo lại cuộc sống hết ý nghĩa của nó. Sài Gòn "Hòn ngọc Viễn Đông" danh xưng có lẽ muốn vừa nói đến thực chất tươi đẹp và thịnh vượng của Sài Gòn, cũng vừa mang tính chất tượng trưng lẫn định hướng vào sự phát triển.

4.

Trên những con đường quen thuộc ngày xưa cách đây mười tám năm, giờ đây tôi đã nhận ra được con đường làm ăn, vì sự xuất hiện của những ngôi chợ đầu mối đầy tiềm năng phục vụ. Trước đây, tôi có bao giờ tiếp cận với chợ làm gì! Cần thứ gì thì ghé vào các chợ bán lẻ mua cũng được. Nhưng hôm nay lại khác phải vô chợ đầu mối cho biết, đâu phải đi mua hàng mới vô. Thế là tôi đi vào dạo qua dạo lại các sạp hàng, hỏi han một vài người buôn bán để tìm hiểu, tạo thêm cái động lực ban đầu. Tôi mới biết ngôi chợ này toàn là những người bán mới, bảng hiệu mới, các vách ngăn sạp cũng mới được sơn phết lại.

Người ta bảo chợ là nơi phản ảnh chân thực nhất về cuộc sống. Vì thế, muốn biết sự thay đổi chân thực nhất về nhịp sống Sài Gòn, hãy tìm đến chợ để buôn bán làm ăn, không còn con đường nào khác để làm cứu cánh. Đó là mục đích cuối cùng tôi chọn Sài Gòn là cửa ngõ vô ra tiếp cận với thị trường buôn bán với bên ngoài. Dù ngày nay những siêu thị, trung tâm thương mại mọc lên như nấm thì văn hoá đi chợ truyền thống vẫn còn tồn tại về lâu về dài.

Thành phố giờ đây phần đông là dân nhập cư các nơi đổ về, nên cuộc sống mỗi ngày mỗi thêm phức tạp, kéo theo tệ nạn xã hội, người buôn gánh bán bưng nhan nhản trên đường phố, cảnh ùn tắc giao thông xảy ra hằng giờ ở các tụ điểm đèn đỏ đèn xanh, nhất là vào buổi sáng và buổi chiều đã thành cái thông lệ chưa khắc phục được. Dù thời gian gần đây nhà chức trách có hướng giải quyết những vấn nạn về ùn tắc giao thông có giảm nhưng chưa dứt điểm..

Những đứa trẻ con nhà nghèo trong cuộc mưu sinh dầm mưa dãi nắng hằng ngày đi qua các quán ăn uống ở vỉa hè, quán cà phê, quán nhậu... Nói chung mọi sinh hoạt ở trên đường phố chỗ nào cũng có các em la cà, ai cũng có thể bị chúng nó quấy rầy.

- Chú ơi mua giùm con tờ vé số! Cô ơi mua giùm cho con ổ bánh mì! Ông ơi, con đánh mới đôi giày cho ông nghe....

Giọng mời gọi trong trẻo của các em xen giữa âm thanh xô bồ, náo nhiệt của phố thị. Vào những ngày hè, người ta dễ dàng bắt gặp những đôi chân nhỏ nhắn, gầy guộc lê bước qua từng hang cùng ngõ hẹp.

Đi qua một quãng đời dài quá lâu, ít ra cũng hơn mười tám năm sống ở quê nhà. Hôm nay quay trở lại Sài Gòn, tôi cần có một khoảng thời gian để đi tìm lại ngôi nhà cổ xưa nằm trong một con hẻm đường Võ Di Nguy ở vùng Phú Nhuận [nay là đường Phan Đình Phùng] Tôi nghe nói con hẻm đó rất nhiều thay đổi. Tôi còn nhớ rất rõ phía trước ngôi nhà có cây vú sữa già cỗi, gốc sần sùi, tàn lá sum suê che khuất mái ngói màu gạch đã úa màu nâu sẫm cũ mèm. Đó là nhà bà cụ bảy mươi lăm tuổi, chủ nhà trọ tôi ở. Bà cụ đó sống rất tình cảm và có lòng bao dung. Tôi có ý định đến thăm lâu rồi, nhưng hôm nay mới đi được, không hy vọng gì bà còn sống. Tôi đứng nhìn chung quanh, sự yên tĩnh ở đây vẫn thế, chỉ khác là cây vú sữa không còn nữa, nhà cửa xây mới khang trang hơn... Ở góc sân, một thiếu nữ đang chơi đùa với một cô bé khoảng bốn tuổi, có lẽ là con cô ấy. Đôi mắt cô ta mở to nhìn tôi chằm bằm...

Tôi tiến lại bên cô ấy.

- Xin lỗi, cô là con bà cụ nhà này phải không? Hồi tôi ở đây, bà cụ có nói bà có hai cô con gái còn ở ngoài quê.

Cô ta nhìn tôi có vẻ ngơ ngác

- Không phải ạ! Sau Bảy Lăm một hai năm bà cụ đó dọn nhà về quê ở Quảng Trị rồi, nghe đâu bà cụ đó về quê một thời gian ba bốn năm bị bệnh chết. Ngôi nhà này em mua lại lâu rồi.

Cô ta nhìn tôi có vẻ tò mò, dò hỏi:

- Anh là gì của bà cụ? Ở nước ngoài mới về hả? Còn nếu anh ở Việt Nam thì anh đã nắm rõ tình hình ở đây rồi.
- Không, tôi hồi xưa đi học ở trọ ngôi nhà này, hơn mười mấy năm rồi tôi về quê. Hôm nay mới có dịp ghé thăm bà cụ.
- Anh đến trễ quá, làm sao bà cụ còn sống được?

Tôi hơi bối rối, vào Sài Gòn lâu rồi mà giờ mới tìm thăm, cuộc sống đời người thay đổi từng ngày, chết sống không một ai biết trước được vận mệnh của mình.

Tôi đứng loay hoay một lúc, cũng chẳng có chuyện gì để nói, cô ta cũng vậy.... Tôi chào cô ta ra về.

Cô ta tiễn tôi ra đến cổng..

Sau Bảy Lăm tôi rời Sài Gòn, tôi vẫn đinh ninh sau này làm gì có cơ hội trở lại Sài Gòn lần nữa. Hơn mười tám năm đã thấm đượm mùi vị sương khói ở quê nhà cũng đủ để cho tôi thấm thía mọi khổ cực của cuộc sống, để rồi ngẩng cao đầu để bước tới, cuối cùng cũng chọn Sài Gòn là quê thứ hai trong cuộc đời sinh tử.

Hôm nay dang chân đứng giữa mênh mông trời đất, trong cái ánh nắng chiều vàng nhạt rơi vung vãi trên khắp các nẻo đường, tôi có thể mạnh miệng để thốt ra những lời cảm ơn chân thật. Rất chân thật. Sài

Gòn đã cưu mang tôi sinh sống làm ăn suốt mấy mươi năm qua, vượt qua những rào cản, thăng trầm, có thịnh có suy.

Qua không gian và thời gian… Trong lúc này đây, tôi cảm nhận là lời cảm ơn muộn màng của tôi thế nào cũng được lắng nghe một cách nghiêm túc. Dù trên trời cao vời vợi không có hồi âm, và cũng chẳng có mạng internet kết nối.

Vũ Khắc Tĩnh

www.ingramcontent.com/pod-product-compliance
Lightning Source LLC
LaVergne TN
LVHW040055051026
849525LV00002B/698